புதுமைத்தேனீ மா.அன்பழகனின்

மாணவர் கடித இலக்கியம்

கூவி அழைக்குது காகம்

வெளியீடு

மாசிலாமணி அன்பழகன்
Blk 9 # 07 – 30 Selegie Road, Singapore 180009
+65 90053043 / +65 62527107
ma.anbalagan@gmail.com

கூவி அழைக்குது காகம்
ஆசிரியர்: மா.அன்பழகன்

Koovi Azhaikkuthu Kagam
Author : Masilamani Anbalagan

Copy Raight @ Author

First Edition: December - 2020
Second Edition: Jan - 2023

Size : Demy (1X8 Paper : 21.3kg Parchment)
Pages: 664

I S B N : 978 - 981 - 14 - 7481 - 1

Published By
சிங்கப்பூரில் -
மா.அன்பழகன்
Blk 9 # 07 – 30 Selegie Road, Singapore 180009
+65 90053043 / +65 62527107
ma.anbalagan@gmail.com

தமிழகத்தில் -
Discovery Book Palace (P) Ltd
No. 1055-B, Munusamy Salai, K.K.Nagar West,
Chennai-600 078. Ph: (044) 4855 7525

Price: S $40 / Rs 800

இந்நூல்...
NATIONAL ARTS COUNCIL
SINGAPORE
நிதியுதவியில் வெளியிடப்படுகிறது.
நன்றி!

உள்ளீடு

பாகம் - 1

1. கண்டிப்பு — 15
2. பழைமை — 21
3. மௌனமொழி — 25
4. சுருக்கம் — 31
5. விவேகம் — 35
6. கட்டாயம் — 40
7. மனித நேயம் — 44
8. மாற்றாரை மதித்தல் — 48
9. முதன் முதலில் — 53
10. நாட்டுப்பற்று — 57
11. கவிதையே மருந்து — 61
12. படைப்பாளர் — 66
13. நூல்களின் சிறப்பு — 70
14. நூல் பற்றி உலகத் தலைவர்கள் — 75
15. யாருக்காக எழுதுவது — 80
16. புலவர் குணம் — 86
17. இப்படியும் மன்னர்கள் — 90
18. கவியுள்ளம் — 93
19. அன்பின் வழியது — 98
20. பய பக்தி — 102
21. போலியான பக்தி — 107
22. நினைவும் மறதியும் — 112
23. நோக்கம் — 117
24. பொங்கல் விழா — 122
25. வாயில்லா உயிரினங்கள் — 127
26. மூடநம்பிக்கை — 133

பாகம் - 2

27. பிற்பகல் விளையும்? — 139
28. தியாகம் — 143

29.	பொது வாழ்க்கை	149
30.	இந்தியாவின் பெருமை	154
31.	நட்பு	160
32.	நகைச்சுவை	164
33.	சிரிப்பு	169
34.	கண்டுபிடிப்பு	172
35.	பிறருக்காக	176
36.	மேடைப் பேச்சு	182
37.	பெண்மை	196
38.	அமைதியில் தீர்வு	203
39.	நற்பண்புகள்	209
40.	மொழிப்பற்று	215
41.	பெரும்புள்ளி	220
42.	வறுமையிலும் செம்மை	226
43.	தொண்டுள்ளம்	233
44.	தத்துவத்திற்குப் பின் மதம்	238
45.	மாறுவது உலகம்	245
46.	முகநூலில் பெண்கள்	252
47.	பொது இடத்தில் பண்பு காக்க	258
48.	காக்க! காக்க! இரகசியம் காக்க!	265
49.	காலமாற்றம்	271

பாகம் - 3

50.	அழகோ அழகு	281
51.	புத்திசாலித்தனம்	288
52.	இணையதள மோசடி	296
53.	சட்ட விரோதச் சூதாட்டம்	303
54.	உறக்கம் கண்களைத் தழுவட்டும்	310
55.	கோபமா, வீரமா, கோழையா?	318
56.	காதலித்துப் பார்	326
57.	சொத்துச் சண்டை	334
58.	இப்படியும் மனிதர்கள்	341
59.	வயதுப் பெண்கள்	348
60.	கிளி பேசுவதில்லை	353

61.	திறமைதான் நமது தெய்வம்	359
62.	இறைவனும் இசையும்	365
63.	பூமி குளிரட்டும்	371
64.	வருமுன் காக்க	378
65.	பெண்கள்தான் உயர்வா?	383
66.	புத்தாக்கச் சிந்தனை	390
67.	தூய்மை	398
68.	கல்விக் கண்	405
69.	குருவே தெய்வம்	412
70.	வெற்றி	417

பாகம் - 4

71.	ஆசிரியர்	425
72.	தாயும் தாரமும்	440
73.	விவேகானந்தர்	453
74.	புத்தர்	463
75.	சாதனை	479
76.	தாய்மொழி	492
77.	பெருந்தன்மை	508
78.	என் தாயகம்	523
79.	நம்பிக்கையில்தான் வாழ்க்கை	535
80.	மார்க்கம்	547
81.	எண்ணியாங்கு எய்துவர்	559
82.	ஒவ்வொன்றுக்கும் ஓர் இலக்கணம்	570
83.	மகிழ்ச்சியைத் தேடி	579
84.	நன்றி காட்டிய தலைவர்கள்	591
85.	பெண்ணியம் போற்றும் பண்பு	601
86.	சிலேடைப் பேச்சு	616
87.	சூழியியலறிவு (Presence of Mind)	622
88.	முற்போக்குச் சிந்தனை - அன்றும் இன்றும்	632
89.	தமிழ் இலக்கியத்தில் கலையும் பண்பாடும்	640
90.	இலக்கியத்தில் இயற்கை	650

வாழ்த்துரை

திரு.கே.சண்முகம்

வெளியுறவுத்துறை மற்றும்

சட்டத்துறை அமைச்சர்

பன்முகம் கொண்ட இலக்கியவாதி திரு.அன்பழகனின் 22வது நூல் ‘கூவி அழைக்குது காகம்’. அவரின் படைப்பு பாராட்டுக்குரியது.

சிங்கப்பூர் வாழ் தமிழ் மக்கள் படித்துப் பயனுறும் வண்ணம் அமைந்துள்ளது. நாட்டுப்பற்றின் முக்கியத்துவத்தையும், பொது அறிவு, வரலாற்று நினைவுகள், அறிஞர்களின் வாழ்க்கை வரலாறு, பெரியோரின் சிந்தனைகள், விஞ்ஞானிகளின் கண்டுபிடிப்பு எனப் பலவகையான கருத்துக்களைக் கொண்டு இந்நூலை எழுதியுள்ளார். மாணவர்கள் மட்டுமல்லாது பெற்றோர், ஆசிரியர், பெரியவர்கள் பலரும் படித்துத் தெளிவு பெறலாம்.

70 கடிதங்களில் மாணவப் பருவத்தில் ஏற்படும் சந்தேகங்களைத் தீர்க்கும் வண்ணம் பல்வேறு தலைப்புகளில் கருத்துக்களை வெளிப்படுத்தியுள்ளார். பேரனுக்குத் தாத்தா கூறும் அறிவுரை போன்று அமைந்துள்ளது. தாத்தாவுக்கும் பேரனுக்குமுள்ள பாசப் பிணைப்பு, பிள்ளைகள் பெரியவர்களுடன் எப்படிப் பழக வேண்டும், பெரியவர்கள் சிறியவர்களுக்கு எடுத்துக்காட்டாக எப்படி வாழ வேண்டும் என்பது போன்ற விஷயங்களும் அடங்கியுளளன.

எதிர்காலத்தில் நாட்டை முன்நடத்திச் செல்ல இருக்கும் இன்றைய இளைஞர்கள் இப்புத்தகத்தைப் படிப்பதன் மூலம் பல கருத்துக்களைத் தெரிந்து கொள்ளலாம்.

இந்நூலுக்கு தேசியக் கலைகள் மன்றம் நிதி உதவி செய்துள்ளது. திரு.அன்பழகன் இன்னும் இதுபோன்ற பல புததகங்களை எழுத வேண்டுமென வாழ்த்துகிறேன்.

நல்ல, வரவேற்கத்தக்க முயற்சி!

வாழ்த்துரை

Office of Dr.APJ Abdul Kalam
Former President of India

எழுத்தாளர் திரு.மா.அன்பழகன் அவர்கள் தனது இருபத்து இரண்டாவது படைப்பென்று இந்த 'கூவி அழைக்குது காகம்' எனும் மாணவர் கடித இலக்கிய நூலைச் சிங்கப்பூரிலிருந்து எனக்கு அனுப்பியிருந்தார். இதைப் படிக்கப் படிக்க இந்தக் காலக் குழந்தைகளை நேர்வழிப்படுத்தும் ஒரு அருமையான புத்தகமாக இருக்கிறது. படித்து உணர்ந்து, வாழ்க்கையைச் சுலபமாக எதிர்கொள்ள இந்த நூல் ஓர் அற்புதமான அறிமுக நூல். அதுமட்டுமல்ல, பெற்றோர்கள், ஆசிரியர்கள், எழுத்தாளர்கள், பேச்சாளர்கள், பொதுமக்கள் என அனைத்துத் தரப்பினருக்கும் பயனுள்ள பனுவலாக இது அமைந்துள்ளது.

ஒரு மாணவர் கடித நூலில் இத்தனை உலகச் செய்திகளை உள்ளடக்கி யிருப்பது எனக்கு வியப்பைத் தருகிறது. இன்றைய உலகச் சூழ்நிலையில் பெற்றோர்களின் இயந்திர வாழ்க்கை, பெற்றோர்களுக்கும் குழந்தைகளுக்கும் ஓர் இணைப்பு இல்லாமல் இயந்திரங்களோடும், ஊடகங்களோடும், அலைபேசிகளோடும் ஒவ்வொருவரும் தனிமரமாக காலத்தைக் கழிக்கும் உலகமாக இன்றைய உலகம் மாறிவிட்டது. தந்தையைவிடத் தாத்தாக் களிடம்தான் பிள்ளைகள் நெருக்கமாகவும் பாசமாகவும் இருப்பார்கள் எனும் உளவியலை அடிப்படையாக வைத்து இந்த நூலைப் புனைந்துள்ளார். வாழ்க்கையில் உண்மையிலேயே நடக்கும்விதமாக ஒரு கதைபோல் நூலை நகர்த்திச் செல்வது படிப்பதற்குத் தொய்வின்றி இருக்கிறது.

சிங்கப்பூருக்கு மட்டுமல்ல, எல்லா நாட்டு மாணவர்களுக்கும் காலத்திற்கேற்பப் பொருந்துவதாக எழுதியுள்ளார் நூலாசிரியர். எதிர்கால உலகை உருவாக்கும் இளைஞர்களும், தங்கள் குழந்தைகளுக்கு நாம்தான் முன்னுதாரணமாக நடக்க வேண்டும் என்று நினைக்கின்ற பெற்றோர்கள் ஒவ்வொருவரும் இந்தக் 'கூவி அழைக்குது காக'த்தைப் படித்து இந்தச் சமுதாயத்தின் தரத்தை உயர்த்த வேண்டும். ஒவ்வொருவரும் தன்னை அறிந்து, தங்களிடம் இருக்கும் குறைகளைக் களைந்து, நிறைகளைப் பெருக்கி, தன் குழந்தைகளின் தனித்தன்மை அறிந்து அவர்களை வழிநடத்த இந்த நூல் ஒரு தூண்டுகோலாகப் பயன்படும் என்று நான் ஆழமாக நம்புகிறேன்.

இப்படிப்பட்ட, எல்லாத் தரப்பினருக்கும் பயன்தரக்கூடிய வகையில் இந் நூலை உருவாக்க அன்பழகன் அவர்கள் கடுமையாக உழைத்திருக்க வேண்டும் எனத் தோன்றுகிறது. எனவே அவருக்கும், இந்த நூலை உருவாக்கக் காரணமாக இருந்த அனைவருக்கும் எனது மனமார்ந்த நல்வாழ்த்துகளைத் தெரிவித்துக்கொள்கிறேன். வாழ்த்துக்கள்.

என்றும் அன்புடன்,

V.ponraj
Advisor to Dr.A.P.J.Abdulkalam
10 Mar 2014

], Rajaji Marg, New Delhi – 110 011, India
Email: apj@abdulkalam.com
www.abdulkalam.com

அணிந்துரை

உலகச் செய்திகளின் சாளரம்!

புலவர் துரை.முத்துக்கிருட்டினன் எம்.ஏ., எம்.ஃபில்.,

தமிழ் இலக்கண நூல்கள் வகுத்த மரபிலக்கண விதிகளுக்கு முரண்பட "கத்தும் குயிலோசை..." எனப் பாவமைத்த பாரதியின் பின்னோடி, தானொரு புதுமைத்தேனீ என்பதனால் மரபினுக்கு மாறுபடலை அறிந்தே 'கூவி அழைக்குது காகம்' எனத் தலைப்பிட்டு இந்நூலினைப் படைத்தளித்துள்ளார்.

பல்வேறு துறைகளைச் சார்ந்து, முப்பத்தைந்து நூல்களைத் திறம்பெறப் படைத்த அன்பழகனின் பட்டறிவு, கூவி அழைக்கிறது காகத்தில் வெளிப்படுகிறது.

இது ஒரு சிறந்த நூலென்பதினும், பொது அறிவுப் பெட்டகம் உலகச் செய்தி அறியும் சாளரம் என்று பல நிலைகளில் நின்று, பயில்வோர்க்குப் பயனளிக்கும் என்பது முற்றிலும் உண்மை. இவ்வரிசையில் இதே பெயரைத் தாங்கி வரும் இது நான்காவது தொகுப்பு. இதனோடு இது முற்றுப்பெறுமா..? பெறாது. ஏனெனில் இவர்தம் முயற்சியை நோக்குங்கால் எண்ணிக்கை நீண்டுகொண்டே போகலாம்; போகும்.

பெற்றோர், மாணவர், ஆசிரியர், பேச்சாளர், படைப்பாளர் என யாவர்க்குமாம் ஒரு கையேடாக இந்நூல் அமையும் என்பது தெளிவாகத் தெரிகிறது. இந்நூற்கண் அடங்கியுள்ள செய்திகளைத் தொகுக்க நீண்டகால உழைப்பையும், இடைவிடா முயற்சியையும் நூலாசிரியர் நல்கியுள்ளார் என்பது தெள்ளிதின் விளங்கும். இதனை எண்ணிப் பார்க்க வியப்பே எஞ்சும்.

கடந்த காலங்களில், அறிஞர் அண்ணா, டாக்டர் மு.வ போன்றோரின் கடித வடிவிலானக் கட்டுரைகள் பெரும் வரவேற்புப்

பெற்றமையைத் தமிழ்கூறும் நல்லுலகம் நன்கறியும். அவர்களை அடியொற்றி இவரும், கடித வடிவிலான நூலைச் சிங்கப்பூரில் இருக்கும் தம்பேரனுக்குத் தமிழகத்திலிருக்கும் தாத்தா எழுதுவதன்ன ஓர் உத்தியைக் கைக்கொண்டு கிடைத்தற்கரிய செய்தி மலர்களால் தொடுத்த நூன்மாலையாக இந்நூலினைத் தொகுத்தளித்திருக்கிறார்.

'தந்தை - மகன்' உறவினும், தாத்தா - பேரன் உறவு உளவியல் அடிப்படையில் ஆழமும் நெருக்கமும் அதிகமாகக் கொண்டது. அத்துய்ப்பினை என்னைப் போன்றோர் நன்கறிகுவர். அவ்வுறவின் உணர்வுகள் ஒவ்வொரு கடிதத்தின் தொடக்கத்திலும் இணைத்திருப்பதன் மூலம் வெளிப்பட்டு நிற்கின்றன.

இந்நூலைத் தோண்டினால் கிடைக்கும் புதையல்கள் ஏராளம். ஆசிரியர்களின் ஆளுமைப் பண்புகள், தாய்-தாரத்திற்குரிய சிறப்புகள், புத்தரின் வரலாற்றுப் பெருமைகள், தாய்மொழியின் தனித்துவம், சூழியியல் அறிவு, முற்போக்குச் சிந்தனைகள், கலையும் பண்பாடும், இலக்கியங்களில் இயற்கை... இப்படிச் சிறந்த விழுமியச் செய்திகள் ஏராளமாக இதன்கண் இடம் பெற்றிருக்கின்றன. அவற்றைக் காண நூலின்கண் நுழையும் நம்மை, துணுக்குகள், சிறு சிறு கதைகள், நடந்த நிகழ்வுகள், கவிதைகள், மேற்கோள்கள், இலக்கிய இலக்கணங்கள், பெரியோரின் வாழ்வியல் நெறிமுறைகள், வரலாறு, நாடு, மொழி, இனம், ஆகியவற்றிடையே அழைத்துச் செல்வதன் மூலம், பேருலகினைக் கவின்மிகு நூலின்வழி காட்ட முனைகிறார். இந்நூல் ஒன்றினைப் பயின்றிட, பன்னூல் பயின்ற மன நிறைவைப் பெறலாம்.

முன்னொருகாலத்தில் அதிக விலையுடையதாயினும் பயனுள்ள பல நூல்களைப் பணம் கொடுத்து வாங்கியே பயின்ற நிலை. அல்லது இரவல் பெற்றே கல்லூரிக் கல்வியை முடித்த காலங்களும் உண்டு. ஆனால் இன்றைய நிலை வேறு. அண்டத் திலிருந்து மட்டுமே காணக்கூடிய இப்பூவுலகை, அறிவியலானது ஒரு கையளவுக் கருவிக்குள் அடக்கிவிடுகின்றது; உலகினையே கண்முன் நிறுத்துகிறது. ஒன்றினைக் கேட்பின் நூறு தருகிறது. அவ்வாறிருக்க இந்நூல் தேவையா? இந்நூலின் பயன்பாடுதான் என்ன? எனும் வினா என்னுள் பன்முறை எழுந்ததுண்டு.

சிந்திக்கும் காலத்தே ஓருண்மை புலப்பட்டது. இந்நூலகத்துப் பதியப்பட்ட செய்திகளுள் பல அக்கருவியின் மூலம் அறிய இயலாதவைகளாக உள்ளன என்பது புரிய வருகிறது. ஏனெனில், நூலாசிரியரின் பட்டறிவின்பாற் பட்டதாகவும், அன்றாட நிகழ்வுகளாகவும் இலக்கியங்கள், சான்றோர் வாக்கு போன்றவற்றின் எதிரொலிகளாகவும் இச்செய்திகள் அமைந்து கிடப்பதேயாம். இந்நூலின்றி பிறவாற்றான் அறிய இயலாத் தகவல்கள் இதன்கண் உளவாகையால் இந்நூலின் தேவையை உணரலாம்.

இந்நூலினைப் படிக்கும் காலத்து, இச்செய்தி நாமறிந்ததுதானே எனும் எண்ணமும் அல்லது அறிந்த ஒன்று எங்கு எவ்வாறு நிகழ்ந்தது என்பதான ஐயமும் எழ வாய்ப்புண்டு. இந்நிலை எனக்கும் ஏற்பட்டிருக்கிறது. ஏராளமான செய்திகளை எந்தெந்த காலங்களிலோ கேட்கிறோம். பல நிகழ்வுகள், பல இடங்களில், பல சூழல்களில் நிகழ்கின்றன. இவ்வாறான பலவும் நம் நினைவில் எப்போதும் நிலைத்து நிற்பதில்லை. இந்நூலால் அவை மீண்டும் பதிவு பெறுகின்றன. இவ்வாறான காலங்களில் நாம் காணுகின்ற கோணங்களால் ஆசிரியருடன் ஒத்துப்போகும் அல்லது முரண்படும் நிலை உருவாகிறது. ஆதலால் பலவற்றை மீட்டுருவாக்கம் செய்துகொள்ள இந்நூல் பெரும் பயன்பாடுடையதாகிறது.

"பாத்திரமறிந்து பிச்சையிடு" என்பதற்கு விளக்கம் பலவாயினும், இப்படியும் கொடுக்கலாம். ஒரு சொற்பொழிவாளன், தனக்கு முன்னாலிருக்கும் பார்வையாளரின் தரம், திறம் அறிந்து எதை வழங்கினால் அவர்களால் ஏற்க முடியும் என்பதில் தெளிவுடையனாய் இருத்தல் வேண்டும். அத்திறத்தினுடையோர் மட்டுமே அரங்கத்தைத் தன் ஆளுமைக்குள் வைத்திட முடியும். இல்லையேல் கரவொலிக்கு மாறாகக் கல்லெறியும் நிகழலாம்.

இதுபோலவே, இந்நூல் உருவாக்கத்திலும் ஆசிரியர் அந்நுட்பத்தைக் கைக்கொண்டமையை அறிய முடிகிறது.

'பழமும் பிஞ்சும்' இவ்வகையான உத்தியில் வந்த இவரது முதல் நூல். பழம் - தாத்தா, பிஞ்சு - பேரன் எனும் உருவகத்தில் சென்னையிலிருக்கும் பேரனுக்குக் கிராமத்தில் இருக்கும் தாத்தா எழுதுவதொப்பப் புனையப்பட்டது. சிறார்களுக்குரிய நடையினையும், செய்திகளையும் ஏந்தி நின்றமை அதன் சிறப்பு.

ஏறத்தாழ இருபத்தைந்து ஆண்டுகளுக்குப் பின் புதுமைத்தேனீ அவர்கள், மூன்று தொகுதிகளை உள்ளடக்கிய 'கூவி அழைக்குது காகம்' எனும் பெயரில் நூல் செய்துள்ளார். உயர்நிலைக் கல்வி பயிலும் மாணவர்களுக்காக உருவாக்கம் பெற்றவை. அப்பருவத்து மாணவர்கள் அறியும் வகையானும் அவர்களுக்குத் தேவையானவற்றை அறிந்தளிக்கும் வகையானும் அமைத்தமை முத்திரை பதித்த தனிச்சிறப்பு.

அதே வரிசையில், நான்காவது தொகுதியாக வந்த இந்நூல் கல்லூரி மாணவர்கள் மற்றும் முதிர்ச்சியுற்றவர்களுக்காக இயற்றப்பட்டுள்ளது. அதற்கேற்ப அரிய பல செய்திகளையும் நன்னடையினையும் கொண்டதாக அமைத்தமை இந்நூற்கு மேலுமொரு சிறப்பு. இவ்வாறு பயில்வோரின் நிலைகளுக்கேற்ப நூலினை அமைத்த திறன் பாராட்டிற்குரியது.

பல்லாண்டுகளாக நூலாசிரியருடன் பழகி வருவோருள் நானும் ஒருவன். யானறிந்த வகையான் பெரியாரியக் கொள்கைகளான் ஈர்க்கப்பட்டுப் பெரிதும் ஈடுபாடுடையராய் இருப்பவர். நூல் யாக்கும்போது, நோக்கத்தினின்றும் பிறழாது, "கிடைத்தவற்றைப் பலருக்கும் படைத்தல் வேண்டும்; அவரவர் தேவைக்கேற்ப விரும்பியவாறு எடுத்துப் பயன்பெறட்டும்" எனும் எண்ணங் கொண்டு, காஞ்சி பெரியவாள், கல்கி, விவேகானந்தர் போன்றோரைப் பற்றிய அரிய நல்ல பல செய்திகளைப் பதிவிட்டுள்ள ஆசிரியரின் நடுவு நிலைமை பாராட்டுக்குரியது.

"தாம் பெற்ற பிள்ளைகளை உலகமே போற்றல் வேண்டும்'' எனும் பேரவா எல்லாப் பெற்றோர்க்கும் உண்டு. ஆதலால் பெற்றோர் கூறும் அறிவுரை கடுமை உடையதாகவும், கட்டுப்பாடுகள் மிக்கதாகவும் இருக்கும். அதன்பொருட்டுப் பிள்ளைகளிடம் வெறுப்புத் தோன்றி கசப்பே எஞ்சும். அவ்வறிவுரையைத் தாத்தா மூலம் பெறும்போது, மெல்லியப் பூங்காற்றாய் பேரன் இதயத்தைத் தழுவுமாதலால், விருப்பு தோன்றி இனிமையே மிஞ்சும். ஆதலால் பெற்றோர் சொற்களைவிட தாத்தாவின் சொற்கள் பேரப்பிள்ளைகளின் மணமேடையில் அரங்கேறும் நிலையை கண்கூடாகக் கண்டு வருகிறோம். பேரன் சம நிலையைப் பெற்று உயர் பண்பு உடையவராய் நிற்க; நற்குடி மகனாய்த் திகழ, இவ்வரிசையில் அணிபெற்று நிற்கும் இவரது நூல்கள் பேருதவி புரியும் என்பதில் ஆசிரியரின் நம்பிக்கையை என்னால் உணரமுடிகிறது.

கவிதை, கதை நூல்களாயின், ஒருமுறை படித்தபின், ஒரு மூலையில் முடக்கிவிடுவோம். இந்நூலோ, பலகாலும் பயன்படுமாதலால் பாதுகாக்கவேண்டிய பனுவலாக இருக்கும் என்பது உறுதி.

இவ்வாறான சிறப்புகளோடு அவர்தம் பட்டறிவினையும் கூட்டி இலக்கிய முத்துகளையும், இலக்கண மணிகளையும் நிரல்பட நிறுத்தி, இந்நூலினை ஆடகப் பொன்மாலையாக இழைத்து நமக்களிக்க எடுத்துக்கொண்ட இந்த உத்தி நம்மைத் தொய்வின்றி கொண்டு செலுத்துகின்றது என்பது முற்றிலும் உண்மை.

பன்முகங்கொண்ட திரு. அன்பழகன் அவர்கள் இவ்வாற்றானும், இதுவல்லாப் பிறவாற்றானும், இது பயன்படுமாறு போலவே, பலரும் பயன்பெறும்வண்ணம் இன்னும் பன்னூல் யாத்து, சிங்கைத் தமிழ் இலக்கிய வரலாற்றின் பக்கங்களில் பொன்னெழுத்துகளால் பொறிக்கப்பட்டுப் புகழ்பெற்று வாழ்வாராகுக!

ஏன் எழுதினேன் இதை!

சீனப் பழமொழியின் கூற்றுப்படி மனிதர்கள் மூன்று பிரிவாகப் பிரிக்கப்படுகிறார்கள்.

எப்போதும் பிற மனிதர்களைப் பற்றியே பேசிக்கொண்டிருப்பவர்கள் 'கீழ்த் தரமானவர்கள்' என்றும்,

ஏதாவது நிகழ்ச்சிகளைப் பற்றியே பேசிக் கொண்டிருப்பவர்கள் 'சாதாரண மனிதர்கள்' என்றும்,

நற்கருத்துகளைப் பற்றிப் பேசிக்கொண்டிருப்பவர்கள் 'உயர்ந்த மனிதர்கள்' என்றும் சொல்கிறார்கள்.

உயர்ந்தோராகிய உங்களை மேலும் உயர்ந்த மனிதராக்குவது இந்நூலின் நோக்கம்.

மேடையில் பேசிப் பேரெடுக்க எண்ணிய - என் தேடல்களில், படித்ததில் பிடித்த, கேட்டதில் கிடைத்த தகவல்களைப் பதிவு செய்துகொண்டே இருப்பேன். அந்தத் தகவல்கள் சுவையானதாக; கருத்தாழம் மிக்கவையாக இருந்தமையால், அவற்றை என்னுள் வைத்தே வீணாக்க விரும்பவில்லை. மூலிகை வைத்தியம் போல் அழியவிடாமல் அடுத்த தலைமுறைக்குக் கொண்டு சேர்க்க விழைந்தேன்.

1987ஆம் ஆண்டில் "பழமும் பிஞ்சும்" எனும் நூலின்வழி, தாத்தாவும் பேரனும் கடிதப் பரிமாற்றம் செய்துகொள்வதாக அமைத்துத் தொடக்கப்பள்ளி மாணவர்களுக்கான ஆலோசனைகளை வழங்கினேன். அதே அமைப்பைப் பின்பற்றி, இப்போது முதிர்ச்சியடைந்த மாணவர்களுக்குக் கடித இலக்கியம் உருவாக்கியுள்ளேன். நான் அகவை எழுபதைக் கடந்து வருவதன் நினைவாக என் இருபதாவது இந்நூலில் எழுபது கடிதக் கட்டுரைகள் இடம் பெற்றுள்ளன.

"உன்னால் ஓர் ஆறு வயதுக் குழந்தைக்கு ஒரு கருத்தை விளங்கவைக்க இயலவில்லை என்றால், அக்கருத்தை நீயே சரியாகப் புரிந்துகொள்ளவில்லை என்று பொருள்" என ஆல்பர்ட் ஐன்ஸ்டீன் சொல்வார்.

ஆறு வயதுச் சிறுவர்களுக்குப் புரியுமாறு (கடினம்) சொல்ல முடியாவிட்டாலும், பதினாறு வயது மாணவர்க்குப் புரிய வைக்கின்ற (எளிது) அளவிற்கு நான் முதலில் புரிந்துகொண்டு இயன்ற வரை அவர்களுக்கு அவற்றைப் புரியவைக்க முயன்றிருக்கிறேன்.

இவற்றை மாணவர், பெற்றோர், ஆசிரியர் தொடர்புடையனவாக வடிவமைத்தேன். அனைத்துத் தரப்பினரையும் படித்தறிந்து சுவைக்க வைப்பது என் நோக்கங்களில் முதன்மையானது. எழுத்தாளர், பேச்சாளராக விரும்பும் அனைவரும் இதைப் படித்தால் பயனடைவார்கள் என்பது திண்ணம்.

புதுமைத்தேனீ மா.அன்பழகன்

“நேரமில்லை.. நேரமில்லை என்று சொல்லும் தாங்கள், இவ்வளவு மேற்கோள்களைக் காட்டி நாடாளுமன்றத்தில் சுவையுடன் பேசுகிறீர்களே“ என்று உறுப்பினர்கள் இந்தியத் தலைமையமைச்சராய் இருந்த நேருவிடம் ஒருமுறை கேட்டபோது, “திருடுகிறேன்“ என்றாராம்.

எல்லோருக்கும் விளங்காத வியப்பு. “இரண்டு திருட்டுகள் செய்கிறேன், ஒன்று எனக்கு என் உதவியாளர் தினம் 5 மணி நேரம் உறங்குவதற்கு ஒதுக்கித் தருகிறார், அதில் ஒன்று அல்லது இரண்டு மணி நேரத்தைப் படிப்பதற்குத் திருடுகிறேன். இரண்டாவது நிறையப் படிப்பவற்றிலிருந்து கருத்துகளையும், எடுத்துக்காட்டுகளையும் திருடுகிறேன்“ என்றாராம். உண்மையிலேயே நானும் நேருவைப்போல் திருடியவையே பெரும்பாலும் இப்புத்தகத்தில் இடம்பெற்றிருக்கின்றன.

“பொலோக்னா“ (Bologna) என்பது ஒரு கல். இது, பகலெல்லாம் கதிரோனின் ஒளிக் கதிர்களை உள்வாங்கிக்கொண்டு, இரவானதும் உள்வாங்கிய கதிர்களை வெளிப்படுத்தி ஒளிகொடுக்குமாம். என் இந்த எழுத்துத் தொழில் வாங்கி விற்பதே! வாங்கியவற்றில் வேண்டுவனவற்றை மட்டும் பொறுக்கியெடுத்து, துடைத்து, மெருகேற்றி, இடம் பார்த்து அழகுற அடுக்கி வைத்து, அந்த விளை பொருள்களை விலை பொருள்களாக்கி உள்ளத்தில் விதைத்திட விழைகிறேன். நான் எங்கெங்கோ பூத்த பூக்களை நார்கொண்டு கட்டிய பூக்காரிதான்.

உங்களுடைய அறிவுப்பசிக்கு நான் கொடுக்கும் தீனி கொஞ்சமாவது பசி தீர்க்கும் என எதிர்பார்க்கிறேன். அடுத்த தேர்தலைப் பற்றியே சிந்தித்துக் கொண்டிருக்கும் அரசியல்வாதிகளுக்கிடையில், கணினியில் மூழ்கிக் கிடக்கும் அடுத்த தலைமுறையைப் பற்றிக் கொஞ்சம் சிந்திக்கும் உள்ளங் களுக்கு இது ஒரு மடைமாற்றமாக உதவும். அதனால்தான் மாணவர்களின், இளைஞர்களின் புரிதலுக்கு இது எனது சிறு பங்களிப்பு.

காகம் கரைந்தழைத்தலுக்குத் தந்தை பெரியார் புரிந்து சொன்னது, “ காகம் சோற்றை உண்டு பார்த்துத் தீங்கில்லை என்றபின்தான் மற்றக் காகங்களைக் கூவியழைக்கிறது “ என்கிறார். இது எனக்கான உருவகமாக எண்ணியே இந்நூலுக்கு இப்பெயர் இடப்பட்டுள்ளது.

என் தகவல் தேடல் தொடங்கும்போது இப்படியொரு புத்தகமாக அவை பரிணாமம் பெறுமென எதிர்பார்க்கவில்லை. ஆதலால் எங்கேயிருந்து; யாரிடமிருந்தெல்லாம் எடுத்தேன் எனும் குறிப்புகளைப் பெரும்பாலும் குறித் தேனில்லை. இந்நூலுக்குத் தெரிந்தும் தெரியாமலும் துணையாயிருந் தோருக்கும் கசடகற்றிக் கரையேற்றிய தமிழாசிரியர்களுக்கும் நன்றி பாராட்டுகிறேன். படித்து முடித்தபின் பல புத்தகங்களைப் படித்த நிறைவைப் பெறுவீர்கள் என உறுதியாக நம்பும்,

மா. அன்பழகன் ma.anbalagan@gmail.com

21. 01. 2014

01 கண்டிப்பு

அன்புள்ள தாத்தா! வணக்கம்!

நீங்கள் இந்த முறை சிங்கப்பூர் வந்து நீண்ட நாள்கள் எங்களுடன் தங்கிச்சென்றது மிகவும் மகிழ்ச்சியாக இருந்தது. நீங்கள் தமிழகத்திற்குப் புறப்பட்ட பின்பு எதையோ இழந்தவன்போல் ஆகிவிட்டேன். என் அப்பாவும் அம்மாவும் என்மீது பற்றுடனும் பாசத்துடனும்தான் இருக்கிறார்கள். இருந்தாலும் நீங்கள் வந்துபோன பின்பு அவர்கள் காட்டிய பாசம் சிறியதாகவே தெரிகிறது. அந்த அளவு நீங்கள் என் மீது அன்புகாட்டி பாசத்தைப் பொழிந்துவிட்டுச் சென்றுள்ளீர்கள். நான் பல தவறுகள் செய்திருந்த போதிலும், ஒருநாள்கூட நீங்கள் என்மீது கோபத்தைக் காட்டியதே இல்லை. ஆனால் அப்பா அப்படியில்லை தாத்தா! சிறு குறை கண்டவிடத்தும் அறிவுரை சொல்லி என்னைக் கண்டிக்கத் தவறமாட்டார். மறுபடியும் அதே தவற்றைச் செய்துவிட்டால் என்மீது கடுமையாகக் கோபித்துக் கொள்கிறார்.

அப்பாவின் சினத்தினாலேயே அவர் சொல்வதைக் கேட்கக்கூடாது என்கிற எதிர்மறைப் போக்கு என்னிடம் எழுகிறது. நீங்கள் மீண்டும் வந்து எங்களுடனேயே தங்கிவிடுங்களேன்.

இப்படிக்கு
உங்கள் அன்புள்ள
கண்ணன்.

அன்புள்ள கண்ணா, வாழ்த்துகள்!

உன் மின்னஞ்சல் படித்தேன். சிங்கப்பூரில் உன் அம்மா அப்பா நலமா? நீங்கள் அனைவரும் நலமுடன் இருக்க வேண்டுமென அனுதினமும் வேண்டி நிற்கிறேன்.

நம் மீது அன்புடையவருக்கே சினம் வரும்

நீ எழுதியிருப்பதுபோல் உன் தந்தை என்னைவிடக் குறைவாகத்தான் உன்மீது பாசம் காட்டுவதாக எண்ணிட வேண்டாம். அதன் உட்பொருள்

புதுமைத்தேனீ மா.அன்பழகன்

தெரியாது அப்படி நினைக்கிறாய். எங்கே பாசமும் உரிமையும் அதிகம் இருக்கிறதோ அங்கே கண்டிப்பையும் கோபத்தையும் காண்பிப்பார்கள். இது இயற்கை. அதற்கு ஆங்கிலத்தில் POSSESIVENESS என்பார்கள். நீ கேள்விப்பட்டிருப்பாய் என நினைக்கிறேன்; ஒரு திரைப்படப் பாடல். 'என் புருஷந்தான்.. எனக்கு மட்டுந்தான்.. சொந்தந்தான்...' என்பதன் உட்பொருள் புரிகிறதா? தன் கணவனின் பாசம், ஈர்ப்பு திசைமாறிப் போய்விடக்கூடாது; அவை தம்மீது மட்டுமே இருக்கவேண்டுமென விழைவது மனைவியின் பார்வையில் தவறில்லை. அதேபோல் உன் அம்மா ஒரு கடைக்காரரிடம் கொஞ்சம் சிரித்துப் பேசிவிட்டால் அப்பாவுக்குச் சினம் வந்துவிடும். ஆனால் ஒருவரை ஒருவர் நன்கு புரிந்துகொண்டால் இதைப்போன்ற பிரச்சினைகள் எழுவதற்கு வாய்ப்பில்லாமல் போய்விடும்.

எதற்காக இந்த எடுத்துக்காட்டைச் சொன்னேன் தெரியுமா? உனக்குத் தெரிந்ததைச் சொன்னால்தான் தெரியாததைச் சிந்தித்து அறிந்து கொள்வாய். உன் அப்பாவைப் புரிந்துகொண்டால் அப்பாவின் பாசத்தைக் குறைவாக எண்ணிடமாட்டாய். குறைகண்டவிடத்து, உரிமை அதிகம் இருப்பதனால் அப்பா மிகுதியாகவும் தாத்தாவாகிய நான் குறைவாகவும் கண்டிப்பை வெளிக்காட்டிக்கொள்கிறோம். ஆனால் எதிர்மறைப் போக்கு உன்னிடம் தலைதூக்கினால் அது உன் அப்பாவை எதிர்த்து அல்ல; அது உன்னையே நீ எதிர்த்து நடப்பது போலாகும். இதைப் பிற்காலத்தில் உணர்வாய்.

"உண்மையான அன்பில்தான் கோபங்களும் கட்டுப்பாடுகளும் அதிகம். இதைப் புரிந்துகொண்டவர்களைவிடப் பிரிந்து சென்றவர்களே அதிகம்" என்று ஓர் அனுபவ அறிஞன் சொல்கிறான்.

தனிமையும் உரிமையும்

அம்மா அப்படி நினைக்கிறாள்; அப்பா இப்படி நினைக்கிறார் என நீயாகக் கற்பனை செய்துகொண்டே போனால் உன்னை அவர்கள் தனிமைப்படுத்துகிறார்கள் என்ற உணர்வு உன்னுள் எழும். அதற்கு நீ இடம் கொடுத்துவிடக் கூடாது. தனிமையைப் பற்றி எழுதும்போது ஒரு அறிஞர் சொல்கிறார்,

> நாமே தனிமையை எடுத்துக்கொண்டால் இனிக்கும்
> மற்றவர்கள் அதை நமக்குக் கொடுத்தால் கசக்கும்

என்று. கொஞ்சம் சிந்தித்துப் பார். எவ்வளவு ஒரு யதார்த்த உண்மை.

பாசத்தில்தான் உரிமையும் எழும். எங்கே அன்பும் பாசமும் நிறைந்திருக்கிறதோ அங்கேதான் போர்க்குரல் ஒலிக்கும். பல குடும்பங்களில் எழும் சண்டை சச்சரவுகளுக்கு அதுவே காரணமாக இருந்துவிடுகிறது.

குடும்பத்திற்குள் மட்டுமல்ல, அவன் சார்ந்த சமுதாயத்தின் மீதுகூடக் கோபம் வரும்; உரிமை வரும்.

புதுமைப்பித்தன் எடுத்துக்கொண்ட உரிமை

தமிழ் இலக்கியத்தைப் பொறுத்தவரையில் தமிழகத்தில் சென்ற நூற்றாண்டில் சிறுகதைகளுக்குத் தொடக்கத்தில் விதை ஊன்றியவர்களுள் புதுமைப்பித்தனும் ஒருவர். அவருடைய கதைகள் இன்றும் பேசப்படுவனவாக அமைந்துவிட்டன என்றால் அவர் கதைகள் எவ்வளவு சிறப்புடையனவாக இருக்க வேண்டும். வாழவேண்டிய காளைப்பருவத்தில் நுரையீரலை இழந்து நோயுற்று வாடுகிறார்.

புதுமைப்பித்தன்

செலவுக்குப் பணம் இன்றிச் சிரமப்படுகிறார். யாரும் பெரிதாக உதவி செய்வாரில்லை. பின்னர்த் தமிழ் மக்களிடம் உதவி கேட்கிறார். அதைப்பற்றிச் சிலர் விமர்சனம் செய்தபோது,

நான் தமிழுக்குப் பணி செய்திருக்கிறேன்;
எல்லாத் தமிழர்களிடமும் உதவி கேட்கும் உரிமை
எனக்குப் பூரணமாக இருக்கிறது

என்று புதுமைப்பித்தன் அறிவிக்கிறார்.

டால்ஸ்டாய் புகைவண்டி நிலையத்தில் இறந்து கிடந்தார்

புகழ்பெற்ற எழுத்தாளரும், மிகச்சிறந்த சிந்தனையாளருமான டால்ஸ்டாய் பல மறக்கமுடியாத சிறந்த படைப்புகளை இந்த உலகுக்குத் தந்திருக்கிறார். மகாத்மா காந்திக்குப் பிடித்தமான எழுத்தாளர். டால்ஸ்டாய் உரிமையுள்ள மனைவியிடம் தம் உரிமைகளுக்காக வாதாடுகிறார். குடும்பப் பிரச்சினைகளுக்காகச் சண்டையிடுகிறார். ஒத்துவராத நிலையில் கோபித்துக்கொண்டு புகைவண்டி நிலையத்தில் கிடந்து இறந்தார் எனும் கொடுமையான செய்தி மனத்தை உருக்குகிறது. இன்னொன்றையும் இந்த இடத்தில் உனக்குச் சொல்ல வேண்டும். காந்திக்குத் திருக்குறளின் பெருமைகளைச் சொல்லி அறிமுகப்படுத்தியவர் டால்ஸ்டாய்தான்.

பாரதியின் கோபமும் மன்னிப்பும்

மகாகவிபாரதி ஒரு முன்கோபக்காரர்; ஞானச் செருக்குடையவர் என்பதை யாவரும் அறிவர். ஒருமுறை தன் மனைவி செல்லம்மாளிடம்

மகாகவி பாரதியார்

கோபித்துக்கொண்டு அவருடைய கன்னத்தில் ஓங்கி அறைந்துவிடுகிறார். அறைவதற்குத் தமக்கு உரிமை இருப்பதாக அவர் நினைத்திருக்க வேண்டும். அடுத்த கணம் செல்லம்மாளின் உரிமையில் அத்து மீறி விட்டோமோ என எண்ணி உடனே செல்லம்மாள் காலில் விழுந்து மன்னிப்புக் கேட்கப் போனதாக ஒரு குறிப்பு கூறுகிறது. எதற்கெடுத்தாலும் சினம்கொள்வது தவறான குணம். அன்பு யார்மீதும் எங்கே எப்போது வேண்டுமானாலும் வரலாம். வள்ளுவர் சொல்வார், கையை வேகமாக ஓங்கி.. மெல்லத் தட்டு என்பார்.

"கோபம் சொல்லில் இருக்கவேண்டும்
செயலில் இருக்கக்கூடாது
அன்பு செயலில் இருக்கவேண்டும்
சொல்லில் இருக்கக்கூடாது "

என்று எங்கேயோ படித்ததை இங்கு நினைகூருவது பொருத்தமாக இருக்கும்.

அதியமான் - ஔவையார்

உரிமையைக் காட்டுவதற்கு இன்னொரு உதாரணத்தைக் குறிப்பிட்டால் உனக்குப் புரியும் எனக் கருதுகிறேன். அக்காலத்தில் ஒரு நாள் மன்னன் அதியமானின் அவை கூடியது. அதிகமான புலவர்கள் வருகையினால் இருக்கைகள் நிரம்பின. இறுதியில் புதிய புலவர் ஒருவர் நுழைந்தார். உட்காரவைக்க இருக்கை இல்லை. அதியமான் கவனித்தார். ஏற்கனவே உட்கார்ந்திருந்த ஔவையார் எனும் புகழ்பெற்ற மூத்த புலவரிடம் சென்று ,

"நீங்கள் சற்று எழுந்து புதிதாய் வந்திருக்கும் புலவருக்கு இடம் கொடுங்கள்" என்றுரைக்க ஔவையாரும் அப்படியே வழிவிட்டார். அந்த இடத்தில் ஔவையார் மன்னன் மீது உன்னைப்போல் கோபித்துக் கொண்டிருக்கலாம். 'நான் என்ன மற்றவர்களைவிடத் தாழ்வா? என்னை ஏன் எழச்சொல்கிறீர்கள்?' எனக் கேட்டிருக்கலாம். ஆனால் அப்படிக் கேட்கவில்லை. காரணம் அவர் முற்றும் அறிந்த புலவர். தம்மீது மன்னன் எவ்வளவு உரிமையும் பாசமும் கொண்டிருந்தால் இத்தனை புலவர்களை விடுத்துத் தம்மிடம் மன்னர் வந்திருப்பார் என அவர் பெருமைப் பட்டு மகிழ்ந்திருப்பார். அதைப்போல் அப்பா கண்டிக்கிறார் என்பதால் உன்மீது

அன்பில்லை என எண்ணுதல்கூடாது; மாறாக உன்மீது உள்ள அக்கறையினால், அன்பினால், ஒரு நலம்விரும்பியாய் இருப்பதால்தான், அப்பா அவ்வாறு நடந்துகொள்கிறார் என அறிந்து மகிழ்ச்சிகொள்.

நீ வழிதவறிப் போய்விடக்கூடாது; நீ படித்து எதிர்காலத்தில் ஒரு சிறந்த மேன்மை மிக்க மனிதனாக விளங்கவேண்டும். அதே நேரத்தில் ஒழுக்கமுள்ளவனாகவும் இருக்கவேண்டும் என்னும் முன் ஜாக்கிரதை உணர்வால் கண்டிப்பு உன்மீது காண்பிக்கப்படுகிறது என உணர்தல் வேண்டும். ஒருவேளை உன் அப்பா தவறு கண்டவிடத்து உன்னைக் கண்டிக்காமல் வளர்க்கிறார்; நீ கேட்பதையெல்லாம் வாங்கிக்கொடுத்துச் செல்லம் காட்டுகிறார் என வைத்துக்கொள்வோம். அதன் விளைவாக நீ சரியான மதிப்பெண்கள் பெறாமல் தேர்வில் தோல்வியடைந்துவிட்டால் உன் எதிர்காலம் பாதிக்கப்பட்டுவிடும். பெரியவனாக வளர்ந்தபின், உன் நண்பன் ஒருவன் உயர்ந்த பொறுப்பில் பணியாற்றுவதைப் பார்க்கிறாய். அப்போது, ' அப்பா கண்டிப்புடன் சிறுவயதில் என்னை வளர்த்திருந்தால் நானும் இவனைப்போல் ஆகியிருப்பேனே ' என நீ வருந்துவதற்கு வாய்ப்பு எழும்.

அலெக்சாந்தரின் குதிரை

அலெக்சாந்தர்

மாவீரன் அலெக்சாந்தர் பியூசிபளஸ் எனும் பெயருடைய குதிரையைப்பிரியமாக நேசித்து வளர்த்து வந்தான் என்பதை அனைவரும் அறிவர். அந்தக் குதிரை இறந்தபின் வருத்தத்தின் மிகுதியால் பல நாள் அவன் சாப்பிடவே இல்லையாம். பின்னர் பியூசிபளஸ் நினைவாக அதே பெயரில் ஒரு நகரையே உருவாக்கினான் என்பது வரலாறு. எந்த அளவு பாசத்துடன் மன்னன் இருந்தான் என்பதற்கு இது ஓர் எடுத்துக்காட்டு.

அம்மா உன்மீது கோபமாக இருக்கிறார்களா? நீ ஏதேனும் தவறு செய்து உன்னைத் திட்டிவிட்டார்களா? அவருடனான ஊடலா? அம்மாவைச் சமாதானப்படுத்திட, பிரச்சினை தீருவதற்கு ஒருவழி இருக்கிறது. நேராகச் சென்று "அம்மா பசிக்குதம்மா" என்று ஒரு வார்த்தை சொல்லிப்பார். உடனே அத்தனை கோபதாபங்களையும் மறந்து உனக்கு அன்போடு உன் தலையை நீவிவிட்டுக்கொண்டே உணவு பரிமாறுவார்கள். இதுதான் அம்மாவின் பாசம்.

" மறுபிறவி இருந்தால், செருப்பாகப் பிறக்க வேண்டும்:
என் அம்மா காலில் மிதிபட அல்ல:

என்னை சுமந்த அவளை
ஒருமுறை நான் சுமந்து பார்க்க! "
- என்று யாரோ எழுதியது நினைவுக்கு வருகிறது.

கவலையை விடு. உன் அப்பா என்னுடன் தொலைபேசியில் பேசும் போது 'என் பேரன்மீது கொஞ்சமாகக் கண்டிப்பையும் அதிகமாக அன்பையும் காட்டிப்பழகு. அன்பின்வழி திருத்து. அதிகாரத்தால் திருத்திவிடலாம் என எண்ணிடாதே ' என என் மகனைக் கண்டிக்கிறேன். கண்ணா! இருந்தாலும் உனக்கு ஒன்று சொல்வேன்

மூத்தோர் சொல்லும்; முதுநெல்லிக் கனியும்
முன்னால் கசக்கும்; பின்னால் இனிக்கும்

என வழங்கும் இலக்கிய வரிகளை நீ சிந்தித்து அதன் பொருளை உணர்வாய். சரி கண்ணா! தொலைக்காட்சியில் செய்தி வரப்போகிறது. பின்னர் தொடர்பு கொள்கிறேன்.

இப்படிக்கு,
உன் நலம் விரும்பும்
தாத்தா.

02 பழைமை

அன்புள்ள தாத்தா, வணக்கம்!

தங்கள் கடிதத்தைப் படித்தேன். அம்மாவிடம் விளக்கம் கேட்டுத் தெரிந்துகொண்டேன். இறுதியில் நீங்கள் குறிப்பிட்டிருந்த வரிகள் என் மனத்தைத் தொட்டன. அருமையான உவமையால் சொல்ல வரும் கருத்தை உணர்த்தும் இலக்கிய வரிகள். யாரேனும் சிங்கை வந்தால் கொஞ்சம் அருநெல்லியும் பெருநெல்லியும் அனுப்பி வையுங்கள். வைட்டமின் 'சி' நிறைந்த உணவு என அம்மா பெருமையாகச் சொன்னார்கள். தேக்கா ஈரச்சந்தையில் சில நேரங்களில்தான் கிடைக்குமாம்.

தாத்தா! நேற்றைய தினம் அம்மா என்னிடம் சொன்னார்கள், 'எங்கள் அப்பா, பாட்டன், முப்பாட்டன்'- எனப் பழைய பெருமைகளைச் சொல்லி என்னை வெறுப்படையச் செய்துவிட்டார். முப்பாட்டனுக்கு முப்பாட்டன் சோழ மன்னன் ஒருவனுக்குத் தளபதியாக இருந்தாராம்.

தாத்தா! பழைய பெருமைகளைப் பேசி என்ன லாபம் வரப்போகிறது? ஏன் என்னை இப்படி அறுக்கிறார்களோ தெரியவில்லை. நீங்களாவது என் அம்மாவுக்குப் புத்திமதி சொல்லுங்கள். நீங்கள் சொன்னால் அம்மா கேட்பார். ஏனெனில் உங்கள் மீது மாமனார் என்கிற மரியாதையை அம்மா நிரம்ப வைத்துள்ளார்.

இப்படிக்கு
உங்கள் அன்புள்ள
கண்ணன்.

அன்புள்ள கண்ணா நலமா!

உன் கடிதத்தைப் படித்தேன். உன் அம்மாமீது உள்ள தற்காலிக வெறுப்பைக் குறிப்பிட்டிருந்தாய். நீ சொல்வதுபோல் முற்றிலும் பழைமையை ஒதுக்கிவிட முடியாது கண்ணா! 'பழையன கழிதலும் புதியன புகுதலும் வழுவல' எனும் மொழி அறிவேன். பழைய

புதுமைத்தேனீ மா.அன்பழகன்

தாமஸ் ஆல்வா எடிசன்

பெருமைகளை மட்டும் பேசிக் கொண்டிருப்பதில் எந்தப் பயனும் இல்லை என்பதையும் உணர்வேன். மின்தயாரிப்பின் நுட்பங்களை அறிந்தாக வேண்டுமானால் மின்சாரத்தைக் கண்டுப்பிடித்த தாமஸ் ஆல்வா எடிசனைப் பற்றிப் பேசித்தானே ஆகவேண்டும்.

பெற்றோர் சொல் கேட்க வேண்டும்; மற்றவர்களுக்கும் மரியாதை தரவேண்டும்; பெரியோர்களை மதிக்கவேண்டும் என அனைத்துத் தரப்பினரும் அறிவுரை கூறுவார்கள். பிறரை மதித்தால்தான் நீ மதிக்கப்படுவாய் என்கிற உண்மையைப் புரிந்துகொண்டால் அறிவுரை உன்னைப் போன்றவர்களுக்குத் தேவையில்லை. நமது முன்னோர்கள் யார்? அவர்கள் வாழ்க்கைமுறை எப்படிப்பட்டதாயிருந்தது? தலைமுறை மாற்றத்தில் நமது வாழ்க்கை ஓட்டம் எந்தத் திசை நோக்கிப் போய்க்கொண்டிருக்கிறது என்பதைச் சிந்திக்க வேண்டும்.

ஜப்பானியரின் தலைமுறை நினைவு

ஐந்து ஆண்டுகளுக்கு முன் ஜப்பானைச் சேர்ந்த பேராசிரியர் ஒருவர் சென்னைக்கு வந்தார். இந்தியாவின் பிரபலமான ஆங்கில நாளிதழான ‘இந்து’வுக்கு ஒரு பேட்டி கொடுத்தார்.

“என்னுடைய 70 தலைமுறை முன்னோர்களைப் பற்றி என்னால் சொல்ல முடியும். ஜப்பானில் சாதாரண மக்கள்கூட, 30 முதல் 50 முன்னோர்களைப் பட்டியலிடத் தயாராய் இருக்கிறார்கள் “ - என்று சொல்லியிருக்கிறார்.

இத் தகவலைப் படித்தவுடன் வியப்பாக இருந்தது. நம்மில் எத்தனை பேருக்கு மூன்று நான்கு தலைமுறைகளுக்குமேல் நினைவுகூர முடியும்? நாம் சங்க கால இலக்கியம் பற்றிப் பேசுகிறோம்; இரண்டாயிரம், ஐயாயிரம் ஆண்டுகளுக்கு முந்தியவை எனக் கணக்கிடுகிறோம். எதை வைத்து ஆண்டுகளைக் கணக்கிட்டுச் சொல்கிறோம்? ஆதார பூர்வமாகச் சொல்லமுடியவில்லை. அதற்கான பதிவுகள் இல்லாத நிலையில் ஆராய்ச்சி செய்து, ஒரு தோராயமாகத்தான் சொல்லுகிறார்கள்.

தமிழகத்தில் சேலம் சித்த வைத்தியர் சிவராஜ் என்பவர், செய்தித் தாள் விளம்பரங்களில், 9 தலைமுறை முன்னோர்கள் எனப் படங்களைப் பிரசுரிக்கிறார். அந்தப் படங்களைப் பார்த்துவிட்டு இப்படங்கள் உண்மையானவையா என்கிற ஐயம் எழுகிறது. அரச பரம்பரை அல்லது

ஆங்கிலேய ஆட்சியாளர்களாய் இருந்திருந்தால் புகைப்படங்களோ, வரைபடங்களோ இருக்க வாய்ப்புண்டு. இருந்தாலும் நம்புகிறோம்.

3800 ஆண்டுகள் பழமையான பெண்ணின் உடல்

இதைப்போல் பழைமையான செய்திகளுக்கு ஒரு மதிப்பும் வியப்பும் வரலாற்று ஆர்வமும் ஏற்படுவது இயற்கை.

சிங்கப்பூர் பிரதமர் லீ சியான் லூங் சீனாவுக்கு 2013 ஆகஸ்ட் இறுதியில் சென்றிருந்தார். அப்போது அவருக்கு சின்ஜியாங் பகுதியில் உள்ள அருங்காட்சியகத்தில் இருக்கும் 3800 ஆண்டுகள் பழைமையான ஒரு பெண்ணின் பதப்படுத்தப்பட்ட உடலைக் காண்பித்தார்களாம்.

காப்பியின் வரலாறு

நாம் குடிக்கும் காப்பியைப் பற்றிய ஒரு செய்தி அண்மையில் படித்தேன்.

அல்சீனியா நாட்டில் காவ்வா (COFFA) என்பது ஒரு செடி. சோர்வடைந்திருந்த ஆடு ஒன்று அதன் காய்களைக் கடித்துத் தின்ற பிறகு உற்சாகமாகக் காணப்பட்டதாம். ஆடு மேய்ப்பவன் இதைக் கவனித்திருக்கிறான். சோதனைக்காக அவனும் அக்காய்களைக் கடித்துத் தின்றானாம். அவனுக்கும் உற்சாகம் ஏற்பட்டதையடுத்து மற்றவர்களுக்கும் தின்னக் கொடுத்திருக்கிறான். பலன் பெற்றதை அடுத்து, காய்களை, நாளடைவில் பாடம் செய்து பொடியாக்கிக் காப்பி பானம் உருவானதாகச் சொல்லப்படுகிறது.

இது எப்படி இருக்கிறது எனில், ஆதி மனிதன் காடுகளில் வாழ்ந்த காலம். வளர்ந்து கிடந்த மூங்கில்கள் காற்றில் ஒன்றோடொன்று உராய்ந்து காடு தீப்பற்றி எரிந்ததாம். அப்படி எரியும்போது காட்டில் வாழ்ந்த பன்றிகள் வெந்து மடிந்தனவாம். காட்டு வாசிகள் ஓடோடிப்போய்ப் பன்றிகளைத் தொட்டுத் தூக்கியிருக்கிறார்கள். வெந்துபோன பன்றியின் சூடான சதைப்பகுதி அவர்கள் கைகளில் ஒட்டிச் சுட்டுவிட்டதாம். அவர்களில் ஒருவன் திடீரென்று விரல்களின் சூட்டைத் தணிப்பதற்கு வாயில் வைத்துச் சப்பியிருக்கிறான். பன்றியின் சதை மணமாகவும் ருசியாகவும் இருந்திருக்கிறது. பின்னர் மிருகங்களைச் சிக்கி முக்கிக் கற்களைக் கொண்டு தீ மூட்டிச் சுட்டுச் சாப்பிடத் தொடங்கினான்; அதன் பிறகு படிப்படியாகச் சமைத்துச் சாப்பிடத் தொடங்கினான் என்பதாக ஒரு செய்தியும் உண்டு.

மொழி

ஆதி மொழி எது என்பதில் பல்வேறு கருத்துமோதல்கள் இருக்கின்றன. தங்கள் தங்கள் மொழியையே உயர்வாகவும் பழைமையானதாகவும்

சொல்லிப் பெருமையடித்துக் கொள்வதுண்டு. தமிழிலிருந்துதான் மலையாளம், தெலுங்கு, கன்னடம், துளு போன்ற மொழிகள் பிறந்ததாக ஆராய்ச்சியாளர்கள் சொல்கிறார்கள்: நாமும் சொல்லிக்கொள்கிறோம். ஆனால் இந்தக் கூற்றை அம்மொழிக்காரர்கள் ஒப்புக்கொள்கிறார்களா என்றால் பெரும்பாலும் இல்லை என்றேதான் சொல்லவேண்டும்.

நான் சிங்கப்பூரில் இருந்தபோது, கேரளப் பல்கலைக் கழகத்தில் 34 ஆண்டுகள் பணியாற்றிய முனைவர் நாச்சிமுத்து எனும் பேராசிரியர் வருகைபுரிந்து உரையாற்றினார். ‘ செந்தமிழ் என்னும் ஆதிகாலத்துத் தமிழிலிருந்து மலையாளம் பிறந்தது என்பதை வேண்டுமானால் ஒத்துக் கொள்கிறோம்; ஆனால் இன்று புழக்கத்திலிருக்கும் இக்காலத்தில் நீங்கள் பேசும் தமிழிலிருந்து பிறக்கவில்லை ‘ என மலையாளிகள் நம்புவதாக ஒரு செய்தியை வெளிட்டார்.

இதிலிருந்து மலையாளிகள் எண்ணுவதாக நாம் அறிவது செந்தமிழ் என்பது ஆதிதமிழ் என்பதும், அதிலிருந்து மருவித் திரிந்து புதிதாய்ப் பிறந்ததுதான் மலையாளமும் இப்போதைய தமிழுமாம். செந்தமிழ் மற்றும் தொல்காப்பியம்கூட எங்களுக்கும் சொந்தமானவை எனக் கருதுகின்றனராம். ஏனெனில் பழைமைக்கு அவ்வளவு பெருமையும் புகழும் உண்டு. என் இளமைக்காலத்தில் உன்னைப்போல்தான் நானும் நினைத்திருந்தேன். கண்ணா! வயதினால் ஏற்பட்ட பட்டறிவு நமக்குப் பல பாடங்களைச் சொல்லிக்கொடுக்கின்றது.

இப்படிக்கு
உன் நலம் விரும்பும்
தாத்தா.

03 மௌனமொழி

அன்புள்ள தாத்தா, வணக்கம்.

தங்கள் கடிதம் படித்தேன். ஜப்பானியரின் நினைவாற்றலை எண்ணிப் பிரமித்துப்போனேன். அது சரிதானா என்னும் ஐயமும் எனக்கு எழுகிறது.

நேற்று என் அப்பாவின் நண்பர் திரு. மாதவன் எங்கள் இல்லத்துக்கு வந்திருந்தார். நீங்கள் இங்கிருந்தபோது உங்களைச் சந்தித்திருக்கிறார். ஒல்லியாக வழுக்கைத்தலையராக இருப்பார். பிறரைப் பேசவிடாமல் தொண தொணவென்று தானே பேசிக்கொண்டிருப்பாரே அவர்தான். நினைவிருக்கும் என நினைக்கிறேன்.

தமிழ்மொழி விழாக்கள் நடைபெற இருப்பதை எடுத்துக் கூறி அவற்றில் கலந்துகொள்ள அழைப்பு விடுக்க வந்தவர், இரண்டுமணி நேரம் அடைமழையாய்க் கொட்டிவிட்டுப் போய்விட்டார். அப்பா பொறுமையுடன் கேட்டுக்கொண்டிருந்தார். இடையில் என்னிடம் தமிழ் இலக்கணம் பற்றிக் கேட்டார்.

நான் பதில் ஏதாவது சொல்லப்போய் அதற்கு இன்னும் இரண்டு மணிநேரம் மீண்டும் ஆரம்பித்துவிடுவார் என்று பயந்துபோய்ப் பதில் ஏதும் பேசாமல் மௌனமாகவே இருந்துவிட்டேன் தாத்தா! அம்மாவும் நான் செய்தது சரி என்று செய்கையால் சொன்னார்கள். மௌனம் பல நேரங்களில் உதவியாயிருக்கிறது.

ஏன் தாத்தா தமிழ்மீது ஒரு வெறியுடன் அவர் பேசுகிறார். தமிழர்கள் மட்டும்தான் இப்படி இருக்கிறார்கள் என்று நினைக்கிறேன்.

நீங்கள் என்ன நினைக்கிறீர்கள் தாத்தா?

இப்படிக்கு
உங்கள் அன்புள்ள
கண்ணன்.

அன்புள்ள கண்ணா, வாழ்த்துகள்!

நீ சொல்லியது சரிதான். தாம் எண்ணுவதைப் பிறருக்குத் தெரிவிக்கும் ஆயுதமே மொழி!

"மொழி எண்ணுவதை எடுத்துரைக்கும் கருவி மட்டுமல்ல; எண்ணத்தை உருவாக்கும் கருவியுமாகும் "

எனப் பேரறிஞர் அண்ணா சொல்லியுள்ளார். தமிழர்கள் மட்டுமல்ல மற்ற மொழியினரும் தம் மொழிமீது பற்றுடையவர்களாக உலகில் பல நாடுகளிலும் பரவலாக இருக்கிறார்கள்.

பிரான்ஸ் நாட்டில் அன்னியமொழி கலந்து பேசினால் தண்டனை கொடுக்கப்படுவதாகச் சொல்கிறார்கள். அதைப்போன்ற சட்டம் உங்கள் நாட்டிலோ எங்கள் நாட்டிலோ இல்லையே!

கழுதையின் மௌன மொழி

மொழி என்கிற போதும் மௌனம் என்கிறபோதும், நடந்தது போல் சொல்லப்படும் ஒரு பாரசீக நகைச்சுவைச் செய்தியை உனக்குச் சொல்லவேண்டுமென்று விரும்புகிறேன்.

'ஒருவன் ஒரு கழுதையை மைதானத்தில் வைத்து அதற்குத் தன் மொழியைக் கற்றுக்கொடுக்க முயற்சி செய்கிறான். கழுதை கற்றுக் கொண்டபாடில்லை. மீண்டும் மீண்டும் முயல்வதைப் பார்த்துக் கொண்டு போன வழிப்போக்கன் இவனைப் பார்த்து,

"ஏம்பா .. நீ கற்றுக்கொடுக்கிற மொழியைக் கழுதையினால்தான் கற்றுக்கொள்ள முடியவில்லை; கழுதை காப்பாற்றி வருகிற மௌன மொழியை நீ கற்றுக்கொள்ளக்கூடாதா.. வாழ்க்கையில் பல பிரச்சினைகள் ஏற்படாது" என்று சொன்னானாம்.

மௌனமே சிறந்தது

"தவறான மனிதர்களோடு தர்க்கம் பண்ணுவதைவிட,

சரியான மனிதர்களோடு அனுசரித்துப் போவதே மேல்.

அர்த்தமற்ற வார்த்தைகளைவிட,

அர்த்தமுள்ள மௌனமே சிறந்தது" என்கிறார் ஒரு ஞானி.

திரும்பப் பெற முடியாதவை/கூடாதவை

கறந்துவிட்ட பால்

இழந்துவிட்ட இளமை

கொடுக்கப்பட்ட வாக்கு

ஓடிவிட்ட நாள்கள்

உடலைவிட்ட உயிர்

உதிர்த்துவிட்ட சொல்

வாயினால் கெட்டது

சிலர் வாழ்க்கையில் தொண தொணவென்று பேசுவார்கள்; அர்த்தம் இல்லாமல் பேசுவார்கள்; தேவையானதைப் பேச வரும்போது தேவையில்லாதவற்றையும் தொடர்பில்லாதவற்றையும் மிகுதியாகப் பேசுவார்கள்; அப்படிப் பேசும்போது tongue slip எனும் வாய் தவறும் சொற்கள் அவர்களுக்கே எதிரியாக வந்து விழுந்துவிடும். அதனால் பல பிரச்சினைகள் எழுவதற்கு வாய்ப்புகள் ஏற்பட்டுவிடும். அதனால்தான் கிராமத்தில் இரண்டு பழமொழி சொல்வார்கள்.

வேடன், கௌதாரி என்கிற பறவையைத் தேடிக் காட்டுக்குள் வேட்டையாடப்போவான். தடம் பார்த்துக் கண்ணி வைத்துப்பிடிக்க எந்தப் பக்கம் போகலாம் என விழித்துக்கொண்டு நிற்பான். அந்த நேரம் பார்த்து ஒரு திசையிலிருந்து கௌதாரி கெலிக்கும். 'ஓ..இந்தப்பக்கம் இருக்கிறாயா' என அத்திசை நோக்கிப் போய்ப் பிடித்துவிடுவான். இதனால்தான் " வாயால் கெட்டதாம் கௌதாரி " என்பார்கள்.

அதேபோல் பாம்பு தண்ணீரில் தவளையைத் தேடி மெதுவாக நீந்தும்போது தவளை சத்தமிடும். பாம்புக்குத் தவளையைப் பிடிப்பது எளிதாகி விடுகிறது. அதனால் நுணலும் (தவளை) தன் வாயால் கெடும் " என்றும் சொல்வார்கள்.

வார்த்தைப் பயன்பாட்டின் பிரதிபலன்

பேசத் தெரியும் என்பதனால் எதை வேண்டுமானாலும், எங்கே வேண்டுமானாலும் பேசிவிடக்கூடாது. பயன்படுத்தும் வார்த்தைகளின் பொருள், அந்தச் சூழலில் என்ன பயனைத் தரும் எனச் சிந்தித்துப் பயன்படுத்துதல் அறிவுடைமையாகும். இல்லையெனில் எதிர்மறையான விளைவுகளையும் இன்னல்களையும் சந்திக்கவேண்டிய நிலை ஏற்பட்டுவிடும்.

கண்ணா! இதை நீ படிக்கும்போது அருவருப்பாகக் கூட எண்ணலாம். ஆனால் இறுதியில் சிந்தித்துப் பார்த்தால் நல்ல நகைச்சுவையாகவும் அறிவுரையாகவும் இருக்கும். இறுக்கமான மனம் கொஞ்சம் இளகும். வாய்விட்டுச் சிரி! நோய்விட்டுப் போகும்.

ஒரு தந்தை தன் மகனைக் கல்லூரியில் சேர்ப்பதற்காக, பூர்த்தி செய்யப் பட்ட விண்ணப்பம், மகனுடைய புகைப்படம் முதலானவைகளை எடுத்துக் கொண்டு பேருந்தில் பயணமானார். அந்தப் படம் கூட்ட நெரிசலில் நழுவி விழுந்துவிட்டது. இறங்குமுன் பார்த்தார், காணவில்லை. தேடினார்; கடைசியில் பார்த்தால் ஒரு பெண் காலடியில் கிடந்தது. சேலை கட்டியிருந்த அந்தப் பெண்ணிடம் சென்று, இறங்கும் அவசரத்தில்

"அம்மா! உங்க சேலையைக் கொஞ்சம் தூக்கினால் போட்டோ எடுத்துக் கொள்வேன்"

என்று சொன்னதுதான் தாமதம் சுற்றியுள்ளவர்கள் சேர்ந்து தர்ம அடி அடித்து நொறுக்கிவிட்டார்கள். அவர் சொன்னதில் தவறில்லை. ஆனால் பயன்படுத்திய சொல் அந்த இடத்தின் சூழலுக்கேற்ப ஆபாசமாகப் பட்டுவிட்டது. தூக்கினால் எனும் சொல்லுக்குப் பதில் "காலடியில் விழுந்து கிடக்கும் என் போட்டோவை எடுத்துக்கொள்கிறேன்" என விளக்கமான; தவறான பொருள் தராத சொற்களைப் பயன்படுத்தி இருந்தால் கண்டனத்துக்கு ஆளாகியிருக்கமாட்டார்.

பிறகு உண்மைதெரிந்து இரக்கப்பட்டு, அவர் தவறான நோக்கத்தில் சொல்லவில்லை எனத் தெரிந்தவுடன் அவரை மருத்துவமனையில் சேர்த்துவிட்டார்கள். அவருடைய பக்கத்துப் படுக்கையில் ஜஸ்வந்சிங் உடம்பில் கட்டுப்போட்டபடி படுத்திருந்தார். தனக்கு ஏன் இப்படி ஆனது என்று அந்தத் தந்தை தன் கதையைச் சொல்லிவிட்டு,

"உங்களுக்கு என்ன ஆனது? எங்கேயாவது தடுக்கி விழுந்து விட்டீர்களா?"

என்று கேட்டதற்கு ஜஸ்வந்த்சிங்,

" ஒரு தகவலறிய ஒரு கிராமத்திற்குப் போனேன். நேரமாகிவிட்டது. கடைசிப் பேருந்தும் புறப்பட்டுவிட்டது. அந்தக் கிராமத்தில் தங்கும் விடுதி ஏதுமில்லை. வேறு வழியின்றி ஒரு வீட்டிற்குச் சென்று விவரத்தைச் சொல்லி இன்று இரவுமட்டும் உங்கள் வீட்டில் தங்கிப் போக அனுமதிக்க முடியுமா? " என்று கேட்டேன். அதற்கவர்

" என் வீட்டில் திருமணத்துக்குக் காத்திருக்கும் இரண்டு பெண்கள் இருக்கிறார்கள். அதனால் முடியாது " என்று சொல்லித் திருப்பியனுப்பி விட்டார்.

சரியென்று அடுத்துச் சில வீடுகள் தாண்டி ஒரு வீட்டுக் கதவைத் தட்டினேன். வெளியே வந்தவரிடம் கேட்டேன். அதற்கவர்,

" என் வீட்டில் வயதுக்கு வந்த மூன்று பெண்கள் இருக்கிறார்கள். அதனால் நமக்கு ஒத்துவராது. மன்னிக்கவேண்டும் " என்று சொல்லி

யனுப்பினார்.

சரியென்று தெருக்கோடியில் உள்ள வீட்டுக் கதவைத் தட்டினேன். ஒருவர் திறந்தார். நான் முந்திக்கொண்டேன்.

“சார் உங்கள் வீட்டில் வயதுக்கு வந்த பெண்கள் இருக்கிறார்களா?“ என்று கேட்டேன்.

“ ஏன் கேட்கிறீர்கள்? “ என்று கேட்டார். அதற்கு நான் சொன்னேன்,

“ இல்லை! இன்று இரவு மட்டும் உங்கள் வீட்டில் தங்கிவிட்டுப் போக விரும்புகிறேன் “ என்றதுதான் தாமதம் வீட்டிலுள்ளோர், பக்கத்து வீட்டாரெல்லாம் சேர்ந்து மொத்து மொத்தென்று மொத்தி எடுத்து இந்தக் கதிக்கு ஆளானேன் “ என்றாரே பார்க்கலாம்.

அவர் ஒரு கருத்தை நினைத்துக்கொண்டு வெளிப்படுத்திய விதம் சரியில்லாமையால் வேறு ஒரு கருத்தைக் கொடுத்துவிட்டது. அதனால் சொற்களைப் பயன் படுத்தும்போது மிகவும் கவனமாக இருக்க வேண்டும்.

சொல்லாத சொல் உனக்கு அடிமை;

சொல்லிய சொல்லுக்கு நீ அடிமை. - இதன் பொருளைச் சிந்தனை செய்துபார் கண்ணா!

சினோ கிரேட்ஸ் என்கிற அறிஞன் சொல்கிறான்,

“ நான் பல நேரங்களில் பேசியதை எண்ணி வருத்தப்பட்டிருக்கிறேன்; ஆனால் பல நேரங்களில் நான் கடைப்பிடித்த மௌனத்தை எண்ணி வருத்தப்பட்டதே இல்லை “ - என்று.

கண்ணா! ஒரு செய்தி உனக்குப் பெரிய வியப்பைக் கொடுக்கும். அதாவது ஜிம்பாப்வே நாட்டின் விக்டோரியா அருவியில் நீர் விழும் ஒலி 40 மைல்களுக்கு அப்பாலும் செவிமடுத்து உணரமுடியுமாம். அருவியின் உயரம் அதிகமா? 40 மைல் இடைப்பட்ட தூரத்திற்கு ஒலியை உள்வாங்கக்கூடிய பொருள்கள் இல்லையா? அருவி விழும் வேகம் அதிகமா? நீர், நீரிலேயே விழாமல் பாறையில் விழுவதனால் ஒலியின் அளவு அதிகமா? நேரில் சென்று பார்த்தால்தான் தெரியும்.

“சொற்கள்தான் ஒருவனுடைய உடைகள்; அவற்றைக் கிழிசல்களாகவும் அழுக்காகவும் உடுத்த வேண்டாமே “ - என்று தத்துவ ஞானி செஸ்டர் பீல்ட் என்பவர் சொல்கிறார்.

அதனால் மாதவன் உங்கள் வீட்டுக்கு வந்தபோது, நீ அமைதியாக இருந்தது சரியே. அதற்காகக் குரல் கொடுக்க வேண்டிய இடத்தில் ஊமையாக இருந்துவிடாதே!

ஒருவன் பல மொழிகளைக் கற்றுக்கொள்ளலாம். அது மிகவும்

பயனுடையதாக அமையும். தெரியும் என்பதற்காகத் தொடர்போ பயனோ இல்லாமல் பேசிக்கொண்டே இருக்கக்கூடாது.

அதிக மொழி பேசுபவர் என்கிற தகுதி பெற்றவர், " ஜார்ஜ் ஹென்றி ஸ்கிமிட் " என்பவர். ஐ. நா. சபையில் பணிபுரிந்த அவருக்கு 31 மொழிகளில் சரளமாகப் பேசத்தெரியும். மொழி தெரியும் என்பது மட்டுமல்ல, அம்மொழிகள் வாயிலாக எத்தனை பண்பாடுகள்; மொழிகளை ஒட்டிய எத்தனை வரலாற்றுச் செய்திகள்; இலக்கியங்கள்.. அப்பப்பா வியப்பாகவும் பொறாமையாகவும் இருக்கின்றன.

நான் இந்தக் கடிதத்தில் குறிப்பிட்டுள்ள வாசகங்களைப் பார். எல்லாம் சுருக்கமாக இருக்கின்றன. ஆனால் அவற்றின் அர்த்தங்களை உய்த்துணரும்போது விரிந்து பரந்து காணப்படுகின்றன. அதனால் கண்ணா, நீயும் விரிவாக எண்ணிச் சுருக்கமாக எழுதுதல்; பேசுதலைப் பின்பற்றினால் உனக்கு வள்ளுவனைப்போல் பெருமை சேரும்.

இப்படிக்கு
உன் நலம் விரும்பும்
தாத்தா.

04 சுருக்கம்

அன்புள்ள தாத்தா, வணக்கம்!

சிங்கப்பூரில் வெளிவரும் ஒரே தமிழ் நாளிதழான தமிழ்முரசில் யாரோ கொடுத்து வெளிவந்த ஒரு விளம்பரத்தை எங்கள் வகுப்பாசிரியர் எங்களுக்குக் காண்பித்தார். சொல்லவரும் செய்தியினை மக்களிடம் எப்படிக் கொண்டுபோய்ச் சேர்க்கவேண்டும் என்கிற அடிப்படை நோக்கத்தைப் புரிந்துகொள்ளாமல் வளவளவென்று நிறையச் செய்திகளை உள்ளடக்கியிருக்கிறார்கள். முதலில் விளம்பரம் பார்ப்போரை ஈர்க்கவேண்டும். சுருக்கமாகச் செய்திகளைப் பெரிய எழுத்துகளில் அச்சடித்தால் பார்ப்போர் அழகாக இருக்கிறதே எனப் படித்திட முன்வருவர்.

அத்துடன் தமிழகத்திலிருந்து வந்திருந்த ஒரு திருமண அழைப்பிதழையும் காண்பித்து, எங்கள் ஆசிரியர் கிண்டல் செய்தார். எவ்வளவு பெரிய அளவிலான அழைப்பிதழ். ஒரு மாநாட்டில் கலந்துகொள்வோர் போல் எவ்வளவு பெயர்கள்? அவர்கள் சார்ந்த இயக்கத் தலைவர்களின் பெரிய படங்கள். ஒருக்கால் அந்தத் தலைவரே கலந்துகொள்கிறாரா என்றால் அதுவும் இல்லை. சின்ன எழுத்தில் ' ஆசியுடன் ' எனக் குறிப்பிடுகிறார்கள். இப்படிச் செய்வதால் மேற்போக்காகப் பார்ப்போருக்குத் தவறான வழிகாட்டுதலாகிவிடாதா? இதில் என்ன வரட்டுக் கௌரவம் வேண்டிக்கிடக்கிறது. தேவைதானா? - என்றெல்லாம் ஆசிரியர் சொன்னபோது நீங்கள் சென்ற கடிதத்தில் குறிப்பிட்ட ‘சுருக்கமாகப் பேசு; எழுது’ என்றவை என் நினைவுக்கு வந்தன.

இப்படிக்கு

உங்கள் அன்புள்ள

கண்ணன்.

அன்புள்ள கண்ணா, நலமா!

உன் கடிதம் படித்தேன். என் கருத்து என்னவோ அதையே உன் ஆசிரியரும் பிரதிபலித்திருக்கிறார் என்பேன். விளம்பரம் என்றவுடன்

ஒருகாலத்தில் புகழ்பெற்ற விளம்பரம் ஒன்று என் நினைவுக்கு வருகிறது.

விளம்பரம்

அந்தக் காலத்தில் 'பிளேயர்ஸ்' என்கிற வெண்சுருட்டு (சிகெரட்) அமெரிக்காவில் மிகவும் புகழ் பெற்றது.

அதற்கு அங்கே ஒரு விளம்பரம் கொடுத்திருந்தார்களாம்.

Don't Smoke!
Not Even Players! - என்பது அந்த விளம்பரம்

இதன் பொருளைச் சற்று ஊன்றிச் சிந்தித்தால்தான் விளங்கும். பிளேயர்ஸ் என்பது மிகமிக உயர்வான ஒன்று என்பதாகவும் அதையே.. குடிக்கக் கூடாதென்கிறார்கள் என்று சொல்வதாகவும் அமைந்துள்ளது. அதனால் அந்த வெண்சுருட்டு மீது மக்களிடம் ஓர் ஆர்வத்தையும் மதிப்பையும் இந்த விளம்பரத்தின் வாயிலாக அதிகப்படுத்திவிட்டார்கள். அந்தக் காலத்தில் அந்த விளம்பர யுத்தியை எல்லோரும் பாராட்டினார்கள்.

திருக்குறள்

'சுருங்கச் சொல்லி விளங்க வைத்தல்' - என்பதைப் பெரியவர்கள் நமக்கு வலியுறுத்துவார்கள். இது பேச்சுக்கு மட்டுமல்ல எழுத்துக்கும் பொருந்தும். அதனால்தான் ஏழு சொற்கள் - ஒன்றே முக்கால் அடிகளையுடைய திருக்குறள் இன்று உலக மொழிகளிலேயே மத நூல்களான விவிலியம், குர்ரானுக்கு அடுத்தபடியாக எந்தச் சார்பும் இல்லாத குறள் பெரும் பான்மையான மொழிகளில் மொழிபெயர்க்கப்பட்டுத் தலையாய இலக்கியமாக; ஒரு பொது மறையாக நிற்கிறது. அதன் சிறப்பின் காரணங்களில் சுருங்கக் கூறியதும் ஒன்று.

நீட்டி முழங்குதல்

இன்று மேடையில் பேசுவோரும் கட்டுரைகள் எழுதுவோரும் வளவளவென்று சொல்லவரும் செய்தியைச் சொல்லாமல் ஜவ்வு போல் இழுப்பார்கள். இது கேட்போரையோ படிப்போரையோ விரக்தியடையச் செய்துவிடும். அது பின்னர் சம்பந்தப்பட்டவர்மீது ஒரு எரிச்சலைக் கொடுத்திட வழிகொடுக்கும்.

சிலர் தொலைபேசியில் பேசும்போதும் கூடச் சுருக்கமாகப் பேசுவதில்லை. என் தொலைபேசி மணியடித்தவுடன் நான் எழுதுகோலையும் தாளையும் எடுத்துக்கொண்டு பேசத் தொடங்குவேன். அது நேரத்தையும் பணத் தையும் மிச்சப்படுத்தவும், நினைவில் வைக்கவேண்டியவற்றைக் குறித்துக் கொள்ளவும் ஏதுவாக இருக்கும். கைபேசி கண்டுபிடிக்கப்படாதபோது

தேவையின்றிப் பேசுவதைக் கிண்டல் செய்வதற்காகத் திரைப்பட இயக்குநர் கே. பாலசந்தர் அவர்கள் எதிர் நீச்சல் படத்தில், ஓசியில் தொலைபேசி கிடைத்தது என்பதற்காக வெளியூருக்கு ஒருவன் பேசுவதாகக் காண்பிப்பார். - " எத்தனை மணிக்கு எழுந்தே...என்ன சாப்பிட்டே.. பக்கத்து வீட்டு எருமைமாடு கன்று போட்டுவிட்டதா.. " - என்று. இதுவா முக்கியம்?

சர்ச்சிலின், பெர்னார்ட்ஷாவின் சுருக்கம்

சுருக்கமாகப் பேசுவதோ சுருக்கமாக எழுதுவதோ அவ்வளவு எளிமை இல்லை. நிதானித்து நன்கு சிந்தித்த பிறகுதான் சுருக்க முடியும்.

சர்ச்சில்

இங்கிலாந்தின் பிரதமராக இருந்த வின்சன்ட் சர்ச்சில் 40 பக்கங்களைக்கொண்ட ஒரு நூல் எழுதி வெளியிட்டார். படித்த ஒருவர்

"உங்களுக்கு நேரம் கிடைக்கவில்லையா? நாற்பது பக்கங்களில் முடித்துவிட்டீர்களே? " - என்று கேட்டாராம். அதற்குச் சர்ச்சில்,

"எனக்கு இன்னும் நேரம் கிடைத்திருந்தால், இதையே ஐந்து பக்கங்களில் சுருக்கமாக எழுதியிருப்பேன் " - எனப் பதிலளித்தாராம்.

பெர்னார்ட் ஷா

இதே அடிப்படையில் அறிஞர் பெர்னாட்ஷா ஒருவருக்கு ஒரு கடிதம் எழுதி விட்டு, இறுதியில் இவ்வாறு முடித்தாராம்,

' கடிதம் நீண்டுவிட்டது, மன்னிக்கவும். சுருக்கமாக எழுத நேரமில்லை.." - என்றாராம். கண்ணா... உன்போன்ற மாணவர்கள் இதன் பொருளைக் கொஞ்சம் சிந்திக்க வேண்டும்...

எவ்வளவு நேரம் பேசலாம்?

மேடைப்பேச்சாளர் ஒருவர், 'நான் எவ்வளவு நேரம் பேச?' என்று கேட்க எதிரே இருந்தவர் பதிலளித்தாராம்

'நீங்கள் எவ்வளவு மணி நேரம் வேண்டுமானாலும் பேசலாம். ஆனால் நாங்கள் பத்து நிமிடத்தில் போய்விடுவோம்'

என்று சொன்ன நகைச்சுவைபோல் ஆகிவிடக்கூடாதல்லவா?
நீ ஒன்றை நினைவிற் கொள்!
ஒருவர் உன்னைத் தாழ்த்திப் பேசும்போது ஊமையாய் இரு;
உயர்த்திப் பேசும்போது செவிடாய் இரு.
அது உன்னை வெற்றியின் பக்கம் நகர்த்திக்கொண்டு போகும்.

இப்படிக்கு,
உன் நலம் விரும்பும்
தாத்தா.

05 விவேகம்

அன்புள்ள தாத்தா, வணக்கம்!

தமிழகத்தில் கடுமையான மழை. ஊரெல்லாம் மூழ்கிவிட்டது; போக்குவரத்து நின்றுபோய்விட்டதாக இங்குச் செய்தி கேட்டேன். தங்களுக்குப் பாதிப்பேதும் இல்லையே? நீங்கள் நலமாக இருக்கவேண்டுமென அன்றாடம் நினைத்துக்கொண்டிருப்பேன். அந்த அளவுக்குத் தங்கள் மீது எனக்கு 'சயாம்' (பிரியம்) தாத்தா.

உங்கள் கடிதங்களில் நான் படித்தறியாத, கேட்டறியாத நல்ல பல கருத்துகளையும் செய்திகளையும் தெரிவிக்கிறீர்களே! இளம் வயதிலேயே இவ்வளவு செய்திகளையும் தெரிந்து வைத்திருந்தீர்களா? மாணவனாக இருந்தபோது வகுப்பில் முதல் மாணவனாகத் தேர்வு பெற்றிருக்கிறீர்களா? என் அப்பா எப்படி? தங்களைப்போலவா? அவரிடம் கேட்பதற்குப் பயமாக இருக்கிறது தாத்தா.உங்களிடம் பேசுவதுபோல் அப்பாவிடம் பழக முடிவதில்லை.நீங்கள் சொல்லுங்கள்.

தாத்தா! தமிழக எழுத்தாளர் மாலன் எழுதிய " தப்புக் கணக்கு " எனும் சிறுகதையை இந்த ஆண்டு எங்கள் தேசிய நூலக வாரியம், ஆண்டுதோறும் நடத்தும் ' வாசிப்போம்! சிங்கப்பூர் ' நிகழ்ச்சிக்குத் தேர்ந்தெடுத்துள்ளார்கள். மாலன் நேரில் வருகைதந்தபோது, அதே கதையைத் திரைப்பட இயக்குநர் பாலு மகேந்திரா குறும்படமாக இயக்கித் தயாரித்ததையும் எங்களுக்குத் திரையிட்டுக் காட்டினார். உண்மையிலேயே அற்புதமாக இருந்தது.

கதையில் பிரச்சினைக்கு உரிய இடம்: பள்ளியில் சிறுமியிடம் கேட்டிருந்த கேள்வி, ஒரு வாரத்திற்கு ஏழு நாட்கள் எனில் இரண்டு வாரத்திற்கு எத்தனை நாட்கள்? பதில்: 7x2=14 என எழுதியிருந்தாள்.

அது தவறு என்று ஆசிரியை மதிப்பெண் கொடுக்கவில்லை. உங்களைப் போன்ற அவளுடைய தாத்தா ஆசிரியையிடம் நேரில் போய் விளக்கம் கேட்கிறார். அதற்கு " நாங்கள் 2x7 = 14 என்று சொல்லிக்கொடுத்தபடிதான் பதிலளிக்க வேண்டும் என்றார். தாத்தாவுக்கு கோபம் வந்து, " இது அநியாயம் " என்கிறார். சிறுமியின் தாய் எதிர்மாறாகப் பேசினார். " பெண் குழந்தைக்குச் சொந்தமாக என்ன

யோசிக்க வேண்டியிருக்கு? நாளைக்கு வேறு மாதிரியா யோசிக்க ஆரம்பித்தால் என்னாவது? வகுப்பிலே மாணவர் எப்படிக் கவனம் செலுத்துகிறார்கள் என்பதையும் பார்ப்பதாக ஆசிரியை சொன்னார்களே அப்படியே இவள் செய்துவிட்டு வரவேண்டியதுதானே. " என்றவுடன் தாத்தாவால் ஒன்றும் பேசமுடியாமல் நிற்கிறார்.

தாத்தா! சிந்திக்கும் திறனை மழுங்கடிக்கும் செயலை எண்ணி நான் அன்று முழுதும் வேதனைப்பட்டேன். பிறகு இது கதைதானே என்று என்னையே சமாதானப்படுத்திக்கொண்டேன்

இப்படிக்கு

தங்கள் அன்புள்ள

கண்ணன்.

அன்புள்ள கண்ணா, வாழ்த்துக்கள்!

எப்போதாவது இப்படி மழை பெய்து விவசாயத்தை அழிப்பதும்; அந்த நீரெல்லாம் கடலுக்குப்போய்ச் சேர்வதும்; பின்னர் நீரில்லாமல் வயலெல்லாம் காய்வதும்; கர்நாடகத்துடன் காவிரி நீருக்குச் சண்டையிடும் செய்திகளும் எங்களுக்குப் புளித்துப்போய்விட்டன. இந்திய ஒருமைப்பாடு பற்றி வாய்கிழிய மேடையில் பேசுவதோடு சரி. மனிதாபிமானம் என்பதே இங்கு யாருக்கும் இல்லை, கண்ணா!

என்னுடைய இளமைப் பருவத்து அறிவுடைமை பற்றி வினவி இருந்தாய். நான் என்றும் முதல் மூன்று மாணவர்களில் ஒருவனாகவே இருப்பேன். ஆர்வத்தின் காரணமாகப் பிறகு புத்தகங்கள் படித்தே என் பொது அறிவைப் பெருக்கிக்கொண்டேன்.

மாலனின் 'தப்புக்கணக்கு' கதை

மாலனுடைய "தப்புக்கணக்கு" சிறுகதையை நானும் படித்திருக்கிறேன். நிச்சயமாக மாணவர்களுக்குத் தேவையான கதை. விவாதிக்க வேண்டிய பொருள் நிறைந்த கதை. என்னைப் பொறுத்தவரையில் ஆசிரியை அல்லது கல்வித்துறையின் வாதத்தை ஏற்கமுடியாது. மனக்கணக்கு என்று ஒன்று இருந்தது உனக்குத் தெரியாது.

அதன் மூலம் நான்கு, ஐந்து இலக்கப் பெருக்கல், வகுத்தலையே நம் முன்னோர்கள் எளிதாகச் சொல்வார்கள். எழுதிக் கணக்கிடாமல், இப்போது உள்ள கால்குலேட்டர் இல்லாது சொல்லும் திறமையைப் பெற்றிருந்தார்கள். அது சிந்திக்கும் திறனைப் பெருக்குவதற்கு வாய்ப்பாக இருந்தது.

விந்தைக் கணக்கு

கண்ணா! இதை உனக்கு எழுதும்போது ஒரு விந்தையான மேஜிக் கணக்கைக் குறிப்பிட விழைகிறேன். இதை முதலில் நீ செய்துபார். அதன் பிறகு உன் நண்பர்களிடம் செய்துகாட்டி அவர்களை அசத்து.

259 x உன் வயது x 39 = ஒரு எதிர்பாராத வினோத விடையைக் காணலாம். இது எல்லோருக்கும் பொருந்தும்.

சர். ஐசக் நியூட்டன்

ஐசக் நியூட்டன்

ஏன், எப்படி என்கிற கேள்வி கேட்டால்தானே அறிவு வளரும்; புதிய கண்டுபிடிப்புகள் உதயமாகும்; மரத்திலிருந்து கீழே விழுந்த ஆப்பிள் மேலே போகாமல் ஏன் கீழே விழவேண்டும் என்று விஞ்ஞானி ஐசக் நியூட்டன் சிந்தித்ததால் தானே புவியீர்ப்பு சக்தியைக் கண்டுபிடித்தார். இதைப் போன்று எல்லா விஞ்ஞானிகளின் வழக்கமான சிந்தனையை விடுத்து, குறுக்கு வழியில், அல்லது மாற்றுவழியில் யோசித்ததால்தானே மின்சாரம், வானொலி, தொலைபேசி போன்றவைகளைக் கண்டுபிடித்து இவ்வுலகிற்குக் கொடுக்க முடிந்தது.

தமிழ்ச்சிறுமி ஸ்ரீநிதி

தமிழ்நாட்டைச் சேர்ந்த 11 வயது ஸ்ரீநிதி எனும் சிறுமி மூன்று ஆண்டுகளுக்கு முன் இங்கிலாந்து சென்று படித்துவருகிறாள். 2000 குழந்தைகளுக்கான அறிவுத் திறன் போட்டியில் முதலாவதாக வந்திருக்கிறாள். நேற்றைய செய்தித் தாளில் வெளியிட்டிருந்தார்கள். எப்படி, எங்கே என்கிற கேள்வி அவள் மனத்தில் எழாவிட்டால், சிந்திக்காவிட்டால் அவளால் எப்படி வெற்றி பெற்றிருக்க முடியும். இறுதியாக அவள் அளித்த பதில் என்ன தெரியுமா? உலகிலேயே மிகப்பெரிய நன்னீர்க் குளம் எங்கே இருக்கிறது எனும் கேள்விக்கு, சைபீரியாவில் உள்ள "பைக்கால்" ஏரி என்று பதிலளித்து வெற்றிவாகை சூடினாள். இதைப் படிக்கும்போது நமக்கு எவ்வளவு பெருமையாக இருக்கிறது.

அந்த வகுப்பாசிரியர் சொன்ன இப்படிப்பட்ட பாடத்திட்டங்கள் வேண்டுமானால் தேர்வில் வெற்றிபெற உதவலாம், ஆனால் வாழ்க்கையில் வெற்றிபெற முடியுமா? இந்தக் கேள்விக்கு யாரால் பதில்கொடுக்கமுடியும்?

உன் அப்பாவிடம் பேசுவதற்கு நீ ஏன் பயப்படவேண்டும்? அவர் என்ன புலியா சிங்கமா? நீ போய்க் கூச்சமின்றிப் பேசு. இப்படியே விட்டுவிட்டால் அது பழக்கமாகிவிடும். இந்த இடைவெளி பெரிதாகிக்கொண்டே போய்விடும். நீடிக்க விட்டுவிடாதே.

தத்துவஞானிகள்

பயம் என்று நீ சொன்னவுடன் எனக்கு நினைவுக்கு ஒன்று வருகிறது.

கிரேக்க நாடு சாக்ரட்டிஸ், ஹோமர், பிளாட்டோ, அரிஸ்டாட்டில், பித்தாகோரஸ், ஆர்க்மிடிஸ் போன்ற தத்துவ மேதைகள் பலரை இவ்வுலகுக்குக் கொடுத்துப் புகழ்பெற்றது. சாக்ரட்டீஸின் மாணவர் பிளாட்டோ. பிளாட்டோவின் மாணவர் அரிஸ்டாட்டில். மேற்கத்திய நாகரிகங்களுக்கு முன்னோடி எனப் போற்றப்பட்டவர் அரிஸ்டாட்டில். 400 புத்தகங்களை எழுதியவர்

'ஒரு நாடு நல்ல சட்டங்களால் ஆளப்படுவதைவிட
நல்ல மனிதர்களால் ஆளப்படவேண்டும்' - என இன்றும் ஏற்கக்கூடியதை கிறிஸ்து பிறப்பதற்கு முன்பு சொன்னவர் அரிஸ்டாட்டில்.

அலெக்சாந்தரும் அரிஸ்டாட்டிலும்

அரிஸ்டாட்டில்

மாவீரன் அலெக்சாந்தர் பற்றிப் படித்திருப்பாய் அல்லது கேள்விப் பட்டிருப்பாய். அவன் சிறுவனாக இருந்தபோது அந்த அரிஸ்டாட்டலிடம் பாடம் படிக்கச் சென்றான். உருவத்தைப் பார்த்தபின் அலட்சியமாக,

"என்னிடம் பாடம் கற்கும் தகுதி உனக்கு இருக்கிறதா" என்று கேட்டாராம்..

இதைப் போன்ற கேள்வியைக் கேட்ட மாத்திரத்திலேயே நாமாக இருந்தால் ஒரு வித அச்சம் ஏற்பட்டு, நம்மையே நாம் தாழ்வாக எண்ணிக்கொண்டு பதில்கொடுக்கச் சற்றுப் பின்வாங்கிவிடுவோம். இதை ஆங்கிலத்தில் Inferiority complex என்பார்கள்.

ஆனால் அலெக்சாந்தர் அச்சம் ஏதும் இல்லாமல் தைரியமாகப் பதில் கொடுத்திருக்கிறான். இதை Superiority complex என்பார்கள்.

"எனக்குப் பாடம் சொல்லிக்கொடுக்கும் தகுதி உங்களுக்கு இருக்கிறதென்றால் எனக்கும் கற்கும் தகுதி இருக்கிறது" என்றானாம்.

அதனால்தான் அவன் பிற்காலத்தில் மாவீரன் என்றழைக்கப்பட்டான்.

கத்தியை எடுத்துச் சண்டைபோடுபவன் வீரன். அந்த வீரத்தை அறிவுடன் அணுகுபவனே விவேகமானவன் எனப் போற்றப்படுவான். அலெக்சாந்தர் வீரனாக மட்டுமல்ல: அறிவுடையவனாகவும் சிறு வயதிலிருந்தே வளர்ந்து வந்திருக்கிறான்.

அலெக்சாந்தரின் தீர்ப்பு

ஒருமுறை ஏழு வயது இளவரசனாக இருந்த அலெச்சாந்தர் நீதிமன்றத்திற்குச் சென்றான். அப்போது பெரும் குற்றங்களைப் புரிந்தவர்கள் மரண தண்டனையை எதிர்நோக்கி நின்றுகொண்டிருந்தார்கள்.

நீதிபதியை நோக்கி, " நீங்கள் தரப்போகும் மரண தண்டனைத் தீர்ப்புக்கு முன் என் அபிப்பிராயத்தைச் சொல்லவா? - என்றுகேட்டானாம்.

கேட்பது இளவரசர் அல்லவா. சரி சொல்லுங்கள் என்றாராம்.

"இவர்கள் அத்தனை பேரிடமும் போர் ஆயுதங்களைக் கொடுத்து தற்போது சிலிரியா நாட்டுடன் நடக்கும் போருக்கு அனுப்ப உத்தர விடுங்கள். இவர்களின் உயிர் போக வேண்டுமானால் இந்த நாட்டுக்காகப் போரிட்டு மடியட்டும்" என்றானாம்.

நீதிபதிக்கு வியப்பும் மகிழ்ச்சியும் ஏற்பட்டு அவ்வாறே செய்தாராம்.

கண்ணா என்ன நடந்தது தெரியுமா?

வாழ்வா சாவா என்கிற நிலையில் அத்தனை கைதிகளும் கடுமையாகப் போரிட்டு வெற்றிவாகை சூடி வந்ததுடன் மரண தண்டனையிலிருந்தும் மீண்டனர் என்பது வரலாறு.

அதனால்தான் வரலாறு படைத்தவர்களைப்பற்றிச் சொல்வார்கள்,

தடம் பார்த்து நடப்பவன் மனிதன்.
தடம் பதித்து நடப்பவன் மாமனிதன் -என்று.

கண்ணா 'பார்த்து' 'பதித்து' என்கிற சொற்களின் வேறுபாட்டைச் சற்றுச் சிந்தித்தால் பொருள் புரிந்து இன்புறுவாய் என நம்புகிறேன்.

இப்படிக்கு
உன் நலம் விரும்பும்
தாத்தா.

06 கட்டாயம்

அன்புள்ள தாத்தா, வணக்கம்!

சென்ற கடிதத்தில் அலெக்சாந்தர் பற்றி எழுதி இருந்தீர்கள். சிறுவனாக இருந்தபோதே அறிவுடையவனாகவும் வீரனாகவும் விளங்கியிருந்தான் என்று அறியும்போது மகிழ்ச்சியாக இருந்தது. அவனைவிடப் பெரிய வீரன் உலகத்தில் இல்லையா தாத்தா? மில்லியன் கணக்கான மக்களைக் கொன்று குவித்த வீரன் என்றாலும் அவன் யார்மீதும் இரக்கம் காட்டாத கொடுமையானவனாகவே இருந்திருப்பானா?

தேர்வுகள் நடைபெற்று முடிந்து விட்டன. அப்பாவின் கட்டாயத்தினால்தான் நான் என்னை ஒருமுகப்படுத்திக்கொண்டு நன்கு படித்தேன். அப்பாவின் கண்டிப்பு மட்டும் இல்லாவிட்டால் ஒருக் கால் நானும் கொஞ்சம் மெத்தனம் காட்டியிருப்பேன். மதிப்பெண்கள் குறைய வாய்ப்பு ஏற்பட்டிருக்கும். இப்போது நீங்கள் மகிழும்படியான மதிப்பெண்கள் நிச்சயம் எடுப்பேன். தாமதமாகப் பதில் எழுதுவதற்கு அதுவே காரணம்.

மாமா கொரியா நாட்டுக்குச் சென்றிருந்தாரே நலமாகத் திரும்பி வந்து விட்டாரா? வரும்போது சிங்கப்பூர் வழி வந்துபோங்கள் என்று தொலைபேசியில் பேசும்போது சொன்னேன். அவர்கள் நிறுவனம் பலருக்கும் கூட்டாகச் சேர்த்துப்பயணச்சீட்டுகளை ஏற்பாடு செய்ததால் வர முடியவில்லை என்றார். அடுத்தமுறை அப்படிக் கீழை நாடுகளுக்கு வந்தால் கண்டிப்பாக வரச்சொல்லுங்கள் தாத்தா. நீங்கள் சொன்னால் மாமா செவிசாய்ப்பார்.

இப்படிக்கு

தங்கள் அன்புள்ள

கண்ணன்.

அன்புள்ள கண்ணா, வாழ்த்துகள்!

உன் மாமாவுக்குச் சிங்கப்பூர் வரவேண்டுமென்கிற அவா உண்டு. அவரிடம் நீங்கள் சிங்கப்பூரை அவசியம் பார்க்கவேண்டும் என நான்

ஏற்கனவே சொல்லியுள்ளேன், சிங்கப்பூரைப் பார்த்து ரசிப்பதைவிட, பார்த்து அறிந்துகொள்ளவேண்டியவை நிறைய இருக்கின்றன எனக் குறிப்பிட்டிருக்கிறேன். அடுத்தமுறை அவர்களுடைய நிறுவனத்தில் முன்கூட்டியே ஏற்பாடு செய்யும்படி சொல்கிறேன். சென்னை சாம்சங் நிறுவனத்தில் பணிபுரியும் உன் மாமா நலமாகக் கொரியாவிலிருந்து சென்னை வந்து சேர்ந்தார்.

சாம்சங்கின் வெற்றி

அப்பாவின் கட்டாயத்தினால்தான் நன்கு படித்தேன் என நீ எழுதியுள்ளாய். அதற்கு ஏற்றாற்போல் சாம்சங்கின் தலைமை இடமான கொரியாவிலிருந்து வந்தபின், உன் மாமா சொன்ன ஒரு தகவல், என்னை வியப்பில் ஆழ்த்தியது. உண்மையில் நடந்திருக்கிறதாம்.

தொடக்கக் காலத்தில் அந்த நிறுவனம் இழப்பில் போய்க்கொண்டிருந்ததாம். அதன் தலைமை நிர்வாகி அனைத்துத் துறை நிர்வாகிகளையும் மற்றப் பொறுப்பாளர்களையும் அழைத்து எப்படி இலாபம் ஈட்டும் நிறுவனமாக மாற்றுவது என்று விவாதம் நடத்தியிருக்கிறார். பலன் ஏதும் ஏற்படவில்லையாம். இப்படித் தொடர்ந்து பலமுறை நடந்திருக்கின்றன. அப்படியும் நிறுவனத்தைத் தூக்கி நிறுத்திட, வருவாயைப் பெருக்கிட உருப்படியான வழிகள் தென்படவில்லையாம்.

ஒருநாள் அனைத்துப் பிரதிநிதிகளையும் ஒரு பெரிய அரங்கத்துக்குள் வைத்து தலைமை நிர்வாகி பூட்டி விட்டாராம். அரங்கத்துக்குள் உணவு கழிப்பிடம் போன்ற அடிப்படைத் தேவைகளைமட்டும் செய்து கொடுத்துவிட்டாராம். எல்லோரும் கட்டாயத்தினால் மூளையைப்போட்டுக் கசக்கிப் பிழிந்து கலந்தாலோசித்து இறுதியில் பொருளீட்டும் ஒரு வழியைக் கண்டுபிடித்து அறிவித்துவிட்டு விடுதலையடைந்தனராம்.

ஆகக் கட்டாயத்தினால்கூட நல்ல தீர்வு கிடைக்கிறது என்னும் செய்தியும் நீ சொன்னதும் ஒத்த கருத்துடையவையாகவே அமைந்து விட்டன.

சீஸரின் தந்திரம்

அலெக்சாண்டரைப் போல் பல வீரர்கள் வாழ்ந்திருக்கிறார்கள். ஆனால் வெவ்வேறு காலங்களில் வாழ்ந்ததால் ஒருவரோடு ஒருவரை ஒப்பிடமுடியாது என்பதை உன்னால் சிந்தித்துப் புரிந்துகொள்ளமுடியும்.

ஜூலியஸ் சீசர் என்பவனும் மாபெரும் வீரன். உலக அழகி கிளியோபாட்ராவுடன் வாழ்ந்த ரோமாபுரிப் பேரரசன். ஒருமுறை தம் படைகளுடன் அடுத்த நாட்டின்மீது படையெடுத்துச் சென்றான். அந்த நாட்டிற்குள் நுழைய வேண்டுமானால் ஒரு பெரிய ஆற்றைத் தோணிகள்வழிக் கடக்க வேண்டும். அந்த எதிரி நாட்டுப் படைகளுடன்

சீஸர்

ஒப்பிடும்போது சீசரின் படைவீரர்கள் குறைவானவர்கள் என்பதை மன்னன் அறிவான். அந்த நேரத்தில் சீசரின் மூளை வேலை செய்தது.

ஆற்றைக் கடந்தவுடன் எல்லாப் படகுகளையும் அழித்துவிட்டான். அவனுடைய போர் வீரர்கள் சண்டையிட்டு வெற்றிபெற்றே ஆக வேண்டும் என்கிற கட்டாயத்துக்குத் தள்ளப்பட்டுவிட்டனர்.

சாம்சங் நிறுவனத்தில் நடைபெற்றது போல் அங்கேயும் வேறு வழியின்றி வீரர்கள் கடுமையாகப் போரிட்டு வாகை சூடியதாக வரலாறு கூறுகிறது.

ஒருக்கால் படகுகளைச் சீசர் அழிக்காமல் இருந்திருந்தால் படைவீரர்கள் கொஞ்சம் அலட்சியமாகப் போரிட்டிருப்பார்கள். தோல்வியடைவதுபோன்ற ஒரு நிலை ஏற்பட்டால், படகுகளில் ஏறித் தப்பித்துக்கொள்ளலாம் என்கிற எண்ணத்திலேயே தோல்வியைத் தழுவி இருப்பார்கள்.

அலெக்சாந்தரும் போரஸ் மன்னனும்

அலெக்சாந்தருக்கும் மனிதநேயம் இருந்தது என்பதற்கான ஒரு சுவையான நிகழ்வைச் சொல்வார்கள்.

அலெக்சாந்தர் தி கிரேட் 33 வயது வரைதான் வாழ்ந்தவன். இறுதியாக இந்தியாவுக்குள் நுழைந்து பல மன்னர்களையும் வென்று முன்னேறிக்கொண்டே வந்தான். பஞ்சாப் மன்னன் போரஸ் என்பவனுடன் கடுமையாகப் போரிட்டு வென்றான். சிறைபிடிக்கப்பட்ட போரஸைப் பார்த்து அலெக்சாந்தர், " உன்னை எவ்வாறு நடத்தவேண்டுமென எதிர்பார்க்கிறாய்? " என்று கேட்டானாம்.

கொஞ்சம்கூட அஞ்சாது, " என்னை ஒரு மன்னன்போல் நடத்துவாய் என எதிர்பார்க்கிறேன் " என்று பதில் சொன்னானாம், அந்த மன்னன். போரஸ் கூறியதைக் கேட்டவுடன் அவனுடைய வீரத்தை மெச்சி, தன்னுடைய மாசிடோனியாவின் பாதுகாப்புக்கு உட்பட்ட பிரதேசம் என அறிவித்து, அவனிடமே அந்நாட்டைத் திரும்ப ஒப்படைத்தான்.

ஹிட்லரின் பாராட்டு

இரண்டாம் உலகப்போரின் கதாநாயகன் கொடுங்கோலன் ஹிட்லர், ஒரு பெரிய வீரன்தான். போர்த் தந்திரங்களைத் தெரிந்தவன். அவனுக்கும் வீரத்தை மெச்சுகின்ற குணம் இருந்ததாம்.

போர் நடந்துகொண்டே இருக்கிறது. தன் படை வீரன் ஒருவனிடம், " உன் அருகில் இப்போது சோவியத்தின் குண்டு விழுகிறது என

நினைத்துக்கொள். அப்போது உன் விருப்பம் என்னவாக இருக்கும்?"-எனக்கேட்டானாம்.

அச்சமென்பது மடமையடா என்று எண்ணிய அந்த வீரன் சட்டென்று பதில் சொல்லியிருக்கிறான்.

"குண்டுவிழும் நேரத்தில் நீங்களும் என் உடனிருக்கவேண்டும் என்பதே என் விருப்பமாக இருக்கும் " என்று சொன்னானாம். மற்ற வீரர்கள் 'இன்றோடு இவன்

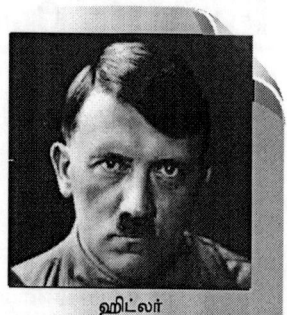

ஹிட்லர்

xதீர்ந்தான்' என நினைத்துக்கொண்டிருந்த வேளையில், ஹிட்லர் பெரிய மனத்துடன் சிரித்துக்கொண்டே வீரனைத் தட்டிக்கொடுத்து அவன் அஞ்சா நெஞ்சத்தை மெச்சினானாம்.

அலெக்சாந்தரின் குதிரை

உலகத்தையே கட்டியாள வேண்டும் என்று ஆசைப்பட்ட அலெக்சாந்தருடைய உள்ளத்தை உருக்கிய நிகழ்ச்சி ஒன்று நடந்தது. அலெக்சாந்தர் ஈரமற்றவன் என எல்லோரும் எண்ணியிருந்தனர். ஆனால் 17 ஆண்டுகளாய்த் தம்முடைய எல்லாப் போர்களுக்கும் உறுதுணையாயிருந்த புசிபாலஸ் எனும் குதிரை இறந்தபோது துக்கம் மிகுந்தவனாய் ஒருவாரம் உணவுட்கொள்ளாமல் துவண்டுகிடந்தானாம்.

கண்ணா, உன் மதிப்பெண்கள் தெரிந்தவுடன் எனக்குக் கடிதம் எழுது. மின்னஞ்சல் போன்ற புதிய தொழில் நுட்பங்கள் எத்தனை வந்தாலும் முறையான கடிதப் போக்குவரத்தில், உன்னுடன் சுவையான இலக்கிய, வரலாற்றுச் செய்திகளைப் பகிர்ந்துகொள்ளும்போது எனக்கு ஒருவித மகிழ்ச்சி ஏற்படுகிறது.

மே தினம்

நாளொன்றுக்கு 16 மணி நேரம்போல் உழைத்த தொழிலாளர் வர்க்கம், 8 மணி நேரந்தான் உழைப்போம் என அமெரிக்காவில் 1886ஆம் ஆண்டு மே மாதம் முதல்நாள் கிளர்ச்சி செய்தார்கள். அப்போது தொழிலாளர்கள் மீது அரசு கட்டாய உழைப்பைத் திணிக்கப்பார்த்துத் தோல்வியடைந்தது. அன்று அந்த உழைக்கும் வர்க்கம் பெற்ற வெற்றி நாளையே இன்றும் மேதினமாக நாம் கொண்டாடி வருகிறோம்.

இப்படிக்கு

உன் நலம் விரும்பும்

தாத்தா.

07 மனித நேயம்

அன்புள்ள தாத்தா, வணக்கம்!

என் மதிப்பெண்களின் நகலை இத்துடன் அனுப்பியிருக்கிறேன். அப்பாகூட நண்பர்களிடம் பேசிக்கொண்டிருந்தபோது 'என் மகன் நல்ல மதிப்பெண்கள் எடுத்திருக்கிறான்' எனச் சொல்லிப் பெருமைப் பட்டுக்கொண்டிருந்ததாக அம்மா சொன்னார்கள். அதேபோல் நீங்களும் மகிழ்ச்சியடைவீர்கள் என நம்புகிறேன்.

மேதினம் விடுமுறையாக, இருப்பதால் அந்நாளைக் கொண்டாடி வருகிறோம். அவ்வளவுதான் எனக்குத் தெரியும். சென்ற கடிதத்தில் நீங்கள் குறிப்பிட்ட பின்தான் அதன் பின்னணியாய் ஒரு வரலாற்றுப் போராட்டம் இருந்ததை உணர்ந்தேன்.

பேராசை பிடித்த அலெக்சாந்தர், தன் குதிரையின் மரணத்திற்காக ஏழுநாள் உணவருந்தாமல் இருந்தான் என்கிற செய்தி கல்லுக்குள் ஈரம் என்பார்களே அது இதுதானா? இதேபோல் போரில் இருதரப்பிலும் எத்தனைபேர் இறந்திருப்பார்கள். அவர்கள் மீது கொஞ்சம் இரக்கம் காட்டியிருக்கக்கூடாதா? அரிது அரிது மானிடராய்ப் பிறத்தல் அரிது என்பார்களே, அப்படிப்பட்ட மனிதர்களைக் கொன்று குவிக்காமல் இருந்திருக்கலாமே! - என்று எண்ணத்தோன்றுகிறது.

தாத்தா நீங்கள் சிங்கையில் இருந்தபோது 'பெரியார் மனித நேயக் கருத்தரங்கு' நிகழ்ச்சிக்கு என்னை அழைத்துச் சென்றீர்கள். மனிதநேயம் என்றால் என்ன தாத்தா? அங்கு ' கடவுளை மற; மனிதனை நினை ' என்று எழுதிப்போட்டிருந்தார்களே. அதனால் கடவுளை மறந்துவிட வேண்டுமா தாத்தா?

இப்படிக்கு
உங்கள் அன்புள்ள
கண்ணன்.

அன்புள்ள கண்ணா, நலமா!

போரில் இத்தனை மனிதர்களைக் கொன்றிருக்க வேண்டாமே என்று நினைத்தாயே அதுதான் மனிதநேயம் என்பது கண்ணா. உன்

உள்ளம் தூய்மையானதாக இருந்தால் இறைவன் உன்னைத் தேடிவருவான் என்பார்கள். கடவுளை நினைப்பது சுயநலம். மனிதனை நினைப்பது பொதுநலம். நீ ஒரு பொதுநலவாதியாகப் பணியாற்றவேண்டும் என்கிற அடிப்படையில் பகுத்தறிவுப் பகலவன் தந்தை பெரியாரால் சொல்லப்பட்ட வாசகம் அது கண்ணா. அதையே 'ஏழையின் சிரிப்பில் இறைவனைக் காண்போம்' என்று வேறுவிதமாகச் சொன்னார் பேரறிஞர் அண்ணா.

பேரறிஞர் அண்ணா

ஏறக்குறைய இதே கொள்கையில்தான் உங்கள் சிங்கப்பூர் அரசும் மக்களின் நன்மைக்காகப் பல நலத்திட்டங்களைத் தொலைநோக்குப் பார்வையில் செய்துகொண்டு வருகிறது. அரசின் திட்டங்களையும், அவற்றை நிறைவேற்றும் செயல்பாடுகளையும் பார்க்கும்போது ஒரு பிரமிப்பை உருவாக்குகிறது. நன்றாக இருக்கிற விமான முனையத்தை இடித்துவிட்டுப் புதிதாகக் கட்டுகிறார்கள். பார்க்கும் நமக்கு வருத்தமாகவும் பேரிழப்பாகவும் உணர்வோம். விளக்கம் கேட்டால், 'இன்னும் பத்து பதினைந்து ஆண்டுகள் கழித்து, வெளிநாட்டுச் சுற்றுலாப் பயணிகளின் வருகை எண்ணிக்கை பல மடங்கு அதிகரிக்கும்போது இந்தப் புதிய முனையத்தின் பயன்பாடு உங்களுக்குத் தெரியும் என்கிறார்கள். நீ அந்த நாட்டில் பிறந்துள்ளாய். அது உனக்கு ஒரு நல்ல வாய்ப்பு என்பேன். அந்த நாட்டுப் பற்றுடன் ஒரு நல்ல குடிமகனாக நீ எதிர்காலத்தில் விளங்கவேண்டும்.

இராமானுஜர் மனிதநேயமற்றவரா?

ஆளவந்தாரின் சீடர் பெரியநம்பிகள். பெரிய நம்பிகளின் சீடர் இராமா னுஜர். ஒருமுறை இராமானுஜர் நடந்து போய்க் கொண்டிருந்தார். எதிரே வந்த பெரிய நம்பிகள் இவரை விழுந்து வணங்கினாராம். இராமானுஜர் கண்டும் காணாதவராய்ப் பேசாமல் போய்விட்டார். உடன் சென்ற வர்கள் கண்ணுற்று,

இராமானுஜர்

"இருந்தாலும் அவர் உங்கள் குரு. அவர் சாஷ்டாங்கமாக விழுந்து வணங்குவதைத் தடுத்திருக்கலாம் அல்லது நெருங்காமல் தவிர்த்திருக்கலாம். பேசாமல்

45

வேறு வந்துவிட்டீர்கள். அவர் என்ன நினைப்பார். உங்களுக்கு மனித நேயம்கூட இல்லையென்று எண்ணி வருந்தமாட்டாரா? பாவமில்லையா?" என்று கேட்டனர்.

"நீங்கள் நினைப்பது தவறு. அவர் என் குருதான். ஆனால் அவர் குருவாய் நின்று என்னை வணங்கவில்லை. என்னுள் இருக்கும் 'பரமாத் மாவை' ஒரு சீடராய் அல்லவா வணங்கினார். அதனால் நான் ஏன் அதைத் தடுக்கவேண்டும்? " எனப் பதிலளித்துவிட்டுத் தொடர்ந்து நடந்தாராம்.

தமிழச்சியின் மனிதநேயம்

மனிதநேயம் என்றவுடன் உண்மையில் நடந்த நிகழ்வு ஒன்று என் நினைவுக்கு வருகிறது. இந்தியாவின் தலைமை அமைச்சராக இருந்த இந்திரா காந்தி அம்மையாரை உடன் இருந்த பாதுகாவலரே தனது துப்பாக்கியால் சுட்டுக்கொன்றுவிட்டார் என்னும் துயரச் செய்தி நாட்டையே அதிர்ச்சிக்குள்ளாக்கியது. அந்த மெய்க்காப்பாளர் ஒரு சீக்கிய இனத்தைச் சேர்ந்தவர்.

செய்தி நாடெங்கும் காட்டுத் தீப் போல் பரவிற்று. குறிப்பாகத் தலைநகர் டெல்லியில் பெரும் கலவரம் வெடித்தது. இந்திரா காந்தியின் காங்கிரஸ் பேரியக்கத்தைச் சார்ந்த தொண்டர்கள் கடையெரிப்பு, பேருந்து மறியல் போன்ற அத்துமீறிய செயல்களைச் செய்து பொதுமக்களுக்குப் பெரும் பாதிப்பை ஏற்படுத்தினர். சீக்கியர்களுடைய தொழில், வணிக நிறுவனங் களைச் சின்னாபின்னமாக்கினர். கண்களில் பட்ட சீக்கியர்களைச் சிறுவர்கள் என்றுகூடப் பாராமல் வெட்டிக் கொலை செய்தனர்.

இந்த நிலையில் தெருவில் விளையாடிக்கொண்டிருந்த டர்பன் கட்டிய சீக்கியச் சிறுவனை ஒரு வன்முறைக் கும்பல் துரத்தியது. அவன் உயிருக்குப் பயந்து தெருவில் வேகமாக ஓடியவன் தப்பிக்கும் முகத்தான் திறந்திருந்த ஒரு வீட்டுக்குள் நுழைந்துவிட்டான். சிறிது நேரம் கழித்து அந்தக் குண்டர் கும்பலுக்கு, சிறுவன் நுழைந்த இல்லத்தை யாரோ ஒருவன் காட்டிக்கொடுத்துவிட்டான். கும்பல் அந்த வீட்டின் கதவைத் தட்டி உள்ளே நுழைந்தது.

அந்த வீட்டின் இல்லத்தரசி ஒரு தமிழ்ப்பெண். மிரட்டிக் கேட்டதற்கு, அப்படி எந்தச் சிறுவனும் என் வீட்டிற்குள் நுழையவில்லை என்றாள். அவளை நம்பாமல் வீடு முழுவதும் தேடினார்கள். இரண்டு சிறுமிகள் உட்கார்ந்து விளையாடிக்கொண்டிருந்தார்கள். கைக்குழந்தை ஒன்று தாய் இடுப்பில் இருக்கிறது. தேடி வந்த சிறுவனைக் காணாததால் கும்பல் வெளியேறியவுடன் கதவைத் தாழ்ப்பாளிட்டு உட்புறக் கதவில் சாய்ந்து குழந்தையை நெஞ்சில் வைத்து அணைத்தபடி ஒரு பெருமூச்சு விட்டாள்.

கண்ணா! அங்கு என்ன நடந்தது தெரியுமா? தமிழச்சிக்கு நகரத்தில் நடக்கும் கலவரம் பற்றித் தெரியும். உள்ளே நுழைந்துவிட்ட சிறுவனைப் பார்த்தாள். பால்வடியும் முகம். நூறாண்டு வாழவேண்டியவன். அவன் என்ன பாவம் செய்தான்? யாரோ செய்த தவறுக்கு இந்தச் சிறுவன் பலியாவதை அந்தத் தாய்மனம் ஒப்பவில்லை. உயிரைப் பணயம் வைத்தாள். உண்மை தெரிந்தால் தானும் பலியாக நேரிடும் எனத் தெரிந்தே செய்தாள். குறுகிய நேரத்தில் புத்திசாலித்தனமான யோசனை அவளுக்குத் தோன்றியது. தன் மகளிடம் சொல்லி அவள் பாவாடை சட்டையை அவசரமாக எடுத்துவரச் செய்தாள். சிறுவனின் டர்பன் என்கிற அந்தத் தலைப்பாகைத் துணியைக் கழற்றி ஒளியவைத்தாள். அவன் தலை முடி நீளமாக இருந்ததை அவிழ்த்துச் சரியவிட்டாள். கால் சட்டையைக் கழற்றாமல் அதன்மீதே பாவாடையைக் கட்டிவிட்டாள். மகளுடைய மேல் சட்டையையும் உடுத்திவிட்டு உட்கார வைத்துத் தன் பெண்ணுடன் விளையாடச் செய்தாள். நெற்றியில் ஒரு பொட்டு வைத்துவிட எத்தனித்த போது தான் கதவு தட்டப்பட்ட சத்தம் கேட்டு ஓடிப்போய்க் கதவைத் திறந்தாள்.

சிறுவனைக் காட்டிக்கொடுத்துவிட்டுத் தான் பயமேதுமின்றி நிம்மதியாக இருந்திருக்கலாமே. தன் உயிர் போகக்கூடிய சந்தர்ப்பம் நேரிட்டாலும் பரவாயில்லை, ஓர் அப்பாவிச்சிறுவனைக்காப்பாற்றவேண்டும் என்று முடிவு எடுத்தாளே அதுதான் மனிதநேயம். மதம் வேறு, மொழிவேறு, உறவுவேறு, ஊர்வேறாக இருந்தாலும் ஓர் உயிரைக் காப்பாற்றவேண்டுமென எண்ணிய எண்ணம்தான் மனித நேயம்.

கண்ணா! நடந்த இச்செய்தியைப் படிக்கும்போது நாளெல்லாம் கண்ணீர்விட்டு அழுதிருக்கிறேன். அந்த அளவு நெஞ்சை உருக்கிய செய்தியாக இருந்தது.

இன்றைய நாகரிக உலகில் எல்லாமே வரையறுக்கப்பட்டுள்ளது; மனிதர்களாக வாழ்வது எப்படி என்பதைத் தவிர - என ஜான்பால் செட்டர் சொன்னதுதான் நினைவுக்கு வருகிறது. "இவ்வுலகில் காயப்படுத்த பலர் இருந்தாலும், மனித நேயமிக்கவர்கள் மருந்தாகச் சிலர் இருப்பதனாலேயே நம் வாழ்க்கை அடுத்த கட்டத்தை நோக்கிப் பயணம் செய்கிறது" என்று ஓர் அறிஞன் சொன்னான்.

இதற்குமேல் இக்கடிதத்தைத் தொடர இப்போது என் மனம் இடங் கொடுக்காததால் இத்துடன் நிறுத்திக்கொள்கிறேன்.

இப்படிக்கு
உன் நலம் விரும்பும்
தாத்தா.

08 மாற்றாரை மதித்தல்

அன்புள்ள தாத்தா, வணக்கம்!

உங்கள் கடிதத்தை நான் படித்துவிட்டு அம்மாவிடம் கொடுத்தேன். அம்மா கடிதத்தைப் படித்தபின் அன்று முழுவதும் யாரிடமும் பேச வில்லை. டெல்லியில் ஒரு தமிழ்த்தாய் ஒரு சீக்கியச் சிறுவனைக் காப் பாற்றிய செய்தி, ஏதோ ஒரு குறும்படம் உருவாக்கி அதைப் பார்த்தது போல் இருந்தது தாத்தா. இந்திரா காந்தியின் தந்தைதான் மகாத்மா காந்தி என்று நான் நினைத்துக்கொண்டிருந்ததை அம்மாவிடம் கேட்டு நேருதான் எனத் தெளிவுபடுத்திக்கொண்டேன். தென்னாப் பிரிக்க இனப்பிரச்சினைக்காக மகாத்மா காந்தி போராடியபோது அவருக்கு ஏற்பட்ட இன்னல்களையும் அம்மா எனக்கு எடுத்துச் சொன் னார்கள். தென்தமிழ் நாட்டில் காந்தி சுற்றுப்பயணம் செய்தபோது, ஏழை விவசாயி கட்டியிருந்த கோவணத்தையும், தலையில் சுற்றியிருந்த முண்டாசுத் துணியையும் பார்த்தபின் தனக்கு மட்டும் ஏன் கோட்டு சட்டையெல்லாம் என அவற்றைத் துறந்தார் என்றும் அம்மா சொன்னார்கள்.

இங்கிலாந்தில் படித்தவர், தென்னாப்பிரிக்காவில் போராடியவர் ஆடம்பரமாக மேலை நாட்டு உடைகளையெல்லாம் அணிந்து பழக்கப் பட்டவர் பிறருக்காகத் தன் பழக்கத்தையும் பொலிவையும் விட்டுக் கொடுத்த தியாகம் எனக்கு மிகவும் பிடித்திருந்தது. அதே உடையுடன் லண்டன் நகருக்குச் சென்று ராணியுடன், பிரதம மந்திரியுடன் உரையாடலில் கலந்துகொண்டார் என்று கேட்டபோது எனக்கு வியப்பாக இருந்தது. தாத்தா இவையெல்லாம் மனித நேயத்தைச் சேர்ந்தவைதானே.

எனக்கு கே.எப்.சியின் சிக்கன் மிகவும் பிடிக்கும் என்பது உங்க ளுக்குத்தான் தெரியுமே. நான் ஏற்கனவே சதைப்பிடிப்புடன் இருக்கி றேன் என்று அப்பா வாங்கிக்கொடுக்க மறுக்கிறார். வாங்கிக் கொடுக்கும்படி அப்பாவிடம் நீங்கள் கொஞ்சம் சொல்லுங்கள் தாத்தா! நீங்கள் சொன்னால் அப்பா கேட்பார்.

இப்படிக்கு, உங்கள் அன்புள்ள

கண்ணன்.

அன்புள்ள கண்ணா, நலமா?

கொழுப்பு நிறைந்த அந்தக் கோழியின் தோல் ஒருவித மசாலாவுடன் எண்ணெயில் பொரித்து எடுக்கும்போது அந்த கே.எப்.சி சிக்கன் அவ்வளவும் உடல் நலத்தைப் பின்னர்ப் பெரிதும் பாதிக்கும் என்பதால் உனக்கு வாங்கிக்கொடுக்கும்படி நான் பரிந்துரைக்கமாட்டேன். உன் பெற்றோர்கள் எது செய்தாலும் உன் நன்மைக்குத்தான் செய்வார்கள் என்பதை நீ முதலில் நம்பவேண்டும்.

மகாத்மா காந்தி

மகாத்மா காந்தி

மகாத்மா காந்தி இந்தியாவின் ஏழ்மை தீரும்வரை எனக்கு இந்த உடைபோதும் என அவர் செய்த தியாகத்தை உன் அம்மா சொன்னதாக எழுதியிருந்தாய். உன் அம்மா வரலாறு படித்தவரானதால் அவருக்கு நிறையச் செய்திகள் தெரியும். அடிக்கடி அவரிடம் பல செய்திகளைக் கேட்டுத் தெரிந்துகொள். பிறர் மனம் புண்பட்டுவிடக் கூடாது என்பதுமட்டுமல்ல: பிறரை மதிக்க வேண்டும்; பிறரை மகிழ்விக்க வேண்டும் என்பதிலே காந்தியார் கவனமாக இருப்பார். காந்திக்கு ஈடாக உலகத்தில் பல தலைவர்கள் பல நேரங்களில் மற்றவர்களுக்காக உயிர்த் தியாகம்வரை செய்தவர்களெல்லாம் இருந்திருக்கிறார்கள். மனித நேயத்தின்பாற்பட்ட நிகழ்வுகளுக்கான சான்றுகள் எண்ணிலடங்கா.

வில்லியம் காரிசன்

பிறருக்காக அவமானப்படுவர்கள் வரலாற்றில் உயர்ந்து நிற்கிறார்கள். இனம் நிறம் பார்க்காமல் அமெரிக்காவில் அடிமைத்தனத்தை ஒழிக்கப் பலர் பாடுபட்டனர். வில்லியம் காரிசன் எனும் அமெரிக்க வெள்ளைக்காரர் கருப்புநிற நீக்ரோக்களுக்கு ஆதரவாகப் போராடியதால், அவர் ஒருமுறை பொதுக்கூட்டத்திற்கு வந்தபோது, அடிமை முறையை ஆதரிக்கும் கும்பல் அவரைச் சூழ்ந்துகொண்டது. அவர் முகத்தில் காரி உமிழ்ந்தனர். சுடுசொற்களால் ஏசினர். அவருடைய இடுப்பில் கயிற்றைக் கட்டித் தெருக்களில் எல்லோரும் பார்க்கும் வண்ணம் இழுத்துச் சென்று அவமானப்படுத்தினர். சிலர் இன்னும் ஒருபடி மேலே சென்று, 'இவனும் கருப்பனாகவே இருக்கட்டும்' என அவர் முகத்திலும் உடலிலும் தார் பூசி உடலையும் காயப்படுத்தினார்கள். வழக்குத் தொடர்ந்து சிறைக்குள்ளும் தள்ளினார்கள்.

பெரியாரின் சமூக சேவை

பெரியார்

நிற வேற்றுமை அமெரிக்காவில் மட்டுமின்றி உலகின் பலவேறு நாடுகளிலும் இருந்தது. இந்தியாவில் தீண்டத்தகாத வர்கள்; தொட்டால் தீட்டு; செருப்புப் போட்டுக்கொண்டு எதிரே வரக்கூடாது; தோளில் துண்டுபோட்டுக்கொண்டு வருவதே மேட்டுக்குடியினரை அவமதிப் பதாகும் என்றெல்லாம் கருதிய காலம் இருந்தது. தந்தை பெரியார் போன்ற சமு தாயச் சீர்திருத்தத் தலைவர்கள் செய்த சேவைகளினால் படிப்படியாக அந்த வேற்றுமை குறைந்து வருவதை நான் கண்கூடாகக் கண்டு வருகிறேன்.

உங்கள் சிங்கப்பூரில் அதைப்போன்ற வேற்றுமைகள் தோன்றிவிடக் கூடாது என்பதற்காக அரசாங்கம் மிகவும் எச்சரிக்கையுடன் செயல்புரிந்து நல்லிணக்கத்தைப் பேணுவதை நான் அங்கு வந்திருந்தபோது நேரில் கண்டறிந்ததால், உங்கள் அரசைப் பாராட்டி இங்குள்ளவர்களிடம் நான் பெருமையாகச் சொல்லிக்கொண்டு வருகிறேன்.

டாக்டர் ராதாகிருஷ்ணன்

ஒருமுறை இந்திய அதிபராக இருந்த டாக்டர் இராதாகிருஷ்ணன் இங்கிலாந்தில் இருந்தபோது அந்த நாட்டு நிறவெறியர்களுக்கு, தம் நாவன்மையால் தலைக்குனிவை ஏற்படுத்திவிட்டார்.

ஓர் ஆங்கிலேயர் அவரிடம் வந்து, " உங்கள் நாட்டில் கருப்பு, மாநிறம், வெளுப்பு என மனிதர்கள் பல நிறத்தில் இருக்கிறார்களே ஏன்? எங்களைப் பாருங்கள் ஒரே நிறத்தில் இருக்கிறோம் " என்று கேட்டிருக்கிறார். உடனே சூடாக, "உலகத்தில் குதிரைகள்தாம் பல நிறங்களில் இருக்கும்; கழுதைகள் எங்கும் ஒரே நிறம்தான்" என்று 120க்கும் மேற்பட்ட டாக்டர் பட்டங்களைப் பெற்ற இராதாகிருஷ்ணன் பதில் சொல்ல அங்கிருந்தவர்கள் வெட்கத்தால் வாயடைத்துப் போய்விட்டார்கள்.

நீங்களெல்லாரும் கழுதைகள்; நாங்கள் குதிரைகள் போன்றவர்கள் எனச் சொல்லாமல் சொன்னார்.

எல்லைக் காந்தி

கான் அப்துல் கபார் கான் எனும் இஸ்லாமிய சுதந்திரப் போராட்ட வீரர் காந்தியைப்போல் அகிம்சை வழியில் நாட்டின் எல்லைப் பகுதியில் இருந்து

போராடியதால் அவரை எல்லை காந்தி என எல்லோரும் அன்புடன் அழைத்தனர்.

எல்லை காந்தி

அவர் ஒருமுறை காந்தியைப் பார்க்க வேண்டுமென விழைந்து காந்தி வசித்துவந்த சமர்பதி ஆசிரமத்திற்கு வருகைபுரிந்தார். எல்லை காந்தியை ஆசிரமத்திற்குச் சற்றுத் தூரத்தில், காந்தியின் உதவியாளர்கள் அன்புடன் வரவேற்றார்கள். காந்தியின் ஆலோசனைப்படி அங்கேயே அவருக்குப் பிடிக்குமே என அசைவ உணவைச் சமைக்க ஏற்பாடு செய்து விருந்துக்கு அழைத்தனர்.

இதை அறியாத எல்லை காந்தி இன்முகத்துடன் அமர்ந்தார்.

“எங்கே காந்திஜி? அவர் சாப்பிட வரவில்லையா? “ - என்று வினவ

“அய்யா! ஆசிரமத்திற்குள் அசைவம் சமைப்பதோ சாப்பிடுவதோ இல்லை. தங்களை நன்கு உபசரிக்கவேண்டும் எனக் காந்திஜி விரும்பியதால் இந்த ஏற்பாடு. சாப்பிட்டவுடன் நாங்கள் உங்களை ஆசிரமத்திற்கு அழைத்துச் செல்கிறோம் “ - என்றனர்.

“நான் காந்திஜியுடன் ஒன்றாக அமர்ந்து சாப்பிடவேண்டுமென்கிற அவாவுடன்தான் வந்தேன். அவரையும் என்னையும் இந்த அசைவம்தான் பிரிக்கிறது எனில் இனி இந்த அசைவத்தை என் வாழ்நாளில் ஒருபோதும் சாப்பிடமாட்டேன். வாருங்கள் ஆசிரமத்திற்குப் போகலாம் “ என எழுந்து விட்டார்.

பின்னர், சமர்பதியில் இருவரும் ஒன்றாக அமர்ந்து அன்புடன் அளவளாவிக்கொண்டே சைவ விருந்து சாப்பிட்டனர் என்று ஒரு செய்திக் குறிப்பு கூறுகின்றது.

கண்ணா! இந்த இடத்தில் காந்தியைவிட எல்லைகாந்தி உயர்ந்து நிற்கிறார். அசைவம் சாப்பிடக்கூடாது என்கிற கொள்கையில் காந்தி உறுதியாக இருக்கிறார். ஆனால் தனக்குப் பிடிக்காது என்றாலும் மற்றவர்களை மதித்து, அவர்களை மகிழ்விக்க அசைவ விருந்தோம்பலுக்கு ஏற்பாடு செய்கிறார்.

அன்பான நட்புக்கும், தாம் பெரிதும் மதிக்கத் தகுந்த மாமனிதருக்கும் மரியாதை கொடுக்க எண்ணித் தமக்குப் பிடித்தமான அசைவத்தை ‘இனி என் வாழ்நாளில் சாப்பிடமாட்டேன்’ என உறுதிபூண்டாரே அந்த கான் அப்துல் கபார் கானின் உணர்வை என்னால் பாராட்டாமல் இருக்க முடியவில்லை.

காந்தியைப் பற்றி அரிய சில செய்திகளைக் குறிப்பிடுகிறேன். அவை உனக்கு வியப்பாக இருக்கும்.

அமெரிக்க நாடு அழைத்தும் அந்த நாட்டிற்குச் செல்ல மறுத்துவிட்டார். அவர் விமானத்தில் பயணம் செய்ததே இல்லை.

தென்னாப்பிரிக்கா, இங்கிலாந்து பயணங்கள் எல்லாம் கப்பலில்தான்.

இந்தியாவுக்குள் மேற்கொண்ட தூரப் பயணங்கள் அனைத்தும் புகைவண்டிகளில்தான்.

காந்தி நடத்திய பத்திரிகை "யங் இந்தியா" வில் விளம்பரமே வாங்காமல் இறுதிவரை நடத்தினாராம்.

'காந்தி கணக்கு' என்று எங்கள் நாட்டில் சொல்வார்கள். அதன் விளக்கம் சொல்கிறேன் கேள். காந்தியார் மீது மக்கள் மிகுந்த மரியாதை வைத்திருந்தனர் என்பதை நீ அறிந்திருப்பாய். இந்தியா விடுதலை பெற்றபின்பு மகாத்மா காந்தி சுடப்பட்டு இறந்துவிட்டார். நாடு கொதித்து எழுந்தது. ஆங்காங்கே மக்கள் ஆர்ப்பாட்டம், கடையடைப்பு, போக்குவரத்து மறியல் போன்ற போராட்ட நேரத்தைப் பயன்படுத்திக்கொண்டு சில ஏமாற்றுப் பேர்வழிகள், கடைகளில் புகுந்து கண்ட சாமான்களை எல்லாம் நேரிடையாக எடுத்துக்கொண்டு போயினர். உணவகங்களில் சாப்பிட்டுவிட்டுத் தொகை ஏதும் கொடுக்காமல் போயிருக்கிறார்கள். அதைத் தடுத்துக் கடைக்காரர்கள் பணம் கேட்டால் "காந்தி கணக்கில் எழுதிக்கொள்ளுங்கள்" என்பார்களாம். பின்னாளில் வராத தொகைக்கு அல்லது கொடுக்காமல் ஏமாற்றுகிற தொகைக்கெல்லாம் 'காந்தி கணக்கு' எனப் பெயர் வந்துவிட்டது.

வங்கிக் கணக்குக்கூட இல்லாதவர் காந்தி
அநியாயக் கணக்குக்கு 'காந்தி கணக்காம்'

கண்ணா, உங்கள் நாட்டில் காந்தி கணக்கு இருக்காது; அப்படிச் செய்திட யாரும் முன்வரவும் மாட்டார்கள். காரணம் அங்குச் சட்டம் ஒழுங்கு சரியாகப் பராமரிக்கப்பட்டு வருகின்றது.

இப்படிக்கு
உன் நலம் விரும்பும்
தாத்தா.

09 முதன் முதலில்

அன்புள்ள தாத்தா, வணக்கம்!

அம்மாவிடம் காந்திக் கணக்கு என்றால் என்ன என்பதை விளக்கி வேடிக்கையாகப் பேசிக்கொண்டோம். எனக்குச் சிரிப்பாக இருந்தது.

எல்லை காந்தி என்கிற பெயரையே இப்போதுதான் கேள்விப் படுகிறேன். எந்த அளவு காந்தி மீது மரியாதை இருந்திருந்தால் சைவ மாகவேமாறியிருப்பார். உண்மையிலேயே அவரைப்பாராட்டவேண்டும். இதைப்போன்று எத்தனை காந்திகள் இந்தியாவில் இருக்கிறார்களோ?

எங்கள் வகுப்பில் முதல் மதிப்பெண் எடுத்திருந்த என் நண்பனைச் சென்ற வாரம் வீட்டுக்கு அழைத்து வந்தேன். அவன் போனபின்பு என் அம்மா என்னைத் திட்டுகிறார் தாத்தா.

'நீயும்தான் இருக்கிறாயே! உன் நண்பனைப்பார்! முதல் மதிப்பெண் எடுத்திருக்கிறான். அவனுடைய பெற்றோர்களுக்கு எவ்வளவு பெருமையாக இருக்கும்' என்றதைக் கேட்டவுடன், எனக்கு அழுகை அழுகையாக வந்துவிட்டது. எனக்கும் முதல் மதிப்பெண் எடுத்திட ஆசை இல்லையா? என்னால் எந்த அளவு முடியுமோ அந்த அளவு என்னையே வருத்திக்கொண்டுதான் படித்தேன். எங்கள் வகுப்பில் நான் தரவரிசையில் ஐந்தாவதாக உள்ளேன். அதுபோதாதாம். இந்த முறை அப்பா ஒன்றும் திட்டவில்லை.

தாத்தா யாரேனும் சிங்கப்பூர் வந்தால் அம்பிகாஸ் பருப்புப்பொடி வாங்கி அனுப்பும்படி அம்மா, தங்களிடம் சொல்லச் சொன்னார்கள்.

இப்படிக்கு

உங்கள் அன்புள்ள

கண்ணன்.

அன்புள்ள கண்ணா நலமா!

பிள்ளையைப் பிறருடன் ஒப்பிட்டுப் பேசும் பழக்கத்தை இனிச் செய்யாதே என்று நேற்றே உன் அம்மாவிடம் தொலைபேசி மூலம் பேசி யுள்ளேன். திட்டுவதால் எந்தப்பயனும் ஏற்படாது என்றும், அன்பாகப்

புண்படாமல் சொல்லுதல் வேண்டும் என்றும், மதிப்பெண்களில் மட்டுமே மகனின் வளர்ச்சி இருக்கிறது என்று நினைக்கக்கூடாது என்றும், உடல்நலம், ஒழுக்கம், வாய்மை, பண்பாடு போன்ற மற்றப் பண்புகளையும் கவனத்தில் கொள்ளவேண்டும் எனவும் விளக்கினேன். உன்னிடம் சொல்ல முடியாத மற்ற விவரங்களையும் சொல்லியுள்ளேன். எல்லாம் உன் நன்மைக்கே!

தாமஸ் ஆல்வா எடிசன்

நாம் நம் வாழ்க்கையில் எத்தனையோ காரியங்களைச் செய்கிறோம் அல்லது படித்து அறிந்துகொள்கிறோம். ஒருவர் ஒரு காரியத்தைச் செய்த பின்பு அதைப் பார்த்துப் பின்பற்றிச் செய்கிறோம். அதுவும் பாராட்டப் படவேண்டியதுதான். பின்பற்றிச் செய்யக்கூடத் தெரியாதோர் ஏராளமா னோர் இன்னும் இருக்கின்றனர். குறைந்தது அந்தக் கண்டுபிடிப்பின் நுட்பத்தைக்கூடத் தெரிந்துகொள்ளாது காலத்தை வீணே கழிப்பவர்கள் தான் சராசரி மனிதர்களாகிய நாம்.

எடுத்துக்காட்டாக மின்சாரம் கண்டுபிடித்தாகிவிட்டது. அந்த மின்சாரம் எப்படி உற்பத்திசெய்யப்படுகிறது என்னும் தொழில்நுட்பத்தை இன்றாவது நாம் அறிவோமா? அதற்கான நிபுணத்துவம் அறிந்தவர்க ளால்தான் மீண்டும் உருவாக்கமுடிகிறது. இப்போது அதற்கான எத்தனை விஞ்ஞானிகள் தோன்றினாலும் 200 ஆண்டுகள் கழித்தும் தாமஸ் ஆல்வா எடிசனை நினைவிற்கொண்டுவருகிறோம். அதற்குக் காரணம் முதன் முதலில் கண்டுபிடித்துமக்களுக்கு அர்ப்பணித்ததால்தான் இந்த உலகம் உள்ளளவும் நினைவிற்கொள்கிறோம்; பாராட்டுகிறோம்.

பட்டுப்புடவை

இன்று நமது பெண்கள் ஆலயத் திருவிழாக் காலங்களிலும், இல்ல நிகழ்ச்சிகளிலும் அழகாகப் பட்டுப்புடவை உடுத்தி வந்து நமது நாகரிகத்தைப்பிரதிபலிக்கிறார்களே, அந்தப்புடவைக் கலாசாரம் எப்போது அறிமுகப்படுத்தப்பட்டது தெரியுமா? கிறிஸ்து பிறப்பதற்கு முன்பு கி.மு. 322-298ல் இந்தியாவில் ஆட்சிபுரிந்த சந்திரகுப்த மௌரியரின் கிரேக்க மனைவியான ஹெலன் என்பவர்தான் முதன்முதலில் இந்தியாவுக்கு அறிமுகம் செய்தார் என ஒரு வரலாறு சொல்கிறது.

கண்ணா! இன்று சேலையை நமது பாரம்பரிய உடை என நாம் சொல்கி றோமே அதற்கு ஒரு மூல காரணம் இருக்கிறது. அந்த கிரேக்கர்களுக்கே பத்தாயிரம் ஆண்டுகளுக்கு முன் லெமூரியாக் கண்டம் இருந்தபோது, நம் தமிழ்மூதாதையர்கள்தான் சேலை எனும் உருவத்தில் இல்லாவிட்டாலும் உடம்பைச்சுற்றிக்கொள்கிற பட்டுத் துணிகளாகப்பண்டமாற்றுச் செய்தார்

கள் எனத் தமிழறிஞர் பாவாணர் தம் ஆராய்ச்சியில் சொல்கிறார்.

பாதைபோட்ட ரோமானியர்

கண்ணா! இன்று சிங்கப்பூரில் போக்குவரத்து சீராக இருக்கிறது எனப் பெருமைப்பட்டுக்கொள்கிறேமே அதற்குக் காரணம் சாலைகள் நேராகவும் ஒழுங்காகவும் இருப்பதால்தான். ஆதிமனிதன் சாலைகளைப் போட வில்லை. மக்கள் தொகை குறைவாக உள்ள காலத்தில் குறுக்கும் நெடுக்கு மாக நடந்துதான் போயிருப்பான். சாலை ஒன்று உருவாக்கவேண்டும் என முதன்முதலில் சிந்தித்து நடமுறைபடுத்தியவர்கள் ரோமானியர்கள்தான். அதைத் தொடக்கமாகக் கொண்டுதான் நாளடைவில் பரிணாமம் பெற்று உலகெங்கும் நெடுஞ்சாலைகளாக உருவாகிப் போக்குவரத்துத் துரிதமாக நடைபெறுகிறது. ரோமானியர்களுக்கு முன்னர்ச் சிந்துவெளி நாகரிகத்தில் இந்தியர்களால் உருவாக்கப்பட்ட சாலைகள் இருந்தன என்றும் சொல்லப் படுகிறது.

உலகின் முதல் கதை

கண்ணா! இன்று சிறுகதை, புதினம் என்றெல்லாம் எழுதுகிறோம். நமது நூல்நிலையங்களின் பெரும்பகுதியை ஆக்கிரமித்து வருபவை கதைப் புத்தகங்களே. உலகின் முதல் கதை எது என்பது தெரிய வந்துள்ளது.

“ஒரு கப்பலின் பாய்மரம் நடுக்கடலில் உடைந்துவிடுகிறது. கலத்தோடு கடலில் மூழ்கப்போகிறோம் என்று தன் துரதிருஷ்டத்தை எண்ணிக் கப்பலோட்டி வருந்துகிறான். ஆனால் காற்று கப்பலைக் கரைக்கு அடித்துச் சென்றுவிடுகிறது.” எந்த மனிதனுக்கும் கடைசி நேரத்தில்கூட அதிருஷ் டம் அடிக்கலாம் என்பதே அந்தக் கற்பனைக் கதையின் நோக்கம்.

கண்ணா! கதையைக் கேட்டவுடன் இது ஒரு கதையா என நீ சிரிக்கலாம். இது உலகின் முதல் கதை என்றால் சிரிக்கமாட்டாய். எகிப்தின் நைல் நதிக்கரையில் வளர்ந்த பேப்ரஸ் என்ற மரத்தின் பட்டையில்தான் மேற்கண்ட உலகின் முதல் சிறுகதை எழுதப்பட்டது.

எழுதிய ஆண்டு கி.மு.2000 என்று கூறுகின்றனர்.

சந்திரனில் முதலில் கால் பதித்தவர்

முதன்முதல் என்று சொல்லும் போது இன்னொன்றும் நினைவுக்கு வருகிறது.

முதலில் அமெரிக்கர்கள் விண்கலம் அமைத்து மனிதர்களைச் சந்திர னுக்கு அனுப்பினார்கள். அதில் பயணம் செய்தவர்கள் நீல் ஆம்ஸ்ட்ராங், எட்வின் ஆல்ரின் ஆகிய இருவர். கலம் சந்திரனை அடைந்ததும் கதவு

ஆர்ம்ஸ்ட்ராங்

திறக்கப்பட்டது. தரையில் எப்படி இறங்குவது என எட்வின் ஆல்ரின் யோசித்துக் கொண்டிருந்தபோதே, பக்கத்தில் நின்று கொண்டிருந்த நீல் ஆம்ஸ்ட்ராங் திடீரென்று குதித்து விட்டார். இங்கு பூமியிலிருந்து ஊடகத்தில் அதைப் பார்த்துக் கொண்டிருந்த நாசா விஞ்ஞானிகள் பரவசப் பட்டு ஆம்ஸ்ட்ராங் பெயரையே அறிவித்தனர். அதனால் சந்திரனில் முதன்முதலில் இறங்கியவர் நீல் ஆம்ஸ்ட்ராங் என உலகம் முழுவதும் செய்தி பரவி அதுவே வரலாறாகி விட்டது.

"நானும்தான் உடன் சென்றேன்; சந்திரனில் கால்பதித்தேன். ஆனால் யாரும் என்னைப் பாராட்டுவதில்லை " என்று எட்வின் வேதனையடைந்து மனநிலை பின்னர் பாதிக்கப்பட்டார் என்று சொல்லப்பட்டது.

கண்ணா! நீ முதல் மதிப்பெண் எடுத்தால் மகிழ்ச்சிதான். இல்லாவிட்டாலும் பரவாயில்லை. வேறு எந்தக் காரியத்திலும் எதைச் செய்தாலும் முந்திக்கொண்டு முன் மாதிரியாக விளங்கவேண்டும். உன்னைப் பிறர் பின்பற்றும்படியாக உன் காரியங்கள் அமையட்டும் என்பதை நினைவிற்கொள்.

இப்படிக்கு
உன் நலம் விரும்பும்
தாத்தா.

10 நாட்டுப்பற்று

அன்புள்ள தாத்தா வணக்கம்!

எதிலும் முந்திக்கொள்வதால் ஏற்படும் புகழையும் பெருமையையும் நன்றாக உணர்ந்துகொண்டேன். இனி என் சிந்தனைகள் செயல்கள் அனைத்தும் அதை நோக்கியே இருக்கும்.

எங்கள் நாட்டு தேசியதின விழா அண்மையில் நடைபெற்றது. எனக்குப்பார்வையாளருக்கான அனுமதிச் சீட்டு ஒன்றை எங்கள் வகுப்பாசிரியர் தந்தார். சிறுவனாக இருந்தபோது குடும் பத்துடன் சென்றிருக்கிறேன். அப்போது பார்த்ததற்கும் இப்போது பார்ப்பதற்கும் என் மன ரீதியில் எழுந்த வேறுபாடுகளை உணர்ந்தேன்.

சிங்கப்பூரின் தந்தை எனப் பாராட்டப்படுபவர் லீ குவான் யூ அவர்கள். இன்றும் மூத்த மதியுரைஞராக இருந்து நாட்டுக்கு ஒரு வழிகாட்டியாக விளங்குகிறார். அவர் நிகழ்ச்சியின் மத்தியில் தாமாக வந்து அமர்ந்துவிடுகிறார். அதற்குப்பின் அவருடைய மகன் அதாவது இன்றைய தலைமையமைச்சர் லீ சியாங்லுங் பெரிய அறிவிப்புக்கிடையே காரில் வந்து இறங்கினார். இதில் வேடிக்கை என்னவென்றால் பிரதமரின் வருகைக்கு இந்த நாட்டின் தந்தை எனப் போற்றப்படும் லீ குவான் யூ எழுந்து நின்றார். என் அப்பா வீட்டுக்குள் வரும்போது நீங்கள் எழுந்து நிற்பதில்லையே. அதனால் எனக்கு அது வியப்பாக இருந்தது. வானூர்திகளின் சாகசங்கள், ஆடல் பாடல் கலை நிகழ்ச்சிகள், வாண வேடிக்கைகள் போன்ற ஏராளமான சிறப்பு அங்கங்களுடன் கண் கொள்ளாக் காட்சிகள் பல நடந்தேறின. அனைவருக்கும் பயனுடைய பல பொருட்களைக் கொண்ட ஒரு பை கொடுத்தார்கள். வீட்டுக்கு எடுத்து வந்தேன். அந்தப் பையை யாரும் தமிழ் நாட்டுக்குச் சென்றால் அத்தை மகள் இன்பாவுக்குக் கொடுத்து அனுப்பு என அம்மா சொன்னார்கள். அவளுக்கு எங்கள் நாட்டின் பெருமை தெரியட்டும் என நானும் மகிழ்ச்சியடைந்து அதைப் பத்திரமாக வைத்துள்ளேன் தாத்தா.

இப்படிக்கு , உங்கள் அன்புள்ள

கண்ணன்.

அன்புள்ள கண்ணா, நலமா?

உன் கடிதத்தைப்படித்தேன். பிரதமராக யார் இருந்தாலும் அதிபரைத் தவிர மற்றவர்கள் எழுந்து நின்று மரியாதை செலுத்த வேண்டும் என்பது மரபு. அந்தச் சம்பிரதாய மரபு உங்கள் நாட்டில் மிகச் சரியாகக் கடைப்பிடிக்கப்பட்டு வருவதை நானும் அங்கு வந்திருந்தபோது பார்த்து வியந்து பாராட்டியிருக்கிறேன். மகனாக இருந்தாலும் நாட்டின் பிரதமர் அல்லவா. அப்படிப்பட்ட ஜனநாயக மரபு எங்கள் நாட்டிலும் கடைப்பிடித்தாலும் மற்ற எல்லா நிலைகளிலும் பின்பற்ற வேண்டுமே என்று ஏங்குகிறேன். இதெல்லாம் நாட்டுப்பற்றின் வெளிப்பாடுகள். அதைப்போலவே நீயும் மாதா, பிதா, குரு, மற்றும் பெரியவர்களைப் பார்க்கும்போது அல்லது இல்லத்திற்கு வரும்போது எழுந்து நின்று வரவேற்பதும், மரியாதை செய்வதும், உபசரிப்பதும் ஒரு சிறந்த நல்ல மாணவனுக்கான அடையாளம்.

பெரியார் மிகப் பெரிய மனிதர். சிறுவர்கள் வந்தால்கூட மரியாதை கொடுத்துப் பேசும் பண்பாளர். இறை மறுப்பாளராக இருந்த அவரிடம் யாராவது திருநீறு கொடுத்தால் வாங்கிக்கொள்வார். காரணம் கொடுப்பவர் மனம் புண்பட்டுவிடக்கூடாது எனும் மனித நேயத்திலே கவனமாக இருப்பவர். இதெல்லாம் கண்ணா, உனக்குப் பல பாடங்களைக் கற்றுக்கொடுக்கும்.

பேரத்திற்கு விலைபோகாத இந்திய மல்யுத்த வீரர் சுஷில்குமார்

2010ஆம் ஆண்டில் புது டில்லியில் நடைபெற்ற உலக மல்யுத்த வெற்றி வீரர் போட்டியில் வாகை சூடிய இந்திய வீரர் சுஷில்குமார். இவருடைய பொருளாதார நிலையைப் பயன்படுத்தி, போட்டி தொடங்குமுன் இவரிடம் வந்து போட்டியில் தோல்வியைத் தழுவினால் பல கோடி ரூபாய்கள் தருவதாகப் பேரம் பேசினார்களாம்.

"நீங்கள் எத்தனை கோடிகளைக் கொட்டிக்கொடுத்தாலும் நான் உங்கள் பேரத்திற்கு இணங்கமாட்டேன். எனக்கு என் நாடுதான் முக்கியம். என்னால் என் நாட்டுக்குப் பெருமை சேர்க்க வேண்டுமென்பதே என் குறிக்கோள்" என்று கண்டித்துச் சொல்லியனுப்பிவிட்டேன் " என்றார். அவர் அந்தப் பணத்தைப் பெற்றிருந்தால் வாழ்நாள் முழுவதும் வசதியாக வாழ்ந்திருக்க முடியும். கண்ணா! அவருடைய தியாகத்தை, நாட்டுப்பற்றை நீ எண்ணிப்பார்!

அமெரிக்கா மண்டியிடாது

நாட்டுப்பற்று என்றவுடன் எனக்குச் சில நிகழ்வுகள் நினைவுக்கு வருகின்றன.

அமெரிக்க நாட்டு ஒரே கத்தோலிக்க அதிபர் ஜான் எப் கென்னடியிடம் நிருபர் ஒருவர்,

"போப்பாண்டவரை நீங்கள் சந்தித்து ஆசி பெறுவீர்களா? " என்று ஒரு கேள்வியைக் கேட்டார். அதற்கு அதிபர் சொன்ன பதில் என்னை வியந்து பாராட்ட வைத்துவிட்டது.

ஜான் எப்.கென்னடி

"நான் போப்பைச் சந்தித்தால், முழங் காலிட்டு ஆசி பெறவேண்டும். கென்னடி போப்பிடம் மண்டியிடலாம். ஆனால் அமெரிக்காவின் முதல் குடிமகனாகிய அதிபர் மண்டியிட்டால் அமெரிக்காவே மண்டியிட்டதற்குச் சமமாகும். அதனால் என் ஆட்சிக் காலத்தில் நான் போப்பைப் போய்ப் பார்க்க மாட்டேன்" என்றாராம்.

இங்கே மரபை விட நாட்டின் மரியாதையைப் பெரிதாக எண்ணியது ஒருவகையில் போற்றுதலுக்குரியதாகிறது.

தேசியகீதத்திற்கு ஜப்பான் மரியாதை

இதேபோல் ஜப்பான் நாட்டினரும் நாட்டுப் பற்று மிகுந்தவர் எனக் கேள்விப்பட்டேன்.

ஜப்பான் நாட்டுப் பல்பொருள் அங்காடி ஒன்றில் ஒரு திருடன் மதிப்புடைய ஒரு பொருளைத் திருடிக்கொண்டு ஓடினான். அவனைப் பிடிப்பதற்குக் கடையின் காவலாள் துரத்துகிறார். மக்கள் கூட்டம் அதிகமானதால் நெரிசலில் திருடனைப் பிடிப்பது சுலபமாகப்படவில்லை. உடனே அந்தக் காவலருக்கு ஒரு சிந்தனை தோன்றியது. ஓடிப்போய் விளம்பரம் செய்யும் ஒலிபெருக்கி மூலம் அந்நாட்டின் தேசிய கீதத்தை கடைத் தொகுதி முழுவதும் கேட்பதுபோல் இசைக்கவிட்டார். மக்கள் ஆடாமல் அசையாமல் எங்கெங்கு நடந்தார்களோ அப்படியே நின்றுவிட்டார்கள்.

பொருளைத் திருடியவன் இதைச் சற்றும் எதிர்பாராததால் வேறு வழியின்றி அவனும் நின்றுவிட, காவலர்கள் எளிதில் திருடனைப் பிடித்துவிட்டனர். இதில் நீ கவனிக்க வேண்டியது அந்நாட்டு மக்கள் எந்த அளவு நாட்டுப் பற்று உடையவர்களாயிருக்கிறார்கள் என்பதைத்தான்.

ஜப்பானைப் பற்றித் தவறாகச் சொல்லாதீர்கள்!

இன்னொன்றும் ஜப்பான் நாட்டில் நடந்திருக்கிறது. தமிழ் நாட்டி லிருந்து எனது நண்பர் ஜப்பான் நாட்டுக்குச் சுற்றுலா சென்றார். அவர்

இரவில் இரண்டு வாழைப்பழங்கள் சாப்பிடுவது வழக்கம். மாலையில் சுற்றிக்கொண்டிருக்கும்போது ஜப்பான் நாட்டுப் பயண வழிகாட்டியிடம் போகும் வழியில் வாழைப்பழம் கிடைக்கிற இடம் இருந்தால் சொல்லுங்கள் வாங்கி வைத்துக்கொள்வோம் என்று சொல்லி வைத்தார். ஆனால் கிடைத்தபாடில்லை. அன்றைய பயணம் முடிந்து அறைக்குச் செல்லும் முன் அந்த வழிகாட்டியிடம், " உங்கள் நாட்டிலே வாழைப்பழம்கூடக் கிடைக்காதா? அவ்வளவு மோசமான நாடா? என்று கேட்டுவிட்டு அறைக்குப் போய்விட்டார்.

இரவு 11 மணிக்கு அறையின் கதவு தட்டப்பட்டது. திறந்தால் வழிகாட்டி ஒரு சீப்பு வாழைப்பழத்துடன் நின்றிருந்தார்.

"ஆகா! பிரமாதம். இவ்வளவு சிரமப்பட்டு வாங்கி வந்திருக்கிறீர்களே உங்களுக்கு எப்படி நன்றி சொல்வேன். அதற்குரிய தொகையை வாங்கிக் கொள்ளுங்கள். நன்றி! நன்றி! " என்று சொல்லி என் தமிழ் நண்பர் நெகிழ்ந்தார்.

"நீங்க எனக்கு ஏதாவது கொடுக்கவேண்டும் என்றாலோ நன்றி சொல்லவேண்டும் என்றாலோ அதற்குப் பதில் நீங்கள் ஒன்று செய்தால் போதும் "

"என்ன சொல்லுங்கள்! "

"தயவுசெய்து ஜப்பான் நாட்டில் வாழைப்பழம் கிடைக்காது என்று எங்கள் நாட்டைப் பற்றித் தவறான எண்ணம் வரும்படியாக உங்கள் நாட்டுக்குச் சென்றபின்பு யாரிடமும் பேசாதீர்கள். அதுவே உங்கள் ஆயிரம் நன்றிக்குச் சமம் " என்று சொல்லிச் சென்றாராம்.

கண்ணா, ஜப்பான் நாட்டு மக்களின் நாட்டுப்பற்றைக் கவனித்தாயா? நீயும் உன் சிங்கப்பூர் நாட்டை எங்கும் விட்டுக்கொடுத்திடக்கூடாது. அதன் புகழைப் பெருமையை மேலும் உயர்த்துவதாகவே உன் எண்ணமும் செயல்களும் அமைந்திடவேண்டும். நீ நிழலில் இருக்கிறாய். வெயிலுக்குப் போனால்தான் நிழலின் அருமை தெரியும். அதைப்போல் ஒரு நல்லாட்சியில் நீ வாழ்ந்துகொண்டிருக்கிறாய். அது குளிர்தரும் நிழல். அதைவிட்டு வெளியில் வந்துவிடாதே!

இப்படிக்கு

உன் நலம் விரும்பும்

தாத்தா.

11 கவிதையே மருந்து

அன்புள்ள தாத்தா, வணக்கம்!

நாட்டுப்பற்று என்றவுடன் மூன்று செய்திகளை என்னுடன் பகிர்ந்து கொண்டீர்கள். நாட்டுப் பற்றுடன் இணைந்ததுதானே மொழிப்பற்றும். இன்னும் சொல்லப்போனால் நாட்டுப்பற்றைவிட மொழிப்பற்றை உடையவர்கள்தான் அதிகம் என்பார்கள். எங்கள் நாட்டில்கூட மொழியை முன்வைத்து, அதன் வளர்ச்சிக்காக நடத்தப்படும் அமைப்புகள் அதிகம் இருக்கின்றன.

இங்குக் கவிமாலை என்னும் அமைப்பு மொழிக்காக அரும்பாடுபட்டு உழைப்பதை நானே அறிவேன். சென்ற ஆண்டு இறுதிவாக்கில் கவிமாலை உறுப்பினர்கள், கவிதை எழுதுவது எப்படி என்று கற்றுக்கொடுக்கும் 'கவிதைப் பயிலரங்கு" ஒன்றை உமறுப்புலவர் தமிழ்மொழி நிலையத்தில் நடத்தினார்கள். எல்லா மாணவர்களையும் கலந்துகொண்டு பயனடைய அழைத்திருந்தார்கள். தேர்வு நேரமானதால் நான் கலந்துகொள்ளக் கொஞ்சம் தயங்கினேன். அப்பாதான் அதில் கலந்துகொள்ளும்படி என்னை ஊக்கப்படுத்தினார். நமதுமொழியில்உள்ள பழமொழிகளையும்நாட்டுப்புறப்பாடல்களையும் எடுத்துக்காட்டி அதில் உள்ள எதுகை மோனைகளை எழுதிக் காட்டினார்கள். இவற்றையே எடுத்துக்காட்டாக வைத்துக்கொண்டு எழுதத் தொடங்குங்கள், நாளடைவில் இலக்கணங்களைச் சொல்லித் தருகிறோம் என எங்களுக்குச் சொன்னார்கள். தங்கப்பதக்கம், தங்க முத்திரை, கணையாழி போன்ற பல பரிசுகளைக் கொடுத்து மாணவர்களையும் பொதுமக்களையும் ஊக்கப்படுத்துவதாக அறிவித்தார்கள்.

நம் தமிழ் மொழிக்கு மட்டும்தான் இவ்வளவு அமைப்புகள், செயல்பாடுகள் இருக்கின்றனவா? தாத்தா மற்ற மொழிகளிலும் இவைபோல் உண்டா?

இப்படிக்கு

உங்கள் அன்புள்ள

கண்ணன்.

புதுமைத்தேனீ மா.அன்பழகன்

அன்புள்ள கண்ணா, வாழ்த்துகள்!

இங்கு உன் பாட்டிக்கு இடுப்பு வலி. நடப்பதற்குச் சற்றுச் சிரமப் பட்டார்கள். அலோபதி மருத்துவரிடம் செல்லவில்லை. இராகவேந்திரா ஆயுர்வேதமருத்துவமனை இதைப்போன்றமுதுகுத்தண்டு நோய்களுக்குச் சிறப்பாக மருத்துவம் பார்க்கிறார்கள் என்று கேள்விப்பட்டு அங்குச் சென்றோம். மூலிகை இயற்கை வைத்தியம் செய்கிறார்கள். எண்ணெய் தடவி உடல் முழுதும் நன்கு தேய்த்துவிட்டு உறுப்புப்பயிற்சி அளித்தார்கள். முக்கால்வாசி நலமாகிவிட்டார். அதனால்தான் உன் கடிதத்திற்கு உடன் பதில் எழுத முடியவில்லை.

கண்ணா, நீ எழுதியபடி எனக்குத் தெரிந்த வரையில் தமிழ் மொழிக்கான அமைப்புகள் பிறமொழிகளை ஒப்பிடும்போது அதிகம் இருப்பதாகவே உணர்கிறேன். எல்லா மொழிகளிலும் எழுத்தாளர்கள் கவிஞர்கள் இருக்கிறார்கள். நீ கவிமாலை நடத்திய கவிதைப் பயிலரங்கில் கலந்துகொண்டாய் என்பதனாலும் உனக்குப் பயன்படும் என்பதனாலும் கவிதை என்றால் என்ன என்பது பற்றி முதலில் ஆங்கிலத்தில் உள்ள வாசகத்தை நீ தமிழைவிட எளிதில் புரிந்துகொள்வாய் என்கிற காரணத் தாலும் அப்படியே தருகிறேன்.

What is Poetry

(poetry is a Greek word - meaning is making / forming)

Wordsworth: The spontaneous overflow of powerful feelings

Emily Dickson: If I read a book and it makes my body so cold no fire ever can warm me, I know that is poetry.

Dylan Thomas: Poetry is what makes me laugh or cry or yawn

Leonard Cohen: Poetry is just the evidence of life. If your life is burning well, poetry is just ash

Kahlil Gibran: Poetry is a deal of joy, pain and wonder, with a dash of the dictionary

Paul Valery: A Poem is never finished only abandoned.

ஷேக்ஸ்பியர்: கவிஞன் தன் கண்களால்
வானத்தையும் பூமியையும் அளப்பவன்
பிறர் அறியாத பொருட்களையும்
கற்பனையில் கண்டறிந்து, உணர்ந்து
அவற்றுக்கு உருவம் கொடுப்பவன்.

அதேபோல் தமிழில் சிலர் கவிதை பற்றிச் சொல்லியுள்ளதையும் தருகிறேன்

கவிமணி தேசிக விநாயகம் பிள்ளை:

உள்ளத்துள்ளது கவிதை - இன்பம்

உருவெடுப்பது கவிதை

தெள்ளத் தெளிந்த தமிழில் - உண்மை

தெரிந்துரைப்பது கவிதை

இதைப் படிக்கும்போது சந்தம் துள்ளி விளையாடும்.

யாரோ: ஒரு கவிதையின் உள்ளீடு (contents) மட்டும் வெற்றியைத் தேடித்தந்துவிடாது. அதேபோல் அழகியல் (Aesthetics) அதாவது வெளிப்பாடு மட்டும் தனித்து நின்றும் வெற்றியைக் கொடுத்துவிடாது.

உலகப் புகழ்பெற்ற கவிதைகள் அவ்விரு கைகளின் இணைப்பில் எழுந்த ஓசைதான் புகழைப் பெற்றுத் தந்துள்ளன.

அறிஞர் அண்ணா:

அறிந்ததனை அறிந்தோர்க்கு அறிவிக்கும் போதினிலே

அறிந்ததுதான் என்றாலும் ஆகாயிது அழகம்மா என்று

அறிந்தாரையே மகிழ வைக்கும் அருங்கலையே கவிதை.

எண்ணம் துடிக்கும்; அவன் இதயம் பாடும்

கனவுகள் வெடிக்கும்: கவிதைகள் மலரும்

கண்ணீர் வடிக்கும்: சொல்நீர் சுரக்கும்.

கவிஞன் ஓர் காலக்கண்ணாடி

பழமைச் சாயலின் பிரதிபலிப்பல்ல

உள்ளத்து ஆவேச உணர்ச்சியின் புயல்

எழுப்பிடும் அவன் இதய கீதம்

எதுகை மோனை எழில்தரும் உவமை

வசீகர வர்ணனை பழமைக்கு மெருகு

இத்தனையும் தேடி எங்கெல்லாம் ஓடி

"வார்த்தை முடையும் வலைஞன்" அல்ல

உயர்ந்த உள்ளங்களின் உன்னத நேரங்கள்

வடித்துக் காட்டும் வரலாற்றுத் துளிகள்

அவையே கவிதை: அதுவே வாழ்வின் நூல்.

யாரோ:

கவிதை என்பது வார்த்தைச் சிலைகள்

இசை என்பது காற்றுச் சிலைகள்

ஒலி நயங்களின் ஓசை நயங்கள்

மொழியில் பிறக்கும்போது

கவிதைகளாகின்றன

இசையில் பிறக்கும்போது சங்கீதமாகின்றன

யாரோ:

மனிதனுக்கு அழகு - மொழி

மொழிக்கு அழகு - கவிதை

கவிதைக்கு அழகு - உவமை

தெ.பொ.மீ.

கண்ணா! இப்படியாக எழுதிக்கொண்டே போகலாம். இருந்தாலும் படைக்கப்பட்ட இலக்கியங்களில் சில சிறப்புத் தகுதிகளைப்பெற்று வருகின்றன. எடுத்துக்காட்டாக, தமிழறிஞர் தெ.பொ.மீனாட்சிசுந்தரம் பிள்ளைக்கு உடல் நலம் சரியில்லை என்றால் யாரையாவது அருகிலமர்த்திக் கம்பராமாயணத்தின் சுந்தர காண்டத்தைப் படிக்கச் சொல்வார். அதைக் கேட்டுக் கேட்டுக் குணமாகிவிடுவார்.

உ.வே.சா.

தமிழ்த் தாத்தா உ.வே. சாமிநாத அய்யர் தம்முடைய குரு மாயூரம் மகாவித்வான் மீனாட்சி சுந்தரம் பிள்ளைக்கு உடல் நலமில்லாத அந்திம காலத்தில் திருவாசகம் வாசித்தார்.

உ.வே.சா

திரு.வி.க.வும் பெரியாரும்

தமிழ்த் தென்றல் திரு.வி.கலியாண சுந்தரனார் அவர்களுடன் ஒருமுறை தந்தை பெரியார் வட இந்தியப் பயணம் மேற்கொண்டபோது கங்கையில் நீராடினார்கள். மூழ்கி எழும்போதெல்லாம் திரு.வி.க அவர்கள் திருவாசகத்தைப் பாடியிருக்கிறார். இதைக் கவனித்த பெரியார் அவர்கள் 'திருவாசகம் பிடிக்குமோ' என வினவ, அதற்கு 'நான் சாகும்போது

திருவாசகம் வாசிக்கப்பட வேண்டும்' எனத் தன் விருப்பத்தை வெளிப்படுத்தியிருக்கிறார். கால மாற்றத்தில் பெரியார் கொள்கையால் மாறுபட்டு நாத்திகரானார். எதிர் முகாமிலிருந்த திருவிக இறந்துவிட்டார். செய்தி அறிந்தவுடன் பிரேதத்தை எடுக்குமுன் சில ஓதுவார்களை வைத்துப் பெரியார் திருவாசகத்தை வாசிக்கச் செய்தார்.

மு.வ.

தமிழறிஞர் டாக்டர் மு. வரதராசனார் அவர்கள் நோய்வாய்ப்பட்டு மருத்துவ மனையில் இருந்தபோது பக்கத்திலிருந் தவரைத் திருவாசகம் வாசிக்கச் சொல்லியிருக்கிறார்.

மு.வரதராசனார்

கண்ணா, கவிதை, செய்யுள், பாடல் என்பதெல்லாம் ஒன்றேதான். படிப்பதற்கு மட்டுமல்ல பாடல், உடலை நலமாக்கும் பயனும் கொண்டதாக இருந்திருக்கிறது. இதைப்போல் நிறையச் சொல்லலாம். இருந்தாலும் இத்துடன் நிறுத்திக்கொள்கிறேன்.

இப்படிக்கு

உன் நலம் விரும்பும்

தாத்தா.

12 படைப்பாளர்

அன்புள்ள தாத்தா, வணக்கம்!

இப்போது பாட்டிக்கு இடுப்புவலி எவ்வாறு உள்ளது? சுந்தர காண்டத்தையோ திருவாசகத்தையோ படித்திருந்தால் பாட்டிக்குக் குணமாகி இருக்குமோ? அப்படிப்பட்ட பக்திப் பாடல்கள் இயற்றிய புலவர்களுக்கு அக்காலத்தில் எவ்வளவு மரியாதை கொடுத்திருப்பார்கள் என்று இப்போது யோசித்துப் பார்க்கிறேன். கம்பராமாயணத்தைப் புராணம் என்று சொல்கிறார்கள்.

டாக்டர் மு.வ இறக்கப்போகிறோம் என்பதை அந்த நேரத்தில் அறிந்திருக்கிறார் என அறிகிறேன். அது ஒரு படைப்பாளனுக்கு எவ்வளவு பெரிய கொடுமையாக இருந்திருக்கும்.

என் நண்பன் ஒருவன் இணையவழிப் பாலியல் காட்சிகளைப் பார்த்து அனுபவப்பட்டிருக்கிறான். எங்கள் வீட்டுக்கு வந்திருந்தபோது எனக்கும் எப்படிப் பார்ப்பது என்று சொல்லிக் கொடுத்துக் கொண்டிருந்தான். அந்த நேரத்தில் அம்மா அறைக்குள் நுழைந்து கவனித்துவிட்டார். அதற்குள் நண்பன், பார்த்த காட்சிகளை மாற்றிவிட்டான். இருந்தாலும் பையன்கள் ஏதோ தவறு செய்கிறார்கள் என யூகித்து, அம்மா கடுமையாக எங்களை எச்சரித்தார்.

அம்மா என்னைத் திட்டினாலும் பரவாயில்லை; என் நண்பனைத் திட்டியது எனக்குச் சங்கடமாக இருந்தது. நீங்கள் என்ன நினைக்கிறீர்கள் தாத்தா?

இப்படிக்கு
உங்கள் அன்புள்ள
கண்ணன்.

அன்புள்ள கண்ணா, நலமா!

பாலியல் படம் பார்த்தல்

உன்னை ஆதரிப்பதா அல்லது எதிர்ப்பதா என உன் கடிதம் பார்த்துக் குழப்பம் அடைந்தேன். ஓர் உண்மையான நண்பன் அல்லது உன்

நலனில் அக்கறை உடையவன் எனில் உனக்கு இணையத்தில் அந்தப் பாலியலைப் பார்க்கத் தூண்டியிருக்கக்கூடாது. நீ பாலியல் படங்களைப் பார்க்கவேண்டாம் என உன்னிடம் நான் இப்போது வாதிடப்போவதில்லை. கற்கும் காலத்தில் இதைப் போன்ற பாலியலைத் தூண்டும் காட்சிகளைப் பார்த்தால், உன் மனம் வேறு திசை நோக்கிப் போய்விடும்.

அதனால் படிப்புக்கு ஏதேனும் பாதிப்பு ஏற்பட்டுவிடுமோ என ஒரு தாய் பயப்படுவதில் உள்ள நியாயத்தை நீ உணரவேண்டும். உன் நன்மைக்குத்தான் உன் பெற்றோர்கள் உன்னைக் கண்டிப்பார்கள் என்று ஏற்கனவே நான் எழுதியிருந்தேன்.

குரங்கும் மாத்திரையும்

ஆனால் நீ அவற்றை அறவே பார்க்கக்கூடாது என நான் சொன்னாலும் அதன் விளைவுகளை எண்ணிப் பார்க்கிறேன். ஒரு மருத்துவர் நோயாளியிடம் ஒரு மாத்திரையைக் கொடுத்து, இதை விழுங்கும்போது குரங்கை நினையாதே என்று சொன்ன கதையாய்ப் போய்விடும் எனவும் நான் அஞ்சுகிறேன்.

எதைப்பார்க்காதே; எதைச் செய்யாதே என்று நாங்கள் கண்டிக்கிறோமோ அதை எப்படி யாருக்கும் தெரியாமல் பார்க்கலாம் என்கிற ஆர்வம் உன்னுள் குடைந்துகொண்டே இருக்கும் என்கிற உளவியல் உண்மையை நான் அறிவேன்.

அதனால் படிப்புப் பாதிக்கப்பட்டால் உன் எதிர்காலம் பாழாகிவிடும். ஏதேனும் தவறான வழிக்குப் போய்விட்டால் நம் மானம் மரியாதை புகழ் எல்லாவற்றிற்கும் இழுக்கு நேரிடும். பிற்காலத்தில் நீயே உணர்ந்து அதற்காக வருந்துவாய். பின்னர் வருந்தி என்ன பயன்? வெள்ளம் வருவதற்கு முன் அணை கட்டிட வேண்டும்.

நீ ஒரு கட்டுப்பாடுடைய பிள்ளை என்பதிலே எனக்கு நம்பிக்கை உள்ளது. அதனால் பாலியல் காட்சிகளை என்னவென்று பார்த்து நிறுத்தி விடு. பார்ப்பதோடு நிறுத்திக்கொள். மேற்கொண்டு அது தொடர்பான எந்த நடவடிக்கைக்குள்ளும் நுழையக்கூடாது என்கிற உறுதியை உன்னுள் எடுத்துக்கொண்டு பார். பழகப் பழகப் பாலும் புளிக்கும் என்பது போல் உனக்கே அதன் மீது ஒரு சலிப்பு ஏற்பட்டு விடும்.

புராணம், இதிகாசம்

புராணத்துக்கும் இதிகாசத்துக்கும் என்ன வேறுபாடு என்று நீ தெரிந்துகொள். ஒரு சம்பவம் நடந்த காலத்திலேயே காவியமாக இயற்றப்பட்டால் அது இதிகாசம் என்றும், நடந்து முடிந்த பின்னர்

காவியமாய் எழுதப்பட்டால் அது புராணம் என்றும் சிலர் சொல்கிறார்கள்.

வட்டார இலக்கியம், சமகால இலக்கியம், உலக இலக்கியம் என ஐரோப்பாவில் இலக்கியத்தை மூன்றாகப்பிரித்துப்பார்க்கிறார்கள். ஆனால் நமது நாட்டில் அவ்வாறாகப் பார்ப்பதில்லை. இங்கு தலித் இலக்கியம், பெண்ணிய இலக்கியம், சமய இலக்கியம், பக்தி இலக்கியம், பயண இலக்கியம், சிற்றிலக்கியம், சிறுவர் இலக்கியம், வரலாற்று இலக்கியம், கற்பனை இலக்கியம் எனப் பலவாறாகச் சொல்வர்.

புலவர் மோசிகீரனார்

கற்றோர்க்குச் சென்ற இடமெல்லாம் சிறப்பு என்பார்கள் கண்ணா! அக்காலப் புலவர்களை மன்னர்கள் பெரிதும் மதித்துப் போற்றி இருக்கிறார்கள். மோசிகீரனார் எனும் புலவர் மன்னனைப் பார்ப்பதற்கு அரண்மனைக்கு வந்தார். அரசன் உலவப் போயிருக்கிறான் என அறிந்தார். நடந்துவந்த களைப்பில் அப்படியே முரசு கட்டிலில் உட்கார்ந்தார், சாய்ந்தார், உறங்கிவிட்டார். மன்னன் இரும்பொறை சேரல் திரும்பி வந்தான். நித்திரைகொள்வதுபுலவர் என்பதை அறிந்து நன்கு உறங்கட்டும் என வெண்சாமரத்தை எடுத்து வீசிக்கொண்டிருந்தானாம். கண்ணா! பார்த்தாயா கற்றறிந்த புலவருக்கு மன்னன் கொடுத்த மரியாதையை. இதுவே வேறு ஒருவராக இருந்தால் மன்னன் அவரைக் கண்டந்துண்டமாக வெட்டிப்போட்டிருப்பான்.

கற்றோர் சிறப்பு

எந்த நாட்டிலும் நடவாத புரட்சி ஒன்று ஜப்பான் நாட்டில் நடந்தது. என்னவென்றால் அந்நாட்டின் கரன்ஸி நோட்டில் 'சொசுகி நாட்சு' என்கிற புகழ்பெற்ற நாவலாசிரியரின் படம் இடம்பெற்றிருக்கிறது, ஓர் எழுத்தாளனுக்கு அரசுகாட்டிய மரியாதையின் அடையாளம்தான் அது.

மாவீரன் அலெக்சாந்தர் 'தீபே' என்கிற நாட்டின்மீது படையெடுத்துப் போகுமுன், அந்நாட்டில் உள்ள சிறந்த கவிஞரான 'பிண்டார்' என்பவருக்கும், அவரது வீடு மற்றும் சந்ததியினருக்கும் எந்தவிதப் பாதிப்பும் இல்லாமல் காப்பாற்றப்படவேண்டும் எனத் தன் சேனைக்கு உத்தரவிட்டான்.

கற்றவர்களை இழிவுபடுத்துதல்

"கழுதைக்குத் தெரியுமா கற்பூர வாசனை "என்று ஒரு பழமொழியுண்டு. அதைப்போல் புலமையின் அருமை தெரியாத மக்களால், பல எழுத்தாளர்கள், அவரவர்கள் காலத்திலேயே அவமானப்படுத்தப்பட்ட சம்பவங்களும் நடந்திருக்கின்றன என்பதையும் மறந்திடலாகாது.

பிற்காலத்தில் மாபெரும் எழுத்தாளனாகப் போற்றப்பட்ட 'கேட்டலஸ்' என்பவனின் நூல்களை அவன் எழுதியதில்லை என அவன் காலத்தில் வாழ்ந்த மக்கள் சொல்லியிருக்கிறார்கள்.

புகழ்பெற்ற கவிஞன் 'வோர்ட்ஸ் வொர்த்'தின் கவிதைகள் அனைத்தும் பொருளற்றவை என அப்போது பிரகடனப்படுத்தியிருக்கிறார்கள்.

வோர்ட்ஸ்வொர்த்

'பிளேக்' என்கிற எழுத்தாளனைப்பார்த்து அவன் கண்முன் 'பித்துக்குளி' என்று ஏளனப்படுத்தியிருக்கிறார்கள்.

மிகப்பெரிய எழுத்தாளனாக இருந்த 'டி.எஸ். இலியாட்'டின் எழுத்துகளைப் படித்துவிட்டுக் கேலி செய்திருக்கிறார்கள்.

இலக்கியத்திற்காக நோபல் பரிசுபெற்ற 'இரவிந்திர நாத் தாகூரின்' கவிதைகளை, பள்ளிக்கூட மாணவர்களிடம் கொடுத்துப் பிழை திருத்தச் சொல்லி அவமானப்படுத்தியிருக்கிறார்கள்.

பெஞ்சமின் பிராங்க்ளின்

இலக்கியம், வர்த்தகம், அறிவியல், அரசியல் ஆகிய 4 துறைகளில் சிறந்து விளங்கியவர் அமெரிக்காவைச் சேர்ந்த பெஞ்சமின் பிராங்க்ளின். அமெரிக்கா விடுதலை பெற்றபின்பு முதலில் தபால்தலை அவருக்குத்தான் வெளியிடப்பட்டது. அவர் சொல்கிறார்:

"இறந்தபிறகும் நீங்கள் மறக்கப்படாதிருக்க வேண்டுமென்றால், சிறந்த படைப்புகளை எழுதுங்கள்! அல்லது பிறர் உங்களைப்பற்றி எழுதும் அளவுக்கு அர்த்தமுடைய வாழ்வை வாழுங்கள்" என்று சொன்னதைக் கண்ணா நன்கு சிந்தித்துப்பார்!.

ஓர் ஆய்வில் சொல்லப்படுகிறது, மனித மூளையின் படைப்பாற்றல் திறன் காலை, மாலையைவிடப் பத்து மடங்கு அதிகமாக இரவில் வேலை செய்யுமாம். கண்ணா! நீ எதிர்காலத்தில் எதையாவது புதிதாக உன் கற்பனையில் உருவாக்க விரும்பினால் அதற்கு இரவுநேரத்தைப்பயன்படுத்து.

இப்படிக்கு

உன் நலம் விரும்பும்

தாத்தா.

13 நூல்களின் சிறப்பு

அன்புள்ள தாத்தா, வணக்கம்!

தாங்கள் சொன்னபடி பாலியல் காட்சிகளைப் பார்த்ததென்னவோ உண்மைதான். ஆனால் தங்கள் அறிவுரையின்படி இப்போது அறவே நிறுத்திவிட்டேன். அத்துடன் நண்பர்களிடமும் தொடர்ந்து பார்க்காதீர்கள் என எடுத்துரைத்து வருகிறேன்.

இப்போதெல்லாம் சிங்கப்பூரில் நிறைய நூல்கள் வெளியீடு காண்கின்றன. எல்லா நூல்களும் படிக்கப்படுகின்றனவா? அல்லது மொய் எழுதுவது போல் படைப்பாளர்களின் முகமனுக்காகப் பணம் கொடுத்து வாங்கிச் செல்கிறார்களா? அப்படி நடப்பதாகத்தான் எங்கள் தமிழாசிரியர் சொன்னார்.

சில நல்ல நூல்களை நூல்நிலையத்திலிருந்து எடுத்துப் படியுங்கள் என அறிவுறுத்தினார். படிக்கும் பழக்கம் மாணவர்களிடம் வருதல் எதிர்கால வாழ்க்கைக்குப் பயனளிக்கும் என்றார். பொழுது போக்குக்காகத் தேவையற்ற இடங்களுக்குப் போகாமல், பயனற்ற தொலைக்காட்சித் தொடர்களைப் பார்க்காமல் புத்தகங்களைப் படித்தால் உலகத்தை, வாழ்க்கையை, அரசியலை, விஞ்ஞானத்தை, வரலாறு போன்றவற்றைத் தெரிந்துகொண்டால் எவ்வளவோ பயன் கிடைக்கும் என்றார். அவர் சொன்னவை எங்களுக்குச் சரியாகவேபட்டன.

நூல்களுக்கு அவ்வளவு சிறப்பு உண்டா தாத்தா? நிறைய நூல்களை அப்பா படித்துக்கொண்டே இருப்பார். நான்கூடச் சொல்வதுண்டு இணையவழி உலகத்தையே பார்க்கலாம். எந்தச் செய்தியானாலும் தேடி எடுக்கலாம் என்று சொன்னேன். அவர் புத்தகங்களை நேரிடையாகப் படிப்பதிலேதான் ஆர்வமாக இருக்கிறார். நிறைய நூல்கள் வீட்டை அடைத்துக்கொண்டு கிடக்கின்றன என அம்மாவேறு அடிக்கடி சத்தம் போட்டுக்கொண்டே இருப்பார். நல்ல நூல்கள் வந்துள்ளன எனச் சொல்லி இடையிடையே நீங்களும் அனுப்பிவிடுகிறீர்கள்.

இப்படிக்கு
உங்கள் அன்புள்ள
கண்ணன்.

அன்புள்ள கண்ணா, நலமா!

கணினி

எதிர்காலத்தில் இணையவழிதான் செய்திகள் மட்டுமல்ல, பொருள்களை வாங்குவது விற்பது, விளம்பரங்கள், செய்தித்தாள்கள், திரைப்படங்கள் போன்ற அனைத்தும் வரப்போகின்றன என்பதில் மாற்றுக் கருத்து இல்லை. புத்தகத்தை நேரிடையாகப் படித்துப் பழக்கப்பட்டவர்களுக்கு அப்படிப்படிப்பதில்தான் வசதி இருப்பதாகக் கருதுகிறார்கள். குறிப்புகளைப் புத்தகத்திலேயே குறித்து வைத்துக்கொள்ளவும், பக்கத்தை மடித்து வைத்துக்கொள்ளவும் பழகிவிட்டார்கள். அதனால் அதுவே வசதியாக இருக்கிறதுஎன எண்ணுகிறார்கள். ஒளி வட்டுப்போட்டுத் தொலைக்காட்சிப் பெட்டியில் படம் பார்ப்பதற்கும் திரையரங்கு சென்று பார்ப்பதற்கும் உள்ள வேறுபாடு போல் என்றுகூடச் சொல்லலாம். ஆனால் இணையப்பயன்பாடு இன்னும் அதிகமான புழக்கத்தில் வந்துவிட்டால் எல்லா வசதிகளையும் நமது கணினியிலேயே செய்துகொள்ளலாம்.

லிங்கனின் நண்பன்

"எனக்கு அருமையான நண்பர்கள் யார் என்றால், நான் படிக்காத பயனுள்ள புத்தகங்களைக் கொண்டு வந்து தருபவரே" என அமெரிக்காவின் அதிபராக இருந்த ஆப்ரகாம் லிங்கன் சொல்வாராம்.

சிந்திப்பதை நிறுத்தினார் காரல் மார்க்ஸ்

பொதுவுடைமை என்கிற புரட்சித் தத்துவத்தை இத்தரணிக்குத் தந்த காரல் மார்க்ஸ் ஊண் உறக்கமின்றி வாழ்நாளில் அவர் திரட்டிய சிந்தனைத் தேனடைகள்தாம் "தாஸ் கேப்பிடல்" என அழைக்கப்படும் கருத்துக் கருவூலம். அந்தப் பேரறிவாளர் இறந்தவுடன் அவருடைய நண்பர் ஒருவர் " தோழர் மார்க்ஸ் இன்றுதான் சிந்திப்பதை நிறுத்திக்கொண்டார் " என்று சொல்லியிருக்கிறார். கண்ணா! இதன் பொருள்

காரல் மார்க்ஸ்

உனக்குப் புரிகிறதா? நமது முன்னோர்கள் சிந்தித்துச் சிந்தித்து ஏற்பட்ட அனுபவத்தின் சாராக எழுதியவைதான் நமக்கு இன்று கருத்துக் கருவூலங்களாக நூல்கள் வடிவில் விளங்குகின்றன.

மாஜினி கேட்ட நூல்கள்

மகாகவி பாரதிக்கு மிகவும் பிடித்த இத்தாலியப் போர்வீரன் மாஜினி.

அவன், " எனக்குத் தண்டனை கொடுக்க வேண்டுமெனத் தீர்மானித்து விட்டீர்களா? நீங்கள் விரும்பினால் என்னைக் கண்காணாத் தீவில் கொண்டுபோய் விட்டுவிடுங்கள். ஆனால் கைநிறைய நல்ல நூல்களைத் தந்துவிடுங்கள். அந்தத் தீவையே நான் சொர்க்கமாக்கிக் கொள்கிறேன். நூல்களைப் படித்துக் கொண்டே மகிழ்ச்சி யோடு வாழ்ந்து நிறை வோடு இறந்து விடுகிறேன் " என்று அந்த நாட்டு அரசனைப் பார்த்துச் சொல்லியிருக்கிறான்.

முசோலினியும் அறுவை சிகிச்சையும்

இரண்டாம் உலகப்போர். கொடுங் கோலன் முசோலினியின் உடம்பிற்குள் எதிர்பாராத விதமாகக் குண்டு ஒன்று பாய்ந்துவிட்டது.

முசோலினி

ஆபத்தான நிலையில் மருத்துவமனைக்குக் கொண்டுவந்தார்கள். அறுவை சிகிச்சை மூலம் குண்டை அகற்ற ஏற்பாடு செய்யப்பட்டது. அறுவை செய்வதற்குமுன் தரவேண்டியமயக்கமருந்து தீர்ந்து போயிருந் ததை எண்ணி மருத்துவர்கள் கைகளைப் பிசைந்துகொண்டு நிற்பதைக் கவனித்து விட்டான் முசோலினி. நிலைமையைக் கேட்டறிந்தவன் " பரவா யில்லை. எனக்குப் பிடித்த நூல் ஒன்றை என் கைகளில் கொடுத்துவிட்டு உங்கள் அறுவைப் பணியைத் தொடங்குங்கள் " என்றானாம். அதேபோல் செய்து, 'அறுவை சிகிச்சை முடிந்துவிட்டது' என மருத்துவர்கள் சொன்ன பின்பு நினைவுக்கு வந்தவனாய் " பாதிதான் படித்திருக்கிறேன். அதற்குள் முடிந்துவிட்டதா? " என்றுகேட்டிருக்கிறான்.

கண்ணா! அப்படியானால் ஒரு சர்வாதிகாரிகூட நூலை எவ்வளவு விரும்பியிருக்கிறான். நூலுக்குள் நுழைந்துவிட்டால், ஒரு நல்ல வாசகன் இவ்வுலகில்இருக்கமாட்டான் எனச்சிலர்சொல்வதுசரியாகப்போய்விட்டது. கத்திகொண்டு தன் உடம்பில் அறுக்கும் வலியைக்கூட உணரும் தன்மையை இழந்து இருந்தான் என்பதை உன்னால் உணர முடிகிறதா? எந்த அளவு புத்தகத்தின்உள்ளடக்கத்தோடு இரண்டறக்கலந்திருப்பான்?

காந்தி மகாத்மாவானார்

இதேபோல் காந்தியும் ஒருமுறை அறுவைச் சிகிச்சை செய்வதற்குமுன் மயக்க மருந்து கொடுக்க முற்பட்ட போது மறுத்துவிட்டு 'நான் பொறுத்துக் கொள்கிறேன், உங்கள் அறுவையைத் தொடருங்கள்' எனச் சொல்லியிருக் கிறார். புத்தகம் கூட இல்லாமல் பொறுத்துக்கொண்டதனால்தான் அவர் மகா ஆத்மா என்றழைக்கப்பட்டார்.

அண்ணா ஒரு புத்தகப் பிரியர்

டெல்லி நாடாளுமன்ற உறுப்பினராக அறிஞர் அண்ணா பணியாற்றிய போது, நாடாளுமன்றக் கூட்டதில் கலந்துகொண்டுவிட்டுச் சென்னைக் குத் திரும்பத் திட்டமிட்டார். உடனிருந்த க. இராசாராமிடம் விமானத்தில் பயணச் சீட்டை உறுதி செய்யச் சொல்லிவிட்டு, நூல்களைத் தெருவில் கொட்டி விற்கும் கடைத்தொகுதியான கன்னாட் பிளேஸுக்குச் சென்றார். ஒரு நூல் கண்ணில் படவே மகிழ்ச்சியுடன் வாங்கிக்கொண்டு வீட்டுக்குத் திரும்பினார். விரைவாகவும் வசதியாகவும் சென்னை போய்ச் சேரப் பயணச் சீட்டுக்கு ஏற்பாடு செய்துவிட்டே னென்று, இராசாராம் சொன்னவுடன் விமானச் சீட்டை ரத்து செய்துவிட்டுப் புகைவண்டியில் பயண ஏற்பாடு செய்யும்படி சொன்னார். இராசாராமுக்குப் புரியவில்லை. 'ஏன் அண்ணா!' என்றுகேட்க, "எனக்குப்பிடித்தமான, நீண்ட நாளாகத்தேடிக்கொண்டிருந்த ஒரு நூல் கிடைத்தது. அதை நான் சென்னைக்குச் சென்றால் படிக்க முடியாமல்கூடப் போய்விடும். நண்பர்கள், இயக்க வேலைகள் எல்லாம் படிப்பதற்கு இடைஞ்சலாக இருந்துவிடும். இரண்டு நாட்கள் பயணிக்கும் புகைவண்டியில் போனால் முழுவதும் படித்துவிடுவேன் " என்று அண்ணா சொன்னதிலிருந்து அவர் புத்தகத்தின்மீது எவ்வளவு ஆர்வம் காட்டினார் என்பதை உன்னால் அறிய முடியும்.

கண்ணா! அதுமட்டுமல்ல; சென்னையில்மிகப்பெரியநூல்நிலையமான கன்னிமாராவில் நிலைய அதிகாரி அட்டவணைப் புத்தகத்தைப் பார்த்துத்தான் நூல் இருக்கும் இடத்தைக் கண்டுபிடிப்பாராம். ஆனால் அண்ணாவுக்கு எந்த நூல் எந்த இடத்தில் இருக்கிறதென்று தெரியும் என்பார்கள். அந்த அளவு நூல்களைப் படித்துத் தம் அறிவை மேம்படுத்திக்கொண்டதனால்தான் அவர் பேரறிஞர் என்று மக்களால் அன்புடன் அழைக்கப்பட்டார்.

நேருவுக்கு நேரம் போனது

இந்திய விடுதலைப் போராட்டத்தில் ஈடுபட்டுச் சிறைவாசம் செய்தபோது, மகள் பிரியதர்சினி என்கிற இந்திராவுக்கு ஜவகர்லால் நேரு எழுதிய கடிதங்களின் தொகுப்பே Discovery Of India எனும் புகழ்பெற்ற நூல். அப்படிப்பட்ட நேரு இந்தியாவின் தலைமை அமைச்சராக இருந்த போது, நாடாளுமன்றக் கட்டடத்திற்கு வந்தார். மின்தூக்கியில் சென்று கொண்டிருந்தபோது மின்தடையால் பாதியில் தூக்கி நின்றுவிட்டது.

செயலாளர்கள், காவலர்கள் உள்படத் தொடர்புடைய அனைவரும் கதிகலங்கிப் போயினர். நேரு ஒரு முன்கோபக்காரர் என்பது எல்லோருக்கும் தெரியும். இன்று யாரைப் பதவியிலிருந்து நீக்கப்போகிறாரோ, யாரை வசை

பாடப் போகிறாரோ என்று பயந்து நடுங்கிக்கொண்டிருந்தனர். மின் துறைக்குத் தகவல் அனுப்பி அசுர வேகத்தில் பழுதுபார்க்கத் துரிதப் படுத்தினர்.

ஒருமணி நேரம் கழித்து மின்தூக்கி சரிசெய்யப்பட்டு நேரு வெளியே வந்தார். எல்லோரும் சென்று மின் தடங்கலுக்கு வருத்தம் தெரிவித்து மன்னிப்புக் கோரினர்.

" எனக்கு எந்தத் தொந்தரவும் இல்லை. நல்லவேளையாக என்னிடம் ஒரு நல்ல நூல் இருந்தது. படித்துக்கொண்டே இருந்தேன். நேரம் போனதே தெரியவில்லை " என்று சொல்லிவிட்டுத் தம் அறைக்குச் சென்றுவிட்டாராம். ஒரு நூல் தங்களைக் காப்பாற்றியதை எண்ணி அதிகாரிகள் பெருமூச்சுவிட்டனர்.

கண்ணா, அறிஞர் பெருமக்கள் எல்லோரும் படிப்பறிவினால் எப்படித் தங்களை வளப்படுத்திக்கொண்டார்கள்; புத்தகம் படிக்கும் பழக்கம் எவ்வளவு உயர்ந்த பழக்கம் என்பதையெல்லாம் அறிந்து நீயும் வாசிப்பை நேசிப்பாய் என நம்புகிறேன்.

இப்படிக்கு
உன் நலம் விரும்பும்

தாத்தா.

14 நூல்பற்றி உலகத் தலைவர்கள்

தங்கள் கடிதத்தைப் படித்துவிட்டு வீட்டில் ஆங்காங்கே கிடந்த நூல்களையெல்லாம் சேகரித்தேன். அலமாரியில் இருந்த வேண்டாத பழைய சாமான்களை நீக்கிவிட்டு அப்புத்தகங்களைத் தூசி தட்டி அடுக்கினேன். ஒரு குறிப்பேட்டில், வீட்டிலிருக்கும் புத்தகங்களின் பெயர், ஆசிரியர் பெயர்களை எழுதி அவற்றுடன் வைத்தேன். அப்பாவுக்கும் அம்மாவுக்கும் ஒரே மகிழ்ச்சி.

“நாம் சொன்னால் கேட்கமாட்டான்; இப்போது தாத்தா, சொன்னால் கேட்கிறான் பாருங்கள்“ எனக் கிண்டலடித்தார் அம்மா. நான் சிரித்துக் கொண்டேன்.

தங்கள் கடிதத்தைக் கொண்டுபோய் எங்கள் தமிழாசிரியரிடம் காண்பித்தேன். அவர் படித்துவிட்டு வியந்தார். எங்களுக்குத் தெரியாத செய்திகளையெல்லாம் உங்கள் தாத்தா எழுதியிருக்கிறாரே அவர் முனைவரா என்று கேட்டார். “ என் தாத்தா, இளங்கலைப் பட்டம் பெற்றவர். அவருக்கு ஓர் ஆசை. முதுகலைப் பட்டம் பெற்றிருந்தால் முனைவர் பட்டம் பெற்றிருக்கலாம் என்று சொல்லிக்கொள்வார் “ என நான் உங்களைப் பற்றிச் சொல்லும் போது எனக்குப் பெருமையாக இருந்தது. நூல் பற்றி இன்னும் ஏதாவது எழுதினால் தம்மிடம் காண்பிக்கச் சொன்னார். முன்னயதைப்போல் நூல் பற்றி வேறு யாரே னும் சொல்லிய செய்திகள் இருந்தால் எழுதவும். உங்கள் கடிதத்தைப் படித்தபின் ஆசிரியர் என்னை மகிழ்ச்சியோடு பார்க்கும் பார்வையே வித்தியாசமாக இருந்தது.

இப்படிக்கு
உங்கள் அன்புள்ள
கண்ணன்.

அன்புள்ள கண்ணா, நலமா!

என் கடிதத்தைப் படித்து உன் தமிழாசிரியர் உன்னை ஒரு நெருக் கத்தோடு பார்ப்பதாக எழுதியிருந்தாய். அப்படி ஒரு நெருக்கம் உனக்கு

பிளாட்டோ

மிக இன்றியமையாதது. தமிழாசிரியர் மட்டுமல்ல எல்லா ஆசிரியர்களிடமும் அப்படி நெருக்கத்தை ஏற்படுத்திக்கொள். அந்த நெருக்கம் பல நன்மைகள் ஏற்பட ஏதுவாக இருக்கும். எப்படியெனில் உனக்குப் பிடித்த அந்த ஆசிரியர் பாடம் நடத்தும்போது நன்கு கவனிப்பாய்; அவருடைய பாடங்களை ஒழுங்காகப் படிப்பாய்; நம்மைப் பற்றி எந்தத் தவறான எண்ணமும் அவரிடம் ஏற்பட்டுவிடக் கூடாது என்பதற்காக ஓர் ஒழுக்கமான மாணவனாக நீ நடந்துகொள்வாய். இது உளவியல் தத்துவம்.

நீ கேட்டபடியும் உன் ஆசிரியரின் விருப்பப்படியும் இன்னும் சில தகவல்களை எழுதுகிறேன்.

பிளாட்டோ: கிரேக்க அறிஞரான இவரது முதல் நூல் 'குடியரசு'. மிகவும் புகழ்பெற்ற இந்நூல் முதலில் 15 அடி நீளமுள்ள மரச்சுருளில்தான் எழுதப்பட்டது.

ஆங்கிலப் பழமொழி: " A book has no ending . . . "

மெக்காலே: நான் ஈட்டிய செல்வத்தில், ஆடம்பர அணிமணிகளை, கலைப்பொருட்களைக் கொண்டு என்னைச்சுற்றி அலங்கரிப்பதைவிட, அவற்றை விற்றுவிட்டு நல்ல நூல்களை வாங்கி அடுக்கி வையுங்கள். நூல்களைப் படித்துக்கொண்டே, பார்த்துக்கொண்டே நான் பெறக்கூடிய மரணம்தான் எனக்கு மகிழ்ச்சியையும் நிறைவையும் கொடுக்கக்கூடியது.

விவேகானந்தர்: ஒரு நூல்நிலையம் திறக்கப்படும்போது, இரு சிறைச்சாலைகள் மூடப்படுகின்றன.

அம்பேத்கார்: லண்டனில் 'எங்கே தங்கப்போகிறீர்கள்?' எனக் கேட்டபோது, 'எந்த விடுதி நூல்நிலையத்திற்கு அருகில் இருக்கிறது?' என்று கேட்டாராம்.

விக்கிரமன்: காலத்தை வென்று நிற்கும் புத்தகங்கள் இல்லா உலகம் பெண்கள் இல்லா உலகம் போன்றது.

பகத்சிங்: புத்தகங்கள் ஒருவரிடம் இருந்தால் போதும், அவரைச் சிறைக்கம்பிகளுக்குள்ளும் கொட்டடிகளுக்குள்ளும் வேறு எதற்குள்ளும் அடைத்து வைத்திட முடியாது.

தாமஸ் கார்லைஸ்: மொத்த இறந்த காலத்தின் ஆன்மாவும் வசிக்கும் இடம் புத்தகம்.

சார்லி சாப்ளின்: நடிக்கும் ஒவ்வொரு படத்திற்கும் முன்பணம் பெற்றவுடன், அப்பணத்தின் முதல் 100 டாலருக்கு நூல் வாங்கிவிடுவது பழக்கம்.

சேகுவாரா: எங்கே நல்ல புத்தகங்கள் எரிக்கப்படுகின்றனவோ, அங்கே நல்ல மனிதர்களும் எரிக்கப்படுகின்றனர்.

தோழர் சிங்காரவேலர்: ஒரு புத்தகத்தைத் திறக்கும்போது, உலகினை நோக்கிய ஒரு சாளரத்தைத் திறக்கிறோம் என்று பொருள்.

சார்லி சாப்ளின்

எலன் எக்ஸ்லே: 'ஜாக்கிரதை. ஒரு புத்தகம் உங்கள் வாழ்வை மாற்றிவிடும்.'

வால்டேர்: உங்கள் தலைசிறந்த புத்தகங்களைத் திருடிச்செல்பவர், நிச்சயம் உங்களது தலைசிறந்த நண்பராகத்தான் இருப்பார்.

வினோபாஜி: நல்ல நண்பர்கள் உடனிருப்பது, ஒரு நூல்நிலையமே உடனிருப்பது போன்றது.

மார்க்ட்வையன்: 1)வேறு எங்கோ ஓர் அற்புத உலகில் வசிக்க விரும்புவோருக்காகக் கண்டுபிடிக்கப்பட்டது 'புத்தகம்' மட்டுமே. 2) படிக்கத் தெரிந்து, ஒரு நல்ல நூலைப் படிக்காதவன், எழுதப் படிக்கத் தெரியாதவனைவிட எந்த விதத்திலும் உயர்ந்தவன் அல்லன்.

அரபுப் பழமொழி: ஒரு புத்தகத்தை இரவல் தருபவன் முட்டாள். அப்புத்தகத்தை அப்படித் திருப்பித் தருபவன் அவனைவிடப் பெரிய முட்டாள்.

காந்தி: ஒரு கோடி கிடைத்தால் என்ன செய்வீர்கள் என்று என்னைக் கேட்டால் ஒரு நூலகம் கட்டுவேன் என்பேன்.

நேரு: " தனிமைத் தீவில் தள்ளப்பட்டால் என்ன செய்வீர்கள்? "

" புத்தகங்களுடன் மகிழ்ச்சியாக வாழ்ந்துவிட்டு வருவேன் "

பெட்ரண்ட் ரஸ்ல்: என் கல்லறை மீது மறக்காமல் எழுதுங்கள் 'இங்கே ஒரு புத்தகப் புழு உறங்கிக்கொண்டிருக்கிறது' என்று.

ஆல்பர்ட் ஐன்ஸ்டீன்: மனிதனின் மிகப்பெரிய கண்டுபிடிப்பு 'புத்தகம்'.

நெல்சன் மண்டேலா: சிறையில் இருக்கையில், வேறுஎந்தச் சுதந்திரமும் வேண்டாம் - நூல் படிக்கும் சுதந்திரத்தை மட்டும் தந்தால் போதும்.

லெனின்: ஒருமுறை அவருடைய பிறந்த நாளுக்கு என்ன வேண்டும்

இங்கர்சால்

எனக் கேட்டபோது 'புத்தகங்கள்' என்றாராம். அந்தப் பிறந்த நாளில் லட்சத் துக்கும் மேற்பட்ட நூல்கள் வந்து குவிந்தனவாம்.

இங்கர்சால்: குடும்பத்தைவிட்டு வெளியேறு எனத் தூக்கி எறியப்பட்ட போது அவர் அடைக்கலமான இடம் ஒரு நூலகம்.

ஆர்.டி. கம்மிஸ்: ஒரு நல்ல நூல் வாசித்து - முடிக்கப்படுவதே இல்லை..

சார்லஸ் இலியாட்: புத்தகத்தைவிட ஒரு பொறுமையான ஆசிரியரை நான் பார்த்ததில்லை.

அறிஞர் அண்ணா: இரண்டு மணி நேரத்தில் விமானம் மூலம் போய்ச்சேரவேண்டியபம்பாய்க்கு 3 நாட்கள் காரிலேயே பயணமானாராம். காரணம் கேட்டதற்கு 10 புத்தகங்கள் படிக்கப்படாமல் நிலுவையில் கிடந்தனவாம்.

குருச்சே மார்க்ஸ்: வீட்டில் தொலைக்காட்சிப் பெட்டி திறக்கப்பட்டால், பார்க்க விருப்பம் இல்லாமல் எழுந்து அறைக்குள் சென்று நூல்களைப் படிக்கத் தொடங்கிவிடுவேன். என்னைப் பொறுத்தவரையில் தொலைக்காட்சிதான் என் அறிவுக் கண்களைத் திறந்திருக்கிறது.

ப்ரான்ஸ் காப்கா: உறைந்தபனியாகக் கிடக்கும் உங்கள் உள்ளக் கடலை உடைத்து நீரை வெளியாக்கும் கோடரியே புத்தகம்.

அரிஸ்டாட்டில்: மாவீரன் அலெக்சாந்தர் பிற நாடுகள் மீது படையெடுக்கப் புறப்பட்டபோது, அரிஸ்டாட்டில் சொன்னாராம்: 'நீ வாகை சூடும் நாடுகள் உனக்குச் சொந்தம். அங்கே கைப்பற்றப்படும் நூல்களெல்லாம் எனக்குச் சொந்தம்.'

தந்தை பெரியார்: எதற்கும் செலவிடாத கருமி என்று பெயரெடுத்தவர் ஒரு நூல் ரூபாய் 50 என்றாலும், அந்நூல் பயனுடையது என்று கருதிவிட்டால் ரூ.100 கொடுத்து 2 நூல்கள் வாங்கிவரச் செய்யும் இயல்பினர்.

புதுமைத்தேனீ; எந்தப் பொருளைத் திருடுபவனுக்கும் தண்டனை உண்டு; புத்தகத்தைத் திருடுபவனைத் தவிர.

ஏனெனில், அவனால் பல திருடர்களைத் திருத்திட முடியும்

கண்ணா! மேற்கண்ட இத்தனை சான்றோர்கள் நூல்கள் பற்றிச் சொன்னவற்றை நான் சொன்னேன். அப்படிப்பட்ட நூல்களைப் படிக்க வேண்டும். உங்கள் சிங்கையில் சொல்வார்களே " தமிழை நேசிப்போம்: தமிழில் வாசிப்போம் " என்று. அதே கருத்தை முன்கூட்டியே நமது

பாவேந்தர்,

    நூலைப்படி - சங்கத்தமிழ் நூலைப்படி!

    முறைப்படி - நூலைப்படி!

    காலையில்படி கடும்பகலில்படி!

    மாலை இரவு பொருள்படும்படி!

    கற்பவை கற்கும்படி - வள்ளுவர் சொன்னபடி!

    கற்கத்தான் வேண்டும் அப்படிக்

    கல்லாதவர் வாழ்வதெப்படி!

    அறம்படி பொருளைப்படி!

    அப்படியே இன்பம்படி!

    இறந்த தமிழ் நான்மறைப்

    பிறந்ததென்று சொல்லும்படி! . . .

கண்ணா! இப்படியாக அவர் பாடல் நீண்டுகொண்டு போகும். இதற்கு மேலும் உன்னை அறுக்காமல் இத்துடன் நிறுத்திக்கொள்கிறேன்.

                               இப்படிக்கு

                          உன் நலம் விரும்பும்

                                  தாத்தா.

15 யாருக்காக எழுதுவது

அன்புள்ள தாத்தா, வணக்கம்!

தங்கள் கடிதத்தைப் படித்தபின் என் தமிழாசிரியர், " உன் தாத்தா என்ன தகவல் அகராதியா? " என்று எல்லா மாணவர்களின் முன் கேட்டார். உங்கள் இரு கடிதங்களை நகல் எடுத்துப் பெரிதாக்கி, எங்கள் தொடக்கக் கல்லூரி நூல் நிலையத்தின் தமிழ்ப்பிரிவில் எல்லோருடைய கண்களிலும் படும்படியாக வைக்கப்போகிறேன் என்றார். நான் மற்றவர்களைச் சுற்றும் முற்றும் பார்த்துப் பெருமிதத்துடன் புன்னகைத்துக்கொண்டேன்.

தாத்தா, சங்ககாலத்திற்கும் முந்திய இலக்கண நூல் என்று தொல்காப்பியத்தைச் சொல்கிறீர்கள். அதற்கு முன் இலக்கியங்கள் இருந்திருக்கவேண்டும். பல இலக்கியங்களை நான் படித்துப் புரிந்துகொள்ள முடியவில்லை.

அந்த அளவு சொற்கள் வழக்கிழந்துவிட்டதால், அப்படியான கடுஞ்சொற்களைப்பயன்படுத்திச்செய்யுள்களாகஎழுதப்பட்டிருப்பதால் பொருள் புரிந்துகொள்ள முடியாமல் சிரமப்படுகிறேன். சாதாரண மக்களுக்குப் புரியாமல் எழுதுவதால் என்ன பயன்? என்னைப் போன்றவர்களுக்கு அவற்றைப் படிக்கவேண்டும் என்கிற ஆர்வம் எப்படி வரும்?

நீங்கள் ஏற்கனவே படித்ததை நினைவில் வைத்து இப்போது இவ்வளவு தகவல்களை எழுதுகிறீர்களா? அல்லது இந்த வயதிலும் படித்துக்கொண்டிருக்கிறீர்களா? பேசாமல் ஓய்வு எடுக்க வேண்டியது தானே என்று, உங்கள் கடிதத்தைப் பார்க்கும் போதெல்லாம் அம்மா சொல்லிக்கொண்டிருப்பார். என் அப்பா உங்களைத் தற்காத்துப் பேசுவார். இந்தப் பொய்ச் சண்டையை நான் பார்த்து, சுவைத்துக் கொண்டே இருப்பேன்.

இப்படிக்கு

உங்கள் அன்புள்ள,

கண்ணன்.

அன்புள்ள கண்ணா, நலமா?

உன் தமிழாசிரியரின் தமிழ் ஆர்வத்திற்கும், செயலுக்கும் என்னுடைய வாழ்த்துகளைச் சொல்லவும். அவருடைய செயல் மாணவர்களுக்குப் பயனுடையதாக இருக்கும் என நம்புகிறேன். சாகும்வரை படித்துக் கொண்டிருக்க வேண்டும் என்பதைச் 'சாந் துணையும் கல்லாதவாறு' என வள்ளுவன் கூறியதை உன் தாயாருக்குச் சொல்லவும். வீரன் பகத் சிங்குக்குத் தூக்குத் தண்டனை விதித்து, தூக்குக் கயிறு கழுத்தில் ஏறும் தருணம். நாமாக இருந்தால் என்ன செய்வோம்?.. பகத் சிங்கோ கயிறு கழுத்தில் மாட்டப்படும் வரையில் படித்துக்கொண்டே இருந்தார் என்கிற செய்தி இப்போது எனக்கு நினைவுக்கு வருகிறது.

தொல்காப்பியருக்கும் முன்பே

கள்ளுண்ணுதல் பற்றியும், பிறன்மனை நோக்குவது பற்றியும் வள்ளுவர் எழுதி இருப்பதால் அவர் காலத்திலேயோ அதற்கு முன்போ அந்தத் தீய பழக்கங்கள் இருந்திருக்கவேண்டும் என நம்மால் யூகிக்க முடிகிறதல்லவா? அதைப்போலத் தொல்காப்பியத்துக்கும் முன்பும் இலக்கியங்கள் இருந்ததனால்தான் தொல்காப்பியம் ஓர் இலக்கண நூலாகப் படைக்கப்பட்டிருக்க வேண்டும். விரிவான இலக்கியப் பாரம்பரியங்கள் இருந்தாலன்றி இத்தகைய இலக்கண நூல்கள் தோன்றியிருக்க முடியாதென்கிறார்கள் ஆய்வாளர்கள். இலக்கியங்களுக்குப் பிறகுதான் இலக்கணம் தோன்றியதாகவும் அதே ஆய்வாளர்கள் உறுதிபடச் சொல்கிறார்கள். கி.மு. 3 ஆம் நூற்றாண்டைச் சேர்ந்த தொல்காப்பியம் பல இடங்களில் 'வழக்கு' 'செய்யுள்' எனக் கூறுகிறது. மற்றும் 'என்ப' 'மொழிப' போன்ற சொற்கள் இடம்பெற்றிருப் பதைச் சிந்திக்குங்கால், அதற்கு முன்பே இலக்கியங்கள் இருந்திருக்க வேண்டும் என்பது உறுதியாகிறது.

கண்ணா! உனக்குச் சங்ககால நூல்களை உரையின்றி அல்லது ஆசிரியரின் துணையின்றிப் புரிந்துகொள்ள முடியவில்லை என எழுதியிருந்தாய். அது உண்மைதான். என்னாலும் புரிந்துகொள்ளமுடியாது என்பதுவும் உண்மை. பிறமொழிக் கலப்பில்லாத அக்காலத்தில் மக்கள் மொழிவளம் மிக்கவர்களாக வாழ்ந்திருக்கவேண்டும் என்பது ஒரு பார்வை; மக்களின் மொழிநடை வேறு; புலவர்களின் நடை வேறு. புலவர்கள் தங்கள் பாடல்களை அரசனின் புலவரவையில் பாடி மற்றப் புலவர்களால் ஏற்கப்பட வேண்டுமாதலால் பாடல் வரிகள் உயர்ந்த நடையில் இருந்தன என்பது இன்னொரு பார்வை.

தாகூர் யாருக்காக எழுதினார்?

இதை நான் எழுதும்போது, வங்கத்தில் நடந்த நிகழ்வு ஒன்று நினை

தாக;ர்

வுக்கு வருகிறது. ஒருவரை உயர்த்திப் பேசவேண்டு மென்பதற்காக மற்றவரைத் தாழ்த்திப் பேசவேண்டுமென்பதில்லை. உயர்த்திப் பேசுபவர்கள், உயர்த்தப்படு பவர்களிடம் எதையோ எதிர்பார்க்கிறார்கள் என்றுதானே பொருள். இதை ஐஸ் வைக்கிறார்கள்; சோப்புப் போடுகிறார்கள் அல்லது காக்காய் பிடிக்கிறார்கள் என்று கிண்டலாகச் சொல்வார்கள். அப்படித் தாழ்த்தப்படுபவர்கள் உண்மையிலேயே உயர்ந்தவர்களாக இருந்துவிட்டால்? அதுதான் அங்கு நடந்தது. அதை, பாராட்டப்பட்டவர் எப்படிச் சமாளித்தார் என்பதையும் சொல்கிறேன் கேள்!

புகழ்பெற்ற வங்க எழுத்தாளர் சரச்சந்திரர் வீட்டில் சிலர் கூடிப் பேசிக்கொண்டிருக்கும்போது ஒரு நண்பர் அவரிடம்,

" நீங்கள் எழுதுவது எவ்வளவு எளிமையாக இருக்கிறது? இந்த ரவீந்திர நாத்தாகூரும் எழுதுகிறாரே! யாருக்கும் புரியாமல் எழுதுகிற எழுத்தெல்லாம் எழுத்தா? " என்றார். உடனே,

" தாகூர், என் போன்ற படைப்பாளர்களுக்கு எழுதுகிறார். நான் உங்களைப் போன்ற சாதாரணமானவர்களுக்காக எழுதுகிறேன் " என்று சரத்சந்தர் சொன்னதும், அங்கிருந்தவர்கள் வாயடைத்துப்போனார்கள். மனிதனைப் புகழ்ச்சியால் ஏமாற்ற முடியும் எனும் ஷேக்ஸ்பியரின் கூற்றைச் சரத் அந்த நேரத்தில் பொய்யாக்கிவிட்டார்.

புகழ்ச்சியால் மனிதனை ஏமாற்று

ஷேக்ஸ்பியர் என்ன சொன்னார் என்றால்

யாளியை மரங்களால்
கரடியைக் கண்ணாடியால்
யானையைப் பொய்க்குழியால்
சிங்கத்தைக் கண்ணியால்
மனிதனைப் புகழ்ச்சியால்
ஏமாற்றிட முடியும் - என்றார்.

சொற்களைப் பயன்படுத்தும்போது

" கண்ணியமான மனிதன்
தன்னைத் தானே குறை கூறிக்கொள்வான்: - ஆனால்

சாதாரண மனிதன்

பிறரையே குறை சொல்லிக் கொண்டிருப்பான் " - எனக் கன்பூஷியஸ் சொல்லியுள்ளார்.

" யார் மனத்தையும் உங்கள் சொற்களால் புண்படுத்திவிடாதீர்கள்! ஒருவேளை அதுவே கடைசி சந்திப்பாகக்கூட இருந்திடலாம் " என்பார்கள்.

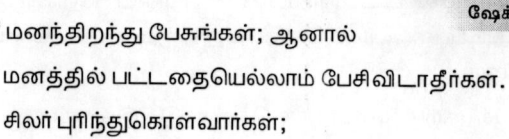

ஷேக்ஸ்பியர்

" மனந்திறந்து பேசுங்கள்; ஆனால்

மனத்தில் பட்டதையெல்லாம் பேசிவிடாதீர்கள்.

சிலர் புரிந்துகொள்வார்கள்;

சிலர் பிரிந்து செல்வார்கள் " என்றார் ஓர் அறிஞர்

அதனால்தான் நபிகள் நாயகம் சொல்கிறார், " மனிதனின் குற்றங்கள் பெரும்பாலும் நாவிலிருந்துதான் பிறக்கின்றன " : என்று.

கண்ணதாசனும் காந்தியும்

கவியரசு கண்ணதாசன், " ஒரு மனிதன் எப்படி வாழவேண்டும் என்பதற்கு மகாத்மா காந்தியின் சுயசரிதையைப் படியுங்கள்! எப்படியெல்லாம் வாழக்கூடாது என்பதற்கு என் சரிதையைப் படியுங்கள்" என்று எழுதுகிறார்.

கண்ணதாசன் ஒரு திறந்த புத்தகம். அவரிடம் மறைவான செய்தியே இல்லை எனலாம். எழுத்துவேறு; வாழ்க்கை வேறு என வாழத் தெரியாத அமரகவி.

கண்ணா, நீ எண்ணியதைச் சொல்; சொல்வதைச் செய்! இக்கருத்து சமுதாயத்திற்கு அறிவுரை கூறுபவர்கள் கடைப்பிடிக்க வேண்டிய கொள்கை. கசாப்புக் கடைக்காரன் காருண்யத்தைப் பற்றிப் பிரசங்கம் செய்தால் எப்படி இருக்கும்? வார்த்தைக்கும் வாழ்க்கைக்கும் இடைவெளியில்லாமல் வாழவேண்டும்.

ஆன்ட்ரூ ஷீட்

தாம் சொல்லியவைகளை, யாரும் புரிந்துகொள்வதில்லை என்பதை நாசூக்காக பிரான்ஸ் எழுத்தாளர் Andrew Sheet இப்படிச் சொல்கிறார்:

" என் நூல்களைப் பல ஆயிரம் பேர் படித்திருப்பார்கள். அந்தப் பல ஆயிரம் பேர்களில் நூறு பேர்களாவது நான் சொல்வதில் அர்த்தம் இருக்கிறது என நினைப்பார்கள்; அந்த நூறு பேர்களில் ஒரே ஒருவர்

மட்டும்தான் என்னால் சொல்லப்பட்டவை சரி என்பார். அந்த ஒருவர் வேறு யாரும் அல்லர். நான்தான் " என்றார் அந்தப் பிரபலமான நாவலாசிரியர்.

முப்பது நாட்களில் வெற்றி

பிறமொழிகளிலிருந்து கருத்தையோ கதையையோ எடுத்துக் கையாளும்போது, எங்கேயிருந்து எடுக்கப்பட்டது எனக் குறிப்பிடுதல் ஓர் ஆரோக்கியமான பண்பு. தம் சொந்தக் கருத்துபோல் காட்டுதல் ஒரு படைப்பாளனுக்கு அழகல்ல. எடுத்துக்காட்டாக பாரதியின் 'பாஞ்சாலி சபதம்' வடமொழியில் பட்ட நாராயணன் எழுதிய ' வேணி சம்ஹாரம் ' என்ற நூலை அடிப்படையாகக் கொண்டது எனும் உண்மையை பாரதியே குறிப்பிட்டுள்ளார்.

வருவாயைக் குறிக்கோளாகக் கொண்டு, இங்குப் பலர் நூல்கள் எழுதுகிறார்கள். குறிப்பாக ஒருவர் " முப்பது நாட்களில் வெற்றி " எனத் தலைப்பிட்டு எழுதிய புத்தகம் முப்பது நாட்களில் விற்றுத் தீர்ந்துவிட்டன. இப்போது வெற்றி என்பது நூலை வாங்கியவனுக்கா? எழுதியவனுக்கா? என்கிற ஐயம் நமக்குள் எழுகிறது.

குறளுக்கு ஒரு புள்ளிவிவரம்

விவிலியத்திற்கும் குர்ஆனுக்கும் அடுத்தபடியாக அதிகமான மொழிகளில் மொழிமாற்றம் செய்யப்பட்ட நூல் திருக்குறள். அதன் சிறப்பு கள் எத்தனையோ இருக்கின்றன. அவற்றை இப்படிச் சொல்வார்கள். நூல் 1; பால் 3; இயல் 13; அதிகாரங்கள் 133; பாக்கள் 1330; சொற்கள் 14,000; எழுத்துகள் 42,194 என்று ஒருவர் மெனக்கெட்டுக் கணக்கிட்டிருக்கிறார். இக் கணக்கில் ஒரு குறளுக்கு ஏழு சொற்கள் என்று பார்த்தால் 9310 மட்டும்தானே கணக்கில் இருக்கவேண்டும் என்று எண்ணத் தோன்றும். ஆனால் கணக்கெடுத்தவர் புணர்ச்சியைப் பிரித்துச் சொற்களைக் கணக்கிட்டிருக்க வேண்டும்.

குறளுக்கு ஏறக்குறைய 600 அறிஞர் பெருமக்கள் உரை எழுதியிருக்கிறார்கள். கண்ணா, இவ்வளவு பேர் எழுதுவதற்குக் காரணம் என்ன தெரியுமா? வள்ளுவனே தம் குறள்களுக்குத் தாமே விளக்கம் எழுதாததுதான். அதனால்தான் உரையாசிரியர்கள் தங்கள் தங்கள் கற்பனைகளுக்கும், சுய கொள்கைகளுக்கும், தங்கள் அறிவுடைமையை வெளிப்படுத்திக்கொள்வதற்கும், சிலர் தங்கள் மேதாவிலாசங்களை விளம்பரப்படுத்திக்கொள்வதற்கும் திருக்குறளின் கருத்தைத் தங்கள் எண்ணவோட்டத்திற்கு ஏற்ப இழுத்துக்கொள்கிறார்கள். உண்மையிலேயே வள்ளுவன் என்ன கருத்துகளில் எழுதினான் என்பது யாருக்கும் தெரியாது. அதனாலேயே குறளின் மகத்துவம் இன்னும் மேலோங்கி

நிற்கிறது. கவிப்பேரரசு வைரமுத்து அவர்கள் சிங்கப்பூரில் பேசும்போது, இந்தியாவின் ஆட்சியாளர்கள் திருக்குறளை முதலில் தேசிய நூலாக்க வேண்டும் எனும் கோரிக்கையை வைத்துள்ளார். உண்மையிலேயே திருக்குறளை உலகப் பொதுமறை என்று ஐக்கிய நாட்டு அவையில் அறிவிக்கத் தொடர்புடையவர்கள் இந்திய அரசை வற்புறுத்த வேண்டும்.

கண்ணா! இக்கடிதத்தையும் உன் ஆசிரியரிடம் கொடு. அவருக்கும் சேர்த்தே எழுதியிருக்கிறேன்.

இப்படிக்கு
உன் நலம் விரும்பும்
தாத்தா.

16 புலவர் குணம்

அன்புள்ள தாத்தா, வணக்கம்!

உண்மைதான் தாத்தா: திருக்குறளை உலகப் பொதுமறையாக அறிவிக்கவேண்டும்.

எங்கள் வகுப்பில் தமிழ் பேசும் செல்வந்தர் குடும்பத்து மாணவன் ஒருவன் இருக்கிறான். சரியாகப் படிக்கமாட்டான்; யாரிடமும் இன் முகத்துடன் பேசமாட்டான்; சிரிக்கமாட்டான். அவனைப் பார்த்து ஒரு நாள் ஆசிரியர், 'உனக்குப் பாரதிபோல் செருக்கு இருக்கிறது; ஆனால் அவரைப்போல் ஞானம் இல்லையே' என்றார். ஆசிரியர் மற்ற மாணவர்கள் முன்னிலையில் அவனிடம் அப்படிப் பேசியதை நான் ஏற்கவில்லை.

புலவர்களுக்கு அறிவுச் செருக்கு இருக்குமென்பார்கள். புலமை இருக்கும் இடத்தில் வறுமையும் இருக்குமாம். புலவர்கள் அறிஞர்கள் எப்படித்தான் சிந்திக்கிறார்களோ புதுப்புதுக் கருத்துகள்; விளக்கங்கள், நமக்குத் தெரியாத செய்திகள், சிந்தனையின் ஆய்வுகள் இதெல்லாம் அவர்களுக்கு மட்டும் எப்படி முடிகிறது? மனிதனுடைய மூளை அளவில் ஒன்றாம். அப்படியிருந்தும் சிந்திப்பது மட்டும் எப்படி வேறுபடுகிறது?

என்னுடைய எல்லைக்கு உட்பட்டு உங்களையே நான் வியந்து பார்க்கிறேன்.

இப்படிக்கு
உங்கள் அன்புள்ள
கண்ணன்

அன்புள்ள கண்ணா, நலமா!

இரு கோடுகள்

என்னைப்பார்த்து வியப்பதாக எழுதி இருந்தாய். இது இருகோடுகள் தத்துவம்தான். நீ என்னைப் பார்த்தும், நான் அறிஞர் அண்ணாவைப் பார்த்தும், அண்ணா திருவள்ளுவரைப் பார்த்தும் வியப்படைவதுதான்

இயல்பு. ஒரு சிறிய கோட்டுக்குப் பக்கத்தில் சற்றுப் பெரிய கோடு போட்டுவிட்டால் ஏற்கனவே உள்ள கோடு சிறிதாகிவிடும். உன்னாலும் பெரிய ஆளாக உருவெடுக்க முடியும். "முடியாது" (Impossible) என்கிற வார்த்தை என் அகராதியில் இல்லை என்று சொன்னான் மாவீரன் நெப்போலியன் போனபார்ட். குறிக்கோள் ஒன்றைத் தேர்ந்தெடு. அது ஒருதுறையாக இருக்கட்டும். அதற்காகக் கடுமையாக உழைத்து உன் முழுக் கவனத்தையும் செலுத்து கண்ணா.

'துணிவற்றவர்களுக்கும், காலம் கடத்துபவர்களுக்கும்

எதுவும் முடியாததாகவே தோன்றும்' என்பார்கள். நான் உயிருடன் இருக்கும் காலத்திலேயே நீ வளர்ந்துவர வேண்டும். உன்னை நான் அண்ணாந்து பார்க்கும் நாளை எதிர்பார்த்துக்கொண்டிருக்கிறேன்.

யார் யாரை எப்போது எங்கே பாராட்ட வேண்டுமென்று அன்றே ஔவையார் சொல்லியுள்ளார்.

நண்பனை அவன் இல்லாதபோதும், ஆசிரியரை எங்கே கண்டாலும், மனைவியைப் படுக்கை அறையிலும், பிள்ளைகளை நெஞ்சிலிறுத்தியும், பணியாளை வேலை முடித்தவுடனேயும் பாராட்டிவிடவேண்டுமென்கிறார்.

நேசனைக் காணாவிடத்தில் நெஞ்சாரவே துதித்தல்
ஆசானை எவ்விடத்தும் அப்படியே - வாச
மனையாளைப் பஞ்சணையில், மைந்தர்தமை நெஞ்சில்
வினையாளை வேலைமுடி வில் - ஔவையார்

சில ஆசிரியர்கள் இதைப்போலச் செய்யாமல் தவறுகளைச் சுட்டிக்காட்டும்போது மற்றவர்கள் முன்னிலையில் செய்துவிடுகிறார்கள். தவற்றைத் தனிமையிலும், பாராட்டுவதை மேடையிலும் சொல்லவேண்டும்.

வறுமையும் புலமையும்

அந்தக் காலத்தில் புலமையும் வறுமையும் இணைபிரியாத நண்பர்கள் என்பர். ஆனால் இப்போது அப்படியல்ல. பொருள் இல்லார்க்கு இவ்வுலகமில்லை என்பதை அறிவும் புலமையும் புத்திசாலித்தனமும் உடைய பெரும்பாலானவர்கள் நன்கு அறிந்து, அதற்கேற்பச் செயல்புரிந்து பொருளீட்டித் தம்மை வறுமையிலிருந்து விடுவித்துக்கொள்கிறார்கள்.

ஏழைப் புலவன் பிர்தௌசி

1011ல் - பாரசீகத்தில் சுல்தான் முகமது கஸின் எனும் மன்னன் ஆட்சிபுரிந்த காலம். அப்போது அங்கே ஹோமர் எனப் போற்றப்பட்ட மகாகவி பிர்தௌசி என்கிற உலகப்புகழ்பெற்ற கவிஞன் வாழ்ந்து வந்தான். 60,000 பாடல்களை யாரும் பாடிமுடிக்க முடியாது என்று மன்னன்

எண்ணி, ஒரு பாடலுக்கு ஒரு பொற்காசு தருவதாக அறிவித்துவிட்டான். அப்படியேயாரும்பாடிவிட்டால், ஏழைப்புலவர்களால்தானேபாடிடமுடியும். கொடுப்பதை வாங்கிக்கொள்வார்கள் என அலட்சியமாக இருந்துவிட்டான். 35 ஆண்டுகளில் பிர்தௌசி அறுபதினாயிரம் பாடல்களைப் பாடி ஷாநமா எனும் அமரகாவியத்தைப் படைத்துவிட்டார்.

மன்னன் பொற்காசுக்குப் பதில் 60 ஆயிரம் வெள்ளிக் காசுகளை ஒரு யானையில் ஏற்றி அனுப்பி வைத்தான். பிரித்துப் பார்த்த கவிஞன் அதிர்ச்சியுற்றான். அந்த வெள்ளிக்காசுகளை மூன்றாகப் பிரித்தான்.

ஒரு பகுதியான 20 ஆயிரம் வெள்ளிகளை எடுத்துக்கொண்டுபோய் எண்ணெய் தடவி, உடம்பைப் பிடித்துவிட்டுக் குளிப்பாட்டுபவனுக்குக் கொடுத்து, அந்தச் சேவையைப் பெற்று மகிழ்ந்தான்.

ஒரு கோப்பை மதுவை வாங்கிக் குடித்தான். அந்தக் கோப்பையைக் கொண்டுவந்து கொடுத்த பணியாளுக்கு அடுத்த 20 ஆயிரத்தை எடுத்து அன்பளிப்பாகக் கொடுத்தான்.

மீதி இருந்த மூன்றாவது இருபதினாயிரத்தைப் பரிசுகளை எடுத்து வந்த அரசனுடைய யானைப் பாகனுக்கு வெகுமதியாகக் கொடுத்து அனுப்பினான்.

கவி பிர்தௌசியிடம் வெள்ளிக் காசுகளைப் பெற்ற உடம்புப் பிடிப்பு செய்தவனும், மதுவிற்பவனும், யானைப் பாகனும் தங்கள் வாழ்வில் இவ்வளவு பெரியமதிப்புடைய நன்கொடையைக் கண்டதே இல்லையெனப் பூரித்துப்போய் ஆனந்தக்கூத்தாடினர்.

பின்னொருநாள் மன்னனுக்குச் செய்தி எட்டியது. கோபமும் மானமும் வந்து 60 ஆயிரம்பொற்காசுகளை ஓர் ஒட்டகத்தில் ஏற்றிக் கவிஞனுக்கு அனுப்பி வைத்தான். அந்த ஒட்டகம் கவிஞனின் சொந்த ஊர் எல்லையை அடைந்தபோது எதிரே ஏழ்மையால் இறந்துபோன கவி பிர்தௌசியின் இறுதி ஊர்வலம் வந்தது.

ஒட்டகம் கவிஞனின் வீட்டை அடைந்து அவன் மனைவியிடம் அரசனின் பிரதிநிதிகள் பொற்காசுகளைக் கொடுத்தார்கள். கவிஞனுக்கு இருந்த தன்மானம் அவனுடைய மனைவிக்கும் இருந்தது. அரச கட்டளையை மீறித் திருப்பி அனுப்பமுடியாமல் அரசு அதிகாரிகளை அழைத்து அந்தப் பொற்காசுகளைக் கொடுத்தாளாம். அவர்கள் வாழ்ந்த டஸ் நகரத்தில் ஓடும் கேசுசூபரட் நதியின் குறுக்கே ஒரு பாலம் கட்டி மக்களுக்கு வசதி செய்துகொடுக்கும்படி வேண்டினாளாம்.

கண்ணா இப்படிக் கொடுத்த வாக்குறுதியைக் காப்பாற்றாததைப் படிக்கும்போது உலகக் கோடீஸ்வரர் ராக்பெல்லர் தன் மகனுக்குச் சொன்ன

அறிவுரை நினைவுக்கு வருகிறது. 'கொடுத்த வாக்குறுதியை உன் உயிரே போனாலும் காப்பாற்று. காப்பாற்றமுடியாத வாக்குறுதியை யாருக்கும் கொடுக்காதே!' என்பதே அந்த அறிவுரை.

கண்ணா! அவர்கள் வாழ்ந்த டஸ் நகரம் இன்று அழிந்துவிட்டது. ஆனால் அந்தப் பாலம் மட்டும் அழியாத சின்னமாக இருக்கிறது. ஷாநாமா எனும் அப்பாரசீகக் கவிதைகள் இன்றும் அம்மொழிக்கு ஓர் அளவுகோலாக இருந்துவருகின்றன.

பதவிக்கும் பரிசுக்கும் பல்லிளிக்கும் இன்றைய கவிஞர்கள் மத்தியில் ' இவன் தான்டா கவிஞன் ' எனச் சொல்லும்படி பாரசீகத்தில் ஒரு தன்மானக்கவிஞன் வாழ்ந்து மறைந்தான் என்று இன்றும் வரலாறு சொல்லிக்கொண்டிருக்கிறது.

வந்தேமாதரம்பாடலைஎட்டயபுரத்தெருக்களிலேபாடி முழக்கமிட்டவன் மகாகவி பாரதி. செருக்குடைய கவிஞன் என்று சொல்லப்படும் அவனுடைய சவ ஊர்வலத்தில் பங்குபெற்ற மனிதர்களைவிட அவர் முகத்தில் மொய்த்த ஈக்களின் எண்ணிக்கை அதிகம் என்பர்.

காரல் மார்க்ஸ்

வறுமையிலும் நன்மை இருக்கிறது.

'பசிதான் என் இலக்கியங்களின் மூலதனம்' என்கிறார் பொதுவுடைமைக் கொள்கையின் மூலகர்த்தாவான காரல் மார்க்ஸ்

'பசி என்றால் என்னவென்றே எனக்குத் தெரியாமல் போயிருந்தால், என்னால் சிந்தித்திருக்கவே முடியாது' என்று அமெரிக்காவின் அதிபராயிருந்த ஆப்ரகாம் லிங்கன் சொல்கிறார்.

தமிழ்க்குடிமகனின் கவித்துவம்

நாட்டின் வறுமையைப் பாடவந்த புலவர் தமிழ்க்குடிமகன் சொல்கிறார்,

'எங்கள் நாட்டு ஏழைப்பெண்களுக்கு,

அவர்கள் கருவுற்ற காலத்தில்தான்

வயிறு நிரம்புகிறது' என்று. தான் சொல்லவந்த கருத்தை என்ன கவித்துவத்துடன் சொல்லியிருக்கிறார். இவ்வரிகளில் எதுகையோ மோனையோ யாப்பிலக்கணமோ எதுவும் இல்லாமல் கருத்தினாலேயே நம் சிந்தையில் நிலைகொண்ட ஒப்பரிய வரிகளாகிவிட்டன பார்.

இப்படிக்கு

உன் அன்புள்ள

தாத்தா.

17 இப்படியும் மன்னர்கள்

அன்புள்ள தாத்தா, வணக்கம்!

மன்னர்கள்கூட இப்படி வாக்குறுதியைக் காப்பாற்றாமல் விடுவார்களோ என்று வியந்து தங்கள் கடிதத்தைப் படித்து முடித்தேன். மன்னர்கள்தான் நேர்மையான, நியாயமான ஆட்சி புரிவார்கள் எனப் படித்திருக்கிறேன். இக்கால இந்திய அரசியல்வாதிகள் செய்வதுபோல் அந்த மன்னன் நடந்திருக்கிறான்.

தாத்தா! வரும் ஜனவரி 27ஆம் நாள் சிங்கப்பூரில் தைப்பூசம். அதை நினைக்குபோது தங்கள் நினைவுதான் வருகிறது. சென்ற ஆண்டு இதே நாளில் எங்களுடன் இருந்தீர்கள். இந்த ஆண்டு நீங்கள் உடன் இல்லையே என்கிற ஏக்கம் என்னுள் படர்கிறது.

தங்களால் வரமுடியாதா, தாத்தா?

இப்படிக்கு
தங்கள் அன்புள்ள
கண்ணன்.

அன்புள்ள கண்ணா, நலமா!

தமிழகத்தில் இருக்கிறபோது தைப்பூசம் என்று நாள்காட்டியில் பொறிக்கப்பட்டிருப்பதைத்தான் படித்திருக்கிறேன். இறைவழிபாட்டுக்குச் செல்லும் முருக பக்தர்களுக்கு வேண்டுமானால் தெரிந்திருக்கலாம். வள்ளலார் பிறந்த அந்தத் தைப்பூச நட்சத்திரத்தில்தான் நானும் பிறந்தேன் என என் ஜாதகக் குறிப்பில் இருப்பதாக உன் பாட்டி எனக்கு நினைவூட்டுவாள். நான் சென்ற ஆண்டு சிங்கப்பூர் வந்த பிறகுதான் தைப்பூசத்தை இவ்வளவு விரிவாக, நாட்டு மக்களே வியந்து பார்க்கும் வண்ணம் எடுப்பாகக் கொண்டாடுவதை அறிந்து மகிழ்ந்தேன். தமிழ் முறைப்படி அந்த நாளும் என் பிறந்த நாள்தான் என்றுஉன் தாய்தடபுடலாகப்பாயசம், வடை என அமர்க்களப்படுத்தியது இன்றும் என் நினைவில் உள்ளது கண்ணா. உன்னை வந்து பார்க்க ஆசையாகத்தான் இருக்கிறது. ஆனால் உங்கள் நாட்டுச் சட்டத்திட்டம் இடம் கொடுக்க வேண்டுமே. கண்ணா, கவலைப்படாதே அடுத்த ஆண்டு

நிச்சயம் வருகிறேன்.

மனித மிருகம் நீரோ மன்னன்

நீரோ மன்னன்

ஓர் அரசன் இப்படி இருக்கலாமா எனக் கேட்டிருந்தாய். உண்மைதான் அரசன் அப்படி நடந்துகொள்ளக்கூடாதுதான்.

நீரோ மன்னன் பற்றிக் கேள்விப்பட்டிருப்பாய் என எண்ணுகிறேன். ரோம் நகரம் தீப்பற்றி எரிந்தபோது நீரோ மன்னன் பிடில் வாசித்துக் கொண்டிருந்தான் என அடிக்கடி எல்லோரும் சொல்லியிருப்பார்கள். மனிதனும் மிருகமாகலாம் என்பதற்கு எடுத்துக்காட்டாகவும் அவன் விளங்கியதைப் பலரும் தெரிந்திருக்கமாட்டார்கள். தன்னை வணங்க மறுத்ததால் தத்துவ ஞானி 'செனிகா'வைக் கொல்ல உத்தரவிட்டான். தாயிற் சிறந்த கோயிலுமில்லை என்று பாடியவன் வழியில் வந்த நமக்கு அதிர்ச்சியாக இருக்கும் ஒரு செய்தி, தன்னைப் பெற்றெடுத்த தாய் 'அக்ரி பினா' வை அடித்தே கொன்றுவிட்டானாம். 'ஸ்கோரஸ்' என்கிற ஆண் அடிமையைப் பகிரங்கத் திருமணம் செய்துகொண்டான். தன் தாய் வயிற்றில் பிறந்த தங்கை முறையுடைய ' ஆக்டேவியா ' வை இன்னொரு திருமணம் செய்துகொண்டான்.

இப்படிப்பட்ட மிருகக் குணம் படைத்த மனிதன், உள்நாட்டுக் கலவரம் ஏற்பட்டபோது தப்பியோடி, நிலைமை மோசமாகவே தற்கொலை செய்துகொண்டான்.

உயர்ந்த மனிதன் லெனின்

கண்ணா! கொடுங்கோலன் நீரோ மன்னன் இப்படியெனில், அவனுக்கு நேர் எதிர் குணம் படைத்தவர் சோவியத் ரஷியாவை ஆட்சிபுரிந்த தோழர் லெனின். அவர் இறந்த போது திருப்பதி கோவிலில் வரிசை பிடித்து நிற்பார்களே அதேபோல் மக்கள் நின்று லெனின் உடலுக்கு மரியாதை செலுத்தினார்கள்.

சோவியத்தில் ஒருமுறை மக்கள் ரொட்டி வாங்குவதற்கு வரிசையில் நின்றுகொண்டிருந்தார்கள். தோழர் லெனின் பின்னால் நிற்பதைப் பார்த்துவிட்டவர்கள் அவருக்கு இடங்கொடுத்து முன்னால் போய் உணவைவாங்கிக்கொள்ளும்படி வேண்டினார்கள். ஆனால்மறுத்துவிட்டு, தனக்கென்று எந்தச் சலுகையும் கூடாது என்றுரைத்து அதே வரிசையில் மக்களோடு மக்களாக நின்று ரொட்டித்துண்டை வாங்கினார். எவ்வளவு வியப்பளிக்கும் செய்தி!

நபிகள் சொன்ன சாயபு

தோழர் என்பதும் சாயபு என்பதும் ஒன்றே. நபிகள் நாயகம் அவர்கள் காலத்தில் தம் நண்பர்களை சஹாபா என்று அன்போடு அழைப்பாராம். சஹாபா என்றால் தோழர் என்று பொருளாம். சஹாபா நாளடைவில் மருவி சாயபு என்றானது. இப்போது அந்தச் சாயபு இஸ்லாமிய மதத்தில் ஒரு சாதிபோலாகிவிட்டது என எண்ணுகிறேன்.

பௌலோ கொயிலோ சொன்ன முரண்

மனிதர்களின் இந்த முரண்பட்ட குணாதிசயங்களை ப்ரஸில் நாட்டில் பிறந்து, போர்ச்சுகீசிய மொழியில் சாகசங்கள் புரிந்த அற்புதமான சிந்தனையாளர் Paulo Koelho என்கிற எழுத்தாளர் குறிப்பிடுகிறார்.

"மனிதர்களின் விசித்திரமான குணம் எது? நம்முடைய முரண்பாடுகள் தான். சின்ன வயதில் வளர மிகவும் அவசரப்படுகிறோம். - வளர்ந்தபின் இழந்துபோன பிள்ளைப் பருவத்தை எண்ணி ஏங்குகிறோம்.

பணம் சம்பாதிக்க நமது உடல் நலத்தை வருத்திக்கொள்கிறோம். சம்பாதித்தபின் அந்தப் பணம் முழுவதையும்
நம் உடல்நலத்தைச் சரிசெய்துகொள்ளச் செலவிடுகிறோம்.

சதா காலமும் நமது எதிர்காலத்தைப் பற்றியே யோசித்து நிகழ்கால இன்பத்தையே துறந்து விடுகிறோம்.

ஆக நமக்கு நிகழ்காலமும் தெரியாது; எதிர்காலமும் புரியாது.

வாழும்போது ஒருக்காலும் சாகப்போவதில்லை என்பதுபோல் வாழ்கிறோம்;

சாகும்போதோ ஒருநாளும் வாழாதிருந்துவிட்டது போல எண்ணிச் செத்துப் போகிறோம்."

கண்ணா! இதை முதலில் படித்தபின்பு ஒருமணி நேரம் யாருடனும் நான் பேசவில்லை. நமக்குத் தெரியாதவற்றை ஒன்றும் அவர் சொல்லிவிடவில்லை. இதையே அண்ணா சொன்னதாக முன்பே எழுதியிருந்தேன். அதை இங்கே மீண்டும் உனக்கு நினைவுபடுத்துவது பொருத்தமாக இருப்பதை எண்ணிப் பார்!

" அறிந்ததனை அறிந்தோர்க்கு அறிவிக்கும் போதினிலே
அறிந்ததுதான் என்றாலும் அத்தனை அழகம்மா! "

இப்படிக்கு, உன் நலம் விரும்பும்
தாத்தா.

18 கவியுள்ளம்

அன்புள்ள தாத்தா, வணக்கம்!

கவிஞர்கள் தாங்கள் தெரிவிக்கின்ற கருத்துக்கும் வாழ்கின்ற வாழ்வுக்கும் இடைவெளி இருக்கக்கூடாதென எழுதியிருந்தீர்கள். அந்தக் கருத்தை நான் முழு மனத்தோடு வரவேற்கிறேன். இல்லையென்றால் 'ஊருக்குத்தான் உபதேசம்; உனக்கில்லையடி கண்ணே' என்கிற கதையாகிவிடும்.

கவிஞர்கள் வீரமும், செருக்கும், கோபமும் மிகுந்தவர்களாக இருப்பவர்கள் என்றுதான் கேள்விப்பட்டிருக்கிறேன். இளகிய மனமும் அன்புள்ளமும் கொண்டவர்கள் இருக்கிறார்களா?

அந்தக் காலத்தில் புலவர்கள் அப்படி வாழ்ந்திருக்கலாம். இப்போது அப்படி வாழ்கிறார்களா என எனக்கு ஐயமாக இருக்கிறது. ஏனெனில் சிங்கையில் சில கவிஞர்கள் தங்கள் கவிவளத்தையும், தங்களைக் கவிஞர்கள் என மற்றோர் முன் காட்டிப் பெருமை கொள்வதற்காகவும் எழுதுவதாக அறியவந்தேன்; அதனால்தான் இப்படித் தங்களுக்கு எழுதுகிறேன். முதலில் அவர்கள் மனம் ஈரமுள்ளதாக இருக்கவேண்டும். இது ஏதோ கவிஞர்களுக்கு மட்டுமல்ல. மனிதர்களுக்கே அந்தக் குணநலன்கள் தேவைப்படுகின்றன.

தாத்தா எனக்கு நீண்ட நாள்களாக இரண்டு ஐயங்கள் இருந்து வருகின்றன. அன்புக்கும் அருளுக்கும் என்ன வேறுபாடு? அதேபோல் பண்பாட்டுக்கும் நாகரிகத்துக்கும் என்ன வேறுபாடு என்று தெரிந்து கொள்ள ஆசைப்படுகிறேன். எங்கள் ஆசிரியர் சொன்ன விளக்கங்கள் கொஞ்சம் குழப்பமாக இருந்தன. தெளிவு படுத்துங்கள் தாத்தா.

இப்படிக்கு, உங்கள் அன்புள்ள

கண்ணன்.

அன்புள்ள கண்ணா, நலமா!

உன் கடிதத்தைப் படித்தேன். கேள்வியும் கேட்டுப் பதிலையும் நீயே கொடுத்திருக்கிறாய். உன் எழுத்து வளர்ச்சியைக் கண்டு மகிழ்கிறேன் கண்ணா!

முதலில் தன்னைத் திருத்தி

சிங்கையில் கவிஞர்கள் சிலருடைய நடத்தைகள் உனக்குத் திருப்தியளிக்கவில்லை என்பதை எழுதியிருந்தாய். உண்மையாக இருக்கலாம். அது ஏதோ உங்கள் நாட்டுக்கு மட்டும் என எண்ணிவிடாதே! எல்லா நாட்டிலும் இருக்கிறார்கள். ஆசிரியர்கள், மதபோதகர்கள், மடாதிபதிகள், காவல் துறையினர் போன்றவர்கள், அவர்களும் ஒழுங்காக இருந்து நம்மையும் நன்னெறிப்படுத்துபவர்களாக இருக்க வேண்டியவர்களே. அப்படி இல்லாதிருப்பது வேதனையளிப்பதாகத்தான் இருக்கிறது.

முன் எழுதியபடி கண்ணதாசனே 'யாரும் என்னைப் பின்பற்றி வாழ வேண்டாம்' எனச் சொல்லியுள்ளார். அவராவது மனம் திறந்து உண்மையைச் சொல்கிறார். வேறு சிலர் மற்றோர்முன் நல்லவர்களாக நடித்துக்கொண்டு வாழ்கிறார்கள்.

வேறுபாடுகள்

பண்பாடு - நாகரிகம், அன்பு - அருள் இவற்றின் வேறுபாடுகளைக் கேட்டிருந்தாய். சரியான கேள்வி கண்ணா! ஏனெனில் என் மனத்திலும் இதே ஐயங்கள் இருந்து வருகின்றன. சில தமிழறிஞர்களைச் சந்திக்கும்போது இதே கேள்வியைக் கேட்டிருக்கிறேன். அவர்கள் கொடுத்த பதில்களில் ஓரளவுதான் நிறைவுபெற்றிருக்கிறேன்.

அகவொழுக்கத்தைப் பண்பாடு என்றும், புறவொழுக்கத்தை நாகரிகம் என்றும் சுருக்கமாகச் சொல்லலாம். அதேபோல் தெரிந்தவர்களிடம் காட்டும் பாசமும் பரிவும் அன்பு என்றும் தெரியாதவர்களிடம் காட்டுவது அருள் என்றும் சொன்னார்கள்.

சொல்லும் செயலும்

ரஷியாவில் ஒரு பழமொழி உண்டு.

" உன் இதயம் ரோஜா மலராக இருந்தால், அதன் வாசனை உன் பேச்சில் தெரியும் " என்று அந்த நாட்டில் வழங்குவதுபோல் மேலைநாட்டு அறிஞன் சூபிராங்க்ளின் சொல்கிறான்,

"முட்டாள்களின் இதயம் அவர்கள் வாயில் இருக்கிறது;

ஞானிகளின் வாய் அவர்கள் இதயத்திலிருக்கிறது " என்று சொல்லி நம்மைச் சிந்திக்க வைக்கிறான்.

" நீதியில்லாத அன்பு போலியானது; அன்பு இல்லாத நீதி மிருகத் தனமானது " என எச்சரிக்கையும் விடப்படுகிறது.

" மனிதர்களின்றி மரங்கள் இல்லை

மரங்களின்றி மனிதர்களில்லை " என்று எங்கேயோ படித்தது நினைவுக்கு வரும்போது, மனிதர்கள் இன்றி மரங்கள் இருக்குமே என எண்ணத் தோன்றுகிறது. வேண்டுமானால் இப்படிச் சொல்லத் தோன்றுகிறது

" மனிதர்கள் இன்றி மதங்கள் இருக்க முடியாது

மதங்கள் இன்றி மனிதர்கள் இருக்கமுடியும் " என்று.

கண்ணா இந்த இடத்தில் ஈரமுள்ள கவிஞர் ஒருவரின் வாழ்க்கையில் நடந்த நிகழ்வு நினைவுக்கு வருகின்றது.

கவிக்குயில் சரோஜினி நாயுடு

சரோஜினி நாயுடு

கவிக்குயில் சரோஜினி நாயுடு இந்தியச் சுதந்திரப் போராட்டத்தில் பெரும் பங்கு வகித்த கவிஞர். இந்திய தேசியக் காங்கிரஸ் இயக்கத்தின் தலைமைப் பொறுப்பை ஏற்றுத் திறம்படச் செயலாற்றியவர். விடுதலைப் போராட்டத்தின்போது கைது செய்யப்பட்டு எரவாடா சிறையிலிருந்தார்.

சிறையில் இருந்தபோது, விதையூன்றி நீர்விட்டு முளைக்கவைத்துச் சில பூச்செடிகளை வளர்த்தார். அச்செடிகளோ நாளொரு மேனியாக இலைகள் தளிர்விட்டு வளர்ந்தன. தினந்தோறும் செடிகளின் இலை களிலேயே கண்விழித்தார். செடிகளைப் பராமரிப்பதோடு இலைகள் தழைத்துக் குலுங்குவதைக் கண்டு களித்துச் சிறைவாசத்தின் சோகம் தெரியாது நாட்களை ஓட்டினார்.

ஒருநாள் திடீரென விடுதலை ஆணையுடன் காவலர்கள் வந்து செய்தியை அறிவித்தார்கள். அப்போதும் சரி இக்காலத்திலும் சரி சிறையைவிட்டு எப்போது வெளியேறுவோம் என்று ஏங்கிக் கிடக்கும் மனிதர்களுக்கிடையில் கவிக்குயிலுக்கு விடுதலைச் செய்தி அதிர்ச்சி யாயிருந்தது. காவலர்களைப் பார்க்கிறார்; செடிகளைப் பார்க்கிறார். கண்க ளில் நீர் பனிக்கிறது. " என் சிறைவாசத்தை மேலும் ஒரு வாரம் நீட்டித்துத் தரமுடியுமா? " என்று விண்ணப்பித்தார்.

சிறை அதிகாரிகளுக்கு சரோஜினியின் வேண்டுகோள் வினோதமாகவும் வியப்பாகவும் தெரிந்தது. காரணம் கேட்டார்கள் காவலர்கள்.

"நான் வளர்த்த செடிகளின் நுனியில் மொட்டுகள் அரும்ப இருக்கின்றன. அவையெல்லாம் ஒருவார காலத்திற்குள் பூத்துக் குலுங்கிவிடும். அவை

என்ன என்ன வண்ணங்களோடு மலர இருக்கின்றன; எத்தகைய மணத்தை அள்ளி என்மீது வீசப்போகின்றன என்பதைப் பார்த்து அனுப வித்துவிட்டு வெளியேறுகிறேனே " என்று சொன்னார். கவியுள்ளத்தைப் பாராட்டி இரக்கமுற்று அச்செடிகளையெல்லாம் உடன் எடுத்துச் செல்ல ஆலோசனை சொல்லிச் சிறைச்சாலை வாகனத்திலேயே வீட்டிற்கு வழியனுப்பி வைத்தார்களாம்.

என் நெஞ்சில் நீங்காத நிகழ்வாக இருந்ததால் உன்னிடம் பகிர்ந்து கொண்டேன்.

மனைவி பற்றி விமர்சிப்பது பண்பாடல்ல

பண்பாட்டுக்கு எடுத்துக்காட்டாக நபிகள் நாயகம் காலத்தில் நடந்த நிகழ்ச்சி. அந்தச் சம்பவத்தை உனக்குச் சொல்கிறேன். இதுவும் சிந்திக்க வைக்கும் ஒரு சுவையான உரையாடல் எனலாம்.

ஒருவன் தன் மனைவியை விவாக ரத்து செய்ய நீதிமன்றம் நோக்கிப் போய்க்கொண்டிருந்தான். அவனைப் பார்த்து, நண்பன் ஒருவன், "உன் மனைவி செய்த குற்றம் என்ன? ஏன் அவளை நீ விவாகரத்துச் செய்கிறாய்?" என்று கேட்டான்.

" அவள் என் மனைவி. அவளைப்பற்றி மூன்றாவது நபரிடம் விமர்சிப்பது அநாகரிகம். அதனால் என்னிடம் எதுவும் கேட்காதே. நான் சொல்ல மாட்டேன் " என்று பதில்கொடுத்துவிட்டுச் சென்றுவிட்டான்.

சிலநாள்கள்கழித்துமணமுறிவுக்கான ஆணையைநீதிமன்றத்திலிருந்து பெற்றுக்கொண்டு வெளியே வந்த அவனிடம் அதே நண்பன் மீண்டும்,

"நீதிமன்றஉத்தரவுப்படி அவள் உன்மனைவி இல்லைஎன்றாகிவிட்டது. ரத்துக்கான காரணத்தை இப்போதாவது சொல்லலாமே " என்று கேட்டதற்கு,

" அவள் இப்போது என் மனைவி அல்லள். அவள் யாரோ! நான் யாரோ! எனக்குச் சம்பந்தம் இல்லாத ஒருவரைப் பற்றி விமர்சனம் செய்வது பண்பாடாகத் தெரியவில்லை " எனச் சொல்லிவிட்டுப் போய்விட்டான்.

கண்ணா பார்த்தாயா பண்பாட்டின் விளக்கத்தை.

காந்தியின் வாழ்வில் அரிச்சந்திரா நாடகம்

கண்ணா! ஒரு கதையை அல்லது நிகழ்வை நான் உனக்கு எழுதுகிறேன் எனில் அவற்றிலிருந்து கிடைக்கும் நல்ல செய்திகளை, அறிவுரைகளை உன் மனத்தில் இறுத்திக்கொள்ள வேண்டும்; மற்றவர்களிடமும் எடுத்துச் சொல்லவேண்டும் என்பதற்காகத்தான்.

"ஒரு சோற்றுப் பருக்கையின் மதிப்பு
சிதறவிட்டவனுக்குத் தெரியாது
அதை எடுத்துச் செல்லும் எறும்புக்குத்தான் தெரியும் "

அதைப்போல் அறிவுரையைத் தரும் கதையின் அருமை எழுதும் எனக்குத் தெரியாது; அதனால் பலனடைபவர்களுக்குத்தான் அதன் அருமை நன்கு தெரியும். அரிச்சந்திரா நாடகத்தினால் காந்தியின் வாழ்க்கையில் பெரிய மாற்றம் ஏற்பட்டுவிட்டதும் ஓர் எடுத்துக்காட்டுதான். நாடகம் நடத்தியவர்கள் கூலிக்கு மாரடித்திருப்பார்கள். காந்தியின் வாழ்வில் அந்நாடகம் மறக்கமுடியாத ஒன்றாகிவிட்டதல்லவா?

என் கடிதங்கள் ஒவ்வொன்றையும் படித்து இந்தக் காதில் வாங்கி அந்தக் காதில் விட்டுவிடுவது என்பார்களே அதுபோல் நீ இருக்கக்கூடாது என்பதை நினைவூட்டி இக்கடிதத்தை நிறைவு செய்கிறேன்.

இப்படிக்கு

உன் நலம் விரும்பும்

தாத்தா.

19 அன்பின் வழியது

அன்புள்ள தாத்தா, வணக்கம்!

தாங்கள் எழுதிய இரு நிகழ்வுகளும் உங்களைப்போல் எனக்கும் என்றும் நெஞ்சில் நிற்பவையாகத்தான் இருக்கின்றன. கவலைப் படாதீர்கள்! நீங்கள் எழுதிய ஒவ்வொன்றையும் என் நெஞ்சில் தேக்கி வைப்பதோடு வாழ்க்கையிலேயும் கடைப்பிடிப்பேன் என்று தங்களுக்கு இதன் மூலம் உறுதி கூறுகிறேன்.

தாத்தா, நீங்கள் பெங்களூரு செல்லப்போவதாக அப்பா சொன்னார்கள். அப்படியே மைசூருக்குச் சென்று விடாதீர்கள். ஏனெனில் நான் தமிழகம் வரும்போது என்னை நீங்கள் மைசூருக்கு அழைத்துச் செல்லவேண்டும். அப்போது உங்களுடன் மைசூர் அரண்மனையையும், பிருந்தாவனத்தையும் அதைச்சார்ந்த இடங்களையும் பார்க்கவேண்டும் என்றிருக்கிறேன்.

நேற்று என் நண்பனுடைய வீட்டுக்குச் சென்றிருந்தேன். அவன் மலாய் இனத்தைச் சார்ந்த நண்பன். ஏதோ ஒரு சம்பவத்தை வைத்து அவனுடைய தங்கையை, தந்தை கண்டிக்கிறார். இதில் கண்டிக்கிறார் என்பதை நான் சொல்லவரவில்லை; தங்கை யாரோ ஓர் உறவினரிடம் அன்பாக நடந்துகொள்ளவில்லை என்பதற்காகத்தான் கண்டிக்கிறார். நான் அதைக்கூடச் சொல்ல வரவில்லை. அவள் அன்பாக நடந்து கொள்ளவில்லையென்று தந்தை இவ்வளவு கடுமையான குரலில் சொல்லியிருக்க வேண்டாமே என்பதைத்தான் குறையாகச் சொல்ல வருகிறேன். தங்கை எப்படி அதைச் செரித்துக்கொள்வாள். அவளுடையபழக்கத்தை மாற்றிக்கொள்வதற்குப்பதில் ஏட்டிக்குப்போட்டியாக நடந்துகொள்ளும் எண்ணம்தானே அவள் மனத்துள் எழும். கொஞ்சம் அன்பாக எடுத்துச் சொன்னால் அவள் தெளிவுபெற்றிருப்பாளோ என்று எண்ணினேன்.

அவர்களுடைய மொழி முழுவதுமாக எனக்குப் புரியாவிட்டாலும் ஓரளவு அந்தக் காட்சி எனக்குக் கடுமையானதாக மனத்திற்பட்டது. ‘அன்பே சிவம்’ என்ற திரைப்படத்தின் அதே தலைப்புப் பாடலை அவர்களுக்கு மொழிபெயர்த்துச் சொன்னால் அது பயனுடையதாக

இருக்குமோ எனவும் எண்ணினேன்.

இப்படிக்கு, உங்கள் அன்புள்ள
கண்ணன்.

அன்புள்ள கண்ணா, நலமா!

மலாய்க் குடும்பம் ஒன்றில் ஏற்பட்ட ஒரு சிறு நிகழ்வைக் குறிப்பிட்டிருந்தாய். உன் கூற்றுப்படி உனக்கு மொழி முழுவதுமாகத் தெரியாத நிலையில் அந்த நிகழ்வின் பின்னணி வேறு ஏதாவது இருந்திருக்குமோ என்று எண்ணவும் தோன்றுகிறது. உள் விவகாரம் முற்றிலும் தெரியாது கருத்துத் தெரிவிக்க விரும்பவில்லை.

அன்பினால் சாதிக்கலாம்

இருந்தாலும் நீ ஊகித்தது உண்மையானால் அந்தத் தந்தையின் மனத்தில் அன்பே இல்லாமல், 'அன்புடன் பிறரிடம் ஏன் நடந்துகொள்ளவில்லை' என்று கண்டிப்பதைக் கண்டிக்கிறேன். அன்பு என்பது இனிமையான மலர்போன்றது; அதை மென்மையாகத்தான் கையாளவேண்டும்.

" தண்டனை கொடுப்பதற்குத் தாமதம் செய்!
மன்னிப்பைக் கொடுப்பதற்கு யோசனைகூடச் செய்யாதே! "

என்று படித்த நினைவு இங்கே வருகிறது. அப்படியே மகள் தவறு ஏதேனும் செய்திருந்தால் கூட மன்னிக்கக் கூடாதா எனச் சொல்லத்தான் தோன்றுகிறது. அல்லது மனங்கோணாமல் இதமாக எடுத்துச் சொல்லித் திருத்தலாம். தந்தையின் கண்டிப்பால் மகளுடையமனம் முறிந்துவிட்டால் பிறகு ஒட்ட வைக்க முடியாதுபோய்விடும். அன்பினால் சாதிக்க முடியாதது எதுவும் இல்லை.

அன்பின் வெளிப்பாடு

ஓர் ஆசிரியர் 4 மாணவர்களை அழைத்து, நீங்கள் சென்று அன்பின் வெளிப்பாடாகத் தனித்தனியே எதையாவது கொண்டு வாருங்கள் என்று அனுப்பினார். முதல் மாணவன் ஒரு மலருடன் வந்தான். இரண்டாவது மாணவன் கையில் ஒரு வண்ணத்துப்பூச்சியுடன் வந்தான். மூன்றாமவன் சிறுபறவைக்குஞ்சுடன் வந்தான். வெறுங்கையுடன் வந்தநான்காமவனிடம் ஆசிரியர் காரணம் கேட்டார்.

" அய்யா! உடன் சென்ற நான் மலரைப்பார்த்தேன். நானும் பற்றிப் பறிக்க எண்ணினேன். ஆனால் அது செடியில் இருப்பதுதான் அழகு. அதன் சோர்விலா மலர்ச்சி செடியைவிட்டுப்பிரித்தவுடன் அழகு நீடிக்காது என்று எண்ணிப் பறிப்பதற்கு மனம் வராமல் தவிர்த்துவிட்டேன்.

நண்பன் எடுத்த குருவிக் குஞ்சைப்பார்த்தேன். எடுத்துவந்து அதற்கு

புதுமைத்தேனீ மா.அன்பழகன் 99

என்ன ஊட்டிவிட்டாலும், அதன் தாயன்பை யாராலும் கொடுக்க முடியாது என எடுத்துவர மனமில்லை.

அடுத்து வண்ணத்துப்பூச்சியை அவர்களுடன் சென்று பார்த்தவுடன் எடுத்துவர ஆசையாய் இருந்தது. ஆனால் அது சுதந்திரமாக ஆடி விளையாடிப் பறந்து மகிழ்ச்சியாக இருந்தது. அதன் சுதந்திர மகிழ்ச்சியைக் கெடுத்துவிடக்கூடாது; அம்மகிழ்ச்சியை அப்பூச்சிக்கு என்னால் நிச்சயம் கொடுத்திட முடியாது என்றெண்ணிப் பேசாமல் திரும்பி உங்களிடமே வந்துவிட்டேன் " - என்று விளக்கம் அளித்தான்.

உடனே ஆசிரியர் மற்ற மூவரிடமும் " அன்பின் வெளிப்பாடு இதுதான். ஒன்றின் மீது நாம் வைக்கும் பற்று ஒருவகைச் சுயநலத்தைத் தோற்றுவிக்கும். அன்பு என்பதை நமது பார்வையிலிருந்து மட்டும் பார்க்கக்கூடாது. வாயில்லா உயிரினமாக இருப்பதால் அவற்றிற்காக இவன் சிந்தித்தான். அதனால் நான்காமவனே அன்பின் வெளிப்பாட்டை உணர்ந்தவன் " எனச் சொல்லி முடித்தார்.

கண்ணா வள்ளுவர் சொன்னாரே 'ஏதிலார் குற்றம்போல்...அதை மாற்றி ஏதிலார் எண்ணம்போல்.. என்று அந்த நான்காம் மாணவன் நிலையில் நீ இருக்கவேண்டும். உன் வாழ்க்கையில் எதிர்கொள்ளும் எல்லாப் பிரச்சினைகளிலும் அந்த நோக்கில் உன் பார்வை அமைந்திட வேண்டும்.

அன்பிடத்தில் அனைத்தும் உண்டு

அதே அன்பின் உயர்விற்கு இன்னொரு கற்பனைக் கதை சொல்வ துண்டு.

ஒருத்தி வீட்டைவிட்டு வெளியே வந்தாள். முன்பு எங்கும் பார்த்திராத வயோதிகர் மூவர் தாடியுடன் எதிரே அமர்ந்திருந்தனர். " நீங்கள் யார்? ஏதேனும் வேண்டுமா? வீட்டிற்குள் வாருங்களேன் "

" உங்கள் கணவர் வீட்டில் இருக்கிறாரா? "

" இல்லை. வெளியில் போயிருக்கிறார். "

" அப்படியெனில் உள்ளே வரமாட்டோம் " - என்றனர்.

மாலையில் கணவர் வந்தவுடன், காலையில் நடந்த உரையாடலைச் சொன்னாள். அதற்குக் கணவன், " இப்போதுபோய் அவர்கள் இருந்தால் அழைத்துப் பார். வருகிறார்களா பார்ப்போம். " என்றான்.

மனைவி மீண்டும் சென்றாள். மூவரும் அங்கே அமர்ந்திருந்தார்கள். "என் கணவர் வந்துவிட்டார். நீங்கள் இப்போது வீட்டிற்குள் வரலாமே" - என்றாள்.

" நாங்கள் மூவரும் இப்போது ஒன்றாய் உள்ளே வரமாட்டோம் "

" ஏன் " என்று மனைவி அவர்களைப் பார்த்துக் கேட்டாள்.

" அவர் பெயர் செல்வம். இவர் பெயர் வெற்றி. என் பெயர் அன்பு. நீங்கள் உள்ளே சென்று உங்கள் கணவனிடம் கலந்தாலோசித்து எங்களில் ஒருவர் யார் வேண்டுமென முடிவு செய்து வாருங்கள் " என்றனர்.

கணவன் கேள்வியுற்றுக் களிப்புற்றான்.

" சரி! நீ போய்ச் செல்வத்தை அழைத்து வா! அது வந்துவிட்டால் வீடு நிறைந்துவிடும் " என்று கணவன் சொன்னதை மனைவி ஒத்துக்கொள்ள வில்லை.

" வெற்றியை அழைத்து வந்துவிட்டால் போதும். பிறகு நாம் எதை எடுத்தாலும் வெற்றிதானே. செல்வம் முதலிய எல்லாம் அதற்குள் அடங்க ிவிடும்." என்றதைக் கேட்டுக்கொண்டிருந்த மருமகள் துள்ளிக்குதித்து ஓடிவந்து சொன்னாள்.

" அன்பை அழைத்து வாருங்கள்! நமது வீட்டில் அதுதான் குறைவாக இருக்கிறது. அது வந்துவிட்டால், இல்லம் அன்பால் நிறைந்துவிடும்; மனங்களில் மகிழ்ச்சி ஏற்பட்டுவிடும் " என்றாள்.

கணவனும் மனைவியும் மருமகள் சொன்ன திட்டத்தை ஒத்துக்கொண்டு வெளியே சென்று, "உங்களில் யார் அன்பு? எங்கள் விருந்தினராய் உள்ளே வாருங்கள் " என்றழைத்தாள்.

அன்பு எழுந்து உள்ளே போனார். செல்வமும் வெற்றியும் எழுந்து உள்ளே உடன் நடைபோட்டனர். " நான் அன்பை மட்டும்தான் அழைத்தேன். நீங்கள் இருவரும் ஏன் வருகிறீர்கள்?" என்று அவள் கேட்டதற்கு, மூவரும் சேர்ந்து பதில் சொன்னார்கள்.

" நீங்கள் செல்வத்தையோ வெற்றியையோ அழைத்திருந்தால் மற்ற இருவரும் வெளியே காத்திருந்திருப்போம். ஆனால் அன்பு எங்கு போனாலும் நாங்கள் சேர்ந்து போவது வழக்கம் " என்றார்கள்.

கண்ணா இப்போது புரிகிறதா? ஓர் இடத்தில் அன்பு, பாசம், கருணை இருந்தால், அந்த இடத்தில் மற்றச் செல்வம், வெற்றி, மகிழ்ச்சி எல்லாம் வந்து நிறைந்துவிடும் என்பதை நினைவிற்கொண்டு சிறியவர் பெரியவர் போன்ற எந்தப் பாகுபாடும் காட்டாமல் எல்லோரிடமும் அன்புடன் பழகு. இனிமையாகப் பேசு; நல்லதே செய்!

உன் விருப்படி நான் மைசூர் செல்லாமல் பெங்களூருடன் திரும்பி விடுகிறேன். மகிழ்ச்சிதானே!

இப்படிக்கு, உன் நலம் விரும்பும்

தாத்தா.

20 பய பக்தி

அன்புள்ள தாத்தா, வணக்கம்!

இன்று காலை அம்மாவும், கீழ் மாடிப் பாட்டியும் டேங்க் சாலை முருகன் கோவிலுக்குச் சென்றார்கள். என்னையும் அழைத்தார்கள். எனக்கு வீட்டில் முடிக்க வேண்டிய பாடங்கள் இருப்பதால் போகவில்லை. போய்வந்த பிறகு " இந்த ஆண்டுத் தேர்வில் நீ முதல் மதிப்பெண் எடுத்திட வேண்டும் என்று முருகனுக்கு அர்ச்சனை செய்தோம் " எனச் சொல்லி என் நெற்றியில் திருநீற்றைப் பூசிவிட்டார்கள். நான் இந்து மதம் என்பதால் எனக்குச் சரி. மற்ற மதங்களான இஸ்லாமியர்களும் கிறிஸ்தவர்களும் பௌத்தர்களும் அவர்கள் ஆண்டவனிடத்தில் சென்று வழிபட்டு இப்படித்தான் வேண்டுதல் செய்வார்களா? அவர்களுடைய தெய்வங்கள் அவர்களுக்குத் தேர்வில் வெற்றிபெற உதவுவார்களா? இந்தத் தெய்வங்களில் யார் வலிமை மிக்கவர்கள் தாத்தா?

இப்படிக்கு
உங்கள் அன்புள்ள
கண்ணன்.

அன்புள்ள கண்ணா, நலமா!

தெய்வங்களில் யார் பெரியவர், சிறியவர்: மதங்களில் எது பெரியது சிறியது என்பது பிரச்சினையல்ல. அது அது அவர்கள் மனத்தையும் நம்பிக்கையையும் பொறுத்து அது அது அவரவர்களுக்குப் பெரியதாகப்படும். அதனால்தான் அறிஞர் அண்ணா, "ஒன்றே குலம்; ஒருவனே தேவன் " என்று திருமூலர் சொன்னதை நமக்கு எடுத்துச் சொன்னார். இதைப் புரிந்துகொண்டால் நாட்டில் பிரச்சினையே இருக்காது.

உண்மையல்ல எனத் தெரிந்தும் நம்பு

எல்லா ஆறுகளும் மலை சமவெளி என்றெங்கும் பாய்ந்தோடி, இறுதியில் கடலில்தான் சங்கமமாகின்றன. அதைப்போல் எல்லா மத

குருமார்களும் ஒரே கொள்கையைத்தான் போதிக்கிறார்கள். கடைப்பிடிக்கும் மார்க்கம் வெவ்வேறாக, ஆறுகளைப்போல் வேறுபடுகின்றனவே தவிர இறுதியில் மனிதர்களை நல்வழிப்படுத்தி நிறைவான வாழ்வை வாழ வழிவகுத்துக் கொடுப்பதையே இலக்காகக் கொண்டிருக்கிறார்கள். எல்லா இனத்தைச் சேர்ந்த கடவுள் பற்றாளர்களிடமும் இறைவனிடம் வேண்டிப் பெறுதல் என்கிற இந்த நம்பிக்கைகள் இருக்கின்றன. கடவுளிடம் வேண்டப்பட்டுவிட்டது, தேர்வில் வெற்றி நிச்சயம் எனப் படிக்காமல் தூங்கிக்கொண்டிருந்தால் வெற்றி வீடு தேடி வந்துவிடாது. ஆண்டவன் நமக்குப் பின்னால் இருந்து உதவிட இருக்கிறான் என்கிற நம்பிக்கையில் உன் முழு முயற்சியையும் உழைப்பையும் படிப்பில் காண்பிக்கவேண்டும். அந்த நம்பிக்கை என்பதே உளவியலான பயன்களைக் கொடுக்கும் என்பதிலே கடவுள் பற்றாளர்களுக்கும் மாற்றுக் கருத்தில்லை.

"எப்படியும் முயற்சிக்கலாம் - ஆனால்
முயற்சிக்காமல் புலம்பாதே! " - என்பர்.

முயலும் வெல்லும்: ஆமையும் வெல்லும் - ஆனால்
முயலாமை வெல்லவே வெல்லாது.

- என எப்போதோ யாரோ சொன்னவை நினைவுக்கு வருகின்றன.

"உண்மையல்ல என்று தெரிந்தும் நம்புவதுதான் மதமும், கடவுள் நம்பிக்கையும்" என்று மார்க்ட்வைன் எனும் பேரறிஞர் சொல்கிறார்.

பிறருக்காக வேண்டுதல் வை

'கடவுளிடம் பிறருக்காக வேண்டுதல் வைக்கும்போதுதான், அவன் கண்களைத் திறந்து ஆசீர்வதிக்கிறானாம். ஒருவன் நலமாகவும், மகிழ்வாகவும் இருக்கிறான் எனில் அவனுக்காக வேறு ஒருவர் பிரார்த்தனை செய்திருக்கிறார் என்று எண்ணிக்கொள்ளவேண்டுமாம்.'

கண்ணா இதிலிருந்து நீ அறிந்துகொள்ளவேண்டியது, தனக்காக எதையும் ஆண்டவனிடம் கேட்காதே! பிறருக்காக மன்றாடு; தொண்டு செய்!

"மீனாகப் பிறந்து சாவது
என்று முடிவெடுத்துவிட்டால்
பொழுதுபோக்கிற்காக மீன் பிடிப்பவனின்
தூண்டிலில் சிக்காதே!
பிழைப்பிற்காக மீன் பிடிப்பவனின்
வலையில் சிக்கிடு "

பிறருக்காக வாழ்ந்து பார்! அந்த அர்ப்பணிப்பிலே; அப்படி விட்டுக்

கொடுப்பதிலே ஒரு நிறைவும், மகிழ்ச்சியும் ஏற்படும். அதை அனுபவிப்பவனுக்குத்தான் தெரியும் அதன் அருமை.

கடவுள் கொடுத்ததைப் பயன்படுத்து

"இறைவன், மனித வர்க்கத்திற்குத் தேவையான அனைத்துப் பொருட்களையும் வாய்ப்புகளையும் படைத்த பிறகுதான் கடைசியாக மனிதனை இந்த உலகத்தில் பிறக்க வைக்கிறான்.

ஆனால் மனிதனோ தனக்கு ஆண்டவன் ஏதும் கொடுக்காதது போல்; படைக்காதது போல் கோவிலுக்குச் சென்று எனக்கு இதைக்கொடு, அதைக்கொடு என்று இன்னமும் இறைவனிடம் நச்சரித்துக்கொண்டே இருக்கிறான்.

இறைவன் மனிதனுக்குக் கொடுத்த பகுத்தறிவையும், சிந்திக்கக்கூடிய தன்மையையும், உழைக்கக்கூடிய உடல்வளத்தையும் பயன்படுத்தாதவரை மக்கள் இப்படித்தான் கேட்டுக்கொண்டே இருப்பார்கள்.' என்றுசிறைவாசம் எனும் நூலில் உலக மகா சித்தர்கள் நெறி ஞான சபைத் தலைவர் பரஞ்சோதீஸ்வரர் பெரிய கருப்பன் என்பவர் சொல்கிறார்.

வாரியாரின் பயபக்தி

"மனிதன் கோவிலுக்குச் செல்வது பக்தியால் அல்ல; பயபக்தியால்தான்" என ஈஷா கூறுகிறார். இதையே இரு சிறிய எடுத்துக்காட்டுடன் நமது கிருபானந்த வாரியார் சுவாமிகள் ஒரு கூட்டத்தில் சொன்னார்.

வாரியார்

'நான் வெளியூர் சொற்பொழிவுகளுக்குப் போகும் போது, வழியில் தென்படும் சிறிய கோவில்களாக இருந்தாலும் ஓட்டுநரிடம் சொல்லி வண்டியை நிறுத்திவிட்டு, இறங்கி பயபக்தியுடன் தரிசனம் செய்வேன். இதுபற்றி யாரும் என்னைக்கேட்டால் "பயபக்தி"தான் என்பேன்.

அதுதான் தெரிகிறதே! ஏன் அப்படிச் செய்கிறீர்கள் என்று சிலர் கேட்பார்கள். அதற்கு நான் பதில் சொல்வேன், " ஒவ்வொரு கோவிலாக நிறுத்திச் சாமி கும்பிடுவதுபக்தி. ஓட்டுநர் தூங்கிவிட்டாரா? விழித்திருந்து வாகனத்தை ஓட்டுகிறாரா என்று பார்த்து அவருக்கு விபூதி பூசிவிடுவது பயம். ஓட்டுநர் தூக்கம் வந்தாலும், அதைக் கலைத்திட இந்தப் பக்தியும் பயன்படுகிறதல்லவா! அதனால்தான் நான் சொல்கிறேன் பயபக்தி என்று" சொன்னார்.

பேரின்ப நிலை

கண்ணா பார்த்தாயா! மனிதர்கள் பெரும்பாலும் பயத்தியினாலோ, பேராசையினாலோதான் பக்திமயத்திற்குச் செல்கிறார்கள் எனும் உண்மை கொஞ்சம் சிந்தித்தால் நன்கு புலனாகும். பக்தி முற்றி இறுதியில் மனிதன் பேரின்ப நிலையை அடைகிறான் என்பர். அதற்கும் ஈஷா விளக்கம் தருகிறார்.

இன்பம் என்பது ஒரு சிறிய வட்டம். இந்த வட்டத்திற்குள் பொருளீட்டி அதனால் வரும் இடைக்கால இன்பமான , உணவு, உடை, வீடு, வசதி, வாகனம், மது, மாது என்பவை கிடைக்கும்.

பேரின்பம் என்பது அந்தச் சிறிய வட்டத்திற்குள் கிடைக்காது. அதை விட்டு வெளியே வந்து யோகா, தியானம், பிரணாயாமம், ஆழ்ந்த சிந் தனை, கொடை, சேவை இவை போன்ற செயல்களினால்தான் கிடைக்கும்.

நாம் பழம் சாப்பிடுகிறோம் என்று சொல்லிக்கொண்டு, தோலைச் சாப்பிட்டுக்கொண்டு வருகிறோம். உண்மையிலேயே பழச்சுளையின் சுவையை அறியவேண்டுமென்றால் நீங்கள் சிறிய வட்டத்திற்குள் மாட்டிக்கொண்டு பேரின்பம் துய்ப்பதாகச் சொல்கிறீர்களே அதை விட்டுப் பெரிய வட்டத்திற்குள் வந்தால்தான் முழுமையாகச் சுவைக்க முடியும்.' என்கிறார் ஈஷா.

காளி தருகிறேன் என்றதைச் சித்தர் வேண்டாம் என்றார்

யானைக்கால் வியாதியுடைய சித்தர் ஒருவர், சுடுகாட்டில் படுத்திருந்தார். அப்போது காளி அவர் முன் தோன்றி, அவரை எழுப்பியது.

" என்னைத் தொந்தரவு செய்து என் தூக்கத்தைக் கெடுக்காதே " என்று சொல்லிவிட்டுப் புரண்டு படுத்துக்கொண்டார். காளிக்குப் பொறுக்க வில்லை, மீண்டும் எழுப்பியது.

"என்னிடம் ஏதாவது கேள், தருகிறேன் " என்றது.

"எனக்கு ஒன்றும் வேண்டாம், என்னை விடு "

" இல்லை, நான் வந்துவிட்டு ஏதாவது கொடுக்காமல் போனால் அது எனக்கு அவமரியாதையாகப் போய்விடும். குறைந்தது உன் யானைக்கால் வியாதியைக் குணமாக்கிவிட்டுப் போகிறேன். "

"அம்மா தாயே! எனக்கு வந்திருக்கும் இந்த யானைக்கால் வியாதி என் கரும பலன். அதை நான் அனுபவித்துவிட்டுத்தான் போகவேண்டும். நீ குணமாக்க முயற்சிக்காதே " என்று சொன்னார். இந்தச் சித்தர் அப்படிச் சொன்னால் என்ன பொருள் என்று சிந்தனை செய்!

கண்ணா, இந்த வயதில் இவை உனக்கு எந்த அளவுக்குப் புரியும் என்று எனக்குத் தெரியவில்லை. இருந்தாலும் இக்கடிதத்தைப் பத்திரமாக வைத்துக்கொள். சில ஆண்டுகள் கழித்துப் படிக்கும்போது விளங்கலாம். குற்றம் செய்தவன் தண்டனையை அனுபவிக்க வேண்டுமே தவிரத் தண்டனையிலிருந்து தப்பிக்கக் கூடாது என்று எண்ணுவது போன்று சித்தர் சிந்தித்திருக்கிறார்.

இப்படிக்கு

உன் நலம் விரும்பும்

தாத்தா.

21 போலியான பக்தி கூடாது

அன்புள்ள தாத்தா, வணக்கம்!

கடவுள் இருக்கிறாரா இல்லையா என்பது ஒரு பெரிய விவாதப் பொருள் எனச் சொல்லியிருக்கிறீர்கள். நம்மவர்களில் சிலர் காவி அல்லது மஞ்சள் வேட்டி கட்டுதல், நெற்றி நிறையப்பட்டையாக விபூதி யணிதல், ஜடாமுடி வளர்த்துப்பெரியகொண்டை போட்டுக்கொள்ளுதல் போன்றவற்றைச் செய்கிறார்கள். தைப்பூசத்தன்றும் தீமிதித் திருவிழா வன்றும் அலகிடுதல் போன்று ஒருநாள் திருவிழாவாக இருந்து விட்டால்கூடப் பரவாயில்லை. அது ஒரு பண்பாட்டு நாகரிகத்தின் வெளிப்பாடாகவும், அல்லது ஒரு வேடிக்கையாகவும்கூட இருந்து விடலாம். மற்றச் சாதாரண நாட்களில் இதைப் பார்த்துப் பிற இனத்த வர்கள் நம்மைப் பற்றி என்ன நினைப்பார்களோ என்று என்னுள் எண்ணிப்பார்க்கிறேன். பல இனங்கள் வாழும் சிங்கப்பூர் போன்ற உலக மயமாகி வளர்ந்துவரும் ஒரு நாட்டில் பார்க்கும்போது கொஞ்சம் கஷ்டமாக இருக்கிறது தாத்தா!

உண்மையிலேயே பக்தியில் இப்படிச் செய்கிறார்களா? அல்லது எல்லோரும் செய்கிறார்களே என்கிற ஆசையில் செய்கிறார்களா என்று யோசித்தால், எனக்குக் குழப்பமாக இருக்கிறது.

இப்படிக்கு
உங்கள் அன்புள்ள
கண்ணன்.

அன்புள்ள கண்ணா, நலமா!

பயன்கருதிச் செய்யட்டும்

நீ எழுதியபடி பக்தியை, மத அடையாளத்தை வெளிக்காட்டிக் கொள்ளும்பழக்கம் நம் இந்திய இனத்தவரிடம்மட்டும்தான் இருக்கிறது என்று எண்ணி வருத்தப்படாதே! இது எல்லா நாட்டிலேயும் எல்லா இனத்தவரிடையேயும் இருக்கின்றது. நம்மவர்களிடம் சற்றுக் கூடுத லாக இருப்பதாக நீ உணரலாம். அது உண்மையில்லை என்பதைத் தெரிந்துகொள். இஸ்லாமியர்கள், சீக்கியர்கள், புத்தபிக்குகள், இஸ்ரேலி

புதுமைத்தேனீ மா.அன்பழகன்

யர்கள் போன்றோர்களோடு ஒப்பிடும்போது இது குறைவுதான். அதில் அவர்களுக்கு நம்பிக்கையும், திருப்தியும், அதன்வழி இறைவனைக் காண்கிறோம்; மதக் கோட்பாடுகளை நிறைவேற்றுகிறோம் என்று இதய பூர்வமாக எண்ணுவதால் செய்கிறார்கள். அதனால் அப்படிப்பட்ட பயன்கள் இருக்குமாயின் செய்யட்டுமே என்பதுதான் என் பார்வை.

வீட்டுக்கு வீடு வாசற்படி

இதுஎப்படி இருக்கிறதுஎன்றால்நம்தமிழர்களுக்கிடையில்மட்டும்தான் ஒற்றுமை இல்லை. சீன இனத்தைப்பார்! இந்த மலாய் இனத்தவரைப் பார்! ஒருவரை ஒருவர் விட்டுக்கொடுக்காமல் எவ்வளவு ஒற்றுமையாக இருக்கிறார்கள், என நாம் சொல்லிக்கொள்வோம். நமக்குத் தெரிந்தவை அவ்வளவுதான். ஆனால் அதில் உண்மையில்லை. இதே வாசகத்தை அந்த அந்த இனத்தவர்களும் அவர்களுக்கிடையில் சொல்லிக் கொள்வதுண்டு. சிங்கை வந்திருந்த போது மலாய் சீன நண்பர்களிடம் அந்த ஜலான் புசார் சமூக மன்றத்தில் அமர்ந்து பேசிக்கொண்டிருந்தபோது நான் கண்டுபிடித்த உண்மை இது. இக்கரைக்கு அக்கரை பச்சை.

மனத்துக்கண் மாசு இல்லாமல் இருத்தலே அறமாகும். எல்லாச் செயல்களுக்கும் மனம்தானே காரணம். மனத்தூய்மை இல்லாத மற்றவை ஆரவாரத்தன்மை உடையவை என்றுடாக்டர் மு.வ வள்ளுவனுக்கு உரை எழுதும்போது விளக்கிக் கூறுகிறார்.

போலியான நம்பிக்கை

கடவுள் நம்பிக்கை இல்லாதவர் உண்மையிலேயே கடவுள் இருப்பாரோ என்று நினைத்துப் பயப்படுவதும் உண்டு; கடவுள் நம்பிக்கை இருப்பவர் உண்மையிலேயே கடவுள் இல்லையோ என்று ஐயப்படுவதும் உண்டு. இந்தயதார்த்த உண்மையை விளக்குவதற்காக ஒரு சுவைமிக்க சம்பவமாக உருவாக்கிச் சொல்லியிருக்கிறார்கள்.

பரவெளிக்கு முதன்முதலில் ரஷியாவைச் சேர்ந்த விண்வெளி வீரர் ஒருவர் பறந்துவிட்டு வந்திறங்கினார். உலகமே மிகப்பெரிய சாதனையாக வியந்து பார்த்தது. ரஷியாவே மகிழ்ச்சிக் கடலில் திளைத்தது. அதுவரையில்லாத வரவேற்பைமக்கள் விண்வெளி வீரருக்கு அளித்து ஆர்ப்பரித்தனர். உலகத்திற்கே தமது நாடுதான் முன்னோடி, வழிகாட்டி என்று பெருமைப் பட்டுக்கொண்டனர்.

கிரம்ளின் மாளிகையின் முன் வரவேற்பு விழா தொடங்கியது. அதிபர், அமைச்சர்கள் உள்ளிட்ட அனைத்து அதிகாரிகள். பிரமுகர்கள், அரசியல் தலைவர்கள் எல்லாரும் வருகை தந்தனர். விழா நடைபெற்றுக் கொண்டி ருந்தபோது மேடையில் இருந்த அப்போதைய அதிபர் பிரஷ்னேவ் அந்த

விண்வெளி வீரரைத் தனியே அழைத்து, "மேலே போனாயே! பரவெளியில் கடவுளைப்பார்த்தாயா" என்றுரகசியமாகக் கேட்டார். உடனே "பார்த்தேன்" எனப் பெருமைப்பட்டுக்கொள்வதற்காகப் பதில் சொல்லிவிட்டார்.

"அப்போதே நினைத்தேன். நீ பார்த்திருப்பாய் என்று. ஆனால் வேறு யாரிடமும் 'பார்த்தேன்' எனச் சொல்லிவிடாதே! ஏனெனில் இது கம்யூனிஸ்ட் நாடல்லவா " என்றாராம்.

பின்னர், சோவியத் நாட்டுக்குள் உள்ள பல்வேறு மாநிலங்களிலும், பக்கத்து ஐரோப்பிய நாடுகளிலும் விண்வெளி வீரரை அழைத்து வரவேற்று, வாழ்த்தி, பாராட்டுகள் தெரிவித்தவண்ணம் இருந்தனர். இத்தாலி நாட்டிலுள்ள ரோம் நகர் வாட்டிக்கனிலும் ஒரு வரவேற்புக்கு ஏற்பாடாகியது. கத்தோலிக்க மதகுரு போப் அவர்களும் வரவேற்பு நிகழ்ச்சியில் கலந்துகொண்டு வாழ்த்த மேடைக்கு வந்திருந்தார்.

மேடையில் அமர்ந்திருந்த விண்வெளி வீரரைத் தம்மருகே அழைத்து ரகசியமாகக் கேட்டாராம்,

"மேலே போனாயே! அங்கே ஆண்டவரைப் பார்த்தாயா? " என்று.

ஏற்கனவே பிரஷ்னேவ் சொன்னது அவனுக்கு நினைவுக்கு வரவே

"நான் பார்க்கவில்லை! " என்று சொல்லிவிட்டார்.

உடனே அவரிடம் போப் அவர்கள், "நானும் அதையேதான் நினைத் தேன். நீ அங்குக் கடவுளைப் பார்க்கவில்லை என்கிற செய்தியை யாரிட மும் சொல்லிவிடாதே, ஏனெனில் இங்குள்ளவர்கள் பரவெளியில் ஆண்ட வன் இருப்பதாக நம்பிக்கொண்டிருப்பவர்கள் " என்றாராம்.

கண்ணா! உலக மக்கள் பெரும்பாலும் உள்ளொன்று வைத்துப் புறமொன்று பேசுபவர்கள் என்பதற்கான ஓர் எடுத்துக்காட்டாகவும் இதை எண்ணலாம். எண்ணுங்கால் நகைத்து இன்புறும் கதை.

பெரியார் வாங்கிய விபூதி

தந்தை பெரியார் கடவுள் மறுப்புக் கொள்கையுடையவர் என்பதும், அனைத்து மேடைகளிலும் யாருக்கும் பயப்படாமல் பேசக்கூடிய ஒரே தலைவர் என்பதும் யாவரும் அறிந்ததே.

ஒருமுறை அவரிடம் ஒரு குருக்கள் வந்து விபூதியைக் கொடுத்துவிட்டார். எந்தவிதமான பரபரப்பும் இன்றி அதை நெற்றியில் பூசிக்கொண்டாராம். பக்கத்திலிருந்தவர்கள்

" அய்யா நீங்கள் பூசலாமா " என்று கேட்கக்

" கடவுள் இல்லையென்பது என் கொள்கை. குருக்களின் கொள்கை

புதுமைத்தேனீ மா.அன்பழகன்

பெரியார்

'இருக்கிறது' என்பது. அவர் பிரசாதமாக விபூதியைக் கொடுக்கும்போது வாங்காமல் புறக்கணிப்பது அவரை அவமதிப்பதாகும். அவர் மனம் புண்பட்டுவிடக்கூடாது அல்லவா " என்றாராம். பெரியாருடைய மனித நேயத்தைக் கவனித்தாயா கண்ணா!

கடவுள் இருக்கிறார்

இன்னொருமுறை ஒருவர் பெரியாரிடம் வந்து,

"அய்யா! கடவுள் இல்லை என்று சொல்லி வருகிறீர்களே! ஒரு நாள் திடீரென்று கடவுள் உங்கள் முன் தோன்றினால் என்ன செய்வீர்கள் " என்று கேட்டவுடன் தாமதிக்காமல் பதில் சொன்னாராம்.

" கடவுள் இருக்கிறார் என ஒத்துக்கொள்வேன்! ' என்றாராம். அவர் சொன்ன பதில் சாதாரணமாக நமக்குத் தோன்றலாம். எப்படி ஒரு யதார்த்தத்தைப் போட்டு உடைக்கிறார் பார்.

என் பணி பலன் கிடைக்காதவர்களுக்கு...

புதுச்சேரியில் மேடையில் அமர்ந்து பெரியார் பேசிக்கொண்டிருந்தார். வருகை புரிந்திருந்த அம்மாநில சட்டசபைச் செயலாளர், பெரியாரின் பேச்சை இடைமறித்து, " நான் தினம் சிவபூஜை செய்கிறேன். அதனால் நான் மன நிறைவும், மன அமைதியும் அடைகிறேன். அதை ஏன் வேண்டாமென்று சொல்கிறீர்கள்? " என்று கேட்டாராம்.

உடனே, " பலன் கிடைக்கிறதென்றால்.. தாராளமாகச் செய்யுங்கள். நான் பூஜை செய்தும் பலன் கிடைக்காதவர்களுக்காகப் பாடுபடுகிறேன் " என்றாராம்.

சம்பவாமி யுகே யுகே

இந்தச் சொற்றொடரை நீ கேட்டிருப்பாய். ஆனால் அதன் பொருள் பலருக்குத் தெரியாது.

இறைவன் சொல்வதாக: " உலகில் எங்கே, எப்போது, எப்படி நான் தேவைப்படுகிறேனோ, அங்கே, அப்போது, ஒரு நிகழ்வாக, மனிதனாக அல்லது ஒரு கதையாக நான் வந்து நின்று உலகைக் காப்பேன் " என்பதே அதன் பொருளாம்.

இறைவன் விரும்பும் இதயம்

வாரியார் சுவாமிகள் தன் சிறு வயதில், நிலத்தில் அமரும்போது

கட்டியிருந்த வேட்டியை மழித்துக்கொண்டு உட்கார்ந்தாராம். இதைப் பார்த்துக்கொண்டிருந்த அவருடைய தாயார் கனகவல்லி அம்மையார்,

"நிலம் அழுக்காக இருக்கிறது. உட்கார்ந்து உன் உடையை அழுக்காக்கி விடக்கூடாதுஎன்பதனால்தானே அவ்வாறு ஆடையைச்சுருக்கிக்கொண்டு உட்கார்ந்தாய். அழுக்குத்தரையில் உட்காரக் கூசுகின்றாய் சரிதானே! அதேபோலத்தான் இறைவனும் சிலர்மனத்தில் உட்காரக் கூச்சப்படுவான்;

உள்ளத்திலே ஆசாபாசங்கள், கொடூர எண்ணங்கள், தீய செயல்கள் போன்ற அழுக்குகள் இருந்தால் அந்த அழுக்குப் படிந்த உள்ளத்திலே இறைவன் வந்து உட்காரக் கூசுவான். இதை நீ உன் வாழ்க்கையில் ஒரு படிப்பினையாகக் கொள்ளவேண்டும். இறைவன் உன் இதயத்தில் வந்து அமர வேண்டுமானால் நீ உன் உள்ளத்தைத் தூய்மையானதாக வைத்துக் கொள்ள வேண்டும். " என்றாராம்.

கண்ணா! தூய்மை என்பதன் பொருள் உனக்குத் தெரியும் என எண்ணுகிறேன்.

சின்னஞ்சிறு வயதில் தாயார் சொல்லிய அந்தத் தன்னலம் மிகுந்த சொன்னலம் பசுமரத்தாணிபோல் மனத்தில் இன்றும் பதிந்து கிடக்கிறது என்று வாரியார் சுவாமிகள் ஒரு பொதுக்கூட்டத்தில் சொன்னது கண்ணா உன் மனத்திலேயும் பதிந்திருக்க வேண்டும் எனப் பூரணமாக எதிர்பார்க்கிறேன்.

இப்படிக்கு

உன் நலம் விரும்பும்

தாத்தா.

22 நினைவும் மறதியும்

அன்புள்ள தாத்தா, வணக்கம்!

இறைபக்திக்குள் இவ்வளவு இருக்கின்றனவா? என் உள்ளத்தை இனித் தூய்மையானதாக வைத்திருக்க, முதலில் யாரிடமும் பொய் சொல்லக்கூடாது என்கிற உறுதிமொழியை இன்றுமுதல் கடைப்பிடிக்கப் போகிறேன். பொய்யைத்தான் பல அழுக்குகளுக்கு மூலமாகக் கருது கிறேன் தாத்தா.

நான் தேர்வு எழுதும்போது, எல்லாக் கேள்விகளுக்கும் தெரிந்த பதிலாக இருந்தாலும் அந்த நேரத்தில் மறந்துவிடுகிறது. தாத்தா! படபடப்பினாலா, அவசரத்தினாலா, எது எனத் தெரியவில்லை. தேர்வு நடக்கும் வளாகத்தைவிட்டு வெளியே வந்தபின் யோசிக்கும்போது எல்லாம் நினைவுக்கு வந்துவிடுகின்றன.

சென்ற வாரம் அனைத்துத் தொடக்கக் கல்லூரி இசைப்போட்டியில் நான்பாடினேன். முதல்தேர்வுச்சுற்றிலேயேதோல்வியடைந்துவிட்டேன். காரணம் இறுதி வரி திடீரென்று நினைவுக்கு வராமல் போய்விட்டது. நன்கு தெரிந்த வரிதான். அந்த வரியை மட்டும் நினைவோடு பாடி யிருந்தால் நான் நிச்சயம் தேர்வு பெற்றிருப்பேன் என நண்பர்கள் குழு ஒருமித்த குரலில் சொன்னவுடன் எனக்கு அழுகையே வந்துவிட்டது.

ஆனால், தாத்தா உங்கள் கடிதங்களில் உள்ள எந்தச் செய்தியாக இருந்தாலும் என் நினைவுக்கு வருகிறது. தூக்கத்தில் எழுப்பிக் கேட்டாலும் என்னால் பதில் சொல்லமுடியும்.

ஏன் தாத்தா மறதி வருகிறது? அதற்கு உங்களுக்குப் பிடித்த மூலிகை மருந்து ஏதேனும் இருக்கிறதா தேடிப்பாருங்கள்.

இப்படிக்கு, உங்கள் அன்புள்ள

கண்ணன்.

அன்பிற்கினிய கண்ணா, நலமா!

பொய்யோ பொய்

இனி யாரிடமும் பொய் சொல்லப்போவதில்லை என எழுதியிருந்தாய்.

சில இடங்களில் சிலர் பொய் சொல்லலாம் என்பர். இதை உனக்கு எழுதும் போது என் மின்னஞ்சலுக்கு யாரோ அனுப்பியிருந்ததை உனக்குத் தருகிறேன்.

குழந்தை பொய்சொல்வது பாவம்
பெரியவர் பொய்சொல்வது குற்றம்
காதலர்கள் பொய்சொல்வது ஒரு கலை
வழக்கறிஞர் பொய்சொல்வது தொழில்
அரசியல்வாதி பொய்சொல்வது ஒருதேவை
முதலாளி பொய்சொல்வது ஒருகருவி
உதவியாளர் பொய் சொல்வது மன்னிப்பு
கணவன் பொய்சொல்வது வாழ்வதற்கு
மனைவி பொய்சொல்வது குடும்பநலனுக்கு.

மறதிக்கு மருந்து

சீனாவில் நமது திருவள்ளுவர் போல் வாழ்ந்தவர் ஞானி கன்பூஷியஸ். அவர் தன் சீடர்களுக்குச் சொல்வார்:

'ஒரு பொருளின் ஒரு மூலையை நான் காட்ட, மற்ற மூன்று மூலைகளையும் சுய மாகக் கண்டுபிடிக்கத் தெரியாத மாணவர் களுக்கு நான் பாடம் எடுப்பதில்லை' என்பதுதான்

கன்பூஷியஸ்

பாலர் பள்ளி முடிந்தவுடன் தொடக்கப் பள்ளிக்குள் நுழைந்த அன்று இன்னொரு மாணவன் உன் தலையைக் கலைத்துக் கன்னத்தில் குத்தியது இப்போது பதினேழு வயதிலும் நீ நினைவுகூர்கிறாய் அல்லவா?

தினம் சாப்பிடுகிறாய். சென்ற வாரம் காலை என்ன உணவு சாப்பிட்டாய் என்றுகேட்டால் நினைவு இருக்காது. ஆனால் சென்ற ஆண்டு உன் பிறந்த நாளன்று மதியம் என்ன சாப்பிட்டாய் என்றால் உடனே பதில் சொல்லிவிடுவாய். காரணம் அன்றைய கோழிக்குழம்பில் உன் அம்மா உப்பு அதிகம் போட்டுவிட்டார்கள். அதனால் உன் நண்பர்கள் சாப்பிடாமல் போய்விட்டார்கள். நினைவிருக்கிறதல்லவா?

ஒருமுறை நீ ஒரு பாடத்தில் முதல் மதிப்பெண் எடுத்தவுடன் பள்ளி முதல்வர் திறந்த வெளி அரங்கில் எல்லோர் முன்னிலையிலும் உன்னைப் பாராட்டியது எப்படிப் பசுமையாக நினைவு இருக்கிறது.

புதுமைத்தேனீ மா.அன்பழகன் 113

உறங்கும்போதெல்லாம் கனவு காண்கிறாய். ஆனால் மலையிலிருந்து உருண்டு அதளபாதாளத்தில் விழுந்ததாய்ச் சொன்னாயே அது நினைவில் நிற்கிறது. ஆர்வமுள்ள புத்தகத்தைப்படிக்கும்போது தூக்கம் வருவதில்லை. ஆனால், பிடிக்காத நூலைக் கையில் எடுத்தவுடன் தூக்கம் வருவது எல்லாமே ஆர்வமின்மைதான் காரணம். எவற்றில் உனக்கு ஆர்வமும் ஈடுபாடும் அக்கறையும் இருக்கிறதோ அவற்றின் நினைவுகள் சரியாக இருக்கின்றன. ஏன்? அந்தச் சம்பவங்கள் வருத்தத்தினாலோ மகிழ்ச்சியினாலோ உன்னைப் பெரிதாகப் பாதித்துவிட்டன. நினைவாற்றலுக்காக மருந்து இருக்கிறது என விளம்பரப்படுத்துவதில் எனக்கு நம்பிக்கை இல்லை கண்ணா!

ஆகையினால் உனக்குத் தேவையானவற்றில் ஈடுபாட்டையும் ஆர்வத்தையும் ஏற்படுத்திக்கொண்டால் நினைவாற்றல் தானாக வந்துவிடும்.

காந்தி படம் மட்டும்

மன நிலை பாதிக்கப்பட்ட விடுதலைப் போராட்டத் தியாகி திருச்சி டி.எஸ். சுப்பிரமணியம் பிள்ளை. எல்லாப் பழைய நினைவுகளையெல்லாம் சுத்தமாக இழந்துவிட்டார். மனைவியோ, பிள்ளையோ எதிரில் வந்தால் " வாருங்கள்! உட்காருங்கள்! சாப்பிடுங்கள்! " என்பாராம். ஆனால் ஒரு ஐந்நூறு ரூபாய் நோட்டைக் காண்பித்தால் மட்டும் வாங்கி வைத்துக் கொண்டு அந்த நோட்டில் உள்ள காந்தி படத்தைப் பார்த்து " காந்தி! காந்தி! " என்பாராம். அதுமட்டும் எப்படி நினைவில் இருக்கிறது என்றால் காந்திமீது அளவிட முடியாத பற்று. அந்தப் பற்றுதல்தான் அவருடைய நினைவாற்றலுக்குக் காரணம்.

பாடல் மூலம் நினைவு

உன் தமிழாசிரியர் அக்கால இலக்கியங்கங்கள் முப்பத்தாறின் பெயர்களைச்சொல்லிக்கொடுத்திருப்பார். ஆனால் அவற்றின் பெயர்களைச் சொல்லச் சொன்னால் நீ ஒருசிலவற்றைச் சொல்லிவிட்டு மற்றவற்றை மறந்துவிடுகிறாய். அதற்கு அப்போதே எதுகை மோனையுடன் கூடிய ஒரு பாடலாக அல்லது செய்யுளாகச் சொல்லி நினைவுகூர்கிறார்கள். அந்தப் பாடல்களை நினைவிற்கொண்டால் போதும். ஆசிரியர்களே அந்தப்பாடலை வைத்துத்தான் பெயர்களைச் சொல்கிறார்கள். பதினெண் (18) கீழ்க்கணக்கு, பதினெண் (18) மேற்கணக்கு என்று 36 இலக்கியங்களை இரண்டாகப் பிரிக்கிறார்கள். மேற்கணக்கை இரண்டாகப் பிரித்துப் பத்துப்பாட்டு, எட்டுத்தொகை என்பர்.

பதினெண் கீழ்க்கணக்குகளின் பெயர்களை நினைவிற் கொள்ளும் செய்யுள் இதோ:

நாலடி நான்மணி நானாற்பது ஐந்திணை முப்
பால் கடுகம் கோவை பழமொழி மாமூலம்
இந்நிலைய காஞ்சியொடு ஏலாதி என்பவே
கைந்நிலையவாம் கீழ்க் கணக்கு.

இப் பாடல் சொற்களுக்கு உன் ஆசிரியரிடம் விளக்கம் கேள். அவர் பிரித்துச் சொல்லும்போது உனக்கு எளிதில் 18 இலக்கியங்களின் பெயர்கள் நன்கு புரியும்.

அதேபோல் பத்துப்பாட்டுக்கான விளக்கம் காட்டும் பாடல்:

முருகு பொருணாறு பாணி ரண்டு முல்லைப்
பெருகு வளமதுரைக் காஞ்சி - மருவினிய
கோலநெடு நல்வாடை கோல்குறிஞ்சி பட்டினப்
பாலை கடாத்தொடும் பத்து.

எட்டுத்தொகைக்கான பாடல்:

நற்றிணை நல்ல குறுந்தொகை ஐங்குறுநூறு
ஒத்த பதிற்றுப்பத்து ஓங்குபரிபாடல்
கற்றறிந்தார் ஏத்தும் கலியோடு அகம்புற மென
இத்திறத்த எட்டுத் தொகை.

மறதியில் மகான்கள்

மறதி என்றவுடன் 'கருமமே கண்ணாயினார்' அல்லது 'கல்லைக் கண்டால் நாயைக் காணோம்; நாயைக் கண்டால் கல்லைக் காணோம்' என்பன நினைவுக்கு வருகின்றன. கண்ணா! இதன் பொருள் எதில் நீ குறியாக இருக்கிறாயோ அதில்தான் உன் கவனம் இருக்கும். மற்றவற்றில் இருக்காது என்பதுதான்.

அந்த அடிப்படையில் சில தகவல்கள்:

தாமஸ் ஆல்வா எடிசன் ஒருமுறை வரி செலுத்துவதற்காக வரிசையில் நின்றிருக்கிறார். அவர்முறை வந்தபோது அவர் பெயரைச் சொல்ல மறந்து விழித்திருக்கிறார். அருகில் நின்றவர்தான் எடிசனுடைய பெயரை அவருக்கே சொல்லி நினைவூட்டினார்.

கவிஞர் சர் வால்டர் ஸ்காட் தாம் எழுதிய கவிதையொன்றைத் தாம் எழுதியது என்பதை மறந்துவிட்டு, கவிஞர் லார்டு பைரன் எழுதியது என்று சொல்லி வெகுவாகப் புகழ்ந்துகொண்டிருந்தாராம்.

தாமஸ் ஆல்வா எடிசன் தம் ஆய்வுக்கூடத்தில் உணவுக்காகக் காத்திருந்து கண்ணயர்ந்துவிட்டார். உணவை எடுத்து வந்த வேலையாள்

வேடிக்கை செய்ய எண்ணி, தானே ரொட்டியைத் தின்றுவிட்டுப் பாத்தி ரத்தை மூடி வைத்தான். முட்டையைக் கொஞ்சம் சிந்தியவாறு தின்று முடித்தான். காப்பியைக் குடித்துவிட்டுக் குடுவையை மூடி வைத்துவிட்டுச் சென்றுவிட்டான். விழித்துப் பார்த்த எடிசன் ஏனங்களைப் பார்த்து, தாம் சாப்பிட்டபின் உறங்கிவிட்டோமோ என நினைத்து, சுருட்டைப் பற்ற வைத்துப் புகைக்கத் தொடங்கிவிட்டார். பின்னர் வேலையாள் வந்து உண்மையைச் சொல்ல இருவரும் சிரித்திருக்கிறார்கள்.

நினைவாற்றலுக்குச் சில

அமெரிக்காவின் தாவர இயல் அறிஞர் ஆசா கிரே என்பவர் 25ஆயிரம் செடிகொடிகளின் பெயர்களை நினைவில் வைத்திருப்பவர்.

ஜூலியஸ் சீசர் தம் படைவீரர்களில் ஆயிரக்கணக்கானவர்களைப் பெயர் சொல்லி அழைப்பாராம்.

எகிப்து நாட்டின் தலைநகரம் கெய்ரோவில் உலகின் இரண்டாவது மிகப்பெரியபல்கலைக்கழகம் இருந்திருக்கிறது. அதில் சேர்ந்துபடிப்பதற்கு நுழைவுத் தேர்வு உண்டு. குர் ஆனை முழுவதும் பாராமல் ஒப்பிக்க வேண்டும். அப்படி நுழைவுத் தேர்வில் வெற்றி பெற்று 20 ஆயிரம் மாணவர்கள் படித்திருக்கிறார்கள்.

14 ஆண்டுகள் சிறையில் அடைக்கப்பட்ட சர் வால்டர் ரலே சிறையில் இருந்தவாறே நினைவில் வைத்து " உலக வரலாற்றை " எழுதினார். அதைத்தான் 300 ஆண்டுகளாக நாம் படித்து வருகிறோம் என்று சொல்லப்படுகிறது.

கண்ணா! அதனால் உனக்கு நினைவாற்றல் இல்லையே என்று கவலைப்படாதே. இருப்பவை இருக்கட்டும். வேண்டாதவை நினைவிலிருந்து அகலட்டும். பள்ளிப் படிப்பு மட்டுமே வாழ்க்கை அல்ல. வாழ்க்கைக்கு வேண்டிய பாடங்கள் பட்டறிவு, பகுத்தறிவு, பொது அறிவு போன்றவைகள் இருந்தாலே எதையும் சமாளித்துவிடலாம்.

இப்படிக்கு

உன் நலம் விரும்பும்

தாத்தா.

23 நோக்கம்

அன்புள்ள தாத்தா, வணக்கம்!

உங்கள் கடிதத்திற்குப் பிறகுதான் ஆறுதலடைந்தேன். இதுவரை நினைவாற்றல் எனக்கு இல்லையே என்று என்னையே நான் நொந்து கொண்டிருப்பேன். ஒரு நாள் வகுப்பு நடந்துகொண்டிருந்தது. பின் வரிசையில் அமர்ந்திருந்த நான் முன் வரிசையில் இருந்த நண்பனைக் கிண்டல் செய்வதற்காகத் தாளைச் சுருட்டி அவன் முதுகை நோக்கி வீசினேன். அது தவறுதலாக ஆசிரியர் முதுகில் பட்டுவிட என்னை அழைத்துத் தண்டிப்பதற்காக முதல்வரிடம் போகச்சொன்னார். தங்களைப்பகடி செய்யும் நோக்கம் இல்லை என்று விளக்கம் சொல்லியும் ஆசிரியர் கேட்பதாக இல்லை.

நான் கல்லூரி முதல்வரிடம் சென்று அதையே சொல்லி வாதிட்டேன். அவரும் செவி சாய்ப்பதாக இல்லை. பின்பு முதல்வரிடம் அவர் செய்த செயலையே எடுத்துக்காட்டி என் கருத்தை ஏற்க வைத்தேன்.

ஐயா, நீங்கள் ஒருநாள் உங்கள் வாகனத்தை எடுத்துக்கொண்டு கல்லூரி வளாகத்திற்குள் வேகமாகப் போகும்போது தரையில் கிடந்த மழைத் தண்ணீர் வாரி இறைக்கப்பட்டு ஒரு மாணவியின் சட்டை அழுக்கானது. உடனே கீழே இறங்கி வந்து 'தெரியாமல் செய்துவிட்டேன். உன் மீது சேற்றுத் தண்ணீரை வாரி இறைக்கவேண்டும் என்பது என் நோக்கமல்ல' எனச் சொன்னவுடன் அந்த மாணவி சமாதானம் அடைந்தாளே, அதேபோலத்தான் இதுவும் நோக்கமற்றது என்று சொன்னவுடன் முதல்வர் சிரித்துக்கொண்டு என்னை எச்சரித்து அனுப்பி வைத்தார்.

தாத்தா, இந்தச் சுவையான செய்தியை உங்களுடன் பகிர்ந்துகொள்ள முன்பே நினைத்திருந்தேன். ஆனால் வழக்கம்போல் மறந்துவிட்டேன்.

இப்படிக்கு, உங்கள் அன்புள்ள

கண்ணன்.

அன்பிற்கினிய கண்ணா, நலமா!

மதிப்பவன் மதிக்கப்படுவான் கடுமையான கட்டுப்பாடுடன் நடந்துகொள்ளவேண்டும் என்கிற உள்ளுணர்வுடனேயே இருக்கக்

கூடாது. கொஞ்சம் விளையாட்டாகவும் வேடிக்கையாகவும் நண்பர்களுடன் மனத் தளர்வுடன் இருக்க வேண்டும். ஆனால், அதே நேரத்தில் தாய் தந்தைக்கு அடுத்தாற்போல் மரியாதை செலுத்தப்பட வேண்டியவர் ஆசிரியர் என்பதை என்றும் நினைவிற்கொள்ள வேண்டும். கண்ணா, நீ புரிந்துகொள்வதற்காக ஒன்றைச் சொல்கிறேன். பெற்றோரை அல்லது குருவை மதிப்பதனால் அவர்களுக்குப் பெருமை சேர்க்கிறாய் என்று எண்ணுதல் கூடாது. அதனால், உனக்குத்தான் பெருமை; உனக்குத்தான் மகிழ்ச்சி என்பதை நிரந்தரமாக மனத்தில் இறுத்திக்கொள்.

"மதிப்பவன் மதிக்கப்படுவான்"

காந்தி வேஷம் போட்டவன் திருந்தினான்

மரியாதை என்றவுடன் ஒன்றை உனக்குச் சொல்ல வேண்டும். உன்னை அழைத்துக்கொண்டு ஒருநாள் சிங்கப்பூர் பெருமாள் கோவில் மண்டபத்திற்குச் சென்றேன். உலக வெப்பமயமாதலைத் தடுப்பதற்கு மகா மகரிஷி பரஞ்சோதி மகான் ஒரு பிரார்த்தனைக் கூட்டம் அங்கு நடத்தினாரே நினைவிருக்கிறதா! அதில் பேசிய மகான் ஒரு கதை சொன்னார். நீ மறந்திருக்கலாம். உளவியலை வைத்து மரியாதை எப்படிச் செயல்புரிகிறது என்பதற்கு எடுத்துக்காட்டான கதை அது.

ஓர் ஊரில் ஒரு குடிகாரன் இருந்தான். அவனுக்குக் காந்தியைப்போல் உருவம் இருந்தது. அதனால் அவனை அழைத்துக் காந்தி வேடம் போட வைத்தார்கள். நடித்து முடியும் வரை மது அருந்தக்கூடாது என அவனுக்கு நிபந்தனை விதித்திருந்தார்கள். காந்தியாக அவன் தெருவில் நடைபோட்ட போதெல்லாம் மக்கள் அவனை வணங்கினார்கள்; மரியாதை செலுத்தினார்கள். நடித்து முடித்தவுடன் கூலியைக் கொடுத்து 'இப்போது போய் வேண்டுமானால் குடித்துக்கொள்' என்றார்கள்.

அவனால் கள்ளுக் கடைக்குச்சென்று குடிக்க மனம் வரவில்லை. மனச் சாட்சி குத்திக்குடைந்தது. "நான் மகாத்மா காந்தியாக நடித்தேன். அந்த நடிப்புக்கே மக்கள் இவ்வளவு மரியாதை செலுத்துகிறார்கள் என்றால் உண்மையிலேயே காந்திபோல் வாழ்ந்தால் இன்னும் மக்கள் என்னை அதிகமாக மதிப்பார்கள்" என்று தீர்மானித்து அன்று முதல் மது அருந்து வதில்லை என முடிவெடுத்துவிட்டான். கண்ணா! நிழல் நிஜமானது.

தியாகராஜ பாகவதருக்கு, குரு பின்பாட்டுப் பாடுவதா?

குருபக்தியென்பதற்குச் சென்னையில் உண்மையில் நடந்த ஒரு நிகழ்ச்சியைச் சொல்கிறேன் கேள்!

பழம்பெரும் தமிழ் நடிகரும் பாடகருமான தியாகராஜ பாகவதர் பற்றிக் கேள்விப்பட்டிருப்பாய் என நினைக்கிறேன். அவர் ஒரு முறை அகில

இந்திய சென்னை வானொலி நிலையத்திற்குப் பாடவந்து அமர்ந்து விட்டார். பக்கவாத்தியங்கள் வாசிக்க இருப்பவர்களை ஒரு நோட்டமிட்டார். பின்னால் அமர்ந்து தமக்குத் தம்புரா வாசிக்க இருந்தவரை, தொகை முழுவதும் கொடுத்து வழியனுப்பிவைத்தார். அதற்குப் பதில் வேறு ஒருவரை வாசிக்கும்படி கேட்டுக் கொண்டார். நிகழ்ச்சி முடிந்தது. பாகவதர் அப்படிச் செய்யமாட்டாரே! ஏன் அவரை வாசிக்கவிடாமல் செய்துவிட்டார் என்று எல்லோரும் வியந்து காரணம் கேட்டனர்.

தியாகராஜ பாகவதர்

" ஒரு காலத்தில் அவர் என் குரு. அவரிடம் நான் குருகுலப் பாடம் கற்றிருக்கிறேன். இன்று நான் புகழடைந்து வளர்ந்துவிட்டேன் என்பதற்காக, என் குரு எனக்குப் பின் அமர்ந்து பின்பாட்டுப் பாடுவதை என் மனம் ஒப்பவில்லை. " என்று சொன்னராம்.

கண்ணா! இப்போது புரிகிறதா அக்காலத்தில் குருவை எப்படி மதித்தார்கள் என்று. அதே போன்று நீயும் ஆசிரியர்களை மதிக்க வேண்டும்.

நோக்கம் பற்றி நீ எழுதியிருந்தாய். அது எனக்குச் சில நிகழ்வுகளை நினைவூட்டுகின்றது.

ரவிவர்மாவின் சரஸ்வதி

உலகப்புகழ்பெற்ற ஓவியர் ரவி வர்மா ஒரு சரஸ்வதி படம் வரைந்திருந்தார். பார்த்தவர்கள் அனைவரும் மிகமிக அழகான பெண் என்றார்கள்; கவர்ச்சியான மாது என்றார்கள்; பார்க்கப்பார்க்கக் கவர்ச்சியானதாய் இருக்கிறதென்று பாராட்டினார்கள். வர்மாவுக்கு வருத்தமாகிவிட்டது.

ரவிவர்மா

அன்றிரவு தூக்கம் பிடிக்கவில்லை. படுக்கையில் புரண்டு துவண்டார். விடியற்காலை 4 மணிக்கு எழுந்து, கிரீடம் சூட்டிச் சிறு மாற்றங்களைச் செய்து வைத்துவிட்டார். மறுநாள் வந்து பார்த்தவர்கள் அனைவரும் கையெடுத்துக் கும்பிட்டு வணங்கினார்கள். தாம் வரைந்ததன் நோக்கம் திசைமாறிப் போனதை எண்ணி வருந்தியவருக்கு அதன் பின்தான் நிம்மதி ஏற்பட்டது.

கண்ணா, ஓர் அழகான பெண்ணை வரைந்ததிலேயோ பலர் பாராட்டி யதிலேயோ மகிழ்ச்சி அவருக்கு ஏற்படவில்லை. ஆனால் அவருடைய நோக்கம்தான் அவருக்கு முதன்மையாகத் தெரிந்தது. தம்மால் அந்தத் தெய்வீக முகத்தை முதலில் வரையத் தெரியாமல் போய்விட்டதே என வருந்தினார்.

வியாசரின் பார்வை சரியில்லை

நோக்கம் என்பதைப் பார்வை என்றுகூடச் சொல்லலாம். இன்னொரு கதையைச் சொல்கிறேன். பெண்கள் குளத்தில் நீராடிக்கொண்டிருந்தார்கள். வியாசர் அந்தப் பக்கம் போனார். பெண்கள் எல்லாரும் தங்கள் துணிகளை எடுத்து மானத்தை மறைத்துக்கொண்டார்கள். அதன்பிறகு அவருடைய மகன் சுகர் அவ்வழியே போனார். பெண்கள் எதையும் மறைத்திட முன்வராமல் ஆடிப்பாடி நீராடினார்கள்.

இது வியாசருக்கு வியப்பை அளித்தது. அப்பெண்களிடமே சென்று காரணத்தை வினவினார். அதற்கு அவர்கள்,

" உங்களுக்கு வானம் மலை மரஞ்செடி கொடி பூ தெரிகின்றன. குளம் தெரிகிறது; நீர் தெரிகிறது: பெண்கள் தெரிகிறார்கள்; பெண்களின் அங் கங்கள் தெரிகின்றன. ஆனால் உங்கள் மகனுக்கு இவை எதுவும் தெரியாது. அவர் எதை நோக்கிச் செல்கிறாரோ அது ஒன்று மட்டும் தான் அவருக்குத் தெரியும். வேறு எதன்மீதும் அவர் பார்வை படாது என்பதால் நாங்கள் எதையும் மறைக்கத் தேவையில்லை. " என்றனராம். வியாசர் வெட்கித் தலைகுனிந்ததாகப் புராணம் சொல்கிறது. அந்த வேதவியாசருடைய மகன்தான் சுகாச்சாரியார். தம் தந்தை எழுதிய ஒன்றரை லட்சம் சுலோகங ்களை உலகம் முழுவதும் பரப்பியவரும் அவரேதான் என்பது குறிப்பிடத் தக்கது.

கண்ணா! புராணக்கதையை இப்படி நடந்ததா எனக் கேட்கக்கூடாது. நமக்குச் சில அறவுரைகளை; பாடங்களை க் கதைவழியாகச் சொல்கிறார்கள் என்று எடுத்துக்கொள்ள வேண்டும். எதைக் கருத்தில் கொள்கிறாயோ அதை மட்டும்தான் குறிக்கோளாகக் கொண்டு உன் சிந்தனையும் செயலும் கருமமே கண்ணாயினாராக இருக்கவேண்டும்.

பெண் கழுத்தில் மாலை

கோயம்புத்தூர் இடையார்பாளையம் சந்திப்பிலிருந்து, வேலாண்டிப் பாளையம் செல்லும் சாலையில், சுடுகாட்டை நோக்கி ஒரு பிண ஊர்வலம் போய்க்கொண்டிருந்தது. வண்டியினுள் இருந்தவர், பிணத்தின் மீது கிடந்த மாலைகளிலிருந்து பூக்களைப் பிய்த்து தெருவில் வீசிக்கொண்டே வந்தார். ஒருமுறை ஒரு மாலையைப் பிய்க்காமல் வெளியே வீசிவிட்டார்.

எதிர்பாராதவிதமாக ஓரத்தில் நடந்து அலுவலகம் சென்றுகொண்டிருந்த ஒரு பெண் கழுத்தில் விழுந்துவிட்டது. பெண் கலங்கினாள்; வருந்தினாள். பிறகு மற்றவர்கள் " தவறுதலாக வீசிவிட்டார். வீசியவர் தவறான நோக்கத்தில் வீசவில்லை. கோபிக்காமல் மாலையைக் கழற்றிவிட்டுப் போம்மா " என்று சமாதானப் படுத்தி அனுப்பி வைத்தார்கள்.

கண்ணா, பார்த்தாயா! உனக்கு எழுதும் கடிதத்தில் இந்தச் செய்திகளை யெல்லாம் எழுத வேண்டும் என்கிற நோக்கத்திலேயே எழுதியபடி இருந்ததனால் உன் அத்தை கொண்டுவந்து வைத்த பாலைக் குடிக்க மறந்துவிட்டேன். ஆறிக்கிடக்கிறது. இதிலே ஏற்பட்டுவிட்ட என் மறதிக்கு என்னைக் கண்டித்து அடுத்த கடிதம் எழுதிவிடாதே!

இப்படிக்கு

உன் நலம் விரும்பும்

தாத்தா.

புதுமைத்தேனீ மா.அன்பழகன்

24. பொங்கல் விழா

அன்புள்ள தாத்தா, வணக்கம்!

நல்ல தகவல்களைக் கொடுத்தீர்கள். சிங்கப்பூரில்கூடச் சீனர்கள் தாங்கள் உண்டு தங்கள் வேலை உண்டு என்று இருப்பார்கள். ஆனால் நம் தமிழர்கள்தான் அடுத்தவர் பிரச்சினைகளில் தலையிடுகிறார்கள் என அம்மா சொல்லிக்கொண்டே இருப்பார்கள்.

வரும் பொங்கல் விழாவன்று என் மலாய் நண்பர்கள் சிலரை வீட்டுக்கு அழைக்கலாம் என்றிருக்கிறேன். அவர்களுக்குப் பொங்கல் பற்றி நான் என்ன விளக்கம் அளிப்பது என்று தெரியவில்லை. அப்பாவிடம் சொல்லி விளக்கம் கொடுக்கச் சொல்லவேண்டியதுதான். எனக்குத் தெரிந்தது பொங்கல் செய்து சாப்பிடுவது மட்டும்தான்; மறுநாள் மாட்டுக்குப் பொங்கல், அவ்வளவுதான் தெரியும். நண்பர்களை அழைப்பது பற்றித் தாத்தா நீங்கள் என்ன நினைக்கிறீர்கள்?

இப்படிக்கு

உங்கள் அன்புள்ள

கண்ணன்.

அன்புள்ள கண்ணா, நலமா!

மற்ற எல்லா இனத்தவரையும் அழை!

பொங்கல் விழாவுக்கு மலாய் நண்பர்களை இல்லத்திற்கு அழைக்க இருப்பதாக எழுதி இருந்தாய். மிக்க மகிழ்ச்சி. சீன மாணவ நண்பர்கள் போன்ற பிற இன நண்பர்களையும் சேர்த்து அழைத்துப் பொங்கலைக் கொண்டாடு. அதிலே ஒரு மகிழ்ச்சி ஏற்படும். பொங்கல் விழாவுக்குச் சம்பந்தம் இல்லாத மற்ற இனத்தவர்களுக்கு நமது பொங்கல் பண்டிகை, நமது நாகரிகம், பண்பாடு, பழக்கவழக்கங்களைச் சொல்லும்போது உனக்குப் பெருமிதமாக இருக்கும். அப்போது நீ அடைகிற மகிழ்ச்சி என்பது தனிச்சிறப்பானது.

வீட்டுக்குள் நல்லிணக்கம்

அம்மாவிடம் பாரம்பரியச் சமையலைச் செய்யச் சொல். அதாவது

சர்க்கரைப் பொங்கல், வெண் பொங்கல், பாயசம், வடை, அப்பளம், காரம் புளி இல்லாமல் இந்தியக் காய்கறிகளைச் சமைக்கச் சொல். கரும்பு, மஞ்சள் இஞ்சிக் கொத்துகள், வாழைப்பழம், தேங்காய், தென்னை மாவிலைத் தோரணங்கள் போன்றவற்றை மறந்துவிட வேண்டாம். முடிந்தால் அப்பாவிடம் சொல்லி எல்லோருக்கும் வேட்டியும் துண்டும் வாங்கிக் கொடுக்கச்சொல்லி அவர்களுக்குக்கட்டிவிட்டு, அவர்கள் தள்ளாடுவதைப் பார்த்து ரசித்துக்கொள். அப்போது அங்கே நடக்கும் கொண்டாட்டத்தைக் கற்பனை செய்துபார்! சிங்கப்பூர் கடைப்பிடிக்கும் நல்லிணக்கத்தை உன் இல்லத்துக்குள் காணலாம். நல்ல நண்பர்கள் கிடைப்பார்கள். அதேபோல் பிறகு அவர்கள் பண்டிகைகளுக்கு உன்னை அழைப்பார்கள். அங்குப் போகும்போது அவர்களுடைய பண்பாடுகளை, பழக்கவழக்கங்களை அறிய உனக்கு நல்ல வாய்ப்பு ஏற்படும்.

தமிழர் திருநாள்

வரலாற்று ஆய்வாளர் குடவாயில் பாலசுப்பிரமணியம் செய்த ஆய்வு நினைவுக்கு வருகிறது.

பொங்கல் விழா

பொங்கல், தமிழர் திருநாள், புத்தாண்டுக் கொண்டாட்டம் என்றெல்லாம் சொல்லலாம். தமிழர்களின் கலாசார அடையாளங்களில் பொங்கல் விழாவுக்கு ஒரு முக்கியமான இடம் உண்டு. சோழர்கள் பல்லவர்கள் காலக் கல் வெட்டுகளில் எந்த இடத்திலும் பொங்கல் எனும் பெயர் குறிப்பிடப்பட வில்லை. பின்னர்த் தமிழர்கள் அதைப் பல்வேறு பெயர்களில் கொண்டாடி வருகின்றனர். கொண்டாட்டமே ஒரு மகிழ்ச்சி என்றால் அதன் பொருள் தெரிந்து கொண்டாடினால் இன்னும் மகிழ்ச்சியாக இருக்கும்.

அறுவடைத் திருநாள்

தை முதல் நாள் சூரியன் தென் திசையில் இருந்து வடதிசை நோக்கி நகரத் தொடங்குகிறது. சோழர்கள் வடமொழியாளர்களால் கவரப்பட்டுக் கிடந்த காலம். அதனால் வடமொழிப் பெயராகிய "உத்தராயண சங்கராந்தி" என்று கல்வெட்டில் காணப்படுகிறது. 'உத்தரம்' என்றால் 'வடக்கு' என்றும் 'சங்கரம்' என்றால் ' நகரத் தொடங்கு ' என்றும் பொருள் காணலாம்.

தை பிறப்பதற்கு முந்திய மார்கழித் திங்களில் அதிகாலை எழுந்து நீராடும்போது, ஆயுள் பலமும், ஆன்ம பலமும், ஓசூன் காற்றினால் குருதி ஓட்டமும், நினைவாற்றலும் கிடைக்குமென்று சொல்லப்படுகிறது. விஞ்ஞான ரீதியில் அவை உண்மையானது என்றும் கூறுகிறார்கள்.

மழைக்காலம் முடிந்து குளிர்காலம் நிறைவுறும் வேளையில் தை மாத முதல்தினத்தை அறுவடைக் காலமாகக் கணக்கிட்டு மக்கள் 'அறுவடைத் திருவிழா' என்றும் அழைக்கிறார்கள். அறுவடைத் திருவிழாவை அவரவர்கள் தங்கள் நாட்டின் தட்ப வெப்ப நிலைக்கேற்ப உலகெங்கும் வெவ்வேறு பெயர்களில், வெவ்வேறு காலங்களில் கொண்டாடுகிறார்கள் என்பது இதை ஒட்டிய இன்னொரு செய்தியாகும்.

பிற்காலத்தில் மாதத்தின் இறுதி நாளில் பீடைமாதம் என்று சொல்லப் பட்ட மார்கழித் திங்கள் கழிந்ததை, "பழையன கழிதலும், புதியன புகுதலும்" எனும் புதிய கோட்பாட்டைப் புகுத்தி 'போகிப் பொங்கல்' எனவும் சிலர் இணைத்துக்கொண்டார்கள்.

பகலவனுக்குப் படையல்

வள்ளுவன் வாக்கின்படி, உலகமே உழவுத் தொழிலின் பின் நிற்கிறது என்பதாகும். பெரும்பாலோர் விவசாயப் பெருங்குடி மக்களாக வாழ்ந்த காலம் அது. அந்த விவசாயத்திற்குப் பேருதவியாக இருப்பது சூரியன். சூரியனை இறைவனாகக் கருதி, உதவும் அவனுக்கு நன்றி செலுத்தும் திருநாளாகவும் தை முதல் நாளைக் கொண்டாடினார்கள்.

சோழர் காலத்தில் தை நீராடுதல் எனும் சம்பிரதாயம் இருந்ததாகச் சொல்லப்படுகிறது.

நீராடிவிட்டு இல்லத்திற்கு வருவார்கள். அறுவடை செய்து கொண்டு வந்த நெல்மணிகளை அரிசியாக்கிப் புதுமணம் மாறாமல், கதிரவனின் ஒளி படுவதுபோல் வாசலில் அடுப்பைப் பற்றவைத்துப் புதிய பானையில், அந்த அரிசியுடன் வெல்லத்தை இட்டுப் பொங்கல் பொங்கிச் சூரியனுக்குப் படையலிடுவார்கள்.

சூரியனை வணங்கி, " இந்த உணவு நீ கொடுத்தது. உணவின் ஒவ்வொரு அரிசியிலும் உன் சக்தி படர்ந்திருக்கிறது. அந்தச் சக்தி எங்கள் உள்ளேயும் சென்று பரவி, எங்களை ஆரோக்கியமாகவும் ஆனந்தமாகவும் வாழவைக்கும் சூரிய பகவானே உனக்கு நன்றி " என்று சொல்லித் தொழுதுவிட்டு எல்லோருக்கும் கொடுத்துவிட்டுப் பிறகுதான் விவசாயிகள் உண்பார்கள்.

மாட்டுக்கு நன்றி

அப்போதெல்லாம் மாடுகள் இல்லாத வீடுகளே இல்லை. அதனால்தான் மாடு என்றால் செல்வம் என்ற ஒரு பொருளும் உண்டு. பயிர்த் தொழிலுக்குக் கால்நடைகள் உற்ற தோழனாக இருந்து உதவுவதால் அவற்றிற்கும் நன்றி சொல்லும் முகத்தான் இவ்விழாவோடு மாட்டுப் பொங்கலையும் இணைத்துக்கொண்டாடுவார்கள். சுண்ணாம்பு மஞ்சள் கலந்த

கலவையினால் புள்ளிகள் வைத்துக் கள்ளிச் செடியொன்றை கோமியம் நிறைத்த தொட்டி போன்ற சிறு அகழி நடுவே நிறுத்துவார்கள். இதைக் கள்ளி வட்டம் என்பார்கள். கள்ளியிலிருந்து பால் எடுத்துச் சுண்ணாம்பு மஞ்சள்கலந்துமாடுகளுக்குப்பூசிவிடுவார்கள்.

மாட்டுப் பொங்கல்

சூரியனுக்குப் படையலிட்ட மறு நாள் கால்நடைகளைக் குளிப்பாட்டி, அவற்றின் நெற்றியிலும் கொம்புகளிலும் மஞ்சள் குங்குமம் பூசுவார்கள். கழுத்தில் நெட்டிமாலையையும், கிருமி நாசினியான வேப்ப இலை மாலைகளையும் அணிவிப்பார்கள். கதிரொளி பட வேண்டும் என்பதற்காக வெளி மைதானங்கள் வழியாக அழைத்துச் சென்று கோவிலுக்கு உலாப் போவார்கள். " எங்கள் மாடு கன்றுகளுக்கு நோய்நொடி வரவிடாமல், பூச்சி பொட்டு அண்டவிடாமல் சாமியே நீ தான் எங்களைக் காப்பாற்ற வேண்டும் " என்று இறைவனிடம் வேண்டிக்கொள்வார்கள்.

கால்நடைகளை அவற்றின் மாட்டுத் தொழுவத்திற்கு முன் நிறுத்தித் தங்கள் விளைச்சலில் கிடைத்த அனைத்துக் காய்கறிகளையும் கொண்டு புத்தரிசியுடன் சமைத்து மீண்டும் ஒரு பொங்கலிடுவார்கள். எந்தத் தீய சக்தியும் நெருங்கக் கூடாது என்பதற்காக வேப்பங் குச்சிகளைக் கூறாக்கி வீடுமற்றும் தொழுவத்தின் நுழை வாயிற் கூரைகளில் செறுகி வைப்பார்கள். அடுத்த பொங்கல் வரை அவை காவலாய் நிற்குமாம்.

கன்னிப் பொங்கல்

மாதத்தின் மூன்றாம் நாளைக் கன்னிப் பொங்கல் என்றுதான் சொல்வார்களாம். மார்கழித் திங்கள் முழுதும் கன்னியர்கள் முற்றம் நிறைத்து மாக்கோலம் போடுவர். சாணத்தினால் ஆன பிள்ளையாரைப் பிடித்து நடுவே பரங்கிப் பூ சுரைப்பூ அவரைப்பூ செருகி வைப்பார்கள். கன்னிப்பொங்கலன்று மாதம் முழுவதும் பிடித்து வைத்துக் காய்ந்துபோன மாட்டுச் சாணத்துப் பிள்ளையார்களைச் சேகரிப்பார்கள். குளத்திலோ ஆற்றிலோ குளித்துவிட்டுக் கரையில் அந்தப் பிள்ளையார்களை வைத்து வீட்டிலிருந்து கொண்டுவந்த பலகாரங்களைப் படைப்பார்கள். பிறகு கும்மியடித்து ஆடிப்பாடி நோன்பை நிறைவு செய்யும் திருவிழாவாகக் கொண்டாடுவார்கள். சில இடங்களில் கன்றுப் பொங்கல் எனச் சொல்லிக்கொண்டு சிறுவர்களும், மாடுமேய்ப்பவர்களும் கன்றுக் குட்டிகளுக்கு முதல்நாள் மாடுகளுக்குச் செய்ததுபோல் அலங்காரம் செய்து கொண்டாடுகிறார்கள். 'பிள்ளையார் தமிழகத்திற்கு வந்ததே

அறுநூறு ஆண்டுகளுக்கு முன்புதான்' என வரலாற்றுரீதியாகமறுப்பாரும் உளர்.

காணும் பொங்கல்

அடுத்தடுத்த நாட்களில் மஞ்சு விரட்டு என்று சொல்லக்கூடிய காளையை அடக்கும் போட்டி, மாட்டுவண்டிப் போட்டி, சிலம்பு சுற்றுதல் என ஆண்கள் தங்களின் வீரத்தைப் பறைசாற்றுகிற நிகழ்ச்சிகளைக் காலப்போக்கில் இணைத்துக் கொண்டனர். சிலர் காணும் பொங்கல் என்கிற பெயரில் உறவுப் பெரியவர்களையும், ஊர்ப் பெரியவர்களையும் அவர்கள் இடத்துக்குச் சென்று வணங்கி வாழ்த்துகளைப் பெறுவார்கள். பெரியவர்கள் தரும் அன்பளிப்புகளைப் பெற்றுக்கொண்டு மகிழ்ச்சியுடன் இல்லம் திரும்புவர். இப்போதெல்லாம் கடற்கரை, பூங்கா, திறந்தவெளி, ஆற்றங்கரையோரம் எனப் பொதுமக்கள் கூடும் பொது இடங்களில் கூடி ஒருவரையொருவர் நலம் விசாரித்து வாழ்த்துகள் சொல்லிக் காணும் பொங்கலாகக் கொண்டாடி மகிழ்வர்.

கண்ணா! இத்தனை செய்திகளை உள்ளடக்கியதுதான் பொங்கல் விழா. இவற்றை நீ ஒருபோதும் மறந்திடலாகாது. நினைவிற்கொண்டு உன் நண்பர்களுக்கு ஒன்றுவிடாமல் சொல்வதோடு இதன் காரண காரியங்களை அடுத்த தலைமுறைக்கு எடுத்துச்செல்ல வேண்டியதில் உனக்கும் பொறுப்பும் பங்கும் உண்டு.

இப்படிக்கு
உன் நலம் விரும்பும்
தாத்தா.

25 வாயில்லா உயிரினங்கள்

அன்புள்ள தாத்தா, வணக்கம்!

அப்பப்பா பொங்கலுக்குள் இவ்வளவு செய்திகளா? மூன்று முறை படித்து நன்கு மண்டையில் ஏற்றிக்கொண்டேன். ஏனெனில் மற்ற இனத்து நண்பர்களுக்கு விளக்க வேண்டுமே. தாத்தா, நீங்கள் சொல்லியதுபோல் சீன மாணவர்களையும், பிலிப்பைன்ஸ், ஜப்பான் மாணவர்களையும் அழைத்திருந்தேன். மொத்தம் 13 மாணவர்கள் வந்திருந்தனர். நீங்கள் சொன்னீர்களென்று அப்பாவிடம் சொல்லி வேட்டி துண்டுகளை மட்டும் வாங்கினோம். அவர்கள் கால் சட்டை மீதே வேட்டியைக் கட்டிவிட்டோம். அப்பாவுக்கு அன்று சரியான வேலை. துண்டைத் தோளில் போட்டுவிட்டோம். துண்டு தோளில் தங்காததால் பலர் தலையில் முண்டாசாகக் கட்டிக் கொண்டார்கள். அன்று ஒரே கூத்தாக இருந்தது. நீங்கள் சொல்லியபடி அம்மா நல்ல ருசியான சமையல் செய்திருந்தார்கள். காரம் புளி இல்லாததால் அனைவரும் ருசித்துச் சாப்பிட்டுவிட்டு என்னைப் பாராட்டினார்கள். எனக்கு ஒரே பெருமையாக இருந்தது.

அதன்பின் அதே உடையுடன் எல்லா நண்பர்களையும் லிட்டில் இந்திய கடைத்தொகுதிக்கு அழைத்துச் சென்றேன். கேம்பல் லேனில் பொங்கல் கூடாரத்தில் கட்டப்பட்டிருந்த மாடு, வண்டி, நெற்கதிர் போன்றவற்றைக் காட்டினேன். நீங்கள் எழுதியபடி எல்லோருக்கும் பொங்கல் வரலாற்றை விளக்கி ஒரு உரையே ஆற்றினேன்.

என் நண்பர்களை, அங்கு வந்திருந்த சுற்றுலாப் பயணிகள் உள்பட அனைவரும் வேடிக்கைபோல் கண்டு ரசித்தனர். பின்னர் அவர்கள் அனைவரும் மிக்க மகிழ்ச்சியுடன் விடைபெற்றுச் சென்றார்கள்.

வீட்டிலிருந்து புறப்பட்டபோது நண்பன் ஒருவன் தன் வாகனத்தை

எடுக்கும்போது அடியில் படுத்திருந்த பூனை ஒன்று நசுங்கி இறந்து விட்டது.

மற்ற நண்பர்களின் ஆலோசனைப் படி கண்டுகொள்ளாமல் நகர்த்திக்கொண்டுபோய் கார் நிறுத்தும் இடத்தில் அந்த வாகனத்தை நிறுத்திவிட்டு எல்லோரும் விரைவு வண்டி பிடித்து லிட்டில் இந்தியாவில் இருக்கும் தேக்காவிற்குச் சென்றுவிட்டோம். அங்குப் போய் அந்த மாடுகளைப் பார்க்கும் போதெல்லாம் அந்த இறந்த பூனையே நினைவுக்கு வந்துகொண்டிருந்தது. யார் வளர்த்த பூனையோ? தெரிந்தால் என்ன பிரச்சினை எழுமோ? அது இறக்கும்போது என்ன பாடு பட்டிருக்குமோ . . . மனச்சாட்சி என்னை உறுத்திக்கொண்டே இருக்கிறது தாத்தா!

இப்படிக்கு
உங்கள் அன்புள்ள
கண்ணன்.

அன்புள்ள கண்ணா, நலமா!

சிங்கைச் சட்டத்திற்கு உட்பட்டு நட.

உன் கடிதம் படித்தேன். பொங்கலை இல்லத்தில் நல்லிணக்கத்தோடு கொண்டாடியது அறிந்து மிக்க மகிழ்ச்சியடைந்தேன். அதே நேரத்தில் ஒரு பூனையைக் கொன்று விட்டீர்களே; அதைவிடப் பெரிய குற்றம் அதை மறைத்தது. உங்கள் நாடு சட்டம் ஒழுங்கைச் சரியாகப் பின்பற்றும் நாடு. எந்த வளர்ப்புப்பிராணிகளுக்கும் ஊனமோ தீங்கோ ஏற்பட அனுமதிக்காது. அப்படி ஏதேனும் ஏற்பட்டுவிட்டால் அதற்கான தண்டனையைக் கொடுத்திடத் தயங்காது.

அப்படியிருக்க நீங்கள் உடனே அக்கம்பக்கக் காவல் துறைக்குச் சென்று விவரத்தைச் சொல்லியிருக்க வேண்டும். பூனையின் உரிமையாளர் புகார் செய்யாத வரையில், அறியாமல் செய்த பிழை என்றுகூட உங்களை மன்னித்துவிடுவார்கள். ஆனால் கண்டிப்பாக நீங்கள் காவல் நிலையம் சென்று நடந்ததைச் சொல்லிவிடுங்கள்.

ஓட்டுநர் உரிமம் எடுக்கும் வயது

இன்னொன்றை நீங்கள் கவனிக்க வேண்டும். உன் நண்பன்தான் வண்டியை ஓட்டினான் என்றாய். உன் வயதை ஒத்தவன் என்றால் உங்கள் நாட்டில் ஓட்டுநர் உரிமம் எடுக்கக் குறைந்தது 18 வயதாகியிருக்க வேண்டும்? உனக்கு வயது 17 ஆகிறது. அந்த வயது, உரிமம் எடுக்க முடியாத வயதாக இருக்கும் என நான் நினைக்கிறேன். ஓட்டுநர் உரிமம் இன்றி நண்பன் வாகனம் ஓட்டியிருந்தால் அது பெரிய குற்றமாக ஆகி விடும்.

எக்காரணத்தைக்கொண்டும் சிங்கப்பூர் அரசின் சட்டங்களுக்குக் கட்டுப் பட்டு நடக்க இந்த வயதிலேயே பழகிக்கொள்ள வேண்டும். முடிவு என்ன ஆனாலும் ஓடி ஒளிவதோ, மூடி மறைப்பதோ கூடாது என்கிற பழக்கத்தை நீ எதிர் காலத்தில் மட்டுமல்ல இப்போதும் உறுதியாகக் கைக்கொள்ள வேண்டும்.

வகை வகையான வாயில்லா உயிர்கள்

வாடிய பயிர்களைக் கண்டு வள்ளலார் இராமலிங்க அடிகளார் மனம் வாடினார் என்று படித்திருக்கிறோம். தாவரங்களுக்கே அப்படி என்றால் வாய் விட்டு எதையும் சொல்ல முடியாத விலங்கினங்களை நாம் எப்படிக் கவனிக்க வேண்டும். அந்த உயிரினங்கள், பறவை இனங்கள் போன்றவை பற்றி எனக்குக் கிடைத்த அரிய பெரிய தகவல்களை உனக்கும் கூற விழைகிறேன்.

* ஆஸ்திரேலியாவில் வசிக்கும் மித்ரா என்ற பறவை ஒன்பது நிறங்களில் தெரியும்.
* கடல் புறாக்கள் கடலில் நீந்திக்கொண்டே தூங்கும்.
* பச்சோந்தியின் கண்கள் எப்போதும் சுழன்றுகொண்டே இருக்கும்.
* மரங்கொத்திப் பறவை, மரத்தை ஒரு நொடிக்கு 20 முறை கொத்தும்.
* குவாரி எனும் பறவை மல்லாந்தே தூங்கும்.
* புறா ஓய்வெடுக்காமல் ஆயிரம் கிலோ மீட்டர் வரை பறக்கும் திறன் படைத்தது.
* நீரை உறிஞ்சிக் குடிக்கும் பறவை புறா.
* நெருப்புக்கோழி ஒரே தடவையில் நூற்றுக்கும் மேற்பட்ட முட்டைகளை இடும்.
* மிகப்பெரிய நீர்ப்பறவை அன்னம். (முன்னொரு காலத்தில் இருந்ததாம்)
* வெட்டுக்கிளியை வேட்டையாடும் பறவை மைனா.
* வான்கோழி அமெரிக்காவைப் பூர்வீகமாகக் கொண்டது.
* நியூசிலாந்து நாட்டில் காக்கைகள் கிடையாது.
* இராஜஸ்தானின் பறவைகள் சரணாலயத்தில் 374 பறவை இனங்கள் இருக்கின்றன.
* கவரிமான் மயிர்நீப்பின் உயிர் வாழாது.
* மழைக்காலம் முழுவதற்கும் சேர்த்து, எறும்பு தேவையான உணவைச் சேமித்து வைக்கும்.

* தனக்குக் கிடைக்கும் உணவைப் பகிர்ந்து உண்ணக் கற்றுக்கொடுக்கும் காக்கை.

* தன் துணை பிரிந்தால் கூழாங்கற்களைத் தின்று, உயிர் விடும் மணிப்புறா.

* தேவைக்குமேல் உணவு கிடைத்தால் திரும்பிக் கூடப் பார்க்காது சிங்கம்.

* மிருகங்களிலேயே மிகவும் சிறிய இதயம் கொண்டது சிங்கம்.

* சிங்கத்தைவிடப் புலிதான் அதிக வலிமையுடையது. ஆனால் புலியைவிடச் சிங்கம்தான் கம்பீரத் தோற்றமுடையது.

* ஆக்டோபஸ் கொடூரமான நீந்தும் இனமாகும். அது பிறக்கும்போது ஒரு எள் அளவுதான் இருக்கும்.

* பச்சோந்தியின் நாக்கு அதன் உடல் நீளத்தைவிட இருமடங்காம்.

* ஒரு பசுமாடு ஆயுளில் 2 லட்சம் தம்ளர் பால் கொடுக்கும்.

* கரப்பான் பூச்சியை வெட்டினாலும் பத்து நாள்கள் உயிர் வாழும்.

* எறும்புகள் தூங்குவதில்லை. (மனிதர்கள் தூங்காமல் இருக்க முடிவ தில்லை)

* பூனை 18 மணிநேரம் தூங்குகிறது.

* கோலா கரடி 22 மணிநேரம் தூங்குகிறது.

* டால்பின் ஒரு கண்ணால் மட்டுமே தூங்குகிறது.

* நத்தை மூன்று வருடம் தூங்கும்.

* ஒட்டகச்சிவிங்கி 20 நிமிடம் மட்டுமே தூங்குகிறது.

* வானில் பறக்கும் பறவைகள் பறக்கும்போதே தூங்கிக்கொள்கின்றன. ஆனால் 9 நொடிகள்தான் ஒரு தூக்கத்தின் அளவு.

* மனிதன் தன்னைப்போல் ஒரு மடங்கு எடையைத்தான் தூக்க முடியும். ஆனால் எறும்பு10 மடங்கு எடையைத் தூக்கும் வலிமை படைத்தது.

கண்ணா! கவனித்தாயா விகிதாச்சார அடிப்படையில் மனிதனைவிட எறும்பே பலசாலி என்று சொல்லலாம்.

எறும்பை ஒட்டிய ஒரு கதை

எறும்புகள் எல்லாம் போய் இறைவனிடம் ஒரு வரம் கேட்டனவாம். " நாங்கள் கடித்தால் சாகணும் " என்று. எறும்பின் தந்திரத்தை அறிந்த இறைவன் " தந்தேன் " என்றானாம்.

எறும்பு மனிதனைக் கடித்தது. உடனே மனிதன் எறும்பை அடித்துக் கொன்று விட்டான். யார் சாகணும் எனக் கேட்காமல் விட்டதன் பலன்.

கண்ணா... 'கெடுவான் கேடு நினைப்பான்' எனும் பழமொழிக்கு விளக்கமாக இதனைக் கூறுவார்கள்.

சாகிற மனிதன் சந்திக்கும் பிரச்சினைகள்

கண்ணா! தத்துவ ஞானியும் எழுத்தாளருமான வால்டேர் (1694-1778) தன் குறிப்பில் மனிதனைவிட விலங்குகள் பிரச்சினைகள் இல்லாது சாகின்றன எனக் கிண்டலாகக் குறிப்பிடுகிறார்.

விலங்குகள் நேரத்தின் மணியோசையைக் கேட்டதே இல்லை.

விலங்குகள் இறப்பதன் அர்த்தம் தெரியாமல் இறக்கின்றன.

விலங்குகளுக்குப் பாரம்பரிய போதனைகள் கொடுக்கப்படுவதில்லை.

விலங்குகளுக்கு இறுதிக் காலங்களில் வெறுக்கத்தக்க, மகிழ்ச்சியற்ற சடங்குகளால் தொந்தரவு செய்யப்படுவதில்லை.

விலங்குகளுக்கு இறுதிச் சடங்கு போன்ற எச்செலவும் இல்லை.

சாவு பற்றிய அச்சமே இல்லாததால் விலங்குகள் உயில் எழுதி வைப்பதில்லை. அதனால் எந்தச் சட்ட நடவடிக்கைகளும் பின்னர் எழுவதில்லை.

இவை அனைத்தும் மனிதனுக்கு இருப்பதால் சாவிலேயும் மனிதன் எவ்வளவு பிரச்சினைகளைச் சந்திக்கிறான் என்பதை எவ்வளவு நாசூக்காகச் சொல்கிறார்.

திரண்ட வெண்ணையால் தவளை தப்பியது

மனிதனுக்குத் தைரியமும் விடாமுயற்சியும் வேண்டும் என்பதற்கு ஒரு சிறிய கதை சொல்வார்கள்.

தயிர்ப் பானைக்குள் விழுந்த இரண்டு தவளைகளின் கால்கள் தயிருக்குள் சிக்கிக்கொண்டன. தைரியத்தை இழந்த ஒரு தவளை எந்த முயற்சியும் செய்யத் தெரியாமல் மூச்சுத் திணறி இறந்துவிட்டது. மற்றொரு தவளை விடா முயற்சி, தளரா நெஞ்சுறுதி, தன்னம்பிக்கையுடன் தன் 4 கால்களால் கெட்டித் தயிரை ஓங்கி ஓங்கி உதைத்துக் கொண்டே இருந்தது. பானையில் தயிர் மோராயிற்று. மோரின்மேல் வெண்ணெய் திரண்டு மிதந்தது. தவளை திரண்டு மிதந்த அந்த வெண்ணெயின் மீது அமர்ந்து கொண்டு நேரம் பார்த்து வெளியே குதித்துத் தப்பிவிட்டது என்று கதை முடியும்.

திட்டினால் பட்டுவிடும் மரம்

கண்ணா! ஆப்பிரிக்காவில் பழங்குடியினர், பயன்தராத மரங்களை வெட்டுவதில்லை. சுற்றி நின்று வசைச்சொற்களை வீசுவார்கள். கெட்ட அதிர்வு பட்டுப் பட்டு மரம் அழிந்துவிடுமாம்.

மரமானாலும் மனிதர்களானாலும் வாழ்த்தினால் 'வாழ்த்தும் மன அதிர்வுகளால்' வாழ்வதும்; அதேபோல் வசைபாடினால் வீழ்ச்சியுறுவது என்பதும் உண்மையா? நம்பிக்கையா? உளவியலில் உண்மை என்கிறார்கள்.

மாக்களைவிட மக்கள் உயர்வா?

கண்ணா! நீண்ட நாட்களாக நமக்கு ஒரு சந்தேகம். ஆறாவது அறிவைக் கூடுதலாகப் பெற்றிருக்கும் மனிதன், மற்ற உயிரினங்களைவிட மேலானவனாகத்தானே இருக்கவேண்டும். ஆனால் இவ்வுலகில் நடக்கும் எல்லாப் பிரச்சினைகளுக்கும் மற்ற உயிரினங்கள் காரணமாக இருப்பதில்லை; மாறாக மனிதன்தான் காரணமாக இருக்கிறான். இதை நீ சிந்தித்துக்கொண்டே இரு. எப்போது விடை கிடைக்கிறதோ அப்போது சொல்.

இப்படிக்கு
உன் நலம் விரும்பி
தாத்தா.

26 மூடநம்பிக்கை

அன்புள்ள தாத்தா, வணக்கம்!

நீங்கள் சொன்னபடி நண்பர்களை அழைத்துக்கொண்டு காவல் நிலையம் சென்று நடந்ததை விவரித்தோம். வளர்ப்புப் பூனையாக இல்லாததால், கையெழுத்து வாங்கிக்கொண்டு, எங்களை எச்சரித்து அனுப்பிவிட்டார்கள். நண்பனுடைய வண்டிக்கு ஓட்டுநர் இருந்ததால் அதில் பிரச்சினை ஏதும் எழாமல் தப்பித்துவிட்டோம் தாத்தா.

நீங்கள் சொல்வது சரிதான். பிரச்சினை பெரிதாகப் போவதற்கு முன்பே வெளிப்படையாக நடந்து தீர்த்துக்கொள்வது நல்லது என்று நாங்கள் பேசிக்கொண்டோம். தாத்தா இன்னொரு தவறு செய்து விட்டோம். உண்மையிலேயே வண்டியை நண்பன்தான் எடுத்தான். ஆனால் ஓட்டுநர் அங்கேயே இருந்தார். அதனால் ஓட்டுநர்தான் வண்டியை எடுத்தார் எனப் பொய் சொல்லிவிட்டோம். உங்களிடம் சொல்லாதே என நண்பர்கள் சொல்லியும் என்னால் தங்களிடம் மறைக்க மனமில்லை.

அன்று வீட்டைவிட்டுப் புறப்படும்போது, வேட்டி கட்டி நடக்கத் தெரியாமல் நடந்ததால் நிலைப்படி தடுத்து நண்பன் ஒருவன் விழுந்து விட்டான். உடனே அங்கு நின்றிருந்த கீழ் வீட்டுப் பாட்டி "தடுக்கிறது, 'சகுனம் சரியில்லை' உடனே போக வேண்டாம்" என்று சொல்லி எங்களை மீண்டும் உள்ளே வரச்சொல்லிவிட்டார்கள். உட்கார வைத்துத் தண்ணீர் குடிக்கச் செய்தபின்தான் அனுப்பினார்கள். சகுனத்திற்குப் பரிகாரம் செய்துவிட்டார்களே பின் ஏன் அந்த விபத்து நடக்க வேண்டும்? புரியவில்லை தாத்தா.

அதேபோல்தான் நான் தேர்வு எழுதப் புறப்படும் நாட்களில் அந்தப் பாட்டி ஓடிவந்து நாட்காட்டியைப் பார்த்து நல்ல நேரம் எனச் சொல்லித்தான் என்னை அனுப்பிவைப்பார்கள். பெரிய தொந்தரவாக இருக்கிறது தாத்தா!

இப்படிக்கு, உங்கள் அன்புள்ள

கண்ணன்.

அன்புள்ள கண்ணா, நலமா!

பொய் சொல்லலாகாது

இரண்டு செய்திகளை உனக்குச் சொல்லியாக வேண்டும். ஒன்று: பொய் என்பது சிறியதோ பெரியதோ எந்த இடத்திலும் சொல்லக்கூடாது என்று உறுதி எடுத்துக்கொள்! ஒரு சம்பவம்போல் மற்றொன்று இருந்திடாது. அரசு ஒரு சட்டம் போடுகிறது என்றால் அது பொது நன்மை கருதித்தானே இயற்றப்பட்டிருக்கும் என்பதை நாம் சிந்திக்க வேண்டும். ஒரு விபத்து - பாதிக்கப்பட்டவர்கள் நாமாக இருந்தால் எவ்வளவு வருந்து வோம்? இதில் ஆள்மாறாட்டம் வேறு செய்திருக்கிறீர்கள். இதற்கான தண்டனை பெரிதாக இருக்கும். நண்பனை வயது குறைந்தோருக்கான சிறைக்கனுப்பிவிடுவார்கள் என நினைக்கிறேன்.

அமெரிக்காவில் உண்மைதினம்

அமெரிக்காவில் உள்ள விஸ்கான்சின் மாநிலத்தில் ஒவ்வோர் ஆண்டும் மே மாதம் 2ஆம் தேதியை 'உண்மை தினமாகக்' கொண்டாடுகிறார்கள். ஏனெனில் பொய் சாட்சி சொல்ல மறுத்து உண்மைக்காக உயிர் நீத்த "டன்னான்" எனும் சிறுவனின் நினைவாகக் கொண்டாடப்படுகிறது. அம்மாநில விடுமுறை நாட்களில் அன்றும் ஒரு நாள் என்பதை அறிந்தால் உண்மைக்கு என்றும் மரியாதை உண்டு என்பதைக் கண்ணா, நீ அறிவாய்; நண்பர்களிடமும் எடுத்துச்சொல்!

பாட்டி இல்லா வீட்டைப் பூட்டி வை

இரண்டாவது: பாட்டியைத் தொந்தரவாக நினைக்காதே. இப்படிப்பட்ட ஒரு பாட்டியின் தோழமை உன் இல்லத்திற்குக் கிடைத்ததற்கு நீதான் பாட்டிக்கு நன்றி சொல்ல வேண்டும். முதலில் பாட்டியின் நோக்கத்தில் குறை இருக்கிறதா என ஆராயவேண்டும். நிச்சயமாக இல்லை எனலாம். நீ தேர்வில் வெற்றிபெறவேண்டும் என்பதுதான் அவர்களுடைய நோக்கம். நடைமுறையில் உனக்குச் சில சங்கடங்கள் ஏற்படலாம். 'தான் தன் பொறுமையால் வென்று விடல்' என்ற வரியின் பொருளை உணர்ந்து பொறுமையாக இரு.

புதுமனை புகுவிழா

அப்படிப் பாட்டி செய்தவை மூட நம்பிக்கையின்பாற்பட்டவை என்று சொல்லிவிடலாம். ஆனால் அதில் சில உளவியல் பயன் உண்டு என்பதை ஒதுக்கிட முடியாது. எடுத்துக்காட்டாக உன் அத்தை புது வீடு வாங்கினாள். அவளுக்குத் தந்தை என்கிற உறவிலும் மரியாதை நிமித்தமும் என்னிடம் வந்து 'கணபதி ஹோமம் செய்யலாமா நீங்கள் என்ன அபிப்பிரா

யப்படுகிறீர்கள்' என்று கேட்டாள். நான் வேண்டாம் என்று சொல்லத்தான் நினைத்தேன். ஆனால் பின்னொரு நாளில் மாடிப்படியில் தடுக்கி விழுந்து விட்டாள் என்று வைத்துக்கொள்வோம். 'அன்றே கணபதி ஹோமம் செய்தி ருந்தால் படி தடுக்கி இருக்காதே என்று அவள் மனம் நினைத்திட நான் காரணமாக இருந்திடக்கூடாது. 'இந்த வீட்டில் இருந்து வாழப்போகிறவள் நீ உன் கணவருடன் விவாதித்து முடிவு செய்துகொள்' என்று சொல்ல ிவிட்டேன்.

படியில் கால் தடுக்குவதற்கும் கணபதிக்கும் என்ன சம்பந்தம் என்று நீ கேட்பது காதில் விழுகிறது. நிதானமாக, படியில் இறங்குகிறோம் என்கிற உணர்வுடன் இறங்கினால் தடுக்கி விழ வாய்ப்பில்லை.

ஒரு கவிஞன் எழுதினான்

திருடும் 'பிள்ளையார் எறும்பு'களை வணங்குகிறோம்

ஆனால்

மிதிப்பவனைக் கடிக்கும் 'நெருப்பு எறும்பை'க் கொல்கிறோம் - என்று.

அதனால்தான் இங்கிலாந்தில் ஒரு பழமொழி சொல்வார்கள்,

மூட நம்பிக்கை மனவலிமை இல்லாதவர்களின் மதம்! - என்று.

பகுத்து அறிதல்

மூட நம்பிக்கையை வைத்து ஏமாற்றுபவர்களும் உண்டு. அதை நம் பகுத்தறிவால்தான் வெல்லவேண்டும். இப்போது பகுத்தறிவு என்பது பெரியார் சொல் என்று அதற்கு ஒரு சாயம் பூசிவிடுகிறார்கள்.

கண்ணா! உன் தாய் கடைக்குச் சென்று வெண்டைக்காய் பிஞ்சா முற்றலா எனத் தீர்மானிக்க நுனிப் பகுதியை ஒடித்துப் பார்க்கிறாள். கத்தரிக்காயில் பூச்சி இருக்கிறதா என உருட்டிப் பார்க்கிறாள். இவைதான் பகுத்தறிவு. அதாவது பகுத்து அறிந்து ஒரு முடிவுக்கு வரவேண்டியது. அது மத அல்லது கடவுள் விவகாரத்தில் கருத்துரைக்கும் போதுமட்டும் ஏன் தவறான சொல்லாக்கி விடுகிறார்கள் என்று தெரியவில்லை. யாரு டைய மனத்தையும் புண்படுத்துவது நம் நோக்கமல்ல. உன்போன்ற இளம் வயதில் பயத்தை ஏற்படுத்திவிடக்கூடாது. தன்னம்பிக்கையை வளர்க்க வேண்டும்.

கொலம்பஸ் சந்திரனை அழித்தார்

அந்த மூடநம்பிக்கையைப் பயன்படுத்திச் சிலநேரத்தில் உயிரைக் காப்பாற்றிக்கொள்ளவும் வேண்டியிருக்கிறது. இது ஒரு சுவையான வரலாற்றுச் செய்தி.

கொலம்பஸ்

அமெரிக்காவைக் கண்டுபிடிக்கும் நோக்கத்துடன் புறப்பட்ட கொலம்பஸ் ஒரு முறை மேற்கு இந்தியத் தீவில் தங்க நேரிட்டது. அங்கிருந்த மக்கள் சிலர் அந்த இடத்தைவிட்டுப் போகாவிட்டால் கொன்று விடுவதாக மிரட்டினார்கள். கொலம்பஸ் பார்த்தார். தன்னிடம் படைகளோ ஆயுதங்களோ இல்லாத இக்கட்டான நேரத்தில் தன் புத்தியைப் பயன்படுத்தினார்.

"இதோ பாருங்கள்! சூரியனையும் சந்திரனையும் கொல்லும் சக்தி எனக்கு உண்டு. என்னை யாரும் நெருங்கினால் அவர்களைக் கொன்று விடுவேன் " என்று உள்ளுக்குள் பயத்தை வைத்துக் கொண்டு தைரியமாகப் பேசுவதுபோல் பேசினார். அவர்களில் சிலர் நம்பவில்லை. உன்னால் முடியுமா எனச் சிலர் சந்தேகத்துடன் பார்த்தார்கள். உடனே சொன்னார் "பாருங்கள்! வேண்டுமானால் சந்திரனை இன்றிரவு அழித்துக் காட்டவா? " என்றார். 'சரி பார்ப்போம்' என்றார்கள்.

அன்று இரவு சந்திரன் சிறிது சிறிதாக மறைந்தது. அமாவாசை இருட்டு போலாகிவிட்டது. கொலம்பஸே மீண்டும் கேட்டார், "என்ன நிரந்தரமாக அழித்திடவா? அல்லதுமீண்டும் தோன்றச் செய்யவா " என்று. எல்லோரும் பயந்து 'சந்திரன் எங்களுக்கு வேண்டும்' எனக் கூச்சலிட " சரி! உங்கள் விருப்பப்படி செய்கிறேன். சற்றுப் பொறுமையாக இருங்கள் " என்றாராம். அன்று சந்திர கிரகணம் என்பது மூட நம்பிக்கையில் திளைத்திருந்த அவர்களுக்குத் தெரியாது.

எப்படிக் கண்ணா கொலம்பஸ்! தன்னுடைய புத்திசாலித்தனத்தால் தப்பித்தார். அந்த இடத்தில் அம்மக்கள் பகுத்தறிவைப்பயன்படுத்தி இருந்தால் கொலம்பஸின் கதி என்னவாகி இருக்கும்?

அவர்கள் என்ன சொன்னார்கள் தெரியுமா? கொலம்பஸ் அதிசயம் செய்யக்கூடிய அதிசய மனிதர் என்றனர்.

பெர்னாட் ஷா

" அதிசயம் என்பது போலிப் பேர்வழிகளின் வியாபாரச் சின்னம்; அடையாள முத்திரை. அறிவார்ந்த, நாணயமான எவனும் நான் அதிசயங்கள் நிகழ்த்துகிறேன் எனச் சொல்லமாட்டான் " என்று அறிஞர் பெர்னாட்ஷா சொல்கிறார்.

பிளாட்டோ

" அறிவுடையவன் எங்கும் பிழைத்துக்கொள்வான். அந்த அறிவு

எப்போது கிடைக்கிறது என்றால் ஒரு பொருளின் மெய்த்தன்மையை அறிய வேண்டும் "என்கிறார் தத்துவ ஞானி பிளாட்டோ. மனிதன் அதற்குமுன்பு 4 நிலைகளைக் கடந்து வரவேண்டுமாம். முதலில் யூகம். இரண்டாவது நம்பிக்கை. மூன்றாவது பகுத்தறிவு. நான்காவது நிலைத் தன்மை என்கிறார் பிளாட்டோ.

காரல் மார்க்ஸ்

பகுத்தறிவைப் பயன்படுத்தாதவர்களைப் பார்த்து காரல் மார்க்ஸ் சொல்கிறார்.

"சில மூளைகள் தேய்கின்றன
சில மூளைகள் துருப்பிடிக்கின்றன"

கண்ணா! உன் மூளைக்கு அறிஞர் அண்ணா சொன்னதை நினைவூட்டுகிறேன்.

"கத்தியைத் தீட்டாதே! உன் புத்தியைத் தீட்டு!" என்றுரைத்தார்.

சாவதற்கு முன் வாழ்ந்துகாட்டு

பகுத்தறிவைப் பயன்படுத்துவோர் அல்லது பயன்படுத்தாதவர் யாராக இருந்தாலும் வாழ்ந்துகாட்ட வேண்டும். வாழாமல் சாகக்கூடாது. வாழ்வது என்பதுஎன்ன? சாதிக்கவேண்டும். அதற்குமுன்புபின்பற்றவேண்டியவை எவை என்பதை நான் படித்தேன். அதை உனக்கு ஆங்கிலத்திலேயே தருகிறேன்.

SIX ETHICS OF LIFE

BEFORE YOU PRAY - BELIEVE

BEFORE YOU SPEAK - LISTEN

BEFORE YOU SPEND - EARN

BEFORE YOU WRITE - THINK

BEFORE YOU QUIT - TRY

BEFORE YOU DIE - LIVE.

நம்பி வணங்கு; செவிமடுத்துப் பேசு; ஈட்டிச் செலவிடு; சிந்தித்து எழுது; முயன்று பார்த்துக் கைவிடு; வாழ்ந்தபின் செத்துப்போ எனப் பொருள் கொள்ளலாம்.

கண்ணா! இக்கடிதத்தை உனக்குக் கணினியில் எழுதி வைத்து விட்டேன். அதற்குள் நமது கிராமத்தில் நம்முடைய நிலங்களைக் குத்தகைக்கு எடுத்துப் பல ஆண்டுகளாகப் பயிர் செய்து வந்த விவசாயி பாம்பு

கடித்து நேற்று இறந்துவிட்டார் எனும் துக்கச் செய்தி வந்தது. அதனால் மீண்டும் சரிபார்க்காமல் கடிதத்தை அனுப்புகிறேன். நான் ஊருக்கு இன்று காலையில் புறப்படுகிறேன். திரும்பச் சென்னைக்குவர ஒரு மாதம் ஆகும் என எண்ணுகிறேன்.

வேறு ஒருவருக்கு நிலக் குத்தகை உடன்படிக்கையைச் செய்து கொடுக்கவேண்டும். இறந்தவரின் மகன் ஒரு முரடனாம். அவனிடம் நிலத் தைக்கொடுக்கவேண்டாமென்று அங்குள்ள உறவினர்கள் சொல்கிறார்கள். போய் ஒரு முடிவு செய்யவேண்டும். அத்துடன் உன் அப்பா கட்டிய வீடு கவனிப்பாரற்று இருப்பதால் பழுது பார்க்கவேண்டும். அப்போதுதான் வேறு யாருக்கேனும் வீட்டை வாடகைக்குக் கொடுக்க முடியும். உன் அப்பாவும் பலநாட்களாகச் சொல்லிக்கொண்டு வருகிறார். இப்போதுதான் அதற்கான நேரம் வந்துள்ளது. ஒரு கல்லில் இரண்டு மாங்காய்.

கிராமத்தில் எனக்குக் கணினி வசதி இல்லாததால் உனக்குக் கடிதம் எழுத முடியாது. நான் மீண்டும் சென்னை வரும் தேதியை உன் அப்பா மூலம் அறிவாய். அதன்பின் தொடர்புகொள். அதுவரை உன் பாடங்களைக் கவனமாகப் படி.

கண்ணா! மனம் நிறைந்த வாழ்த்துகள்! மீண்டும் அடுத்தமாதம் சந்திப்போம்.

இப்படிக்கு
உன் நலம் விரும்பும்
தாத்தா.

பாகம் 2

27 பிற்பகல் விளையும்?

அன்புள்ள தாத்தா, வணக்கம்!

தாத்தா, நீங்கள் சென்னைக்குத் திரும்பி வந்துவிட்டீர்கள் என அப்பா நேற்று முந்திய நாள் சொன்னார்கள். மிக்க மகிழ்ச்சி. தாங்கள் கிராமத்தில் செய்து முடிக்கவேண்டுமென்று போன பணிகளையெல்லாம் செவ்வனே செய்து முடித்திருப்பீர்கள் என நம்புகிறேன். 'உழுதவன் கணக்குப் பார்த்தால் உழக்குக்குக்கூட மிஞ்சாது' என்பார்கள்.

தாத்தா! நீங்கள் சொன்னவாறு பாடங்களையெல்லாம் நன்றாகப் படித்து வைத்திருக்கிறேன். மிக்க பயனுடையதாக இருந்தன. நீங்கள் எழுதும் கடிதங்களை ஒன்று விடாமல் சேகரித்து ஒரு கோப்பில் போட்டு வை. பின்னால் பயன்படும்" என்று அப்பா சொல்லிக்கொண்டிருப்பார் அல்லவா? பத்து நாட்களுக்கு முன்பு இருபத்தியாறு கடிதங்களையும் அப்பா, ஒன்று சேர்த்துப் படி எடுத்துக்கொண்டு சென்றார்.

நீங்கள் எழுதிவரும் செய்திகள் அனைத்தையும் படித்தறிய எத்தனை புத்தகங்களைத் தேடிப்பிடித்துப் படிக்க வேண்டும். சென்ற மாதம் கடைசியில் தாங்கள் எழுதியபடி இனி வாழ்க்கையில் உண்மையே பேசுவது என முடிவெடுத்துள்ளேன்.

ஆப்பிரிக்கா கண்டத்தில் வறுமையில் வாடும் சோமாலிய நாட்டு மக்களுக்கு உதவ நன்கொடை வழங்குங்கள் என ஒரு உண்டியல் வைத்திருந்தார்கள். அதில் அதிகமான பெண்கள்டாலர் நோட்டுகளைப் போட்டார்கள். கல்லூரி முதல்வர் பேசும்போது, " தாராளமாக நன்கொடை வழங்குங்கள் அது முற்பகல் செய்யின் பிற்பகல் விளையும். உங்களுக்குப் பின்னொருகாலத்தில் அதனால் நன்மை கிடைக்கும் " என்றெல்லாம் உரையாற்றினார். தாத்தா இதுவும் ஒரு மூட நம்பிக்கை அல்லவா? எங்களில் சிலர் உண்டியல் பக்கம் திரும்பவே இல்லை.

எங்கள் கல்லூரி படிப்பகத்திற்கு வரும் தமிழ்முரசைத் தினம் படித்து வருகிறேன். இந்திய அரசியலில் தவறு செய்பவர்களும் ஊழல் செய்பவர்களும் கஷ்டங்களை அனுபவிக்காமல் எல்லா வசதிகளுடன் நன்றாகத்தான் வாழ்ந்து வருகிறார்கள். அரசன் இருந்திருந்தால் அன்றே கொன்றிருப்பான். படிப்படியாகப் பல நீதிமன்றங்கள் இருப்ப

புதுமைத்தேனி மா.அன்பழகன்

தால் மேல்முறையீட்டிலேயே அவர்கள் ஆயுள் முடிந்துவிடும்போல் தெரிகிறது. தெய்வம் நின்றுகொண்டே இருக்கிறது. கொல்வதைக் காணோம். பிறகு எப்படித் தாத்தா உங்கள் நாட்டில் நீதி மீது மக்களுக்கு நம்பிக்கை வரும்?

இப்படிக்கு, உங்கள் அன்புள்ள

கண்ணன்

அன்புள்ள கண்ணா, நலமா!

ஊழல்வாதிகளின் உளைச்சல்

சில ஊழல் அரசியல் வாதிகள் வாழ்கிற இன்றைய சொகுசு வாழ்க்கை யறிந்து நீ படும் ஆதங்கம் எனக்குப் புரிகிறது. அதுதான் ஜனநாயகம். ஒரு நிரபராதி தண்டிக்கப்பட்டுவிடக் கூடாது என்பது எங்கள் அரசியல் சட்டத் தில் இருக்கிறது. ஊழல் பணத்தில் வாழ்ந்துகொண்டிருப்பவனுக்கு மனச்சாட்சி என்று ஒன்று இருக்குமல்லவா? அது தினம் குத்திக்கொண்டே இருக்கும். ஆடம்பரமான புறவாழ்வைத்தான் எல்லோரும் பார்ப்பார்கள். அகவாழ்க்கை அழுதுகொண்டே இருக்கும்; தினம் பயந்துகொண்டே இருக்கும். அவன் அமைதியற்ற வாழ்வில்தான் வாழ்ந்துகொண்டிருப்பான். மன உளைச்சலால் பணக்கார நோய்களான இரத்த அழுத்தம், நீரழிவு, இதயநோய் போன்ற நோய்கள் வந்துவிடும். அதனால் பஞ்சு மெத்தையில் படுத்தாலும் தூக்கம் வராது. இப்படிப்பட்ட உளைச்சலான வாழ்க்கை ஒரு வாழ்வா? அவனைவிட ஒரு மூட்டை தூக்கும் தொழிலாளி நிம்மதியாகக் குறட்டைவிட்டுத் தூங்குவான்.

பிரதிபலன் பாராது உதவுக

வறுமைப் பிடியில் இருக்கும் சோமாலிய மக்களின் உருவங்களைப் பார்த்தாலே வருத்தமாக இருக்கும். வற்றிய கன்னம்; பிதுங்கிய கண்கள்; மெலிந்த உடலில் எண்ணக்கூடிய எலும்புகள்; மானத்தை மறைக்க அழுக்கான, கிழிந்துபோன துண்டு உடைகள்; கொடுமை! இவர்களைப் போல் வாழ்வதைப் பார்ப்பதே கொடுமையாக இருக்கும்போது இவ்வுலகில் வாழ்ந்துகொண்டிருக்கிறார்களே! இறைவா உனக்குக் கருணை என்பதே இல்லையா என ஒரு கன்னடக் கவிஞன் வைத்த ஒப்பாரி என் காதுகளில் ஓலமிடுகின்றது. நன்கொடை வழங்குவதில் நீ காட்டும் அக்கறையின்மை சரியல்ல என நான் நினைக்கிறேன். கல்லூரி முதல்வர் உங்களை ஊக்கப்படுத்துவதற்காக அப்படிச் சொல்லியிருக்கலாம் அல்லவா.

பின்னால் நடக்கப்போகும் நன்மை கருதிச் செய்ய வேண்டாம். அது எதிர்பார்த்துச் செய்வது போலாகிவிடுகிறது. அதனால்தான் வள்ளுவன்

சொன்னான் கைம்மாறு வேண்டா கடப்பாடு என்று. ஆண்டவனிடம் சென்று உனக்கு வடைமாலை சாத்துகிறேன்; எனக்கு வீடு வாங்க வகை செய் என்பதுவும் ஒருவகையான கையூட்டுப் போலாகிவிடுகிறது. உனக்குத் திரும்ப வருகிறதா இல்லையா என்பதல்ல; அதனால் உனக்கு மகிழ்ச்சி வரும். ஒருவருக்கு உதவுவது எவ்வளவு பெரிய நற்பண்பு.

ஈதல் இசைபட வாழ்தல் என்றும் திருவள்ளுவர் சொல்கிறார்.

'வினை விதைத்தவன் வினை அறுப்பான்'; 'கெடுவான் கேடு நினைப்பான்', 'கத்தி எடுத்தவன் கத்தியாலேயே சாவான்', 'ஊரான் வீட்டுப்பிள்ளையை ஊட்டி வளர்த்தால், தன்பிள்ளை தானே வளரும்' - இதைப் போன்ற அறிவுமொழிகள் பின் விளைவுகளை எதிர்பார்த்துச் சொல்லப்பட்டவை அல்ல. ஆராயுங்கால் ஒரு பார்வையில் அதைப்போலத் தோன்றலாம்.

கொடுத்தது குவளை பால்தான்

ஒரு சிறுவன் ஒரு கிராமத்தில் படித்துக்கொண்டிருந்தபோது, தன் செலவுக்காகப் பள்ளி செல்லும்போது பொருள்களை வாங்கி வீடு வீடாக விற்றுக்கொண்டு வருமானம் தேடுவது வழக்கம்.

ஒருநாள் ஒரு வீட்டின் கதவைத் தட்டி, கொஞ்சம் பால் வாங்கிக் குடிக்க ஆசைப்பட்டான். ஓர் அழகிய இளம் பெண் கதவைத் திறந்தாள். அவளுடைய அழகில் மயங்கிக் கேட்க நினைத்த பாலுக்குப் பதில் தண்ணீர் கேட்டான். அவள் இவனுடைய பசிக் களைப்பைப் பார்த்து அவளாகவே ஒரு பெரிய குவளை நிறையப் பால் கொண்டு வந்து கொடுத்தாள்.

அவளைப்பார்த்துக்கொண்டே, விரும்பியது எதிர்பாராமல் கிடைத்ததை எண்ணியவாறு மெதுவாகக் குடித்து முடித்தான். இந்தப் பாலுக்கு நான் எவ்வளவு தரவேண்டும் என்று கேட்டான்.

(Kindness)அன்புக்கு எதுவும் வாங்கக் கூடாது என்று என் தாய் சொல்லிக்கொடுத்திருக்கிறார் என்றாள். அப்படியானால் என் இதயத்திலிருந்து நன்றியைக் காணிக்கையாக்குகிறேன் எனச் சொல்லி விடைபெற்றுச் சென்றுவிட்டான்.

சில ஆண்டுகளுக்குப் பின்னர் அந்த மாணவர் படித்துப் புகழ்பெற்ற மருத்துவராக ஒரு நகரத்தில் பணியாற்றிக்கொண்டிருந்தார். அவர் வீட்டிலிருக்கும்போது மருத்துவ மனையிலிருந்து அவருக்கு அழைப்பு வந்தது. ஒரு கிராமத்தின் பெயரை அந்தத் தாதியர் சொல்லி, 'ஒரு பெண், மருத்துவம் பார்க்க வந்திருக்கிறாள். கடுமையான வலியால் துடிக்கிறாள்; புரியாத நோயாகவும் இருக்கிறது. நீங்கள் வந்து பார்க்க முடியுமா? ' என்று கேட்டாள். அந்த ஊரின் பெயரைச் சொன்னவுடன் மருத்துவரின் கண்களில் ஓர் ஒளி பிறந்தது. சென்று பார்த்தால் எதிர்பார்த்த அதே பெண்.

கேட்காமல் பால் கொடுத்த அவளேதான். மருத்துவர் தனி அக்கறை எடுத்துக்கொண்டு முழுக் கவனத்தையும் செலுத்திச் சிகிச்சை செய்தார். பெரிய போராட்டத்திற்குப் பிறகு மருத்துவர் வெற்றி பெற்றார். பெண் பிழைத்து நலமாகிவிட்டாள்.

ஒரு பெரிய கட்டணச் சீட்டைத் தயார் செய்து, அதை மருத்துவரின் அங்கீகாரத்திற்கு உதவியாளர்கள் அனுப்பி வைத்தனர். மருத்துவர் படித்துப் பார்த்தார். பின்னர், சீட்டின் ஓர் ஓரத்தில் எதையோ எழுதித் திருப்பி அனுப்பிவிட்டார்.

சீட்டு அந்தப் பெண்ணிடம் கொடுக்கப்பட்டது. 'நிச்சயம் கட்டணம் அதிகமாக இருக்கப்போகிறது. மிச்ச ஆயுள் முழுதும் பணம் செலுத்த வேண்டிய நிலை ஏற்படலாம்' எனப் பயந்துகொண்டே உரையைப் பிரித்துப் பார்த்தாள். அந்தச் சீட்டின் ஓரத்தில் எழுதப்பட்டிருந்த வாசகம்,

"Paid in full with one glass of milk" (ஒரு குவளைப் பால் வழியாக முழுத்தொகையும் செலுத்தப்பட்டுவிட்டது) என்று எழுதப்பட்டிருந்த வாசகத்தைப் பார்த்து, அவள் கண்களில் நீர் பெருக்கெடுத்துக் கன்னங்கள் மீது வழிந்தது.

" இறைவா! உனக்கு என் இதயத்திலிருந்து வெளியாகும் நன்றியைத் தவிர வேறு எதை நான் தரமுடியும்? உன்னுடைய அன்பும், இரக்கமும். மனிதவர்க்கத்தின் இதயக் கரங்கள் வாயிலாக விரிந்து பரந்து சேவை செய்கிறாய்"எனச்சொல்லி இருகரம்எடுத்துநெஞ்சில்வைத்துக்கொண்டாள்.

கண்ணா! கண்ணீரைத் துடைத்துக்கொள். இது ஏதோ திரைப்படக் கதையல்ல. நடந்த உண்மை. 1858ல் பிறந்து 1943ல் மறைந்த டாக்டர் Haward Kellyதான் அந்த மருத்துவர். அமெரிக்காவில் முதல் மருத்துவ ஆராய்ச்சிப் பல்கலைக் கழகத்தை நிறுவிய நால்வரில் ஒருவர். மிகச்சிறந்த மகப்பேறு மருத்துவர்.

இப்போது புரிகிறதா? அந்தக் கிராமத்துப்பெண் எதை எதிர்பார்த்து ஒரு குவளைப் பால் கொடுத்திருப்பாள். அவள் காட்டியது வெறும் மனிதநேய அன்புதானே. ' முற்பகல் செய்யின் பிற்பகல் விளையும் " அது திட்டமிட்ட தல்ல. தற்செயலாக நடந்தது. ஆனால் அவள் அந்த நாளில் அப்படிப் பால் கொடுத்திராவிட்டால்; அல்லது அதற்குப் பணம் பெற்றிருந்தால் மருத் துவர் ஓடோடி வந்திருப்பாரா? கட்டணத்தைத் தம் செலவில் கழித்தி ருப்பாரா? பொருள் புரிந்தால் தானம் செய்; தர்மம் செய் ! இயன்றதைப் பிறருக்கு வழங்கு!

இப்படிக்கு , உன் நலம் விரும்பும்

தாத்தா.

28 தியாகம்

அன்புள்ள தாத்தா, வணக்கம்!

உங்கள் கடிதங்களுக்குப்பிறகு யாருக்கும் எதையும் கொடுப்பதில் பின்வாங்குவதில்லை. அது வெறும் உதவிதான். எங்களுக்குள் ஒரு பட்டிமன்றமே நடந்து முடிந்தது. பத்து வெள்ளி இருந்தால் அதில் ஒரு வெள்ளியைப் பிறருக்குக் கொடுப்பேன்; அல்லது சாப்பிடும்போது அதிகமாக வாங்கி எல்லோருக்கும் பகிர்ந்து கொடுப்பேன். வகுப்பில் நான் உட்காரும் இடத்தை நண்பன் கேட்பான். நான் அவனுக்கு விட்டுக் கொடுத்துவிடுவேன். இவையெல்லாம் தியாகமா என்று சொல்லி என் நண்பனோ என்னைக் கிண்டல் செய்கிறான். நீங்கள் சொல்வதுபோல் அடுத்தவருக்கு உதவும்போது கிடைப்பது தனி இன்பம் என்பதை, செய்து பார்க்கும்போதுதான் உணரமுடிகிறது.

சென்னையில் ஒரு நாள்

ஒரு தமிழ் நண்பன் மட்டும் என்னிடம் வந்து தியாகம் என்று பெரிதாகப் பேசுகிறீர்களே? 'சென்னையில் ஒரு நாள்' எனும் திரைப்படம் பார்த்தேன். அந்தப் படம் உண்மையிலேயே நடந்த சிறு செய்தியை வைத்துப் புனையப்பட்ட கதையாம். தமிழ் நாட்டில் ஒரு பையனுக்கு உடல் நலம் பாதிக்கப்பட்டு (விபத்து என எண்ணுகிறேன்) இனிப் பிழைக்கமாட்டான் எனத் தெரிந்துவிட்டது. அவனுடைய அப்பாவும் அம்மாவும் சேர்ந்து முடிவெடுத்து அவனுடைய உறுப்புகள் அத்தனை யையும் தானம் செய்தார்களாம். இது அல்லவா தியாகம். எந்தப் பெற்றோருக்கு உயிரோடு தன் பிள்ளை இருக்கும்போது உறுப்புகளை அறுத்து எடுக்க மனம் இடம் கொடுக்கும்?'.

இதைக் கேட்டவுடன் நான் வியந்துவிட்டேன். பெரிய மனிதன், உயர்ந்த மனிதன் என்றெல்லாம் சிலரைத் தூக்கித் தலையில் வைத்துக் கொண்டு ஆடுகிறார்களே! குஷ்புவிற்குக் கோவில் கட்டினார்களாமே? இதை நினைக்கும்போது, இந்தப் பெற்றோருக்கு அல்லவா கோவில் கட்டிக் கும்பிட வேண்டும் என்று தோன்றியது.

சிங்கப்பூரில் நிறையப் பேர் வள்ளல் தன்மையுடன் அள்ளி அள்ளிப் பொதுக் காரியங்களுக்காக நன்கொடை வழங்குகிறார்கள் என்று அப்பா

புதுமைத்தேனீ மா.அன்பழகன்   143

சொல்வார். தாங்கள் பிரியமாக வளர்க்கும் வாயில்லா உயிரினங்களாகிய பூனைக்கும் நாய்க்கும்கூடச் சொத்துக்களை எழுதிவைப்பதைச் செய்தித் தாள்களில் படித்து வியந்து போகிறேன்.

இப்படிக்கு

உங்கள் அன்புள்ள

கண்ணன்'

அன்புள்ள கண்ணா, நலமா!

உதவியும் விட்டுக்கொடுத்தலும்

உதவியும் விட்டுக்கொடுத்தலும் அடிப்படையில் ஒன்றுபோல் தோன்றினாலும் சிறிய வேறுபாடு உண்டு, இருப்பதில் கொடுப்பது; முடிந்ததைச் செய்வது உதவி. இது சாதாரணமாக எல்லாராலும் செய்யக் கூடியதுதான். ஆனாலும் அதைக்கூடச் செய்யப்பலர் முன்வருவதில்லை. விட்டுக்கொடுப்பது என்பது, தான் இன்பம் துய்க்க வேண்டியதை; தான் பெற்றுப் பெருமையடைய வேண்டியதை மற்றவருக்கு அந்த வாய்ப்பை அளித்தலை விட்டுக்கொடுத்தல் எனலாம்.

இந்த விட்டுக்கொடுத்தலே பெரிய அளவில் பொது நன்மை கருதிச் செய்யும் காரியம் ஒவ்வொன்றும் தியாகம்தான்.

தமிழகத்தில் இந்திமொழி கட்டாயமாகத் திணிக்கப்பட்டதை எதிர்த்துத் தமிழகம் முழுவதும் 1965ல் போராட்டம் வெடித்தது. பொதுமக்கள் ஆதரவுடன் நடைபெற்றதால் நாடே செயலற்றுப் போய்விட்டது. அப்போராட்டத்தில் 5 பேர் மண்ணெண்ணையைத் தங்கள் உடல்மீது ஊற்றி நெருப்பை வைத்துக்கொண்டு உயிர்த்தியாகம் செய்தார்கள். இதுதான் தியாகம்.

விளம்பரம் தேடும் வள்ளல்கள்

வீட்டுக்காகத் தியாகம் செய்வதைவிட, இந்த நாட்டுக்காக எல்லையில் நின்று போரிட்டு உயிரை இழக்கிறார்களே அதுதான் பேசப்படும்; பாராட்டப்படும். மொழிக்காக, சமுதாயத்திற்காக, ஊருக்காக எவன் ஒருவன் தன் வசதிகளை, சுகங்களை இழந்து பாடுபடுகிறானோ அது தியாகம்.

இப்போது நாம் கண்கூடாகப் பார்க்கிறோம், பலர் நீ சொன்னதுபோல் நிறைய உதவி செய்கிறார்கள், அதே நேரத்தில் தியாகம் செய்வது அரிதாகிவிட்டது. தியாகம் செய்பவர்கள் பெயர் வரலாற்றில் பொறிக்கப்பட்டு விடும். இந்த உலகம் உள்ளளவும் பேசப்படும். சிலர் விளம்பரத்திற்காகக் கொடுப்பார்கள். அதைத் தியாகம் எனச் சொல்வதில்லை. மற்றவர் பயனடைவதால் அந்தச் சுய விளம்பரத்தைக்கூட ஒருவகையில் ஏற்றுக் கொள்ளலாம்.

வ.உ.சி.யின் தியாகம்

வ.உ.சிதம்பரம் பிள்ளை

வ. உ. சிதம்பரம் பிள்ளை என்பவர் ஓர் இலக்கியவாதி, வழக்கறிஞர், பேச்சாளர், பொதுநலத் தொண்டர். இருக்கும் செல்வத்தை வைத்துக்கொண்டு சுகமாக வாழ்ந்திருக்கலாம். ஆனால் இந்த நாட்டு மக்கள் சுதந்திர வாழ்க்கை வாழவேண்டுமென்பதற்காகச் சிந்தித்தார். என் நாட்டு வாணிகத்தை நான் செய்ய வெள்ளைக்காரனிடம் ஏன் கையேந்த வேண்டும் என்பதைக் கருத்திற்கொண்டு கப்பல் வாங்கி ஓட்டினார். அதன் பலனாக அவர் சொல்லொணாத் துயரங்களை அடைந்தார். சிறையில் அடைக்கப்பட்டார்; செக்கிழுத்தார்; உடல்நலம் பாதிக்கப்பட்டார்; வறுமையின் உச்சத்திற்கே சென்று இறந்தார். அதுதான் தியாகம்.

காந்தி ஏன் சுடப்பட்டார்?

இங்கிலாந்தில் பாரிஸ்டர் பட்டம் பெற்றுப் பெரிய வழக்கறிஞராகப் பணியாற்றி வசதியாக வாழவேண்டியவர் மோகனதாஸ் கரம் சந்திர காந்தி. ஏன் தென்னாப்பிரிக்காவின் நிறவெறியை எதிர்த்துப் போராடி அடி, உதை பட்டார். இந்திய விடுதலைக்காக அகிம்சை வழியில் போராடி எவ்வளவு இழிமொழிகளையும் அவமானங்களையும் சந்தித்தார். இன ஒற்றுமைக்காகப் பாடுபட்டதால் இறுதியில் சுடப்பட்டு இறந்தார். அந்த உயிர்த் தியாகத்திற்கு ஈடேது.

சோழ அரசி கமலவதியின் தியாகம்

சுபதேவன் என்கிற சோழ மன்னனின் மனைவி கமலவதி நிறைமாத கர்ப்பிணி. மகப்பேறுகாலம் நெருங்கியது. மன்னன் ஆரூடம் பார்ப்பவர்களை அழைத்து ஆலோசனை செய்தான்.

“அரசிக்கு ஓர் அழகான இளவரசன் பிறக்கப்போகிறான். நேரம் நெருங்கிவிட்டது. ஆனால் மன்னா, ஒன்றை நீங்கள் அறிய வேண்டும். ஆரூடத்தின்படி இப்போது பிறக்கப்போகும் நேரத்தைத் தாண்டி ஒரு நாழிகை தள்ளிப் பிறந்தால், அவன் மூவுலகையும் ஆளும் பாக்கியம் அடைவான்“ என்று சொன்னார்கள்.

உடனே அரசி கமலவதி, ‘ என்னைத் தலைகீழாகக் கட்டித் தொங்க விடுங்கள். அந்த ஒரு நாழிகை கழித்து இறக்கிவிடுங்கள். “ என்றாள். “வேண்டாம் கமலவதி! உன் உயிரைப் பணயம் வைத்து இப்படி ஒரு குழந்தையைப் பெற்றெடுக்கத் தேவையில்லை “ என்று தடுத்தான் அரசன்.

அரசியாரோ, " அரசே தங்கள் அன்புக்கும் என்மீதுள்ள பிரியத்திற்கும் நன்றி! ஆனால் என் உயிர் போனாலும் பரவாயில்லை நமக்கு ஒரு மகன் பிறந்து அவன் இவ்வுலகை ஆளவேண்டும். அதை நான் இருந்து பார்க்கா விட்டாலும் நீங்கள் பார்த்து மகிழுங்கள். அதனால் என்னை இப்போது தடுக்காதீர்கள். யாரங்கே என் உத்தரவை உடனே நிறைவேற்றுங்கள். " என்றாள்.

அரசியின் ஆணை நிறைவேற்றப்பட்டது. தாமதப்பட்டுப் பிறந்ததால் குழந்தையின் இரண்டு கண்களும் சிவந்திருந்தன. அதனால் அவன் கோச்செங்கணான் எனப் பெயர் பெற்றான். தம் காலத்தில் யானைகள் ஏறமுடியாத பல மாடக் கோவில்களைக் கட்டி வரலாற்றில் அழியாப் புகழ் பெற்றான். அப்படிப் பிறந்தவன்தான் பின்னர் அந்நாட்டை ஆண்டு புகழ் பெற்ற மன்னன் 'கோச்செங்கட் சோழ நாயனார்' என்பது வரலாறு.

கண்ணா! இங்கே என்னைப்போல் உனக்கும் ஓர் ஐயம் எழுந்திருக்கும். அரசி பிழைத்தாளா? என்று. குழந்தை பிறந்தவுடன் தாய் இறந்துவிட்டாள் என்பதை சேக்கிழார் எழுதிய பெரிய புராணத்தில் படித்துத் தெரிந்து கொள்ளலாம். இங்கு நாம் கவனிக்க வேண்டியது ஒரு தாயின் ஒப்பற்ற தியாகத்தைத்தான்.

தப்பிய குழந்தையும் செத்த தாயும்

ஓர் ஊரில் வெள்ளம் பெருக்கெடுத்து ஓடுகிறது. நீர் காலளவு வந்தது. இடுப்பில் ஒரு குழந்தையுடன் ஒரு தாய். இடுப்பளவு தண்ணீர் சூழ்ந்தது. குழந்தையைத் தோளில் தூக்கி வைத்துக்கொண்டாள். வெள்ளம் தலையளவு நெருங்கியது. இவளால் மூச்சுவிட முடியாமல் திணறினாள். ஆனாலும் குழந்தையைத் தலைக்கு மேலே தூக்கிப் பிடித்துக்கொண்டு, தாய் தண்ணீருக்குள் மூச்சுப் பிடித்து நின்றாள். உதவிக்காக ஹெலிகாப்டரில் வந்தவர்கள் அந்தக் குழைந்தையைக் காப்பாற்றினார்கள். அதற்குள் தாய் இறந்துவிட்டாளாம். கண்ணா! இதை எங்கேயோ படித்தேன். நடந்த சம்பவமா அல்லது கதையா எனத் தெரியவில்லை. இருந்தாலும் தியாகத்திற்கு எடுத்துக் காட்டுத்தானே.

குழந்தையைச் சாகக் கொடுத்து நாட்டைக் காத்தாள்

இதற்கு மாறான ஒரு சம்பவம் சோவியத் நாட்டில் நடந்தது என்பார்கள். மேற்கண்ட செய்தி பிள்ளைக்காகத் தாய் செய்த தியாகம். ஆனால் ஒரு நாட்டுக்காக ஒரு தாய் செய்த தியாகத்தைப் பற்றி இப்போது நான் எழுதப்போகிறேன்.

எதிரி நாட்டுப் படை வீடுவீடாக இந்த நாட்டவரைத் தேடுகிறார்கள். குறிப்பாக ஒரு தாயிடம் சில ரகசியங்கள் இருக்கின்றன என்பதை அறிந்து

அவளைத் துரத்துகிறார்கள். இதை அவளும் அறிவாள். வீட்டிற்குள் நுழையப் போவதைத் தெரிந்து, கொல்லைப்புறமாக வெளியேறிக் கைக்குழந்தையுடன் ஒரு புதருக்குள் ஒளிந்துகொண்டாள். படைவீரர்கள் பின்புறம் வந்து சுற்றுமுற்றும் துழாவுகிறார்கள். இருளில் கண்டுபிடிக்க முடியவில்லை. அந்த நேரத்தில் குழந்தைக்குத் தும்மல் வந்துவிட்டது. தும்மினால் இருக்கும் இடத்தைக் கண்டுபிடித்து விடுவார்கள். தாங்கள் இருவரும் கொல்லப்பட்டாலும் பரவாயில்லை இந்த நாட்டின் ரகசியம் எதிரிக்குத் தெரிந்துவிடக்கூடாது என்பதிலே குறியாக இருந்தாள்.

கண்ணா! நீ நம்ப மாட்டாய் இந்த இடத்தில் தாய் என்ன செய்தாள் தெரியுமா? அக்குழந்தையின் மூக்கையும் வாயையும் இறுக்கிப் பிடித்துக் கொண்டாள். எதிரிகள் ஏமாற்றத்துடன் திரும்பிப் போய்விட்டார்கள். பின்னர், தாய் தன் குழந்தை முகத்திலிருந்து பொத்தியிருந்த கையை எடுத்துப் பார்த்தாள். குழந்தை இறந்து பத்து நிமிடம் ஆகிவிட்டது. என்ன கொடுமை! இது அல்லவா தியாகம்!

தந்தைக்கு மகள் தாயானாள்

மொழிக்காகவும் பிள்ளைக்காகவும் நாட்டுக்காகவும் தியாகம் செய்த வர்களைப் பற்றி எழுதினேன். ஓர் இளம்பெண் தன் மானத்தைத் தியாகம் செய்ததை இப்போது நான் எழுதப்போகிறேன்.

ரஷிய நாட்டின் கொடுங்கோலன் ஜார் மன்னன் ஆட்சியில் நடந்த நிகழ்ச்சி. மன்னனை எதிர்த்துப் புரட்சி நடந்தது. ஒரு வயோதிகப் புரட்சியாளனைக் கைது செய்து சிறையில் அடைத்தார்கள். இப்படிப்பட்ட புரட்சியாளர்களுக்கு உணவு கொடுக்கப்படுவதில்லை. அந்த வயோதிகப் புரட்சியாளர் தண்ணீர் தண்ணீர் எனக் கத்துகிறார். இன்னும் பெரிய கொடுமை என்னவென்றால் தவித்த வாய்க்குத் தண்ணீர்கூடக் கொடுக்கக் கூடாது என்பது அரசின் ஆணையாம்.

அந்த நேரம் பார்த்து அவருடைய மகள் தன் சிசுவுடன் தந்தையைப் பார்க்கச் சிறைச்சாலைக்கு வந்திருந்தாள். மகள் வந்திருப்பதைத் தெரிந்தும் சந்திக்கும் மன நிலையில் அவர் இல்லை. ஒரு தகப்பன் தண்ணீருக்குக் கெஞ்சிக் குலை உயிரும் குற்றுயிருமாகக் கிடப்பதை அவளால் காணச் சகிக்கவில்லை. ஓடிப்போய்க் காவலர்களிடம் கெஞ்சிக் கூத்தாடினாள். 'தண்ணீர் கொடுத்து என் தந்தையை இந்த நேரத்தில் காப்பாற்றுங்கள்' என்று கேட்டு அழுதாள். அவர்கள் ஆடாது அசையாது அரச உத்தரவை மட்டும் சொல்லிவிட்டு மரமாக நின்றார்கள்.

வேறு வழியில்லாமல் நான் குடிக்கக் கொடுக்கவா என்று கேட்டாள். காவலர்கள் சரி என்று சைகை செய்தவுடன் கையிலிருந்த குழந்தையைக் கீழே இறக்கிப் படுக்க வைத்துவிட்டுத் தன் மார்பகத்தை எடுத்துச் சிறைக்

கம்பிகளின் இடுக்கில் திணித்தாள். கிழவனும் மகள் என்றும் பாராமல் தன் பெண்ணிடமே 'மகப்பால்' குடித்துத் தாகம் தீர்த்துக்கொண்டான் என்பதுவும் ஒரு சரித்திரச் செய்தி.

கண்ணா, படித்தாயா தியாகத்தின் பிம்பங்களை. இவற்றையெல்லாம் உன் நினைவில் வைத்து உன்னால் என்ன முடியுமோ அதைத் தியாகம் செய்! உனக்கும் பெருமை. உன் பெற்றோர்களுக்கும் பெருமை.

இப்படிக்கு
உன் நலம் விரும்பும்
தாத்தா.

29 பொது வாழ்க்கை

அன்புள்ள தாத்தா, வணக்கம்!

தாத்தா, உங்கள் கடிதங்களைப் படிக்கும்போது சிலநேரத்தில் என் உடம்பு சிலிர்த்துவிடுகிறது. எப்படிப்பட்ட தியாகங்களை அக்காலத்தில் செய்திருக்கிறார்கள். நீங்கள் எழுதியதுபோல் இப்போதெல்லாம் அர்ப்பணிப்பு வாழ்க்கை, பிறருக்காக வாழும் வாழ்க்கையெல்லாம் அற்றுப் போய்க்கொண்டிருக்கிறது, பார்த்தீர்களா!

எங்கள் கல்லூரியில் என் தோழி ஒருத்தி இருக்கிறாள். சீன இனத்தைச் சார்ந்த அவள் பெயர் சுவா சிங். அவளுடைய பார்வையும் புன்னகை பூக்கும் முகமும், எளிமையான தோற்றமும் எனக்கு மிகவும் பிடிக்கும். அவள் மேசைப்பந்து விளையாடுவதில் வல்லவள். கல்லூரிகளுக்கு இடையிலான போட்டி ஒன்று நடைபெற இருந்தது. இந்த முறை வெற்றி பெற்றுவிட்டால் அவளை அமெரிக்காவிற்கு அனுப்பி அடுத்த ஆண்டு படிக்க வைப்பதாக அவளுடைய மாமா ஒருவர் உறுதி மொழி கொடுத்திருந்தாராம். இதையறிந்து எங்கள் கல்லூரி இன்னொரு போட்டி மாணவியிடம் நாங்கள் சென்று விவரத்தைச் சொல்லிச் சுவாவுக்குக் கொஞ்சம் விட்டுக்கொடுக்குமாறு கேட்டுக்கொண்டோம். ஆனால் அவள் மறுத்துவிட்டாள்.

இப்படிக்கு, உங்கள் அன்புள்ள

கண்ணன்.

அன்புள்ள கண்ணா, நலமா!

சுவா சிங்குடன் நட்பா? காதலா? இங்குத் திரையுலகைச் சேர்ந்த சிலர் இப்படித்தான் பழகுவார்கள். கேட்டால் 'நட்பு' தான் என்பார்கள். ஓரிரு ஆண்டுகள் கழித்துத் திருமணம் செய்துகொள்பவர்களும் உண்டு. என்னிடம் எதையும் மறைக்க மாட்டாய் என்று நான் நினைப்பதால்தான் உன்னைக் கிண்டல் செய்கிறேன். பின் விளைவுகளை முன் கூட்டிச் சிந்தித்துச் செயலாற்றவேண்டும். அப்படி இன்னொரு மாணவியிடம் போய் விளையாட்டுப் போட்டியில் விட்டுக் கொடுக்கும்படி நீ கேட்டதுகூட நடைமுறையில் ஒத்துவராத ஒன்று. அதே

நேரத்தில் அப்படிப்பட்ட அணுகுமுறை ஏற்கத் தக்கதும் அல்ல. சுயநலம் மிக்கவர்களாகத்தான் பலரும் வாழ்கிறார்கள். உயிர் போகிற பிரச்சினையாய் இருந்தால் சிலர் ஒத்துக்கொள்வார்கள்.

அந்தக் காலம் போல் இந்தக் காலத்தில் அர்ப்பணிப்புக் குணம் இல்லை என்று எழுதியிருந்தாய். அதை ஓரளவு ஒப்புக்கொள்கிறேன். வாழ்ந்து மறைந்த சாதாரண மனிதர்களுடைய சில நிகழ்வுகளைக் கண்ணுற்றால் பொது வாழ்க்கையில் எப்படியெல்லாம் வாழ்ந்திருக்கிறார்கள் என்பதை உன்னால் நன்கு அறிந்துகொள்ளமுடியும்.

கன்றுக்குட்டியைக் கொன்ற காந்தி

1927ல் இலங்கைக்குச் செல்லும் வழியில் மகாத்மா காந்தி அவர்கள் காரைக்குடியை அடுத்த சிராவயல் எனும் கிராமத்திற்கு வந்தார். அங்கு ஜீவானந்தம் என்பவர் காந்தி பெயரில் ஓர் ஆசிரமம் நடத்துவதாக அறிந்து அவரைப் பார்ப்பதற்குச் சுப்பிரமணிய சிவா அவர்களைத் துணைக் கழைத்துக்கொண்டு காந்தி நேரில் வந்தார்.

ஆசிரமத்தில் அமர்ந்து மூவரும் பேசிக்கொண்டிருந்தபோது தோழர் ஜீவா காந்தியைப் பார்த்துக் கேட்டார்.

" சபர்மதி ஆசிரமத்தில் நோய்வாய்ப்பட்டு அவதிப்பட்டுக்கொண்டிருந்த ஒரு பசுங்கன்றுக்குட்டிக்கு நஞ்சு ஊசி செலுத்திக் கொன்றுவிட்டதாகக் கேள்விப்பட்டேன். அகிம்சையின் உருவமான தாங்கள் இந்தக் காரியத்தைச் செய்யலாமா? "

சற்றும் எதிர்பார்க்காத காந்தி ஒரு நிமிட அதிர்ச்சிக்குப் பின், தம் தவற்றை ஒத்துக்கொண்டுவிட்டு ஜீவாவின் துணிவைப் பாராட்டி, "இன்று ஒரு பரிசுத்தமான மனிதரைச் சந்தித்தேன். " என்று சொல்லிவிட்டுத் தொடர்ந்து கேட்டார்,

" ஆசிரமம் நடத்துகிறீர்களே சொத்து அதிகம் இருக்கிறதா? " என்று.

" இல்லை நான் எளியவன். இந்தியாதான் என் சொத்து " என ஜீவா பதில் சொல்ல... "இல்லை நீங்கள்தான் இந்தியாவின் சொத்து " என்று காந்தி திருப்பிச் சொல்லி ஜீவாவைக் கட்டித் தழுவினார்.

கண்ணா! பார்த்தாயா, இரண்டு பொதுநலவாதிகள் எப்படியெல்லாம் அளவளாவிக்கொண்டார்கள்.

ஜீவா தன் மகளை யார் என்றார்

பொதுவுடமை இயக்கத்தின் தலைவராகிய, அந்த ஜீவானந்தம் பொதுப்பணியில் ஈடுபட்டதால் எப்படியெல்லாம் சொந்த வாழ்க்கையை வாழ்ந்திருக்கிறார் என்பதை நான் சொல்லப்போகும் சம்பவத்தின் மூலம்

ஜீவா

நீ நன்கு அறியலாம். ஒரு பெண் ஜீவா பணியாற்றும் ஜனசக்தி நாளிதழ் அலுவலகத்திற்கு வந்தாள். காவலாளின் அனுமதி பெற்று ஜீவா அவர்களின் மேசைக்கு எதிரே போய் நின்றாள். எழுதிக்கொண்டிருந்த ஜீவா நிமிர்ந்து பார்த்து,

"நீ யாரம்மா?" என்று கேட்டார்.

"உங்களைத்தான் பார்க்க வந்தேன்"

"சரி. என்ன வேண்டும்?" என்று கேட்டவுடன் உடனே அவள், மேசை மீதிருந்த ஒரு தாளையும் எழுதுகோலையும் எடுத்து,

"குலசேகரனின் பேத்தி. கண்ணம்மாவின் மகள் வந்திருக்கிறேன்" என்று எழுதி அவரிடம் நீட்டினாள். வாங்கிப் படித்துவிட்டு, ஒரு நிமிட மௌனம் காத்தார். போட்டிருந்த கண்ணாடியைக் கழற்றி, குனிந்து வேட்டியின் தலைப்பை எடுத்துக் கண்களைத் துடைத்துக்கொண்டார். அதே தாளில் "நீ என் மகள் குமுதா. இப்போதுதான் தெரிகிறது" என்று எழுதிக் காட்டினார்.

என்ன நடந்தது என்றால் பல ஆண்டுகள் சிறையில் இருந்துவிட்டு, ஜீவா விடுதலையானார். நேராக வெளி மாநிலங்களுக்குப் பொதுவுடமை இயக்கப்பணி காரணமாகச் சுற்றுப்பயணம் மேற்கொண்டுவிட்டார். நீண்ட நாள்கள் கழித்துச் சென்னைக்கு வந்தவர் நேராகப் பத்திரிகை அலுவலகத்திற்கு வந்துவிட்டார். அதனால், சிறுமியாக இருந்த குமுதா வளர்ந்து வந்து நின்றதை அவரால் அடையாளம் கண்டுகொள்ள முடியாமற்போய்விட்டது என்பதே உண்மை.

படித்தாயா கண்ணா! அண்மைக் காலத்திலேயும் இப்படிப்பட்ட அபூர்வ மனிதர்கள். பொது வாழ்க்கையில் ஈடுபட்டவர்கள் எப்படித் தன் பெண்டு, தன் பிள்ளை, தன் குடும்பம் என்ற ஒரு குறுகிய வட்டத்தை விட்டு வெளியிலேயே வாழ்ந்திருக்கிறார்கள் என்பதை நீ உணர வேண்டும். இந்நிகழ்ச்சியின் வாயிலாக எவ்வளவு செய்திகளை நாம் யூகித்து அறிந்துகொள்ள முடிகிறது பார்.

ஒரே வேட்டியுடன் ஜீவா

அந்த ஜீவானந்தம் எத்தகைய வசதியுடன் வாழ்ந்தார் என்பதற்கு ஓர் எடுத்துக்காட்டையும் சொல்கிறேன்.

ஒருமுறை பெருந்தலைவர் காமராசர் காரைக்குடி பக்கம் ஒரு பொது நிகழ்ச்சியில் கலந்துகொள்ள வந்தார். போகிற வழியில்தான் தோழர்

ஜீவானந்தம் வீடு இருக்கிறது என்பது அவருக்குத் தெரியும். அத்துடன் அந்த விழா அழைப்பிதழில் ஜீவாவும் கலந்து கொள்வதாக அச்சடிக்கப்பட்டிருந்தது. அதனால் போகும்போது உடன் அழைத்துச் செல்லலாம் என்று எண்ணி ஜீவா வீட்டிற்குக் காமராசர் வந்துவிட்டார்.

சுப்பிரமணிய சிவா

ஜீவா சற்றும் எதிர்பார்க்கவில்லை. வரவேற்று உட்கார வைத்தார்.

" புறப்படுங்கள் போவோம்" என்று கர்மவீரர் அவசரப் படுத்தினார்.

"இல்லை நீங்கள் முன்கூட்டிப் போங்கள். நான் பின்னாலேயே வருகிறேன்." என்றார்.

"என்ன தயக்கம். உங்களிடம்தான் வாகனம் இல்லை. உடன் வரவேண்டியதுதானே" என்று காமராசர் பலமுறை வற்புறுத்த, இவரும் மறுக்க இப்படியாக ஒரு விடாக்கண்டன், கொடாக்கண்டன் கதை யானது. இறுதியில் வேறு வழியில்லாமல் ஜீவா புறப்பட வேண்டியதாயிற்று.

நேராகக் கொல்லைப்புறம் சென்றார். தன்னிடம் இருந்த ஒரே வேட்டி யைத் துவைத்துக் காயவைத்திருந்தது, காய்ந்துவிட்டதா எனத் தொட்டுப் பார்த்து எடுத்துவந்து கட்டிக்கொண்டு புறப்பட்டார். வேட்டி காய்வதற்குத் தாமதமாகுமே என்பதால்தான் காமராசருடன் செல்ல மறுத்திருக்கிறார். இதை அறிந்த காமராசர் கண்கலங்கி விட்டார்.

சுப்பிரமணிய சிவா சிறையில் நோயாளி ஆக்கப்பட்டார்

ஆங்கிலேயரை எதிர்த்துக் குரல் கொடுத்த விடுதலைப் போராட்ட வீரர் சுப்பிரமணியசிவா பல ஆண்டுகள் சிறையில் அடைக்கப்பட்டிருந்தார். அப்போது அங்கு உடன் கைதிகளாக இருந்த தொழுநோயாளிகளின் சிறு நீரை, சிறை அதிகாரிகள் சிவாவைக் குடிக்கச் செய்தனர். அதனாலேயே சிவா ஒரு தொழுநோயாளியாகிவிட்டார். பின்னர் விடுதலையாகி இருந்த வேளையில், வ.உ.சிதம்பரம்பிள்ளை அவர்கள் கோவை சிறையிலிருந்து விடுதலையானார். செய்தியறிந்து அவரை வரவேற்க உற்ற நண்பராயிருந்த சிவா சென்றார். வ.உ.சிக்குச் சிவாவை அடையாளம் தெரியவில்லை. தான் யார் எனச் சிவா சொன்னார். சிவாவைக் கட்டித்தழுவ முற்பட்டார். தான் தொழுநோயாளி ஆக்கப்பட்டதைச் சொல்லிச் சிவா, வ. உ. சியைத் தடுக்கிறார். சிறையில் செக்கிழுத்துச் சொல்லொணாத் துயரங்களை அனுபவித்து வெளியே வந்த சிதம்பரனார் கண்களில் நீர் மல்கச் சிவாவை இறுகக் கட்டித்தவிக்கொண்டார்.

கண்ணா! இதைப்போன்ற செய்தியைப் படிக்கும்போதெல்லாம் என்னையறியாமல் என் கண்களில் நீர் சுரந்துவிடும். யாருக்காக இப்படிப்பட்ட தியாகச் செம்மல்கள் பல இன்னல்களைச் சந்தித்தார்கள்? இதற்கெல்லாம் உனக்கு விளக்கம் தேவையில்லை என்பதால் பொது வாழ்க்கையில் உயர்ந்து விளங்கியவர்களின் புராணங்களை இத்துடன் முடித்துக்கொள்கிறேன்.

மரம் தனக்காகப் பழம் பழுப்பதில்லை.

செடி தனக்காகப் பூ பூப்பதில்லை

நதி தனக்காக நீரைச் சுமந்து செல்வதில்லை.

இப்படிக்கு

உன் நலம் விரும்பும்

தாத்தா.

30 இந்தியாவின் பெருமை

அன்புள்ள தாத்தா, வணக்கம்!

காதல் பற்றி எழுதியிருந்தீர்கள். சுவாவைப் பிடிக்கும் என்றுதான் எழுதியிருந்தேன். காதல் என்றால் என் பெற்றோர்களிடம் சொல்லும் முன் உங்களிடம்தான் நிச்சயம் சொல்வேன். உங்கள் ஆலோசனையின்றி என் திருமணம் நடக்காது. இப்போது நான் படிப்பில்தான் கவனம் செலுத்துகிறேன். எங்கள் நாட்டில் பால் வேற்றுமை இன்றி மனம்விட்டுப் பழகும் பழக்கம் இருக்கிறது. அவ்வளவுதான்.

ஜீவா, சிவா, வ. உ. சி ஆகியோரைப்பற்றியறிந்து புரிந்துகொண்டேன். அப்பாவும் உங்கள் கடிதத்தைப் படித்துவிட்டு, அதே காமராசர் அமைச்சரவையில் உள்துறை அமைச்சராக இருந்த கக்கன் பின்னாளில் பேருந்தில்தான் பயணம் செய்தார் என்று சொன்னார். உங்கள் நாட்டில் இப்போது ஒரு நகராட்சி உறுப்பினர் கூட மகிழ்வுந்தில்தான் பயணம் செய்வார்களாம்.

எதிர்காலத்தில் சீனாவும் இந்தியாவும்தான் உலகப் பொருளா தாரத்தைக் கட்டுப்படுத்தும் சக்தியாக விளங்கப் போகின்றன என இங்கு சொல்கிறார்கள். அதைக் கேட்கும்போது எனக்கு மகிழ்ச்சியாக இருக்கும். ஊழலும் அளவுக்கதிகமான ஜனநாயகமும் மிகுந்த இந்தியா எங்கே சீனாவுடன் போட்டியிடும் தகுதியை இழந்துவிடுமோ என்கிற அச்சம் சிலநேரங்களில் ஏற்படுகிறது.

தாத்தா, இந்த ஜனநாயக அரசியலில் ஏன் இத்தனை தேர்தல்கள். தமிழ்முரசை எப்போது படித்தாலும் தேர்தல் பற்றிய செய்தியாகவே இருக்கும். ஒரு தேர்தல் இப்போதுதான் முடிந்திருக்கும். தோற்றவர்கள் அடுத்த தேர்தலில் வெற்றி பெறுவோம் என்று உடனே குரல் கொடுக்கத் தொடங்கிவிடுகிறார்கள். அதையும் மீறி எப்படித்தான் இந்தியா தாக்குப் பிடித்து முன்னேறுகிறதோ தெரியவில்லை. உங்கள் இந்தியாவைப் பற்றி உயர்வாகச் சிங்கப்பூரில் உள்ள பிற நாட்டினர் பேசுவதைக் கேட்கும்போது மகிழ்ச்சியாகத்தான் இருக்கிறது.

இப்படிக்கு, உங்கள் அன்புள்ள

கண்ணன்.

அன்புள்ள கண்ணா, நலமா!

பிறர் எண்ணமே முதன்மையான எண்ணம்

உன் கடிதத்தில் இந்தியாவைப் பற்றிப் பிறர் கொண்டிருக்கும் எண்ணத்தை எழுதியிருந்தாய். எங்கேயோ எப்போதோ படித்த ஒரு வாசகம் நினைவுக்கு வருகிறது.

> " நம்மைப் பற்றிப் பிறர் என்ன நினைக்க வேண்டும்
> என்று எதிர்பார்ப்பதைவிட,
> நம்மைப் பற்றிப் பிறர் என்ன நினைக்கிறார்கள்
> என்று அறிந்துகொண்டு திருத்திக்கொள்வதே
> சிறந்த பண்பாகும்"

அந்த வகையில் இந்தியாவைப் பற்றி நீ சொன்ன கருத்தை அறிந்து, ஓர் இந்தியன் என்கிற முறையில் மகிழ்ச்சியடைகிறேன்.

உலக அரங்கில் இந்தியா

"இந்தியாவில் நிலவி வந்த ஜாதி மதப்பேதங்களை நீக்கி ஒற்றுமையை நிறுவிட ஆங்கிலேய ஏகாதிபத்தியம் முன் வராத போதும், இவ்வளவு அநியாயங்களையும், அக்கிரமங்களையும் தாங்கிக்கொண்டு நிலைத் தன்மையோடு உலகப் புகழ்பெற்று இந்தியா நிற்கிறது என்றால் அதற்குக் காரணம் பாரதம் செய்திருக்கிற பூர்வ புண்ணியம்தான் " என்று பட்டாபி ராமன் என்கிற ஞானி சொல்கிறார்.

மேலெழுந்தவாரியாகப் பார்க்கும்போது இது ஒரு மூடநம்பிக்கையில் எழுந்த வாசகமாகத் தோன்றுகிறது. ஆனாலும் இந்தியா என்பது இன்று உலக நாடுகளின் பார்வையில் தவிர்க்க முடியாத நாடாகிவிட்டது. தொன்மை, நாகரிகம், பண்பாடு, புராண இதிகாசங்கள், இலக்கிய இலக்க ணங்கள், ஆதிமொழி, ஆன்மீகம், யோகா, தொழில் நுட்பம், உழைப்பு, கனிமவளம் போன்று எந்தப் பார்வையிலும் இந்தியா முக்கியப் பங்கு வகிக்கின்றது. உலகில் செம்மொழி என்கிற அங்கீகாரம் இந்தியாவிற்கு மட்டும் இரண்டு மொழிகளுக்குக் கிடைத்திருக்கின்றது. இந்திய அரசு தெலுங்கு மொழிக்கும் அந்தச் செம்மொழி அங்கீகாரத்தைக் கொடுத்துவிட்டதாகவும், கன்னடத்திற்குக் கொடுக்கப் போவதாவும் செய்தி கிடைத்திருக்கிறது. பௌத்தம், இந்து, ஜைனம், சீக்கியம் போன்ற எத்தனை மதங்கள் இங்கு தோன்றி இருக்கின்றன.

இந்தியாவின் முகவரிகள்

கிழக்கத்திய நாடுகளில் பரவியிருக்கின்ற இராமகாதையும் பாரதக் கதையும் இந்தியாவின் முகவரிகளாக விளங்குகின்றன.

திருக்குறள் தமிழ் மொழியில் எழுதப்பட்டி ருந்தாலும் தமிழ் எனும் சொல்லைப் பயன் படுத்தாத இலக்கியம். அவ்விலக்கியம் உரு வான மண்பகுதியின் பெயரோ, அப்போது ஆண்ட மன்னர்களின் பெயர்களோ குறிப்பிடப்படவில்லை. ஏன் இதைவிட ஒரு சிறப்பு, எழுதியவர் தன் பெயரையே தெரிவிக்கவில்லை. இன்று உலகில் மதம் சார்ந்த விவிலியம், குர்ஆனுக்கு அடுத்து, அதிகமான மொழிகளில் மொழிபெயர்க்கப் பட்ட இலக்கியம். எந்த நாடு, எந்த இனம் என்று எந்தச் சார்பும் இல்லாத அறநெறி வாழ்வியல் இலக்கியம். தத்துவம், கவித்துவம், நீதி, உழவு, வாழ்விலக்கணம், உவமை, இறைநம்பிக்கை, உளவியல், வணிகம், ஆட்சி, காதல், காமம் எனச் சொல்லாத பாடுபொருட்களே இல்லை என்று சொல்லும் அளவுக்கு எல்லாவற்றையும் உள்ளடக்கிய ஓர் அற்புதமான இலக்கியமாகிய திருக்குறளைப் பெற்றுப் பெருமைகொள்கிறது இந்தியா.

செல்வச்சுரங்கம் இந்தியா

செல்வம் கொழித்த நாடு என்று மேற்கத்தியர்களால் தீர்மானிக்கப்பட்டுப் படையெடுத்தோரும், பாதை வகுத்தோரும் ஏராளம். அதன் பயனாய் ஏற்பட்ட விளைவில் எதிர்பாராத விதமாகத்தான் அமெரிக்கா கண்டு பிடிக்கப்பட்டது.

"மனித இனத்தின் தொட்டில்" என்று வரலாற்றுப் பேராசிரியர் Mark Twain அவர்களால் சொல்லப்பட்ட பெருமையை உடையது இந்தியா.

அசோகரும் காந்தியும்

சாம்ராட் அசோகர்

"அதிகார சக்தியின் பிரதிநிதியாக இருந்து அகிம்சையைக் கையாண் டவர் சக்ரவர்த்தி அசோகன். அதிகார சக்தியை எதிர்த்துநிற்க அகிம்சையைக் கையாண்டவர் காந்தி. முன்னவர் அரசர்களிலேயே மனிதராக விளங்கியவர். பின்னவர் மனிதர்களிலேயே அரசராக விளங்கியவர். " இந்த இருபெரும் சக்திகளையும் பெற்றெடுத்தது இந்தியா.

யோகக் கலையை இவ்வுலகுக்குத் தந்த பதஞ்சலி பிறந்தது இந்திய மண்ணில்.

இமயமலைக்குப் பொன்னாடை போர்த்திட முடியுமா என்று கேட்டான் ஒரு புலவன். அந்த இமயத்தையும் தாஜ்மகாலையும், கங்கை, பிரம்மபுத்ரா, சிந்து போன்ற வற்றாத நதிகளையும் கொண்டது இந்தியா.

அமெரிக்காவில் இந்தியர்கள்

இன்று உலகத்தில் முதன்மையாக விளங்கும் அமெரிக்க நாடு தன் மக்கள் தொகையில் 15 விழுக்காட்டினரும், விஞ்ஞானிகளில் 12 விழுக் காட்டினரும், மைக்ரோசாப்ட் நிறுவன ஊழியர்களில் 34 விழுக்காட்டினரும், நாசா ஊழியர்களில் 36 விழுக்காட்டினரும், மருத்துவத் துறையில் 38 விழுக்காட்டினருமாக இந்தியர்களைக் கொண்டிருக்கிறது.

கணிதத்தில் இந்தியர்கள்

கடந்த 1000 ஆண்டுகளில் இந்தியா எந்த நாட்டின் மீதும் படை யெடுத்துத் தனதாக்கிக்கொண்டதில்லை.

எண் அமைப்பை உலகில் முதலில் கண்டுபிடித்ததோடு '0' வை அறிமுகப்படுத்தியவர் ஆரியபட்டா எனும் இந்தியர்.

உலகின் முதல் பல்கலைக் கழகம் கி.மு 700ல் தட்சசீலத்தில் 10,500 பல்வேறு நாட்டு மாணவர்களுடன் 64 பாடங்களைக் கொண்டு தொடங்கப் பட்டது. பின்னர் கி.மு 4 ஆம் நூற்றாண்டில் உலகக் கல்வித் துறையில் சாதனைபடைத்த நாளந்தா பல்கலைக் கழகம் நிறுவப்பட்டது இந்தியாவில்.

இந்தியாவில் கண்டுபிடிக்கப்பட்ட ஆயுர்வேத மருந்துதான் உலகில் முதன்முதலில் மானுடத்திற்குக் கொடுக்கப்பட்ட மருந்து. 1999ல் இங்கிலாந்து விற்பன்னர் ஒருவர் சொல்கிறார், 'ஐரோப்பிய கணிதத்திற்கு முன்பே இந்தியாவின் புத்தயான்ஸ் 6வது நூற்றாண்டில் நாட்களைக் கணக்கிட்டார்கள்' என்று. Algebra, Trigenometry & Calculus came from India'

11ஆம் நூற்றாண்டில் ஸ்ரீதரசார்யா என்பவர் Quadratic Equationsகளைக் கண்டுபிடித்தார்.

கிரேக்கர்களும் ரோமானியர்களும் 106 எண்களைக்கொண்டுதான் கணக்கிட்டார்களாம். ஆனால் இந்தியர்கள்தான் 1057 எண்களைக் கொண்டு கணக்கிடுவார்களாம்.

USA IEEE கம்பி இல்லாத் தொடர்பை முதலில் கண்டுபிடித்தது மார்க்கோனி அல்லர் இந்தியாவின் ஜகதீஷ் போஸ் என்பவராம்.

விவசாயதிற்கு முதன்முதலில் நீர்த்தேக்க அணை கட்டியது மகாராஷ் டிரத்தில்தானாம்.

செஸ் எனும் சதுரங்கம் இந்தியாவின் சொத்து.

பூரி ஜெகந்நாத் கோயிலின் 7 அதிசயங்கள்

ஒரிசா மாநிலத்தின் பூரி எனும் இடத்தில் அமைந்துள்ளது ஜெகந்நாதர்

ஆலயம். இந்தக் கோவிலைப் பற்றிய வியக்கத்தகு ஏழு அதிசயங்கள் உள்ளன என்று கூறுகிறர்கள். அந்தக் கோவிலுக்குள் நுழைந்தால் முதல் அடியை வைக்கும்போது எழாத கடலின் இரைச்சல் ஒலி இரண்டாவது காலடியை வைக்கும்போது கேட்குமாம்.

1) கோவில் கொடி எப்போதும் காற்றின் திசைக்கு எதிர் திசையில்தான் பறக்கும்.

2) பூரியில் நின்றுகொண்டு எங்கிருந்து பார்த்தாலும் உச்சிக் கோபுரமான கலசம் உன்னைப் பார்த்தபடி இருக்கும்.

3) பொதுவாகக் கடலிலிருந்து காற்று தரைக்குத்தான் பகலில் வீசும். ஆனால் பூரியில் நேர் எதிர் மாறாக நடக்கிறது.

4) கோவிலுக்கு நேர் உயரே எந்தப் பறவைகளும் விமானங்களும் பறப்பதில்லை.

5) பிரதான (DOME) கோபுரத்தின் நிழல் எந்த நேரத்திலும் எந்தத் திசையிலும் தரையில் விழுந்து பார்க்க முடியாது.

6) கோவிலுக்குள் சமைத்த உணவு அதேயளவு ஆண்டு முழுவதும் அப்படியே இருந்துகொண்டே இருக்கும்.

7) கோவில் சமையற்கூடத்தில் ஒன்றன்மேல் ஒன்றாக அடுக்கி 7 பானைகளை வைத்து அடுப்புக் கரிவிறகால் எரியவிடுவார்கள். வியப்பு என்னவென்றால், மேல் பானை முதலில் வெந்து, அடியில் உள்ள பானை கடைசியில் வேகுமாம்.

நம்புவதற்குக் கொஞ்சம் சிரமமாக இருந்தாலும் தஞ்சை பெரிய கோவிலின் நிழல் தரையில் விழுவதில்லை என்பதை நாம் நம்புகிறோம். அதைப்போல் ஏதாவது விஞ்ஞான அமைப்பில் கூட இருக்கலாம்.

இந்தியாவின் மக்கள் தொகை

2600 ஆண்டுகளுக்கு முன் அறுவை சிகிச்சையின் தந்தை எனப் போற்றப்பட்ட இந்தியாவைச் சேர்ந்த Sushruta என்பவர்தான் மயக்க மருந்தை முதலில் கண்டுபிடித்தாராம்.

இத்தனை சிறப்புகளை இந்தியா பெற்றிருந்தாலும், இந்தியாவின் மக்கள் தொகை மின்தூக்கியில் வேகமாக ஏறுகிறது. பொருளாதார வளர்ச்சியோ படிக்கட்டுகளில் மெதுவாக ஏறிக்கொண்டிருக்கிறது என்று இந்தியாவின் நிலையைக் கேலி செய்தாலும், பட்டாபிராமன் சொன்னது போல் பூர்வ புண்ணியமோ எனத் தவறாக எண்ணவும் செய்கிறது.

ரூபாயின் வீழ்ச்சி 75,000 விழுக்காடு

கண்ணா! ஒரு வியப்பான அதே நேரத்தில் மகிழ்ந்து வருந்தும் ஒரு தகவல். நான் படித்த செய்தி. எவ்வளவு உண்மையென்று அறிய இணையத்தை நாடினேன். அதுவும் அதே பதிலைத் தந்தது.1917ல் ஒரு ரூபாயின் மதிப்பு 13 அமெரிக்க டாலராம். இப்போது அது தலைகீழாகப் போய் ஒரு அமெரிக்க டாலரின் மதிப்பு ரூ 70ஐ நெருங்குகிறது. (இதை நான் எழுதும்போது நாளிதழ்களின் கணிப்பு) இன்னும் சொல்லப்போனால் ரூபாய்மதிப்பின் வீழ்ச்சி 750 மடங்கு. அதாவது 96 ஆண்டுகளில் 75,000 விழுக்காடு.

நாட்டில் பணக்காரர்களுக்கும் ஏழைகளுக்கும் உள்ள இடைவெளி குறைக்கப்படாத வரையில்; ஜனநாயகத்தின் பெயரில் ஊழலும், அரசியல் அதிகார அராஜகங்களும், தேர்தல் செலவுகளும், கறுப்புப் பணங்களும் இருக்கும் வரை பணவீக்கம் ஏறுமுகத்தில்தான் போய்க்கொண்டிருக்கும்.

என்ன செய்வது ' எப்படி இருந்த நான் இப்படி ஆயிட்டேனே! ' - கதை தான்.

கண்ணா! பல நேரங்களில் எங்கள் நாட்டைப்பற்றி நாங்களே தாழ்வாகப் பேசினாலும், குறைகளை விரிவாக விளக்கினாலும் சில நேரங்களில் எங்கள் இந்தியாவைப்போல் வருமா எனப் பெருமையடித்துக்கொள்கிறோம். ஏனெனில் இது என் நாடு. அதைப்போல் உன் நாடு உனக்கு வேறு வகைகளில் பெருமை சேர்த்துக்கொண்டிருக்கிறது.

இப்படிக்கு

உன் நலம் விரும்பும்

தாத்தா.

31 நட்பு

அன்புள்ள தாத்தா, வணக்கம்!

இந்தியாவுக்கும் சிங்கப்பூருக்கும் நல்ல புரிந்துணர்வு இருப்பதறிந்து மனம் நிறைவாக இருக்கிறது. இந்தியாவின் பெருமைகள் இவ்வளவு இருக்கின்றனவா என எனக்கு இன்ப அதிர்ச்சியாக இருந்தது. நாம் இருவரும் நட்பு நாடுகள் என்று நீங்கள் எழுதியவுடன், 'நட்பு' பற்றிய ஒரு செய்தியை உங்களுக்கு நீண்ட நாட்களாகச் சொல்ல வேண்டுமென்று எண்ணிக்கொண்டிருந்தேன். இடையில் மறந்துவிட்டது.

எங்கள் நண்பர் குழுவைச் சேர்ந்த ஒருவன் மலேசியா சென்று வந்தான். வந்ததிலிருந்து யாரிடமும் பேசாமல் சற்று ஒதுங்கியே இருந்தான். சில நாட்களில் அவனைக் காவல் துறையினர் அழைத்துச் சென்று விசாரித்தனர். எங்களுக்கு ஒன்றும் புரியவில்லை. அவன் போதைப்பொருளைப் பயன்படுத்தி இருக்கிறான் எனப் பின்னர்தான் தெரியவந்தது. எங்களுக்கு அதிர்ச்சியாகப் போய்விட்டது. இத்தகைய செயலைக்கொண்ட அவனுடைய நட்பு வேண்டாமென்று மற்ற நண்பர்களாகிய நாங்கள் அவனிடமிருந்து ஒதுங்கிவிட்டோம்.

இப்படிக்கு
உங்கள் அன்புள்ள
கண்ணன்.

அன்புள்ள கண்ணா, நலமா!

முதலில் நீ நல்ல நண்பனாக இரு

போதைப்பொருள் உட்கொண்ட உன் நண்பனைவிட்டு எல்லோரும் விலகிவிட்டதாக எழுதியிருந்தாய். நட்பு என்பது ஏதோ மகிழ்ச்சியாக இருப்பதற்கு மட்டும் என்கிற கொள்கைபோல் தோன்றுகிறது. நண்பன் என்று உன் நட்பு வட்டத்திற்குள் என்றைக்கு வந்துவிட்டானோ எப்போதும் அவனை விட்டுவிடக் கூடாது.

அவன் ஒரு கூடா நட்பில் அவ்வாறு செய்திருக்கலாம். 'தவறு செய்வது மனித குணம்; மன்னிப்பது தெய்வ குணம்' என்பார்களே அதுபோல் நீங்கள் அந்த நண்பனிடம் சென்று ஆறுதலாகப் பேசுங்கள்.

அவனுக்கு அறிவுரைகளைச் சொல்லுங்கள். போதைப் பழக்கத்தால் பின்னால் ஏற்படப்போகும் விளைவுகளை விவரமாக எடுத்து விளக்குங்கள். திருந்திவிடுவான். இதைப் போன்ற தீய பழக்கங்கள் இந்த வயதினரை ஈர்க்கக் கூடிய ஒன்றுதான். மறப்போம் மன்னிப்போம் என்பதை உணர்த்துங்கள். அதனால் உன் நண்பனிடம் சொல்,

" கெட்ட பழக்கம் முதலில்
வழிப்போக்கன்போல் வரும்.
பிறகு விருந்தாளியாகும்
முடிவில் அதுவே
எஜமானியாகிவிடும் "

என்பதை விளக்கிச் சொல். அவன் புரிந்துகொள்வான்; திருந்தி விடுவான்.

கண்ணா! " நல்ல நண்பனைப் பெறுவதற்கு முதலில் நீ நல்ல நண்பனாக இருப்பதே வழி! " என்கிற வாசகத்தின் பொருளை உணர்ந்துபார்!

" நட்பு என்பது ஒரு புத்தகத்தைப் போன்றது.
சில நிமிடங்களில் அதை எரித்துவிடலாம்.
ஆனல் அதை உருவாக்க
எத்தனை ஆண்டுகள் ஆகின்றன " என்பதால் நட்பை நீ நிதானமாகக் கையாள வேண்டும்.

பாலும் நீரும் போன்றது நட்பு

உனக்குத் தெரிந்த ஆனால் தெரியாத ஒரு கற்பனைச் சுவையுடைய எடுத்துக்காட்டைச் சொல்கிறேன்.

பாலும் தண்ணீரும் நல்ல நண்பர்கள். இல்லத்தில் உன் தாய் நீர் கலந்து பாலைக் காய்ச்சுகிறாள் என்று வைத்துக்கொள்வோம்.

தண்ணீர் நினைக்குமாம், "நான் பாலுடன் சேர்ந்திருப்பது அவளுக்குப் பிடிக்கவில்லை. அதனால்தான் நண்பனைச் சூடாக்குகிறாள். நாம் பிரிந்து விடுவோம்" என்று ஆவியாகிப் பிரிந்து செல்லுமாம்.

உடனே பால் என்ன நினைக்குமாம், " அய்யோ என் நண்பன் என்னை விட்டுப் பிரிந்து செல்கிறானே " என்று பொங்குமாம். உடனே உன் தாய் பார்ப்பாள்,

நண்பனைப் பிரிந்து பொங்கி நிற்கும் பாலைச் சமாதானப்படுத்தி ஆறுதல் கொடுக்க மீண்டும் தண்ணீர் தெளித்து அடக்குவாளாம்.

கண்ணா கவனித்தாயா? நட்பை வைத்து ஒரு கவிஞன் செய்த

கற்பனைக் காவியத்தை. அவனுடன் இணைந்து நீ நட்போடு பயணம் செய்ய வேண்டுமானால் இந்த வரிகளைப் படி; உணர்!

" நீந்த வேண்டியவன், முதலில்

முதலையிடம் நட்பாகப் பழகிக்கொள்ள வேண்டும் " என்பதே அது.

அந்த நண்பன் உங்களைப் பற்றி,

" நல்ல நண்பனைப் பெற்றவனுக்கு நிலைக்கண்ணாடி தேவையில்லை" என்று நினைக்கும்படி மற்ற நண்பர்களாகிய நீங்கள் நடந்து கொள்ள வேண்டும்.

வால்டேர்

"நட்பு வேறு; கொள்கை வேறு " என்பதை அறிஞர் வால்டேர் எவ்வாறு சொல்கிறார் பார்.

ஒரு நண்பனைப் பார்த்துச் சொல்லும் அற்புதமான கருத்து.

" நீ சொல்லும் கருத்தை என் கொள்கைப்படி நான் மறுப்பேன்.

ஆனால் உன் கருத்தைச் சொல்லும் உன் உரிமைக்காக

என் உயிரையும் கொடுப்பேன் " என்பதை மீண்டும் படித்துப் பார்! அதன் உட்பொருளின் கருத்தை உன்னால் அறிய முடியும்.

அழகு நிலையத்தில் அழகுமொழி

எந்த நண்பனுக்கும் கடன் கொடுக்காதே. இனாமாக எவ்வளவு வேண்டுமானாலும் கொடு. சிங்கப்பூருக்கு நான் வந்திருந்தபோது, முடிவெட்டிக்கொள்ள முடிவெடுத்தேன்.

உன் அப்பாவிடம் சொன்னேன். அவர் என்னைச் சிராங்கூன் சாலையில் வீரமாகாளியம்மன் கோவிலுக்கு எதிரில் ஒரு முடி திருத்தகத்தில் கொண்டு போய் விட்டார்.

" பணம் இருந்தால் உன்னையே உனக்குத் தெரியாது

பணம் இல்லாவிட்டால் உன்னை யாருக்குமே தெரியாது " என்று அச்சிட்டு அந்தக் கடையின் உள்ளே ஒட்டி இருந்தார்கள். நீயும் போயிருப்பாய். ஆனால் நீ கவனித்திருக்க மாட்டாய். அங்கே இன்னொன் றையும் ஒட்டியிருந்தார்கள்,

" பணத்தைக் கொடுத்துப் பார்

நண்பனும் பகைவனாவான் "

என்று யதார்த்த உண்மையை என்றும் எண்ணி எண்ணி இன்புறும் வாசகங்கள்.

" பகையில் மிச்சமோ
கடனில் மிச்சமோ
நெருப்பில் மிச்சமோ வைக்காதே!

அவை மறுபடியும் உன்னை அழிக்க முற்படும் " - இவையெல்லாம் விளக்கவுரை இல்லாது புரிந்துணரும் சொற்றொடர்கள்.

அலெக்சாந்தரின் நம்பிக்கை

மாவீரன் அலெக்சாந்தர் தன் சொத்துகளையெல்லாம் நண்பர்களுக்கு எழுதி வைத்துவிட்டுத்தான், உலகை வென்று வரப் புறப்பட்டான்.

'இப்படி, எல்லாச் சொத்துகளையும் நண்பர்களுக்கு எழுதி வைத்து விட்டாயே! உனக்கு?' என்று மற்றவர்கள் கேட்டபோது "நம்பிக்கை" என்று சொன்னான்.

கண்ணா இந்த இடத்தில் நட்பு முதன்மை போலத் தோன்றினாலும் நம்பிக்கைதான் முதன்மையாகக் கருதப்பட்டுள்ளது.

சாக்ரட்டீஸ் தேடும் நண்பர்கள்

சாக்ரட்டீஸ்

"புத்தகங்களும் நண்பர்களும் குறைவாக இருக்கலாம். ஆனால் அப்புத்தகங்கள் பயனுடையதாகவும், நண்பர்கள் நல்லவர்களாகவும் இருக்க வேண்டும் " என்பார்கள். அதனால் தான்

சாக்ரட்டீஸ் ஒரு வீடு கட்டிக்கொண்டிருந்தார். வந்து பார்த்த நண்பர்கள் " ஐயா! சிறிய வீடாகக் கட்டுகிறீர்களே! போதுமா? " என்றுகேட்டபோது "இந்தச் சிறிய வீட்டை நிரப்புவதற்கே உண்மையான நண்பர்கள் கிடைப்பார்களா என்றுஎனக்குச் சந்தேகமாக இருக்கிறது " என்றார் எனில் நல்ல நண்பர்கள் கிடைப்பது அரிதாகும் நேரத்தில் கண்ணா உன் நண்பன் நல்லவனாக இருந்தால் அவனை விட்டு விடாதே!

உன்னை அவன் கெட்டவனாக மாற்றிவிடுவானோ எனப்பயப்படாதே! அலெக்சாந்தரிடம் இருந்த 'நம்பிக்கை' உன்னிடம் உள்ளதென எனக்குத் தெரியும். நீ அவனை மாற்றி விடுவாய் எனும் நம்பிக்கை எனக்கு இருக்கிறது.

இப்படிக்கு
உன் நலம் விரும்பும்
தாத்தா.

32 நகைச்சுவை

அன்புள்ள தாத்தா, வணக்கம்!

நீங்கள் சொன்னபடி அந்த நண்பனிடம் நாங்கள் எல்லோரும் சென்று ஆறுதல் கூறினோம். அறிவுரைகளைச் சொன்னோம். அவன் எங்கள் வருகையை எதிர்பார்க்கவில்லை என்றான். "உங்களைப் பார்த்த பின்பு, நான் மன உளைச்சலிலிருந்து விடுபடுகிறேன். கெட்ட கன வாகஎண்ணிப்போதைமருந்துஉட்கொண்டதைமறக்கவிரும்புகிறேன்; உங்கள் நட்பு எனக்கு வேண்டும், இனி அந்தப் போதைப்பொருள் பக்கம் போகமாட்டேன் " என எங்களிடம் உறுதியளித்தான்.

தாத்தா எல்லாம் உங்களால்தான் சாத்தியமானது.

நேற்று, கல்லூரி முதல்வர் எங்கள் வகுப்புக்கு வந்தார். எங்களுக்கு வியப்பாக இருந்தது. நாங்கள் கட்டுப்பாட்டுடன் அமைதியாக இருந்தோம். அதைக் கவனித்த முதல்வர்

"மாணவர்களே ஏன் எல்லோரும் சீரியசா இருக்கிறீங்க? கவலைப் படாதீங்க. நான் பாடம் நடத்தப்போவதில்லை. ரிலாக்ஸா இருங்க. ஏதேனும் ஜோக்ஸ் சொல்லுங்கள் எல்லோரும் சிரிப்போம் " என்று அந்த முதல்வர் ஆங்கிலத்தில் சொன்னார்.

கல்லூரி முதல்வராச்சே என நகைச்சுவை எங்களிடம் நிறைய இருந்தும் அவிழ்த்துவிட எங்களுக்குப் பயமாக இருந்தது. ஒருவன் மட்டும் சொல்லலாம் என எழுந்தான். சுற்றுமுற்றும் பார்த்தான். கடைக்கோடியில் அமர்ந்திருந்த ஒருவன் 'வேணாம்டா.. அப்புறம் மாட்டிக்கொள்வாய் " என்கிற கருத்தைச் சைகை மொழியில் தெரிவித்தான். சற்று யோசித்தபின் "வேண்டாம் சார். சொல்லப்பயமாக இருக்கிறது " என்று சொல்லிவிட்டு அமர்ந்துவிட்டான்.

மாணவர்களின் பயத்தைப் போக்க " இன்று நான் மகிழ்ச்சியாக இருக்கிறேன். நீங்கள் பயப்படாமல் எது வேண்டுமானாலும் சொல் லலாம். நான் கோபித்துக்கொள்ளமாட்டேன். ஏன் என்னைப் பற்றி ஜோக் இருந்தால்கூடத் தாராளமாகச் சொல்ல முன்வாருங்கள் " என்று அவர் சொன்னவுடன் எங்களில் சிலருக்குத் தைரியம் வந்தது. ஒருவன் எழுந்து சொன்னான்.

இறந்த கணவனின் ஈமெயில்

"மனைவியைப் பிறகு அழைத்துக்கொள்வதாகச் சொல்லிவிட்டு ஒருவர் தொழில் நிமித்தமாக வெளிநாடு சென்றார். கணினி போன்ற சகல வசதிகளுடன் கூடிய உயர்தர விடுதியில் தங்கினார். போய்ச் சேர்ந்ததும் தன் மனைவிக்கு ஒரு மின்னஞ்சல் அனுப்பினார்.

மனைவியின் மின்னஞ்சல் முகவரிக்குப்பதில் தவறுதலாக வேறுயாரோ ஒரு முகவரிக்கு அது சென்றுவிட்டது.

அந்த வேறு ஒருவர் ஒரு பெண்மணி. அந்தப் பெண்ணின் கணவர் அன்று இறந்துவிட, இறுதிச் சடங்குகளையெல்லாம் முடித்துவிட்டு வீட்டிற்கு வந்து சோர்ந்து அயர்ந்து படுத்துவிட்டாள். திடீரென்று இரவில் விழித்துக்கொண்டவள் தூக்கம் வராததால், ஏதேனும் அனுதாபச் செய்திகள் வந்திருக்கிறதா எனப்பார்ப்பதற்காகக் கணினியைத் திறந்தாள்; படித்தாள்.

"அன்பான மனைவிக்கு! எனது கடிதம் உனக்கு வியப்பைக்கொடுக்கும். இங்கே எனது அறையில் மின்னஞ்சல் அனுப்பக் கணினியெல்லாம் வைத்திருக்கிறார்கள். நமக்குப் பிரியமானவர்களுக்கு அனுப்ப அனுமதிக்கிறார்கள். நான் இங்கு நல்லபடியாக வந்து சேர்ந்தேன். இங்கே எல்லாம் தயாரான நிலையில் உள்ளது. அடுத்த மாதமே நீ இங்கு வந்து என்னுடனேயே இருக்கலாம். உன் வரவை எதிர்பார்த்துக் காத்திருக்கிறேன்"

'இந்த நகைச்சுவையைக் கேட்டவுடன் முதல்வர், ஆசிரியர், மாணவர்கள் அனைவரும் கொல்லென்று சிரித்துவிட்டனர். அன்று கல்லூரி முழுவதும் செய்தி கிசுகிசுவாகப் பரவி அதே பேச்சாகவே இருந்தது.

தாத்தா, நீங்கள் எழுதுவது எல்லாம் சீரியஸாகவே இருக்கிறதே உங்களிடம் நகைச்சுவை உணர்வு இல்லையா, தாத்தா?

இப்படிக்கு, உங்கள் அன்புள்ள

கண்ணன்.

அன்புள்ள கண்ணா, நலமா?

எனக்கா நகைச்சுவை வராது? நான் எப்போதாவது தொலைக்காட்சி பார்த்தால் திரைப்பட நகைச்சுவை வந்தால்தான் விரும்பிப் பார்ப்பேன்.

'வாய்விட்டுச் சிரித்தால், நோய்விட்டுப் போகும்' என்பார்கள். உங்கள் முதல்வரிடம் நகைச்சுவையைப் பகிர்ந்துகொண்டதைப் படிக்கும்போது சுவையாக இருந்தது. ஆசிரியர்கள் இதைப்போல் மாணவர்களுடன் ஒரு நெருக்கத்தை உருவாக்கிக்கொண்டு மாணவர்களுக்குப் பிரியமான ஆசிரியராகத் தம்மை ஆக்கிக்கொண்டால் இருவர்களுக்கிடையிலான

உறவு மேம்படுவதால் பெரிதும் மாணவர்கள் பயனடைவார்கள். பாடம் சொல்லிக் கொடுத்த ஆசிரியருக்கும் மன நிறைவு கிடைக்கும்.

சர்க்கரை வியாதி

மனைவி கணவரிடம், " என்னங்க ஓயாமல் சமையல்கட்டுப் பக்கம் போய் எதையோ திறந்து பார்க்கிறீங்க? "

" சுகர் இருக்கான்னு அடிக்கடி செக் பண்ணிக்கொள்ளுங்கள் என்று டாக்டர் சொன்னார் " என்று கணவர் அதற்குப் பதில் சொன்னாராம்.

பணம் பத்திரம்

சரியாகப் படிக்காத பையனின் தந்தையும் தாயும் பேசிக்கொள்கிறார்கள்:

"ஏங்க! நம்ப பையன் பணத்தை எங்கு வைத்தாலும் எடுத்துவிடுகிறானே!"

"பேசாம அவனுடைய பாடப்புத்தகத்திற்குள் வை. பத்திரமா இருக்கும்." என்றாராம் தந்தை.

எந்தக் காப்பி

ஒரு காப்பிக் கடைக்காரரிடம், " காப்பி எவ்வளவு சார்? "

" ஐந்து ரூபாய் "

" என்ன சார் அநியாயமா இருக்கு! எதிர்க் கடையிலே காப்பி 50 காசுன்னு எழுதி போட்டிருக்கிறான் "

" டேய் சாவுகிராக்கி ... அது Xerox காப்பிடா " என்றானாம்.

பொய் ஜாதகம்

இரு நண்பர்கள் பேசிக்கொள்கிறார்கள்: "டேய் ஜாதகப்படி எனக்கு அறிவு ரொம்ப ஜாஸ்தியாம் "

"இப்போதாவது தெரிகிறதா? நான் ஏன் ஜாதகத்தை நம்புறதில்லைன்னு"

கண்ணா இதன் பொருள் உனக்குப் புரியும் என நம்புகிறேன்.

கல்கட்டாப் புடலங்காய்

இரு பெண்கள்களுக்கிடையில் நடந்த பேச்சு:

' எங்கள் வீட்டிலே இன்று கல்கட்டாப் புடலங்காய்க் கூட்டு. "

" பெங்களூர்க் கத்தரிக்காய் போல அது கல்கட்டாவிலிருந்து வாங்கி வந்த புடலங்காயா? "

" இல்லே.. எங்க தோட்டத்திலேதான் காய்ச்சுது. கல் கட்டித் தொங்க விடாததாலே, இந்தப் புடலங்கா சுருண்டுவிட்டது. அதனாலதான் கல்கட்டாப் புடலங்காய் என்றேன் " என்றாளாம்.

கண்ணா! புடலங்காய் காய்த்து ஒரு சாண் அளவு வந்தவுடன் நுனியில் சிறிய கல் ஒன்றை நூலில் கட்டித் தொங்கவிட்டு விடுவார்கள். அப்போது தான் அது நேராக நீண்டு வளரும். இல்லையேல் சுருண்டு போகும்.

லிங்கன் ஷூ துடைத்தார்

ஆபிரகாம் லிங்கன்

ஒருமுறை அமெரிக்க அதிபர் ஆப்பிரகாம் லிங்கன் தன் ஷூவைத் துடைத்துக் கொண்டிருந்தார். அதைப்பார்த்துக்கொண்டே வந்த, வேண்டாத நண்பர் ஒருவர் கேட்டாராம்.

" என்ன உங்கள் ஷூவை நீங்கள்தான் துடைத்துக்கொள்வீர்களா? " என்று கேட்டவுடன்

" ஆமாம்! என் ஷூவை நான்தான் துடைத்துக்கொள்வேன். ஏன் நீங்கள் யாருடைய ஷூவைத் துடைப்பது வழக்கம்? " என்று திருப்பிக் கேட்டவுடன் வந்த நண்பர் வெட்கித் தலை குனிந்துவிட்டார்.

சொர்க்கத்தில் என்.எஸ்.கே.

நகைச்சுவை நடிகர் என்.எஸ். கிருஷ்ணன் மருத்துவ மனையில் இருந்தபோது, பார்க்கச் சென்ற ஒருவர் " நீங்க ரொம்ப நல்ல உள்ளம் படைச்சவங்க. உங்களுக்கு ஒண்ணும் ஆகாது. சீக்கிரம் குணமாகி வீட்டுக்கு வந்துடுவீங்க. உங்க பின்னாடிதான் நான் எப்போதுமே இருப்பேன். ஒருவேளை உங்களுக்கு ஏதாவது ஆயிட்டுதுன்னா, அங்கேயே நானும் வந்து சேர்ந்து கூடவே இருந்திடுவேன் " என்றார். இதைக் கேட்டுக்கொண்டிருந்த கிருஷ்ணன்,

" நான் சொர்க்கத்துக்கில்ல போவேன். அங்கே நீங்க எப்படி வரமுடியும்? " என்று கேட்டார்.

பைத்தியக்கார சர்ச்சில்

இங்கிலாந்தின் பிரதமர் சர்ச்சில் ஒருமுறை பைத்தியக்கார மருத்துவ மனைக்குச் சென்றார். வாயிலில் இவர் நுழையும்போது ஒரு நோயாளி குணமாகி வெளியேறினார். அவர் சர்ச்சிலைப் பார்த்துக் கேட்டார், " நீங்கள் யார்? "

"நான்தான் இந்த நாட்டின் பிரதமர் " என்றதைக் கேட்டவுடன் கலகலவென்று சிரித்து முடித்துவிட்டு,

"பரவாயில்லை. சீக்கிரம் குணமாகிவிடும். நானும் இங்கு வரும்போது இப்படித்தான் 'நான்தான் பிரதமர்.. நான்தான் ஜனாதிபதி..' என்றெல்லாம் சொல்லிக்கொண்டு வந்தேன் " எனச் சொல்லிவிட்டுச் சென்றார்.

தம்மை ஒரு மனநல நோயாளி என்று நினைத்து அவர் சொன்னதை நண்பர்களிடம் சர்ச்சில் சொல்லிச் சிரித்துக்கொள்வது உண்டாம்.

சாப்பாட்டுக்கு முந்தியா? பிந்தியா?

ஒருடாக்டர் நோயாளி ஒருவரைப்பார்த்து, "குறைவாகச் சாப்பிடுங்கள். அதாவது இரவில் இரண்டு கோதுமைச் சப்பாத்திச் சாப்பிடுங்கள் போதும் " என்றாராம். நோயாளி திரும்பக் கேட்டாராம்,

" டாக்டர்! சாப்பாட்டுக்கு முந்தியா பிந்தியா? " என்று.

கண்ணா, உனக்கு விளக்கம் தேவையில்லை என எண்ணுகிறேன்.

லிங்கனின் கால் நீளம்

மீண்டும் லிங்கன் தொடர்புடைய சுவையான செய்தி ஒன்று. தன்னைப் பேச்சில்மடக்கவருபவர்களையும் திருப்பி மடக்கக் கூடியபுத்திசாலித்தனம் மிக்கவர். லிங்கனின் கால்கள் நீளமானவை என்பதைக் கிண்டல் செய்ய விரும்பிய நண்பர் ஒருவர்,

" லிங்கன்! பொதுவாக மனிதனின் கால்கள் எவ்வளவு நீளம் இருக்க வேண்டும்? "

"சாதாரணமாக இடுப்பிலிருந்து தரையைத் தொடும் அளவுக்கு இருந்தால் போதும் " என்றவுடன் தான் சொல்லவந்ததைச் சொல்லாமல் நண்பர் வாயடைத்துப்போனார்.

கண்ணா! இப்படியே நிறையச் சொல்லிக்கொண்டு போகலாம். எனக்கு ஓர் அவசரவேலை வந்துவிட்டது. நாளையேமீண்டும் இதன் தொடர்ச்சியாக ஒரு கடிதம் எழுதுகிறேன்.

இப்படிக்கு
உன் நலம் விரும்பும்
தாத்தா.

33 சிரிப்பு

அன்புள்ள கண்ணா, நலமா!

வீட்டிற்கு வெளியே இருவர் சண்டையிட்டுக்கொண்டனர். அது பிரச்சினையாகிக் காவல் நிலையம், சாட்சி என்றெல்லாம் அலைச்சலாகி விட்டதால் நேற்று உனக்கு எழுதியது வரை கடிதத்தை முடித்து அனுப்பிவிட்டேன்.

முல்லாவின் முட்டாள்கள்

"எந்த உழைப்பும் இல்லாமல், எந்த வேலையும் செய்யாமல், எதைப்பற்றியும் சிந்திக்காமல், பணக்காரராக வேண்டுமா? உடனே இங்கே வாருங்கள்! " என்று முல்லா விளம்பரப்படுத்தினான்.

அவன் சொன்னதைக் கேட்டு ஏராளமான பேர் அவன் நின்று கொண்டிருந்த மரத்தடியில் கூடினர். எல்லோரையும் பார்த்துவிட்டு அமைதியாக முல்லா வெளியேறினான். அதைப் பார்த்த ஒருவர்

"என்ன முல்லா? ஒன்றும் சொல்லாமல் போகிறீர்கள் " என்று கேட்க,

"இல்லை இந்த ஊரில் எத்தனை முட்டாள்கள் இருக்கிறார்கள் என்று பார்க்க ஆசைப்பட்டேன். பார்த்துவிட்டேன். அதனால் நான் போகிறேன். " என்றான்.

ஆண்டவனைவிட அக்பரே பெரியவர்

முகலாயப் பேரரசர் அக்பர் தமது சபையோரிடம், 'நான் பெரியவனா? கடவுள் பெரியவரா? அதற்குரிய காரணத்தையும் சொல்லுங்கள் " என்று கேட்டுக்கொண்டார். உடனே பீர்பால்,

"அரசே! அண்ட சராசரம் முழுவதும், கடவுளுடையதாக இருப்ப தால் கடவுளால் தனது எல்லையைவிட்டு மனிதனை நாடுகடத்த முடியாது. ஆனால் தாங்கள் தங்களுக்குப் பிடிக்காதவரை வெகு சுலபமாக நாடுகடத்திவிடுகிறீர்கள். ஆகவே நீங்கள்தான் பெரியவர் " என்றார். பதிலைக் கேட்டவுடன், அக்பர், பீர்பாலின் சாமர்த்தியமான பதிலுக்காகப் பாராட்டினாராம். கடவுள்தான் பெரியவர் என்கிற உண்மையைச் சொல்லாமல், அரசனின் மனமும் கோணக்கூடாது என்பதற்காகச் சொன்ன பதில் அது.

புதுமைத்தேனீ மா.அன்பழகன்

பொருள் தெரியாது பயன்படுத்திய சொல்

ஒருவன் பணத் தட்டுப்பாட்டினால் மனம் நொந்து வீட்டிலேயே முடங்கிக்கிடந்தான். அவனுக்கு ஆறுதலாக நாலு வார்த்தைகள் பேசி விட்டு வரலாமே என்று ஒரு நண்பன் அவனுடைய வீட்டிற்குச் சென்றான்.

"நண்பா! கடவுள் நல்லவங்களைத்தான் சோதனை செய்வார். ஏனய்யா உனக்கு இப்படியெல்லாம் கஷ்டம் வருகிறது? " என்றான். நொந்து இருந்த நோயாளி மேலும் நொந்து நூடுல்ஸாகிவிட்டான்.

கண்ணா, பொருள் தெரியாது பேசிய பேச்சு அது. நீ கெட்டவனாச்சே. உன்னை ஏன் கடவுள் சோதனை செய்கிறார் எனும் பொருள் புலப்படுகிறது அல்லவா? ஆனால் பார்க்கப்போனவரின் எண்ணம் அதுவல்ல. புரிந்துகொண்டால் இந்த நகைச்சுவையை எண்ணி இன்புறுவாய்.

படிக்கத் தெரியாத ஐன்ஸ்டீன்

ஒருசமயம் விஞ்ஞானி ஐன்ஸ்டீன் புகைவண்டியில் பயணம் செய்தார். ஒரு நிலையத்தில் வண்டி நின்றபோது, ஏதாவது சாப்பிடலாம் என எண்ணி இறங்கினார். அங்கிருந்த உணவகத்திற்குச் சென்றார். பரிமாறும் நபர் வந்து உணவு அட்டவணையைக் கொடுத்தார். அபோதுதான் மூக்குக் கண்ணாடி வண்டியில் இருப்பது நினைவுக்குவர, அந்த நபரிடமே கொடுத்து ' என்ன என்ன இருக்கிறதென்று நீயே படி ' என்றாராம்.

ஐன்ஸ்டீன்

அவன் விஞ்ஞானியை ஏற இறங்கப் பார்த்துவிட்டு, "இந்த நையாண்டி தானே வேணாம். எனக்குப் படிக்கத் தெரியாது என்பதை எல்லோருக்கும் வெளிச்சம் போட்டுக் காண்பிக்கப் போறீங்களா? உங்களைப்போல் எனக்கும் எழுதப் படிக்கத் தெரியாது " என்றானாம்.

கோக் குடித்து குருடானான்

இரயில் பயணங்களே சென்றிராத இரு முதியவர்களை ஊர் மக்கள் இரயில் வண்டியில் ஏற்றிவிட்டார்களாம். ஆளுக்கொரு கொக்கோ கோலா சீசாக்களையும் கொடுத்தனுப்பினார்கள். பயணம் தொடங்கிய சற்று நேரம் கழித்து, ஒருவர் சீசாவைத் திறந்து இரண்டு வாய் குடித்திருக்கிறார். அந்த நேரத்தில் வண்டி சுரங்கப் பாதைக்குள் நுழைந்ததனால், ஒரே இருட்டாகிவிட்டது. கோக் குடித்தவருக்கு ஒன்றும் புரியவில்லை. தாம்

பார்வை இழந்துவிட்டதாக எண்ணி நண்பரிடம், "டேய்! அந்தப்பாட்டிலில் உள்ளதைக் குடிக்காதே. அது ஏதோ விபா தமானதாக இருக்கு. கொஞ்சம்தான் குடித்தேன் அதற்குள் நான் குருடாகி விட்டேன். நீ குடித்துவிடாதே! " என்று எச்சரித்தாராம்.

கண்ணா! அவருடைய அறியாமையில் நமக்குச் சிரிப்பு வருகிறது.

நகைச்சுவை வரும் நேரம்

அறிஞர் அண்ணா மிகப்பெரிய பேச்சாளர் என்பது உனக்குத் தெரிந்திருக்கும். அவர் நல்ல செய்திகளை வேகமாகப் பேசிக்கொண்டிருப்பார். கேட்டுக்கொண்டிருக்கும் மக்களில் யாராவது ஒருவர் கொட்டாவி விட்டு விட்டாலோ, யாரேனும் ஒருவர் எழுந்துவிட்டாலோ உடனே வாய்விட்டுச் சிரிக்கக்கூடிய ஒரு நகைச்சுவையைச் சொல்வார். உடனே மக்கள் விழிப்பு நிலைக்கு வந்து அமர்ந்து, அவர் பேசுவதில் முழுக் கவனம் செலுத்துவார்கள். இதிலிருந்து நகைச்சுவை என்பது எல்லோரையும் ஈர்க்கக் கூடிய ஒன்று என்பதை நீ அறிந்துகொள்வாயாக! அவை என்னிடமும் இருக்கின்றன என்பதற்காகவே எடுத்துக்காட்டினேன்.

இப்படிக்கு
உன் நலம்விரும்பும்
தாத்தா.

34 கண்டுபிடிப்பு

அன்புள்ள தாத்தா, வணக்கம்!

தங்கள் இரு கடிதங்களையும் நான் படித்ததுடன் நமது வீட்டிலுள்ளோரிடம் சொன்னதோடு பள்ளி நண்பர்களிடமும் மொழிபெயர்த்துச் சொல்லிச் சிரித்து மகிழ்ந்தோம்.

நன்யாங் தொழில் நுட்பக் கல்லூரியில் நடைபெற்ற பொருட்காட்சிக்கு எங்களையெல்லாம் கல்லூரி நிர்வாகம் அழைத்துச் சென்று, அங்கே மாணவர்கள் புதிதாகக் கண்டுபிடித்த தொழில் நுட்பங்களை எங்களுக்கு விளக்கிக் காண்பித்தார்கள். என் நண்பனுடைய அண்ணனுடன் 4 மாணவர்கள் சேர்ந்து ரிபப்ளிக் தொழில் நுட்பக் கல்லூரியில் கண்டு பிடித்த ஒன்றும் பார்வைக்கு வைக்கப்பட்டிருந்தது. அது ஊனமுற்றவர்களுக்கு உதவும் தானியங்கி நாற்காலி. (mind controlled wheel chair) எங்கே போகவேண்டுமென நீங்கள் நினைத்துவிட்டால் போதும், மற்றவற்றை அந்தச் சக்கர நாற்காலியே செய்துகொள்ளும். சிங்கப்பூரிலும்கூட இளம் விஞ்ஞானிகள் இருப்பதை அறிந்து எனக்குப் பெருமையாக இருந்தது. ஆனாலும் ஒரு சிங்கப்பூரர்கூட நோபல் பரிசு இன்னும் வாங்கவில்லையே என்கிற ஏக்கம் என்னுள் இருந்து கொண்டிருக்கிறது. இந்தியாவில் நிறையப்பேர் நோபல் பரிசுகள் பெற்றிருப்பார்கள் அல்லவா?

அந்தப் பெரிய அரங்கில் பல மொழிகளிலும் பொன்மொழி போன்ற சொற்றொடர்களை எழுதித் தொங்கவிட்டிருந்தார்கள். தமிழில் ஒரு வாசகம் எழுதப்பட்டிருந்தது.

> " நாமெல்லாம் இதுவரை விஞ்ஞானத்தின் விருந்தைச்
> சுவைத்தவர்களே தவிரச்
> சமைத்தவர்களல்லர். " - சி. என். அண்ணாதுரை.

தாத்தா! இதை எங்கேயோ இதற்குமுன் படித்திருக்கிறேன். அந்த இடத்தில் அந்தச் சொற்றொடர் எவ்வளவு பொருத்தமானதாக இருந்தது. ஆங்கில மொழிபெயர்ப்பு கூடவே இருந்ததால் மற்ற மொழியினரும் பொருளுணர்ந்து ரசித்தனர்.

இப்படிக்கு, உங்கள் அன்புள்ள

கண்ணன்.

அன்புள்ள கண்ணா, நலமா!

ஆல்பிரட் நோபல்

ஆல்பிரட் நோபல்

இந்தியாவில் சர்.சி.வி.இராமன், கவிஞர் இரவீந்திரநாத் தாகூர், சந்திரசேகர், பொருளியல் நிபுணர் மிருத்தியா சென் போன்றோர் வாங்கி இருக்கிறார்கள். கணிதமே அறிவியலின் அடிப்படையா யிருந்தும், அதைத் தவிர இரசாயனம், பௌதிகம், மருத்துவம், இலக்கியம், அமைதி போன்ற துறைகளுக்கும் நோபல் பரிசு கொடுக்கிறார்கள். நிதி ஆதாரத்தை ஏற்படுத்திப் பரிசுக்கு வழிவகுத்துக் கொடுத்த ஆல்பிரட் நோபல் இறந்த 5ஆவது நினைவு நாளாகிய 10.12.1901 முதல் சுவீடன் நாட்டில் பரிசுகளைக் கொடுக்கத் தொடங்கி னார்கள். கண்ணா! ஏன் கணிதத்திற்கு மட்டும் கொடுக்கப்படவில்லை தெரியுமா? அதிலும் ஒரு சுவையான செய்தி இருக்கிறது.

கணிதத்திற்கு நோபல் பரிசு இல்லை. ஏன்?

நோபல் ஒரு பெண்ணை விரும்பித் திருமணம் செய்துகொள்ள முன்வந்தார். ஆனால் அந்தப் பெண் நோபலை நிராகரித்துவிட்டு ஒரு கணித ஆசிரியரைத் திருமணம் செய்துகொண்டதனால் கணிதத்தின்மீது நோபலுக்கு ஒரு வெறுப்பு ஏற்பட்டுவிட்டதாம். பாவம் நோபலுக்கு அந்தப் பெண்ணைக் கணக்குப் பண்ணத் தெரியவில்லை!

உள்ளதும் உருவாக்குவதும்

கண்டுபிடிப்பு எனப் பொதுவாகத் தமிழில் ஒரே வார்த்தையைத்தான் பயன்படுத்துகிறோம். ஆங்கில மொழியில் சொன்னால், ஏற்கனவே உள்ளதைக் கண்டுபிடித்தால் அதை Discovery என்று சொல்கிறார்கள். எடுத்துக்காட்டாக ஒரு புதிய விண்மீனை ஒரு விஞ்ஞானி தன்னுடைய வானிலை ஆராய்ச்சியில் கண்டுபிடிக்கிறார். அந்த விண்மீன் ஏற்கனவே உள்ளதுதானே. மறைந்திருந்ததை அல்லதுயார் கண்ணுக்கும் தெரியாமல் இருந்ததைக் கண்டுபிடிக்கிறார்கள். ஆனால் ஒரு தொலைக்காட்சிப் பெட்டி இருக்கிறது. அது ஏற்கனவே இல்லை. புதிதாக உருவாக்கிக் கண்டுபிடிக்கிறார்கள். அதனால் அதை Invention என்கிறார்கள். இந்த இரண்டுக்கும் உள்ள வேறுபாட்டினை அறிந்துகொள்!

மனிதனுடைய மிகப்பெரிய கண்டுபிடிப்பு புத்தகங்கள்தான் என்று ஆல்பர்ட் ஐன்ஸ்டீன் சொல்கிறார். வேறு ஒருவர் மின்சாரம்தான் என்பார்.

அவரவர் பார்வையைப் பொறுத்தது.

ஆர்கிமிடிஸ்

ரோமானியக் கப்பல் ஒன்றை ஒரு மலைமீது நின்று பெரிய நிலைக் கண்ணாடியின் ஒளிக்கற்றையைக் கொண்டு எரித்துவிட்டவர்; மன்னரிடம் 'எனக்கு உலகத்துக்கு வெளியே நிற்பதற்கு ஒரு இடம் அமைத்துக் கொடுங்கள். ஒரு நெம்புகோல் மூலம் இந்த உலகத்தையே அசைத்துக் காட்டுகிறேன்' என்றார் ஒரு விஞ்ஞானி. அவர் வேறு யாருமல்ல, குளிக் கையில் தொட்டியில் மூழ்கும்போது இவருடைய எடையளவு தண்ணீர் வெளியேறியதை அறிந்து, 'கண்டுபிடித்துவிட்டேன்' என்று ஆடையின்றி வெளியே கத்திக்கொண்டு ஓடிவந்த விஞ்ஞானி. அவர்தான் ஆர்கிமிடிஸ். பொருட்களின் அடர்த்தி பற்றியும், நெம்புகோல் பற்றியும் கண்டறிந்தவர். ஒருமுறை கிரேக்கமன்னன் ஒரு பொற்கொல்லரிடம் தங்கம் வெள்ளியிலான கிரீடம் ஒன்றைச் செய்யச் சொல்லியிருந்தான். அப்படிச் செய்த பொற் கொல்லர் கலப்படம் ஏதுமின்றிச் செய்திருக்கிறாரா? எனக் கண்டறியும் பொறுப்பு ஆர்கிமிடிசுக்குத் தரப்பட்டது. அதன்படி சோதனை செய்து கலப்படம் இருந்ததைக் கண்டறிந்து சொல்லிவிட்டார்.

மேதை எங்களுக்குத் தேவையில்லை

$H2O$ (தண்ணீரின் இரசாயன பகுப்பு) வைக் கண்டுபிடித்தவர்; Father of Chemistry எனப் பாராட்டப்பட்டவர் லவோசியர் எனும் விஞ்ஞானி. 1794 பிரஞ்சுப் புரட்சியின்போது, Guillotine என்கிற வெட்டுக் கருவி யால் கொல்லப்பட்டவர்களில் இவரும் ஒருவர். அதற்கு முன்பு இவர் ஒரு பெரிய விஞ்ஞான மேதை என்று சொல்லியும் புரட்சியாளர்களின் நீதி பதி, ' இந்த நாட்டுக்கு மேதைகள் தேவையில்லை ' எனத் தீர்ப்பு வழங்கித் தண்டனையை நிறைவேற்றினார்.

தூக்கத்தில் கண்டுபிடித்த மேரிகியூரி

ரேடியம் கண்டுபிடித்த மேரி கியூரி அம்மையார், அதற்கான வழி தெரியாமல் முயன்று, தவித்துக் கிட்டத்தட்ட தோற்றுத் தூங்கிப்போனாராம். அதே நினைவில் உறங்கும்போது, ஏதோ நினைவிற்கு வந்து எழுந்தார். நேரே தம் சோதனைச் சாலைக்கு நடந்தார். தம் கண்டுபிடிப்புக்கான பார்மு லாவைத் தூக்கத்திலேயே எழுதிவைத்துவிட்டுத் திரும்பிவந்து உறங்கி விட்டாராம். மறுநாள் எழுந்து போய்ச் சரியான பார்முலாவைப் பார்த்து 'இது எப்படி நிகழ்ந்தது' எனத் தனக்குத் தானே வியந்து மகிழ்ந்தாராம்.

அதிபர் பதவி வேண்டாம் - ஐன்ஸ்டீன்

"கடவுள் இவ்வுலகை எப்படிப் படைத்தார்" என்பதைக் கண்டுபிடித்து

விடவேண்டும் எனும் ஆசையை மனத்தில் தேக்கி வைத்திருந்தவர் ஐன்ஸ்டின் எனும் விஞ்ஞானி. இவர் ஜெர்மனியில் யூதக் குடும்பத்தில் பிறந்தவர். ஹிட்லரின் கொடுங்கோல் ஆட்சியில் யூதர்களுக்கு இடையூறு வரும் என அஞ்சினார். சுவிட்ஸர்லாந்து, இத்தாலி போன்ற நாடுகளுக்குக் குடிபெயர்ந்தாலும் பயம் நீடித்ததால் இறுதியாக அமெரிக்காவுக்குச் சென்று குடியுரிமை பெற்றவர். அணுக்குண்டு தயாரிக்கும் தொழில் நுட்பத்தை உருவாக்கி இவ்வுலகத்திற்குக் கொடுத்தவர். ஐன்ஸ்டினின் திறமையை மெச்சி யூதர்கள் பெரும்பாலும் வாழும் இஸ்ரேல் நாட்டுக்கு அதிபராகும்படி அந்நாடு விடுத்த அழைப்பை நிராகரித்தவர்.

ஓவியர் மோர்ஸியின் தந்தி

கண்ணா! சிலர் நிர்ப்பந்தத்தாலும் கண்டுபிடிப்புகளைச் செய்திருக்கின் றனர். ஓவியராய் இருந்த மோர்ஸி என்பவருக்கு, வெளியூரில் தம் மனைவி இறந்த செய்தி 25 நாட்கள் கழித்துத்தான் கிடைத்ததாம். அதனால் வேதனை அடைந்த அவர், " தான் ஏன் விரைவில் செய்தி அனுப்பும் ஒரு சாதனத்தைக் கண்டுபிடிக்கக்கூடாது " எனக் கப்பலில் பயணம் செய்து கொண்டே தீவிரமாகச் சிந்திக்கத் தொடங்கினார். அப்போது கண்டுபிடித் ததுதான் தந்தி அனுப்பும் கருவியின் அமைப்பு. நவீனக் கணினி உலகத்தில் அந்தத் தந்தி முறை தேவையில்லாத சூழல் உருவாகிவிட்டது. இந்தியாவில் 2013ஆம் ஆண்டு ஜூலை மாதத்தில் தந்திக்கு மூடுவிழா நடத்தினார்கள்.

நான் சிறுவனாகக் கிராமத்தில் இருந்தபோது தந்தி வீட்டுக்கு வருகிறது எனில் கெட்ட செய்தி வருகிறதோ என வீட்டிலுள்ள தாய்க்குலம் அழத் தொடங்கிவிடும். நல்ல செய்தியும் வரும். இருந்தாலும் அவசரச் செய்தியெனில் அது மரணச் செய்தியாக இருக்குமோ என அஞ்சினர். இனி அப்படி எங்கள் அரசு யாரையும் அழவைக்காது.

கண்ணா! நீ அறிஞர் அண்ணா சொன்ன புதுமொழியை உங்கள் கல்லூரி பொருட்காட்சியின் வளாகத்தில் வைத்திருந்தது மிகவும் பொருத்தமான ஒன்று. அந்த வரியை நன்கு சிந்தித்துப் பார்! 20ஆம் நூற்றாண்டின் மிகப் பிரமாண்டமான விஞ்ஞான வளர்ச்சிக்குப் பின்னும் நாம் எந்த அளவுக்கு விஞ்ஞானக்கண்டுபிடிப்புகளைப் புரிந்துகொள்ளாமல் அனுபவித்துக்கொண்டே வருகிறோம் என்பதை எண்ணுங்கால் எனக்கும் வெட்கமாக இருக்கிறது.

இப்படிக்கு

உன் நலம் விரும்பும்

தாத்தா.

35 பிறருக்காக

அன்புள்ள தாத்தா, வணக்கம்.

ஆர்க்கிமிடிஸ் உலகத்தை அசைத்துக்காட்டுகிறேன் என்று சொன்னார் என்று எழுதியிருந்தீர்கள். படித்தவுடன் வியப்பாக இருந்தது. சென்ற நூற்றாண்டை விஞ்ஞான யுகம் என்று சொல்கிறார்களே, இதற்கெல்லாம் முந்திய விஞ்ஞானிகளின் அரிய கண்டுபிடிப்புகள்தான் அடிப்படை. என்னைப் பொறுத்த வரையில் மின்சாரக் கண்டுபிடிப்பைத்தான் முதன்மையாகக் கருதுகிறேன்.

நேற்று எங்கள் தொடக்கக் கல்லூரி வளாகத்திற்குள் ஒரு பெரிய அரங்கம் திறக்கப்பட்டது. வோங் சிங் என்பவர் எங்கள் கல்லூரியின் பழைய மாணவர். அவர் தற்போது வணிகத்தில் ஈடுபட்டுப் பெரிய செல்வராக உள்ளார். அவருடைய நன்கொடையில் அந்த அரங்கம் (Auditorium) கட்டப்பட்டுள்ளது. சட்டம், வெளியுறவுத் துறையமைச்சர் மாண்புமிகு கே. சண்முகம் திறந்து வைத்துச் சிறப்புரையாற்றினார். நன்கொடை வழங்கியவருக்கு அமைச்சர் சிறப்புகள் செய்து அவருடைய வள்ளல் தன்மையை வெகுவாகப் புகழ்ந்து பேசினார். அதே நேரத்தில் மாணவர்களுக்கும் அறிவுரை வழங்கினார்.

ஔவையார் சொன்ன அறம் செய விரும்பு என்பதற்கு நல்ல விளக்கம் கொடுத்தார். செல்வம் இருப்போர் அடுத்தவருக்குப் பிரதி பலன் பாராமல் அள்ளிக்கொடுங்கள். பொருள் இல்லாதவர்கள் ‘இருந்தால் செய்வேனே’ என எண்ணுங்கள். அதனால்தான் ஔவையார் அறம் செய் எனச் சொல்லாமல், அறம் செய விரும்பு என்று சொல்லியுள்ளார் என்று பேசியது எனக்கு ஒரு நல்ல செய்தியாக இருந்தது தாத்தா! அறம் என்பது பொருட் செல்வத்தைக் கொடுப்பது மட்டுமல்ல, அறிவுச்செல்வத்தையும் அடுத்தவருக்கு அளியுங்கள் என்றார். இதில் ஒரு வேடிக்கை என்னவென்றால் இந்த விழாவின் செலவுக்கு விருப்பமுடைய மாணவர்கள் நன்கொடை கொடுக்கலாம் என்றார்கள். நானும் வீட்டில் அப்பாவிடம் கேட்டேன். அவர் 50 வெள்ளி கொடுத்தார். என் நண்பர்கள் சிலர் கொடுத்த ஆலோசனையின் பேரில் பள்ளிக்குக் கொடுக்காமல் நண்பர்களாகிய எங்களுடைய பணத்தைச் சேர்த்துக்

கொண்டு இம்மாத இறுதியில் வரும் பெரிய வெள்ளியன்று குழாமாகச் சேர்ந்து ஒரு இரவு கேளிக்கை விடுதிக்குச் செல்ல உத்தேசித்திருக்கிறோம். தாத்தா! இதை அப்பா அம்மாவிடம் நீங்கள் போட்டுக்கொடுத்து, என்னைக் காட்டிக் கொடுத்துவிடாதீர்கள்.

இப்படிக்கு

தங்கள் அன்புள்ள

கண்ணன்.

அன்புள்ள கண்ணா, நலமா!

கேளிக்கை விடுதிக்குப் போ. காட்டிக்கொடுத்திட மாட்டேன். கவலைப் படாதே! கேளிக்கை விடுதிக்குப் போகாதீர்கள் என நான் சொன்னால் நீ கேட்பாய் என்றால் நான் போகாதே என அறிவுரை சொல்லலாம். போ . . . போய்ப் பார்த்துவிட்டால், ப்பூ.. இதுதானா என ஓர் எண்ணம் உனக்கு ஏற்பட்டுவிடும் என நான் எதிர்பார்த்து உன்னைப் 'போ' எனச் சொல்கிறேன். ஏற்கனவே நான் எழுதியதுபோல் நம் பிள்ளை தவறான வழியில் போய்விடக்கூடாதே என்கிற பய உணர்வில்தான் நாங்கள் இருக்கிறோம் என்பதை நீ உணரவேண்டும். எல்லாம் உன் நன்மைக்கே!

நற்செலவாக இருக்கட்டும்

ஒரு நல்ல காரியத்திற்கு நன்கொடை கேட்டு வாங்கிய பிறகு வேறு வேண்டாத காரியத்திற்குப் பயன்படுத்துவது சரியில்லை. அப்படி இருந்தாலும் நீங்கள் சேர்த்த அந்தப் பணத்தை வேறு ஒரு நற்செயலுக்குக் கொடுத்திருந்தால்...திருப்தியாக இருந்திருக்கும். எடுத்துக்காட்டாக உங்களில் ஓர் ஏழை மாணவரின் வீட்டுக்குச் சென்று ஒருமாத வீட்டுச் சாமான்களை வாங்கிக் கொடுத்துவிட்டு வந்தால் ஆயுள் பூராவும் உங்களையெல்லாம் நன்றியுடன் நினைத்துக்கொண்டிருப்பார்கள். உங்கள் அனைவரின் மனத்திலும் ஒரு தனி மகிழ்ச்சி ஏற்படும். கொடுத்துவிட்டு வந்த பிறகு அந்த நண்பன் உங்களைப் பார்க்கும் பார்வையில் நன்றியுணர்வு வெளிப்படும். பார்வைகளில் அது ஒரு கனிவுப் பார்வையாக இருக்கும். அந்தப் பார்வையில் ஆயிரம் அர்த்தங்கள் இழைந்தோடும்.

இட்டவனுக்கே இன்பம்

ஔவையாரின் அந்த ஆத்திசூடியின் ஒற்றைவரிச் செய்யுளுக்கு அமைச்சர் தந்த புது விளக்கம் அருமையானது. சாகா வரமுடைய ஒரே நெல்லிக்கனியைப் பெற்ற அதியமான், தானே உண்டு தனது அகவையை நீட்டித்துக் கொள்ள விரும்பாமல் ஔவையாருக்குக் கொடுத்து உண்ண வைத்தான். இதை அறியும்போது அரசனுடைய ஆயுளைவிட ஒரு

தமிழ்ப்புலவருடைய ஆயுள் இந்த நாட்டுக்குத் தேவை என எண்ணி முடிவெடுத்த அதியமானை எவ்வளவு பாராட்டினாலும் தகும். இதில் எனக்குக் கிடைக்கிற செய்தி வாங்கியவரைவிடக் கொடுத்தவர்தான் பெரு மகிழ்ச்சியடைந்திருப்பார். கொடுப்பதிலேதான் இன்பம்; கொடையுள்ளம் கொண்டவன்தான் பெயராலும் புகழாலும் நீடித்த நாள் வாழ்கிறான்.

சூரியன் விடுமுறை கேட்டது

கொடுக்கிறவனுக்கு அகந்தை இருக்கக்கூடாது. சூரியன் ஒரு நாள் விடுமுறை எடுக்க ஆசைப்பட்டது. தன்னைத் தவிர யாராலும் இவ்வுலகிற்கு வெளிச்சம் கொடுக்க முடியாது என நினைத்தது. எனக்குப் பதிலாக யாராவது ஒருவர் என் வேலையைச் செய்யுங்களேன் என்றது.

“ உன்னுடைய ஒளியில் ஒளிரும் நாங்கள் எதிரொளிகள்தான். நீ இல்லா விட்டால் நாங்கள் தனித்து நின்று ஒளிர முடியாது “ என்று தண்ணிலவும் மற்றத் தாரகைகளும் சொல்லிவிட்டன. இதைக் கேட்டுக்கொண்டிருந்த ஒரு மாடத்து மண்விளக்கு மட்டும் கேட்டது, ‘நீ இல்லாவிட்டால் உலகம் இருளாகிவிடாது. என்னிடமிருந்து பல விளக்குகளை ஏற்றி இருளை ஓரளவு அகற்றிச் சமாளித்து விடலாம்’ என்றது. தன்னால் மட்டுமே முடியும் எனும் அகம்பாவம் இருக்கக்கூடாது என்றும், குறைவாக இருந்தாலும் பகிர்ந்துகொள்கிற எண்ணம் நமக்கு வரவேண்டும் என்றும் இந்தக் கற்பனைக் கதையிலிருந்து நாம் அறிந்துகொள்ள முடிகிறது.

சாகாவரம் பெற்ற தெரசா

தனக்கென வாழாது பிறருக்காக வாழ்பவன்தான் இவ்வுலகில் நிரந்தரமாக வாழ்பவன். கண்ணா! அன்னை தெரசாவின் பிரார்த்தனை என்ன தெரியுமா? தனக்காக எதையும் வேண்டாமல் பிறருக்காகவே இப்படி இறைஞ்சுவாராம்.

“ இறைவனே!
வெறுப்புள்ள இடத்தில் அன்பையும்
மனக்காயம் உள்ள இடத்தில் மன்னிப்பையும்
சந்தேகம் உள்ள இடத்தில் உறுதியையும்
ஏமாற்றம் உள்ள இடத்தில் நம்பகத்தன்மையையும்
இருள் உள்ள இடத்தில் ஒளியையும்
கவலை உள்ள இடத்தில் மகிழ்ச்சியையும்

நான் மக்களிடம் பரப்ப அருள் தாரும் “ - என்று பிறருக்காகப் பாடுபட்டதாலும் வேண்டி நின்றதாலும்தான் என்றும் உலக மகா மனிதர்களின் பட்டியலில் தெரசா அம்மையார் இடம் பிடித்துள்ளார்.

ஓடுவதுதான் கப்பல்

பிறருக்குப் பயன்பட்டு வாழ்வதே மனித நேயம்.

"சந்தேகமே இல்லை,

துறைமுகத்தில் ஒதுங்கியிருக்கும் கப்பல் பாதுகாப்பாக இருக்கும்.

ஆனால் கப்பல் உருவாக்கப்பட்டது,

ஒதுங்கி நிற்பதற்காக இல்லையே." என்பது நாம் சிந்திப்பதற்காகச் சொல்லப்பட்ட வாசகம். மனிதனாகப் பிறந்தவன் பிறர் நலம் போற்றி வாழ வேண்டும்.

'ஒருவனிடம் கலப்பையையோ தலையணையையோ இரவலாக வாங்கியிருந்தால், காலையில் கலப்பையையும், மாலையில் தலையணை யையும் திருப்பிக் கொடு' என்கிறது ஒரு யூதமொழி. இரவல் வாங்கியதைக் கூடப் பயன்பெறும் நேரம்பார்த்துத் திருப்பிக்கொடு என்று அறிவுறுத்து கிறது.

அம்பேத்கார் கடன் கொடுக்கலாமா?

அம்பேத்கார்

எதையும் யாருக்கும் கடனாகக் கொடுப் பதைவிட இனாமாகக் கொடுத்துவிடலாம். சில கடைகளில் கடன் அன்பை முறிக்கும் என எழுதித் தொங்கவிட்டிருப்பதைக் கண்ணா நீ பார்த்திருப்பாய். ஒரு நடந்த சம்பவத்தைக் குறிப்பிடுகிறேன்.

அண்ணல் அம்பேத்கார், கல்லூரியில் படித்துக்கொண்டிருந்தபோது, கடன் கேட்ட நண்பருக்குப் பணம் கொடுத்தார். கடன் வாங்கும்வரை அந்த நண்பர் நன்றாக மனம்

விட்டு இவரிடம் எதிர்த்துப் பேசுவார். கடன் வாங்கியபிறகு சம தகுதியோடு பேசாமல் சங்கடப்பட்டுக்கொண்டே அம்பேத்கார் சொல்வதையெல்லாம் வழக்கம்போல் மறுத்துப் பேசாமல் ஆமோதித்தே பேசத் தலைப்பட்டார். குணமாற்றத்தை அறிந்த அம்பேத்கார்

"நான் பேசுவதில் குறைகண்டால் வழக்கம்போல் மறுத்துப் பேசு. இல்லா விட்டால் கடனைத் திருப்பிக்கொடு" என்று சொல்லி நண்பனை சரி செய்தார்.

பொத்தானைக் கழற்றாதீர்கள்

சிலர் இலவசமாக எதையாவது கொடுக்கும்போது உள்ளத்தையும் முகத் தையும் சுருக்கிக்கொண்டு கொடுப்பார்கள். அப்படிக்கொடுப்பதற்குப்பதில்

கொடுக்காமல் இருந்துவிடலாம். நஞ்சு கலந்து சமைத்தாலும் பரிமாறும்போதுபுன்முறுவலுடன் பரிமாறு என்பார்கள். பழைய சட்டையை இனாமாக அளிக்கமுடிவுசெய்துவிட்டால் அதிலிருக்கும் பொத்தான்களைக் கழற்றாதீர்கள் என்றும் சொல்வார்கள்.

பயன்படும் மாமரம்

பழுத்த மாமரம் கல்லடிபட்டுப் புண்ணாகிவிட்டதைப்பக்கத்திலிருந்து பார்த்துக்கொண்டிருந்த ஆலமரம் ஏளனப்படுத்திப் பேசியது.

"என்னைப்பார்! அடிபடாது, புண்படாது நன்றாக இருக்கிறேன்" என்று பெருமைப்பட்டுப் பேசிய சில மாதங்களிலேயே ஒருநாள் எரிப்பதற்கு மரம் தேவைப்பட்டது. எந்த மரத்தை வெட்டி எடுத்துப் போவது என்று சிலர் வந்து எண்ணியபோது மக்களுக்குப் பயன்படும் மாமரத்தை விட்டுவிட்டு ஆலமரத்தை வெட்டி எடுத்துக்கொண்டு போய்விட்டார்கள்.

உண்மையான வெற்றியாளன்

ஒருமனிதன் எந்த அளவு வெற்றியாளன் என்பதை அவனுடையபணப் பெட்டியின் கனத்தைப் பொறுத்தோ உள்ள சொத்துகளை வைத்தோ கணக்கிடக்கூடாது. மாறாக அவன் மனத்தில் நிலவும் உளைச்சலில்லா அமைதியை வைத்தே முடிவுக்கு வரவேண்டும் என்பார்கள். கண்ணா! அந்த அமைதி ஈகையினாலும் வரும் என்பதை நீ அறிய வேண்டும். உன்னை என்னால் கட்டுப்படுத்தவோ, கட்டாயப்படுத்தவோ முடியாது. நாங்கள் சொல்வதை நீ தனிமையில் அமர்ந்து அல்லது காலை நேரத்தில் நடைப் பயிற்சி செய்யும்போது சிந்தனை செய். போதிமரத்தில் சித்தார்த் தனுக்குத் தானாக உதயமானதுபோல் நற்சிந்தனைகள் உருவாகலாம்.

நாயின் குணம்

ஒரு செல்வர் நாய் ஒன்றை, பாசத்தையும் பணத்தையும் கொட்டி வளர்த்தார். அந்த நாய்க்கு நலக்குறைவு ஏற்பட்டது. பணியாட்கள் கால்நடை மருத்துவரிடம் கொண்டுபோய்க் காண்பித்தார்கள். மருத்துவர் ஒரு திரவ மருந்து கொடுத்து அனுப்பினார்.

நாய்க்குக் கொடுக்க முற்படும்போது அது அலைக்கழித்தது. அருகில் நெருங்கினால் ஓட்டம் பிடித்துவிடும். சிரமப்பட்டுச் சிலர் சேர்ந்துமடக்கிப் பிடித்துக்கொண்டு, மருந்தை வாயருகே கொண்டு சென்ற போது, பிடித்திருந்தவர்களைப்பிராண்டித் தட்டிவிட்டது. மருந்திருந்த சீசா கீழே விழுந்து உடைந்து, திரவ மருந்து வழிந்து தரையில் ஓடியது. விடுபட்ட நாய் ஓடிவந்து மருந்தை நக்கிச் சப்புக்கொட்டிச் சாப்பிட்டது.

கண்ணா! அதைப்போல் இளமைப் பருவத்தில் உங்களுக்கெல்லாம்

எப்படிச் சொன்னால் கடமை, பொறுப்பு முதலிய பல நல்லொழுக்கங்களைப் புரிய வைக்க முடியும்? கட்டாயப்படுத்தித் திணித்தால் இன்றைய இளையோர் ஏற்கும் நிலையில் இல்லை. நல்வழிப்படுத்தும் வழிதெரியாமல் பல பெற்றோர்களும் ஆசிரியர்களும் விழிக்கிறார்கள். தரையில் வழிந்தோடிய மருந்தை நாய் தானாக நக்கிச் சாப்பிட்டதுபோல் நீங்களாக நல்லதைத் தேடி வரும் காலத்திற்காக; உங்கள் போக்கில் விட்டுப் பிடிப்பதே சாலச் சிறந்தது எனக் காத்திருக்கிறோம்.

இப்படிக்கு

உன் நலம் விரும்பும்

தாத்தா.

36 மேடைப் பேச்சு

அன்புள்ள தாத்தா, வணக்கம்!

தங்கள் கடிதம் என்னை மிகவும் பாதித்துவிட்டது. இந்தக் காலத்து மாணவர்கள் உங்கள் காலத்து மாணவர்களைப் போன்று இல்லை தாத்தா! மாணவர்களின் புத்திசாலித்தனத்தை ஐம்பது ஆண்டுகளுக்கு முன்பும் பின்பும் ஒப்பிட்டுப் பாருங்கள். அதன் உண்மை தெரியும். கெட்டுப்போக வேண்டும் என இருப்பவனை நம்மால் தடுத்து நிறுத்த முடியாது. அவன் தெரிந்துதான் கெட்டுப்போகிறான். நாங்களெல்லாம் உஷார் பேர்வழிகள் தாத்தா!

என் வற்புறுத்தலுக்கு இணங்கி என் நண்பர்களும் கேளிக்கை விடுதிக்குச் செல்லும் திட்டத்தைத் தவிர்த்துவிட்டார்கள். ஆனால் சென்ற வாரம் கட்டணம் செலுத்தாமல் அனுமதிபெற்றுக் கேளிக்கை விடுதிக்குள் சென்றோம். அரைமணி நேரம் ஒதுக்குப் புறமாக நின்று என்ன நடக்கிறது; எப்படி நடத்துகிறார்கள் என்பதைக் கவனித்துவிட்டு வந்துவிட்டோம். நாங்கள் எங்கள் கல்லூரி விடுதியில் ஆடாத ஆட்டமா? நீங்கள் சொன்னபடி அந்த ஆசையும் ஓரளவு தீர்ந்துவிட்டது.

தமிழ்மொழி விழாவை முன்னிட்டு, நடக்கும் ‘சொற்சிலம்பம்’ பேச்சுப் போட்டியில் பங்கெடுப்பதற்கு எங்கள் நண்பர்களில் நால்வர் தேர்வு செய்யப்படிருக்கிறோம். அதனால் எங்கள் சிந்தனையைச் சிதறடித்துக் கேளிக்கை பார்க்க விரும்பவில்லை.

இந்தப் போட்டியில் எங்கள் கல்லூரி முதல் நிலைக்கு வர வேண்டுமென்கிற முனைப்புடன் பயிற்சி செய்து வருகிறோம். எங்கள் தமிழாசிரியர்களும் எங்களை ஊக்கப்படுத்தி உற்சாகமூட்டி வருகிறார்கள்.

தாத்தா! நாங்கள் வெற்றிபெற வாழ்த்துகளைச் சொல்லித் தங்கள் ஆலோசனைகள் ஏதும் இருந்தால் தெரிவியுங்கள்.

இப்படிக்கு

தங்கள் அன்புள்ள

கண்ணன்.

அன்புள்ள கண்ணா, நலமா!

உன் மனமாற்றத்திற்கு நானும் கார்ணமாயிருந்தேன் என நினைக்கும் போது ஏதோ நான் சாதனை செய்துவிட்டது போல் மகிழ்ச்சியாக இருக்கிறேன். இக்காலத்துமாணவர்கள் உண்மையிலேயேபுத்திசாலிகளாக இருக்கிறார்கள் எனக் கிழவர்களுக்குள் நாங்கள் பேசிக்கொள்வதுண்டு.

நீ சொற்சிலம்பம் பேச்சுப் போட்டியில் கலந்துகொள்ளவிருப்பதை அறிந்து உவகையடைந்தேன். உன் நினைவாற்றலை வளப்படுத்திக் கொள்ளச் சொற்களம் உனக்கு உதவியாக இருக்கும்.

காரிகை கற்றுக் கவிபாடுவதிலும்

பேரிகை கொட்டிப் பிழைப்பது நன்று - என்கிறது ஒரு தமிழ் வாக்கு. அதாவது யாப்பிலக்கணம் கற்றுக் கவிதை இயற்றினால் பெரிதும் பயன் இல்லை; அதற்குப்பதில் முரசுகொட்டிப் பிழைத்துக்கொள்ளலாம் என்கிற பொருளை நாம் நமக்கு ஏற்றாற்போல் மாற்றி, பேச்சுக்கலையை வளப்படுத்திப்பிழைத்துக்கொள்வதுநல்லது என்கிறோம்.பேச்சுக்கலையில் வல்லவனே தலைவனாகும் காலமிது.

ஔவையாரின் முன்னறிவிப்பு

எம்மை யாரால் வெல்லமுடியும் என வீராப்பு பேசியவர்களைக் கண்ட ஔவையார் 'யாரும் இல்லாத இடத்தில் வேண்டும் அளவுக்குக் கத்தலாம். அறிஞர்கள் முன் உளறுதல் கூடாது. முன்னவர்களே பெரும் அவையைக் கண்டால் பூனை முன் கிளியாய் அஞ்சி நடுங்குவர் என்ற பொருளில்

காணாமல் வேணதெல்லாம் கத்தலாம் கற்றோர்முன்
கோணாமல் வாய் திறக்கக்கூடாதே - நாணாமல்
பேச்சு பேச்சென்னும் பெரும்பூனை வந்தக்கால்
கீச்சுக் கீச்சென்னும் கிளி

என்று அழகுபட இசைபடச் சொல்லியுள்ளார். அக்காலத்திலேயே பேச்சுக் கலை இருந்தது என்பதற்குச் சான்று திருக்குறள்தான்.

2250 ஆண்டுகளுக்கு முன் பேச்சுக்கலை

உலகில் முதலில் குடியாட்சி தோன்றிய கிரேக்க நாட்டில்தான் பேச்சுக்கலை என்பது ஒரு கலையாக உருவானது. ஆகவேதான் கிறிஸ்து பிறப்பதற்கு முன்பாக கிரேக்க நாட்டுப் பேரறிஞர் அரிஸ்டாட்டில் எழுதிய (Rhetoric)சொல்லணிக்கலை எனும் நூலே இத்துறைக்கு முதல் நூலாகக் கருதப்படுகிறது. அதன் பிறகு எங்கெல்லாம் மக்களாட்சி மலர்ந்ததோ அங்கெல்லாம் பேச்சுக்கலை வளர்ந்தது.

தமிழ்ப் பேச்சாளர்கள்

தமிழகத்தைப் பொறுத்த வரையில் 20ஆம் நூற்றாண்டில்தான் பேச்சுக்கலை மறுமலர்ச்சியடைந்தது எனக்கொள்ளல் வேண்டும். திருவிக, அறிஞர் அண்ணா, சோமசுந்தர பாரதியார், ரா.பி. சேதுப்பிள்ளை, கலைஞர், நாவலர் நெடுஞ்செழியன், கிருபானந்த வாரியார், புலவர் கீரன், சுகி. சிவம், வைகோ, நாஞ்சில் சம்பத், தமிழருவி மணியன், போன்றோர் பேச்சுக்கலையில் பண்பட்டு உயர்ந்து நின்றவர்கள்; இன்றும் நிற்பவர்கள் சிலர்.

புகழ்பெற்ற பேச்சு

மனிதனை நல்வழிப்படுத்துவதற்கு இயேசு கிறிஸ்துவின் மலைப் பிரசங்கம் புகழ் பெற்றது. மில்டனின் பேரடைஸ் லாஸ்ட் காப்பியத்தில் சொற்பொழிவுகளைப் புகுத்தியதால் அக்காப்பியம் சிறந்தோங்கி நின்றது. ஷேக்ஸ்பியர் தம் ஜூலியஸ் சீசர் நாடகத்தில் மார்க் ஆண்டனி பாத்திரத்தை உருவாக்கிச் சொல்வன்மையின் பேராற்றலை வெளிப்படுத்தியதால் அவ்விலக்கியம் அழியாப் புகழ் பெற்று விளங்கியது. அதேபோல் கம்பன் அனுமன் பாத்திரத்தைப் படைத்துச் சொல்லின் செல்வராக்கினார்.

தமிழ் இலக்கியத்தில் அப்போதே வள்ளுவர் தம் குறளில், அவையறிதல், அவையஞ்சாமை, சொல்வன்மை, பயனில சொல்லாமை போன்ற அதிகாரங்களை ஒதுக்கிப் பேச்சுக்கலைக்கு இலக்கணங்களை வகுத்தார். அவை இக்காலத்துக்கும் பொருந்துகின்றன என்பதுதான் சிறப்புக்குரியது. சிலப்பதிகாரத்தில் ‘வழக்குரை’ காதை மூலம் பேச்சாற்றலை இளங்கோ வடிகள் வெளிப்படுத்தினார்.

பேச்சாற்றல் மிக்கவர்களை ஒவ்வொரு நாடும் பெற்றுத் தங்கள் நாடுகளை அதன் வாயிலாக முன்னிறுத்திக்கொண்டன. கிரேக்க நாட்டிலே சாக்ரட்டீஸ், ரோமில் சீசரோ, அமெரிக்காவிலே மார்ட்டின் லூதர் கிங், ஜெர்மனியிலே ஹிட்லர், ரஷ்யாவிலே ஒரு லெனின், கியூபாவிலே பிடல் காஸ்டிரோ, இந்தியாவிலே நேரு, தமிழகத்தில் அறிஞர் அண்ணா போன்ற பேச்சாளர்கள் தோன்றியிராவிட்டால் அந்நாட்டின் வரலாறுகள் மாற்றி எழுதாமல் போயிருக்கும் என்று வரலற்று ஆசிரியர்கள் சொல்கிறார்கள்.

பேசும்போது நேர்த்தியான ஆடை உடுத்து

கண்ணா! பேச்சாற்றலை வளர்த்துக்கொள்ள முன் வந்ததை மனப்பூர்வமாக வரவேற்கிறேன். ஆடைபாதி; ஆள்பாதி என்பார்கள். அது மேடைப் பேச்சாளனுக்கும் ஓரளவு பொருந்தும். உன் மீது பிறருக்கு நல்ல அபிப்பிராயம் வருவதற்காக, நீ பேசப்போகின்ற போது, நீ அணியும் உன்

உடைகள் அழகாக நேர்த்தியாக, பேசப்போகும் இடம் பொருளுக்கேற்ப இருக்கும்படியாக உடுத்திக்கொள்.

மேடை நடுக்கம் இன்றி

ஒரு பேச்சாளனாக உன்னை உருவாக்கிக்கொள்ள வேண்டுமாயின் முதலில் பயத்தை விட்டுத் தைரியத்தை வரவழைத்துக்கொள். எதற்காகப் பயப்பட வேண்டும்? யாரையும் கொலை செய்தாயா? அல்லது கொள்ளையடித்தாயா? என நீயே உனக்குள் நினைத்துக் கேட்டுப் பார்த்துக்கொள். துணிந்து பேசு. நீ பேசுவதில் தவறுகள் கூட இருக்கலாம் அதைக் கேட்டுச் சிலர் கேலி பேசலாம். அதையெல்லாம் துடைத் தெறிந்துவிட்டுத் தைரியமாக வெளியில் வா. இருமுறை, மூன்றுமுறை கூடத் தவறுகள் வரட்டும்; தடங்கல் வரட்டும்; பேச நினைத்தவை நினைவுக்கு வராமல் நின்று விடட்டும். தடை ஏற்பட்டால் நிறுத்தாமல் நினைவுக்கு வந்ததை வைத்துக்கொண்டு முடிந்தவற்றைப் பேசிமுடி. சில தடவை இப்படி ஏற்பட்டால் பின்னர்க் கூச்சமும் பயமும் குறைந்துவிடும். எதற்காக இப்படி எழுதுகிறேன் என்றால் மேடை நடுக்கம் குறைந்துவிட்டால் நினைத்தவற்றைப் பேசிட முடியும்.

நம்மவர்களிலேயே பெரும்பான்மையினர் எந்தப் பொருளைப்பற்றியும் தம் அபிப்பிராயங்களை, கருத்துகளை வெளிப்படுத்தும் ஆற்றல் உள்ளவர்கள்தான். ஆனால் மேடையில் நின்று பேசும்போது மேடை நடுக்கத்தால், பிறர் என்ன நினைப்பார்களோ என்கிற வெட்க உணர்வு வரும்போது தடங்கல் வந்துவிடும். மேடையை விட்டு இறங்கி வந்து உட்கார்ந்தவுடன் விடுபட்டது நினைவுக்கு வந்து ஆகா 'அதை' ச் சொல்லியிருக்கலாமே எனத் தோன்றும். இது இயற்கை.

சர்ச்சில் பேச்சைக் கேட்பவர்கள் முட்டாள்கள்

'நீங்கள் அற்புதமாக மேடையில் பேசுகிறீர்களே, எப்படி? மேடை நடுக்கம் வராதா?' என ஒருமுறை சர்ச்சிலிடம் கேட்டார்கள். அதற்கு உடனே அவர், 'அப்போது என்ன? இப்போதும்தான் நடுக்கம் இருக்கிறது' என்றாராம். 'அப்படியானால், எப்படி உங்களால் ஒரு வெற்றிகரமான பேச்சாளராக விளங்க முடிகிறது' எனக்கேட்டனராம். 'மேடையில் ஏறிவிட்டதும் அவ்வ ளவு பெரிய கூட்டத்தில் நான் ஒருவனே மேதை; மற்றவர்கள் முட்டாள்கள் என நினைத்துக்கொள்வேன். அதுதான் உண்மை. இல்லையென்றால் என் பேச்சைக் கேட்க அவர்கள் வருவார்களா? ' என்றாராம்.

பெர்னாட்ஷா யாரிடமும் பேசுவதற்கே கூச்சப்படுவாராம். ஒருவரிடம் தானே பேசப் பயம். ஆயிரம் பேரிடம் ஒரே நேரத்தில் பேசிவிடுவோம் என முடிவெடுத்து, முயன்று முயன்று மிகப் பெரிய பேச்சாளர் ஆனாராம்.

ஆனதால் முயற்சி திருவினையாக்கும் என்பதைக் கண்ணா நீ நினைவிற்கொண்டு மேடையில் பேசத் தொடர் முயற்சி எடு.

நாவலர் ஆனதெப்படி

அதேபோல் அண்ணாமலைப்பல்கலை கழகத்தில் படித்துக் கொண்டிருந்தபோது பின்னாளில் பெரிய பேச்சாளராகிவிட்ட நெடுஞ்செழியன் தன் சந்தேகத்தை, இப்போது பேராசிரியர் என அழைக்கப்படும் க. அன்பழகனிடம் வினவினார். 'நீ மட்டும் மேடையில் நன்றாகப் பேசுகிறாயே! நானும் உன்னைப்போல் பேச விரும்புகிறேன். நான் என்ன செய்ய வேண்டும்' என்றுகேட்டார்.

நாவலர் நெடுஞ்செழியன்

உடனே நெடுஞ்செழியனை அழைத்துக் கொண்டு அருகில் இருந்த தென்னந்தோப்பருகே அன்பழகன் சென்றிருக் கிறார். தோப்புக்கு எதிரே இருந்த நெல் வயல் விளிம்பில் நிற்கவைத்து,

'எத்தனை லட்சம் நெற்பயிர் இருக்கின்றன. ஒவ்வொன்றும் ஒரு மனிதர் என நினைத்துக்கொள். உன் உள்ளத்தில் உள்ளதையெல்லாம் பேசு. இத்தனை மனிதர்களில் ஒருவரேனும் உன்னை எதிர்த்து ஒரு கேள்வியும் கேட்கமாட்டார்கள். அதனால் தைரியமாகத் துணிந்து பேசு. வாய்விட்டு உரக்கப்பேசு. ' எனச் சொல்லிவிட்டு ஓடிப்போய் ஒரு தென்னை மரத்தில் ஒளிந்துகொண்டார். இப்படியாகப் பேசிப் பேசித்தான் நெடுஞ்செழியன் பேச்சாளராகி நாவலர் என்று அழைக்கப்பட்டார். ஒன்றைப்புரிந்துகொண்டி ருப்பாய் என நினைக்கிறேன். சர்ச்சில் எதிரே இருப்பவர்களை மடையர்கள் என்று நினைத்தார். பேச்சு வந்தது. நாவலர் எதிரே உள்ள தாவரங்களை எதிர்த்துப் பேசமுடியாத மனிதர்கள் என நினைத்தார் பேச்சு வந்தது.

இதிலிருந்து கண்ணா நீ நன்றாக ஒன்றை நினைவில் இறுத்திக் கொள்ளலாம். உனக்கு நன்றாகப் பேச்சு வரும் வரையில் மேடையில் ஏறிய வுடன் எதிரே இருப்பவர்களை ஒரு பொருட்டாக எண்ணாமல் பேசு. மேடை நடுக்கம் நின்ற பின்பு கூட்டத்திற்கு வருகை தந்திருப்போரின் நிலைய றிந்து, கொடுக்கப்பட்ட பொருளறிந்து பேசுதல் என்பது தானாக வந்து விடும்.

தயாரித்துக் கொள்

பேசுவதற்கு முன்பு பேசப்போகிற தலைப்பைப் பற்றி நன்கு சிந்திக்க வேண்டும். அதைப் பற்றிய செய்திகளைச் சேகரிக்கவும். அதாவது துணுக்குகளை, உவமைகளை, மேற்கோள்களை, தலைப்புக்கேற்ற சிறு

கதைகளை அல்லது நடந்த சம்பவங்களைத் தேடி எடுத்துக்கொள். பேச்சினிடையே இடத்திற்கு ஏற்ப அவற்றைப் பயன்படுத்திக்கொள். அப்போதுதான் வருகைதந்தோரை உன்னுடன் அழைத்துச்செல்லமுடியும்.

எங்கேயாவது ஒரு தொய்வு ஏற்பட்டால் ஒரு நகைச்சுவையைச் சொல்லி மக்களைத் தன்பக்கம் இழுத்துக்கொள்ளவேண்டும். நிறைய நேரம் பேச வேண்டும் என்பதில்லை. குறைவாகப் பேசலாம்; ஆனால் அடர்த்தி குறைவாக இருந்திடக்கூடாது; சொல்லும் செய்தி புதியதாகவும் சுவையானதாகவும் இருக்கும்படியாகப் பார்த்துக்கொள்! வருகை தருவோர் இப்போதெல்லாம் சுருக்கமாகப் பேசுவோரையே விரும்புகிறார்கள் என ஒரு கணக்கெடுப்புச் சொல்கிறது.

சிலருக்கு எடுத்த உடனேயே பேச வராது. அதனால்தான் தலைவர் அவர்களே! செயலாளர் அவர்களே எனப் பல 'அவர்களேயைப்' போட்டுத் தங்களை (Warm up) தயார்ப்படுத்திக்கொள்கிறார்கள்.

பேசப் போவதை எழுதிப் பார்

தொடக்கத்தில் பேசப்போகிற பேச்சை உன்னால் சுதந்திரமாகப் பேச முடியாது. அதனால் பேசப்போகிற தலைப்பை வைத்து நன்கு தயார் செய்துகொண்டு முதலில் எழுதிப் பார்! ஒருமுறை எழுதுவதென்பது பலமுறை படிப்பதற்குச் சமமாகும் என்பார்கள். அதை மனப்பாடம் செய்! பிறகு அறையில் நின்று தனியாகப் பேசிப்பார்! கண்ணாடியின் முன் நின்று பேசு! அதன் பிறகு குறிப்புகள் ஏதுமின்றிச் செய்திக்கேற்பக் கைகளை அசைத்து நல்ல முகபாவனையுடன் பேசு! தேவை இல்லாவிட்டாலும் குறிப்புகளை கையில் வைத்துக்கொள்! குறிப்பு கையில் இல்லாவிட்டால் உனக்குத் தைரியமும் நம்பிக்கையும் இல்லாமல் போய்விடும்.

எடுத்துக்காட்டாக, இப்போது குறிப்பிட்டேன் அல்லவா சர்ச்சில், நெடுஞ்செழியன் என்று. நினைவுக்காக அவர்கள் பெயரை எழுதி வைத்துக்கொள். அவைதான் குறிப்பு என்பது. அந்தப் பெயரைப் பார்த்த வுடன் அவர்கள் எப்படிப் பேச்சாளர்களான விவரத்தை உன்னால் சொல்லிட முடியும். மிகப்பெரிய பேச்சாளர்களாகத் திகழ்ந்தவர்கள், திகழ்ப வர்கள் எல்லோரும் இப்படியாக வளர்ந்தவர்கள்தான்.

பிறவிப் பேச்சாளர் பேரறிஞர் அண்ணா

ஒருமுறை அறிஞர் அண்ணா இப்படித் தயார் செய்துகொண்டுதான் பேசுகிறார் எனப் பொறாமை பிடித்தவர்கள் அவரைக் கிண்டல் செய்வதாக எண்ணி " உன் பேச்சில் மண்ணெண்ணெய் மணம் வீசுகிறதே? " எனச் சொல்லியிருக்கிறார்கள். உனக்குப் புரிகிறதா? மண்ணெண்ணெய் விளக்குத்தான் அவர் காலத்தில் இருந்தது. அதாவது முதல் நாள்

விளக்கருகே அமர்ந்து மனப்பாடம் செய்து இங்கே வந்து மேடையில் வாந்தி எடுத்திருக்கிறாய் என்பதுதான் அதன் பொருள். அந்தக் கேலியை அவருடைய ஆதரவாளர்கள் மறுத்தார்கள். அதைச் சோதனை செய்து பார்க்க ஒருமுறை அண்ணாமலைப் பல்கலைக் கழகத்தின் மேடையில் ஏறி அண்ணா நின்றபிறகு பேசுவதற்கு மிகக் கடினமான தலைப்பாக யோசித்து "ஆற்றங்கரையிலே" என்கிற தலைப்பைக் கொடுத்தார்கள். உடனே ஆரம்பித்தார். இங்கிலாந்து நாட்டின் தேம்ஸ் நதிக்கரையின் நாகரிகத்தில் தொடங்கிப் பல்வேறு நதிக்கரைகளில் உருவான சாம்ராஜ்யங்களையும், அந்த நாட்டு ஆற்றங்கரைப் பண்பாடுகளைப் பற்றியெல்லாம் பேசிவிட்டு இறுதியாக, சிந்து நதிக்கரை நாகரிகம், காவிரி ஆற்றங்கரைத் தமிழர்களின் நாகரிகத்தையும், பண்பாட்டையும் சொல்லி ஒரு மணி நேரத்திற்கு மேலாகப் பேசி, வந்திருந்த அனைவரையும் வியப்பிலாழ்த்திவிட்டார். இதேபோல் இன்னொருமுறை கடினமான தலைப்பாகத் தேடிப் பிடித்து, "ஆனால்" என்கிற தலைப்பை, பேச எழுந்தபின் கொடுத்தார்கள். அதைப் பற்றியும் ஓர் அருமையான சொற்பொழிவை நிகழ்த்தி முடித்தார்.

அதே அறிஞர் அண்ணாவை ஒருமுறை ஒரு கூட்டத்தில் பேச அழைத்திருக்கிறார்கள். பேச எழுந்ததும் 'எந்தத் தலைப்பில் நான் பேசுவது?' எனக் கேட்டிருக்கிறார். கூட்டத்திற்குத் தலைமை வகித்தவர் தலைப்பில்லை எனச் சொன்னாராம். உடனே அறிஞர் அண்ணா 'தலைப்பில்லை' என்கிற தலைப்பிலேயே தமிழ்நாடு என்றொரு நாடு இருக்கிறது; ஆனால் அதற்குத் தமிழ்நாடு என்கிற தலைப்பில்லை என்கிற மாதிரியாக ஒன்றரை மணிநேரம் உரையாற்றினார். இப்படியெல்லாம் உரையாற்றியதை அறிந்து மூதறிஞர் இராஜாஜிதான் அண்ணாவை அறிஞர் அண்ணாதுரை என்று முதன் முதலில் அழைத்தார்.

கண்ணா! உன் பேச்சை ஒரே பாணியில், சமவெளியில் நடப்பதுபோல் சமமாக நடக்காமல் குன்று குழிகளில் நடப்பதுபோல் ஏற்ற இறக்கத்துடன் பேச்சில் இடத்துக்குத் தகுந்தாற்போல் உரக்கப் பேசும் இடத்தில் உரக்கவும், மென்மையாகப் பேசும் இடத்தில் தாழ்ந்த குரலிலும் பேசி வருகை தந்திருப்போரின் கவனத்தை எப்போதும் தன்பால் இழுத்துவைத்திருக்கும் கலையை நீ பின்பற்ற வேண்டும்.

சந்தர்ப்பத்திற்கும் சூழலுக்கும் ஏற்ப உனது பேச்சு அமைய வேண்டும். Presence of mind என்பார்கள் ஆங்கிலத்தில் இதனை. இது ஒரு சிறந்த பேச்சாளன் சிறந்த அறிவாளி என்பதற்கான அடையாளம். இங்கேயும் அண்ணாவையே நான் மேற்கோள் காட்டி எழுதுகிறேன். ஒரு முறை தமிழ்நாடு சட்டசபையில் எதிர்க் கட்சி உறுப்பினர் விநாயகம் என்பவர் தன் ஆங்கில அறிவை வெளிப்படுத்திக்கொள்ள விரும்பி, முதல்வராக இருந்த

அண்ணாவிடம் your days are numbered. உங்களுடைய நாட்கள் எண்ணப்படுகின்றன என்று சொல்ல, அந்தக் கணமே அண்ணா எழுந்து Our steps are measured என்றார். நாங்கள் நிதானமாக எங்கள் அடிகளை அளந்து எடுத்து வைக்கிறோம். அதனால் எங்களுக்கு அழிவில்லை எனும் பொருள்கொண்ட வாசகத்தைக் கொடுத்து எதிராளியின் வாயை அடைத்தார். இதைத்தான் சமயோஜித புத்தி என்று வடமொழிச்சொல்லைப் பயன்படுத்திச் சொல்வார்கள்.

புலவர்களின் சொற்போர்

கண்ணா! அதேபோல் சங்ககாலப் புலவர்களும் சொற்சிலம்பம் ஆடுவார்கள். உனக்குத் தெரியும் அந்தக் காலத்தில் மார்புக் கவசம், முதுகுக் கவசம் அணிந்துதான் போர்வீரர்கள் போருக்குப் போவார்கள். எதிரி அம்பு விட்டாலோ, கத்தியால் குத்த முற்பட்டாலோ அந்தக் கவசம் உடல்மீது படாமல் பாதுகாத்துவிடும். போரில் தோற்று ஓடுவதைப் புறமுதுகு காட்டினான் என அவமானமாகச் சுட்டிக்காட்டும் பழக்கம் உண்டு. புறநானூற்றுத் தமிழ்த்தாய் 'என் மகனா புறமுதுகு காண்பித்தான்? இருக்காது. அப்படியிருந்தால் அவனுக்குப் பாலூட்டிய என் மார்பை அறுத்துஎறிகிறேன்' என்று சொன்ன இலக்கிய வரிகளை நீ படித்திருப்பாய். இந்தச் சூழலை நீ அறிந்துகொண்டால்தான் நான் சொல்லப்போகிற புலவர்களின் சண்டையை உன்னால் சுவைக்க முடியும்.

சோழ நாட்டுப் புலவர் ஒட்டக்கூத்தர் சொல்கிறார். "எங்கள் சோழ மன்னன் முதுகுக் கவசம் அணிய மாட்டான். காரணம் வெற்றியையே குறிக்கோளாகக் கொண்டவன். தோல்வி என்பதே அவனிடம் இல்லை. அதனால் புறமுதுகு காட்ட வேண்டிய அவசியம் இல்லை" என்றார்.

அதற்குப் பாண்டிய நாட்டுப் புலவர் புகழேந்தி பதில் சொல்கிறார் "உங்கள் சோழ நாட்டு மன்னன் முதுகுக் கவசம் அணியாததற்குக் காரணம் எங்கள் பாண்டிய நாட்டு மன்னன் மீது கொண்டுள்ள நம்பிக்கைதான். ஏனெனில் பாண்டிய மன்னன் புறமுதுகு காட்டி ஓடும் கோழைகள் மீது அம்பு வீசமட்டான்" என்று பதிலடிகொடுத்து மடக்கினார். எப்படிச் சொற்களால் விளையாடி ஒருவரை ஒருவர் வெல்லப் பார்க்கிறார்கள் பார்த்தாயா? இதுதான் அறிவுடன் கூடிய பேச்சாற்றல் என்பது. அல்லது பேச்சாற்றலில் பலவீனமாக இருந்தால் சமாளிக்கவும் தெரியவேண்டும்.

சமாளிக்கவும் தெரிய வேண்டும்

டிஃப்யூ என்கிற பேச்சாளரும் மார்க் வெயினும் ஒரு கூட்டத்தில் பேசச் சென்றார்கள். முதலில் பேசிய மார்க் வெயின் பிரமாதமாகப் பேசி வருகை தந்தோரின் கைதட்டல், பாராட்டுகள் முதலிய வரவேற்பைப் பெற்றுவிட்டார்.

அடுத்துப் பேச வந்த டிஃப்யூ எழுந்தார். நிலைமையைக் கவனித்தார், தம்மால் இந்த அளவுக்குப் பேசமுடியாது என்பதை உணர்ந்தார். உடனே "அன்பார்ந்த பொதுமக்களே! வணக்கம்! நானும் மார்க்கும் இந்தக் கூட்டத் திற்கு வருவதற்கு முன்பு, நான் தயாரித்ததை அவர் பேசுவதென்றும், அவர் தயாரித்ததை நான் பேசுவதென்றும் ஒரு ஒப்பந்தம் போட்டுக் கொண்டோம். எனது பேச்சினை அவர் பேசக் கேட்டுக் கைதட்டினீர்கள். நன்றி! ஆனால் அவர் தயாரித்த உரையை எங்கேயோ விட்டுவிட்டேன். அதில் ஒன்றுகூட எனக்கு நினைவில் இல்லை " என்று ஒரு போடு போட்டார் . அவருடைய இயலாமையிலும் மேலோங்கி நின்ற அந்த நேரத்து அறிவைக் கண்டு அனைவரும் எழுந்து நின்று கைதட்டினார்கள்.

செய்திகளைச் சேகரி

கண்ணா! மேடையில் பேசவேண்டும்; பேசிப் பேச்சாளனாக வேண்டும் என்று ஆசைப்படும் உன் போன்றவர்களுக்குக் கண்டிப்பாக நினைவாற்றல் அவசியம் தேவை. வரலாற்று நினைவுகள், புள்ளி விவரங்கள்; அரசியல் நிலைகள்; விஞ்ஞானிகள் சாதனையாளர்களுடைய வாழ்க்கைக் குறிப்பு கள்; போன்றவற்றைப் படித்து நினைவில் நிறுத்திக்கொள்ளவேண்டும். அப்படி நினைவாற்றல் இல்லாதவர்கள் குறிப்பு எடுத்துச் சேகரிக்க வே ண்டும். கூட்டத்தில் பேசப் போகுமுன் பேசப்போகிற தலைப்புக்கு ஏற்ற குறிப்புகளைத் துழாவி எடுத்து உன் பேச்சுக்கு வலு சேர்க்க வேண்டும்.

அதற்கு முதலில் நீ நிறையப் படிக்க வேண்டும். கண்டதைப் படிப்பவன் பண்டிதனாவான் எனும் பழமொழி நம்மிடையே புழங்குவதுண்டு. ஏற்கனவே சொன்னதுபோல் அண்ணா எப்படிச் சிறந்த பேச்சாளராக; அந்த நேரத்து அறிவாளராக; எந்தத் தலைப்பைக் கொடுத்தாலும் அதனுடைய அக்குவேறு ஆணிவேறு என அலசி ஆராய்ந்து சொற்பொழி வாற்றும் திறனாளராக விளங்கினார் என்றால் அவர் புத்தகம் படிப்பதில் ஒரு வெறியர் என்று சொல்லலாம்.

பிராமணர்களின் நினைவாற்றல்

நினைவாற்றல் என்றவுடன் தொடர்புடைய ஒரு நிகழ்ச்சியை உனக்கு இங்கே குறிப்பிட விழைகிறேன். மாவீரன் அலெக்சாந்தர் இந்தியப் படை யெடுப்பின்போது இங்குள்ள பிராமணர்களின் அபார ஞாபக சக்தியைக் கண்டு அசந்துபோனார். இந்தியாவில் உள்ள வேதங்களைத் தம் நாட்டுக்குக் கொண்டுபோக விரும்பினார். அதற்காக ஒரு பிராமணக் குடும்பத்தின் உதவியை நாடியிருக்கிறார். அக்குடும்பத்தின் தலைவர் மறுநாள் வரும்படி சொல்லியனுப்பினாராம். அதேபோல் மறுநாள் போனபோது, அந்தக் குடும்பத் தலைவர் வேதப் புத்தகங்களையெல்லாம்

நெருப்பில் போட்டுக்கொண்டிருந்தார். கோபமடைந்து அலெக்சாந்தர் காரணம் கேட்டபோது "கவலை வேண்டாம் அரசே! இரவு முழுவதும் என் நான்கு பிள்ளைகளும், நான் படிக்கப்படிக்க அவர்கள் கவனமாகக் கேட்டு நினைவில் வைத்துள்ளார்கள். நீங்கள் அவர்களை அழைத்துச் செல்லலாம்" என்றார். இருந்தாலும் மாவீரனுக்குச் சந்தேகம் எழ, வேறு சில பிராமணர்களை வரவழைத்துச் சோதித்தபின்பு மனநிறைவடைந்தான். நான்கு வேதங்கள் என்பது எவ்வளவு பெரிது; எவ்வளவு ஆழமானது; எவ்வளவு நுட்பமானது; எவ்வளவு பொருளுடையது. அத்தனையையும் நினைவில் வைத்துக்கொள்வதென்பது ஓர் அபார அபூர்வ சக்தியாகும். கண்ணா, இச்செய்தி எந்த அளவு உண்மை எனத் தெரியவில்லை.

இடத்திற்கேற்ப ஏற்றம் இறக்கம்

உணர்ச்சிகரமாகப் பேசவேண்டிய இடத்தில் உணர்ச்சிகரமாக; எதிராளியின் நாடிநரம்புகள் புடைக்கும்படியாகப் பேச வேண்டும். மயிர்கள் சிலிர்க்கும்படியாகப் பேசவேண்டும். அதே பேச்சை ஓர் இரங்கற் கூட்டத்தில் போய் நின்று பேசுதல் கூடாது. அங்குபோனால் மெல்லிய குரலில் அழாக்குறையாகப் பேசவேண்டும். அங்கு நகைச்சுவையைப் பேசுதல் கூடவே கூடாது.

சர்ச்சிலின் உணர்ச்சிப் பேச்சு

வெற்றியும் தோல்வியும்கூடப் பேச்சுக்களினால் ஏற்படுகின்றன. 1967ல் திராவிட முன்னேற்றக் கழகம் தமிழ்நாட்டில் ஆட்சியைப் பிடித்தபோது 'பேசிப் பேசியே நாட்டைப் பிடித்தவர்கள்' என அப்போது பேசிக் கிண்டலடித்தார்கள். இரண்டாம் உலகப் போரின்போது, வின்ஸ்டன் சர்ச்சில் தன் படை வீரர்களைப் பார்த்து "உங்களுக்குக் கொடுக்க என்னிடம் எதுவும் இல்லை. உடம்பினுள் ஓடுகின்ற குருதி!; கொட்டுகின்ற வியர்வை!; வடிகின்ற கண்ணீர் தவிர வேறு என்னிடம் என்ன இருக்கிறது? உங்களுக்குப் பிரதிபலனாக எதை நான் கொடுக்கப்போகிறேன்?" என்று உருக்கமாகவும் உணர்ச்சிபூர்வமாகவும் பேசிய பேச்சைக் கேட்ட படை வீரர்கள் வீராவேசமாகப் போரிட்டு வெற்றிக்கு வழிவகுத்தார்கள் என்பர்.

லிங்கனின் வரலாற்றுப் பதிவுப் பேச்சு

அமெரிக்க நாட்டின் கெட்டிஸ்பர்க் எனும் யுத்தக் களத்தில் போரில் இறந்தவர்களுக்காக நடைபெற்ற இரங்கற் கூட்டத்தில் ஆப்ரகாம் லிங்கன் இரண்டு நிமிட நேரம்தான் பேசினார். "மக்களுக்காக, மக்களால், மக்களைக்கொண்டு நடத்தப்படும் அரசு இந்த பூமியில் என்றுமே அழிவதில்லை" என்கிற இந்தப் பேச்சு அமெரிக்க மக்களின் மனங்களில் ஆழப் பதிந்துவிட்டது. மக்கள் நெகிழ்ந்துவிட்டார்களாம். அந்தப் பேச்சு ஒரு

வரலாற்றுப் பேச்சாக அமைந்துவிட்டது. நூற்றாண்டைத் தாண்டியும் இன்றும் மக்களாட்சி அரசியலுக்கு ஒரு தத்துவமாக, இலக்கணமாக ஒரு பொருத்தமான பேச்சாக அமைந்துவிட்டது. சுருக்கமாகப் பேசினாலும் கருத்து எடுபட்டுவிட்டது. பலமாக அமைந்துவிட்ட பேச்சு இவை. சில நேரங்களில் பேச்சு பலவீனமாகவும் அமைந்துவிடும்.

முல்லா தப்பிக்கத் தெரிந்தவர்

முல்லா சிறந்த பேச்சாளர் என்று பெயர் பெற்றுவிட்டதால் சிலர் அவர் மீது பொறாமைப்பட்டனர். அதனால் அவரை அழைத்து இடக்குமுடக்காகக் கேள்விகள் கேட்டு அவமானப்படுத்தத் திட்டமிட்டனர். நிகழ்ச்சிக்கு முல்லா அழைக்கப்பட்டு வந்திருந்தார். சதித்திட்டத்தை அறிந்துகொண்ட அவர் பேசுவதைத் தவிர்த்திட விழைந்து, அவர் மேடையில் ஏறியவுடன் " நான் என்ன பேசப்போகிறேன் என உங்களுக்குத் தெரியுமா? " என்று கூட்டத்தைப் பார்த்துக் கேட்டார், ' தெரியாது ' எனப் பலர் குரல்கொடுக்க,

" நான் என்ன பேசப்போகிறேன் எனத் தெரியாத உங்களிடம் நான் பேசிப் பயன் இல்லை " என்று சொல்லிவிட்டு மேடையை விட்டு இறங்கி விட்டார். ஏற்பாடுசெய்தவர்கள் மீண்டும் ஒருமுறை அவரைக் கூட்டத்திற்கு அழைத்தார்கள். முல்லாவும் ஒப்புக்கொண்டு வந்து மேடையில் ஏறியவுடன் கூட்டத்தைப் பார்த்துக் கேட்டார் " இன்று நான் என்ன பேசப்போகிறேன் என உங்களுக்குத் தெரியுமா " என்று, அதே கேள்வியைக் கேட்டவுடன் கூட்டத்தினர், இம்முறை 'தெரியும்' எனக் குரல் கொடுத்தார்கள். உடனே " நான் என்ன பேசப் போகிறேன் என உங்களுக்குத் தெரிந்த செய்தியை மீண்டும் பேசுவது என்பது தேவையற்ற ஒன்று " என்று சொல்லிவிட்டு மேடையிலிருந்து இறங்கிப் போய்விட்டார். கண்ணா! எப்படிப் பிரச்சினை ஏற்படாமல் தன் அறிவுத் திறமையால் தப்பித்தார் என்பதை நீ சிந்தித்துத் தெரிந்துகொள்!

இடையில் நகைச்சுவை

கண்ணா! மேடைப்பேச்சு என்பது ஒரே ராகத்தில் அதாவது ஒரே பாணியில் இல்லாமல் இருந்தால்தான் உன் பேச்சு எடுபடும். உன் பேச்சு அறிவுபூர்வமாக இருக்கலாம். ஆதாரபூர்வமாக இருக்கலாம். ஒரே மாதிரியாக இருந்தால் கேட்போருக்குத் தொய்வு ஏற்படும். கொட்டாவி விட ஆரம்பித்துவிடுவார்கள். அதனால் இடையில் நகைச்சுவையைச் சேர்க்க வேண்டும். அந்த நகைச்சுவை பேசுகின்ற தலைப்புக்குத் தொடர்புடையதாக இருக்க வேண்டும்.

விவேகானந்தரின் வித்தியாசமான பேச்சு

கண்ணா! எல்லோரும் பேசுவதுபோல் நீயும் பேசாமல் வித்தியாசமாகப்

பேசினால் கேட்போர் உன் பேச்சைச் சுவைப்பார்கள்; பாராட்டுவார்கள். ஆங்கிலத்தில் பேச்சைத் தொடங்குபவர்கள் எல்லோரும் "Ladies and Gentlemen " என்றுதான் தொடங்குவார்கள். ஆனால் காவி வேட்டி கட்டிக்கொண்டு ஒருவர் அமெரிக்கா சென்றார். எல்லோரும் ஏளனமாகப் பார்த்தார்கள். மேடையில் ஏறித் தம் பேச்சைத் தொடங்கும்போது, "Brothers and Sisters" என்று தொடங்கியவுடன் அரங்கில் இருந்த அத்தனை பேரும் கைதட்டி அவரைத் திரும்பிப் பார்த்தார்கள், பாராட்டினார்கள். இன்றும் உலக மேடைப் பேச்சின் வரலாற்றில் சுவாமி விவேகானந்தரின் அந்தப் பேச்சு வரிகள் பதிவு செய்யப்பட்டுவிட்டன. அதைப்போல் யாரும் அதற்குமுன் பேசாத பேச்சாக உன் பேச்சு இருக்கும்படியாக அமைத்துக்கொள்ளவேண்டும்.

பொடி வைத்துப் பேசிய என்.எஸ்.கே.

என்.எஸ்.கிருஷ்ணன்

கண்ணா! வருகை தந்திருப்போரின் கவனத்தை உன்பக்கம் இழுக்கப் பொடி வைத்து அதாவது சஸ்பென்ஸ் வைத்துப் பேசலாம். அப்படி நீ பேசும்போது அடுத்தது என்ன சொல்லப் போகிறாய் என்கிற ஆவலைத் தூண்டுவதாக அது இருக்கும். அல்லது எதைப் பற்றியோ பேசுவதுபோல் பேசிக்கொண்டேபோய் எதிர்பாராததைச் சொல்லலாம். திரைப்படத்தில் கலைவாணர் என். எஸ். கிருஷ்ணன் சொல்வதுபோல் "குடித்துப் பழகவேண்டும்" என்பார். அருகிலிருக்கும் டி. ஏ. மதுரம் அதிர்ச்சியடைந்து "என்ன " என்று கேட்டவுடன் "பாலைக் குடித்துப் பழக வேண்டும்" என முடிப்பார். இதைப்போல் சொற்பொழிவுக்கிடையே நீ பேசினால் கேட்போ ருக்குச் சுவையாக இருக்கும்.

குறிப்பைத் தெரியாமல் பார்க்கவும்

கண்ணா! தொடக்கத்தில் மேடை நடுக்கம் தீரும் வரையில் குறிப்பு களைக் கையில் வைத்துக்கொள்! குறிப்பு என்பது ஓரிரு சொற்களாக இருக் கட்டும். அந்தக் குறிப்புகளைப் பார்ப்பதுகூடப் பளிச்சென்று மற்றவர்க ளுக்குத் தெரியாதவாறு திருட்டுத்தனமாகப் பார்ப்பது நல்லது. அண்ணா பேசிக்கொண்டுவரும்போது மூக்குப்பொடி போட்டுக்கொள்ளும் பழக்க முடையவர். அதை எப்படிப் போடுவார் தெரியுமா? ஒரு நகைச்சுவை சொல்வார். மக்கள் விழுந்து விழுந்து சிரிப்பார்கள். அந்தக் கலகலப்பின் ஊடே துண்டில் மறைத்துக்கொண்டு பொடியை எடுத்து உறிஞ்சிக் கொள்வார். யாரும் அதைக் கவனிக்க மாட்டார்கள். அதைப்போல்தான்

குறிப்புகளை நீ பார்க்க வேண்டும் என்பதை நினைவிற்கொள்!

உச்சரிப்பே எடுபடும்

கண்ணா! தமிழ்ச் சொற்களின் உச்சரிப்பு சரியாக இருக்கவேண்டும். எவ்வளவு அழகாகப் பேசினாலும் 'ல' வுக்குப் பதிலாக 'ள' வைப் பயன் படுத்தினாலும், 'ண'வுக்குப் பதிலாக 'ன' வைப் பயன்படுத்தினாலும், அதேபோல் சிறப்பு 'ழ' கரத்திற்குப்பதில் 'ள' கரத்தைப்பயன்படுத்தினாலும் பேச்சு எடுபடாது என்பதை நீ அறிந்து பேசிப்பேசிப் பயிற்சி எடுத்துக்கொள்! "சித்திரமும் கைப்பழக்கம்; செந்தமிழும் நாப்பழக்கம்" என்பார்கள். மேடைப் பேச்சுக்கு உச்சரிப்பு இன்றியமையாதது என்பதையும் நீ உணரவேண்டும்.

திக்குவாய் டெமாஸ்தனிஸ் பேச்சு

பண்டைய கிரேக்க நாட்டில் தோன்றிய டெமாஸ்தனிஸ் ஒரு பிறவித் திக்குவாயர். தன் வாயில் கூழாங்கற்களைப் போட்டுக்கொண்டு செய்யுட்களை ஒப்பிப்பார். கடற்கரையில் போய் நின்றுகொண்டு அலைகளின் முழக்கத்தோடு பேசிப்பேசிப் பழகுவார். பின்னாளில் அவர் புகழ்மிக்க பேச்சாளராகிவிட்டார். அதனால்தான் இன்றும் அவரைப்பற்றிப் பேசிக்கொண்டிருக்கிறோம்.

முடிவாக ஒரு முத்தாய்ப்பு

கண்ணா! உனக்குக் கொடுக்கப்பட்ட நேரத்தில் உன் பேச்சை முடிப்பதாகத் திட்டமிட்டுக்கொள். ஒலிவாங்கிமுன் நின்று பேசும்போது கைகளைக் கட்டிக்கொண்டோ, ஒலிவாங்கியைப் பிடித்துக்கொண்டோ பேசுதல் கூடாது. பேசும்போது ஒருவரையோ ஒரு பக்கமாகவோ பார்த்துக் கொண்டுபேசாமல், எல்லாப்பக்கங்களிலும் உன்பார்வை இருக்கவேண்டும். குறிப்பாக மேடையில் அமர்ந்திருப்போரைத் திரும்பிப் பார்த்து முகமலர்ச்சியுடன் பேசும் பழக்கத்தைக் கைக்கொண்டால் வந்திருக்கும் பார்வையாளர்களுக்குக் கவர்ச்சியாக இருக்கும்.

உன் பேச்சை முடிக்கும் போது, சிரிப்பு வெள்ளத்தில் மக்களை மூழ்க டித்துவிட்டு மேடையைவிட்டு இறங்கலாம்; உணர்ச்சியின் உச்சத்திற்கு மக்களை அழைத்துச் சென்று, அங்கேயே அவர்களை நிறுத்திவிட்டு இறங்கலாம்; உருக்கமான வேண்டு கோளை வைத்துவிட்டுப் பேச்சை முடிக்கலாம்;

நீங்கள் இதற்கு என்ன செய்யப்போகிறீர்கள் என்பதைப் போன்று கேள்வியை விடுத்துவிட்டு முடிக்கலாம்; தலைப்புக்குத் தொடர்புடைய நல்ல கவிதை வரிகளைச் சொல்லி அழகாக ஒப்பிக்கலாம்; அல்லது இது வரை நீ பேசிய பேச்சின் கருத்தைச் சுருக்கமாகச் சொல்லலாம்.

கண்ணா! பேச்சில் வல்லவரெல்லாம் தலைவராகிவிட முடியாது. பேச்சோடு; உன் செயல் மக்களுக்குப் பயன் தரும்போதுதான் நீ மதிக்கப் படுவாய். உன் பேச்சுக்கும் உன் செயலுக்கும் இடைவெளி இல்லாத வாழ்வை நீ வாழவேண்டும். முதல் நாள் சைவத்தைப் பற்றி வாழ்கிழியப் பேசிவிட்டு மறுநாள் நீ கோழி பிரியாணி சாப்பிட்டுக்கொண்டிருப்பதை யாரேனும் பார்த்துவிட்டால் உன் மீதுள்ள மரியாதை போய்விடும்.

பேச அழைத்தவரைச் சுடப் போகிறேன்

கண்ணா! இந்தக் கடிதம் நீண்டுவிட்டதுபோல் சொற்களத்தில் உன் பேச்சு நீண்டுவிடக்கூடாது. உனக்குப்பயன்படும் என்பதால் விளக்கமாக எழுதவேண்டுமென நினைத்துக் கடிதத்தை நீட்டித்துவிட்டேன்.

ஒரு பேச்சாளர் பேச எழுந்ததும் குழுமி இருந்தவர்களை நோக்கி, "நான் எவ்வளவு நேரம் பேசலாம்" என்று கேட்டாராம். அதற்கு ஒருவர் எழுந்து " நீங்கள் எவ்வளவு நேரம் வேண்டுமானாலும் பேசுங்கள். ஆனால் நாங்கள் பத்து நிமிடத்திலே கிளம்பிவிடுவோம் " என்றனர்.

இன்னொரு கூட்டத்தில் ஒருவர் நீண்ட நேரம் பேசி அறு அறுவென்று அறுத்துக்கொண்டிருந்தார். கூட்டத்தில் இருந்தவர் பொறுக்கமுடியாமல் எழுந்து துப்பாக்கியைக் காட்டினார். "என்னைச் சுடப்போகிறாயா? " என்று சொல்லி அலறினார் பேச்சாளர். அதற்குத் துப்பாக்கிக்காரன் " உங்களை நான் சுடப்போவதில்லை. உங்களைப் பேச அழைத்து வந்தவர் யார். அவரைக் காட்டு. இவ்வளவுநேரம் நாங்கள் செத்துக்கொண்டிருந்ததுபோல் அழைத்துவந்தவரை சாகடிக்கவேண்டும் " என்றார்.

இது ஒரு நகைச்சுவை என்பதாக எண்ணிப் பொருட்படுத்தாமல் விட்டுவிடாதே! அதில் உள்ள செய்தியை எடுத்துக்கொண்டு உன் பேச்சை வடிவமைத்துக்கொள்! நீ வெற்றி பெற என் வாழ்த்துகள்!

இப்படிக்கு

உன் நலம் விரும்பும்

தாத்தா.

37 பெண்மை

அன்புள்ள தாத்தா, வணக்கம்!

தங்கள் வாழ்த்துகளுடன் நான் சொற்சிலம்பம் போட்டிக்குச் சென்றிருந்தேன். தாங்கள் சொன்ன அறிவுரைகளைப் பின்பற்றித் தயார் செய்திருந்தாலும், உங்கள் வழிகாட்டுதல்படி நன்கு பயிற்சி எடுத்திருந்தாலும் வெற்றிபெற முடியவில்லை. வெற்றி பெறலாம் என்கிற நம்பிக்கையுடன் களமிறங்கினோம்.

ஆனால் இறுதியில் இன்னொரு தொடக்கக் கல்லூரி மாணவிகள் குழு வெற்றி பெற்றதாக அறிவித்தார்கள். ஏராளமானோர் எங்கள் கல்லூரிதான் வெற்றி பெறும் என எதிர்பார்த்தார்கள். எங்களுக்குப் பயிற்சி கொடுத்த ஆசிரியரும் நம்பிக்கையுடன் இருந்தார். இறுதித் தீர்ப்பைக் கேட்டவுடன் ஏமாற்றத் தில் நாங்கள் உறைந்துவிட்டோம்.

பெண்கள் என்பதால் கொஞ்சம் அவர்களுக்குச் சாதகமாகத் தீர்ப்பு சொல்லிவிட்டார்களோ என்கிற ஐயம் சிலரிடம் எழுந்தது. நடுவர்கள் தங்களின் தீர்ப்புக்கான விளக்கம் சொல்லும்போது உண்மையிலேயே எங்கள் குழுவும், அந்தப் பெண்கள் குழுவும் சமமான மதிப்பீட்டில் இருந்ததாகவும், எங்கள் குழுவைச் சேர்ந்த ஒருவனுடைய உச்சரிப்பு சரியில்லாததால் ஒரு மதிப்பெண் எங்களுக்குக் குறைத்துக்கொண்டு எதிர் குழாம் வெற்றி பெற்றதாக அறிவித்தார்கள்.

அது ஓரளவு உண்மை தான். தனிப்பட்ட முறையில் நான் நன்றாகப் பேசியதாக மேடையில் அறிவித்து அதற்கான சிறப்புச் சான்றிதழ் கொடுத்துப் பாராட்டினார்கள்.

கல்லூரி மாணவர்கள் எல்லோரும் சேர்ந்து எங்களை "பொம்பளைப் பிள்ளைகளிடம் தோற்றவர்கள் " எனக் கிண்டல் செய்யத் தொடங்கி விட்டார்கள். வீட்டிற்கு வந்தால் உங்கள் மருமகள் அதுதான் என் அம்மா "போயும் போயும் பொம்பளைப் பிள்ளைகளிடம் தோற்றுவிட்டு வந்திருக்கிறாயே! வெட்கமாக இல்லை! " எனத் திட்டினார்கள்.

எனக்கும் அந்தப் பால் வேற்றுமை எண்ணம் உதயமானது. ஆனால் அம்மாவும் ஒரு பெண் என்பதை மறந்துவிட்டுப் பேசியது என்னை

வருந்தச் செய்துவிட்டது. எங்கள் பெண் தோழிகள் வந்து எங்களைச் சமாதானம் செய்த பின்புதான் நாங்கள் அமைதியானோம்.

இப்படிக்கு , உங்கள் அன்புள்ள

கண்ணன்.

அன்புள்ள கண்ணா, நலமா!

தோல்வியைக் கண்டு தளராதே. எல்லாம் இழந்துபோய்விட்டதுபோல் வருந்தாதே. எங்கே போய்விடும் வெற்றி. கைக்கு எட்டியது வாய்க்கு எட்ட வில்லை. அவ்வளவுதானே. இனிப் பேச்சுப்போட்டிக்கு முழுமையாக எப் படித் தயாராவது என்பதை உணர்ந்திருப்பாய். கடமையைச் செய்யுங்கள்; பலனை எதிர்பார்க்காதீர்கள் என்பார்கள். அது நடைமுறைக்குப் பொருந்துமா எனத் தெரியவில்லை.

தங்களையே தாழ்த்திக் கொள்ளும் பெண்கள்

“பெண் பிள்ளைகளிடம் தோற்றதை அவமானமாக ஒரு பெண்ணான, அதுவும் படித்த பெண்ணான உன் அம்மாவே சொன்னதுதான் எனக்கு வியப்பை அளிக்கிறது. பெண்கள் தங்களைத் தாங்களாகவே தாழ்த்திக் கொள்கிறார்கள். அதற்கு எடுத்துக்காட்டு ‘கல்லானாலும் கணவன்; புல்லானாலும் புருசன் ‘ எனும் பழமொழி. இளம் வயது இதயத்தில் இதைப் போன்ற அறிவுக்குப் பொருந்தாத கருத்தைப் புகுத்துதல் ஓர் அருவருக்கத் தக்க செயல். நீயே எண்ணிப்பார்.

கண்ணா! சொற்சிலம்பத்தில் வெற்றி பெற்றது பெண்ணாக இருந்தால் அதில் என்ன அவமானம்? உன் தாய், பாட்டி, அத்தை, உன் ஆசிரியை, அன்னை தெரசா போன்றவர்கள் தாழ்ந்தவர்களா? ஒரு ஆணின் வெற்றிக்குப் பின்னால் ஒரு பெண் இருக்கிறாள் என்று படித்திருப்பாய். ‘மங்கையராய்ப் பிறப்பதற்கே நல்ல மாதவம் செய்திட வேண்டுமம்மா’ எனக் கவிமணி பாடி வைத்தது ஏட்டில்தானா?

அதிபரை உருவாக்கினாள் ஒரு பெண்

ஒரு பெண்ணினால் ஒரு அதிபரையே உருவாக்க முடிந்தது என்கிற வரலாறு உனக்குத் தெரியுமா? ஆன்ட்ரூ ஜாக்சன் என்பவர் அமெரிக்க அதிபராகும் முன் எழுதப் படிக்கத் தெரியாதவர். அவருடைய மனைவி அவருக்கு எழுதக் கற்றுக்கொடுத்தார். படித்துக்காண்பித்தார். கல்வியறிவை மெல்லப் புகட்டினார். மேதையாக்கி நாட்டில் மதிக்கத்தக்க மனிதராக்கினார். கணவனை அதிபர் தேர்தலில் போட்டியிட வைப்பதையே குறிக்கோளாகக்கொண்டு தயார்ப்படுத்தி அதில் வெற்றியும் பெற்றார் என வரலாறு சொல்கிறது.

மனைவி ஒரு மந்திரி

வின்ஸ்டன் சர்ச்சில் அதிர்ச்சியான நிகழ்ச்சிகள் நேரிடும்போது, தன் மனைவியிடம் சென்று அறிவுரை கேட்டுப் பின்பு புதுத் தெம்புடன் வெளியே வந்து பணியைத் தொடர்வார்.

ஹென்றி போர்டு தம் ஆய்வில் பல தோல்விகளைத் தொடக்கத்தில் சந்தித்தார். மற்றவர்கள் அவரைப் 'பைத்தியம்' என எள்ளி நகையாடியபோது, அவரது மனைவி மட்டும்தான் " உங்களிடம் வெற்றி பெறும் தகுதி இருக்கிறது. தொடர்ந்து முயற்சி செய்யுங்கள் " என ஊக்கமூட்டினார் என்பார்கள்.

பாரதிக்கே பாடம் புகட்டினார் நிவேதிதா

நிவேதிதா

கவிதை உலகிலும் தேசிய விடுதலையிலும் புரட்சிக்கனல் தெறிக்கப் பாடிய பாட்டுக்கொரு புலவனுக்கே 'பெண்களை மதிக்க' இன்னொருவர் அவருக்குச் சொல்லிக்கொடுக்க வேண்டிய நிலை ஏற்பட்டுவிட்டது. பழைமையில் ஊறுகாயாய் ஊறிப்போனவர்கள் காலத்தில் வாழ்ந்த எட்டயபுரத்தானும் அதற்கு விதிவிலக்கல்லன். மேற்கு வங்கத்தில் நடந்த காங்கிரஸ் மாநாட்டில் கலந்துகொள்ளச் சென்ற பாரதியார், அங்கிருந்த விவேகானந்தரின் சீடர் நிவேதிதா அம்மையாரைப் பார்க்க ஆவலாய்ச் சென்றார். நாட்டுப்பற்று மிகுந்த பாரதியாரின் கவிதைகளை அறிந்திருந்த அவர் போன்ற தலைவர்கள் இவர்மீது மரியாதை வைத்திருந்தனர். பாரதியைக் கண்ட நிவேதிதா

"எங்கே உங்கள் மனைவியை அழைத்து வரவில்லையா? " என்று கேட்க, அதற்கு பாரதியார், "எங்கள் சமூகத்தில் பெண்களை வெளியில் அழைத்துவரும் பழக்கமில்லை " என்றாராம்.

உடனே அதற்கு அந்த அம்மையார், "இன்னும் உங்கள் வீட்டில் இருக்கும் பெண்களுக்குச் சுதந்திரம் வாங்கித்தர இயலவில்லை. நாட்டுக்குச் சுதந்திரம் வாங்கி என்ன செய்யப் போகிறீர்கள்? " என்று கேட்ட பின்புதான் பாரதிக்கு உறைத்தது. இல்லம் திரும்பியதும் மனைவி செல்லம்மாளைக் கைகோத்து அழைத்துக்கொண்டு ஆச்சாரமான திருவல்லிக்கேணி வீதிகளிலே உலா வந்தாராம். 'மாதர் தம்மை இழிவு செய்யும் மடமையைக் கொளுத்துவோம் ' என்று பாடினார். அதன்பின்தான் மண் விடுதலைக்குப் பாடிய பாரதி பெண் விடுதலைக்கும் பாடத் தொடங்கினார்.

பெண் சிசுக் கொலை

பிறக்கப்போவது பெண் என்றால் கருவிலேயே அழிக்க எத்தனிக்கும் பலர் நம்மிடையே இருக்கத்தான் செய்கிறார்கள். கால மாற்றத்தில் அக்கொடுமை குறைந்துகொண்டு வருகிறது. இருந்தாலும், உயிர் சுமக்கிற பெண் இன உயிரினங்களை ஆண்டவனுக்குப் பலியிடாத பண்பாட்டைச் சேர்ந்தவர்கள் தமிழர்கள். அப்படி இருக்கும்போது பிரசவ வேதனையை அனுபவித்து; இனவிருத்தி செய்து; உலகம் உய்யக் காரண கர்த்தாக்களான பெண் சிசுக்களைக் கொல்ல எப்படி மனம் வருகிறது? இப்படிக் கேள்விப் படும்போது மிகுந்த வருத்தமும், அச்சமும், வெட்கமும் ஒருசேர இதயத் தைத் தாக்குகின்றன.

பெரியார் பார்வையில் மனைவி

தந்தை பெரியார் "நாம் நமது பெண்களைப் பிள்ளைப் பெற்றுக்கொள்ளும் எந்திரமாகவும் வீட்டு வேலைக்காரியாகவுமே பார்க்கிறோம் " என்பார். புரையோடிப்போன நமது சமுதாயத்தில் சமமான பார்வை இல்லை என்பதை எதார்த்தமாக எளிமையாகச் சொல்லிப் புரிய வைத்தார்.

" ஓயாத வீட்டு வேலை
உயர்ந்த பட்டம்
இல்லத்தரசி " - என்று கவிஞர் ஒருவர் பகடி செய்கிறார்.

தாயை மட்டும் உயர்த்திவிட்டு, மற்றப் பெண்களைத் தாழ்வாக எண் ணும் தீய பழக்கம் நம்மிடையே உண்டு. மற்றப் பெண்களும் யாருக்கோ தாய்மார்தான் என்பதைத் தங்கள் வசதிக்கேற்ப மறைத்துக்கொள்கிறார்கள்.

நெப்போலியனைக் கட்டுப்படுத்தும் தாய்

பெண்களென்றும் பாராது சுட்டுக்கொன்று மாபெரும் வெற்றிகளை ஈட்டியவன் மாவீரன் நெப்போலியன். ஆனால் தன் தாய் மட்டும் உயிரோடு வாழவேண்டுமென்று விரும்பினான். பல வெற்றிகளுக்குப் பிறகு தன் தாய் லெட்டிசியாவைச் சந்தித்தான். தாய் அன்போடு கட்டித் தழுவிக் கொண்டபடி கேட்டாள், ' மகனே உனது உடம்பு இளைத்து மெலிந்து தெரி கிறதே ' என்றாள். அதற்கவன், ' அம்மா உன் எதிர்பார்ப்பினால் அப்படிச் சொல்கிறாய். நான் நன்றாகத்தான் இருக்கிறேன். உன் உடம்பைக் கவனித் துக்கொள். நீ இறந்துவிட்டால் என்னைக் கட்டுப்படுத்த யாரும் இல்லாமல் போய்விடுவர் ' என்றான்.

மகளிர் தினம் உருவானது

படும் வலிகளைப் பொறுத்துக்கொள்ள முடியாமல் பாதிக்கப்பட்ட மாதர் கள் சிந்தித்தனர். அதன் பலனாக ஒரு புரட்சி எழுந்தது. உலக மகளிர்

தினம் உருவானதற்கு ஒரு வரலாறே உண்டு. 1909ல் நியூயார்க் நகரின் நெசவுத் தொழிற்சாலை ஒன்றில் பணிபுரிந்த பெண்கள் தமக்கான உரிமைகளைக் கோரி வேலை நிறுத்தம் ஒன்றை மேற்கொண்டனர். அப்போது திட்டமிட்டு ஏற்படுத்தப்பட்ட தீ விபத்தில் நூற்றுக்கணக்கான பெண்கள் பலியானார்கள்.

அதைக்கண்டித்துமறு ஆண்டுடென்மார்க்தலைநகர்கோபன்ஹேகனில் 17 நாடுகளைச் சேர்ந்த பெண்கள் கூடி மாநாட்டை நடத்தினார்கள். பல போராட்டங்களுக்குப்பிறகு 1917ஆம் ஆண்டு மார்ச் 8ம் தேதி ரஷ்யாவின் செயின்ட் பீட்டர்ஸ்பர்க் நகரில் நடத்திய போராட்டத்தையடுத்து, இறுதியாகப் பெண்கள் தங்கள் உரிமைகளுக்காகப் போராடவும் குரல்கொடுக்கவும் 1921ம் ஆண்டு அதே மார்ச் 8ம் தேதியை அனைத்துலக மகளிர் தினமாக அதிகாரபூர்வமாகப் பிரகடனம் செய்தார்கள்.

பெண்களுக்கு வாக்குரிமை

பல நாடுகள் அத்தீர்மானத்தை ஏற்கவில்லை. காரணம் ஆணாதிக்கம் மிகுந்த காலமது. கியூபா என்கிற நாடு அரை நூற்றாண்டுக்குப் பிறகு 1975-ல் இந்தத் தீர்மானத்தை முதன்முதலில் அங்கீகரித்தது. அத்துடன், வீட்டு வேலைகளை இருவரும் சமமாகப் பங்கேற்றுச் செய்ய வேண்டும் என்ற உறுதிமொழியைத் திருமணம் செய்துகொள்ளும் தம்பதியர் எடுத்துக்கொள்ளவேண்டும் என்னும் சட்டத்தையும் இயற்றியது.

பெண்களின் வாக்குரிமைக்கான போராட்டம் 1780-ல் பிரான்சில் தொடங்கப்பட்டது. அந்த இயக்கத்தை முன்னின்று நடத்திய பெண்கள் கண்டோர்ச்சேவும், கவுஜெஸ்ஸும். அதற்கு முன்பு ஸ்வீடனில் சில நிபந்தனைகளோடு பெண்கள் வாக்களிக்க அனுமதிக்கப்பட்டார்கள்.

1889-ம் ஆண்டு பிரான்ஸ் வில்லி என்கிற பசுபிக் கடல் தீவுதான் உலகில் முதன்முதலில் எந்த நிபந்தனைகளும் இன்றி எல்லாப் பெண்களுக்கும் வாக்குரிமை அளித்தது. கொடுத்த சில ஆண்டுகளிலேயே அந்நாடே பிரான்சின் அடிமை தேசமாகிவிட்டது.

இப்போதுவரை சுதந்திர நாடுகளாக இருப்பனவற்றில் 1893ஆம் ஆண்டு நியூசிலாந்துதான் முதலில் பெண்களுக்கு வாக்குரிமை கொடுத்தது. பல நாடுகள் பெண்களுக்குப் பரவலாக வாக்குரிமை தந்தாலும் இங்கிலாந்து மட்டும் வினோதமாக ஆண்களுக்கு 21 வயதிலும் பெண்களுக்கு 30 வயதிலும் வாக்குப் பதிவு செய்யும் உரிமையை வழங்கியது. பின்னர் எழுந்த பிரச்சினைகளைச் சமாளிக்க முடியாமல் 1928-ல் அந்தப் பாகுபாடு நீக்கப்பட்டது. சவுதி அரேபியா மன்னர் அப்துல்லா 2015-ல் பெண்களுக்குச் சம உரிமை வழங்கப்படும் என அறிவித்துள்ளார்.

உலகின் முதல் பெண் பிரதமர்

ஆசியாவில் பெண்களுக்கு முதலில் வாக்குரிமை கொடுத்த நாடு இலங்கை (1931) எனச் சொல்லப்படுகிறது. 1960-ல் அந்நாட்டில் உலகிலேயே முதல் பெண்பிரதமராகப் பதவியேற்றவர் சிரிமாவோ பண்டார நாயகா. பெண்கள் மீது நிகழ்த்தப்படும் அனைத்துவகைப் பாகுபாடு களையும் 1979-இன் ஐ. நா. பிரகடனம் தடை செய்தது.

2012ஆம் ஆண்டின் கருத்துக்கணிப்பின்படி பெண்கள் வாழத் தகுதியற்ற நாடுகளின் பட்டியலில் முன்னிலை வகிக்கிற நாடு என்கிற பெருமை இந்தியாவுக்குண்டு. அதே கருத்துக்கணிப்பு உலகிலேயே பெண்க ளுக்குப் பாதுகாப்பான நாடு கனடா என்றும் கூறுகிறது. இந்தியாவில் வரதட்சணைக் கொடுமையால் நாளொன்றுக்கு 14 பெண்கள் மரணமுறுவதாக இந்திய அரசின் புள்ளிவிவரமே ஒப்புக்கொள்கிறது.

பெண்கள் போகப் பொருளா?

பெண்கள் என்றால் அன்பு, பொறுமை, தாய்மை, தியாகம், பாசம் என்கிற உயரிய பொருள் விளக்கத்தைப் பல்வேறு நிலைகளிலிருந்து தருகிறார்கள். ஆனால் தற்காலத்தில் பெண்களை ஒரு போகப்பொருளாகக் காமக் கொடுமதியாளர்களால் எண்ணப்படுவதால் எங்கள் நாட்டில் பரவலாகப் பாலியல் வன்முறைகள் நடைபெற்று வருகின்றன. அதனால் இந்தியர்களாகிய நாங்கள் வெளிநாட்டினர் முன் தலை கவிழ்ந்து நிற்கிறோம்.

ஆசையைத் தணித்துக்கொள்ளும் கலமல்ல பெண்கள்; காமம் என்பது எவ்வளவு மென்மையான நுண்ணிய உணர்வு. அன்பைப் பரிவர்த்தனை செய்துகொண்டு ஆயுள் முழுவதும் ஜீவ நதியாய்ப் பாசத்தின் பிடியில் சிக்குண்டு சிறைவாசம் செய்யும் ஓர் இனிய ஸ்பரிஸ அனுபவம். அவ்விதயங்கள் ஓசையின்றி மயிலிறகால் வருடப்பட வேண்டும்; குளிர்தென்றலின் மிதமான வீச்சில், ரோஜாவின் இதழால் உள்ளத்தின் ஆழ்மன இன்பத்தை, புற்களில் வியாபித்திருக்கும் பனிப்படலம் காலைக் கதிரவனைக் கண்டதும் மெல்ல எழும்புமே அதைப்போல் எண்ண அலைகளின் சந்திப்பில் எழுப்பப்பட வேண்டும். வள்ளுவனின் காமத்துப் பாலை இந்தப் பார்வை ஓட்டத்தில் படித்து இன்புற வேண்டும்.

ஐன்ஸ்டினின் ஒப்புமைத் தத்துவம்

ஐன்ஸ்டினிடம் ஒரு பெண் சென்று ஒப்புமைத் தத்துவத்தை விளக்கு மாறு வினவினாள். "பெண்களாகிய நீங்கள் ஒரு கணிதப் பேராசிரியரிடம்

பத்து நிமிட நேரம் பேசிக்கொண்டிருந்தால் அது உங்களுக்கு ஒருமணி நேரமாகத் தோன்றும். ஆனால் இப்போது நீயோ அழகும் கவர்ச்சியும் நிரம்பிய பெண். உன்னிடம் நான் ஒரு மணி நேரமாகப் பேசிக்கொண்டிருக்கிறேன்; ஆனால் அது எனக்குப் பத்து நிமிடம் போல் தோன்றுகிறது. இதுதான் ஒப்புமைத் தத்துவத்தின் அடிப்படை " என்று பதிலளித்தார். அப்பெண்ணின் இதழ்கள் நெளிந்து கோணின. பெண்களின் முகம் சிவப்பதுபோல் நகைச்சுவை அமைந்திட வேண்டும்; வெட்கத்தால் இமை கவிழ்ந்து தரைநோக்கவைக்க வேண்டும்; அவள் கண்களைக் காணமுடியா விட்டாலும் கன்னக் குழியில் அந்தப் புன்னகை விழுந்து எழுந்து தவழ வேண்டும்.

மில்டனின் அழகுப் பெண்

"பெண்ணில்லாத வீடும்; வீடில்லாத பெண்ணும் மதிப்பில்லாதவை " -என்பார்கள். அவர்கள் சிரித்தால் இல்லம் சிரிக்கும்; பெண்களின் அமைதியில்; நிறைமனத்தில் இல்வாழ்க்கை இனிதே நிறைவுறும். 'பெண் படைப்பு இறைவனின் படைப்புகளில் மேலானது; அழகானது' என மில்டன் சொல்வது எவ்வளவு உண்மை. ஒரு வீட்டில் ஒரு பெண் இருப்பது என்பது விளக்கு எரிந்துகொண்டிருப்பதைப்போல. ஒரு பெண்ணைப் படிக்க வைப்பது என்பது ஒரு குடும்பத்தையே படிக்க வைப்பதற்கு நிகரானது.

ஆகப் பெண்கள் நாட்டின்; வீட்டின் சொத்துகள். அவர்கள் போற்றிப் பாதுகாக்கப்படவேண்டும். சம உரிமையுடன் எண்ணும், பழகும் இயல்பினைக் கண்ணா நீ கைக்கொள்ளவேண்டும். அதுதான் ஆணாகிய உனக்கு அழகும் கடமையும்கூட.

இப்படிக்கு
உன் நலம் விரும்பும்
தாத்தா.

38. அமைதியில் தீர்வு

அன்புள்ள தாத்தா, வணக்கம்!

தாத்தா, தங்கள் கடிதம் படித்தேன். எனக்கே வெட்கமாக இருக்கிறது. பெண்களிடம் சொற்சிலம்பத்தில் தோற்றுப்போனதை ஒரு இழிவான செயல் என்பதுபோல் நான் எடுத்துக்கொண்டது எவ்வளவு பெரிய முட்டாள்தனம் என்பதை இப்போது உணர்கிறேன். என்னுள் கிடந்த ஆத்திரத்தின் வெளிப்பாட்டில், அமைதியாய் இல்லாமல் நிதானம் இழந்து நானும் நண்பர்களிடம் தவறாக விமர்சனம் செய்துவிட்டேன்.

தங்களின் கடிதம் படித்த பின்பு அறிவு வரப்பெற்றவனாய்த் தெரிகிறேன். இனி இதுபோன்ற தவற்றைச் செய்யமாட்டேன். பாகுபாடு யாரிடமும் எவ்விடத்தும் பார்க்கமாட்டேன் எனும் உறுதியை எனக்கு நானே எடுத்துக்கொள்கிறேன்.

தாத்தா, எப்போது நீங்கள் சிங்கப்பூருக்கு வருகிறீர்கள்? வரும்போது எளிமையாகப் புரியும் தமிழ் இலக்கண நூல் ஒன்று வாங்கி வாருங்கள். ஓய்வுநேரத்தில் படித்துத் தெரிந்துகொள்ளலாம் என ஆசைப்படுகிறேன்.

இப்படிக்கு, தங்கள் அன்புள்ள

கண்ணன்.

அன்புள்ள கண்ணா, நலமா!

சிங்கை வருவது பற்றிய எந்தத் திட்டமும் இப்போது என்னிடம் இல்லை. இலக்கண நூல் கேட்டிருந்தாய். சிங்கப்பூரிலிருக்கும் ஓய்வு பெற்ற மூத்த தமிழாசிரியர் சித்தார்த்தன் என்கிற பா. கேசவன் எழுதித் தமிழக அரசால் பரிசும் கொடுக்கப்பட்ட இலக்கண நூல் ஒன்று உள்ளது. அதன் பெயர் 'எளிய தமிழில் இனிக்கும் இலக்கணம்'. அதன் பெயரே உனக்கு நூலின் விளக்கத்தைச் சொல்லும்.

ஆங்கிலத்தில் Experience என்பதற்குச் சரியான தமிழ்ப் பதம் பட்டறிவு. தவறானவற்றை, அல்லாதவற்றைச் செய்து அவற்றிலிருந்து நமக்குப் பாடம் கிடைக்கிறது; பட்டுப் பட்டு அறிவு கிடைக்கிறது; அதனால்தான் பட்டறிவு என்கிறோம்.

புதுமைத்தேனீ மா.அன்பழகன்

எல்லாவற்றிலும் நல்லிணக்கம்

உங்கள் சிங்கப்பூரில் நல்லிணக்கத்தை முதன்மையாக எண்ணி, அதற்கு ஊறு வராமல் பார்த்துக்கொள்கிறார்கள். அப்படி ஏதேனும் ஏற்பட்டால் அதைக் கடுமையான குற்றச் செயலாக எடுத்துக்கொண்டு அடக்குகிறார்கள் அல்லது தீர்வு காண்கிறார்கள்.

நல்லிணக்கம் என்பது இன, மொழி, சமயங்களுக்கிடையே மட்டுமல்ல. அது நட்புக்கும், ஏற்றத் தாழ்வுக்கும், ஆண்பெண்ணுக்கும் பொருந்தும் என்பதை நீ உணரவேண்டும். அதனால்தான் உங்கள் கல்வி நிலையங்களில் சீருடை அணியவைக்கிறார்கள். வேற்றுமையைமறந்து ஒத்தமனத்தினராய் உங்கள் எண்ணங்களும் செயற்பாடுகளும் அமைந்திட வேண்டுமென உங்களை இளம் வயதில் தயார்ப்படுத்துகிறார்கள். ஆனால் அதே நேரத்தில் ஆரோக்கியமான போட்டிமனப்பான்மை படிப்பிலும் தொழிலிலும் இருந்திடல் வேண்டும். அப்போட்டியால் அடுத்தவர்களுக்கு எந்தவிதத்தி லும் தீங்குவராமல்பார்த்துக்கொள்வது நமதுகடமையாகிறது. அமைதியாகச் சிந்திக்காமல் அவசரப்பட்டுவிட்டேன் என நீ எழுதி இருந்தாயே, அதைப் படித்தபோது எனக்கு ஒன்று நினைவுக்கு வருகிறது.

இராஜாஜியின் நிதான அறிவு

ஒருமுறை தமிழகத்தில் நடந்த உண்மைச் சம்பவம். புகைவண்டி ஓடிக்கொண்டிருக்கிறது. பயணி ஒருவர் சாளரத்தின் வழியே கையை வெளியே நீட்டிக்கொண்டிருந்தார். எதிர்பாராதவிதமாக அவர் கையில் கட்டியிருந்த தங்கத்திலான விலை உயர்ந்த கடிகாரம் கழன்று வெளியே விழுந்துவிட்டது. பயணி துடிதுடித்து அலறி வருந்த ஆரம்பித்துவிட்டார்; உடன் வந்தவர்களும் மற்றவர்களும் பதற்றமடைகிறார்கள். ஆனால் ஒருவர் மட்டும் அமைதியாகவே அமர்ந்திருந்தார். சுற்றி இருந்தவர்களுக்கு வியப்பு.

அடுத்த நிலையத்தில் வண்டி நின்றது. அமைதியாய் இருந்தவர் ஒரு அதிகாரியை அழைத்து 238ஆவது தந்திக் கம்பத்திற்கும் 239ஆவது தந்திக் கம்பத்திற்கும் இடையில் இவருடைய கடிகாரம் விழுந்துகிடக்கும். அதை எடுத்து இவருடைய முகவரியைக் கேட்டு அவருடைய வீட்டில் கொண்டுபோய்க் கொடுத்துவிடுங்கள் என்றாராம்.

இப்படி மற்றவர்கள் உளைச்சலுடன் இருக்கையில், நிதானமாக எங்கு விழுந்தது எனக் கவனித்து முறையாகச் செய்ய வேண்டியதைச் செய்து முடித்தவர் யார் தெரியுமா? இந்தியாவின் கவர்னர் ஜெனரலாகப் பதவி வகித்த ஒரே இந்தியரான மூதறிஞர் இராஜாஜி அவர்கள்.

கண்ணா! இராஜாஜியும் நிதானத்தை இழந்திருந்தால் அவருடைய

அறிவுக் கண்கள் திறந்திருக்குமா? ஆதலால் எந்தப் பிரச்சினைக்கும் அமைதியோடும் நிதானத்தோடும் தீர்வு காணவேண்டும்.

அமைதியில் ஞானம்பெற்ற மகாவீரரும் புத்தரும்

புத்தர்

அவரவர் வாழ்வில் அமைதி நிலவிட வேண்டும். நாட்டில் அமைதி நிலவினால் தான் நல்ல திட்டங்கள் தீட்டி நிறைவேற்றிட முடியும். நாடு வளர்ச்சிபெற்று மக்கள் நிம்மதியாக வாழ்வார்கள். பெரிய ஞானிகள் அமைதியில், ஆழ்ந்த சிந்தனையில்தான் ஞானம் பெறுகிறார்கள்.

புத்தர் ஆறு ஆண்டுகள் காட்டில் சுற்றி அலைந்து, உடலை வருத்திப் பயிற்சிகள் செய்துபார்த்தார். ஞானம் உதயமாகவில்லை. உடல் இளைத்து மெலிந்துவிட்டார். ஞானம் வருவதற்கும் உடலை வருத்திச் சித்திரவதை செய்துகொள்வதற்கும் தொடர்பில்லை என அதன் பிறகு தெரிந்துகொண்டார். பின்னர்ப் போதி மரத்தடியில் உட்கார்ந்தார். அமைதியாக அமர்ந்து மூச்சுப் பயிற்சி செய்தார். ஞானம் பிறந்தது. அவருக்கு ஞானம் வருவதற்குக் காரணம் போதிமரமில்லை. மன அமைதியில்தான் ஞானம் பிறந்தது என்பதை நீ தெரிந்துகொள்ள வேண்டும். அதேபோல் மகாவீரருக்குப் பன்னிரண்டு ஆண்டுகள் காடுகளில் அலைந்து தேடிக் கிடைக்காத ஞானம் அமைதியான தியானத்தில் அமர்ந்தபின்தான் கிடைத்தது.

60 வயது நீதிபதி தேர்ந்தெடுத்த மனைவி

அமைதியாக நிதானித்து ஒரு முடிவு எடுப்பவர்கள் பின் ஏற்படும் விளைவுகளுக்கும் பொறுப்பு ஏற்றிடல் வேண்டும். ஒரு நீதிபதி தம் அறுபது வயதில் திருமணம் செய்துகொண்டார்.

"இவ்வளவு காலம் தனிமையில் வாழ்க்கை நடத்திவிட்டு இப்போதுபோய்..." என்றொருவர் கேட்க, "நண்பரே நீர் கேட்பது சரிதான். நான் நன்றாகச் சிந்தித்துதான் செயல்பட்டேன். ஏன் தெரியுமா? என் மனைவி எனக்கு ஏற்றவளாக இருந்தால்.. இப்படிப்பட்ட மனைவி கிடைக்க இத்தனை ஆண்டுகள் காத்திருந்தது நல்லதாய்ப் போய்விட்டது என மகிழ்வேன். ஒருவேளை அவளது பண்புகள் எனக்கு ஒத்துவராவிட்டால், இன்னும் சில காலம்தானே இவளுடன் வாழ்க்கை நடத்தப் போகிறோம் என என்னை நான் அமைதிப்படுத்திக்கொள்வேன்" என்றாராம். விரும்பியது கிடைக்காவிட்டால், கிடைத்ததை விரும்பிக்கொள்ளும் மனத்தை

நாம் பின்பற்றவேண்டும். அது எல்லா நிலைக்கும் எல்லோருக்கும் பொருந்தும்.

டயஜீனஸ் அலெக்சாந்தரைப் பார்த்துச் சிரித்தார்

கண்ணா! கிரேக்க நாடு பண்டைய காலத்தில் பண்பாடு, நாகரிகம், அறிவு, வீரம் போன்ற எல்லாவற்றிலும் சிறந்து விளங்கிய நாடு. பட்டப் பகலில் கையில் விளக்குடன் மனிதனைத் தேடியலைந்தாரே அந்தத் தத்துவஞானி டயாஜீனஸ் ஒருநாள் ஒரு ஆற்றங்கரையில் நிர்வாணமாகப் படுத்துக்கொண்டு ஆனந்தமாக இருந்தாராம். அவ்வழியே சென்றுகொண்டிருந்த அலெக்சாந்தரைப் பார்த்துக் கேட்டார்,

"எங்கே போகிறாய்? "

"நான் ஆசியாமைனர் எனும் நாட்டுக்குச் சென்று அதை வெற்றி கொள்ளப் போகிறேன் "

"அதற்குப் பிறகு என்ன செய்வதாக உத்தேசம்? "

"இந்தியாமீது படையெடுத்து அதையும் வெற்றிபெற்று அங்குள்ள செல்வத்தையெல்லாம் கவர்ந்து வரப்போகிறேன் "

"அதற்குப் பிறகு? "

"அகில உலகையும் வென்றவன் என்கிற புகழைப் பெறவேண்டும். "

"அந்தப் புகழைப் பெற்றுவிட்டாய் என வைத்துக்கொள். அதற்குப் பிறகு? "

"அதற்குப் பிறகு, அமைதியான வாழ்வில் மகிழ்ச்சியாக ஓய்வெடுக்கப் போகிறேன்." என்று மாவீரன் அலெக்சாந்தர் சொன்னவுடன் டயாஜீனஸ் சிரித்தார். பின் அருகிலிருந்த நாயைப்பார்த்து, "இந்தப் பைத்தியக்காரனைப் பார்த்தாயா! லட்சக்கணக்கான மக்களைக் கொன்றுகுவித்துச் சொத்துகளை நாசம் செய்து உலகத்தையே வென்ற பிறகு அமைதியாக ஓரிடத்தில் இருந்து ஓய்வெடுத்து மகிழ்ச்சியடையப்போகிறானாம். அதைத்தானே இப்போது நாம் செய்துகொண்டு இருக்கிறோம். "

" ஐயா நீங்கள் சொல்வது அர்த்தமுள்ளதாக இருக்கிறது. படையுடன் இந்தியாவை நோக்கிப் புறப்பட்டுவிட்டேன். இடையில் நிறுத்த முடியாது" என்றுசொல்லிவிட்டுப்புறப்பட்டவன் இந்தியாவை வென்றுதிரும்பும்போது வழியில் இறந்துபோனான் என்பதை நீ அறிந்திருக்கலாம். எந்த இறுதி நோக்கத்தை நோக்கிப் பயணிக்கிறோம் என்பதைத்தான் நாம் பார்க்க வேண்டும். இதை எழுதும்போது குருநானக் சொன்னது நினைவுக்கு வருகிறது.

" பிச்சைக்காரனும் கோடீஸ்வரனாகலாம்;

மனம் அமைதியாய் இருக்கும்போது " என்றார்.

ஹெலன்கெல்லர்

ஹெலன் கெல்லர்

அமைதி வீட்டுக்கும் நாட்டுக்கும் எந்த அளவு தேவை என்பதை ஒரு நிகழ்வால் நமக்குத் தெளிய வைக்கிறார், ஹெலன் கெல்லர். கண்ணா, உனக்குத் தெரியும் ஹெலனால்பார்க்க முடியாது;கேட்கமுடியாது. அவரிடம் ஒரு செல்வந்தர் வந்தார். " உங்களுக்கு ஒன்று தரப்படுகிறது என்றால் என்ன வேண்டும் எனக் கேட்பீர்கள் ?" எனக் கேட்டார். சுற்றிலும் உள்ளோர் அனைவரும் ' கண்பார்வை வேண்டும் அல்லது காது கேட்க வேண்டும் எனக் கேட்பார் என்று எதிர்பார்த்தனர். அதற்கவர் " இவ்வுலகம் போரின்றிச் சமாதானமாகி உலகோர் உள்ளங்களில் அமைதி நிலவ வேண்டும் என்றுதான் கேட்பேன் " என்றாராம். சுயநலத்தைவிடப் பொதுநலவாதிகளாய் வாழ்ந்ததனால்தான் இன்றும் அவரை ஒத்தவர்கள் வரலாற்றில் இடம் பிடித்து நிலையாய் நிற்கிறார்கள்.

வேலியிலே வெள்ளரிக்காய்

வேலிகளில் கேட்பாரற்றுக் காய்த்துத் தொங்கிய வெள்ளரிக்காய்களைப் பறித்துவர அரசன் தன் பரிவாரங்களுக்கு ஆணையிட்டான். அவ்வழியே சென்ற விழியில்லாத முதியவர் அதைக் கேட்டுச் சிரித்தார். அரசன் காரணம் கேட்டான். அவை கசக்கும் என அந்த முதியவர் சொன்னார். அவர் மொழியை அலட்சியப்படுத்திவிட்டு வீரர்களை அனுப்பிப் பறித்துவரச்செய்து கடித்துப்பார்த்தால் ஒரே கசப்பு.

உடனே அரசன், " நீ சாப்பிட்டதாகவும் தெரியவில்லை; உனக்குக் கண்களும் தெரியாது. பின் எப்படிக் கசக்குமெனச் சொன்னாய்?" என்று கேட்டான். அதற்கு முதியவர் பதிலுரைத்தார். " பலரும் நடந்து போகும் வழியில் வெள்ளரிக்காய் பறிக்கப்படாமல் இருந்தால் என்ன பொருள்? கசப்பாகத்தானே இருக்கவேண்டும் "என்றார். நல்ல முடிவு எடுக்க அமைதி மட்டுமல்ல தீர்க்கமான சிந்தனையும் தேவை என்பதைக் கண்ணா, நீ இப்போது உணர்ந்திருப்பாய் என நம்புகிறேன்.

குடிகார கிராண்டின் அமெரிக்க அதிபரானார்

1854-ல் அமெரிக்க இராணுவத் தளபதியாயிருந்தவர் கிராண்டின் என்பவர். குடிப்பழக்கத்தால் பொறுப்பிலிருந்து நீக்கப்பட்டுவிட்டார். அமைதியாக இருந்து தாம் செய்த தவறை உணர்ந்தார், திருந்தினார்,

மீண்டும் பணியில் சேர்ந்தார்; கடுமையாகவும் உண்மையாகவும் உழைத் தார். நல்ல வாய்ப்புக்காகக் காத்திருந்தார். டொனெல்சன் எனும் இடத்தில் நடந்த போரில் பெரும் பங்கு எடுத்துத் தம் போர்த் திறமை முழுதும் காண்பித்து வெற்றி பெற்றார். மெல்ல மெல்லப் பதவி உயர்வு கிடைத்தது. எல்லோரும் பாராட்டினார்கள். மீண்டும் தலைமைத் தளபதியானார். பின்னர் 1869-ல் அமெரிக்க அதிபராகி 8 ஆண்டுகள் ஆட்சிபுரிந்தார். தொடக்கத்தில் கிராண்டின் அதிபராவோம் என எண்ணியிருப்பாரா?

கண்ணா! உன் செயலுக்கு வருத்தம் தெரிவித்துவிட்டாய். எதிலும் அவசரப்படாதே! பொறுமையாக இருந்து நிதானமாகச் சிந்தனை செய்! அதுபோதும், உன் கடமையில் கருத்தாக இரு. செய்வன திருந்தச் செய். உண்மையும் நேர்மையும் அமைதியான உன் சிந்தனையில் எழட்டும். நாளை நீயும் சிங்கப்பூர் அதிபராகலாம்; அல்லது அமைச்சராகலாம்.

இப்படிக்கு
உன் நலம் விரும்பும்
தாத்தா.

39 நற்பண்புகள்

அன்புள்ள தாத்தா, வணக்கம்!

தங்கள் கடிதம் படித்தேன். தவறை உணர்ந்துவிட்டால் போதும் என்று நீங்கள் எழுதி இருந்தது எனக்கு ஆறுதலாக இருந்தது.

தாத்தா! இடையில் கடிதம் எழுதத் தாமதமாகிவிட்டது. தேர்வுக்கு என்னைத் தயார்ப்படுத்திக்கொண்டிருந்தேன்.

நண்பன் ஒருவன் காற்பந்து விளையாட்டின் சூதாட்டப் பந்தயத்தில் பணம் கட்டினான். அதில் ஆயிரம் வெள்ளி பரிசு கிடைத்திருக்கிறது. அதனால் தேர்வு முடிந்தவுடன் அந்த நண்பன் ஒரு விருந்துக்கு ஏற்பாடு செய்திருந்தான். விருந்தில் பன்றிக்கறி பரிமாறப்பட்டது. எனக்கு அதை உண்ண மனம் ஒப்பவில்லை. நானும் மலாய் நண்பனும் வேண்டாம் எனத் தவிர்த்துவிட்டோம்.

பன்றிக்கறிதான் சாப்பிட மறுக்கிறீர்கள்; இதையாவது சாப்பிடுங்கள் என பீர் வரவழைத்துவிட்டார்கள். எனக்குப் பழக்கம் இல்லை என்று மறுத்தும், விடாப்பிடியாகக் குடிக்க வைத்துவிட்டார்கள். ஒரு டின் மட்டும்தான். எல்லாரும் பயமுறுத்தியதுபோல் பெரிய மயக்கம் ஒன்றும் இல்லை. அதனால் பிரச்சினையும் இல்லை. இருந்தாலும் ஒருவகையான குற்ற மனப்பான்மையுடன் வீட்டுக்குச் சென்றேன். எங்கே பெற்றோர்கள் கவனித்துக் கேட்பார்களோ எனப் பயந்துகொண்டே, நேராக என் அறைக்குச் சென்று குப்புறப் படுத்துக்கொண்டேன்.

இப்படிக்கு, உங்கள் அன்புள்ள

கண்ணன்.

அன்புள்ள கண்ணா, நலமா!

சூதாட்டம் ஒரு குற்றச் செயல்

இப்போதெல்லாம் தவறுக்கு மேல் தவறு செய்கிறாய். நண்பன் விளையாடியது சூதாட்டம். அரசுக்குத் தெரியாமல் நடத்தப்படும் அச் சூதாட்டம் குற்றமாகக் கருதப்படும் என எண்ணுகிறேன். நண்பனிடம்

சொல்லி வை. ஒரு நேரம் போல் ஒரு நேரம் இருக்காது. ஏதாவது அரசு ஒற்றர்களுக்குத் தெரிந்துபிடிபட்டால் சூதாட்டத்திற்குக் கடும் தண்டனை கிடைக்கும்; அதன் தொடர்ச்சியாகப் படிப்பு கெடலாம்; சமுதாயத்தில் அவனுக்குள்ள நன்மதிப்புக்குக் களங்கம் ஏற்படலாம். இப்போது இந்தியாவில் கிரிக்கெட் சூதாட்டம் பெரிய செய்தியாக வந்துகொண்டிருக்கிறது.

மதுப்பழக்கம்

பன்றிக்கறி சாப்பிடாதது சரிதான். என்னைக்கேட்டால் அசைவத்தையே மொத்தத்தில் தவிர்ப்பது நல்லது, அல்லது குறைத்துக்கொள் என்பேன்.

பீர் எனும் மதுபானம் குடிப்பது தவறு என நீயே நினைத்ததால்தான் குற்றமனப்பான்மையுடன் அன்று இருந்தாய் என நீயே எழுதி இருக்கிறாய். ஏற்கனவே சொன்னதுபோல் ஒருமுறை இருமுறை குடித்து விடுவதால் அது ஒரு குறையில்லை. உன்னிடம் சுய கட்டுப்பாடு இருக்கும்வரை அதற்காக நீ பெரிதாக வருந்த வேண்டியதில்லை, . மதுவிற்கு அடிமையாகி விடக்கூடாது. அதை நீ செய்யமாட்டாய் எனப் பூரணமாக எனக்குத் தெரியும்.

பெற்றோரிடம் எதையும் மறைப்பது என்பது நற்பண்பு ஆகாது என்பதை நீ உணர வேண்டும். அம்மாவிடமோ அப்பாவிடமோ போய் உண்மையைச் சொல். இனிச் செய்யமாட்டேன் என உறுதிமொழி கொடு. அவர்கள் மன்னித்து ஏற்றுக்கொள்வார்கள். அப்படி நீ சொல்லிவிட்டால் உன் மீது உள்ள நம்பகத்தன்மை மிகும். என் மகன் என்னிடம் எதையும் மறைக்க மாட்டான் என நம்பி இருப்பார்கள். எப்படியாவது நீ மறைக்கும் செய்தி தெரியவந்தால், இதைப்போல் எத்தனைமுறை மறைத்திருப்பானோ என நினைக்கத் தொடங்கி விடுவார்கள். இது ஓர் உளவியல்தான்.

நான் சிறுவனாக இருந்தபோது திரைப்படம் பார்ப்பதே குற்றமாகக் கருதப்பட்டது. இப்போது வீட்டிலேயே முடங்கிக்கிடக்கும் பையனைப் பார்த்து 'ஒரு சினிமாவுக்காவது போய்விட்டு வாயேன்' எனப் பெற்றோர்கள் சொல்லும் அளவிற்குச் சமுதாயம் தள்ளப்பட்டுள்ளது. காலமாற்றத்திற் கேற்பத் 'தீய பழக்கம்' எனச் சொல்லும் செயல்களும் மாறுதலுக்குரியதா கின்றன. மொத்தத்தில் உலகம் பழித்ததை ஒழித்து, ஊரோடு ஒட்ட ஒழுகிவிட்டால் போதும்.

பிர்லாவின் முடிவு

கண்ணா, நீ அறிவாயோ என்னவோ, இந்தியாவில் பிர்லா என்பவர் மிகப்பெரிய செல்வர்களில் ஒருவர். அவர் தன் பெண்ணுக்கு மாப்பிள்ளை பார்த்துக்கொண்டிருந்தார். அந்த நேரத்தில் நரேந்திர தபாரியா எனும்

படித்த இளைஞன், வேலை தேடிப் பிர்லாவைப் பார்ப்பதற்கு வந்திருந்தான். அவனுடன் வரவேற்பு அறையில் பிர்லா பேசிக்கொண்டிருந்தார். அப்போது தபாரியா செய்தித்தாளைப் படித்தபின் அதற்குரிய இடத்தில் ஒழுங்காக மடித்துவைத்த பாங்கைக் கவனித்தார். பேசிக்கொண்டிருந்தபோது அவனுடைய நற்பண்புகளையும் அறிந்துகொண்டு வசதியைப் பார்க்காது, ஒரு சாதாரண பையனை ' இவனே என் மருமகன் ' எனப் பல எதிர்ப்புகளுக்கிடையே முடிவு செய்தார். 'ஒரு பானை சோற்றுக்கு ஒரு சோறு பதம்' என்பார்களே அதேபோல் அப்பையனிடம் கண்ட நல்லொழுக்கம்தான் பிர்லாவை ஈர்த்திருக்கிறது என நீ நன்கு அறிந்துகொள்ள வேண்டும்.

இராபர்ட் பாடம் புகட்டினார்

ஒருமுறை அமெரிக்க இராணுவத் தளபதி இராபர்ட் என்பவர், படை வீரர்கள், அதிகாரிகள் சகிதம் தொடர்வண்டியில் பயணம் செய்து கொண்டிருந்தார். ஒரு நிறுத்தத்தில் ஒரு ஏழைப் பெண் வண்டியில் ஏறி இடம் இல்லாததால் நின்றுகொண்டே வந்தார். இதைக் கவனித்த இராபர்ட் எழுந்து அப்பெண்ணுக்கு உட்கார இடம் கொடுத்துவிட்டு நின்று கொண்டார். இதைக் கண்ணுற்ற உடன் வந்தவர்கள் எழுந்து 'நான் முந்தி நீ முந்தி' எனத் தளபதிக்கு இடம் கொடுக்க முன்வந்தார்கள். அப்போது அவர்களைப் பார்த்து " ஒரு ஏழைப் பெண்ணுக்கு இடம் கொடுக்க முன்வராத நீங்கள் எனக்கு இடம்கொடுக்க முன் வருகிறீர்கள். உங்களிடம் இரக்கம் காட்டும் நற்பண்பு இனி வரவேண்டும் என்பதற்காகவே நான் வேறு இடம் காலியாகும் வரை நின்றுகொண்டே வருகிறேன் " என்று சொல்லிச் செயல்பட்ட அமெரிக்காவின் உயர் அதிகாரியான இராணுவத் தளபதியைப் பார்த்து நாம் பாடம் கற்றுக்கொள்ளவேண்டும்.

நபிகள் பூனையிடம் காட்டிய பரிவு

நற்பண்பு என்பது மனிதர்களிடம் மனிதன் காட்டும் இரக்கம் மட்டுமல்ல, அஃறிணையிடம்கூட அதே பண்பைக் கடைப்பிடிக்க வேண்டும். இதற்கு ஓர் எடுத்துக்காட்டாக ஒரு நிகழ்வை உனக்கு எழுதுகிறேன் கேள்! நபிகள் நாயகம் அமர்ந்து எழுதிக்கொண்டிருந்தார். அவருடைய நீளமான அங்கியின் ஒரு பகுதி தரையில் கிடந்தது. அதன்மீது ஒரு பூனை உறங்கிக் கொண்டிருந்தது. தொழும் நேரம் வந்தது. உடையை இழுத்தால் பூனையின் தூக்கம் கெடும். அதனால் சகோதரியை அழைத்து ஒரு கத்தரிக்கோலை எடுத்துவரச் செய்து, பூனை படுத்துறங்கிய பகுதியைக் கத்தரித்துவிட்டு எழுந்து தொழச் சென்றார். இதிலிருந்து பிற உயிரினங்களுக்குக்கூடத் தொந்தரவு செய்யாமையும் ஒரு நல்லொழுக்கம் என்பதை உணர்வாய்.

விவேகானந்தர் துறவியாகத் தாயார் அனுமதித்தார்

விவேகானந்தர் கத்தியை ஒருவரிடம் கொடுக்கும்போது வழக்கத்திற்கு மாறாக இம்முறை கூர் பகுதியைப் பிடித்துக்கொண்டு பிடியுள்ள பகுதியை நீட்டியிருக்கிறார். மற்றவர்களுக்கு ஒரு சிறு இன்னல்கூடக் கொடுத்துவிடக் கூடாது என்கிற நற்பண்பிலே விவேகானந்தருக்கு அன்று கவனம் திரும்பியதைத் தாயார் கவனித்துவிட்டார். அந்த நற்பண்பு அவரிடம் எப்போது வந்ததோ அப்போதுதான், விவேகானந்தரின் நீண்ட நாளைய வேண்டுகோளான 'துறவியாவதற்கு' தாயார் அனுமதித்ததாகச் சொல்வார்கள்.

விவேகானந்தர்

மன்னர்முன் தொப்பியைக் கழற்றவில்லை

இங்கிலாந்து நாட்டில் அரசாட்சி செய்துகொண்டிருந்த இரண்டாவது சார்லஸை ஒருமுறை டாக்டர் புஸ்பி என்பவர் தமது கல்வி நிலையத்தைச் சுற்றிக் காண்பிக்க அழைத்திருந்தார். அந்நாட்டுப் பழக்கம் அரசர் முன்னிலையில் யாரும் தொப்பி அணியமாட்டார்கள். அப்படி அணிவது மரியாதை குறைவான செயலாகக் கருதப்பட்டது. யாரேனும் அணிந்திருந்தால் கழற்றிவிடுவார்கள். அரசரை வரவழைத்துப் பள்ளியைச் சுற்றிக் காண்பித்தார். அப்போது தன் தொப்பியை அணிந்தே இருந்தார். பின்னர் வழியனுப்பும்போது, டாக்டர், அரசரிடம் தொப்பியைக் கழற்றாததற்கு மன்னிப்புக் கேட்டுக்கொண்டார். அதற்கான காரணத்தையும் விளக்கினார்.

"நான் ஏன் தொப்பியை எடுக்கவில்லையென்றால், இந்த உலகத்தில் என்னைவிட உயர்ந்தவர்கள் யாரும் இல்லை என்று என் மாணவர்கள் எண்ணவேண்டும். அப்போதுதான் நான் சொல்லிக்கொடுக்கும் நல்லொழுக்கத்தைப் பின்பற்றுவார்கள்" என்றார். அதைக் கேட்ட அரசரும் சிரித்துக்கொண்டே தலையை அசைத்தவாறு விடைபெற்றார். பார்த்தாயா கண்ணா, நல்லொழுக்கத்தை மாணவர்களிடம் ஏற்படுத்துவதற்காக எப்படியெல்லாம் நாடகமாட வேண்டி இருக்கிறது.

அன்னை தெரசா

தெரசா கையில் காரி உமிழ்ந்தார்

மனித நேயமும் நற்பண்புகளும் இல்லாதவர்களைக் குறிப்பிடும்போது, ஒன்று நினைவுக்கு வருகிறது. கல்கத்தா நகரின் வீதியில்

ஏழைகளுக்காகவும் நோயாளிகளுக்காகவும் அன்னை தெரசா கையேந்தி நிதி வேண்டினார். எரிச்சலடைந்த ஒருவன் ஏந்திய கையில் காரி உமிழ்ந்தான். அன்னையோ கொஞ்சம்கூடக் கோபமும் சஞ்சலமும் இன்றி, "அய்யா எனக்குத் தரவேண்டியதைத் தந்துவிட்டீர்கள். நன்றி! ஆனால் ஆதரவற்ற ஏழைகளுக்கும் முதியோர்களுக்கும் தரவேண்டியதை இன்னும் தரவில்லையே " என்று கேட்டதாகப் படித்திருக்கிறேன்.

ஊர் வாயை மூடப் பாட்டியின் உருவக நிகழ்ச்சி

நற்பண்புகள் காப்பாற்றப்படவேண்டும் என்பதிலே கிராம மக்கள் மிகவும் கவனமாக இருப்பார்கள். குறிப்பாகப் பெண்டிர் கற்புநெறியைக் காப்பதில் மிகவும் முன்யோசனையுடன் நடந்துகொள்வார்கள். கவரிமான் எனும் ஓர் இனம் வாழ்ந்திருக்க வேண்டும் என்பதை நமக்கு நினைவூட்டுபவர்களே அந்த முன்னோடிகள்தாம்.

ஒரு கிராமியக் காட்சி! வாலிபன் ஒருவன் விபத்தில் மரணமுறுகிறான். வீட்டின் முகப்பில் பறையொலி. கிராமமே திரண்டுவிட்டது. அகால மரணத்தால் சோகத்தை வெளிப்படுத்தும் விண்முட்டும் அழுகுரல்கள். இடையில் ஒரு மூதாட்டி ஒரு செம்பு நீருடன் வெளியே வருகிறாள். பறையொலியும் அழுகுரலும் நிற்கின்றன. நீர் நிறைந்த செம்பை ஓர் உயரமான இடத்தில் எல்லோர் பார்வையிலும் படும்படியாக வைக்கிறாள். 1,2,3 எனப் பூக்களை ஒவ்வொன்றாக எண்ணி அந்தச் சொம்புக்குள் போடுகிறாள். பிறகு போட்ட பூக்களை எடுத்துவிட்டுச் சொம்பைக் கவிழ்க்கிறாள். தொடர்ந்து மவுனமாக இல்லத்திற்குள் சென்றுவிடுகிறாள்.

கண்ணுற்றவர்கள் உச்சுகொட்டிப் பரிதாபப்படுகின்றனர். அதன் உள்ளர்த்தம் புரியாத அயலூரார் உள்ளூர்க்காரரிடம் விவரம் கேட்கிறார். அதற்குக் கிடைத்த பதில் இதுதான்.

"செம்பு என்பது இறந்தவனுடைய மனைவியின் கர்ப்பப்பை. கருவுற்றிருக்கிறாள் என்பதை நீர் நிறைத்துக் காண்பிக்கிறார்கள். 3 பூக்கள் என்பது அவள் மூன்றுமாத கர்ப்பிணியாகி உள்ளாள். இப்படியாகக் கிழவி பொது மக்களுக்குச் சொல்லாமற் சொல்லிச் செல்கிறாள். "

இதிலிருந்து கண்ணா, நீ தெரிந்துகொள்ள வேண்டியவை:

சமூகப் பழியிலிருந்து ஒரு பெண்ணின் கற்புக் காப்பாற்றப்படுகிறது.

அவ்வூர் மக்கள் வாயைப் பிரச்சினை வருமுன் மூடுகிறார்கள்.

இப்படித்தான் நம் சிற்றூர்கள் நற்பண்புகளைக் காக்கும் கருவூலங்களாகத் திகழ்கின்றன.

கண்ணா, அப்படிச் செய்யாவிட்டால் என்ன நடக்கும் என்று சிந்தித்துப்

பார். பேறுகாலம் முடிந்தவுடன் மாதக் கணக்கைக் கணக்கிடாமல் வெறும் வாயைமெல்லும்பண்பில்லாதவர்கள் "ஒழுக்கங்கெட்டவள், புண்ணியவான் போய்விட்டான். கொழுப்பெடுத்தவள் யாருக்கோ கருவுற்று இன்று பிள்ளையைப் பெற்றெடுத்துள்ளாள். " என்பார்கள்.

அதனால்தான் ஒழுக்கம் உயிரைவிடப் பெரிதாகப் போற்றப்படுகிறது. ஒருவனுக்குச் செல்வத்தை இழந்தால் அது ஒரு இழப்பாகக் கருதப்படாது; உடல் நலம் பாதிக்கப்பட்டால் சிறிய அளவுதான் பாதிப்பு; ஆனால் ஒருவன் நற்பண்புகளை இழந்தால் எல்லாவற்றையுமே இழந்தவனாகக் கருதப்படுவான் எனும் ஆங்கிலச் சொற்றொடர்கள் உன் நினைவுக்கு வரும் என நினைக்கிறேன்.

இப்படிக்கு

உன் நலம் விரும்பும்

தாத்தா.

40. மொழிப் பற்று

அன்புள்ள தாத்தா, வணக்கம்!

உங்கள் கடிதத்தைப் படித்த பின்பு நான் அப்பா அம்மாவிடம் பீர் குடித்ததைச் சொல்லிவிட்டேன். அவர்களும் நீங்கள் சொன்னபடி மன்னித்துவிட்டார்கள். இனி எதுசெய்தாலும் தங்களிடம் பகிர்ந்துகொள்ளும் படி அறிவுறுத்தினார்கள். எதைச் செய்யும்போதும் முன்கூட்டியே எங்களிடம் கலந்துகொண்டு விவாதித்தால் அதில் உள்ள நன்மை தீமைகளை எடுத்துச் சொல்ல முடியும் எனவும் சொன்னார்கள்.

எங்கள் கல்லூரியில் 'மொழிப்பற்று' எனும் தலைப்பில் ஒரு கட்டுரைப் போட்டி வைத்தார்கள். தாங்கள் ஏற்கனவே எழுதியிருந்த சில கடிதங்களில் படித்த செய்திகளைக் கொண்டு கட்டுரையொன்றை எழுதிக்கொடுத்தேன். எதிர்பார்த்திருந்த பரிசு ஏதும் எனக்குத் தரப்படவில்லை. எங்கள் தமிழாசிரியரிடம் காரணம் கேட்டேன். அதற்கு "நீ எழுதிய கட்டுரை நன்றாக இருந்தது. பெரும்பாலும் நாட்டுப்பற்றை வலியுறுத்துவதாக இருந்ததனால்தான் தரப்படவில்லை என்று சொன்ன பின்புதான் நான் செய்த தவற்றை உணர்ந்தேன்.

தாத்தா! தமிழ் நாட்டைவிடச் சிங்கப்பூரில்தான் புலம் பெயர்ந்த தமிழர்கள் மொழிப்பற்று மிகுந்தவர்களாக இருக்கிறார்கள் என்பது உண்மையா. இங்கே ஒலி 96.8-ல் கொடுக்கப்படும் தலைப்புகள் ஆங்கில சமஸ்கிருதத் தலைப்புகளாக இருக்கின்றன என மாணவர்களாகிய நாங்கள் பேசிக்கொள்வோம். ஆசிரியரிடம்கூடச் சொல்லி விவாதித்திருக்கிறோம். வானொலிக்கு உங்கள் உணர்வுகளைக் கடிதம் மூலமாகத் தெரிவிக்கலாம் என்றார். நாங்களும் அவ்வாறு செய்தோம். அதற்கு "அடுத்த ஆண்டுத் தொடக்கத்தில் தங்கள் உணர்வை எங்கள் விவாதத்தில் வைப்போம். நல்லது நடக்கும்" என வானொலி நிர்வாகத்திடமிருந்து எங்களுக்குப் பதில் வந்தது. கடிதத்தை வகுப்பில் படித்துக்காண்பித்து ஆசிரியர் எங்களின் மொழிப்பற்றைப் பாராட்டினார்.

இப்படிக்கு தங்கள் அன்புள்ள

கண்ணன்.

புதுமைத்தேனீ மா.அன்பழகன்

அன்புள்ள கண்ணா, நலமா!

மொழிப்பற்றுக்கும் நாட்டுப்பற்றுக்கும் உள்ள வேறுபாடு தெரியாமல் நீ கட்டுரை எழுதியதை அறிந்து வருந்துகிறேன். உங்கள் சிங்கப்பூரின் வானொலி தமிழக வானொலிகளைவிட எவ்வளவோ மேல். கேட்டால் வணிக நோக்கத்தில் செய்து வருவாயை ஈட்டுகிறோம் என்கிறார்கள். தமிழ் முரசும்கூட அப்படித்தான் செயல்படுகிறார்கள் என்பதை அங்கிருந்த போது அறிந்து உணர்ந்தேன். இருந்தாலும் தமிழக ஊடகங்களை விட நல்ல தமிழை அங்குக் கேட்க முடிகிறது; படிக்க முடிகிறது.

மொழிக்கு ஒரு தலைமகன்

உலகில் 5800 மொழிகள் உள்ளன. ஒவ்வொரு மொழியும் தன்னை அழியாப்புகழில் ஏற்றும் மகா காவியத்தைப் படைக்கும் ஒரு தலை மகனுக்காகக் காத்திருக்கிறது. அதுவரை அது தன்னை ஒரு மலடியாகவே கருதுகிறது. அப்படிப்பட்ட ஒரு காவியம் பிறந்த பிறகு தாய்மையில் பூரிக்கிறது; இனித் தனக்கு அழிவில்லை என இறுமாந்துகொள்கிறது. அக்காப்பியம்தான் அம்மொழிக்கும், மொழிபேசும் மக்களுக்கும் அந்த நாட்டையே உரிமையாக்கும் சாசனமாக அன்றுமுதல் மாறுகிறது.

ஒவ்வொரு மொழிக்கும் ஒரு தலை மகன் பிறக்கிறான்.

ஹீப்ரு மொழிக்கு ஒரு மோசஸ்

கிரேக்க மொழிக்கு ஒரு தாந்தே

ஆங்கில மொழிக்கு ஒரு மில்டன்

வடமொழிக்கு ஒரு வால்மீகி என்பார்கள்.

ஆனால் கண்ணா, நம் தாய்மொழியாகிய தமிழ்மொழிக்கு எந்தத் தலை மகனைச் சொல்வது? மேலே சொன்னவர்கள் பிறக்கும் முன்பே பிறந்த தொல்காப்பியரைச் சொல்வதா? அடுத்துப்பிறந்து உலகப்பொதுமறையைத் தந்த வள்ளுவனைச் சொல்வதா? இளங்கோவடிகளையா, கம்பனையா? யாரைச் சொல்வது? அவ்வளவு இலக்கண இலக்கியங்கள் எனப் பல சிறப்புகளைக்கொண்டது தமிழ்.

சொத்தை இழந்தார்; சொர்க்கத்தை அடைந்தார்

கண்ணா! மில்டனைப் பற்றி எழுதினேனே, அவர் வரலாறு என்ன தெரியுமா? அவருடைய வாழ்வின் தொடக்கத்தில் தந்தையாருடைய சொத்துகளின் பெரும் பகுதி தீக்கிரையாயின. வருமானம் தந்துகொண்டிருந்த மீதிச் சொத்துகளை அரசு பறிமுதல் செய்துகொண்டது. அதன் பிறகு மில்டனுக்கு கீல்வாத நோய் வந்தது. பின்னர்க் கண் பார்வையை இழந்தார். இப்படியாக எல்லாவற்றையும் இழந்தாலும் நம்பிக்கையை மட்டும்

இழக்கவில்லை. "இழந்த சொர்க்கம்" எனும் இலக்கியத்தைப் படைத்து உலகப் புகழ் பெற்றார். அந்த மில்டன்தான் ஆங்கிலமொழிக்குத் தலைமக னானார்.

சிங்கையில் தமிழ்

உங்கள் சிங்கப்பூர் நாடாளுமன்றத்தில், தெள்ளப்பா இராமசாமி, பி. கோவிந்தசாமி, திருமதி தேவன் நாயர் போன்றோர் தமிழில் உரையாற்றியதாக அறிகிறேன். 1981ஆம் ஆண்டு எம்.கே. ஏ. ஜபார் என்னும் உறுப்பினர்தான் முதன்முதலில் திருக்குறளைச் சொல்லித் தமிழில் உரையாற்றி நாடாளுமன்றத்தில் ஒரு வரலாற்றைப் படைத்தார்.

இருள்நீங்க விளக்கொளி வேண்டும் - தமிழர்
இருக்கின்ற வீட்டுக்கோர் திருக்குறள் வேண்டும் என உங்களூர்க் கவிஞர் சிங்கை முகிலன் எழுதிச் சிங்கைவாழ் தமிழ்மொழிக்கு மகுடம் சூட்டினார். அதே முகிலன் 1950களில் தமிழ் மொழியின் அபூர்வ இலக்கியமான திருக்குறளை யானை மீது வைத்து ஊர்வலம் நடத்தி மொழியின் மேன்மையை அந்நாட்டு மக்களை அறியவைத்தார். 1965 ஜூலைத் திங்களில் அறிஞர் அண்ணா சிங்கை வந்தபோது, ஷண்டன் வேயில் கடலைப் பார்த்தபடி ஒரு திருவள்ளுவர் சிலையை நிறுவ 1001 வெள்ளியை ஒரு தொடக்க நிதியாகக் கொடுத்துப் பணியைத் தொடர வேண்டினார்.

ஒரே கருத்தில் அண்ணாவும் நானும்

நான்கூட ஒரு கவிதை 1985ல் எழுதினேன். எழுதிப் பல ஆண்டுகள் கழித்து எங்கேயோ படிக்கும்போது பேரறிஞர் அண்ணா அவர்கள் கூறிய கருத்தும் என் கருத்தும் அடிப்படையில் ஒன்றாக இருந்தது. எனக்கு வியப் பாகவும் மகிழ்ச்சியாகவும் இருந்தன.

"தமிழும்கூடச் செய்துவிட்ட தவறு ஒன்று உண்டென்றால் அது தமிழ னுக்குத் தாய்மொழியாய் வாய்த்ததே " என்றார் அண்ணா. நான் இப்படி எழுதியிருந்தேன்,

" அடமட தமிழச்சி!
அறிவிருக்கிறதா உனக்கு?
நீ பெறும் பிள்ளை
நீள்பெயர் பெற்றுவாழ
நீ நினைக்கவில்லையோ!
குறுநில மன்னன்
தமிழனைக் கட்டிக்கொண்டு
தமிழர்களாய்ப் பெற்றெடுத்தாய்

அதனால்தான்
உன் பிள்ளை
ஒருவன்கூட
உலக அரங்கில்
உயர்ந்து நிற்கவில்லை. "

- என்று ஒரு முன்னுரையாகக் கொடுத்துவிட்டு வள்ளுவனை ஒரு வெள்ளையனுக்குப் பெற்றிருந்தால் விவிலியத்தைவிடப் பெரிதாகப் போற்றப்பட்டிருக்குமே! மடத் தமிழச்சியே! நீ ஒரு அமெரிக்கனுக்கு வாழ்க்கைப்பட்டு சிவாஜி கணேசனைப் பெற்றிருந்தால் உலகிலேயே பெரிய நடிகன் என ஆஸ்கார் பரிசுகளை அள்ளி அள்ளி வீசியிருப்பார்களே! தொடர்ந்து அண்ணா, பெரியார் என என் ஆதங்கத்தை வெளிப்படுத்தி யிருந்தேன். இவர்கள் தமிழ் மொழியைப் பயன் படுத்தியதால்தான் கவனிக்கப்படவில்லையோ? தகுதியிருந்தும் உலக அங்கீகாரம் தரப்பட வில்லையே என்கிற என் குறை நியாயமானது எனக் கண்ணா, நீ நம்புவாய் என நான் நம்புகிறேன்.

விண்ஸ்கிரீன் விண்ஷீல்டு

நமது தமிழர்கள்தான் தாய்மொழிமீது மிகுதியான பற்றாளர்கள் என நினைக்கிறோம். அது ஓரளவு உண்மையாகக்கூட இருக்கலாம். இருந்தாலும் பிரஞ்சு மொழியில் ஆங்கில மொழி கலந்து பேசினால் அவ்வரசு தண்டனை கொடுத்ததாகச் சொல்வார்கள்.

ஒருமுறை ஒரு அமெரிக்கனும் ஒரு ஆங்கிலேயனும் காரில் பயணம் செய்துகொண்டிருந்தார்கள். மழை பெய்யத் தொடங்கியது. ஓட்டிவந்த ஆங்கிலேயன் அமெரிக்கனைப்பார்த்து, "விண்ஸ்ஷீல்டைத் துடையுங்கள்" என்றான். "என்ன அது ? (காரின் முன் கண்ணாடியைக் காண்பித்து) இதுவா? இதன் பெயர் விண்ஸ்ஷீல்டு அல்ல; விண்ஸ்கிரீன்! " என்றான் அந்த அமெரிக்கன்.

"இல்லை விண்ஸ்ஷீல்டுதான் "

"இல்லை விண்ஸ்கிரீன்தான் "

'இல்லை....இல்லை... ' இப்படியாக நீயா நானா போட்டி நடந்தது,

"நாங்கள்தான் இந்தக் காரை உருவாக்கியவர்கள். ஆகவே நான் சொல்வதே சரி " என்று அமெரிக்கன் சொல்ல, நீ பேசும் அந்த மொழியைக் கண்டுபிடித்தவர்களே நாங்கள்தான். ஆகவே நான் சொல்வதுதான் சரி " என இறுதியில் ஆங்கிலேயன் சொல்லி முடித்ததாக ஒரு தகவல். இதை உனக்கு எழுதிக்கொண்டு வரும்போது ஒரு சிரிப்புச் சிந்தனை எனக்குள் கற்பனையாக எழுகிறது. அந்த மகிழுந்துக்குள் ஒரு தமிழன் இருந்திருந்தால்

“விண்ஸ்ஷீல்டும் அல்ல; விண்ஸ்கிரீனும் அல்ல; அது விண்தடுப்பான். ‘செவ்வாய்’ என அந்தக் கிரகத்திற்குப் பெயரிட்டான் எங்கள் முப்பாட்டன். இப்போது அது சிவந்த மண்ணாக இருக்கிறது என்கிறார்கள் அதைப்போல் எங்கள் தொல்காப்பியத்தில் அன்றே மறைமுகமாக விண்தடுப்பானும் சொல்லப்பட்டிருக்கிறது “ என்று நகைச்சுவைக்காக ஒரு பொய்யைச் சொல்லியிருப்பான்.

மூலமும் போலியும்

தமிழ்ப் பண்பாட்டுக் கதையான சிலப்பதிகாரத்தில் வடமொழிச் சொல்லான மாதவியைச் செருகிவிட்டனர் என்பர் சிலர். அதேபோல் பல வார்த்தைகள் தமிழ்ச் சொல்போல் அரிசிக்குள் கல்லாய்க் கலந்து கிடக்கின்றன. நாம் எழுதும்போதோ, பேசும்போதோ பிறமொழிக் கலப் பின்றிப் பேசுவதற்கு முடியாமல் பலநேரங்களில் திணறுகிறோம். அதற் குரிய சரியான தமிழ்ச் சொல்லைத் தேடும் முயற்சியில் ஈடுபடும்போது மொழியின் நடையோட்டம் தடைப்படுவதையும் உணரமுடிகிறது.

சில இடங்களில் குறிப்பிட்ட அந்தப் பிறமொழிச் சொல்லைப் பயன்படுத் தினால்தான் அந்த இடத்தில் நினைக்கும் கருத்தை எதிரார் மனத்தில் பதிய வைக்கமுடியுமோ என்கிற ஐயம் நம்மைப் போன்ற மொழிப் பற்றாளர்க ளுக்கே வந்துவிடுகிறது. அந்தப் பயன்பாட்டில்தான் சுவையும் அழகும் இருக்கின்றன என எண்ணும் அளவுக்குப் பிறமொழித் தாக்கம் நமக்குள் நுழைந்து கலந்துவிட்டது.

அதனால்தான் கோவை இளஞ்சேரனார் தம் ஆய்வு நூலில் குறிப்பி டுகிறார்; மொழித் திரிபுகள் மூலத்தை ஓரங்கட்டிவிட்டுப் போலி அரசாளு வதைக் கண்டு மனம் வேதனையடைகிறது என்கிறார். எடுத்துக்காட்டாக,

“ கலயம் - வீட்டிலுள்ளது / கலசம் கோவிலின் உச்சியிலுள்ளது
கலயம் - தாழ்ந்தது / கலசம் - உயர்ந்தது
கலயம் - உண்மையான தமிழ்ச்சொல் / கலசம் - போலியான சொல்
ஆகப் போலியானது தெய்வீக நிலைபெற்று உயர்ந்துவிட்டது; உண்மை வீட்டுக்குள் ஒளிந்துகொண்டு வாழவேண்டியதாயிற்று. “ என்கிறார்.

கண்ணா! பார்த்தாயா? தன் தாய்மொழி என்றவுடன் விட்டுக்கொடுக்க முடியவில்லை. ஒரு விவாதம் என வந்துவிட்டால் இது ஒரு சுயநலப் போக்குடைய கருத்து என்பதுபோல் தோன்றும். ஆனால் தன் நாடு, தன் ஊர், தன் குடும்பம் என்பதிலேதான் பொதுநலமும் அடங்கியிருக்கிறது என்பதை ஆராய்ந்தால் அறிந்துகொள்ளலாம்.

இப்படிக்கு, உன் நலம் விரும்பும்

தாத்தா.

41. பெரும்புள்ளி

அன்புள்ள தாத்தா, வணக்கம்!

தங்கள் கடிதத்தைப் படித்தவுடன் நான் மேல்நிலைப் பள்ளியில் படித்துக்கொண்டிருந்த நினைவு வந்தது. அந்த நாட்களில் கூடைப் பந்து விளையாடிக்கொண்டிருந்த போது இரண்டு நண்பர்களுக் கிடையில், நான் பெரியவனா நீ பெரியவனா என்கிற 'ஈ-கோ' எழலாயிற்று. சண்டை பெரிதாகி அடிதடியில் தொடங்கி ஒருவனது உயிருக்கு ஏதேனும் ஆகிவிடுமோ என்கிற பயம் வந்துவிட்டது. பின்னர் மருத்துவமனைக்குப் போய்ப் பிழைத்துவிட்டான். இச்செய்தி மறுநாள் சிங்கப்பூர் நாளிதழ்களில் வெளியானது. அதைப்போல் தான் அமெரிக்கனும் இங்கிலாந்துக்காரனும் மோதிக்கொண்ட செய்தி, கொள்கைப் பிடிப்பாளர்களின் விடாக்கொண்டன்; கொடாக்கண்டன் கதை போலச் சுவையாக இருந்தது.

மூன்றாமவர் பார்வையில் எது சரி எனத் தீர்மானிக்கப்படவேண்டுமே தவிரத் தற்பெருமை, அகந்தையில் ஒன்றைத் தாங்களே தீர்மானித்துக் கொள்வது சரியில்லை. அதனால்தானே நீதிமன்றம், நடுவர் மன்றம், பட்டிமன்றம், விளையாட்டு இவற்றில் நடுவர்களை வைத்து முடிவை எடுக்கிறோம்.

தாத்தா! நேற்றைய முன் தினம் ஞாயிற்றுக்கிழமை எங்கள் வீட்டுக்குள் அப்பா அம்மாவுக்கிடையே நீயா நானா போட்டி எழுந்தது. ஒருவரை யொருவர் விட்டுக்கொடுக்காமல் பேசியதால் சண்டை பெரிதாகிக்கொண்டு போனது. செய்தி என்னவென்றால் அம்மாவுக்கு ஒரு நல்ல வேலை கிடைத்திருப்பதால் வீட்டுவேலைக்குப்பணிப்பெண் ஒருத்தியை அமர்த்துவது என முடிவாகியது.

பணிப்பெண்களைத் தருவிக்கும் எங்கள் முகவரிடம் போகுமுன் எந்த நாட்டைச் சேர்ந்தவளை எடுப்பது என்பதிலேதான் பிரச்சினை தொடங்கியது.

"மியன்மார் பெண்களுக்கு ஆங்கில மொழி பேச அவ்வளவாக வராது; புத்திசாலித்தனமாக இருக்கமாட்டார்கள். ஆனால் வியட்நாம் நாட்டவர்களிடம் இந்தக் குறைகளைப் பார்க்க முடியாது. அதனால்

வியட்நாம் நாட்டவளைத்தான் எடுக்க வேண்டும் " என அப்பா சொல்கிறார். எனக்கும் அது நியாயமாகத் தோன்றியது.

"நீங்கள் சொல்வதை நானும் ஏற்றுக்கொள்கிறேன். நாம் மூவரும் பகலில் வெளியேறிவிடுவோம்; புத்திசாலியானவளை வீட்டில் வைத்துவிட்டுச் சென்றால் என்னவாகும். அடுத்த வீட்டில் ஒரு வியட்நாம் நாட்டுப் பணிப் பெண் வேலை செய்தாள். ஒரு பங்களாதேஷ்காரனைப் பகலில் வீட்டுக்குப் பலநாள் வரவழைத்துக்கொண்டே இருந்தது ஒரு நாள் கண்டுபிடிக்கப் பட்டது. அதைப்போல் நம் வீட்டிலும் நடந்தால் என்னாவது? அவள் எது செய்தாலும் பரவாயில்லை என்றுகூட நாமிருக்கலாம். ஆனால் நாளை விலையுயர்ந்த பொருள் ஏதேனும் காணாமல் போனால் என்ன செய்வீர்கள்? அவள் மடைச்சியாக, மக்காக இருந்து மொழி தெரியாவிட்டாலும் பரவாயில்லை. நான் சைகைமொழியிலாவது பேசிச் சமாளித்துக்கொள்வேன். அதனால் மியன்மாரே தேவலாம் " என அம்மா சொன்னதும் இன்னொரு வகையில் சரியாகத்தான் இருந்தது.

இவர்களுக்கு நான் பஞ்சாயத்துச் செய்தேன். அப்பாவைப் பார்த்து, "அம்மாதானே பணிப்பெண் விவகாரத்தைக் கவனித்து வேலை வாங்கப் போகிறார். அவரே முடிவு செய்துகொள்ளட்டும் " எனத் தீர்ப்பளித்துப் பிரச்சினையைத் தீர்த்து வைத்தேன்.

இப்படிக்கு, உங்கள் அன்புள்ள

கண்ணன்.

அன்புள்ள கண்ணா, நலமா!

உன் பெற்றோர்களுக்கிடையே எழுந்த பணிப்பெண் பிரச்சினையை நீ தீர்த்து வைத்ததுதான் சரி. உனக்கு என் பாராட்டுகள்!

பெற்றோர் பிளவால் பிள்ளை பாதிப்பு

பல இல்லங்களில் அப்பா அம்மாக்களின் உண்மையான கருத்து வேறுபாடுகளினால் குடும்பமே பிளவுபட்டு நிற்பதை அறிவேன். இனிமேல் வாழப்போகும் பிள்ளைகள் முன் மனப்பிளவுகளைக் காட்டிக் கொண்டு வெவ்வேறு திசையில் பலர் போகிறார்கள். அதனால் நிறையப் பிள்ளைகள் பாதிக்கப்படுகின்றனர். பிள்ளைகள் நலனில் அக்கறை கொண் டவர்கள் அவ்வாறு செய்யக்கூடாது என்பதை அறியாத 'புத்திசாலிகள்' நம்மில் பலர் உள்ளனர்.

தான் எனும் அகந்தை

மாணவர்களுக்குள் நீ எழுதியதைப்போல் சில இடங்களில் சண்டை ஏற்பட்டுக் கொலையில் போய் முடிந்திருக்கிறது. இளம் பருவத்திலேயே

அந்த வன்மம் வராமல் பார்த்துக்கொள்ள வேண்டும். அதற்கு அடிப்படையான காரணம் அன்பு இன்மையும், 'தான்' எனும் அகந்தையும்தான். தன்னைவிடப் பெரியவன் யாரும் இல்லை என்கிற எண்ணம் எப்போது தன்னுள் எழுகிறதோ அங்கேதான் முரணான போக்குத் தலைப்படுகிறது.

ஒருவன் பெரியவனாக இருக்கலாம். இன்னொருவன் அவனைவிடப் பெரியவனாக ஆற்றல் மிக்கவனாக உதயமாகி விட்டால் முன்னவன் சிறியவனாகி விடுகிறான் அல்லவா? இதை ஒப்புக்கொள்வதில் என்ன சங்கடம் எனத் தெரியவில்லை.

சொர்க்கத்தில் பாதிரியார்

புகழ்பெற்ற பாதிரியார் ஒருவர் சொர்க்கலோகத்தின் வாசலைப்போய்த் தட்டினார். மிகப்பெரிய கதவு, மிகப்பெரிய சாளரம். கதவிடுக்கின் வழியே கண்ணைப்பதித்து, குரல் கொடுத்தார். உள்ளிருந்து ஓர் ஈனக்குரல் "யார்! எங்கிருந்து வருகிறாய்! " என்று கேட்டது.

"நான் பூமியிலிருந்து வருகிறேன் "

"எந்தப் பூமியிலிருந்து வருகிறாய் "

"சூரியனைச் சுற்றிப்பூமி, சந்திரன், செவ்வாய் என்றெல்லாம் சுற்றுகிறதே அந்தப் பூமியிலிருந்து "

"எந்தச் சூரியன்? எத்தனையோ சூரியன்கள், எத்தனையோ உலகம் இருக்கின்றன."

என்று குரல் வந்தபின் பாதிரியார் உணர்ந்தாராம், 'பிரபஞ்சம் எவ்வளவு பெரியது. அதில் பூமியே ஒரு புள்ளிதான். அந்தப் பூமியில் ஒரு நாட்டில், ஒரு குறிப்பிட்ட பகுதியில் என்னைப்போய் 'பெரும் புள்ளி' என்றார்களே என்று எண்ணி வெட்கித் தலைகுனிந்ததாக ஒரு கற்பனைக் கதை நம்மிடம் உள்ள அகந்தை மறைய வேண்டும் என்பதற்காகப் புனையப்பட்டுள்ளது.

கணக்கிட்டால் இதுதான் வாழ்க்கை

உழைத்து ஓடாகிப்போனதாகச் சிலர் சொல்கிறார்கள். உழைத்து வாழ்ந்தது உண்மையில் அவரது மொத்த ஆயுளில் ஐந்தில் ஒரு பகுதிதான் என வாழ்வின் நேரத்தைப் பகுத்துக் கணக்கிட்ட ஒருவர் கூறுகிறார்.

எடுத்துக்காட்டாக ஒருவர் 70 ஆண்டுகள் வாழ்கிறார் எனில் தூக்கத்தில் 25 ஆண்டுகள் போய்விடுகின்றன. சாப்பிடும் நேரம் 6 வருடங்கள், பொழுதுபோக்கில் 8 வருடங்கள், ஆடை அணிவதிலும் அலங்காரத்திலும் 5 ஆண்டுகள், நோயில் படுப்பது 3 ஆண்டுகள், குளியலறையிலும் கழிப்பகத் திலும் 3 ஆண்டுகள், பயணத்தில் 3 ஆண்டுகள்,

அரட்டைபோன்று நேரத்தை வீணடிப்பதில் 6 ஆண்டுகள் போக மீதி 13 ஆண்டுகள்தான் உழைத்து வாழ்ந்ததாகக் கொள்ளப்படுகிறது. இதைப் படிக்கும்போது வாழ்க்கை என்பதே மிகமிகக் குறுகிய காலம்தான். பதின்ம வயது முடிந்தபோது ஆகா இன்னும் எத்தனையோ ஆண்டுகள் நாம் வாழப்போகிறோம் என்று கனவுகள் பல காண்கிறோம். அதே நாம் அறுபதைத் தாண்டி எழுபதைக் கடக்கும்போது என்ன வாழ்க்கை? சில ஆண்டுகள் தான் வாழ்ந்திருக்கிறோம் அதற்குள் அந்திமக் காலத்தை நெருங்குகிறோமே! இன்னும் நாம் வாழத் தொடங்கவில்லையே என்கிற ஏக்கம் பிறக்கிறது. இதுதான் வாழ்க்கை.

சிப்பாய் இறந்து மன்னனைக் காப்பாற்றுதல்

இப்படிப்பட்ட குறுகிய வாழ்க்கையில், தனக்கென மட்டும் வாழாமல் பிறர்க்கெனவும் வாழ்தல் சிறப்புடையதாகும். அதிலேதான் மன நிறைவும் வாழ்ந்ததன் பொருளும் தெரியும். கண்ணா! ஓர் அற்புதமான போர்க்களக் காட்சியைப் பார்.

எதிரியால் வெட்டப்பட்டுக் குற்றுயிரும் குறையுயிருமாக ஒரு மன்னனும் ஒரு சிப்பாயும் களத்தில் கிடக்கிறார்கள். மன்னன் மூர்ச்சையாகி மயங்கிக் கிடக்கிறான். அருகில் கிடந்த சிப்பாயின் குடலை ஒரு கழுகு கொத்திக் கொத்திப் பிடுங்கித் தின்கிறது. சிப்பாய் வலி பொறுக்க முடியாமல் அசைகிறான்; கழுகை விரட்ட முயல்கிறான். கழுகு இறக்கையை அசைத்து எழும்பி எழும்பி உட்காரும்போது இறக்கையினால் எழும் காற்று தென்றலாய் மன்னன்மீது பட மூர்ச்சை தெளிந்து முனகுகிறான். இதைப் பார்த்த சிப்பாய் ' தான் இறந்தாலும் பரவாயில்லை; மக்களைக் காப்பாற்றும் மன்னன் பிழைத்துக்கொள்ளவேண்டும் ' என்கிற நல்ல நோக்கத்தில், கழுகினை முற்றிலுமாக விரட்டி விடாமல் மெதுவாக விரட்டுவதும், இடைவெளிவிட்டு அசைவதுமாகச் செய்தான். தன் கண்முன்னே தன் சிறுகுடலையும் பெருங்குடலையும் கழுகுக்கு இரையாகக் கொடுத்து மன்னனைக் காப்பாற்ற முயன்று சிப்பாய் உயிர்விடுகிறான்.

பிறருக்காக வாழ்வதிலே கிடைக்கும் இன்பத்திற்கு ஈடு இல்லை என்பதை இப்போது நீ உணர முடியும்.

நீதிபதிக்காக வருந்தினார் சாக்ரட்டீஸ்

தனக்கு மரண தண்டனை கொடுத்த நீதிபதிக்காக, சாக்ரட்டீஸ் சாகும் தறுவாயில் வருந்தினராம். " ஆயிரக் கணக்கான ஆண்டுகளுக்குப் பிறகும் கூடத் தவறான நீதியைக் கொடுத்துவிட்டார் என்கிற தீராத பழிச் சொல்லுக்கு ஆளாகப் போகிறாரே " என்று தனக்கு வருகிற மரணத்தைவிட அந்த நீதிபதிக்கு ஏற்படப் போகிற அவப்பெயருக்காக வருந்துவது எத்

தனை பேருக்கு அந்த மனம் வரும். இதெல்லாம் ஏன் உனக்கு எழுதுகிறேன் என்றால் உன் வாழ்க்கையில் இதைப் போன்ற நல்லிதயத்தைப் பெற வேண்டும் என்பதற்காகத்தான். நான் இறந்த பிறகும் என் எழுத்து உன் இதயத்தில் நிற்க வேண்டும்; அவ்வெழுத்துகளுக்கு உயிர்கொடுக்க வேண்டும்.

சாக்ரடீஸ்

இராமனுக்காக வயிற்றுச் சிசுகூட அழுதது

சில மனிதர்கள் கொஞ்சம்கூட ஈவு இரக்கம் இல்லாமல் வாழ்கிறார்கள். மனிதனுக்கு மனிதன் அன்பு காட்டாதவர்கள்கூட மற்ற உயிரினங்களிடம் அன்பு காட்டுவார்கள். சிலர் யாரிடமும் எதனிடமும் பரிவு காட்டாமல் வாழும் அரக்கக் குணம் படைத்தவர்களாகக் காட்டுமிராண்டிகளாக வாழ்வதைக் கண்டும் கேட்டும் வருகிறோம்.

கம்பன் தன் காவியத்தில் சொல்கிறான்: இராமன் காட்டுக்குச் செல்லும் போது, ஆண், பெண், சிறுவர்கள், மரம், செடி, கொடி, என எல்லாரும் அழுதனராம். இன்னும் ஒருபடி மேலே சென்று கர்ப்பிணிப் பெண்களும், அவர்கள் வயிற்றுக்குள் இருந்த சிசுக்களும் அழுதன என இரக்கத்தின் உச்சிக்கே சென்று எடுத்துக் காட்டுகிறான். ஒரு காவியம் படைக்கப்படு கிறதெனில் அதன்வழி நாம் என்ன பாடம் பெற்றுக்கொள்கிறோம் என்பதைப் பார்க்க வேண்டும் எனக் கிருபானந்த வாரியார் சொல்வார்.

சாவி எடுக்காத நாய்

ஒரு கடைக்காரர் கடை நடத்தி வந்தார். ஒரு நாய் வந்து கடையின் முன் நின்றது. விரட்டிவிட நினைத்தார். பார்த்தால் அதன் வாயில் ஒரு பை. அதனுள் துண்டுச் சீட்டும், பணமும் இருந்தன. கேட்டிருந்தபடி பொருட்களும் மீதிப் பணத்தையும் பையில் போட்டு அனுப்பிவிட்டார். அடிக்கடி நாய் வந்து சாமான்கள் வாங்கிப் போவதைக் கடைக்காரர் வியப்போடும் மகிழ்ச்சியோடும் பார்த்தார். அவருக்கு ஒருமுறை, அந்த நாய் எங்கே எப்படிப் போகிறது என்பதைப் பார்க்க வேண்டும் என்கிற ஆசை வந்தது.

திட்டமிட்டபடி ஒருநாள் அந்த நாயைப் பின் தொடர்ந்தார். அது சாலையைக் கடக்க மனிதர்கள் நிற்கும் இடத்தில் சிவப்பு விளக்கு ஒளிர்வதைப் பார்த்து நிற்கிறது. பச்சை விளக்கு எரிந்தவுடன் கடக்கிறது. நடந்துபோய் ஒரு பேருந்து நிலையத்தில் நிற்கிறது. வண்டி வந்தவுடன்

நாய் ஏறுகிறது. கடைக்காரரும் உடன் ஏறிக்கொள்கிறார். நடத்துனர் உரிய தொகையை எடுத்துக்கொண்டு பயணச் சீட்டைப் பையில் திணிக்கிறார். இரண்டு நிறுத்தங்களைத் தாண்டி நாய் இறங்குகிறது. கடைக்காரரும் இறங்கி நாயைப் பின் தொடர்கிறார்.

நேராக அந்த வீட்டின் மதிற்சுவர் நுழைவாயிலைத் தள்ளிக்கொண்டு உள்ளே சென்று கதவைத் தட்டியது. ஒருவர் திறந்தார். நாய் வாயிலிருந்த பையை வாங்கிச் சரிபார்த்துக்கொண்டபின் நாயை அடித்தார். அதைக் கண்ட கடைக்காரர் "ஏன் அடிக்கிறீர்கள்? எவ்வளவு பொறுப்பாகச் சாமான் வாங்கி, சாலையில் நின்று பச்சை விளக்கில் கடந்து, பேருந்து ஏறி வரும் நாயைக் கொஞ்சம்கூட இரக்கம் இல்லாமல் அடிக்கிறீர்களே! " என்று கேட்டார்.

கண்ணா! அதற்கு அவர் சொன்ன பதில்தான் வியப்பில் ஆழ்த்தியது. "போகும்போது சாவியை எடுத்துக்கொண்டு போ எனச் சொல்லியிருந்தேன். கொஞ்சமும் பொறுப்பில்லாமல் வந்து கதவைத் தட்டுகிறது " என்றார். இதைப்போன்ற மனிதர்களை என்ன செய்வது என்று சிந்தனை செய்.

"நாலடியாரைக் காட்டிச் சிலரைத் திருத்தலாம். இவரைப்போன்றவர்களை நாலடி போட்டுத்தான் திருத்த வேண்டும் "

இப்படிக்கு
உன் நலம் விரும்பும்
தாத்தா.

42 வறுமையிலும் செம்மை

அன்புள்ள தாத்தா, வணக்கம்!

அந்த நாயை அடித்தவனை அடித்துத் திருத்த முடியாது; அவனையெல்லாம் அடித்தே கொல்ல வேண்டும்.

பொருள் வறுமை ஏற்பட்டால் அது நிரந்தரம் இல்லை. அதற்கு அனுதாபப்படவேண்டும்; அறிவு வறுமை ஏற்பட்டால் அது நிரந்தரமாகிவிடும், இதற்கு ஆத்திரப்படவேண்டும். அவ்வளவு உதவி செய்த நாயை அடிப்பதற்கு எப்படித்தான் மனம் வந்ததோ தெரியவில்லை.

தாத்தா! அம்மா வேலைக்குப் போய் வருகிற செய்தி தங்களுக்குத் தெரிந்திருக்கும். தினம் காலையில் ஒரே பரபரப்பு. பாவம் அம்மாவுக்குத்தான் சமையல், துணிதுவைத்தல், பணிப்பெண்ணுக்கு அன்றையதினம் செய்து முடிக்க வேண்டிய வேலைகளுக்கான விளக்கவுரைகள். தன்னையும் தயார்செய்துகொண்டு எங்களுக்கும் காலை உணவு கொடுத்து, மதிய உணவைக் கையில் கொடுத்து அனுப்புவதற்குள் அவர்கள் படும்பாடு பார்ப்பதற்குப் பாவமாக இருக்கிறது.

சென்ற வாரம் கல்லூரியிலிருந்து நேராக வீட்டுக்கு வந்தேன். என்னுடன் ஒரு நண்பனும் வந்திருந்தான். அப்பா அம்மா வரவில்லை. பணிப்பெண்ணை அழைத்து நண்பனுக்கு தேநீர் தயார் செய்து கொடுக்கச் சொன்னேன். பணிப்பெண்ணைப் பார்த்தவுடன் நண்பன் விவரம் கேட்டான். நானும் எல்லாவற்றையும் சொன்னேன். அவள் ஏழைக் குடும்பத்தைச் சேர்ந்தவள் என்று சொன்னதால், அவள் தேநீர் கொண்டுவந்து கொடுத்தபோது பையிலிருந்து எடுத்து 20 வெள்ளியைக்கொடுத்தான்.

நான் சற்றும் எதிர்பார்க்கவில்லை. அவள் வாங்க மறுத்துவிட்டாள். நோ...தேங்க்ஸ்.. நோ தேங்க்ஸ் எனச் சொல்லிக்கொண்டே உள்ளே போய்விட்டாள். நான் நண்பனை 'ஏண்டா இதெல்லாம்' என்று கேட்டதற்கு " பாவம்டா.. வறுமையினால்தானே வேலை செய்ய வந்திருக்கிறாள். செலவுக்கு இருக்கட்டுமே என்றுதான் கொடுத்தேன்" என்றான்.

இரவு அம்மா வந்தவுடன் நடந்ததைச் சொன்னேன். அம்மா

பணிப்பெண்ணை அழைத்து, பணத்தை வாங்காததற்குப் பாராட்டி அனுப்பினார். பிறகு என்னைப் பார்த்து கடுமையான கோபத்தில் இனி அந்த நண்பனை இந்த வீட்டுக்குள் அழைத்து வரக்கூடாது என்று கண்டிப்புடன் சொன்னார்கள். நான் ஏன் என்றுகேட்டேன். எல்லாம் வரு முன் காத்துக்கொள்ளத்தான். எல்லோரும் உன்னைப்போல் இருப்பார்கள் என எதிர்பார்ப்பது தவறு என்று சொன்னார்கள்.

தாத்தா, ஒரு ஏழைக்கு இரக்கங்காட்டிப் பணம் கொடுத்தது தவறா? அம்மா, ஏன் இப்படி வானத்துக்கும் பூமிக்கும் தாண்டிக்குதிக்கிறார்கள்?

இப்படிக்கு

உங்கள் அன்புள்ள

கண்ணன்.

அன்புள்ள கண்ணா, நலமா!

உன் கடிதம் கிடைத்து செய்தியறிந்தேன். உன் அம்மா கணித்துச் சொன்னது சரியே. அனுபவத்தில், முன் ஜாக்கிரதையாக அப்படிச் சொல்லியது நல்லது என்றுதான் நானும் நினைக்கிறேன். எந்தப் புற்றில் எந்தப் பாம்பு இருக்குமோ. அதற்குள் பல சமாச்சாரங்கள் இருக்கின்றன. நீ வெளுத்ததெல்லாம் பால் என்று நினைக்கிறாய். அது உன் வெள்ளை உள்ளத்தைக் காட்டுகிறது.

பணம் வாங்க மறுத்த பணிப்பெண்

அந்தப் பணிப்பெண் வறுமையிலும் செம்மையாக நடந்துகொண்டாள். அவளுக்கு மியன்மாரைவிட்டுப் புறப்படுவதற்கு முன்பு பாடங்கள் பல சொல்லி அனுப்பி இருப்பார்கள்.

இரண்டு நண்பர்கள் பேசிக்கொள்கிறார்கள்,

"ஏன் காதலி கடிதத்தைப் பல்லால் கடித்துக் கிழிக்கிறாய்?"

"அவள் தண்ணீரில்லா ஊரிலிருந்து கடிதம் எழுதி ஒட்டும்போது உதட்டால்தான் ஈரப்படுத்தி ஒட்டியிருப்பாள். அதனால்தான்" என்றான்.

வறுமையையும் காதலையும் எடுத்துக்காட்டும் ஒரு கவிஞனின் புதுக் கவிதையைப் படித்தாயா?

தெலுங்கு இலக்கியத்தில் வறுமை

வறுமையைக் காட்டும் ஒரு தெலுங்கு இலக்கியத்தின் காட்சி! 700 பாக்களைக் கொண்ட கதா சப்த சதி என்பது அவ்விலக்கியம். அது 2000 ஆண்டுகளுக்கு முன் பிராகிருத மொழியில் எழுதப்பட்டது. தொகுத்தவர் ஹால சாத வாஹனன் எனும் அரசன். இப்பாடலைப் பாடியவர் பெயர் சாலி

வாஹனன். அதைப் படித்தபோது அது என் நினைவில் நின்றதனால் கண்ணா, உனக்கும் ஒரு குறும்படமாய்ப் படம்பிடித்துக் காட்டுகிறேன்.

"ஓட்டைக் குடிசைக்குள் பழைய மண்பானைகள்; பிய்ந்த கோரைப் பாய்; கல்கட்டிய அடுப்பு; அடுப்புக்குள் பூனை; கொடியில் கந்தல் துணிகள்; துரு ஏறிய தகரப் பெட்டி; பஞ்சைப் பராரியாய் ஒரு தாய் அமர்ந்திருக்கிறாள்; அவள் மடியில் ஒரு சிசு; திடீரென்று மழை; தாய் அண்ணாந்து பார்க்கிறாள்; வேய்ந்த ஓலை ஓட்டைகளின் வழி நீர் சொட்டாக ஒழுகுகிறது; தாய்மை குழந்தையை நனையவிடாமல் பாதுகாக்க எண்ணுகிறது; வறுமையின் கோரப் பிடியை எண்ணி வருந்திக்கொண்டே மடியில் கிடந்த குழந்தை மேல் குனிந்து தன் உடம்பால் மழைத் துளிகளைத் தடுத்து உட்கார்ந்திருக் கிறாள். மழைத் தூறல் நிற்கிறது; தான் நனைந்தாலும் தன் குழந்தையை நனையாமல் காத்த பெருமையோடு நிமிர்கிறாள்; குழந்தையும் நனைந்து கிடக்கிறது, மழைத்துளிகளால் அல்ல: அவள் உதிர்த்த கண்ணீர்த் துளிகளால்.

ஒரு புலவனின் கற்பனையைப் பார்த்தாயா? எனக்கும் புல்லரிக்கிறது.

வறுமைக்கோடும் சுவிஸ் வங்கியும்

கண்ணா! உழைப்புக்கு வறுமை எதிரி என்கிற தத்துவத்தை ஒரு அறிஞன் எப்படிச் சொல்கிறான் பார்!

"சோம்பேறிகளிடம் சொந்தம் கொண்டாடியே வறுமை வாழ்க்கை நடத்துகிறது; உழைப்பாளிகளைக் கண்டாலே அந்த வறுமை ஓடி ஒளிந்துகொள்கிறது" என்று இதைப் படிக்கும்போது உழைத்து வாழ வேண்டும் என்கிற தாரக மந்திரம் உட்குருதியில் ஊளையிட்டுக் கொண்டி ருக்கிறது. அப்படிப்பட்ட உழைப்பு இன்மையால்

"உலகில் வறுமைக் கோட்டுக்குக் கீழே 200 கோடி மக்கள் வாழ்கிறார்கள்.

உணவின்றிப் பட்டினி கிடப்பவர்கள் 90 லட்சம் மக்கள்.

கல்வியறிவு இல்லாதவர்கள் 120 கோடி மக்கள். - என்கிற புள்ளி விவரம் நம்மை மயங்க வைக்கிறது.

இது ஒரு புறம் இருக்கிறது. மற்றொரு புறம் உழைக்காமல் குறுக்கு வழியில் பணம் சேர்த்தவர்கள் அல்லது அரசாங்கத்தை ஏமாற்றிக் குவித்த பணங்களை சுவிஸ் வங்கியில் சேர்த்து வைத்திருக்கும் தொகைகளின் கணக்கின் ரகசியம் கசிந்துள்ளது.

உக்ரேன் நாட்டவர்கள் சுவிஸ் வங்கியில் சேர்த்திருக்கும் தொகை 100 மில்லியன் டாலர்

இங்கிலாந்து 390 மில்லியன் கோடி டாலர்.

சைனா 96 கோடி டாலர்.

ரஷ்யா 470 கோடி டாலர்.

இந்தியா 1.45 டிரில்லியன் டாலர்.

மக்கள் தொகையைப் போல் கருப்புப் பணத்தையும் அதிகமாகச் சேமித்திருப்பது இந்தியாதான். இந்த 1,45 டிரில்லியன் டாலரை ரூபாயாயில் சொன்னால் 300 லட்சம் கோடி. அந்தப் பணத்தை இந்தியாவுக்குக் கொண்டு வந்தால், ஒவ்வொரு மாவட்டத்திற்கும் வளர்ச்சி நிதியாக 50 - 60 ஆயிரம் கோடி கிடைக்குமாம். ஒவ்வொரு கிராமமும் 100 கோடி பெறும்.

பேராசை உள்ளவனே பெரும் ஏழை

ஒரு பிரஞ்சுப் பழமொழி ஏழை என்பவனுக்குப் புதிய இலக்கணம் சொல்கிறது.

" சிறிதளவே பணம் உள்ளவன் ஏழையில்லை!

பேராசை உள்ளவனே பெரிய ஏழை! " என்று.

புகழ்பெற்ற எழுத்தாளர் ரூட்யார்ட் கிப்ளிங் என்பவர் தன் மனைவியைப் பிரசவத்திற்காக ஒரு மருத்துவ மனையில் சேர்த்திருந்தார். அவருக்கு முதல் குழந்தை பிறந்தது. வறுமையினால் மருத்துவத்திற்கான செலவுத் தொகையை செலுத்தமுடியவில்லை. வருந்தினார். மருத்துவச்சி 'பரவாயில்லை புறப்படுங்கள்' என வழியனுப்பி வைத்தார். இருந்தாலும் எழுத்தாளருக்கு மனம் ஒப்பவில்லை. தான் எழுதிய கையெழுத்துப் படி நூல் ஒன்றைக் கொடுத்து "உங்களுக்கு வறுமை வருங்கால் இதைப் பயன்படுத்திக் கொள்ளுங்கள் " என்றார். அவர் சொல்லியதுபோலவே சிலகாலம் கழித்து அந்தத் தாதியருக்கு வறுமை வந்தது. அப்போதுதான் ரூட்யார்ட் கொடுத்தது நினைவுக்கு வந்தது. ஒரு பதிப்பகத்தாரிடம் கொண்டுபோய்க் காண்பித்தாள். கிப்ளிங் பெயரைப் பார்த்தவுடன் கையெழுத்துப் படியை வாங்கிக்கொண்டு ஒரு பெரும் தொகையைக் கொடுத்திருக்கிறார். தாதியர் தனது இறுதிக் காலம் வரை அத்தொகையை வைத்துக்கொண்டு வாழ்ந்தார்.

'கபாஸ்ட்' காவியக் கவிதை

"பசிதான் என் படைப்புகளுக்கு மூலதனம் " எனக் காரல் மார்க்ஸ் சொல்கிறார். பெரும்பாலான காவியங்கள் வறுமையில் முகிழ்த்ததாக வரலாறு கூறுகிறது. மனித குல வரலாற்றின் மகத்தான காதல் காவியங்கள் அனைத்துமே கண்ணீரின் உவர்ப்பிலும், துயரத்தின் கசப்பிலும் எழுதப்பட்டவை என்கின்றனர்.

" எலுமிச்சைகள் பூக்கும் நிலம்

எங்கிருக்கின்றன தெரியுமா உனக்கு "

என்பவை ஜெர்மானிய காவியத் தலைவன் கதே என்பவரின் கவிதை வரிகள்.

ஐரோப்பிய இலக்கிய உலகில் புகழ்பெற்ற இசை மேதைகளான மொசார்ட், பீத்தோவன் போன்றோர் இசை வடிவம் கொடுத்த இந்த வரிகள் கதேயின் 'ஃபாஸ்ட்' என்கிற காவியத்தை அடிப்படையாகக் கொண்ட இசைக்கோவை.

கண்ணா! வறுமையில் எழுந்த வரிகள் எப்படி உலகப் புகழ் பெற்று விளங்கின பார்த்தாயா?

ஆண்டவனின் கதவு திறந்தே இருக்கிறது

பொருள் வறுமை மட்டுமல்ல, அறிவு வறுமை அடைவதால், தான் என்ன செய்கிறோம் என்பது தனக்கே தெரியாமல் போய்விடுகிறது. அறிவு நிரம்பப் பெற்றவன்கூடச் சில நேரங்களில் வழுக்கி விழுந்து விடுகிறான். ஈராக் நாட்டில் ஒரு ஞானி தொழுதுவிட்டு வந்து மண்டியிட்டு ஆண்டவனைப் பார்த்து,

'இறைவா! உன் அறிவுக் கதவைத் திறக்க மாட்டாயா? உன் கருணைக் கதவைத் திறக்கமாட்டாயா? வெற்றியின் கதவுகளைத் திறந்து விடுவாயா?" என்றெல்லாம் பிரார்த்தனை செய்துகொண்டிருந்த போது தலையில் ஒரு குட்டு விழுகிறது. யார் குட்டுகிறார் எனத் திரும்பிப் பார்த்தார். ஒரு பெண் ஞானி இராவியதுல் பஸாரியா நின்றார்.

" இன்னும் எவ்வளவு காலத்துக்குத்தான் இப்படி முட்டாள்தனமாகப் பிரார்த்தனை செய்துகொண்டிருப்பாய். ஆண்டவன் மண்ணைப் படைத்தான்; மலையைப் படைத்தான்; நீரைப் படைத்தான்; ஆற்றைப் படைத்தான்; தாவரங்களைப் படைத்தான்; ஊர்வன, பறப்பன, நீந்துவன, நடப்பனவற்றைப் படைத்தான்; மனிதனைப் படைத்தான். மனிதனுக்குக் கையைப் படைத்தான்; காலைப் படைத்தான்; மூளையைப் படைத்தான்; சிந்திக்கக் கற்றுக்கொடுத்தான்; செயல்படும் வித்தை போன்ற அனைத்தையும் காட்டினான். இதற்குமேல் நாம்தானே சிந்தித்துச் செயல்பட வேண்டும்; வேண்டியதை நாம்தானே எடுத்துக்கொள்ள வேண்டும். நம்முடைய முட்டாள்தனத்தாலும், சோம்பேறித்தனத்தாலும், தவறுகளினாலும், முயலாமையினாலும், உழைப்பின்மையாலும், நம்பிக்கையின்மையினாலும், அறிவைத் தேடாததனாலும் நாமே நம் கதவுகளை மூடிக் கொள்கிறோம். அதை விட்டுவிட்டு ஆண்டவனைப் பார்த்து ' கதவைத் திற! கதவைத் திற! ' என்றால் என்ன பொருள்? ஆண்டவன் என்றைக்குக் கதவை மூடி இருக்கிறான்? " என்று பஸாரியா

சொன்ன அந்த வரலாற்றுக் குறிப்பின் செய்தியைச் சிந்திக்க, கண்ணா! உன் அகக்கண்ணையும், புறக்கண்ணையும் திற!

நம் நாட்டுக் கவிஞன் தாராபாரதி சொன்னார்,

" வெறுங்கை என்பது மூடத்தனம் - உன்
விரல்கள் பத்தும் மூலதனம் " - என்று.

கண்ணா, ஒரு படைப்பாளன் ஒரு செய்தியைச் சொல்கிறான் எனில், அதனுள் புதைந்திருக்கும் பொருள் சுரங்கத்திற்குள் புகுந்திடவேண்டும். தோண்டித் தோண்டிப் பார்க்க வேண்டும். அக்குவேறு ஆணிவேறு என்பார்களே, அதேபோல் பகுத்து உள்வாங்கி அசைபோடவேண்டும். அந்தச் சான்றோர்கள் தாம் பெற்ற பாடமாகிய பட்டறிவில், படிப்பறிவில், ஆழ்ந்த சிந்தனையில் கண்டறிந்த உண்மைகளே அவை என்பதை உணர வேண்டும். நம்மால்தான் அந்த அறிஞர்கள் அளவிற்குச் சிந்திக்க முடியவில்லை; சிந்தித்தவற்றையாவது சிரமேற்கொள்வோமே!

சாதனையாளர்கள் தொடக்கத்தில் யார்

ராக்பெல்லர்

உலக வரலாற்றைப் பார்த்தால் சாதனையாளர்கள் யாருக்குமே வெற்றிக்கான களம் தானாக அமையவில்லை.

இயேசுபிரான், நபிகள் நாயகம் தொடக்கக் காலத்தில் ஆடுமாடு மேய்த்துக்கொண்டிருந்தனர்.

ஷேக்ஸ்பியர் குதிரைக் கொட்டகையில் சாணம் அள்ளிக் கொண்டிருந்தவர்தான்.

ஆப்பிரகாம் லிங்கன் சட்டப் புத்தகம் படிக்கப் பணம் இல்லாததால் 15 மைல் நடந்தேபோய் இரவல் வாங்கிப் படித்தவர்.

ஹிட்லர் வியன்னா தெருக்களில் ஓவியம் தீட்டி வயிற்றைக் கழுவியவர்.

விஞ்ஞானி நியூட்டன் மாடு மேய்த்தவர்.

உலகக் கோடீஸ்வரர் ஆன்ட்ரூ கார்னிஜ் உழைத்ததற்கு வாரச்சம்பளம் 4 டாலர்;

ராக்பெல்லருக்கு 6 டாலர்;

ஹென்றி போர்டுக்கு 21 டாலர்.

பெர்னாட்ஷா மளிகைக் கடையில் வேலை பார்த்தவர்.

ராக்பெல்லர், ஈஸ்ட்மன், தாமஸ் லிப்டன் ஆகியோர் குடிசையில்

பிறந்தவர்கள். புத்தருக்கு ஒரு மரத்தடியிலும் குருநானக்கிற்குப் பலசரக்குக்கடையிலும் ஞானம் பிறந்தது.

நமது உவமைக் கவிஞர் சுரதா வீடுகளுக்கு வெள்ளையடித்து வாழ்க்கை நடத்தியவர்.

இவர்களுக்கு வாழ்வைத்தொடங்கியபோது, எந்தச் சூழலும் சாதகமாக இல்லை. வெற்றி பெற விரும்புபவர்கள், அதற்கான சூழல்களை அவர்களாக உருவாக்கிக்கொண்டார்கள் என்பதே உண்மை.

"திறமை உள்ளவன் வாய்ப்புகளைப் பயன்படுத்திக்கொள்கிறான் - ஆனால் மேதைகளோ வாய்ப்புகளை உருவாக்கிக்கொள்கிறார்கள்."

"பனித்துளிக்கும் வைரக் கல்லுக்கும் உள்ள வித்தியாசம் வைரம் உறுதி மிக்கது என்பதுதான். அதேபோல் மனத்தில் உறுதிமிக்கவன் வெற்றிபெற வாய்ப்புள்ளவனே!"

வெற்றி பெற்றவர்கள் அனைவரும் சாதனை புரிந்தவர்கள்தாம். அவர்களில் மனித நேயத்தோடு வாழ்ந்தவர்கள்தான் மக்கள் விரும்புகிற மாமனிதர்களாகிறார்கள். "காலம் ஒருவனை அறிவாளியாக மாற்றும்; ஆனால் அன்பு மட்டுமே ஒருவனை மனிதனாக மாற்றும்"

கண்ணா! நீ வெற்றி பெற்றவனாக, சாதனையாளியாக மாறுவதற்கு முன்புமனிதனாக வாழ முயற்சி செய்! அதுதான் இன்று பலராலும் முடியாத ஒன்று.

இப்படிக்கு

உன் நலம் விரும்பும்

தாத்தா.

43 தொண்டுள்ளம்

அன்புள்ள தாத்தா, வணக்கம்!

தங்கள் கடிதத்தில் நண்பனை வீட்டிற்கு வரவேண்டாம் என அம்மா சொன்னதை நியாயப்படுத்தி எழுதி இருந்தீர்கள். அது எனக்கு அதிர்ச்சியூட்டுவதாக இருந்தது. நான் இதுவரை அவனிடம் சொல்லவில்லை. சொன்னால் அவன் என்னைப் பற்றியும், என் பெற்றோர்கள் பற்றியும் என்ன நினைப்பான் என எண்ணிக்கொண்டிருக்கிறேன். அவன் உண்மையிலேயே நல்லவனாக இருந்தால், அவன் மனத்தில் கள்ளம் கொஞ்சம் கூட இல்லாதிருந்தால் அவனுடையமனம் எவ்வளவு சங்கடப்படும். தாத்தா! அவன் அப்படிப்பட்டவன் இல்லை.

நீங்களும் அம்மாவும் சுயநலத்தில் மட்டும்தான் யோசித்திருக்கிறீர்கள். நண்பன் பார்வையிலிருந்து இந்தப்பிரச்சினையை அணுகவில்லை என நான் நினைக்கிறேன். அவன் சீன நண்பன். நம்மைப் பற்றி, இந்தியர்களைப் பற்றி ஒரு கீழ்த்தரமான அபிப்பிராயம் வருவதற்கு வாய்ப்பு ஏற்படுமோ என அஞ்சுகிறேன்.

இப்படிக்கு
உங்கள் அன்புள்ள
கண்ணன்.

அன்புள்ள கண்ணா, நலமா!

உன் கருத்துமிகவும் நியாயமானது. வயதில் நீ குறைவாக இருந்தாலும் முதிர்ந்த கண்ணோட்டத்தில் உன் கருத்தை வெளிப்படுத்தி இருக்கிறாய். என் பேரன் என்கிற உறவில் உன்னைப்பாராட்டுகிறேன்; நான் பெருமைப்படுகிறேன். இப்படித்தான் காய்தல் உவத்தல் இன்றி ஒரு பிரச்சினையை அணுக வேண்டுமென்று எனக்குத் தெரிந்திருந்தும் மறந்துவிட்டதை நினைவூட்டி இருக்கிறாய்.

உண்மைதான். அந்தச் சீன நண்பன் பணிப்பெண்ணுக்குப் பணம் கொடுத்ததில் தவறான நோக்கம் இல்லாமல் இருந்திருக்கலாம். நூற்றுக்கு நூறு நேர்மையானவனாகவும் இருக்கலாம். ஆனால் உன் அம்மா சந்தித்த, கேட்ட பல கசப்பான அனுபவத்தின் அடிப்படையில்

புதுமைத்தேனீ மா.அன்பழகன்

தற்காத்துக் கொள்ள எண்ணியதிலும் தவறேதும் இல்லை என்பதையும் நீ சிந்திக்க வேண்டும். சந்தர்ப்பமும் சூழ்நிலையும் நல்லவனையும் கெடுத்து விடும்.

சந்தர்ப்பத்தால் திருடனானவன்

1969-ல் ஓர் உண்மைச் சம்பவம். சென்னையில் எனக்குத் திருமணம் ஆவதற்கு முன் ஒரு மாடியில் அறை எடுத்துத் தங்கியிருந்தேன். என் நிறுவனத்தில் பணியாற்றிய ஒரு நாணயமான பையன் காலையில் என்னைப் பார்ப்பதற்கு வந்திருந்தான். ' உட்கார் இதோ குளித்துவிட்டு வந்து விடுகிறேன் ' எனச் சொல்லிவிட்டுக் கீழே போய்விட்டு வந்து பார்த்தால் அவனைக் காணவில்லை. என் மேசையறையில் இருந்த 1200 ரூபாயைக் காணவில்லை. பிறகு காவல் துறையில் புகார் செய்து அவனைக் கோயமுத்தூரிலிருந்துபிடித்துக் கொண்டுவந்து வழக்குத் தொடுத்தார்கள். அப்போது அவன் நீதிமன்றத்தில் சொன்ன வாக்குமூலம்தான் இங்கே நீ கவனிக்க வேண்டியது.

“நான் நல்லவன்தான். அய்யாவுடைய அறைக்குப் போயிருந்தேன். மேசை டிராயர் திறந்து கிடந்தது. அதில் பணம் இருந்தது. பார்த்தபின்னும் உட்கார்ந்திருந்தேன். பணத்தைக் கையாடலாம் என்கிற எண்ணம் அந்த நேரத்தில் அந்தச் சூழலில் எனக்குத் திடீரென்று ஏற்பட்டுவிட்டது. நீதிபதி அவர்களே! அவர் மேஜையை மட்டும் திறந்து போடாமலிருந்தால் நான் இந்தத் தவறான செயலைச் செய்திருக்கமாட்டேன் “ என்றான்.

இதிலிருந்து நீ ஒன்றை நன்கு சிந்திக்க வேண்டும். மேலே குறிப்பிட்டது போல் “ சந்தர்ப்பமும் சூழ்நிலையும்தான் ஒரு மனிதனை நல்லவனாகவோ கெட்டவனாகவோ மாற்றுகிறது “ என்பதை இப்போது உணர்வாய் என நம்புகிறேன். உன் நண்பன் நல்லவனாகவே இருக்கலாம். நான் மறுக்க வில்லை. அவனைக் கெட்டவனாக மாற்றும் சூழலை நாம் அவனுக்குக் கொடுத்துவிடக்கூடாது என்பதுதான் உன் அம்மாவின் நோக்கம். அதனால் நீ உன் நண்பனிடம் “ அம்மா உன்னை வீட்டிற்கு வரவேண்டாம் எனச் சொல்லிவிட்டார்கள் “ எனச் சொல்லாதே. வீட்டிற்கு அழைத்து வரக்கூடிய சந்தர்ப்பம் ஏற்பட்டால் நாசூக்காகத் தவிர்த்துவிடு. நல்லதுக் காகப் பொய் சொல்லலாம்.

வயதிற்கேற்ற அறிவு

தற்போது திருமூர்த்தி மலையடிவாரத்தில் குடில்கொண்டிருக்கும் பரஞ்சோதி குருமகான் சொன்னது நினைவுக்கு வருகிறது. நடந்துபோகும் போது ஒரு முள் காலில் குத்திவிடுகிறது என்கிற ஒரே நிகழ்வு. 2 வயது சிறுவனாக இருந்தால் வலியினால் அழுவான், சொல்லக்கூடத் தெரியாது.

8 வயதுடையவனாக இருந்தால் " அப்பா முள் குத்திவிட்டது வலிக்கிறது" என்பான். 18 வயது பையனாக இருந்தால் குத்திய முள்ளைப் பிடுங்கிப் போட்டுவிட்டுப் போய்விடுவான். அவனே 60 வயதாக இருந்தால், குத்திய முள்ளைப் பிடுங்கி மற்றவர் கால்களிலும் குத்திவிடக்கூடாதே என்று நடைபாதையை விட்டுத் தூரத்தில் வீசிவிடுவான். இதைப்போன்ற வேறு முட்கள் கிடக்கிறதா எனக் கவனித்துவிட்டுச் செல்வான்.

பக்குவம், அறிவு, வளர்ச்சி, முன்யோசனை வயதிற்கேற்ப வெளிப்படும்.

திலகர் வீட்டில் ஒற்றர்

பாலகங்காதர திலகர்

பொது வாழ்க்கைக்கு வந்துவிட்டவர்கள் குறுகிய பார்வை உடையவர்களாக இருக்கக் கூடாது. பொறுமையாக இருக்க வேண்டும். இந்திய விடுதலைப் போராட்டக் காலத்தில், பால கங்காதர திலகர் எனும் ஒரு தலைவர் இருந்தார். அவருடைய அன்றாட நடவடிக் கைகளை அரசு கண்காணித்து வந்தது. அவருடைய வீட்டில் ஆறு மாதமாகப் பணி யாற்றிய சமையல்காரர் ஊதியம் ரூபாய் 6 போதவில்லையெனப் பணி நிறுத்தம் வேண்டினார்.

"என் வீட்டில் சமைத்ததற்கு 6 ரூபாய், என் வீட்டில் வேவு பார்த்ததற்கு ஆங்கிலேய அரசு உனக்குக் கொடுத்த 24 ரூபாய், ஆகமொத்தம் 30 ரூபாய் போதாதா " எனக் கேட்டுச் சிரித்தார். இத்தனை காலமும் ஒற்றன் எனத் தெரிந்தே வீட்டில் வைத்திருந்த திலகர் முன் அந்தச் சமையலாள் கூனிக் குறுகி நின்றார். அனுபவத்தின் அடிப்படையில் திலகர் அப்படிப் பொறுமையாக நடந்துகொண்டதோடு தம் நடவடிக்கைகளைச் சமையல் காரருக்குத் தெரியாமல் விடுதலைப் போராட்டத்தின் அட்டவணையை வகுத்துக்கொண்டார்.

காந்தி எழுதிய கடிதத்தை வினோபாஜி கிழித்தார்

இந்தியாவில் பூமிதான இயக்கத் தலைவர் வினோபாஜி என்பவர் இருந்தார். மகாத்மா காந்தி அவருக்கு ஒரு கடிதம் எழுதினார். காந்தியி டமிருந்து கடிதம் வந்திருக்கிறது என்றறிந்து மிக்க ஆவலுடன் பிரித்துப் படித்தார். முகம் சுருங்கியது. கிழித்துப் போட்டுவிட்டு அமைதியாகத் தம் பணிகளைக் கவனிக்கலானார். கண்ணுற்ற சீடர்கள் "ஏதும் பிரச்சினையோ, ஏன் கிழித்துப் போட்டுவிட்டீர்கள்?" என வினவினார்கள்.

" அது ஒன்றுமில்லை. என்னைப் பெரிய மகான் எனக் காந்திஜி எழுதி

இருக்கிறார். இக்கடிதத்தை நான் வைத்திருந்தால், அதைப் பார்க்கும் போதெல்லாம்; படிக்கும்போதெல்லாம் எனக்கு அப்படி ஓர் அகம்பாவம் வந்துவிடும். காந்திஜி என் மீதுள்ள பாசத்தால் அப்படி எழுதி இருக்கிறார் என என் மனம் எப்போதும் எண்ணிக் கொண்டே இருக்கவேண்டும் என்பதற்காகத் தான் கடிதத்தைக் கிழித்துப் போட்டுவிட்டேன்" என்றார். கண்ணா, அவர் உண்மையில் மகானாகவே வாழ்ந்திருக்கிறார். அவர்கள் போராட்டக் காலத்திலே சொல்லொணாத் துயரங்களை அனுபவித்திருக்கிறார்கள். அந்தக் காலத்தில் தலைவர்கள் எல்லோரும் தியாகத் திலகங்களாக, நமக்கெல்லாம் எடுத்துக்காட்டான முன்னோடிகளாக வாழ்ந்து மறைந்திருக்கிறார்கள். பொதுப்பணி செய்பவனுக்கு அகம்பாவம் வந்துவிடக்கூடாது என்பதன் பிரதிபலிப்புதான் வினோபா அந்தக் கடிதத்தைத் தன்னுடன் வைத்துக்கொள்ள விரும்பவில்லை.

வினோபாஜி

ஜான் வெஸ்லியின் தொண்டு

விதை முளைத்துத் தன் இனத்தை விருத்தி செய்ய வேண்டுமானால், தன்னை இதுவரை போர்த்தி மூடிப் பாதுகாப்பாக இருந்த உமியை இழந்துதான் ஆக வேண்டும். புழுவாக இருந்தது பட்டாம் பூச்சியாகிப் பறக்க வேண்டுமாயின் இறக்கைகளைச் சுமந்துதான் ஆக வேண்டும்.

மெதடிஸ்ட் திருச்சபையை நிறுவிய ஜான் வெஸ்லி நாள்தோறும் நூற்றுக்கணக்கான மைல்கள் வரை பயணம் செய்து, தொடர்ந்து 40 ஆண்டுகள் தொண்டூழியம் செய்திருக்கிறார். 4 லட்சம் அருளுரைகள் மக்களுக்கு வழங்கியிருக்கிறார். 400 நூல்கள் எழுதியிருக்கிறார். பத்து மொழிகளைக் கற்றறிந்து புலமையுடையவராக விளங்கியிருக்கிறார். தமது 80ஆவது வயதிலும் நாள்தோறும் இரண்டு கூட்டங்களில் பொருள் நிறைந்த மிக்க அற்புதமான உரைகளை நிகழ்த்தியிருக்கிறார். அதனால்தான் இன்றளவும் ஜான் வெஸ்லியின் உழைப்பையும் ஆற்றலையும் போற்றிப் பாராட்டுகிறார்கள்.

அன்னை தெரசா தொண்டூழியம்

132 நாடுகள்; 500க்கும் மேற்பட்ட கிளைகள்; 6000 சகோதரிகள்; 1000 சகோதரர்கள் என விரிவுபடுத்தி அன்னை தெரசா தமது தொண்டூழியத்தை மக்களுக்காக அர்ப்பணித்து வாழ்ந்ததனால் அவருக்கு நோபல் பரிசு, பாரத ரத்னா போன்ற 50க்கும் மேற்பட்ட விருதுகளைக்

கொடுத்துச் சிறப்பித்தார்கள். இதிலே ஒரு வாய்ப்பாக அமைந்துவிட்ட சிறப்புச் செய்தி ஒன்று உண்டு. அன்னை தெரசாவின் வழிகாட்டி "புனித தெரசா"வுக்கும் இவருக்கும் ஓர் ஒற்றுமை இருந்தது. புனித தெரசாவின் மரண நாளும் அன்னை தெரசாவின் பிறந்த நாளும் ஒன்றே.

"சுயநலம் என்பது ஒரு சிறிய உலகம். அதில் ஒருவன் மட்டுமே குடியிருக்க முடியும் " என்பார்கள்.

பௌத்தத்தின் பயணம் நிற்காது

இறக்கும் தறுவாயில் இருந்த புத்தரிடம், உதவியாளர் அனந்தன் சென்று, "நீங்கள் வளர்த்த இந்தப் பௌத்த தர்மம் எப்படிப் பயணிக்கப் போகிறது? இனி இதற்கு யார் வழிகாட்டி? " எனக் கேட்டவுடன் புத்தர் சிரித்திருக்கிறார்.

"நதிகளுக்கு யாராவது வழிகாட்டுகிறார்களா? நதிகள் அதனதன் பயணத்தை அவையே வகுத்துக்கொள்கின்றன. அவற்றிற்குத் தேவை நீரும் வேகமும்தான். மலைகளோ காடுகளோ தடையாக எதிர்ப்பட்டால், நதி பாதியில் நின்றாவிடுகிறது? இல்லை! திசை மாறியாவது கடலை நோக்கி ஓடுவதுபோல் நமது இயக்கப் பயணமும், நோக்கமும் நிறைவேறும் வரை நிற்காது " என்றாராம்.

ஆல்பர்ட் காம்யூவின் சிந்தனை

கண்ணா! அனந்தன் புத்தரிடம் வழிகாட்ட யார் என்று கேட்டிருக்கிறார். ஆனால் ஆல்பர்ட் காம்யு எனும் அறிஞன் வேறு ஒரு கோணத்தில் சிந்தித்துச் சொல்கிறார்.

" எனக்குப் பின்னால் வராதே!
  நான் வழிகாட்டி அல்லன்.
எனக்கு முன்னால் போகாதே!
  நான் பின் பற்றுபவன் அல்லன்.
என்னோடு இணையாக நட
  எனக்கு நண்பனாக இரு! - என்று.

இது இப்படி இருக்க, மாறுபட்ட பார்வையில் ஒரு ஞானி சொல்கிறார்

"சாதிக்கத் தெரிந்தவன் போதிக்க மாட்டான் " என்று. இவற்றைப் பார்க்கும்போது, கண்ணா, அவரவர் பார்வையில் அவையவை சரியாகத்தான் இருக்கும்.

நாம்தான் நல்ல முடிவை எடுக்க வேண்டும்.

இப்படிக்கு , உன் நலம் விரும்பும்

தாத்தா.

44 தத்துவத்திற்குப் பின் மதம்

அன்புள்ள தாத்தா, வணக்கம்.

இந்தோனீசியாவில் உள்ள "பாலி" எனும் தீவைச் சுற்றிப்பார்த்துவர, எங்கள் கல்லூரியிலிருந்து சுற்றுலா சென்றோம். அதனால்தான் சில நாட்களாகத் தங்களுக்குக் கடிதம் எழுதவில்லை. பாலி ஓர் அற்புதமான சுற்றுலாப் பயணிகளுக்கான இடம். பெரும்பாலும் ஆஸ்திரேலியா விலிருந்து நிறையப் பயணிகள் வந்து போகிறார்கள்.

அப்பா அம்மாவை விட்டு நான் எங்கேயும் போனதில்லை. அதனால் யோசித்தேன். என்னை அனுப்புவதா வேண்டாமா என்கிற விவாதம் பெற்றோர்களுக்கிடையே நடந்தேறியது. இவர்கள் விவாதிக்கும்போது எனக்கு எரிச்சலாக இருந்தது. இவர்கள் ஏன் இப்படிச் சண்டை யிட்டுக்கொள்ளவேண்டும். பத்திரமாகத் திரும்பி வந்துவிடுவானா. இப்போது இவனுக்குச் சுற்றுலா தேவைதானா. தேவையில்லாச் செலவுதானே. இவைதான் அவர்கள் சூடான விவாதத்தில் உதிர்ந்த முத்துக்கள். இறுதியில் பணம் கொடுத்து அனுப்பினார்கள். போகமுடியாது என்று சொல்லிவிட்டுப் பேசாமல் இருந்துவிடலாம் என்றுகூட ஒரு நேரம் என்னை யோசிக்கவைத்தது என்றால் என் மன நிலையை நீங்கள் தெரிந்துகொள்ளுங்கள்.

சரி தாத்தா, பாலி பார்க்க வேண்டிய இடம் என்பதில் சந்தேகமே இல்லை. இஸ்லாமியர்கள் பெரும்பான்மையாக வாழும் அந்த நாட்டில் அந்தத் தீவு மட்டும் இந்துக்கள் வசிக்கும் இடம். அவர்கள் இந்துக்கள் எனச் சொல்லிக்கொள்கிறார்களே தவிர நாம் நினைக்கிற மாதிரி இந்துக்களாக இல்லை. ஆனால் அவர்கள் வணங்கும் தெய்வங்கள் மட்டும் கணேசர், இராமர், கிருஷ்ணர், அர்ச்சுனன் என்று இந்துக் கடவுள்களாக உள்ளன. இராமாயண மகாபாரதப் பாத்திரங்கள் அவர்கள் வாழ்வியலில் கலந்து இருக்கின்றன. வீட்டுக்கு வீடு வாசலில் கணேசர் காவல் காக்கிறார். ஆனால் பன்றி உள்பட எல்லா மாமிசங் களையும் சாப்பிடுகிறார்கள். கடற்கரையும், கடற்கரைத் தண்ணீருக்குள் கோவிலும் இயற்கை அழகும் அங்கே நிறைந்திருக்கின்றன. சுற்றுலாவின் வருமானத்தை எதிர்பார்த்தே வாழுகிறது அந்தப் பாலி.

தாத்தா! மதம் ஏன் இப்படி மனிதனைப் பிரிக்க வேண்டும்? மொழி எங்களைப் பிரிப்பது போதாதா?

இப்படிக்கு, உங்கள் அன்புள்ள

கண்ணன்.

அன்புள்ள கண்ணா, நலமா!

உன் கடிதம் கிடைத்தவுடன் உன் அப்பாவையும் உன் அம்மாவையும் தொலைபேசியில் தொடர்புகொண்டு கொஞ்சம் கடுமையாகக் கண்டித்தேன். பிள்ளையின் முன் இப்படித்தான் உங்கள் சண்டை சச்சரவுகளை வைத்துக்கொள்வதா? பிள்ளை மன உளைச்சலடைகிறான் அல்லவா? அதனால் அவன் படிப்புப்பாதிப்பதோடு, உடல் நலமும் கெட்டுப்போகிறது. உங்கள் இருவர் மீதும் மகன் என்ன அபிப்பிராயத்தை மனத்தில் ஏற்றி வைத்திருப்பான். கொஞ்சம்கூடச் சிந்திக்காமல் செயல்படுகிறீர்கள். இனியாவது அப்படிச் சண்டையிட்டுக்கொள்ளாதீர்கள். குறிப்பாகப் பிள்ளைமுன் உங்கள் அபிப்பிராயப் பேதங்களைக் காட்டிக்கொள்ளாதீர்கள். பிள்ளைக்கு நீங்கள்தானே முன்மாதிரியாக விளங்கவேண்டும். அவன், எங்கள் அப்பா அம்மாவைப் போல் உண்டா என்று எண்ணிப் பாராட்டும் படியாக நடந்துகொள்ள வேண்டாமா? என்றெல்லாம் சொல்லி அறிவுரை வழங்கியுள்ளேன். நீ இதையெல்லாம் மனத்தில் போட்டுக்கொண்டு அல்லற்படாதே!

சினம் கொள்வதில்லை

நான் சிறு பிள்ளையாக வளரும்போது எங்கள் அப்பா அம்மா போடாத சண்டைகளா? ஒருமுறை அப்பாமீது கோபித்துக்கொண்டு என் அம்மா என்னையும் தூக்கிக்கொண்டு என் பாட்டி வீட்டுக்குச் சென்று இரண்டு ஆண்டுகள் இருந்திருக்கிறார்கள். அந்த இரு ஆண்டுகளும் பாட்டி ஊரைச் சேர்ந்த பள்ளியில் இரண்டாவது மூன்றாவது வகுப்புகளைப் படித்தேன் என்றால் நீ பார்த்துக்கொள்.

அதனால் நான் என் மனைவியிடம் சினத்துடன் பேசுவதையோ, கடுமையான வார்த்தைகளைப் பயன்படுத்துவதையோ செய்வதில்லை. ஏனெனில் நான் என் இளம் பிராயத்தில் பெற்ற கசப்பான அனுபவம்தான். என் பெற்றோர்கள் போல் நான் என் இல்லற வாழ்க்கையில் செய்திடக்கூடாது என வளர்ந்த பையனாகும் போது உறுதியை எடுத்துக்கொண்டேன்.

அப்பன் குடிகாரனாயிருந்தால் மகன் அப்பனைவிடப் பெரிய மொடாக் குடிகாரனாகிவிடுவதைப் பார்க்கிறோம். முன்னோரைப் பார்த்து நல்லதைப் பின்பற்றவேண்டும்; அல்லாததை நாம் ஒதுக்க வேண்டும். அதுதான் ஏற்கக்கூடிய, இந்தச் சமுதாயம் பாராட்டக்கூடிய அறிவுடையார் செயல்.

மதம் பிடித்தவர்கள்

பாலியில் மட்டுமல்ல, நீ சொன்னது போல உலகில் மொழி, நாடு, மதம், கலாசாரம், போன்ற பல பிரிவுகளினால் மனிதன் பிரித்து வைக்கப்படுகின்றான். மதம் என்ற ஒன்றே இல்லை என வாதிடுவோரும் உண்டு. இடையில் சில சுயநலம் கொண்டவர்கள் மதம்பிடிக்கப்பட்டு நாட்டில் அலைகிறார்கள்.

அதனால்தான் ஒரு கவிஞன்,

"வளர்க்கப்பட வேண்டிய மரங்கள் அழிக்கப்படுகின்றன;

அழிக்கப்பட வேண்டிய மதங்கள் வளர்க்கப்படுகின்றன " என்று பாடினான். இந்த வரிகளுக்குக் கண்ணா உனக்கு விளக்கம் தேவையில்லை.

எல்லா மதங்களும் அடிப்படையில் நன்னெறிகளைத்தான் போதிக்கின்றன. மதத்தின் மூலகர்த்தாக்கள் மக்களை நல்வழிப்படுத்துவதைத்தான் முதன்மைக் கருவாக எடுத்துக்கொண்டார்கள். ஆரூடம் என்பது விஞ்ஞான ரீதியில் சரியானதே எனச் சொல்வோர் உளர். எடுத்துக்காட்டுக்காக அதை ஆமோதிப்போம். ஆனால் அதைக் கணிப்போர் சூழலுக்கு ஏற்ப எப்படி வெளிப்படுத்தித் தங்களை விளம்பரப் படுத்திக்கொள்கிறார்களோ அல்லது வருமானத்தை ஈட்டிக்கொள்கிறார்களோ அதைப் போலவே சில மதவாதிகளும் தங்களை அப்படி ஆக்கிக்கொள்கிறார்கள் என்பதுதான் வருந்தத்தக்க செய்தி.

தத்துவம் தோன்றியது

தத்துவம் என்பதற்கு Philosophy என்பது ஆங்கிலச் சொல், பிலாஸ்ஃஸோபியா எனும் லத்தீன் சொல்லிலிருந்து பிறந்தது. மதங்கள் பிறப்பதற்கு முன்பு தத்துவங்கள்தான் இருந்தன. பிலாஸ் என்றால் அறிவு. ஃஸோபியா என்றால் நேசிப்பது; தேடுவது; விரும்புவது என்று பொருள். ஆக அறிவார்ந்த சிந்தனையில் உண்மையைத் தேடுவதுதான் தத்துவம் என்று சொல்லலாம்.

ஈரானிலிருந்து பஞ்சம் பிழைக்க வந்த ஆரியர்களின் பேச்சுமொழியாக இருந்தது வேதமொழி. அந்த வேதமொழியில்தான் ரிக், யஜுர், சாம வேதங்கள் எழுதப்படாதவைகளாக மனனத்திலேயே இருந்தன. அதன் பின் பாணினி என்பவரால் உருவாக்கப்பட்ட சமஸ்கிருதத்தில் அவ்வேதங்கள் ஆக்கம் பெற்ற பின்னர் அதர்வண வேதம் சமஸ்கிருதத்திலேயே எழுதப்பட்டது.

வேத காலத்து மூத்த ரிஷியான பிரகஸ்பதி, " உலகத்தை உருவாக்க யாரும் தேவையில்லை; அது தானாகவே உருவாகி, தானாகவே இயங்கும் தன்மையுடையது " எனும் லோகாயதவாதத்தை முன் வைத்தார். இன்

னொருபுறம் ரிக் வேதத்திற்கு விளக்கமாகவும், பிரமாணக் கோட்பாட்டிற்கு மறுப்பாகவும் எழுந்ததுதான் உபநிஷதம்.

வேதத்தாலும், உபநிஷதத்தாலும் மக்களுக்கு எந்த நன்மையும் இல்லை; கடவுள், ஆன்மா, இல்லை என்று ஒரு புதுத் தத்துவத்தை லோகாயதத்தை அடியொற்றிச் சாருவாகத் தத்துவம் தோன்றியது. முதன் முதலாக மக்களிடம் அது நேரிடையாகக் கொண்டு செல்லப்பட்டது. இறுதியில் தோல்வியில் முடிவுற்றாலும் அரசர்களைச் சிந்திக்க வைத்தது.

இந்தக் காலத்தைத் தொடர்ந்து மகாவீரரின் சமணக் கோட்பாடு பரவத் தொடங்கியது. ஒழுக்கம் ஜீவகாருண்யத்தை முதன்மைக் குறிக்கோளாகக் கொண்டு பரவத் தொடங்கியது. உலகம் தோன்றியது பிர்ம்மத்தால் அல்ல; அணுக்களின் கூட்டுப்பொருட்களால் ஆனதே. எந்த விகிதாச்சாரத்தில் அந்த அணுக்கள் கலக்கின்றனவோ அந்த வகையான புதிய பொருள் உருவாகும். அதுதான் இன்றும் நிரூபணமாகி நிலைத்து நிற்கிறது.

பதஞ்சலியின் யோகா பிறந்தது

அரச பதவியைத் துறந்து துறவியான புத்தர் மக்களால் பெரிதும் கவரப்பட்டார். பௌத்தத்திற்கும் சமணத்திற்கும் அதிக வேறுபாடுகள் இல்லையென்றாலும் செல்லும் பாதைகள் வெவ்வேறாக இருந்தன. புத்தம், சமணம் ஆகியவற்றைத் தொடர்ந்து கடவுள், பிர்மம், வேதங்களை ஏற்காத புதிய தத்துவத்தைக் கபிலர் தோற்றுவித்தார்.

அது சாங்கியத் தத்துவம், சாங்கிய யோகத்தத்துவம் என்று அழைக்கப்பட்டன. சாங்கிய யோகத் தத்துவத்தை அடிப்படையாகக் கொண்டு பதஞ்சலி முனிவர் யோகதத்துவம் எனும் நூலைப் படைத்தார். பதஞ்சலி பிர்மத்தை ஏற்காமல் கடவுளையும், சமணத்தின் அணுக்கொள்கையையும் ஏற்றுக்கொண்டு உடலியல் பயிற்சிவழி யோகத்தை மக்களிடையே பரப்பினார்.

ஆதிசங்கரரின் மாயைத் தத்துவம்

அப்போதுதான் ஆதிசங்கரர் தோன்றினார். பிர்மத்தை முன் சொன்ன எல்லாரும் கைவிட்ட நிலையில் சங்கரர், பிர்மத்திற்குப் புதிய விளக்கங்கள் கொடுத்துத் தூக்கி நிறுத்த வேண்டிய நிலையும் நிர்ப்பந்தமும் ஏற்பட்டன. அவருடைய தத்துவம் மாயைதத்துவம் எனப்பட்டது. மாயையின் விளக்கம் " உள்ளதை மறைக்கும்: இல்லாததைத் தோற்றுவிக்கும் இயல்புடையது " என்பதே.

இராமானுஜரும் மத்வரும்

சங்கரரின் மாயை என்கிற அறியாமையை ஏற்காத இராமானுஜர் அறிவே சொரூபமான பிர்மத்தை ஏற்றுக்கொண்டு தனித் தத்துவத்தை

மக்களுக்குக் கொணர்ந்தார். “ இருப்பது ஒன்றே ஒன்று என்று கொள்வது சங்கரரின் பார்வை. இருப்பவை பலவற்றில் ஒன்று என்பது இராமானுஜரின் பார்வை. இருப்பவை இரண்டு (பல) - இவை ஒருபோதும் மாறாது என்பதே துவைதத்தின் கொள்கை என்றார் மத்வர். அதற்குப் பின்னால் வந்த தத்துவங்கள் எல்லாம் சமயச் சார்புடையதாக, உண்மையைவிடக் கற்பனைக்கே முதலிடம் கொடுத்தன என்பன போன்ற விளக்கங்களை உ. நீலன் தம் நூலில் ஆய்ந்தறிந்து குறிப்பிட்டுள்ளார்.

மனிதன் பிரிக்கப்படுகிறான்

இப்படியாக இந்தியாவைப் பொறுத்த வரையில் சமண மதம், பௌத்த மதம், இந்து மதம், (வைஷ்ணவ மதம், சைவ மதம்) சீக்கிய மதம் எனப் பல மதங்கள் உருவாகிக் கண்ணா, நீ சொன்னதுபோல் மனிதர்களைப் பிரிக்கின்றன. பிரித்தால் மட்டும்கூடப் பரவாயில்லை; மனிதருக்குள் பிளவை ஏற்படுத்திப் பிரச்சினைகளை அல்லவா உருவாக்குகின்றன.

அறிந்து அறிந்து விடுவது ஞானம்
அறிந்து அறிந்து கொள்வது ஞானம்
அறிந்து அறிந்து தெளிவது ஞானம்
அறிந்து அறிந்து தேர்வது ஞானம்

எனப் பரஞ்சோதி குருமகான் சொல்லியதுபோல அறிவுத் தேடல் வந்து சேரவேண்டும். ‘ யாதும் ஊரே யாவரும் கேளிர் ’ என்று கணியன் பூங் குன்றனார் சொல்லியதன் உண்மைப் பொருளை அறியவேண்டும். வள்ளுவர் ‘எப்பொருள் யார் யார்வாய்க் கேட்பினும்..’ என்றதன் மெய்ப் பொருளைக் கண்டறிவதோடு செயல் வடிவமும் கொடுப்பது யார்? எல்லாரும் வாய்ச்சொல் வீரர்களாகத்தான் இருக்கிறோம்; நடைமுறையில் இல்லை.

பாரதி கண்ட குள்ளச்சாமியார்

புதுவையில் குள்ளச்சாமி எனும் ஞானி குளிக்காமல், கிழிந்த உடுப் புகளுடன், பரட்டைத் தலையுடன் ஒரு அழுக்கு மூட்டையுடன் எப்போதும் காணப்படுவார்; விசித்திரமான செயல்களைச் செய்துகொண்டே இருப்பார். மக்கள் அவரைக் கேலி செய்வர். ஒரு காலத்தில் முல்லா நஸுருதீன் கதாபாத்திரம்போல் இருப்பாரோ என எண்ணி மகாகவி பாரதியார் அவரிடம் சென்று

“ ஐயா! எதற்காக இந்த அழுக்கு மூட்டையைச் சுமந்துகொண்டே திரிகிறீர்கள்? “ என்று கேட்டார். அதற்கு, “நான் அழுக்கு மூட்டையை வெளியில் சுமந்து திரிகிறேன். இங்கே பலரும் அழுக்கு மூட்டையை உள்ளே சுமந்துகொண்டு கொஞ்சமும் வெட்கமின்றித் திரிகிறார்களே “ என்று சொன்ன பின் பாரதிக்கு குள்ளச்சாமியின் ஞானம் புரிந்தது.

புத்தர் கண்ட மெய்யுணர்வு

மனிதனுக்கு நற்சிந்தனை வேண்டும்; அதைச் செயல்படுத்துகின்ற துணிவும் வேண்டும். அதனால்தான் புத்தர்,

" சிந்திப்பவர்கள் சாவதில்லை. சிந்திக்காதவர்கள் ஏற்கனவே செத்துப்போனவர்கள் " எனத் தம்மபதத்தில் கூறுகிறார்.

கௌதமரே இன்னொரு இடத்தில் சொல்கிறார். " என்னை எங்கிருந்து வேண்டுமானாலும் சுவைத்துப் பாருங்கள்: இந்தப் பக்கத்திலிருந்து, அந்தப் பக்கத்திலிருந்து, விழித்திருக்கும்போது, உறங்கும்போது, புகழப் படும்போது, அவமானப்படுத்தும்போது எந்த நேரத்தில் என்னைச் சுவைத்தாலும் கடல் நீரைப்போல் என் சுவை எப்போதும் ஒரே மாதிரியாகவே இருக்கும். புயற்காற்றுக்கு மலைப்பாறை ஆடாமல் அசையாமல் இருப்பதுபோல் மெய்யுணர்வு பெற்ற ஞானிகள் புகழ்ச்சியையும் இகழ்ச்சியையும் ஒன்றாகவே கருதி ஆடமாட்டார்கள் " என்றார்.

விவேகானந்தர் பார்வையில் பௌத்தம்

பௌத்த மதத்தைப் பற்றி விவேகானந்தர் கூறும்போது, " உலகில் தோன்றிய சமயங்கள் எல்லாம் தங்கள் தங்கள் நாட்டுக்காகவே தோற்றுவிக்கப்பட்டன. ஆனால் பௌத்தம் மட்டுமே உலக மக்களின் நன்மைக்காகத் தோற்றுவிக்கப்பட்டது " என்று ஒரு இந்து மதத்தின் பிரதிநிதியாக அமெரிக்க மாநாட்டில் கலந்துகொண்டவர் சொல்லுவதில் பொருள் பொதிந்திருப்பதாக மக்கள் சிந்திக்கத் தலைப்பட்டனர்.

தேவதச்சன் ஒரு கவிதையில்,

" நேற்று சரியாக இருந்தது; இன்று தப்பாக இருக்கிறது.
நேற்று தப்பாக இருந்தது; இன்று சரியாக இருக்கிறது.
நேற்றிலிருந்து நாளையைப் பார்க்க
எங்கேயாவது 'பைனாகுலர்' இருக்கிறதா? " என்று கேட்கிறார்.

அதனால் எதுவும் நிச்சயம் இல்லை; நிரந்தரமும் இல்லை என அறிகிறோம். இறைவனையே ஆதி அந்தமிலாதவன் என்கிறார்கள். கிரேக்கர்கள் அந்த இறைவனுக்கு ஒரு சிலை வடிக்க எண்ணி உருண்டை வடிவமாக உருவாக்கினார்கள். காரணம் சிந்தித்தால் இறுதியில் ஒன்றுமே இல்லை; பூஜ்ஜியம்தான் என மக்களை எண்ண வைத்தனர்.

மக்களைப் படித்த சுகிசிவம்

அதற்கு மாற்றாக ஹார்வர்டு பலகலைக் கழக உளவியலாளர் வில்லியம் ஜேம்ஸ், "நம்பிக்கைதான் நிஜத்தை உருவாக்குகிறது " என்று சொல்கிறார். இவை எல்லாவற்றையும் பார்த்துப் பார்த்துச் சலித்துப்போன தமிழகச்

சிந்தனையாளர் சுகி. சிவம் சொல்கிறார்,

"மகான்களின் பாதத்தை வணங்குகிறோம்;
அவர்களின் பாதையைப் பின்பற்றுவதில்லை.
பெரியவர்களின் படத்தை வணங்குகிறோம்;
அவர்கள் சொல்லிக்கொடுத்த பாடத்தைப் பின்பற்றுவதில்லை" என அழகாக உனக்கும் புரியும்படியாகச் சொல்லியுள்ளார்.

சுகி சிவம்

கண்ணா! எல்லா மதங்களும், எல்லாக் கடவுள்களும் பல நதிகளாக நிலப்பரப்பில் ஓடினாலும், இறுதியில் இறைவன் ஒருவன்தான் எனும் கடலில்தான் சங்கமிக்கின்றன. இதை உனக்குப் புரிகிறார்போல் கவிஞர் அப்துல் காதர் ஒரு கவிதையில் எளிமையாகச் சொல்கிறார்.

"என் பேனா குல்லா அணிந்திருக்கிறது
எனவே இஸ்லாமியனா?
திறந்தால் முள்கிரீடம் போலிருக்கிறது
எனவே கிறித்துவனா?
என் பேனா எழுதினால் பட்டை அடிக்கிறது
எனவே சைவனா?
மூடியின் கிளிப் நாமம் போலிருப்பதால்
வைஷ்ணவனா?
மூடிவைத்த பேனாவை முழுமையாகப் பார்க்கிறேன்
எண் ஒன்று போலிருக்கிறது
சிந்தித்துப் பார்க்கிறேன்
எல்லாமே ஒன்றுதான்.

கண்ணா! உன்னைப் பொறுத்தவரையில் எத்தகைய பிரிவுக்கும் உட்படாமல், பழமரச் சோலையில் பாடிப்பறக்கும் குயிலாய்; மேகம் கண்ட விடத்துத் தோகைவிரிக்கும் மயிலாய்; தென்றல் வீசுமிடத்தில் மணம்பரப்பும் மலராய்; போகிற போக்கில் ஓடும் நதியாய்; அலையடித்தாலும் நிலை குலையாக் கடலாய்; சுதந்திரமாய்ச் சுயசிந்தனையுடன் வாழ முற்படு! மதத்தை மற! மனிதனை நினை! அப்படி மதத்தை மறக்க முடியாவிட்டால் அதைப் பொது வாழ்க்கைக்குக் கொண்டு வராதே!

இப்படிக்கு, உன் நலம் விரும்பும்

தாத்தா.

45 மாறுவது உலகம்

அன்புள்ள தாத்தா, வணக்கம்!

இந்தியாவில் மதங்கள் தோன்றுவதற்கு முன் உள்ள தத்துவ வரலாற்றைப் புரிந்துகொள்ள இன்னும் கொஞ்சம் வயது வேண்டுமென நினைக்கிறேன். இருந்தாலும் படித்துப் புரிந்துகொள்ள முயன்றேன். எங்கள் தமிழாசிரியரிடம் காண்பித்து விளக்கம் பெற்றாலும் மண்டையில் ஏறமறுக்கிறது. ஆசிரியர் தானும் பல புதிய செய்திகளை இக்கடிதத்தின் வாயிலாக அறிந்துகொண்டதாகச் சொல்லி மகிழ்ந்தார்.

பாலி சென்றிருந்தபோது எங்கள் சுற்றுலாவில் வந்திருந்த இரண்டு தமிழ் தெரிந்த மாணவிகள் எனக்குத் தோழிகளாயினர். மனம்விட்டுப் பழகினோம். ஒருவர் மீது ஒருவருக்கு நம்பிக்கை வரும்போது தங்கள் உள்ளத்துள் ஒளிந்து கிடக்கும் நெருஞ்சி முட்களை வெளியில் கொண்டுவந்து தங்கள் மனத்தின் இறுக்கத்தை இளக்கிக்கொள்ள வாய்ப்புகள் ஏற்பட்டன.

ஆயிரம்தான் சொன்னாலும் எதிர் பாலாருடன் பழகுவது இனிமை யாகவே இருக்கிறது. நம்மை அறியாது ஓர்ஈர்ப்புசக்தி இழைந்தோடுவதை உணர முடிகிறது. இரு தோழிகளும் தங்களுக்கு நேர்ந்த இரு வேறு நிகழ்வுகளைச் சொல்லும்போது, கேட்பதற்கு மிகவும் வருத்தமாக இருந்தது.

கலைவாணி எனும் அந்தப்பெண்ணுக்கு அதே பிளாக்கில் இருக்கும் ஒருபையனுடன் பழக்கம் ஏற்பட்டுக் காதலாக மாறி இருக்கிறது. நெருக்கம் தொடரவே அவன் பெயரைத் தன் இடது கையின் மேற்புற மாகிய புஜத்தில் பச்சை குத்திக்கொண்டிருக்கிறாள். குத்தி ஒரு வாரம்தான் ஆகிறது. இன்னும் பெற்றோருக்குத் தெரியாதாம். என் மீது உண்மையான அன்பிருந்தால் நீ என் பெயரைப் பச்சை குத்திக்கொள் என்று அவன் சொன்னதோடு பச்சை குத்தும் இடத்திற்கும் அழைத்துச் சென்று அதற்கான செலவையும் கொடுத்திருக்கிறான். ஆனால் அவன் இவள் பெயரைக் குத்திக்கொள்ளவில்லை. வீட்டுச் சூழல் ஒத்து வரும்போது இவள் பெயரைப் பச்சை குத்திக்கொள்வதாகச் சொல்லி யுள்ளான்.

குத்திய பச்சையை என்னிடம் காட்டினாள். மெதுவாக அவளிடம் பேசி எதிர்காலத்தில் ஏற்படலாம் என எண்ணும் பிரச்சினைகளை எடுத்துச் சொன்னேன். தாத்தா! அந்த நேரத்தில் நீங்கள் என்னென்ன பேசுவீர்களோ அதைப்போல நினைத்துக்கொண்டு சொன்னேன். "எல்லாம் நினைத்தபடி அவனையே திருமணம் செய்துகொண்டால் ஒரு பிரச்சினையும் இல்லை. ஒருக்கால் அவன் மனம் மாறினாலோ அல்லது உன் மனம் மாறினாலோ அழிக்க முடியாத பச்சையை என்ன செய்வாய்? எதுவுமே நிரந்தரம் இல்லை. மாற்றம் ஏற்பட்டால் உனக்கு வரப்போகும் கணவன் உன்னைப் பற்றி என்ன நினைப்பான்." என்பனவற்றை விளக்கமாகச் சொன்னேன். கூட இருந்த இன்னொரு தோழியும் என் கருத்தை வழிமொழிந்தது என் சொல்லுக்கு மேலும் வலு சேர்ப்பதாக அமைந்துவிட்டது.

சுற்றுலா முடிந்து போனவாரம் திரும்பிவிட்டோம். நேற்று என்னைச் சந்திக்க வேண்டுமெனக் கலைவாணி குறுஞ்செய்தி அனுப்பினாள். உடனே அவளுடைய வீட்டுக்குச் சென்று விசாரித்தேன். காதலனுக்கும் இவளுக்கும் ஏற்பட்ட ஒரு வாக்குவாதத்தைத் தொடர்ந்து வீட்டிற்குச் சென்று வெண்சுருட்டுப் பற்றவைக்கும் விளக்கினால், குத்திக்கொண்ட பச்சை எழுத்து உள்ள இடத்தைத் தீயினால் பொசுக்கிக்கொண்டிருக்கிறாள். அது கொப்பளித்துப் புண்ணாகிவிட்டது. வலி பொறுக்காமல் அவதிப் பட்டாள். உடனே மருத்துவரிடம் அழைத்துச் சென்று மருத்துவம் செய்தாலும் முதல் ஒரு எழுத்து மறையாமல் இருக்கிறது. நல்ல வேளை அவன் பெயரின் முதல் எழுத்தும் இவள் பெயரின் முதல் எழுத்தும் ஒரே எழுத்தானதால் தப்பித்துக்கொள்ளலாம் என ஆலோசனை சொல்லி அவளை அமைதிப்படுத்தி வீட்டிற்கு அனுப்பி வைத்தேன்.

தாத்தா இப்பிரச்சினையை மேற்கொண்டு என்ன செய்யலாம்?

இப்படிக்கு

உங்கள் அன்புள்ள

கண்ணன்.

அன்புள்ள கண்ணா, நலமா!

முள்மேல் பட்ட சேலை போல்

சபாஷ் கண்ணா சபாஷ்! அப்படித்தான் செய்ய வேண்டும். நீ சொன்ன விளக்கங்களெல்லாம் முற்றிலும் சரியே. எதையும் யாரிடமும் மறைக்க வேண்டாம். நீ உன் அம்மாவிடம் நடந்ததையெல்லாம் சொல்லி அவளைத் துணைக்கழைத்துக்கொண்டு கலைவாணி வீட்டுக்குச் செல். உன் அம்மாவின் மூலமாகக் கலையின் அம்மாவிடம் பேச வை. பேசுமுன் ஒரு நிபந்தனை விதித்துப் பேச்சைத் தொடருங்கள். "நடக்கக்கூடாதது நடந்து

விட்டது. எக்காரணத்தைக்கொண்டும் கலையை அழைத்துக் கண்டிப்பதோ, ஏசுவதோ கூடாது. மென்மையாக இப்பிரச்சினையை அணுக வேண்டும். இல்லையென்றால் உங்கள் பெண்ணுக்கும் உங்களுக்கும் உள்ள உறவில் இடைவெளி ஏற்பட வாய்ப்புண்டு. அவள்மீது அன்பு காட்டி அரவணைத்து நடந்து கொண்டால் குடும்ப மானம் காப்பதோடு உறவும் வலுப்படும். " என்றெல்லாம் சொல்லுங்கள். வேண்டுமானால் நான் உன் தாயிடம் என்னென்ன பேசவேண்டுமென விளக்கமாகத் தொலைபேசியில் பேசுகிறேன்.

பச்சை குத்திதான் நிரூபிக்க வேண்டுமா?

இக்காலத்துப் பெண்கள் எப்படியெல்லாம் ஏமாற்றப்படுகிறார்கள். அதற்குப் பருவ வயதுதான் கோளாறு. அவன் அவளுடைய உடல் மீது காதல் கொண்டிருக்க வேண்டும். அவளை எப்போதும் தன் வலையில் வைத்திருக்க வேண்டும் எனத் திட்டமிட்டிருக்க வேண்டும். தனக்கு உண்மையிலேயே மனைவியாக வரப்போகிறவள் என்றால் பச்சை குத்தித் தான் நிரூபிக்க வேண்டுமா.

"கண்ணுக்கு மட்டும் அழகாய்த் தோன்றுவது உண்மையான அழகல்ல.

நெஞ்சை ஆக்கிரமித்துக்கொள்வதே உண்மையான அழகு " என ராபின்சன் ஜெசுபர்ஸ் எனும் அறிஞர் சொல்லியுள்ளார். அவன் நெஞ்சை அவளுடைய அழகு ஆக்கிரமித்திருந்தால் வெளி வேடம் எதற்கு? கைக்குப் பதிலாக இதயத்தில் அல்லவா பாசம் பதிந்திருக்க வேண்டும்.

காதலர்கள் ஈகோவினால் பிரிந்தனர்

மனமாற்றம் எந்த நேரத்திலும் நிகழும். அதனால் ஒருவருக்கொருவர் அன்பு செலுத்துவது என்பது நிரந்தரமல்ல. நடந்த ஒரு நிகழ்வைச் சொல்கிறேன்.

காதலனும் காதலியும் பதிவாளர் அலுவலகம் சென்று திருமணப் பதிவு மனுவைப் பூர்த்தி செய்தார்கள். அவள் கையெழுத்துப் போட்டதைப் பார்த்துக்கொண்டிருந்தவன், பின்னர்த் தான் கையெழுத்துப் போடும்போது அவள் கையெழுத்தைவிடப் பெரிதாகப் போட்டான். காதலி உடனே அவனை நான் விவாகரத்து செய்கிறேன் என்றாளாம். இன்னும் மணமே முடியவில்லை. அதற்குள் மணமுறிவா? ஏனம்மா இந்தத் திடீர் மாற்றம்? என்று பதிவாளர் கேட்டாராம். அதற்கு அவள்,

" அவன் கையெழுத்தைப் பாருங்கள்! எப்போதும் சிறிய கையெழுத்தாகப் போடும் பழக்கமுடையவன், இன்று என் கையெழுத்தைவிடப் பெரியதாகப் போட வேண்டுமென்கிற ஈகோ! தான்தான் பெரியவன் என்கிற அகந்தையில் இப்போதே செயல்பட்டான் எனில் எதிர்காலத்தில் இவனுடன்

எப்படி நான் சேர்ந்து வாழ்வது?" என்று சொல்லிவிட்டு வெளியேறினாள்.

அவள் செய்தது சரியா தவறா தெரியாது. மனம் மாறிவிட்டாள். வாழ்க்கையில் மாற்றம் தேவைதான். மாறுவதுதான் மனம். ஆனால் அந்த மாற்றம் சரியான திசை நோக்கிய மாற்றமாக இருந்திடல் வேண்டும். நமக்கு எந்த உணர்ச்சி வேண்டுமானாலும் வரலாம். ஆனால் அவற்றைத் திசை மாற்றம் செய்யக்கூடிய அறிவை நாம் பெற்றிருக்க வேண்டும். அல்லது அத்தகு அறிவை உருவாக்கிக்கொள்ள வேண்டும்.

ஓவியர் பிகாஸோவின் 'பொர்னிகா'

விஞ்ஞானம், தொழில் நுட்பம் என்கிற பெயரில், மனிதனிடம் இருக்க வேண்டிய அன்பு, இரக்கம், பணிவு, போன்ற உன்னத குணங்கள் அழிக்கப்படுவதை நினைத்து மனம் வெம்புகிறார் ஓவியர் பிகாஸோ.

பிகாஸோ

உலகப்போர், உள்நாட்டுப்போர்களினால் ஏற்பட்ட அழிவுகள், சேதாரங்களை எண்ணி வேதனை அடைந்தார்; எரிச்சலும் கோபமும் கொண்டார். ஸ்பானிஷ் உள்நாட்டுப்போரில் போர்னிகா நகரம் குண்டுகள் போட்டு அழிக்கப்பட்டதை ஓவியரால் பார்த்துச் சகிக்க முடியவில்லை. அவருக்கு ஏற்பட்ட கோபத்தைக் காட்டிக்கொள்ள "போர்னிகா" என்கிற ஓவியத்தைத் தீட்டினார். புகழ்பெற்ற ஓவியம் இவ்வுலகத்திற்குக் கிடைத்தது. அத்திசை மாற்றத்தின் விளைவு அது.

புத்தர் திசை திருப்பினார்

புத்தர் ஓர் ஊர் வழியாகச் சென்றுகொண்டிருந்தபோது யாரோ ஒருவன் அவரைத் தகாத வார்த்தைகளால் திட்டினான். உடன்சென்ற தலைமைச் சீடன் ஆனந்தன் தன் வாளை உருவினான். புத்தர் அமைதியாக வந்ததுடன் அவனையும் அமைதிப்படுத்தினார். சிறிது நேரம் கழித்து ஆனந்தன் காரணம் கேட்டதற்கு,

"அவன் சொன்னதில் உண்மையில்லை. உண்மை இல்லாத ஒன்றுக்கு நாம் ஏன் கோபிக்க வேண்டும். ஒருக்கால் உண்மையாக இருக்கும் பட்சத்தில், உண்மையைத்தானே சொன்னான் என அமைதியாக வரவேண்டியது தானே. அதற்காக நாம் ஏன் கோபம் கொள்ளவேண்டும் " என்று புத்தர் சொன்னார். ஆகக் கோபங்களைத் திசைதிருப்ப இது போன்ற கலைகளை, அறிவார்ந்த வழிகளை நாம் தெரிந்து வைத்துக்கொள்ள வேண்டும்.

பின்னோக்கி ஓடாது ஆறு

காரின் , பின் கண்ணாடி சிறியதாகவும் முன் கண்ணாடி பெரிதாகவும் இருக்கின்றன. அதைப்போல் கடந்தவற்றைச் சிறியதாகவும், வருங்காலத் தைப் பெரியதாகவும் எடுத்துக்கொண்டு தொலைநோக்குப் பார்வையில் காரைச் செலுத்த வேண்டும் என்பது காரோட்டத்துக்கு மட்டுமல்ல மனித வாழ்க்கை ஓட்டத்திற்கும் பொருந்தும். இதே கருத்தை வேறொரு ஞானி சொன்னதை அப்படியே உனக்குத் தருகிறேன். கண்ணா! கலைவாணிக்கு இந்த வாசகத்தையும் சொல்: " River never go reverse. So try to live like a river. Forget your past and focus on your future "

பின்னோக்கிச் செல்லாத ஆற்றைப் போல் வாழ்! நடந்ததை மறந்து நடக்கப்போவதை எண்ணி நடைபோடு!

கால மாற்றத்திற்கேற்பத் தற்காலப் பெண்கள், பண்பாடுகளைக் கடந்து வளர்கின்றனர், வாழ்கின்றனர். அதை அப்பட்டமாக ஒருவர் ஆங்கிலத்தில் வழங்கியதை அப்படியே தருகிறேன் படி.

Modern girls (புதுமைப் பெண்கள்)

Fraud with innocent boys (அறியாத மாணவர்களை ஏமாற்றுதல்)

Fun with handsome boys (அழகானவர்களிடம் விளையாடுதல்)

Friendship with charming boys (கவர்ச்சியானவர்களிடம் நட்பாகுதல்)

Contact with intelligent boys (புத்திசாலிகளிடம் பழகுதல்)

Flirt with freaky boys (சபலக்காரர்களுடன் சரசமாடுதல்)

Love with faithful boys(உண்மையானவர்களை விரும்புதல்)

& in the end இறுதியில்

Marriage with the rich boys. (பணக்காரனை மணம்புரிதல்)

இதை நகைச்சுவைக்காகவும் சொல்லலாம்.

திருமண உறவு எத்தன்மையதாக இருக்க வேண்டும் LOUIS K. AULPACKEX எனும் ஆங்கில அறிஞன் கீழ்க்கண்டவாறு சொல்கிறான். அவனுடைய ஆங்கிலக் கவித்துவத்தைக் கெடாமல் ஆங்கிலத்திலேயே உனக்குத் தருகிறேன்.

"Marriage is that relation between man and woman in which the Independance is equal

Dependance is mutual

Obligation is reciprocal "

திருமண இணைப்பில் சமமான சுதந்திரம், ஒருவரை ஒருவர் சார்ந்த வாழ்க்கை, இணையான பொறுப்பு எனும் கருத்தில் உருவாக்கப்பட்ட அழகான சொற்றொடர்களே அவை.

பெண்களைப் பற்றி அரிஸ்டாட்டில்

பெண்களின் சூழ்ச்சிமிகுந்த சொற்பேச்சினைக் கேட்டு அழிந்தவர்கள் உள்ளனர். அதற்கான எடுத்துக்காட்டினைக் கம்பன் தன் காவியத்தில் காட்டுகிறான். இராவணன் தன் தங்கை சூர்ப்பனகையின் சூழ்ச்சிமிகு சொல் கேட்டுத் தவறிழைக்கிறான்: தர்மம் மீறக்கூடாது என்ற தன் தம்பியின் சொல்லைக் கேட்காததாலும் கெட்டுப்போகிறான். இரண்டு ஆலோசனைகளில் தன் இழிவான ஆசையை நிறைவேற்றிக்கொள்ள ஏதுவானதை ஏற்றுக்கொண்ட இராவணன்தான் குற்றவாளி.

ஆவதும் பெண்ணாலே; அழிவதும் பெண்ணாலே எனும் பழமொழி தமிழில் உண்டு. கிரேக்கத்தின் தத்துவஞானி அரிஸ்டாட்டில் சொல்கிறான்,

" குணமுள்ள பெண்
ஒருவனின் அறிவை ஒளிவீசச் செய்கிறாள்.
புத்திசாலியான பெண்
ஓர் ஆடவனின் மனத்தைக் கவர்ந்து விடுகிறாள்.
அழகான பெண்
ஓர் ஆணை மயக்கிவிடுகிறாள்
பாசமும் பரிவும் உள்ள பெண்
ஆண்மகனைத் தனக்கே உரிமையுள்ளவனாக ஆக்கிக்கொள்கிறாள்."

என்று பெண்களின் குணாதிசயங்களை அரிஸ்டாட்டில் தம் அனுபவத்தால் வெளிப்படுத்துகிறார். 2000 ஆண்டுகளைக் கடந்தாலும் மாறாத குணமாகத்தான் அவை இன்றும் தோன்றுகின்றன.

லிங்கனுக்குத் தாடி வைத்த பெண்

பெண்களின் பார்வையே வித்தியாச மானது. வழுக்கைத்தலையர்களைப்பெண்கள் பெரிதும் விரும்புகிறார்கள் என ஓர் ஆய்வு சொல்கிறது. இன்னொரு ஆய்வில் முகச்சவரம் செய்து மழித்துவரும் இளைஞர்களைப் பெண்கள் விரும்புவதில்லையாம். கண்ணா! அதனால்தான் இக்காலத் திரைப்படங்களில் கதாநாயகர்கள் தாடியுடனும் கைவைத்த

ஆபிரகாம் லிங்கன்

பனியனைப் போட்டுக்கொண்டும் சாதாரண உடையில் நடிக்கிறார்கள்.

தேர்தலில் நிற்பவரின் அழகும் மக்களால் கவனிக்கப்படுகிறது என்பதை ஒரு நிகழ்ச்சி காட்டுகிறது. ஒரு பெண்தான் ஆப்பிரகாம் லிங்கனின் வெளித் தோற்றத்தை மாற்றி அவருடைய வெற்றிக்கு வழிவகுத்துக் கொடுத்தவள். தேர்தலில் சுறுசுறுப்பான நேரம். நலம் விரும்பியான அந்தப் பெண் லிங்கனுக்கு ஒரு கடிதம் எழுதி இருந்தாள். உதவியாளர் அதைப் படித்துவிட்டுக் குப்பையில் போட்டதை லிங்கன் எடுத்துப் படிக்க நேரிட்டது.

"நீங்கள் ஒல்லியான உருவமாக இருக்கிறீர்கள்; கன்னத்தில் அம்மைத் தழும்புகள்; ஒட்டிய கன்னம், அதனால் மொத்தத்தில் தோற்றம் எடுப்பாக இல்லை. எடுப்பாக இருந்து மக்களைக் கவர வேண்டுமானால் தாடி வைத்துக்கொள்ளுங்கள். மேடையில் நீங்கள் நின்று பேசும்போது, அழகிய உங்கள் பேச்சு மக்களிடையே எடுபடும். உங்களுக்கு வாக்களிப்பார்கள்" என்பதைப் படித்த பின்பு அவள் அறிவுரையை ஏற்றுத் தாடி வளர்த்தார்; தேர்தலில் நின்றார். வென்றபின் அந்தப் பெண்ணைத் தேடிப் பிடித்து நன்றி தெரிவித்ததாக அவருடைய வரலாறு சொல்கிறது.

"சிலர்தான் மாறுகிறார்கள்; பலர் மாற்றத்தைப் பற்றிப் பேசிக்கொண்டே இருக்கிறார்கள்" என்பது எவ்வளவு நிதர்சனமான உண்மை. பேசுபவர்கள் பலர் செயல்படுவதில்லை.

"வழுக்கை விழுந்தபின் கிடைக்கும் சீப்புதான் அனுபவம்" என ஒரு ஐரிஷ் பழமொழி சொல்கிறது. இதையே நம் மொழியில் "கண் கெட்டபின் சூரிய நமஸ்காரம்" என்பர். இதனால் கண்ணா நீ அறிந்துகொள்ள வேண்டியது, எதையும் முன் கூட்டியே நன்கு சிந்தித்துச் செயலில் இறங்க வேண்டும். பின்னர் வருத்தப்படக்கூடாது என்பதே!

இப்படிக்கு

உன் நலம் விரும்பும்

தாத்தா.

46 முகநூலில் பெண்கள்

அன்புள்ள தாத்தா, வணக்கம்!

தாங்கள் அம்மாவுடன் தொலைபேசியில் பேசியது நல்லதாகப் போய்விட்டது. ஏனென்றால் முதலில் ' நாம் ஏன் அடுத்த வீட்டுப் பிரச்சினைக்குள் மூக்கைத் திணிக்க வேண்டும் ' எனச் சொல்லிக் கொண்டிருந்தவர்கள் நீங்கள் பேசியபின்புஎன்னுடன் வரச்சம்மதித்தார் கள். சென்ற காரியத்தைக் கச்சிதமாகச் சமாதானத்துடன் செய்து முடித்துவிட்டு வந்துள்ளோம். அந்தப் பெண்ணின் பெற்றோர்கள் முதலில் தயங்கினார்கள். அம்மா எடுத்துச் சொன்ன விதத்தில் பின்னர் எங்கள் பேச்சுக்குக் கட்டுப்பட்டுக் கலைவாணியை அன்போடு அழைத்துக் கட்டியணைத்து

"நாங்கள் இருக்கிறோம். இனி எதற்கும் கவலைப் படாதே! 'தலைக்கு வந்தது தலைப் பாகையுடன் போனது' இனி உன் படிப்பைத் தொடர்வாய். எதுவானாலும் எங்களிடம் கலந்து ஆலோசனை செய்து எந்த முடிவையும் எடு " என்றார்கள். பின்பு எங்களுக்கும் நன்றி சொல்லி அனுப்பினார்கள்.

தாத்தா, 26.10.2013ஆம் நாள் தமிழ்முரசு இதழில் வந்திருந்த செய்தி: "மும்பையை அடுத்த பர்பானி எனும் நகரில் முகநூல் தொடர்ந்து பார்க்க வேண்டாமெனப் பெற்றோர் கண்டித்ததால், 17 வயது ஐஸ்வரியா எனும் கல்லூரி மாணவி உயிரைவிட்டார். நாள் முழுவதும் முகநூலே கதியென்று இருப்பதும், இல்லாவிட்டால் கைபேசியிலேயே உரையாடுவதுமாக இருந்து வந்ததைக் கண்ட பெற்றோர்கள் மனம் நொந்து, அவற்றையெல்லாம் நிறுத்திவிட்டுப் பாடங்களில் கவனம் செலுத்துமாறு அறிவுரை கூறினார்கள். அது தொடர்பான வாக்குவாதம் பெரிய பிரச்சினையாகியதால் ஐஸ்வரியா தன் அறைக்குள் சென்று, நடந்தவற்றை எழுதிவைத்துவிட்டுத் தூக்குக் கயிற்றில் தொங்கினாள். அவளுடைய இந்த முடிவிற்கு மிதமிஞ்சிய முகநூல் பயன்பாடு அவளுக்கு மனத்தளவில் பாதிப்பை ஏற்படுத்தி இருக்கலாம் என உளவியல் நிபுணர்கள் கருதுகின்றனர். இந்தியாவின் உயர்நிலைப் பள்ளி மாணவர்களில் முக்கால்வாசிப்பேர் கைபேசியில் உரையாடுவதைக் காட்டிலும் முகநூல் வழியாக

மற்றவர்களுடன் தொடர்புகொள்வதையே விரும்புவதாக டாடா கன்சல்டன்சி சேவை நிறுவனம் கடந்த ஜூன் மாதம் வெளியிட்ட ஆய்வறிக்கையில் தெரிவித்துள்ளது "

எங்கள் கல்லூரி மாணவி ஒருத்தி இதைப்போன்று முகநூலே கதியென்று இருந்திருக்கிறாள். அவளுடைய அண்ணனும் அம்மாவும் கண்டித்தார்கள் என்று கோபித்துக்கொண்டு வீட்டைவிட்டு வெளியேறி எங்கேயோ போய்விட்டாள். சில நாட்களில் காவல் துறை கண்டுபிடித்து, வீட்டுக்கு அழைத்து வந்தார்கள். இந்த நிகழ்ச்சி நடந்து ஒரு வாரம் முடிந்தபோது மேற்கண்ட மும்பாய் தற்கொலைச் செய்தி தமிழ்முரசில் வந்ததைப் படித்த வுடன் உங்களுக்குத் தெரிவிக்க விழைந்தேன். குறிப்பாகப் பெண்களே இதைப்போன்ற பிரச்சினைகளால் பெரும்பாலும் பாதிக்கப்படுகிறார்கள்.

மதம், மொழி, நாடு என்று வெவ்வேறாக இருந்தாலும் மனிதனுடைய சில குணங்களில் மட்டும் ஒற்றுமை இருக்கின்றது. மாணவர்களின் இத்தகைய பிரச்சினைகள் பரவலாகப் பெற்றோர்கள் மத்தியில் எழத் தொடங்கிவிட்டன. பாடங்களை எடுக்கும் சமயங்களில் எங்களுக்கு ஆசிரியர்களும் அறிவுரை வழங்கி வருகிறார்கள்.

தாத்தா! நீங்கள் சொல்லுங்கள். இதைப்போன்ற தவறுகள் பெண்களுக்கு ஏற்படாமல் பாதுகாக்க வேண்டும் என்கிற உணர்வு தலைதூக்கி நிற்கிறது. இதற்கெல்லாம் காரணங்கள் எவை? இதைப் போன்று இன்னும் என் னென்ன அறிவியல் தொழில்நுட்பங்கள் புதிது புதிதாக வரப்போகின்றனவோ எனப் பயமாக இருக்கிறது. அறிவியல் வளர்ச்சி நன்மைகளையும் கொடுக்கின்றது; அதே நேரத்தில் உடல் ஆரோக்கியத்தைக் கெடுத்து, மன உளைச்சல்களைக் கொடுத்துக் கேடுகளை விளைவிக்கின்றது எனப் பலர் வேதனைப்படுகிறார்கள்.

இப்படிக்கு, உங்கள் அன்புள்ள

கண்ணன்

அன்புள்ள கண்ணா, நலமா!

நட்டம் சேலைக்குத்தான்

மாணவர்களைக் காட்டிலும் மாணவிகளே முகநூலில் அதிக ஈடுபாடு காட்டுகிறார்கள் எனக் குறிப்பிட்டிருந்தாய். மாணவிகளுக்கு, மாணவர்களைக் காட்டிலும் வெளிப்புழக்கங்கள், பொழுதுபோக்கு வாய்ப்புகள் குறைவாகவும், பெற்றோர்களின் கட்டுப்பாடுகள் அதிகமாகவும் இருப்பவையே காரணங்கள் எனவும் ஒரு கருத்து நிலவுகிறது. இதனால் பாதிக்கப்படுவோர் பெரும்பாலும் பெண்களாக இருப்பதே ஒரு வேதனைக்குரிய செய்தி.

இதைப்போன்ற நேரங்களில் பெற்றோர்கள் சற்றுக் கவனமாக; நிதானமாகச் சிந்தித்துச் செயல்படவேண்டும். பிள்ளைகளுக்கு மெதுவாக, அவர்கள் போக்கிலேயே சென்று அறிவுரைகளைச் சொல்ல வேண்டும். தம் எதிர்பார்ப்புகள் நிறைவேறாதபோது, குடும்பக் கலந்துரையாடல்களை நிகழ்த்தலாம். தேர்ச்சியான பக்குவமான உளவியல் நிபுணர்களிடம் அழைத்துச் சென்று "கவுன்சிலிங்கைச்" செய்யலாம். முகநூலில் மூழ்கிக் கிடப்பதால் எதிர்கொள்ளப் போகும் பிரச்சினைகளைப் பல எடுத்துக் காட்டுகளைக் காட்டி மனமாற்றத்திற்கு அவர்கள் வழிவகுத்துக் கொடுப் பார்கள். நீ எடுத்துச் சொன்ன தமிழ்முரசுச் செய்தியை நான்கூட இங்குப் படிக்கவில்லை. வருமுன் காக்கத் தவறினால் இப்படியெல்லாம் உயிர்ச் சேதம் ஏற்பட வாய்ப்புகள் உண்டு என்பதை எடுத்து விளக்கவேண்டும். பிள்ளைகளின் மரணத்திற்குப் பிறகு பெற்றோர்களும் மற்றோர்களும் அடையப்போகும் வேதனைகளையும், பிரச்சினைகளையும் அறிவுறுத்தவேண்டும்.

பெணபிள்ளைகளின் கவனத்தைத் திசை திருப்பப் பெற்றோர்களே அவர்களைப்பல பொழுதுபோக்கு இடங்களுக்கு அழைத்துச் செல்லலாம். விளையாட்டுகளில் ஈடுபட வைக்கலாம். விளையாடினால் உடல் சோர்வுற்றுக் களைப்பு ஏற்படும். அதனால் உறக்கம் வந்து முகநூல் பயன்படுத்துவதைக் குறைக்க முடியும்.

"தெரிந்து மிதித்தாலும் தெரியாமல் மிதித்தாலும்
எறும்புக்கு இரண்டும் ஒன்றுதான் "
"முட்செடியின் மீது சேலை பட்டாலும்
சேலை மீது முள் பட்டாலும்
நட்டம் என்னவோ சேலைக்குத்தான் "

கண்ணா, உன் கல்லூரித் தோழி காணாமல் போய் மீண்டுவந்த செய்தியை வைத்துப் பலர் பலவிதமான கதைகளை உருவாக்கிவிடுவர். கருப்பாக வாந்தி எடுத்தான் - காக்கை போன்று கருப்பாக வாந்தி எடுத்தான் - காக்காவாகவே வாந்தி எடுத்தான் என வதந்தி முடியும் எனச் சொல்வார்கள். அவை பெற்றோருக்கு எவ்வளவு வேதனையைக் கொடுக்கும் என்பதை அந்தப் பெண்களை யோசிக்க வைக்கவேண்டும்.

"வதந்திக்கும் தீமைக்கும் பறந்துசெல்ல இறக்கைகள் உண்டு. ஆனால் நன்மைக்கும் தர்மத்திற்கும் நடக்கக் கால்கள்கூட இல்லை" - என்பர்.

கடுமையான தண்டனை வேண்டும்

திருமணத்துக்கு முன் உடலுறவு, இணையவழிக் காமத்தொல்லை, மாதவிடாய்ப்பிரச்சினை, எயிட்ஸ் மற்றும் பெண்களுக்கு வரும் நோய்கள்

போன்றவை பற்றிப் பெண்களுக்குத் தெளிவான அறிவு வர, தற்காத்துக் கொள்ள ஒரு பாடத்திட்டம் வரவேண்டும். பாலியல் கொடுமைகளுக்குக் கடுமையான தண்டனை கிடைக்கச் சட்டத் திருத்தம் செய்ய வேண்டும் என்கிற குரல்கள் தற்போது ஓங்கி ஒலிக்கத் துவங்கிவிட்டன. இது ஒரு நல்ல அறிகுறி என்றுதான் சொல்ல வேண்டும்..

பெண்களும் கொஞ்சம் அடக்கி வாசித்தால் நல்லது. உடுத்தும் உடைகளை அவரவர் பண்பாட்டுக்கு ஏற்பக் கவர்ச்சியின்றி உடுத்துவது நல்லது. பெற்றோர்கள் இது தொடர்பில் கண்காணிப்புடன் இருக்க வேண்டும். எந்தச் செயலையும் முளையிலேயே கிள்ளிவிடுதல் எளிது என்பதற்கு ஒப்பத் தொடக்கத்தில் பிள்ளைகளுக்கு அறிவுரைகளைச் சொல்லி நமது எதிர்பார்ப்புகளுக்கு ஏற்ப ஒழுங்குபடுத்திக்கொள்ளுதல் நல்லது.

பாரதியின் புதுமைப்பெண்

“சீதையைத் தற்காலப் பெண்களுக்குப் பிடிப்பதில்லை. சீதை தன் கற்பை நிலைநாட்ட தீயில் அல்லவா இறங்கி ஒரு மோசமான முன் உதாரணமாகி விட்டாள் “ என்று நினைக்கிற அளவுக்குப் பெண்களின் முற்போக்குச் சிந்தனை போய்க்கொண்டிருக்கிறது. இரவுக் காலத்தில் பொழுதுபோக்குமிடம், விடுதி, உணவகம், கடற்கரை, பூங்கா, திரையரங்கு என்று தனியாகவும் ஆண் நண்பர்களோடும் சுற்றுகின்ற பெண்களிடம் கற்பு இருக்க வாய்ப்பில்லையென்று மற்றவர்கள் நினைக்கிறார்கள். பாரதி பாடியபுதுமைப்பெண்ணாக அதாவதுநிமிர்ந்தநன்னடையும்நேர்கொண்ட பார்வையும் இருந்தால் அவளால் எந்த இடத்திலும் தன்னைக் காத்து நிற்க முடியும். அப்படிப் பெரும்பாலும் இல்லையே என்கிற ஏக்கம்தானே என்னைப் போன்றவர்களிடம் இருக்கின்றது.

சிங்கப்பூரில் நமது இந்தியப் பெண்களைக் காட்டிலும் மற்ற இனப் பெண்கள், பேருந்துகளிலும், தொடர் வண்டிகளிலும், நிலையங்களிலும் ஆண்பெண் நடந்துகொள்கிற விதம் கொஞ்சம் அருவருப்பாகத்தான் இருக்கின்றது. அதைப்பார்த்து மனத்தில் ஏற்படக்கூடிய பாதிப்புகளினால் சிலபெண்களிடம் திரைமறைவில் தவறுகள் ஏற்பட வாய்ப்பாகிவிடுகின்றது. அதோடுமட்டுமல்லாமல் இணையத்தளம் அப்பட்டமாக எல்லாவற்றையும் திறந்து கடைவிரிக்கின்றது. ஐம்புலன்களில் அதிகமான சக்தியை வெளிப்படுத்துவது கண்தான். அதுவும் பெண்களுடைய கண்களுக்கு இன்னும் அதிகமான சக்தி இருக்கும்.

திருத்திக் கொள்

“எண்ணம் திருந்தினால் எல்லாம் திருந்தும். அதுதான் அடிப்படை உண்மை “ என டாக்டர் மு.வ அடிக்கடி தம் எழுத்துகளில் வலியுறுத்தி

வருவார். தவறு திருத்தப்பட வேண்டியது. ஆங்கிலத்தில் " தவறு செய்வது மனித குணம்; மன்னிப்பது தெய்வகுணம் " என்பர்.

இதைச் சீன நாட்டைச் சேர்ந்த கன்பூஷியஸ்,

" நீங்கள் செய்யும் தவற்றை உடனே திருத்திக்கொள்ளுங்கள்; இல்லையெனில் மீண்டும் இன்னொரு தவற்றைச் செய்தவர் என்கிற குற்றச்சாட்டுக்கு ஆளாவீர். " என்று சொல்வதன் பொருள் தவறு செய்வதே ஒரு தவறு; அத்தவற்றைத் திருத்திக்கொள்ளாததும் ஒரு தவறு என்கிறார். ஆக நாம் எத்தனையோ தீய பழக்கங்களைச் செய்து வருகிறோம்; அதற்கு அடிமையாகி விடுகிறோம். அதுபோன்றவைகளை மெதுவாகத் திருத்திக்கொள்ள வேண்டும் என்பதே கன்பூஷியஸ் சொல்ல வந்த அறவுரை.

வேதாத்திரி மகரிஷி ஈசிஜியை இயங்காமல் செய்தார்

பழக்கம் என்பது ஒன்றைத் திரும்பத் திரும்பச் செய்வதனால் வருவது. நாம் எதற்குப் பழகி விடுகிறோமோ அதுதான் 'நாம்' என்று சொல்ல வேண்டும். நாம் பழக்கத்தின் அடிமைகள். நல்லவன் எனில் நல்லவனாகவே இருந்து பழகிவிடுகிறோம். கெட்டவன் என்றாலும் அப்படியே பழகி விடுகிறோம். பழக்கத்திலிருந்து விடுபடுவது எளிதல்ல. நமக்கு அறிவுரை சொல்லும் எத்தனையோ மருத்துவர்களே புகைப் பதையும், மது குடிப்பதையும் காணலாம்.

வேதாத்திரி மகரிஷி

" போதைக்கு அடிமையாவது மட்டும் பழக்கமல்ல.
பழக்கத்துக்கு அடிமையாவதும் ஒரு போதைதான் "

அதற்கு மனக் கட்டுப்பாடு தேவை. கண்ணா! உனக்கு வியப்பாக இருக்கும் ஒரு செய்தி. வேதாத்திரி மகரிஷி இதயத் துடிப்பை அளக்கும் கருவியான ஈ. சி. ஜியைத் தன் மனக்கட்டுப்பாட்டினால் இயங்காமல் செய்து காட்டினாராம். மகாத்மா காந்தி வயிற்றில் ஒரு அறுவை சிகிச்சை செய்யும் போது மயக்க மருந்தைத் தனக்குக் கொடுக்காதீர்கள் எனச் சொல்லிவிட்டாராம்.

சிறிய எடுத்துக்காட்டு. நமக்குத் தலைவலி இருக்கிறபோது ஒருவர் ஓடி வந்து உனக்குப் பரிசுச் சீட்டுக் குலுக்கலில் நூறாயிரம் வெள்ளி பரிசுத் தொகை விழுந்திருக்கிறது என்று சொல்லும் போது, தலைவலி எங்கே போனது. காணாமல் போய்விடும். உண்மையிலேயே போனதா? இல்லை. அந்த நேரத்தில் உன் எண்ணம் மாற்றப்பட்டுவிட்டது என்பதுதான்

உண்மை. அதைத்தான் மகாத்மாவும் மகரிஷியும் செய்து காட்டினார்கள்.

உணர்ச்சி மேலோங்கிவிட்டால் அறிவு நம்மைவிட்டு வெளியேறிவிடும். அறிவை அவமதித்து உணர்ச்சிக்கு மதிப்பளிப்பவன்தான் தவறுகள் செய்வதற்குத் தயாராகிறான் என்று பொருள்.

துரியோதனன் காட்டிய நற்பண்பு

பாரதக் கதை, இராமகாதை போன்றவை இந்தியாவில் எல்லோரிடத்தும் நன்கு அறிமுகமான பழகிவிட்ட புராணங்கள். உண்மையிலேயே நடந்ததா; சாத்தியமா; என்கிற பார்வையைத் தவிர்த்து இன்னொரு கோணத்தில் இக்கதைகளின் வழி எவ்வளவு நற்போதனைகள் சொல்லப்பட்டிருக்கின்றன என்றுகூடப் பார்க்கலாம். அப்படிப் பார்க்கும்போது பிறன்மனை நோக்கக் கூடாது என்பதை இராவணன் கொல்லப்பட்டது மூலம் அறியப்படுகிறது. அதைப்போல் துரியோதனன் மனைவி பானுமதியுடன் தாயம் விளையாடிக்கொண்டிருந்தான் கர்ணன். கணவன் வருவதையறிந்து எழுந்தவளின் மேகலையைக் கர்ணன் பற்ற, அதிலிருந்த மணிகள் உதிர்ந்தன. தன் பின்புறத்திலிருந்து துரியோதனன் வருகிறான் என்பதைக் கர்ணன் அறியான். இல்லையெனில் பானுமதியின் மேகலை பற்றப்பட்டிருக்காது. 'நான் ஏதும் தவறாக நினைப்பேனோ' என நண்பன் நினைத்துவிடக்கூடாது என்பதற்காக "எடுக்கவோ கோக்கவோ" என்று அருகில் வந்து குனிந்தானே துரியோதனன்; ஆகா ஒரு எதிர்மறைப் பாத்திரத்திடம்கூட எவ்வளவு உயர்ந்த குணம் இருக்கிறது. என்ன அற்புதக் காட்சி; நமக்கு ஒரு பாடம். நட்பின் மீது உள்ள நம்பிக்கைக்கு ஓர் எடுத்துக்காட்டு.

பெண்களை நமது சமுதாயத்தில் நலிந்த பிரிவு என்பர். அடக்கப்பட்டவர்கள்; சுதந்திரம் தரப்படாதவர்கள்; சம நிலையில் நடத்தப்படாதவர்கள் என்பதே காரணம். தந்தை பெரியார் சொல்வார் "பெண்களை, பிள்ளைகள் பெற்றுக்கொள்ளும் எந்திரமாகவோ அல்லது வீட்டு வேலைக்காரியாகவோதான் நாம் கருதுகிறோம். இந்த நிலை மாறிச் சமநிலை வரவேண்டும்" என்று மேடைதோறும் முழங்குவார். ஓரளவு இந்நிலை மாறி வருகிறது என்றாலும் இன்னும் மாற வேண்டும் என என் மனம் எதிர்பார்க்கிறது. "சிலர்தான் மாறுகிறார்கள்; பலர் மாற்றத்தைப் பற்றிப் பேசிக்கொண்டேதான் இருக்கிறார்கள்" என்றார் ஓர் ஆய்வாளர். இது எவ்வளவு உண்மை.

கண்ணா! எந்த அளவு என் மனைவிக்குச் சுதந்திரத்தையும் சமத்துவத்தையும் கொடுக்கிறேன் என்று இதை எழுதும் நான்கூடச் சிந்தித்துப் பார்க்கிறேன்; முடிவை நினைக்கும் போது சற்று வெட்கமாகத்தான் இருக்கிறது.

இப்படிக்கு , உன் நலம் விரும்பும்

தாத்தா.

47 பொது இடத்தில் பண்பு காக்க

அன்புள்ள தாத்தா, வணக்கம்!

உங்கள் அறிவுரையின்படி முகநூலே கதியென்று இருக்கும் எனக்குத் தெரிந்த தோழிகளிடம் நீங்கள் கூறிய கருத்துகளையும், அதற்கான மாற்றுத் திட்டங்களையும் பகிர்ந்துகொண்டேன். வருமுன் காக்கும் நமது எண்ணத்திற்குக் கொஞ்சமாவது பயனளிக்கலாம் அல்லவா?

நான் நேற்று எம் ஆர் டியில் கல்லூரிக்குச் செல்லும்போது, எங்கள் கல்லூரி ஆசிரியை என்னுடன் பேசிக்கொண்டே வந்தார். அவருக்கு என்னை நன்கு தெரியும். பெரும்பாலான நாட்களில் நான் போகும் வண்டியில்தான் கல்லூரிக்கு அவரும்வருவார். அப்போது அங்குக் கண்ட காட்சியைப் பார்த்த பின் மெதுவாக என்னிடம், "அதோ பார்! இந்தத் தொடர் வண்டியிலேயே பள்ளிச் சீருடையைப் போட்டுக் கொண்டு மாணவனும் மாணவியும் கட்டிப்பிடிப்பதும், உராய்வதுமாக இருக்கிறார்கள் . ஒரு பொது இடத்தில் இப்படியா அசிங்கமாக நடப்பது? இது பள்ளிக்கும் கெட்ட பெயரல்லவா? அந்தப் பையனைப் பார்! காதில் ஒரு வளையம். தலை முடி கீரிவால் முடிபோல. அதுவும் வண்ண வண்ணமாய்.. அந்தப் பெண்ணின் நாக்கில் ஒரு உலோகக் கொக்கி. தொப்புளில் ஒரு வளையம். எப்படிச் சாப்பிட முடிகிறது; பேச முடிகிறது? இதை எங்ஙனம் அந்தப் பெற்றோர்கள் ஜீரணித்துக் கொள்கிறார்களோ தெரியவில்லை" என்றுபுலம்ப ஆரம்பித்துவிட்டார். தாத்தா! அப்படியெல்லாம் நான் இல்லாமல் பண்பான பையனாக இருக்கிறேன் என்று என்னையும் கொஞ்சம் பாராட்டினார்கள்.

இப்படிக்கு , உங்கள் அன்புள்ள

கண்ணன்.

அன்புள்ள கண்ணா, நலமா!

நீ என் பெயரன் அல்லவா? அந்த ஆசிரியரால் உன்னைப் பாராட்டாமல் எப்படி இருக்க முடியும்?

பெரியவர்கள் குரல்களின் பிரதிபலிப்பே ஆசிரியை என்பர்.

ஆசிரியைக்கு என் நன்றியையும் சொல். தொடர் வண்டியில் பார்த்த காட்சியின் தொடர்பாக உன்னிடம் அவருடைய உணர்வுகளைக் கொட்டியுள்ளார். எத்தனை பெற்றோர்கள், ஆசிரியர்கள் பொதுமக்கள் இதைப்போன்ற அருவருப்பான காட்சிகளை ஆங்காங்கே பார்த்து வேதனைப் பட்டுக்கொண்டிருப்பார்கள்? சீருடையில் இருந்துகொண்டு எல்லை தாண்டுவதைப் பார்த்து அந்தந்தப் பள்ளியின் ஆசிரியப் பெருமக்கள் மனம் வெம்பிப் புலம்பியதை அந்த மாணவர்கள் அறியார்கள்.

பாரதியின் அச்சம் தவிர்

அந்தக் காலத்தில் தவறு செய்யும்போது ஆசிரியர்கள் மாணவர்களைக் கண்டிப்பார்கள்; அடிப்பார்கள்; திருத்துவார்கள். இப்போது அதற்கெல்லாம் வாய்ப்பில்லாமல் செய்துவிட்டார்கள். அக்காலத்தில் படிக்கும் மாணவர்க ளிடத்தில் பாலுணர்ச்சி இல்லாமலா இருந்தது? சமுதாயத்துக்குப் பயப்படு வார்கள்; பொறுப்புணர்ச்சியுடன் நடந்துகொண்டிருந்தார்கள். பாரதியார் 'அச்சம் தவிர்' என்றது, நன்மை செய்ய முற்படுங்கால் எதிர்கொள்ளும் தடைகளைக்கண்டு பயப்படக்கூடாது என்ற பொருளில்தான் பாடினார். சமுதாயச் சீர்கேட்டைச் செய்யும்போது பயப்படக்கூடாதென்று சொல்ல வில்லை.

சுதந்திர நாடு சிங்கப்பூர்

சிங்கப்பூர் இன்று உலகளவில் வாழ்வதற்கு ஏற்ற நாடு; சுத்தம் சுகாதாரமான நாடு; சட்டம் ஒழுங்கை நிலைநாட்டிக்கொண்டிருக்கும் நாடு; நடு இரவில் நகைகளையெல்லாம் போட்டுக்கொண்டு ஒரு பெண் தன்னந்தனியே தெருக்களில் சென்று வரமுடிகிறதெனில் அப்போதுதான் அந்த நாட்டுக்கு முழுச் சுதந்திரம் கிடைத்துவிட்டது என்று எடுத்துக் கொள்ளவேண்டுமென எங்கள் நாட்டில் பேசுவார்கள். அது உங்கள் நாட்டில்தான் சாத்தியமாகிறது. அப்படிப் பார்த்தால் சிங்கைதான் உண்மை யிலேயே சுதந்திரமான நாடு எனச் சொல்லலாம்.

அதற்குக் காரணம் அரசு சட்டம் ஒழுங்கைப் பராமரித்து வருகிறது. மீறுவோர் விருப்பு வெறுப்பின்றித் தண்டிக்கப்படுகிறார்கள். மக்களிடம் ஏற்பட்டுள்ள அந்தப் பய உணர்வுதான் சட்டமீறல்களைச் செய்ய அவர்கள் அச்சப்படுகிறார்கள். அதைப்போன்ற பய உணர்வு மாணவர்களிடம் இல்லாமல் போய்விட்டதால் பண்பாட்டு மீறல்களை இளம் வயதிலேயே செய்யத் துணிகிறார்கள்.

சிறந்த பள்ளி

இந்தியாவில் ஒரு கல்வி நிர்வாகம் எல்லா வகைகளிலும் மிகமிகக் கண்டிப்பான முறையில் செயல்படுகிறது எனில் அந்தக் கல்வி

நிறுவனம்தான் உயர்ந்த அல்லது சிறந்த நிர்வாகம் என மக்கள் நினைக்கிறார்கள். அங்கே பிள்ளைகளைச் சேர்ப்பதற்கு நான் நீ எனப் போட்டி போடுகிறார்கள். எவ்வளவு நன்கொடையோ கட்டணமோ செலுத்தி மாணவர்களை அங்கே படிக்க வைக்க முன்வருகிறார்கள். அப்படிச் சேர்க்கப்பட்ட மாணவன் அல்லது மாணவி ஓர் ஒழுக்கமான பிள்ளையாக, படிப்பில் தேர்ச்சிபெற்ற மாணவராக வெளிவருவான் என்கிற நம்பிக்கை பொதுமக்களுக்கு வந்துவிட்டது. இதிலிருந்து நாம் தெரிந்து கொள்வது பிள்ளைகளைச் சுதந்திரமாக விட்டுவிட்டால் சூழலால் கெட்டு விடுகிறார்கள் என்கிற எண்ணம் பெற்றோர்களுக்கு வந்துவிட்டது. குறிப் பாகப் படிப்புப் பாதிக்கப்படுவதாக நினைக்கிறார்கள்.

தானாகத் திருந்தினாலே

பெற்றோர்களும், ஆசிரியர்களும் மாணவர்கள் மீது கண்டிப்புக் காட்டுவது என்பது அவர்களுடைய நன்மைக்குத்தான் என அவர்களே உணரும் காலம் வந்தால்தான் திருந்துவார்கள். பட்டுக்கோட்டை கல்யாணசுந்தரம் ஒரு திரைப்படப் பாடல் மூலம், " திருடனாய்ப் பார்த்துத் திருந்தாவிட்டால், திருட்டை ஒழிக்க முடியாது " என்றது திருட்டுக்கு மட்டுமல்ல சமுதாயச் சீர்கேடுகளைச் செய்பவர்களுக்கெல்லாம் பொருந் தும். பிள்ளைகளுக்கு நல்ல அறிவுரைகளைச் சொல்வதைவிடக் கண் டித்து வளர்க்கவும்; அல்லது அது சாத்தியப்படாத நேரத்தில் அன்புகாட்டி நல்வழியைப் புகட்டவும். நான் எழுதியவையெல்லாம் பெரியவர்கள் பார்வையில் அமைந்தவை.

பிள்ளைகளின் பார்வையில்

"சில ஆண்டுகள் பள்ளியிலோ கல்லூரியிலோ படிக்கிறோம். அந்தச் சில ஆண்டுகளில் ஏன் இதைச் செய்யக்கூடாது; அதைச் செய்யக் கூடாதென்கிற கட்டுப்பாடுகளை விதித்து எங்களை மன உளைச்சலில் ஏன் திணிக்க வேண்டும். படிக்கிற காலத்தில் மகிழ்ச்சியாக, மனத்திற்குப் பிடித்தவற்றைச் செய்துகொண்டு படிப்பையும் கவனித்துக்கொள்கிறோம். இது பெற்றோர்களுக்குப் போதாதா? எங்கள் மீது பெற்றோர்கள் நம்பிக்கை வைக்க வேண்டும். அதைவிடுத்து எங்களைச் சந்தேகிப்பதோ வேவு பார்ப்பதோ, கெட்டுக்குட்டிச் சுவராகப்போய்விடுவாய் என வசைபாடுவதோ செய்தால் எங்களுக்கு எரிச்சலும் கோபமும் வராதா?

இறுதியில் தேர்வில் வெற்றி பெற்றுவிடுவோம். ஆண்டுகளின் ஓட்டத்தில் பழகிய ஆண்/பெண் நண்பர்கள் எங்கே இருக்கிறார்கள் என்றே தெரியாமல் போய்விட வாய்ப்புகள் அதிகம் என்பதையும் நாங்கள் அறிவோம்." என்று சொல்லும்போது ஓரளவு சரிபோலத் தோன்றும். இதே பையன்கள் பெரியவர்களாகிப் பெறோர்களானால் இதையே அப்போதும்

நினைப்பார்களா? அப்போது சிந்திப்பார்கள். தம் காலத்தில் சுற்றித் திரிந்து படிப்பைக் கெடுத்துக்கொண்ட நண்பர்கள் ஒரு சிலரைப்போல் நமது பிள்ளையும் ஆகிவிடுவானோ என்கிற பயம் வருமல்லவா! அதைப்போன்ற பயம்தான் இப்போது பெற்றோர்களுக்கு வருகிறது என்பதை மாணவர்கள் அறியும் காலம் வரவேண்டும்.

நான் சிங்கப்பூரிலிருந்த போது தமிழாசிரியர்கள் சிலர் நண்பர்களாக இருந்தார்கள். அவர்கள் என்னிடம் நிறையச் சொல்லியிருக்கிறார்கள். சில பெண்களே கூட 'எனக்கு ஆண் நண்பர்கள் இல்லையே' என்று வருத்த மாகச் சொல்வார்களாம். தனக்கு அந்தத் தகுதி இல்லையே என்கிற ஏக்கத் தின் வெளிப்பாடாக அது இருக்கும் என்பார்கள் ஆசிரியர்கள். தமிழ் மாணவர்கள் சிலர் சீன நண்பர்களிடம் அசிங்கமான கெட்ட வார்த்தை களைத் தமிழ் மொழியில் சொல்லிக்கொடுத்துவிடுவார்களாம். மவுனராகம் திரைப்படத்தில் ரேவதி, சர்தார்ஜிக்கு அசிங்கமான வார்த்தைகளைச் சொல்லிக் கொடுத்தது போல் அந்த மாணவர்களும் அதன் பொருள் தெரியாமல், பள்ளி முதல்வர், ஆசிரியர்கள் போன்ற எல்லோருக்கும் முன்னால் சிரித்துக் கொண்டே சொல்லிக்காட்டுவார்களாம். அப்போது எங்களுக்குப் பளார் எனக் கன்னத்தில் அறைவதுபோல் இருக்கும் என்றுகூடச் சொல்லி யிருக்கிறார்கள்.

நகைச்சுவை உணர்வு இருப்பது தேவைதான். இருந்தாலும் எதுவுமே இலைமறை காயாக இருந்தால்தான் சுவையாக இருக்கும் என்பதை அவர்களுக்கு உணர்த்த வேண்டும். பள்ளியில் ஆண்பெண்களின் உறவைப் பாடமாக வைக்க வேண்டும் என்பது போல் கவுன்சிலிங் என்கிற பிரச்சினைகளைக் கேட்டுக் காய்தல் உவத்தல் இன்றி இருபக்கமும் சிந்தித்துத் தக்க தீர்வுகளை மாணவர்களுக்கு வழங்குதல் ஒவ்வொரு கல்வியகங்களில் இருக்க வேண்டும்.

ராங் நம்பருக்கே பத்து நிமிடம்

எப்போதும் நீண்ட நேரம் தொலைபேசியில் பேசுகிற ஒரு மாணவி பத்து மணித்துளிகள் பேசிவிட்டு வைத்துவிட்டாராம். கவனித்த தாய், "என்னடி சீக்கிரம் பேசி வைத்துவிட்டாய்!" என்று கேட்க, பெண்ணிடமிருந்து பதில் வந்ததாம், "ராங் நம்பர்மா" என்று. தவறான தொடர்புக்கே பத்துநிமிடம் பேசுகிற பெண்கள் வாழும் காலம். அவ்வளவு நேரம் பேசினால் காதின் செவிப்பறை என்னவாகும்; செலவு எவ்வளவாகும்; செலவழிக்கும் நேரம் எவ்வளவு வீணாகும் என்பதை அவளுக்குப் புரிய வைக்க வேண்டும்.

தந்தைக்கு மரியாதை

அண்மைக் காலத்தில் வாழ்ந்து மறைந்த தமிழறிஞர் அ. ச. ஞான

சம்பந்தம் எல்லோரையும் பெயர் சொல்லி 'வாடா... போடா' என்று ஒருமை யிலும் உரிமையிலும் அழைத்து அன்போடு உரையாடுவது பழக்கமாம். ஒருமுறை ஏ.வி.எம். சரவணனை மட்டும் மரியாதையுடன் 'தம்பி' என அழைத்தாராம். புகழ்பெற்ற நீதியரசரும் கம்பன் காவியத்தில் மிகுந்த ஈடுபாடும் கொண்ட மரியாதைக்குரிய எம்.எம். இஸ்மாயிலைக்கூட 'சாயபு' என்றழைக்கும் ஞானசம்பந்தம் வயதில் சிறியவரான சரவணனை மட்டும் ஏன் மரியாதையுடன் அழைக்கிறார் எனக் கேட்டபோது, என் தந்தையார் பெயரை அல்லவா வைத்திருக்கிறார்' என்றாராம். தமிழ்க் கர்வம் படைத்த ஓர் அறிஞர் தந்தையார் மீது, எவ்வளவு மரியாதையும் பாசமும் வைத்திருந்தார் என்பதை நம்மால் உணர முடியும். இதை மாணவர்கள் சிந்திக்க வேண்டுமே அல்லாமல் தந்தையை 'பெரிசு.. பெரிசு' என்று அழைத்து அவமதித்தல் கூடாது.

துன்மார்க்கர் சாக்ரட்டீஸ்

கிரேக்க நாட்டுப் பேரறிஞர் சாக்ரட்டீஸ் பார்ப்பதற்குத் தடித்த உதடு, குள்ளமான உருவம், சப்பை மூக்கு கொண்டு விகாரமாக இருப்பார். சாமுத்திரிகா லட்சண ஆரூடத்தில் வல்லவர் ஒருவர், " இவர் துன் மார்க்கராக இருக்க வேண்டும் " எனச் சொன்னவுடன் நண்பர்கள் ஜோசியரை அடிக்க எத்தனித்தார்களாம். உடனே சாக்ரட்டீஸ் குறுக்கிட்டு, " அவர் கூறியதில் உண்மை உண்டு. என்னிடமிருந்த அந்தக் கெட்ட குணங்களை நான் என்னுடைய அறிவினால் அடக்கி அவித்துக்கொண்டேன் " என்றாராம். மாணவர்களுக்கு அறிவைப் புகட்டி அவர்களிடமிருக்கும் துர்குணங் களிலிருந்து விலகிப் போகும் வாய்ப்பை ஆசிரியர்கள் ஏற்படுத்திக் கொடுக்க வேண்டும்.

தொலைக்காட்சி, தொலைபேசி போல

ஆசிரியர்கள் 'தொலைக்காட்சி' போல், தான் சொல்வதையே சொல்லிக் கொண்டிருக்கும் சாதனம் போல் இருத்தல் கூடாது; அதே நேரத்தில் தம் கருத்துகளை வெளிப்படுத்தவும் தயங்கக் கூடாது.

'தொலைபேசி' போல் ஆசிரியர் விளங்க வேண்டும். அதாவது பேசவும் வேண்டும் மாணவர்களின் பேச்சையும் உள்வாங்கித் தீர்வுகாணவும் வேண்டும். எண்ணப் பரிமாற்றம் எனும் கொடுக்கல் வாங்கலைச் சுமுகமாக்கிக்கொள்ள வேண்டும்.

பொன்னீலனின் புலம்பல்

மாணவர்கள் நவீன கவிதை போலாகிவிட்டார்கள். பாரதி பாவேந்தர் களிலிருந்து இன்றைய நவீனக் கவிதை உலகம் அடையாளம் காண முடியாத அளவுக்கு விலகிப் போய்க்கொண்டிருக்கிறது. உணர்ச்சிக் கவிதைகள்

காலமாகிவிட்டன. நேரில் பார்க்கும் மரங்களைவிட, நீரில் தோன்றும் அவற்றின் பிம்பங்களே கவிதைக்குப் பயன்படுகின்றன. கலங்கிய நீருக்குள் தெரியும் குழம்பிய உருவங்களே அழகாம். கல்லை எறிந்து நீருக்குள் உருவாகி வளைந்தோடும் பிம்பங்களே தத்துவம் என்கிறார்கள்.

"மூலப்பிரதி - வாசகர் பிரதி - மறுபிரதி என வாசிப்போருக்கெல்லாம் வெவ்வேறு நிறங்காட்டும் பச்சோந்தித் தன்மையே நவீனக் கவிதையின் சிறப்பு என்கிறார்கள்" என்று கவிஞர் பொன்னீலன் சொல்லி வருத்தப் படுகிறார். சராசரி மக்களுக்கு நவீனம் போல் தற்கால மாணவர்களின் நிலையும் குழப்பமாக இருக்கிறது என்கிறார்.

கற்பதனால் ஆயபயன்

படிப்பது வேறு; கற்பது வேறு. தேர்வுக்கோ, பட்டத்திற்கோ, அடுத்தவருக்கு அறிவுரை கூறுதற்கோ அல்லது பாடமெடுப்பதற்கோ ஏற்பட்டதல்ல கல்விப்படிப்பு. கற்கும் கல்வி நம்பிக்கையைத் தருகிறது; இனி நம்மால் இவ்வுலகில் வாழ்ந்துகாட்ட முடியும் என்கிறமன உறுதியைத் தருகிறது; மரியாதை கொடுத்து வாங்கக் கற்றுக் கொடுக்கிறது; ஏதிலார் குற்றம்போல் தம் குற்றம் காணும் பண்பைச் சொல்லிக் கொடுக்கிறது; ஒழுக்கத்துடன் நேர்மையான வாழ்வை வாழ வேண்டும் என்கிற அறிவை உள்ளுக்குள் ஏற்படுத்தித் தருகிறது. அடிமைத்தனத்தைப் போக்கிச் சுதந்திரமாகச் சிந்திக்க வைக்கிறது.

வாழ்க்கை ஒரு ரிலேரேஸ்

வாழ்க்கை என்பது, போன தலைமுறையிடமிருந்து நாம் கற்றுப் பெற்றதை அடுத்த தலைமுறைக்குக் கொண்டுபோய்ச் சேர்ப்பதே! யாரோ நட்டு வைத்த மரநிழலில் இளைப்பாறுகிறோம்; யாரோ எப்போதோ வெட்டிவைத்த குளத்தின் நீரால் தாகம் தீர்த்துக்கொள்கிறோம். இந்த வாழ்க்கையானது ரிலே ரேஸ் போன்ற தொடரோட்டம். மரம் நட்டது போல், குளம் வெட்டியது போல் அடுத்த தலைமுறைக்கு நாம் எதைச் செய்து விட்டுப்போகப் போகிறோம்?

சர்.சி.வி. இராமன் விளைவு

நமக்கு முந்திய தலைமுறையைச் சேர்ந்த சர். சி.வி. இராமன் என்பவரைக் கேள்விப்பட்டிருப்பாய் என நம்புகிறேன். " இராமன் விளைவு " எனும் அறிவியல் விஞ்ஞானக் கண்டுபிடிப்புக்காக நோபல் பரிசு அறிவிக்கப் பட்டது. அதைப் பெறுவதற்காக ஐரோப்பாவிற்குப் போயிருந்தார். போன இடத்தில் நடந்த பாராட்டுவிழா விருந்தில் அந்நாட்டுக் கலாசாரப்படி மதுபானம் வழங்கப்பட்டது. இராமன் பொது இட நாகரிகம் கருதி மதுவை எடுத்து வாயில் வைத்துவிட்டுக் கீழே வைத்திருக்கலாம். யாரும் தவறாக

நினைக்கப்போவதில்லை. இறைமறுப்பாளர் தந்தை பெரியாரிடம் ஒருமுறை திருநீறைக் கொடுத்தார்கள். கொடுத்தவர் மனம் புண் படக்கூடாதே என வாங்கிக்கொண்டார் என்று சொல்வார்கள். அப்படிக்கூட இராமன் செய்யாமல்,

"என்னை மன்னித்துவிடுங்கள். மதுபானத்தில் இராமன் விளைவைப் பார்ப்பதில் எனக்கு ஆர்வமே தவிர, இராமனில் மதுவின் விளைவைப் பார்ப்பதில் விருப்பமில்லை" என்றார். அந்த இடத்தில்கூட உடல் நலத்திற்குக் கேடுவிளைவிக்கும், போதை தரும் மதுவைக் குடிக்கக்கூடாது எனும் கொள்கையிலே எவ்வளவு அழுத்தமான பிடிமானத்தை வைத்திருந் திருக்கிறார். இதையெல்லாம் மாணவர்களுக்கு எடுத்துச் சொல்ல வேண்டும்.

கண்ணா! இக்கால மாணவர்களாகிய நீங்கள் எங்களைவிடப் புத்தி சாலிகள்; எளிதில் புரிந்துகொள்ளும் ஆற்றல் படைத்தவர்கள் என்பதிலே மாற்றுக் கருத்துக் கிடையாது. ஆனால் அதை வாழ்க்கைக்குச் சாதகமாக எடுத்துக்கொள்கிறீர்களா என்பதுதான் எங்கள் ஐயம். புரிந்து அறிந்துகொள் ளும் சக்தி படைத்த உங்களுக்குச் சொல்கிற முறையில் சொன்னால் எடுத்துக்கொள்வீர்கள் என்கிற நம்பிக்கை எங்களுக்கு இருக்கிறது.

இப்படிக்கு

உன் நலம் விரும்பும்

தாத்தா.

48 காக்க ! காக்க ! இரகசியம் காக்க !

அன்புள்ள தாத்தா, வணக்கம்.

மாணவர்களுக்கு ஏற்ற அறிவுரைகளை நிறைய எழுதி இருந்தீர்கள். அப்படியே எங்கள் ஆங்கில ஆசிரியரிடம் காண்பித்தேன். ஆகா நல்ல அறிவுரைக் கடிதம்; பயனுள்ள கடிதம் என்று வாழ்த்தினார்.

பாலிக்கு என்னுடன் வந்திருந்த இரண்டு மாணவத் தோழர்களுக்குத் தான் கலைவாணி பச்சை குத்திய செய்தியைச் சொல்லியிருந்தேன். எக்காரணத்திற்காகவும் கலைவாணியின் நலன் கருதி யாரிடமும் சொல்லக்கூடாது எனக் கண்டிப்புடன் சொல்லியிருந்தேன். அதையும் மீறி ஒருவன் கலைவாணியின் தோழியாகிய பிரியாவிடம் சொல்லி விட்டான். பிரியா மூலம் மற்ற மாணவிகளுக்கும் தெரிந்து கலை வாணியைக் கிண்டல் செய்யத் தொடங்கிவிட்டார்கள். கலைவாணிக்குத் துரோகம், எனக்கு நம்பிக்கைத் துரோகம் இழைத்ததைத் தெரிந்து அவனை மிகவும் கண்டித்தேன். இனி என்னுடன் பேசாதே எனச் சொல்லிவிட்டேன். தாத்தா! கூட இருந்தே குழி பறிக்கும் அவனுடன் இனி உறவு வைத்துக்கொள்வது சரியாகப் படவில்லை. அந்தப் பெண்ணின் எதிர்கால நல்வாழ்வு பாதிக்கப்பட நாம் காரணமாக இருந்திடக் கூடாதல்லவா? யாருக்கேனும் உதவியாக இருக்க வேண்டும்; இல்லாவிட்டால் இடையூறாக இருக்கக்கூடாது என்பார்கள்.

அப்படிச் செய்த நண்பனை நினைத்து வருந்தினேன். என் மன நிலை மாற, இரண்டு நாட்கள் பிடித்தன.

இப்படிக்கு, உங்கள் அன்புள்ள

கண்ணன்.

அன்புள்ள கண்ணா, நலமா!

நீ இந்தச் செய்தியைப் பிறரிடம் சொல்லாமல் பாதுகாப்பது உன் கடமை என்று சொல்லியும் உன் நண்பன் அச்செய்தியை அடுத்தவரிடம் பகிர்ந்துகொண்டது தவறுதான். அந்தச் செய்தியும் ஒரு பெண்ணின் எதிர்கால வாழ்க்கையை ஒட்டியது என்பதனால்தான் உனக்கு மிகுந்த கோபம் வந்துள்ளது, நியாயம்தான். என்ன செய்வது, எந்த நண்பன்

எப்போது துரோகம் இழைப்பான் என உனக்குத் தெரியாதல்லவா. நீ அவனிடம் தெரிவித்தே இருக்கக்கூடாது. ஒருவருக்கு மேல் இன்னொருவருக்குத் தெரிந்தாலே அது இரகசியம் இல்லை என்பார்கள்.

யாரிடமும் சொல்லக் கூடாது என்றால்தான் அது வேகமாகப் பரவும் என்றும் சொல்வார்கள். அடுத்தவரிடம் இரகசியத்தைச் சொல்லும்போது எப்படிச் சொல்வார்கள் தெரியுமா? "இதை நான் சொன்னேன் என யாரிடமும் சொல்லாதே. மற்றொன்று இதை வேறு யாரிடமும் நீ சொல்லிவிடாதே" என்பார்கள். இரகசியத்தைக் கேட்டவரும் இதேபோல்தான் மற்றவரிடம் சொல்லிச் செய்தியை மிக வேகமாகப் பரப்புவார்கள். இது இயற்கை. நீ இச்செய்தியை மூடி மறைக்காமல் வெளிப்படையாக அறிவித்திருந்தால் அதற்கு இவ்வளவு முக்கியத்துவம் கொடுத்து இராக்கெட் வேகத்தில் பரப்பி இருக்கமாட்டார்கள்.

துரோகங்களுக்கு நியாயம் உண்டா

அதனால்தான் அப்போதே சொன்னார்கள்,

" எந்தப் புற்றில் எந்தப் பாம்பு இருக்கிறதோ " என்று.

உன்னைப் பொறுத்த வரையில் நண்பர்களை நம்பித்தானே செய்திகளை அல்லது இரகசியங்களைப் பகிர்ந்துகொண்டாய். கண்ணா! உனக்கு ஆறுதல் சொல்ல வேண்டுமாயின் கவிப்பேரரசு வைரமுத்து சொல்வார்,

" எந்தப் புற்றில் எந்தப் பாம்பு என்று பார்ப்பதைவிட

எந்தப் பூவில் என்ன தேன் என்று பார்! " என்றார்.

அதாவது துரோகம் செய்யும் நண்பர்களுக்கிடையே எப்படிப்பட்ட நல்ல நண்பர்கள் எல்லாம் உடன் இருக்கிறார்கள் என்று சமாதானம் அடைந்துகொள்! புராண காலத்திலேயே துரோகம் இடம் பெற்றிருந்திருக்கிறது. கதை புனைபவர்கள் துரோகத்தை இடையில் புகுத்திக் கதையோட்டத்தை வேகப்படுத்துவார்கள். பாரதக் கதையில் கடவுளாகிய கண்ணபிரான் கர்ணனைச் சாகடிக்க அந்தணர் வேடம் கொண்டு, போர்க்களத்திற்குச் சென்று, செய்த புண்ணியத்தைத் தாரைவார்த்துக் கேட்டுப் பெறவில்லையா? இராம காதையில் இராவணனுக்குத் துரோகம் செய்துவிட்டு இராமனுடன் வீடணன் சேர்ந்துகொள்ளவில்லையா? இராமாயணத்தில் இராமன் மறைந்திருந்து வாலியை வதம் செய்யவில்லையா? அந்தத் துரோகங்களுக்கெல்லாம் நியாயங்கள் கற்பிக்கப்படுகின்றன. ஆனால் உனக்குச் செய்த துரோகத்திற்கு என்ன நியாயம் உன் நண்பன் வைத்திருக்கிறானோ? வெள்ளையர்களை எதிர்த்து நின்ற வீரபாண்டியக் கட்டபொம்மனை எட்டப்பன் காட்டிக்கொடுத்துத் துரோகம் செய்தான். அதற்கு எந்த நியாயமும் வரலாற்றில் சொல்லப்படவில்லை.

துரோகத்தை எண்ணி வருந்தாதே! அதற்காக அவனிடம் பேசாமல் இருக்காதே. மீண்டும் ஏதாவது இடையூறு செய்யத் தலைப்படுவான். பேசிக்கொண்டே இரு. அப்போதுதான் 'நாம் துரோகம் செய்தும் நண்பன் என்னிடம் அதைக் காட்டிக்கொள்ளாமல் அன்புடன் இருக்கிறான்' என எண்ணுவான். "அவர் நாண நன்னயம் செய்துவிடல்" என வள்ளுவன் சொல்லியுள்ளதை நீயும் செய்து பார்! குற்ற மனப்பான்மை அவன் உள்ளத்தில் உருவாக வழி விடு. பிறகு உன்னிடம் உண்மையான நட்பைக் காட்டுவான். பேசாமல் இருந்தால் உன்னை விரோதியாக நினைக்கத் தொடங்கிவிடுவான். ஐந்து விரல்களும் ஐந்துவிதமாக இருப்பதுபோல் நண்பர்கள் அனைவரும் பல குணாதிசயங்களைக் கொண்டவர்களாக இருப்பார்கள் என்கிற நிதர்சனமான உண்மை நிலையை உணர்.

பீமனைக் கொல்லத் துரியோதனனின் சதி

பல துரோகங்கள் இறுதியில் காட்டிக்கொடுத்துவிடும் அல்லது தோல்வியில் முடிந்து அதற்கான தண்டனையை அடைய நேரிடும். தர்மம் வெல்லும். பாரதப் போரில் பஞ்ச பாண்டவர்களில் பலசாலியான பீமனை அழிக்கத் துரியோதனன் திட்டமிடுகிறான். கங்கையில் பிராமண கோடி எனும் இடத்தில் ஆற்றின் ஆழம் அதிகமாக இருக்கும். அந்த இடத்தில்தான் பீமன் தினம் குளித்து மகிழும் பழக்கமுடையவன். இதை யறிந்த துரியோதனன், அவ்விடத்தில் தண்ணீருக்கு மேலே தெரியாதபடி, நீரில் கரையாத நஞ்சு தடவிய ஈட்டிகளை நட்டு வைத்துவிட்டான். ஈட்டி குத்தினால் குருதியில் நஞ்சு கலந்து மரணமடைவான் என்பது அவன் திட்டம்.

நஞ்சு தடவிய ஈட்டிக் கூர்களின் வாசனையறிந்து வண்டுகள் நீரில் படாமல் மேலே மொய்த்துக்கொண்டிருந்தன. பீமன் வழக்கம்போல் ஆற்றின் படித்துறைக்கு வந்தான். இரக்க குணம் படைத்த பீமன், மொய்த்துக்கொண்டிருந்த வண்டுகளுக்கு எந்தப் பாதிப்பும் வராமல் தள்ளிப்போய் ஆற்றில் குதித்து நீராடினான். துரியோதனின் துரோகம் பலிக்கவில்லை. வண்டுகளின் செயலால் நியாயவாதி காப்பாற்றப்பட்டான். ஆகையினால் கண்ணா வருந்தாதே. எல்லாம் ஒரு நன்மைக்கே என எடுத்துக்கொள்!

நன்றி கெட்டவன் மனிதன்

ஒருநாள் ஒருவன் ஓர் ஈரத்துண்டுத் துணியை நெற்றியில் ஒட்டிக்கொண்டு போனான். இதைப் பார்த்த ஒரு ஞானி,

"எதற்கு இப்படிச் செய்கிறாய்?" என்று கேட்டாராம்.

"தலை வலிக்கிறது" என்றானாம்.

‘உன் வயது என்ன? “

“முப்பது “

“முப்பது வருடமாக உனக்குத் தலைவலி வந்ததா? “

“இல்லை. இப்போதுதான் “

“ இவ்வளவு காலமாக இறைவன் உன்னை ஆரோக்கியமாக வைத்திருந்தானே! அதை நீ யாரிடமாவது பறைசாற்றினாயா? இன்று ஒரு சிறு தலைவலி என்றவுடன் இப்படி விளம்பரப்படுத்துகிறாயே? நீ ஒரு நன்றிகெட்டவன் என்பது உனக்குத் தெரிகிறதா? ‘ என்று கேட்டார் அந்த ஞானி. கண்ணா புரிகிறதா உலகம் இப்படித்தான் இருக்கிறது. அப்படிப் பட்ட நன்றிகெட்ட மக்களின் மத்தியில்தான் நீ வாழ்ந்துகொண்டிருக்கிறாய். அவர்களில் உன்னுடன் நல்லிணக்கத்துடன் இருப்பவர்களை வைரமுத்து சொல்லியதுபோல் நினைத்து திருப்தியடைந்துகொள்!

காந்தியின் மூன்று பொம்மைகள்

பிறர் ரகசியங்கள் பேசும்போது கேட்காத செவிடாய் இரு! பிறன் மனை நோக்காமல் குருடாய் இரு! புறம் கூறுமிடத்தில் ஊமையாய் இரு! என்று சங்கம் மருவிய காலத்து தமிழ்நாட்டு இலக்கியமான நாலடியார் அறிவுரை கூறுகிறது. அதே கருத்துகளை உள்ளடக்கியதன் அடையாளமாக இருபதாம் நூற்றாண்டில் குஜராத்தில் பிறந்த காந்தியடிகள், வாய்பொத்தி, கண்மூடி, செவிமறைத்து மூன்று பொம்மைகளை அறிமுகப்படுத்தினார். இன்று அவை உலகப் புகழ்பெற்று நெறியுரைத்துக் கொண்டிருக்கின்றன. கண்ணா! மாணவர்களுக்கு ஆசிரியர் இதன் அடிப் படைக் கருத்துகளை எடுத்துச் சொன்னால் துரோகம் தலையெடுக்காமல் இருப்பதோடு, மற்றத் தவறுகளும் ஏற்படாமல் தவிர்க்கலாம்.

காக்க ! காக்க ! இரகசியம் காக்க !

திருமூலர் “இலகியா” முறையில் தன் உடலை எளிதாக்கி வானவெளியில் பறந்துகொண்டிருந்தார். அதுபோழ்து இராசேந்திரபுரி அரண்மனையில் அழுகுரல் கேட்டது. உடனே தம் “சூக்கும” உடலோடு அரண்மனைக்குள் நுழைந்தார்; நெருங்கிப்போனார். நாடே கண்ணீரில் மிதந்துகொண்டிருந்தது, இளம் மன்னன் வீரசேனன் இறந்துகிடக்கிறான். அவனுடைய மனைவி சோகமே உருவாகப் புலம்பி நிற்கிறாள். உறவினர்களும் மக்களும் அரசனை இழந்து வாடிவதங்கிய முகத்தினராய்க் காட்சியளித்தனர்.

இந்த நேரத்தில் திருமூலர், அவர்களுக்கு உதவிட விரும்பினார். உடனே ஒரு நொடியில் தன் குகைக்கு வந்தார். சீடன் குருராசனை அழைத்து விவரத்தைச் சொன்னார். இறந்த மன்னனின் உடலில் சிலகாலம்

தங்கிட விழைகிறேன். தாம் திரும்பி வரும் வரையில் கல்பதேகமாகிய தம் உடலை உன்னை நம்பி குகைக்குள் விட்டுப்போகிறேன். நீ பொறுப்புடன் காப்பாற்றி வரவேண்டும் என்றார். சீடனும் ஒப்புதல் அளிக்கவே திருமூலர் தம் சூக்கும உடலோடு அரண்மனைக்குச் சென்று மன்னன் உடலில் புகுந்துகொண்டார்.

மன்னன் வீரசேனன் உயிர்பெற்று எழ அரண்மையே மகிழ்ச்சியில் மூழ்கியது. பட்டத்துராணி ஆனந்தக் கண்ணீர் விட்டு உவகை பூத்தாள். ஓடோடிப்போய் ஆரத் தழுவினாள். அறநெறியில் அரசாட்சி தொடர்ந்தது. எனினும் திருமூல வீரசேன சித்தருக்கு எதிலும் பற்றில்லை. அமைச்சர்களுக்கோ, மக்களுக்கோ ஐயம் ஏதும் எழவில்லை. உடனுறைந்து வாழும் அரசியாருக்குச் சந்தேகம் எழ, ஒருநாள் கேட்டுவிட்டார். உண்மையைச் சொல்ல நெருக்குதல் கொடுத்தார். அவரும் வேறு வழியின்றி நடந்ததையெல்லாம் ஒன்று விடாமல் சொல்லிவிட்டார். குகையில் கிடக்கின்ற தம் உடலை எம்முறையில் எரித்தால் அது சாம்பலாகும் எனும் இரகசியம் உள்பட எதையெல்லாம் சொல்லக்கூடாதோ அனைத்தையும் உளறிவிட்டார்.

அரசியாருக்குக் கவலை வந்துவிட்டது. ‘திருமூலர் திரும்பக் குகைக்குச் சென்றிடக்கூடாது. சென்றுவிட்டால், கணவன் மீண்டும் இறந்துவிடுவான். தாம் விதவையாகி நிற்க நேரிடும். நாட்டுமக்கள் தலைமையின்றித் தவிப்பர்’ என எல்லாவற்றையும் சிந்தித்து ஒரு முடிவுக்கு வந்தார். உடனடியாக மலைவாசிகளை அழைத்துச் சித்தருடைய குகையைத் தேடிக் கண்டுபிடித்து, அவர் உடலை எரிக்கும் சூட்சுமத்தையும் சொல்லிக்கொடுத்து, விரைவாகச் செயல்பட ஆணையிட்டாள்.

இதற்கிடையில் சித்தரின் சீடனோ தன் குரு நீண்டநாள் வராததை எண்ணிக் கவலையடைந்து ஒருமுறை பார்த்துவரலாம் என இராசேந்திர புரிக்குப் புறப்பட்டான். அந்த நேரம் பார்த்து மலைவாசிகள் குகைக்குள் புகுந்து திருமூலரின் உடலைக் கண்டுபிடித்து எரித்துவிட்டனர். சித்தராகிய மன்னன் வேட்டைக்குப் போவதாக அரண்மனையில் சொல்லிவிட்டுத் தமது உடலைக் காணக் குகைக்கு விரைந்தார். போகும் வழியில் குருராசனைக் கண்டு திடுக்கிட்டார். இருவரும் ஓடிப்போய், கல்ப சாதனையால் வைரம்பாய்ந்து விளங்கிய உடல் சாம்பலாகிக் கிடந்ததைப் பார்த்து அதிர்ச்சியடந்தனர் என்று ஒரு கதை சொல்கிறது.

இதிலிருந்து கண்ணா, நீ இரண்டு செய்திகளைத் தெரிந்துகொள்! பொறுப்பின்றியும் பொறுமையின்றியும் சீடன் குகையிலிருந்து வெளியே வந்து கடமை துறந்தது தவறு. பிறிதொன்று, திருமூலர் தம் உடலை எரிக்கும் சூட்சும இரகசியத்தை ராணியிடம் சொல்லியிருக்கக்கூடாது.

கண்ணா! ஒருவரிடம் மட்டுமே இருக்கவேண்டிய இரகசியம், அடுத்தவருக்குப் போய்விட்டால் வெளியாகாது என்பதற்கோ அதைப் பயன்படுத்தமாட்டார்கள் என்பதற்கோ எந்த உத்திரவாதமும் இல்லை. இதை நீ உணர்ந்தால் உன் நண்பன் மீது சினம் கொள்வதற்கு எந்த முகாந்திரமும் கிடையாது. சிவபெருமானிடமும் நந்தீசரிடமும் உபதேசம் பெற்ற தலைமைச் சித்தர் திருமூலரே இரகசியத்தைக் காப்பாற்றாமல் போனதால் அடைந்த இழப்பைக் கவனித்தாயா? இது நடந்ததா எனக் கேட்டுவிடாதே.

இப்படிக்கு
உன் நலம் விரும்பும்
தாத்தா.

49 காலமாற்றம்

அன்புள்ள தாத்தா, வணக்கம்!

எடுத்துக்காட்டுகள் சரியாக இருக்கின்றனதான். ஆனால் நிகழ் காலத்தில் தெரிந்ததைச் சொன்னால் நன்றாயிருக்கும். கூடுவிட்டுக் கூடுபாயும் கதைகளெல்லாம் இந்த நிகழ்காலத்திற்கு ஒத்துவருமா? உண்மையில் நடந்ததா எனக் கேட்டுவிடாதே என நீங்களே சொல்லிவிட்டதால் நான் இப்போது அதுபற்றிக் கேட்கப்போவதில்லை. காலம் மாறிக்கொண்டே போகிறது. எண்ணங்களும் சிந்தனைகளும் காலத்திற்கேற்ப மாறுகின்றன. அவைகளும் இடத்திற்கு இடம், மதத்திற்கு மதம், மனிதனுக்கு மனிதன் மாறுபடுகின்றன.

அடிக்கடி தமிழ்முரசு படிப்பேன். அவற்றில் வரும் தமிழகச் செய்திகளிலிருந்து நான் கண்டறிந்தவை

“சட்டத்தை மதிப்பவன் கோழையாகத் தெரிகிறான்

சட்டத்தை மீறுபவன் வீரனாகக் கருதப்படுகிறான்“ இது கால மாற்றத்தின் கொடுமையல்லவா? காலமாற்றம் நன்மையில் முடிந்தால் வரவேற்கலாம்.

எங்கள் கல்லூரி உணவகத்தில் கே. எப். சியைப் பின்பற்றிக் கோழியை அதேபோல் வறுத்துக் கொடுக்கிறார்கள். அதை வாங்கிச் சாப்பிடாதே என நான் வீட்டைவிட்டுப் புறப்படும் போதெல்லாம் அம்மா அறிவுரை கூறுவார்கள். அது எப்படி இருக்கிறது என்று ஒருநாள் வாங்கிச் சாப்பிட்டுப்பார்த்தேன்.

சுவை இருக்கிறது ஆனால் மனச்சாட்சி தொடர்ந்து சாப்பிட இடங்கொடுக்கவில்லை.

காலமாற்றத்தில் வரும் இதுபோன்ற ஃபாஸ்ட் புட் உடல் நலத்திற்குக் கெடுதல் என ஒரு நாள் தமிழ்முரசில் படித்தேன்.

தாத்தா! தாய் சொல்லைத் தட்டாத பிள்ளையாகிவிட்டேன்.

இப்படிக்கு, உங்கள் அன்புள்ள

கண்ணன்.

அன்புள்ள கண்ணா, நலமா!

குழந்தைத்தனம் கோடி கொடுத்தும் வருமா

நிகழ்காலத்தில் வாழ்ந்தால் எதிர்காலத் திட்டங்கள், கண்டுபிடிப்புகள் எப்படி வரும்? அவை கடந்த கால அனுபவத்தின் அடிப்படையில் மாற்றி வகுக்கப்படுகின்றன.

ஒரு குழந்தை என்பது நிகழ்காலத்தில்தான் வாழும். நீண்ட நினைவுகள் தெரிகிற அளவுக்கு இன்னும் அறிவு வளரவில்லை. பொம்மையைப் பார்த்தால் அந்தப் பொம்மையோடு அந்தக் குழந்தை இருக்கிறது. வலிக்கும்படி கிள்ளினால் பொம்மையை மறந்துவிட்டு அழுகிறது. ஒரு பட்டாம்பூச்சியைக் காட்டினால் வலியை மறந்துவிட்டு, பூச்சிகளோடு விளையாடத் தொடங்கிவிடும். அந்தந்த நேரத்துப் பிரச்சினைகளோடு வாழ்கிற குழந்தைத் தனம் எவ்வளவு அற்புதமானது.

ஐன்ஸ்டீன் ஒரு பைத்தியம்

குழந்தையாக இருக்க முடியாமல் மனிதனாக வளர்கிறோம். அசாதாரண மனிதர்கள் நிகழ் காலத்தில் வாழ்ந்தாலும் எதிர்காலத்தைப்பற்றியே சிந்திப்பவர்கள். ஆல்பர்ட் ஐன்ஸ்டீனைப் பார்க்க ஒருவர் வீட்டுக்குச் சென்றார். குளித்துக்கொண்டிருப்பதாக அவருடைய மனைவி சொன்னார். ‘காத்திருக்கிறேன்’ என்று பதில் கொடுத்திருக்கிறார். “ நான் சொன்னது உங்களுக்குப் புரியவில்லையா? விஞ்ஞானி குளிக்கப் போனால் பலமணி நேரம் ஆகலாம். பல நாட்கள்...பல வாரங்கள் கூட ஆகலாம். “ என்று அம்மையார் சொன்னவுடன், இது என்ன சோதனை என எண்ணிக் கொண்டே அம்மையின் அனுமதியுடன் குளியலறைக்குள் எட்டிப் பார்த்தார்.

குளிக்கும் தொட்டிக்குள் நீரில் உருவாகும் குமிழிகளை வைத்து ஐன்ஸ்டீன் சுவற்றில் கணக்குப் போட்டுக்கொண்டிருந்தார். அதாவது ஒவ்வொரு குமிழியும் ஒரு நட்சத்திரமாம். நிமிடத்திற்கு எத்தனை குமிழிகள் தோன்றுகின்றன என்றும், அக்கணக்கிலிருந்து வானத்து நட்சத்திரங்களை எண்ணிக்கொண்டிருந்தாராம். நட்சத்திரங்கள் எப்போது எண்ணப்பட்டு முடியப் போகின்றன? எப்போது வெளியே வருவார்?

ஐன்ஸ்டீன் ஒன்றும் பைத்தியக்காரர் இல்லை. இன்றைய தொலைக் காட்சி, தொலைபேசிக்கெல்லாம் அவருடைய கண்டுபிடிப்புதான் அடிப் படை என்பதைக் கண்ணா, நீ அறிந்திருக்கவேண்டும்.

நிகழ்காலத்தில் ஜென்

சாகும் தருவாயில் ஜென். சுற்றிலும் சீடர்கள். இறுதிக் காலத்தில்

ஏதேனும்சீடர்களுக்குச்சொல்வார்என்றுஎதிர்பார்த்துக்காத்திருக்கிறார்கள். ஜென்னுக்குப் பிடித்த திராட்சைப் பழங்களை ஒரு சீடன் கொண்டுவந்து கொடுக்கிறார். வாங்கிச் சாப்பிடுகிறார். பொறுமையிழந்த ஒருவன் கேட்டுவிடுகிறான்.

" எங்களுக்கு ஏதேனும் சொல்லுங்களேன்? "

" திராட்சை இனிப்பாக இருக்கின்றது " என்றாராம். அப்போது அவர் செய்ததுபழம் சாப்பிட்டுக்கொண்டிருந்தது ஒன்றுதான். அடுத்த நேரத்தில் இறக்கப்போகிறோம் என்கிற எதிர்கால உணர்வே இல்லாமல், இந்த நேரத்து நிகழ்காலச் செயலாகிய பழம் சாப்பிட்டதால் 'இனிப்பாக இருக்கின்றது' என்றார்.

ஆர்.கே.நாராயணனின் வளர்ச்சி

ஆர்.கே.நாராயணன்

இந்தியாவின் பிரபல எழுத்தாளர் ஆர். கே. நாராயணனுக்கு ஒரு பல்கலைக்கழகம் அழைத்து டாக்டர் பட்டம் கொடுத்துச் சிறப்பித்தது. அவர் நகைச்சுவைபோல் தன் பேச்சைத் தொடங்கினார்.

" இந்தப் பல்கலைக் கழகம்தான் எனக்கு ஒருமுறை படிக்க இடம் இல்லையென்று கூறியது. இப்போது கூப்பிட்டுச் சிறப்புச் செய்கிறது. இந்தக் கால மாற்றத்தில், எனக்கு ஒரு சந்தேகம், நான் வளர்ந்திருக்கிறேனா? அல்லது இந்தப் பல்கலைக் கழகம் வளர்ந்திருக்கிறதா? " என்று சொன்னவுடன் எல்லோரும் கைகளைத் தட்டி நகைச்சுவையை வரவேற்றார்கள்.

அன்று வான்கோ ! இன்று மார்கன் !

ஹாலந்து நாட்டு மேதையும் பிரபல ஓவியருமான வான்கோ வறுமையில் வாடினார். நண்பர்கள் யாரேனும் ஒரு வாரச் செலவுக்குப் பணம் கொடுப்பார்கள். நான்கு நாட்கள் அந்தப் பணத்தில் சாப்பிடுவார். அடுத்த மூன்று நாட்களின் பணத்தைக் கொண்டு ஓவியம் வரைவதற்கான உபகரணங்களை வாங்கிவிட்டுப் பட்டினி கிடப்பார்.

தமது ஓவியங்களில் நட்சத்திரங்களை வரையும் போது ஸ்பைரல்களாக வரைவார். ஸ்பைரல் என்பது: ஒரு புள்ளியை மையமாக வைத்து அதைச் சுற்றி வளையங்களாக வரைந்துகொண்டே போவது. அதைப் பார்த்த அக்கால ஓவியர்கள், 'பைத்தியக்காரனாக வரையாதே! நட்சத்திரங்கள் ஸ்பைரல் அல்ல' என்றார்கள். அதற்கு வான்கோ, 'எனக்கு அப்படித்தான் தோன்றுகிறது' என்றார்.

அவரைப் பைத்தியம் என்றதோடு அவரை ஒரு மனநல மருத்துவ மனையில் சேர்த்துச் சிலகாலம் சிகிச்சை செய்திருக்கிறார்கள். கொடுமை என்னென்றால் மருத்துவ மனையைவிட்டு வெளியேறியவுடன் தற்கொலை செய்துகொண்டார். இன்னும் ஒரு வேடிக்கை வான்கோ இறந்து ஒரு நூற்றாண்டுக்குப்பின் இன்று மார்கன் போன்ற வானவியல் மற்றும் இயற்பியல் விஞ்ஞானிகள் பல நுட்பமான கருவிகளை வைத்துப் பல ஆண்டுகள் ஆய்வுக்குப் பிறகு நட்சத்திரங்கள் ஸ்பைரல்களாக உள்ளன என்கிற முடிவை எடுத்து உலகுக்கு அறிவித்தனர். வான்கோவின் கற்பனைக் கண்களுக்கு, அன்று உண்மை தெரிந்தது. முற்காலத் தமிழன் வானமண்டலத்திற்குப் போகாமலே செவ்வாய் எனப் பெயரிட்டான். இப்போது விஞ்ஞானிகள் செவ்வாய்க் கிரகம் சிவந்த நிறமாக இருக்கிறது என்று அறிவிக்கிறார்கள். காலமாற்றத்தில்தான் உண்மை நிரூபிக்கப் படுகிறது; உலகமும் இதை ஏற்றுக்கொள்கிறது.

காலத்தின் அருமை

நேரத்தின் அருமையைக் கவியரசு கண்ணதாசன் சொல்கிறார்: “சோம்பலையும் தூக்கத்தையும் கட்டுப்படுத்தி நேரத்தைத் திட்டமிட்டுச் செலவிட்டிருந்தால், இன்னும் எவ்வளவோ சாதித்திருப்பேன் ” என்றார். காலம் கடந்து காலத்தைக் கணக்கிட்டிருக்கிறார்.

காலத்தின் அருமையை மற்றவர்கள் புரிந்துகொள்ள இப்படிப் பொருத்தமான உதாரணங்களுடன் சொல்வார்கள்.

ஓர் ஆண்டின் அருமையை, தேர்வில் தோல்வியடைந்த மாணவனைக் கேட்டுப் பாருங்கள்.

ஒரு மாதத்தின் அருமையை உணர குறைப்பிரசவமான ஒரு தாயைக் கேட்டுப்பாருங்கள்.

ஒரு வாரத்தின் அருமையைத் தெரிந்துகொள்ள ஒரு கிழமை இதழின் ஆசிரியரைக் கேட்டுப் பாருங்கள்.

ஒரு நாளின் அருமையை உணர ஒரு நாள் பின்னால் அலுவலகத்தில் சேர்ந்ததால் பதவி உயர்வைப் பறிகொடுத்த அலுவலரைக் கேட்டுப் பாருங்கள்.

ஒருமணி நேர அருமையை உணரத் தேர்வு எழுதிக்கொண்டிருக்கும் ஒரு மாணவனைக் கேட்டுப் பாருங்கள்.

ஒரு நிமிடத்தின் அருமையை உணர, ஒரு நிமிடம் தாமதமாக வந்து புகைவண்டியைத் தவறவிட்ட ஒரு பயணியைக் கேட்டுப் பாருங்கள்.

ஒரு வினாடியின் அருமையை உணர, விபத்திலிருந்து தப்பியவரைக் கேட்டுப் பாருங்கள்.

கண்ணா! காலத்தின் அருமையைப் புரிந்து காற்றுள்ள போதே தூற்றிக்கொள். எதை எப்போது செய்ய வேண்டுமோ அதை அப்போதைக்கப்போது செய்து முடித்திட வேண்டும்.

அக்காலத்திலேயே

முக்கோண வடிவத்தில் ஒரு கட்டடம் கட்டி (பிரமிடு) அதனுள் இறந்தவர் உடலை வைத்தால் அது ஆயிரக்கணக்கான ஆண்டுகள் கெடாது என்று அந்தக் காலத்திலேயே கண்டுபிடித்தார்கள்.

கஜுரஹோ எனும் கோயிலில் ஆணும் பெண்ணும் தலைகீழாக நின்றுகொண்டு காதல் செய்வதாக, கல்லில் சிற்பமாகச் செதுக்கி வைத்திருக்கிறார்களாம். இவையெல்லாம் காலத்தின் கோலங்கள்.

இக்காலத்திய புதுமொழிகள்

அண்மையில் நகைச்சுவையாக வந்தவைகளை இணையம் வழிப் படித்தேன். அவற்றைப் படித்தபோது சிரிப்பாகவும் சுவையாகவும், அதே நேரத்தில் நமது தமிழ்ப் பழமொழிகளை வைத்துக்கொண்டு, அதே சாயலியில் புதுமொழிகளை உருவாக்கியவரின் காலத்திற்கேற்ற சிந்தனைகளை நகைச்சுவைக்காக மெச்சினேன். இதோ தருகிறேன். அவற்றிற்குரிய உண்மையான பழமொழிகளைக் கண்டுபிடித்தால்தான் இவற்றை நீ படித்துச் சிரித்து மகிழமுடியும். இதுவும் உனக்கு ஒரு தேர்வு என வைத்துக்கொள்!

" எடிசன் வீட்டு ஏணியும் ஷாக் அடிக்கும் "

" கார் ஓட டயரும் தேயும் "

" சிகரெட் விரலளவு, சீக்கு உடலளவு "

" சைக்கிளுக்குத் தெரியுமா பெட்ரோல் வாசனை "

" தான் ஓடாவிட்டாலும் தன் கடிகாரம் ஓடும் "

" தீக்குச்சி தன் தலைக்கனத்தால் கெடும் "

" பந்தைக் காத்து, கோல்கீப்பரிடம் கொடுத்தாற் போன்று "

" மிதிக்க மிதிக்கச் சைக்கிளும் நகரும் "

நெப்போலியனுக்குப் பாட்டி கொடுத்த கல்

இத்தாலி நாட்டின் கோர்சிகா எனும் தீவில் பிறந்தவன் மாவீரன் நெப்போலியன். அவன் சிறுவனாக இருந்தபோது அவனது பாட்டி ஒரு மரகதக் கல்லைக் கொடுத்து, " தம்பி இந்தக் கல்லைப் பத்திரமாக வைத்துக்கொள். இதை வைத்திருப்பவன் பிற்காலத்தில் பிரான்ஸ் நாட்டை ஆளுவான் " என்று கூறிச் சிறுவனை நம்ப வைத்தார். அவனும் அதே

நோக்கத்தில் அதற்கான அனைத்து முயற்சிகளையும் மேற்கொண்ட தனால்தான் அதேபோல ஆக முடிந்தது. பின்னர்ச் சோதனை செய்யப்பட்ட போது அந்தக் கல் வெறும் பச்சைக் கண்ணாடிக் கல்லாம். எல்லாவற்றிற்கும் எண்ணமும் நம்பிக்கையும்தானே காரணமாக அமைகின்றன.

பிரடிரிக் நீட்சேயின் கணிப்பு

ஒரு தாய் தன் மகனை 20 ஆண்டுகள் சிரமப்பட்டுப் புத்திசாலி யாக்குகிறாள். அதே ஆடவனை ஒரு பெண் 20 நிமிடங்களில் சிரமமே இல்லாமல் முட்டாளாக்குகிறாள்.

ஒரு தகப்பனார் 10 பிள்ளைகளைக் காப்பாற்றுவார். ஆனால் 10 பிள்ளைகள் ஒரு தகப்பனைக் காப்பாற்றுவார்கள் என்று உறுதியாகச் சொல்ல முடியாது என்று அறிஞன் பிரடிரிக் நீட்சே என்பவன் சொல்கிறான்.

ரூசோவின் சோகம்

காலத்தின் கோலத்தைச் சோகத்துடன் பார்ப்பதா? நகைச்சுவையாகப் பார்ப்பதா?

"குழந்தை வளர்ப்புப் பற்றி நூல் எழுதி உலகப் புகழ் பெற்றவர் புரட்சி எழுத்தாளர் ரூசோ. இறுதியில் தன் பிள்ளைகளை அனாதை இல்லத்தில் சேர்த்தார். " என்பது ஒரு சோக வரலாறு.

"ஏப்ரல் முதல் தேதி முட்டாள்கள் தினம் தேவையா? ஆம் தேவைதான். 364 நாட்களும் நாம் எப்படியிருந்தோம் என்பதை நினைவு படுத்த ஒருநாள் வேண்டாமா? " என்று ஒரு நகைச்சுவைப் பேச்சாளர் மேடையில் பேசினார்.

ஒருகாலத்தில் வழக்குகளை விசாரிக்கும்போது பொங்கல் வைத்து அது பொங்குவதை அடிப்படையாகக் கொண்டும், பறவைகள் மரத்தில் எந்தக் கிளையில் உட்காருகிறது என்பதைக்கொண்டும் தீர்ப்புகள் வழங்கப் பட்டதாக ஒரு சுவடிக் குறிப்பில் இருப்பதாகக் கட்டளைக்கல் எனும் நூல் கூறுகிறது. அப்படியானால் 'எப்பொருள் யார் யார்வாய்க் கேட்பினும்...' - குறளைக் குப்பையில் போட வேண்டியதுதானா?

அது ஒரு பிரச்சினையே அல்ல

ஒரு பிரச்சினை தோன்றும்போது மிகப்பெரிதாகத் தெரியும். அதைப் பற்றி நினைக்க நினைக்க அந்தப் பயங்கரத்தின் கனம் குறைந்து கொண்டே போகும். முதலில் முடியவே முடியாது என்று தோன்றியது, போகப் போக முடியும் போல் தோன்றும். பின்பு நிச்சயம் முடியும் எனத் தோன்றும். பின்பு முடிந்தே விடும். முடிந்துபோன பிறகு அது ஒரு பிரச்சினையாகவே தோன் றாது. ஆனால் அது எத்தனை நாள்கள் உன்

மகிழ்ச்சியான தூக்கத்தைக் கெடுத்திருக்கும். எண்ணிப்பார்!

ஒன்றே செய்! நன்றே செய்!

கண்ணா! இனி நீயும் முடிந்துபோனதைப் பற்றிக் கவலை கொள்ளாமல், எதிர்கொள்ளவிருப்பதைப்பற்றிப் பயப்படாமல், இப்போது செய்யும் வேலையிலேயே கவனமாக இரு!

இனிமேல் சாப்பிட்டுக்கொண்டே தொலைக்காட்சியைப் பார்க்காதே; தொலைபேசியில் பேசாதே; செய்தித்தாள் படிக்காதே! அப்படித் தொலைக்காட்சி பார்க்கவேண்டிய நிலை வந்தால் சாப்பாட்டை ஒத்திப் போடு! பசி எடுத்தது எனில் தொலைக்காட்சி பார்க்காதே! பாடப் புத்தகத்தை எடுத்தால் அதிலேயே உன் கவனம், சிந்தனை இருக்கட்டும்! படிக்கும்போது காற்பந்து விளையாட்டின் எண்ணத்தைத் தவிர்த்துவிடு. விளையாடும்போது சாப்பாட்டை நினையாதே! ஒரு நேரத்தில் ஒன்றைச் செய்; அதைத் திருந்த நன்றாய்ச் செய்!

ஓடமும் வண்டியிலேறும்

உயிருள்ள பறவை எறும்பைத் தின்னும்; எறும்பு இறந்த பறவையைத் தின்னும்.

அதைப்போல மனிதனைக் காலமும் சூழ்நிலையும் மாற்றிவிடும். ஆதலின் யாரையும் குறைத்து மதிப்பிடுவதோ, புண்படும்படியாகவோ நடத்திடாதே! இன்று நீ சக்தியுள்ளவனாக இருக்கலாம். ஆனால் மறந்திடாதே, உன்னைவிடக் காலம் சக்திமிக்கது.

ஒரு மரம் நூறாயிரக்கணக்கான தீக்குச்சிகளை உற்பத்திசெய்யும். ஆனால் ஆயிரக்கணக்கான மரங்களை எரித்து அழிப்பதற்கு ஒரு தீக்குச்சி போதும். ஆகையினால் நல்லவனாக இரு! நல்லதையே நினை! நல்லதே நடக்கும்!

கண்ணா, மூன்று நாட்களுக்கு முன்பு கழிவறை சென்ற உன் பாட்டி அங்கே வழுக்கி விழுந்து விட்டாள். தலையில் அடிபட்டுக் குருதி காது வழியாகக் கசிந்தது. அத்துடன் தொடை எலும்பு முறிவு ஏற்பட்டு மருத்துவ மனையில் சேர்த்து உள்ளோம். தீவிரச் சிகிச்சைப் பிரிவில் இருபத்தி நான்கு மணி நேரக் கண்காணிப்பில் உள்ளாள். யாரையும் உடனிருக்க அனுமதிப் பதில்லை. தலையில் குருதிக் கட்டி ஏதும் இல்லை; ஆபத்தும் இல்லை என்று இன்றுதான் சொன்னார்கள். நாளை பொதுப் பிரிவுக்கு மாற்றி எலும்பு முறிவுக்கான சிகிச்சையைத் தொடங்கவிருக்கிறார்களாம். அந்தச் செய்தியைக் கேட்டவுடன்தான் எனக்கு உயிர் வந்தது. எத்தனை பேர் உடன் இருந்தாலும் ஒரு கிழவனுக்கு, இறுதிக்காலங்களில் சுகதுக்கங்களில்

மனப்பூர்வமாகப் பங்கெடுக்க யார் இருப்பார்கள், அவளைத் தவிர?

செய்தியை உடனே உன் அப்பாவுக்குத் தெரிவித்தேன். அவரும் துடி யாய்த் துடித்துவிட்டார். உனக்கும் சொல்லியிருப்பார். அவர் சென்னைக்குப் புறப்பட்டு வருவதாகச் சொன்னார். " இப்போது வேண்டாம்; பத்து நாள் கழித்து வேண்டுமானால் வந்து போ " என்று சொல்லிவிட்டேன். நேற்று மருத்துவச் செலவுக்குப் பணமும் அனுப்பி வைத்தார். இக்கடிதம் எழுதிய வாறு முடிக்காமல் இருந்தது. இன்று தொடர்ந்து எழுதி முடித்துவிட்டேன். நாளைமுதல் மருத்துவ மனையில் நான் உடன் இருந்து பாட்டியைக் கவனித்துக்கொள்ளவேண்டும். அவளைக் கவனித்துப் பராமரிக்கும் வாய்ப்பு எனக்குக் கிடைத்ததில் துயரத்திலும் ஒரு மன நிறைவுதான். சிகிச் சைக்கு எத்தனை நாள்கள் எடுக்கும் எனத் தெரியவில்லை. இடையில் உன் தந்தையும் இங்கு வந்துபோவார். அவர் சிங்கப்பூருக்குத் திரும்பி வந்து உன்னிடமும் அம்மாவிடமும் செய்திகளை விரிவாகச் சொல்வார். ஓரிரு மாதங்கழித்து நாங்கள் மருத்துவ மனையிலிருந்து இல்லம் திரும்பியவுடன் கடிதம் எழுதுகிறேன்.

அதுவரை நீ பயப்படாமல் தைரியமாக இரு. உன் பணியைத் தொய்வில் லாமல் செய்துகொண்டிரு. அப்படிச் செய்தாலே எங்களை நீ மகிழ்விக்கிறாய் என்று பொருள்.

கண்ணா, உனக்கு நல் வாழ்த்துகள் சொல்லித் தற்காலிகமாக விடை பெறுகிறேன். மீண்டும் கடிதம் வழிச் சந்திப்போம்.

இப்படிக்கு

உன் நலம் விரும்பும்

தாத்தா.

பாகம் 3

ஏன் எழுதினேன் இதை!

சீனப் பழமொழியின் கூற்றுப்படி மனிதர்கள் மூன்று பிரிவாகப் பிரிக்கப்படுகிறார்கள்.

எப்போதும் பிற மனிதர்களைப் பற்றியே பேசிக்கொண்டிருப்பவர்கள் 'கீழ்த் தரமானவர்கள்' என்றும்,

ஏதாவது நிகழ்ச்சிகளைப் பற்றியே பேசிக் கொண்டிருப்பவர்கள் 'சாதாரண மனிதர்கள்' என்றும்,

நற்கருத்துகளைப் பற்றிப் பேசிக்கொண்டிருப்பவர்கள் 'உயர்ந்த மனிதர்கள்' என்றும் சொல்கிறார்கள்.

உயர்ந்தோராகிய உங்களை மேலும் உயர்ந்த மனிதராக்குவது இந்நூலின் நோக்கம்.

மேடையில் பேசிப் பேரெடுக்க எண்ணிய - என் தேடல்களில், படித்ததில் பிடித்த, கேட்டதில் கிடைத்த தகவல்களைப் பதிவு செய்துகொண்டே இருப்பேன். அந்தத் தகவல்கள் சுவையானதாக; கருத்தாழம் மிக்கவையாக இருந்தமையால், அவற்றை என்னுள் வைத்தே வீணாக்க விரும்பவில்லை. மூலிகை வைத்தியம் போல் அழியவிடாமல் அடுத்த தலைமுறைக்குக் கொண்டு சேர்க்க விழைந்தேன்.

1987ஆம் ஆண்டில் "பழமும் பிஞ்சும்" எனும் நூலின்வழி, தாத்தாவும் பேரனும் கடிதப் பரிமாற்றம் செய்துகொள்வதாக அமைத்துத் தொடக்கப்பள்ளி மாணவர்களுக்கான ஆலோசனைகளை வழங்கினேன். அதே அமைப்பைப் பின் பற்றி, இப்போது முதிர்ச்சியடைந்த மாணவர்களுக்குக் கடித இலக்கியம் உருவாக்கியுள்ளேன். நான் அகவை எழுபதைக் கடந்து வருவதன் நினைவாக என் இருபதாவது இந்நூலில் எழுபது கடிதக் கட்டுரைகள் இடம் பெற்றுள்ளன.

" உன்னால் ஓர் ஆறு வயதுக் குழந்தைக்கு ஒரு கருத்தை விளங்கவைக்க இயலவில்லை என்றால், அக்கருத்தை நீயே சரியாகப் புரிந்துகொள்ளவில்லை என்று பொருள் " என ஆல்பர்ட் ஐன்ஸ்டீன் சொல்வார்.

ஆறு வயதுச் சிறுவர்களுக்குப் புரியுமாறு (கடினம்) சொல்ல முடியா விட்டாலும், பதினாறு வயது மாணவர்க்குப் புரிய வைக்கின்ற (எளிது) அளவிற்கு நான் முதலில் புரிந்துகொண்டு இயன்ற வரை அவர்களுக்கு அவற்றைப் புரியவைக்க முயன்றிருக்கிறேன்.

இவற்றை மாணவர், பெற்றோர், ஆசிரியர் தொடர்புடையனவாக வடிவமைத்தேன். அனைத்துத் தரப்பினரையும் படித்தறிந்து சுவைக்க வைப்பது என் நோக்கங்களில் முதன்மையானது. எழுத்தாளர், பேச்சாளராக விரும்பும் அனைவரும் இதைப் படித்தால் பயனடைவார்கள் என்பது திண்ணம்.

புதுமைத்தேனீ மா.அன்பழகன்

“நேரமில்லை.. நேரமில்லை என்று சொல்லும் தாங்கள், இவ்வளவு மேற்கோள்களைக் காட்டி நாடாளுமன்றத்தில் சுவையுடன் பேசுகிறீர்களே” என்று உறுப்பினர்கள் இந்தியத் தலைமையமைச்சராய் இருந்த நேருவிடம் ஒருமுறை கேட்டபோது, “திருடுகிறேன்” என்றாராம்.

எல்லோருக்கும் விளங்காத வியப்பு. “இரண்டு திருட்டுகள் செய்கிறேன், ஒன்று எனக்கு என் உதவியாளர் தினம் 5 மணி நேரம் உறங்குவதற்கு ஒதுக்கித் தருகிறார், அதில் ஒன்று அல்லது இரண்டு மணி நேரத்தைப் படிப்பதற்குத் திருடுகிறேன். இரண்டாவது நிறையப் படிப்பவற்றிலிருந்து கருத்துகளையும், எடுத்துக்காட்டுகளையும் திருடுகிறேன்” என்றாராம். உண்மையிலேயே நானும் நேருவைப்போல் திருடியவையே பெரும்பாலும் இப்புத்தகத்தில் இடம்பெற்றிருக்கின்றன.

“பொலோக்னா” (Bologna) என்பது ஒரு கல். இது, பகலெல்லாம் கதிரோனின் ஒளிக் கதிர்களை உள்வாங்கிக்கொண்டு, இரவானதும் உள்வாங்கிய கதிர்களை வெளிப்படுத்தி ஒளிகொடுக்குமாம். என் இந்த எழுத்துத் தொழில் வாங்கி விற்பதே! வாங்கியவற்றில் வேண்டுவனவற்றை மட்டும் பொறுக்கியெடுத்து, துடைத்து, மெருகேற்றி, இடம் பார்த்து அழகுற அடுக்கி வைத்து, அந்த விளை பொருள்களை விலை பொருள்களாக்கி உள்ளத்தில் விதைத்திட விழைகிறேன். நான் எங்கெங்கோ பூத்த பூக்களை நார்கொண்டு கட்டிய பூக்காரிதான்.

உங்களுடைய அறிவுப்பசிக்கு நான் கொடுக்கும் தீனி கொஞ்சமாவது பசி தீர்க்கும் என எதிர்பார்க்கிறேன். அடுத்த தேர்தலைப் பற்றியே சிந்தித்துக் கொண்டிருக்கும் அரசியல்வாதிகளுக்கிடையில், கணினியில் மூழ்கிக் கிடக்கும் அடுத்த தலைமுறையைப் பற்றிக் கொஞ்சம் சிந்திக்கும் உள்ளங் களுக்கு இது ஒரு மடைமாற்றமாக உதவும். அதனால்தான் மாணவர்களின், இளைஞர்களின் புரிதலுக்கு இது எனது சிறு பங்களிப்பு.

காகம் கரைந்தழைத்தலுக்குத் தந்தை பெரியார் புரிந்து சொன்னது, “காகம் சோற்றை உண்டு பார்த்துத் தீங்கில்லை என்றபின்தான் மற்றக் காகங்களைக் கூவியழைக்கிறது ” என்கிறார். இது எனக்கான உருவகமாக எண்ணியே இந்நூலுக்கு இப்பெயர் இடப்பட்டுள்ளது.

என் தகவல் தேடல் தொடங்கும்போது இப்படியொரு புத்தகமாக அவை பரிணாமம் பெறுமென எதிர்பார்க்கவில்லை. ஆதலால் எங்கேயிருந்து; யாரிடமிருந்தெல்லாம் எடுத்தேன் எனும் குறிப்புகளைப் பெரும்பாலும் குறித் தேனில்லை. இந்நூலுக்குத் தெரிந்தும் தெரியாமலும் துணையாயிருந் தோருக்கும் கசடகற்றிக் கரையேற்றிய தமிழாசிரியர்களுக்கும் நன்றி பாராட்டுகிறேன். படித்து முடித்தபின் பல புத்தகங்களைப் படித்த நிறைவைப் பெறுவீர்கள் என உறுதியாக நம்பும்,

மா. அன்பழகன் ma.anbalagan@gmail.com

21. 01. 2014

50 அழகோ அழகு

அன்புள்ள தாத்தா, வணக்கம்!

அப்பா, சென்னைக்கு வரும்போது நானும் வருகிறேன் என்று அடம்பிடித்தேன். ஆனால் அம்மா, "தேர்வுக்குப் படிக்க வேண்டும். இவ்வாண்டுத்தேர்வில் நீ எடுக்கும்மதிப்பெண்களைப்பொறுத்துத்தான் உன் எதிர் காலம் இருக்கிறது. தேர்வுக்குப் பிறகு உன்னை நான் சென்னைக்கு அனுப்பி வைக்கிறேன். இப்போது வேண்டாம்" எனச் சொல்லித் தடுத்துவிட்டார்கள். சென்னையிலிருந்து திரும்பி வந்தவுடன் அப்பா எனக்கு ஆறுதல் சொன்னார்கள். நீங்கள் பாட்டியை உடனிருந்து நன்கு கவனித்துக்கொள்கிறீர்களாம். பாட்டி விரைவில் பூரண நலம் பெற்றுப் பழையபடி நடமாட வேண்டுமென அனுதினமும் வேண்டி நின்றேன். நேற்று இல்லத்திற்குப் பாட்டியை அழைத்து வந்துவிட்டீர்கள் என அப்பா கூறினார்கள். பாட்டியிடம் என்னுடைய அன்பான விசாரிப்பையையும் மகிழ்ச்சியையும் சொல்லவும். முன்பு ஒருமுறை செய்ததுபோல், இடையில் தாங்கள் எழுதிய கடிதங்களை அப்பா சேகரித்து நகல் எடுத்துக்கொண்டார். ஏன் எனத் தெரியவில்லை.

தாத்தா, கடைசியாக நீங்கள் எழுதிய கடிதத்தில் குறிப்பிட்டபடி காலமாற்றத்திற்குள் இவ்வளவு செய்திகள் இருக்கின்றன என அறிந்துகொண்டேன். நீங்கள் சொன்ன அறிவுரைகளை நிச்சயம் பின்பற்றி நடப்பேன். கால மாற்றம் என்கிறபோது எனக்கு ஒன்று நினைவுக்கு வருகிறது. எங்கள் கல்லூரி மதிற்சுவருக்கு வெளியே ஒரு சமூக மன்றம் இருந்தது. அழகிய கட்டடம் என்று எங்களால் கருதப்பட்ட அதை, சென்ற ஆண்டு இடித்துவிட்டார்கள். எல்லா வசதிகளையும் உள்ளடக்கியதாகத்தான் இருந்தது. அதே இடத்தில் புதிதாக ஒன்று கட்டுகிறார்கள். தரைக்கு அடியில் உள்ள வேலைகள் எல்லாம் முடிந்து விட்டன. கேட்டதற்கு எம்.ஆர்.டி என்கிற மின்னியக்கத் தொடர் வண்டி பூமிக்குள் அந்த இடத்தில் செல்லப்போகிறதாம். அதனால் சற்றுத் தள்ளி வேறு உருவத்தில் ஏற்கனவே இருந்த அழகைவிட மிக அழகான மாளிகை எழும்பவிருக்கிறது. இதில் எல்லாப் புதுத் தொழில் நுட்பங்களையும் உள்ளடக்கி, கடைத்தொகுதியுடன் கட்ட இருக்கிறார்கள்.

புதுமைத்தேனீ மா.அன்பழகன்

ஹாங்காங் நகரைப்போல, சிங்கப்பூரின் பல பகுதிகளை இணைப்பதற்காக எம் ஆர்டி பாதையைக் குறுக்கும் நெடுக்கும் சிங்கையில் உருவாக்கிப் போக்குவரத்தை மக்களுக்கு எளிதாக்க இருக்கிறது அரசு.

அழகிய பெண் என்று ஒரு சீன மாணவியை எங்கள் மாணவர்கள் எல்லோரும் சொல்வார்கள். ஆனால் எனக்கு அப்படித் தோன்றவில்லை. சிவப்பாக இருக்கிறாள். ஒல்லியாக இருக்கிறாள். ஆடை அலங்காரப் போட்டியில் அசைந்து அசைந்து, நடப்பார்களே அதுபோல் நடப்பாள். அதில் மற்ற மாணவர்கள் சொக்கிப்போவார்கள். நான் கிண்டல் செய்வேன். உனக்கு யாரைப் பிடிக்கும் என்று கேட்பார்கள். நான் வேறு ஒரு சீனப் பெண்ணைச் சொல்வேன். 'இவன் தேர்வைப் பாருங்கள்' என்று அவர்கள் என்னைக் கிண்டல் செய்வார்கள். . அவளை ஏன் பிடிக்கிறது என்று எனக்குத்தான் தெரியும். அவள் கண்களில் ஒரு காந்தப் பார்வை இருக்கிறது. A curve of smile that can set a lot of things straight என்று ஆங்கிலத்தில் கூறுவார்கள். இதழில் ஒரு புன்னகை எப்போதும் இழைந்தோடிக்கொண்டே இருக்கும்.

இதைச் சொல்லும்போது நீங்கள் என்ன சொல்வீர்கள் என எனக்குத் தெரியும். ஏது இவன் பெண்களை வருணிப்பதைப் பார்த்தால். . . ஒரு சீனப் பெண்ணைத் தேர்ந்தெடுத்துவிடுவான் போலிருக்கிறது என உங்களுக்கு ஓர் எண்ணம் வரலாம். சீனப் பெண் கூடாது என்கிற கொள்கை எதையும் நான் வைத்துக்கொள்ளவில்லை. இப்போது எனக்கு அந்த எண்ணமெல் லாம் தேவையில்லை. எனக்குப் படிப்புதான் முக்கியம். அதற்காக நான் அந்தக் காலத்துச் சாமியார்போல் எந்தப் பெண்களையும் ஏறெடுத்துப் பார்க்காமல் இருக்க முடியுமா என்ன? அழகு ரசிப்பதற்குத்தானே! பிற்காலத்தில் யாரையாவது அப்படி ஒரு பிற இனப் பெண்ணை எனக்குப் பிடித்திருந்தால், அவளைக் காதலிக்கும்முன் அம்மாவின் சம்மதம் பெற்றுத் தான் முடிவெடுப்பேன். அதைப்பொறுத்தவரையில் என் விருப்பப்படி நடக்கும், ஆனால் அது அறிவுடன் கூடிய ஒரு முடிவாக இருக்கும். I will follow my heart, but always take brain with me.

இப்படிக்கு, உங்கள் அன்புள்ள

கண்ணன்.

அன்புள்ள கண்ணா, நலமா!

அழகு, பார்க்கப்படும் பொருளில் இல்லை; பார்க்கப்படும் கண்களில் இருக்கிறது. உன்னுடைய பார்வைதான் என் பார்வையும். மிகவும் தெளிவாக இருக்கிறாய். வாழ்த்துகள்! கவலைப்படாதே, எப்போதும் நான் உன்னுடன் இருப்பேன்.

ஆண்களின் அழகைப் பெண்களும் ரசிப்பார்கள்

பெண்களிடம் மட்டும்தான் அழகு என்பதில்லை. பெண்கள் பார்வையில் ஆண்களிடமும் அந்த அழகைப் பார்த்து ரசிப்பார்கள்; விமர்சனம் செய்வார்கள். ஆண்கள் அளவுக்கு வெளிக்காட்டிக்கொள்ளாமல் கொஞ்சம் அடக்கி வாசிப்பார்கள்.

அமெரிக்க அதிபர் தேர்தலில் ஒருமுறை நிக்சனும் கென்னடியும் போட்டியிட்டார்கள். கென்னடியையே மக்கள் பெரிதும் விரும்பினார்கள். காரணம் அவர் நிக்சனைவிடத் திறமையானவர், நல்லவர், வல்லவர் என்பதனால் அல்ல. கென்னடி தொலைக்காட்சியில் பார்ப்பதற்கு, மிகவும் கவர்ச்சியாக இருந்தாராம். அற்பச் செய்தியாக இருந்தாலும், அவர் அணிந்திருந்த உடையினாலோ, அதை உடுத்தியிருந்த விதத்தினாலோ, நின்று பேசிய தோரணையினாலோ, பேசிய பேச்சின் உச்சரிப்பினாலோ அவர் மக்கள் கண்களுக்குக் குறிப்பாகப் பெண்களுக்கு அழகாய்த் தோன்றினார். வெற்றி பெற்றார். கண்ணா! அமெரிக்காவிலும் கொள்கைக்கு மதிப்பு இல்லையோ!

சர்ச்சிலின் தாயார் ஓர் அழகி

இங்கிலாந்தில் வின்ஸ்டன்ட் சர்ச்சிலின் தந்தை ரண்டால்ப் சர்ச்சில் பலத்த போட்டிகளுக்கிடேயே தேர்தலில் நின்றார். கணவருக்காக மனைவி சுற்றிச் சுற்றிப் பணியாற்றி வாக்குச் சேகரித்தார். வாகனத்தின்மீது நின்றுகொண்டே வாக்குக் கேட்டபோது, ஒரு தொழிலாளி, ' முடியாது ' என்று கையசைத்திருக்கிறான்.

“ஏன் முடியாதென்கிறாய்? “

“மதியம் வரைக்கும் படுக்கையைவிட்டு எழாத சோம்பேறியான உங்கள் கணவருக்கு, உழைக்கும் வர்க்கமான நாங்கள் எப்படி வாக்களிப்போம்? “ எனச் சொன்னார்.

வண்டியைவிட்டு அந்த அம்மையார் கீழே இறங்கி அருகில் வந்து, “உங்களுக்கு யாரோ தவறான தகவல் கொடுத்திருக்கிறார்கள். நீங்கள் நினைப்பதுபோல் அவர் சோம்பேறியல்லர் என்பதற்கு என்னைவிடச் சரியான சாட்சி யாரும் இருக்க முடியாது. ஏனெனில் நான் அவருடைய மனைவி. என்னை நம்புங்கள் “ என உருக்கமாகப் பதில் தந்தார்.

‘எப்படி நம்புவது’ என்று எதிர்க் கேள்வி கேட்டுக்கொண்டே, வைத்த கண் வாங்காமல் அவரையே பார்த்துக்கொண்டிருந்த அந்தத் தொழிலாளி, சுய நினைவுக்கு வந்தவனாய், “ நீங்கள் மட்டும் என் மனைவியாக இருந்தால்.. உங்கள் அழகில் மயங்கி, மதியம் என்ன.. நாள் முழுவதும் படுக்கையைவிட்டுஎழவேமாட்டேன்! “என்றுரைக்க, அழகு தேவதையான

சர்ச்சிலின் அம்மா உள்பட அங்கிருந்தோர் அனைவரும் சிரித்துவிட்டனர்.

அப்துல் கலாமின் 'அழகு' விளக்கம்

"அழகைப் பற்றிக் கனவு காணாதீர்கள்!
அது உங்கள் கடமையைப் பாழாக்கிவிடும்.
கடமையைப் பற்றிக் கனவு காணுங்கள்!
அது உங்கள் வாழ்க்கையை

அழகாக்கிவிடும்! " என்று இந்திய முன்னாள் அதிபர் அப்துல் கலாம் சொல்லி இளைஞர்களைக் கனவு காணத் தூண்டு கிறார்.

அப்துல் கலாம்

பெர்னாட் ஷா சொல்லிய இரு வகையழகு

கண்ணா!" பெண்களில் இரண்டு வகையினர்தாம் இருக்கின்றனர். ஒன்று அழகானவர்கள்; மற்றொன்று அழகானவர்கள் என நம்பிக் கொண் டிருப்பவர்கள் " என்று அறிஞர் பெர்னாட்ஷா சொல்லியிருக்கிறார். கண்டிப்பாக சர்ச்சிலின் அம்மா உண்மையிலேயே அழகானவராகத்தான் இருந்திருப்பார் போலும்.

அதனால்தான் அழகான பெண்களின் திருமணத்தின் விளைவைப் பற்றி ஆங்கிலத்தில் சொல்லும்போது,

"It is an agreement, wherein a man loses his bachelor degree and a woman gains her master degree " என்பார்கள். கண்ணா! இந்த நகைச்சுவையைப் படித்து அனுபவி!

அழகு என்பது ஆண் பெண்களைப் பற்றிய செய்திகளாக மட்டும் இல்லை. சிற்பம், ஓவியம், மாளிகை போன்ற செயற்கை, மற்றும் சாதனையாளர்களின் செயல்கள் போன்றவைகளிலும் அழகைச் சுவைக்கலாம். சுண்டியிழுத்து ஈர்க்கும் பேச்சாற்றலை, குளிர்த் தென்றலாய் வீசும் கவிதை வீச்சிலேயும் அழகைச் சுவைக்கலாம்.

வித்தியாசமாக இருப்பதுவும் அழகுதான்

ஹேமர் பாஸ்ட் எனும் இடம் உலகில் இரவே இல்லாத பனிப்பிரதேசம். சூரியனின் பார்வை 24 மணிநேரமும் விழும். சூரியக் கதிர்கள் சாய்வாக விழுவதால் தட்பவெட்ப நிலை எப்போதும் மிதமாகவே இருக்கும் ஓர் அற்புதமான அழகு கொஞ்சும் இடம். ஏதாவது வித்தியாசமாக இருந்தாலே அதுவும் அழகாகத்தான் தோன்றும். பச்சிலைத் தோட்டத்திற்குள் காணும்

ஒரு பழுத்த இலை அழகுதான்.

மெக்சிகோ நாட்டில் ஓர் அழகிய சிலை இருக்கிறதாம். அதன் பெயர் "இருந்தாலும்கூட" (Inspite of). பெயரே விசித்திரமாக இருக்கிறதா? விளக்கம் தெரிந்தால் வியப்பாய். அந்தச் சிலையை வடித்துக் கொண்டிருந்தபோது சிற்பியின் வலது கரம் எதிர்பாராதவிதமாகத் துண்டிக்கப் பட்டுவிட்டது. இருந்தும் இடது கையால் சிலை முழுதையும் செதுக்கி முடித்தார். செதுக்கிய அந்தச் சிற்பிக்குச் சிறப்புச் சேர்க்கும் வண்ணம் அச்சிலைக்கு அப்பெயர் இடப்பட்டதாம். இந்த இடத்தில் சிலையின் அழகால் மட்டும் அது சிறப்புப் பெறவில்லை; மாறாகச் சிலை செதுக்கிய சாதனையால் உலகப் புகழ் பெற்று நிற்கிறது.

ஜென் மதத்தினர் உருவாக்கும் புதிய அழகு

எதுவும் வித்தியாசமாக இருந்தாலும் அழகுதான். ஜப்பான் நாட்டில் ஜென் புத்த மதத்தைப் பின்பற்றுபவரிடையே, ஒரு வினோதமான பழக்கம் உண்டு. கடைக்குப்போய்த் தேநீர்க் கோப்பையை வாங்கி வந்தவுடன் உடைத்துவிடுவார்கள். பின் அதைக் கவனமாக ஒட்டுவார்கள். ஒரு கோப்பை உடைவதுபோல் மற்றொன்று உடையச் சாத்தியமில்லை. ஒட்டப் பட்ட ஒவ்வொரு கோப்பையும் மற்றொன்று போல் இல்லாமல் தனித்துவம் கொண்டிருப்பதே அங்கே அழகானதாக மதிப்பீடு செய்யப்படுகிறது.

உலகில் எல்லா நதிகளும் மலைகளிலிருந்து தொடங்கிக் கடலில்தானே சங்கமமாகும். தஜிரா எனும் நதி மட்டும் கடலிலிருந்து தொடங்கிச் சம வெளியில் பாய்கிறதாம். அதனால் அது தனிச்சிறப்பானதாகக் கருதப் படுகிறது. இந்த அழகை மக்கள் பல்லாயிரக் கணக்கில் கண்டு களிக்கி றார்களாம். இங்கேயும் வள்ளுவன் நினைவுக்கு வந்தான். 'எப்பொருள் யார்யார் வாய்க் கேட்பினும்...' எனும் குறள்படி உண்மையறிய ஆர்வத்துடன் வலைத்தளத்தில் தேடினேன், தஜிரா கிடைக்கவில்லை; வெண்டை கிடைத்தது. எல்லாக் காய்களும் கீழ்நோக்கி வளரும். வெண்டைக்காய் மட்டும் மேல்நோக்கி வளரும்.

இமயம் அழகை மறைக்கிறது

கண்ணா, இயற்கை அழகைக் கண்டுரசிக்கத் தெரியாதவர்களும் இருக்கின்றனர். கண்களிருந்தும் குருடராய் அந்தச் சிலர் இருப்பதை எண்ணி அழுவதா? சிரிப்பதா? என்று தெரியவில்லை. இயற்கை அழகைக் கண்டுகளிக்கும் எண்ணத்திலேயே ஒருவர் இமயமலைப் பக்கம் போனார். பயணம் முடிந்து திரும்பிய அவரை இன்னொருவர் சந்தித்து, " என்ன நண்பரே! பயணம் எப்படியிருந்தது? இயற்கை அழகு அங்கே கொட்டிக் கிடக்குதாமே? நன்றாக ரசித்தீர்களா? " என்று ஆர்வம் பொங்கக் கேட்டார்.

அதற்கு " எங்கே ரசிக்க முடிந்தது? எதையும் பார்க்க முடியாமல் அந்த இமயமலைதான் குறுக்கே நின்று எல்லாவற்றையும் மறைத்துக்கொண்டு நிற்கிறதே! " எனக் கவலையுடன் சலித்துக்கொண்டாராம். பார்த்தாயா கண்ணா? எது அழகோ அதுவே தடையாக இருப்பதாக நினைப்பது எவ்வளவு மடத்தனம். அழகு என்பது எங்கேயோ தனியே உரு எடுத்து நிற்கும் எனக் கற்பனை செய்துகொண்டு சென்றிருப்பாரோ? இப்படிப்பட்ட சிறியதையே கவலையாக எடுத்துக்கொள்ளும் புத்தி இருப்பதைப் பார்த்துத்தான், பாரதி பாடினான் போலும், " கவலைகள் நம்மைத் தின்று விடும் " என்று.

உயிரைப் பணயம் வைத்து உருவாக்கிய அழகு

அழகின் இருப்பிடமான இமயமலையையே ரசிக்க முடியாதவர் எப்படிச் செயற்கையின் அழகைரசிக்கப்போகிறார். சென்ற நூற்றாண்டின் தலைசிறந்த ஓவியர் இங்கிலாந்தைச் சேர்ந்த டர்னர் என்பவர். ஒருமுறை தம்முடைய கலைக்கூடத்தில் 'கடலில் புயல் வீசுவதை' அழகுற வரைந்த ஓவியத்தைக் காட்சிக்கு வைத்திருந்தார். அவ்வாறு தாம் தீட்டிய ஓவியத்தைப் பார்ப்பதற்காகப் பேராசிரியர் சார்லஸ் கிங்ஸ்லி என்பவரை அழைத்திருந்தார். சார்லஸ் அந்த ஓவியத்தைப் பார்த்ததும், அசையாமல் அப்படியே நின்றுவிட்டார். அவ்வளவு அழகாய்த் தத்ரூபமாக இருந்திருக்கிறது.

" நண்பரே! இதை எப்படித் தீட்டினீர்கள்? " என்று ஆவலுடன் கேட்டார். அதற்கு டர்னர், "நான் கடலில் புயல் வீசுவதை உயிரோட்டமாக வரைய விரும்பி னேன். அதற்காக ஹாலந்து நாட்டிற்குச் சென்று புயல் வரும்வரை காத்திருந்தேன். ஒருநாள் புயல் வந்தது. ஒரு மீன் பிடிப்பவருடைய படகிலமர்ந்து புயல் வீச்சை எதிர்த்து ஆபத்தான நிலையில் பயணம் செய்தோம். அந்தப் பாய்மரத் தூணோடு சேர்த்து என்னைக் கட்டிவிடச் சொன்னேன். புயலோடு புயலாய்க் கட்டுண்டு, புரண்டு எழுந்து மீண்டு, கரைக்கு வந்து சேர்ந்தேன். அதன் பின் இந்த ஓவியத்தைத் தீட்டினேன்." என்று விளக்கினார்.

ரவிவர்மா

நீதிபதியையே ஏமாற்றிய அழகு

அதேபோல் இந்தியாவில் சிறந்த ஓவியர் ரவி வர்மா என்பவர். ஒருசமயம் நடந்த ஓவியப்போட்டியில் கலந்துகொண்டு தன் சித்திரத்தைத் தனக்கென ஒதுக்கப்பட்ட அறையில் வைத்திருக்கிறார். மதிப்பீடு செய்துத் தரம்பிரிக்கும் நடுவர்கள் ஒவ்வொன் றாகப் பார்வையிட்டுக்கொண்டே வந்தார்

கள். இவர் முறை வந்தவுடன் ஓவியர் வர்மா விடம் " எங்கே உங்கள் படைப்பு? " என்று கேட்க, உள்ளே போய்ப் பாருங்கள் " என்றி ருக்கிறார். அவர்கள் உள்ளே நுழைவதற்காக, தொங்கவிட்டிருந்த திரைச் சீலையைப் பிடித்து விலக்கியிருக்கிறார்கள். விலக்க முடியவில்லை. ஏனெனில் அது திரைச்சீலையல்ல; சுவரில் தீட்டப்பட்ட தத்ரூபமான திரைச் சீலை ஓவியம். நீதிபதிகளையே ஏமாற்றிய அந்த அழகுமிகுந்த அற்புத ஓவியமே பின்னர் சிறந்த ஓவியமாகத் தேர்ந்தெடுக்கப்பட்டது.

'சீ' புகழ் செய்குத்தம்பி பாவலர்

அழகு என்பது இவைபோன்ற பொருள்கள் மட்டுமல்ல. " சீ " எனும் ஓரெழுத்துச் சொல்லுக்கு ஒன்பது நாள் உரை நிகழ்த்திய செய்குத்தம்பி பாவலர், சொல் விளையாட்டிலும் வல்லவர். ஒருவர் பாவலரிடம் வந்து நூறு ரூபாய் கடன் கேட்டிருக்கிறார். இவரும் உனக்கு நூறு ரூபாய் தருகிறேன் என்றிருக்கிறார். கடன் கேட்டவர், 'கேட்டவுடன் கொடுக்கி றாரே' இன்னும் அதிகம் கேட்டால் கொடுப்பாரோ என்று பேராசைப்பட்டு, இருநூறு தாருங்களேன் என்று கேட்க, " இரு! " நூறு தருகிறேன் என்றாராம். ஆகா முந்நூறு தரமுடியுமா எனக் கேட்க, " முன் " நூறு (சொன்னபடி)தருகிறேன் என்றிருக்கிறார். நாநூறு.. என்க - " நான் " நூறு தருகிறேன். ஐநூறு.. ஐ! (ஐயம் வேண்டா)நூறு தருகிறேன் என்றார். விடாக்கண்டன் மீண்டும் அறுநூறு என்று கேட்க, " அறு " (பேச்சை நிறுத்து) நூறு தருகிறேன் என்று கொடாக்கண்டன் பதிலுரைத்திருக்கிறார். எழுநூறு... ஓ எழு! (இடத்தைவிட்டு) நூறு தருகிறேன் என இறுதி வரையில் ஒரு நூறு ரூபாய் நோட்டைக் கையில் வைத்துக்கொண்டே விளையாடியது செவிக்கழகாய்த் தோன்றவில்லையா? பாரதியின் செவியில் மட்டும் தேன்வந்து பாயலாமோ? இதேபோல் ஆங்கிலத்தில் ஒரு சொல் விளையாட்டு. டாக்டர் என்பதற்கான சொல் விளக்கம். "A person who kills your ills by pills, and kills you with his bills" என்று.

கண்ணா! உங்கள் சிங்கப்பூரே அழகின் சொர்க்கம். வானத்தைத் தொடும் கட்டடங்களைக் கொண்ட செயற்கை அழகுடன், சட்டம் ஒழுங்கு, சுத்தம் சுகாதாரம் மிகுந்த நல்லிணக்கமான நாடு. உலக நாடுகளுக்கிடையே சிங்கை ஓர் அழகுதான்! உங்களையெல்லாம் அரசு நிழலில் வைத்தி ருக்கிறது. வெயிலுக்குப் போனால்தான் நிழலின் அருமை தெரியும். அதனால் பிறந்த நாட்டுக்கு உண்மையாக இரு! அதுவே உன் வாழ்வுக்கு அழகு!

இப்படிக்கு

உன் நலம் விரும்பும்

தாத்தா.

51 புத்திசாலித்தனம்

அன்புள்ள தாத்தா, வணக்கம்!

என்னைப் புரிந்துகொண்டு என்றும் என்னுடன் இருப்பேன் என்றமைக்கு நன்றி! என்னை எங்கள் வகுப்பில் புத்திசாலியான பையன் என ஆசிரியர்கள் உள்பட எல்லோரும் உங்களைப்போல் பாராட்டுகிறார்கள். உண்மையிலேயே நான் அந்த அளவு புத்திசாலி இல்லை என்று எனக்குத்தான் தெரியும். நான் புத்திசாலியாக இருந்தால், எல்லாப் பாடங்களிலும் முதல் மதிப்பெண் அல்லவா எடுக்க வேண்டும்!

எல்லாத் தேர்வுகளிலும் பெரும்பாலும் பெண்களே முதல் நிலையில் வரிசை பிடித்து வெற்றி பெறுகிறார்கள். அவர்கள்தானே நாட்டை ஆளவேண்டும்? விரல்விட்டு எண்ணக்கூடிய பெண் தலைவர்களே சில நாட்டுத் தலைவர்களாக இருக்கிறார்கள். அவர்கள் புத்திசாலிகள் என்றால் 'பெண் புத்தி பின் புத்தி' என்று ஏன் அந்தக் காலத்திலிருந்து சொல்ல வேண்டும்?

நேற்று ஞாயிற்றுக் கிழமை. அம்மாவும் அப்பாவும் அரசு நடத்திய இலவச மருத்துவ முகாமுக்குச் சென்றுவிட்டார்கள். போகும்போது, தென்கிழக்கு ஆசியாவிலேயே சிறந்த நூலகம் எனப் பாராட்டப்படும் சிங்கப்பூர் தேசிய நூலகத்தில் என்னை விட்டுவிட்டுப் போனார்கள். தாத்தா! பதினாறு தளங்களைக்கொண்ட மிகப் பெரிய நூலகம். அங்கு போன பின்புதான் தெரிந்தது, இதைப் பார்த்துதான், இவர்கள் ஆலோசனையைக் கேட்டுத்தான் தமிழகத் தலைநகர் சென்னையில் 'அண்ணா நூலகம்' கட்டினார்களாம்.

நேர்மையற்ற புத்திசாலித்தனம்

அங்கு சிறுவர் இலக்கியப் பகுதிக்குச் சென்று ஒரு புத்தகத்தை எடுத்துப் படித்துக்கொண்டிருந்தேன். "ஒரு படகில் பலர் பயணம் செய்துகொண்டிருக்கிறார்கள். திடீரென்று புயல் அடிக்கிறது. காப்பாற்றப்பட்டுக் கரைசேர வேண்டுமென்று அவரவர்களுக்குப் பிடித்த தெய்வங்களிடம் பிரார்த்தனை செய்தனர். ஒரு செல்வர், தன் விலை உயர்ந்த பங்களாவை விற்று, அவருடைய விருப்பத் தெய்வத்திற்குக் காணிக்கை செலுத்துவதாக வேண்டுதல் வைத்தார். சிறிது

நேரத்தில் புயல் நின்றுவிட்டது. புயல் தானாக நின்றிருக்குமோ? தேவையின்றி எல்லோரும் அறியும்வண்ணம் வாக்குக்கொடுத்துவிட்டேனே என வருந்தினார். கரை சேரும் வரையில் சிந்தித்தார். மறு வாரமே செய்தித்தாளில் ஒரு விளம்பரம் கொடுத்தார். " என் பங்களா விலை 100 டாலர். வாங்க விரும்புவோர் நேரில் வரவும் " என்று. ஏராளமானோர் போட்டி போட்டுக்கொண்டு வந்தனர். யார் வேண்டுமானாலும் எடுத்துக் கொள் ளலாம்; ஆனால் ஒரு நிபந்தனை; நான் ஆசையுடன் வளர்த்த இந்த பூனை யையும் சேர்த்து எடுத்துக்கொள்ள வேண்டும். பூனையின் விலை 7. 5 மில்லியன் டாலர் என்றார்.

அதன் படியே விற்று 100 டாலரை வேண்டுதல்படி இறைவனுக்குக் காணிக்கையாகச் செலுத்திவிட்டுப் பூனைக்குரிய தொகையைத் தாம் எடுத்துக்கொண்டார். எல்லோரும் அவருடைய 'புத்திசாலித்தனத்தை'ப் பாராட்டினார்களாம்.

தாத்தா இது எப்படி இருக்கு?

இப்படிக்கு

உங்கள் அன்புள்ள

கண்ணன்.

அன்புள்ள கண்ணா, நலமா!

நூற்கூடம் சமையற்கூடம் ஆனது

நீ நேரம் கிடைக்கும் போதெல்லாம் நூல் நிலையம் செல்வது மிக நல்ல செயல். அதனால் உன் கவனம் சிதையாமல் பாதுகாக்கலாம். அறிவை மேம்படுத்திக்கொள்ளலாம். உலகத்தை அறிந்துகொள்ள ஏதுவாக இருக் கும். நீ படித்த அந்தக் கதையில் புத்திசாலித்தனம் இருக்கிறது. ஆனால் நேர்மை இல்லையே. அது நேர்மையுடன் இருந்திருந்தால் சிறப்பானதாக இருக்கும். நீ எழுதியிருந்தபடி சென்னை நூலகம் சமையல் கூடம்போல் காட்சியளிக்கிறது. பார்ப்பதற்கு மனம் வேதனையாக இருக்கிறது.

மனப்பாடமே மதிப்பெண் எடுக்கும் வழி

பெண்புத்தி பின்புத்தி என்பதைப் பின்னால் வருவதை முன்கூட்டிச் சொல்லக்கூடிய குணம் படைத்தவர்கள் என்பது போன்ற விளக்கங்கள் கொடுத்துப் பெண்ணினத்தைத் தற்காத்து வருகிறார்கள். முதல் மதிப் பெண் எடுத்தவர்கள்தான் புத்திசாலிகள் என்று நினையாதே. பெண்கள் ஆண்களைவிடக் கவனத்தை ஒருமுகப்படுத்திப் படித்து வெற்றி பெறுகிறார்கள். வெற்றி பெறுவோர்களில் பெரும்பாலோர் படித்தவற்றை வாந்தி எடுத்து மதிப்பெண் வாங்குகிறார்கள். சொந்தப் புத்தியில்

எழுதுவோர் குறைவு என ஒரு ஆய்வில் தெரிகிறது. இந்த நேரத்தில் ஏற்கனவே நீ குறிப்பிட்டிருந்த மாலன் எழுதிய தப்புக்கணக்கு சிறுகதையை நினைத்துப்பார். அந்த ஆசிரியை தான் சொல்லிக்கொடுத்தபடி எழுது வதற்குத்தான் மதிப்பெண் கொடுத்திருந்தார் என்பதை மீண்டும் சிந் தித்துப்பார். 'நான் எந்த அளவு புத்திசாலி என்பது எனக்குத்தான் தெரியும்' என உன்னைப் பற்றி எழுதியிருந்தாய். அது உண்மை.

முப்பரிமாணத்தில் மனிதன்

மனிதன் மூன்று நிலைகளில் காட்சியளிக்கிறான். ஒன்று, "நீ மற்றவர்களின் பார்வையில் எப்படி இருக்கிறாயோ அது." இரண்டாவது, "நீ எப்படி இருக்க வேண்டுமென்று நினைக்கிறாயோ அது." மூன்றாவதாக "நீ எப்படித் தற்போது இருக்கிறாயோ அது." உன் கடிதத்தில் மற்றவர்கள் உன்னைப் பற்றி எப்படி நினைக்கிறார்களோ அதையும் நீ எதுவாக இருக்கிறாயோ அதையும் எழுதி இருக்கிறாய். உன் நிலையில் இதைப் புரிந்துகொள்ளச் சிறிது நேரம் எடுக்கும். நிதானமாகச் சிந்தனை செய்! வாசகத்தின் உள்ளர்த்தங்கள் புரியும்.

சீட்டாட்டத்தில் நல்ல சீட்டு வந்து விளையாடுபவனைப் புத்திசாலி என நினைக்கக்கூடாது. எப்போது விளையாட்டை நிறுத்தி விட்டு எழுந்து போகவேண்டுமெனத் தெரிந்து வைத்திருக்கிறானோ அவனே புத்திசாலி என அறிஞர் ஜான்ஹோ என்பவர் சொல்கிறார்.

ஒரு கதவு மூடப்படும்போது மற்றொரு கதவு திறக்கப்படுகிறது என்பார்கள். மூடப்பட்ட கதவையே பார்த்துக்கொண்டு நிற்பவன் சராசரி மனிதன். இன்னொரு கதவுக்குள் நுழைந்துவிடுபவனே புத்திசாலியான மனிதன்.

" All of us do not have equal talent.

But

All of us have an equal opportunity to develop our talents. "

" எல்லோருக்கும் சமமான திறமை அமைவது இல்லை. ஆனால், எல்லோருக்கும் திறமைகளை வளர்த்துக்கொள்ளச் சமமான வாய்ப்புகள் கிடைக்கின்றன. " அவற்றைப் பயன்படுத்துவதிலேதான் புத்திசாலிக்கும் மற்றவர்களுக்கும் வேறுபாடுகள் உள்ளன.

மனிதன் ஆறுபோன்று இருக்க வேண்டும் - நாகூர்ரூமி

"சிந்திக்காத மனிதன் சாலை போன்றவன்; சிந்திப்பவன் ஆறு போன்ற வன். சாலை என்பது ஏற்கனவே போடப்பட்ட பாதை. அதில் மாற்றமோ வளர்ச்சியோ இருக்காது. ஆனால் ஆறு அப்படியல்ல. தனக்கான

பாதையைத் தானே வகுத்துக்கொள்கிறது " எனச் சிந்தனையாளர் நாகூர் ரூமி எழுதுகிறார்.

அதே ரூமி மேற்கொண்டு சொல்கிறார், " வெற்றி என்பது ஏதோ தனியாக நாம் உருவகப்படுத்திப் பார்க்கக்கூடிய ஒன்றல்ல. சிற்பி, பாறையைச் செதுக்கிச் சிற்பத்தை உருவாக்குவது போன்றது. சிந்தித்தால் தெரியும். உண்மையில் அவன் சிற்பத்தை உருவாக்கவில்லை; சிலை அந்தப் பாறைக்குள்ளேதான் ஒளிந்துகொண்டிருக்கிறது. அவன் செய்ததெல்லாம் சிலைக்குத் தேவையில்லாத பகுதிகளை உளிகொண்டு கழித்து எடுத்துவிட்டதுதான்.

அதேபோல் ஒரு காரியத்தில் புத்திசாலித்தனமாக வெற்றி பெற வேண்டுமெனில், அதைப் பற்றியே சிந்திக்க வேண்டும் என்பதல்ல. நம்மை வெற்றிபெறவிடாமல் எவையெல்லாம் தடுக்கின்றன என யோசித் தால் போதும். இதைப் புரிந்துகொள்கிற வரையில் வெற்றி சிலைபோல் ஒளிந்துகொண்டுதானிருக்கும். " என்கிறார். புத்திசாலித்தனமோ, அறிவோ, வெற்றியோ எங்கேயோ கிடைப்பதல்ல, வாங்குவதற்கு. அவை நமக்குள்தான் இருக்கின்றன.

அகஸ்தியரிடம் ஊமை காட்டிய புத்திசாலித்தனம்

புத்திசாலித்தனத்திற்கு எடுத்துக்காட்டான கதை ஒன்றை கண்ணா உனக்கு இப்போது சொல்கிறேன் கேள்! அகஸ்தியருக்குச் சீடன் ஒருவன் தேவை என்பதை அறிந்த ஔவையார் வாய் பேசாத இராமதேவன் என்பவனைச்சேர்த்துவிட்டார். ஒருமுறை காசிவர்மன் எனும் மன்னனுக்குத் தீராத தலைவலி. குணமாக்கி விடுவதாக அகஸ்தியர் சொல்லிவிட்டார். மன்னனைப் பரிசோதித்துவிட்டு அகஸ்தியர் சொன்னார், " மன்னா! நீ உறங்கும்போது உன் மூக்கு வழியாக ஒரு சிறிய தேரை (தவளை இனத்தில் சிறிய உருவம்) உள்ளே சென்று மூளைப்பகுதியில் குடியிருக்கிறது. " என்றார்.

மன்னன் அதிர்ச்சியுற்று, எப்படியாவது சிகிச்சையளித்துத் தேரையை வெளியே எடுத்துவிடுங்கள் என்று கேட்டுக்கொண்டார். பின்னர் மன்னனுக்குமயக்கமருந்து கொடுத்துக் கபாலம் (மண்டை) திறக்கப்பட்டது. வைத்தியர் சொன்னதுபோல் தேரையொன்று மூளைக்குள் குடியிருப்பது தெரியவந்தது. மூளைக்கு எந்தச் சேதாரமும் இல்லாமல் அதை வெளிக் கொணர அகஸ்தியர், பல யுத்திகளைச் செய்தும் பலனில்லை.

அருகே நின்ற சீடன் இராமதேவன் ஓடிப்போய் நீர் நிறைத்த ஒரு பாத்திரத்தை எடுத்துவந்து மன்னருடைய தலைமாட்டில் தேரைக்குத் தெரியும்படி வைத்தான். தண்ணீரைக் கண்டதும் தேரை பாத்திரத்திற்குள் துள்ளிக்குதித்தது. இதுதான் புத்திசாலித்தனம். பின்னர் இராமதேவனின்

ஊமைத்தன்மையையும் அகஸ்தியர் குணமாக்கிக்கொடுத்தார் என்றும் சொல்வதுண்டு.

பிரபல வழக்கறிஞர் நார்ட்டன் தலைகுனிந்தார்

அறிவுடைமை அல்லது புத்திசாலித்தனம் என்பது எந்த நேரத்திலும் எந்த இடத்திலும் யாருக்கும் வரும். ஒரு முறை புகழ்பெற்ற வழக்கறிஞர் நார்ட்டன் என்பவர், நீதிமன்றத்தில் குறுக்கு விசாரணை செய்து கொண்டிருந்தார். குற்றவாளிக் கூண்டில் நின்ற சாட்சியைப் பார்த்துக் கேட்டார்,

"உன் முகத்தில் ஒரு கயவனின் தோற்றம் தெரிகிறதே?" - என்று.

"என் முகம் ஒரு கண்ணாடிபோல் பிரதிபலிக்கும் என்பது இன்றுதான் எனக்குத் தெரிந்தது' என்று பதிலளித்தவுடன் நார்ட்டனுக்கு பேச நா எழவில்லை. வெட்கித் தலைகுனிந்தார். என்ன பொருள்? பிரபல வழக்கறிஞரையேகயவன் என்றுஒருசாதாரணமனிதன்சொல்லிவிட்டான். கண்ணா! அந்த நேரத்து அறிவை (Presense of mind) உன்னால் அறிய முடிகிறதா?

பட்டுத் துணியின் வரலாறு

கண்ணா!பட்டுத்துணி உனக்குத்தெரியும். உன் அம்மா கோவிலுக்கும், பண்டிகைகளுக்கும் உடுத்தும் சேலை பட்டுத் துணியினால் நெய்யப் பட்டது. அறிவுடன் கூடிய சிந்தனை இல்லாவிட்டால், காஞ்சீபுரம், மைசூர், கும்பகோணம், பனாரஸ் என்று இன்று இந்தியாவில் பெரிய தொழில் துறை வளர வாய்ப்பிருக்குமா? அந்தப் பட்டு முதலில் சீனாவில் தான் கண்டுபிடிக்கப்பட்டது. 2500 ஆண்டுகளுக்கு முன் சீன அரசி சி லிங் ச்சீ என்பவள் தன் அந்தப்புரத்தில் மஞ்சள் நிறப் புழு ஒரு செடியில் கூடு கட்டியதைப் பார்த்தாள்.

வினோதமாக இருக்கிறதே என அவள் அந்தக் கூட்டின் இழையைப் பற்றி இழுத்தாள். இழை நீண்டுகொண்டே போனது. அவ்விழையைக் கொண்டு ஒரு ஆடை நெய்தாள். பின்னர் அது தொழிலாகிச் சீனாவில் மட்டும் ரகசியமாக இருந்தது. ரோமேனியமன்னன் ஒரு சீன இளவரசியை மணந்து போகும்போது இந்தப் பட்டு உற்பத்தியின் கலையை அறிந்து எடுத்துச் சென்றான். ஆனால் அந்நாட்டில் பயிர் செய்வது தோல்வியடைந்தது. பின்னர்தான் ஜப்பான், இந்தியா போன்ற நாடுகளில் புகழடைந்தது என்பது ஒரு வரலாறு.

லெனின், மணலி கந்தசாமி ஆகியோரின் புத்திசாலித்தனம்

கண்ணா! அறிவுடன் தைரியமும் நம்பிக்கையும் இருந்தால் பல

காரியங்களைச் சாதிக்க முடியும் என்பதற்கு எடுத்துக்காட்டு ஒன்றினை எழுதுகிறேன் படி.

லெனின்

சோவியத் நாட்டில் ஜார் மன்னன் ஆட்சி. புரட்சியாளர் லெனினைக் கண்டதும் சுட ஆணை பிறப்பிக்கப்பட்டது. லெனின் குடியிருந்த பீட்ரோ கிரேடு நகர் முழுவதும் ஒவ்வொரு வீட்டுக்கும் எதிரில் தப்பியோடா வண்ணம் காவல்துறை நிறுத்தப்பட்டது. விடியலில் லெனின் எழுந்து சாளரத்தைத் திறந்துபார்த்தார். ஒரு தீர்க்கமான முடிவுடன் குடையைஎடுத்துக்கொண்டு தெருவுக்கு வந்தார். குடையைச் சுழற்றிப் பாடிக்கொண்டே போனார். அதைப் பார்த்த ஒரு காவலர்,

“அதோ போகிறவன் லெனினைப்போல் தெரிகிறான் “ என்றவுடன் இன்னொருவர்.

“போடா போ.. லெனினாக இருந்தால் இவ்வளவு தைரியமாக நம் முன் நடந்துசெல்வானா? “ - இதைக் கேட்டபடியே லெனின் நடந்து தெருமுனை சென்று ஒரு சந்து வழியே தப்பித்தார். அதேபோல் தமிழ் நாட்டில் அதே பொதுவுடமை இயக்கத்தைச் சார்ந்த மணலி கந்தசாமி என்பவர் தலைமறைவாக இருந்த சமயம், கைது செய்யத் தேடிக்கொண்டிருந்த காவலர் இருவரிடமே கந்தசாமி மாறுவேடத்தில் சென்று சுருட்டு பற்ற வைக்கத் தீப்பெட்டி கேட்டு வாங்கினார். பற்றவைத்துவிட்டுத் தூரமாகப் போய் ஒரு துண்டுச் சீட்டில் ‘ இப்போது தீப்பெட்டி வாங்கியவன்தான் கந்தசாமி ‘ என்று எழுதினார். ஒரு சிறுவனிடம் சீட்டைக் கொடுத்துக் காவலரிடம் சேர்த்துவிடு என்று சொல்லிவிட்டுத் தலைமறைவானார் என்பதும் ஒரு செய்தி.

சிறுதுரும்பும் பல்குத்த உதவிற்று

ஒரு மாணவனிடமிருந்த புத்திசாலித்தனம் அந்த இடத்தில் கூடியிருந் தவர்களிடம் இல்லாமல் போய்விட்டது. ஒரு லாரி பாலத்தில் மோதிச் சிக்கிக் கொண்டது. லாரிக்கும் பாலத்திற்கும் எந்தவிதச் சேதமும் இல்லாமல் எடுக்க வழி தெரியாமல் மக்கள் தவித்தனர். அந்த வழியே சென்ற ஒரு பள்ளி மாணவன் பார்த்துக்கொண்டு நின்றான். எல்லோரும் அமைதியா னதைப் பார்த்த அவன் “ லாரியின் முன்னிரண்டு டயர்களின் காற்றை எடுத்துவிட்டு இழுங்கள் “ என்றான். டயர்களின் காற்று வெளியேற்றப்பட்ட வுடன் லாரியின் உயரம் குறைந்துவிட்டதால், பாலத்திற்கும் பாதிப்பு இல்லாமல் லாரியையும் சேதாரம் இன்றி வெளிக்கொணர முடிந்தது.

அக்பர் அவையில் அறிவாளி பீர்பால்

அக்பருக்கு அமைச்சர் பீர்பால் மீது பாசம் அதிகம். மற்ற அமைச்சர்களுக்கு அதனால் பொறாமை. அவர்கள் அக்பரிடமே சென்று பீர்பாலின் முக்கியத்துவத்தைக் குறைக்க வேண்டினர். சரி ஒரு சோதனை செய்கிறேன் என்று சொல்லிச் சபையில் ஒரு கேள்வியை அக்பர் கேட்டார்.

"இந்த நாட்டில் எத்தனை பறவைகள் வாழ்கின்றன? " என்று கேட்டார்.

எல்லா அமைச்சர்களும் விடை தெரியாததால் விழித்தனர். பீர்பால் எழுந்து, "ஒருகோடியே ஒன்பது லட்சத்து அறுபதினாயிரத்து எழுநூற்றி எண்பத்தெட்டு" என்றார். உடனே அமைச்சர் ஒருவர்,

"சரி எண்ணுகிறோம். ஒரு பறவை கூடுதலாக இருந்தால்.. "

"அந்த ஒன்று அப்போதுதான் வெளிநாட்டிலிருந்து வந்திருக்கும் "

"சரி! ஒன்று குறைந்தால்.. '

"ஒன்று வெளிநாட்டுக்குப் போய்விட்டது " என்றார்.

கண்ணா! நிச்சயமாக ஒரு நாட்டில் இருக்கும் பறவைகளை எண்ணுவது என்பது நடைமுறையில் முடியாத ஒன்று என்பதைத் தெரிந்துகொண்டு, எப்படித் தன் அறிவினால் பீர்பால் சமாளித்தார் என்பதைக் கவனித்தாயா? அப்படி நீயும் எதிர்காலத்தில் எதையும் சமாளிக்கும் திறனைப்பெற வேண்டும்.

ஷேக்கின் தெரிந்தெடுக்கும் திறன்

ஓர் அரேபிய ஷேக் பாலைவனம் சென்று வர ஒரு நல்ல பொருத்தமான குதிரையைத் தேடி வாங்க எண்ணினார். யாருக்கும் ஷேக்கிடம் குதிரையை விற்க மனம் ஒப்பவில்லை. காரணம் விலை குறைவாகக் கொடுப்பார்; எதிர்த்தும் கேட்க முடியாது, என்கிற பயம். அமைச்சர் ஒருவர் இரு குதிரைகளைத் தேர்ந்தெடுத்துக் கொணர்ந்தார். அந்த இரு குதிரைகளின் உரிமையாளர்கள், 'தங்கள் குதிரை சரியாக ஓடாது; சண்டித்தனம் செய்யும்; வயதானவை' என்றெல்லாம் சொல்லிப் பார்த்தனர்.

ஷேக் சொன்னார், " எது வேகமாக ஓடுகிறதோ, அதைத் தந்துவிடுங்கள்" என்றார்.

அமைச்சர் சொன்னார், " அரசே! தன் குதிரையைச் சரியாக ஓட்டாமல் ஏமாற்றுவார்களே " என்றார். அதற்கும் ஒருவழி இருக்கிறது எனச் சொல்லி விட்டு, " ஒருவன் குதிரையை மற்றவன் ஓட்டட்டும் " என்றார். இதற்கு மேல் என்ன நடந்திருக்கும் என்பதைப் புத்திசாலியான உனக்குச் சொல்லவும் வேண்டுமோ?

வெற்றிபெற்ற மனிதனாகவேண்டும்

" எதையெல்லாமோ சொல்லிக்கொண்டிருக்கிறது வாழ்க்கை - ஆனால் எனக்குத்தான் எதுவுமே ஏறவில்லை " என்று நினைப்பவனை ஒன்றும் செய்ய முடியாது.

" மீன் வாங்கித் தரும் தந்தையைவிட மீன் பிடிக்கக் கற்றுக்கொடுக்கும் தந்தையே சிறந்த தந்தை " என ஒரு சீனப் பழமொழி கூறுகிறது. நம் அனைத்துச் செயல்களின் விளைவுகளும் நம் எண்ணத்தைப் பொறுத்தே அமைகின்றன.

" எதை நாம் எண்ணுகிறோமோ அதற்குரிய பலன்தான் நமக்குக் கிட்டும். இறைவன் உன் உருவத்தையோ, உன் செல்வத்தையோ பார்ப்பதில்லை; மாறாக உன் உள்ளத்தையும் செயலையும்தான் பார்க்கிறான். உன் உள்ளத்தில் உள்ளவற்றை நீ மறைத்தாலும் அவற்றை இறைவன் நன்கறிவான் " என இஸ்லாத்தில் சொல்லப்பட்டிருக்கின்றன.

வெற்றிக்கும் தோல்விக்கும் சிறு வேறுபாடுதான்.

" கடமையைச் செய்தால் வெற்றி!

கடமைக்குச்செய்தால்தோல்வி!"-அதனால்நீஉன்புத்திசாலித்தனத்தை எங்கேயும் பலவீனப் படுத்திவிடாதே! விழிப்புடன் செயல்படு! உன்னை வெல்வார் யாரும் இல்லை என்கிற உணர்வு உன்னிடம் எப்போதும் குடியிருக்க வேண்டும்.

இப்படிக்கு

உன் நலம் விரும்பும்

தாத்தா.

52 இணையதள மோசடி

அன்புள்ள தாத்தா, வணக்கம்.

11.06.2013 ஆம் நாள் வெளிவந்த தமிழ்முரசில் ஒரு செய்தியைப் பார்த்து அதிர்ச்சியுற்றேன். கணினி இணையத்தள மோசடிக்கு இலக்காகும் பருவ வயதினரின் எண்ணிக்கை அதிகரிக்கிறது. சமூக மற்றும் விளையாட்டு இணையத்தளங்கள் வழி இன்னாரென்று தெரியாத நபர்கள் பருவ வயதுப் பெண்களை மயக்கி, மிரட்டிப் பணம் பறிப்பது; கற்பழிக்கப்படுவது போன்றவை தாராளமாக நடைபெற்று வந்ததைக் கண்டுபிடித்திருக்கிறார்கள். சென்ற ஆண்டில் 'இணையத் தோழர்' ஒருவரால் கற்பழிக்கப்பட்ட 17 பேரில் -15 பேர், 7க்கும் 19 வயதுகளுக்கும் இடைப்பட்டவர்கள் எனக் காவல் துறைப் புள்ளிவிவரங்கள் தெரிவிக்கின்றன. இப்படி இலக்காகும் மாணவிகள் பலரும் புகார் கூற முன்வரமாட்டார்கள் என்பதால் ஏமாற்றப்பட்டவர்கள் எண்ணிக்கை அதிகமாக இருக்கும் என நம்பப்படுகிறது.

தாத்தா! இதைப்போன்ற தீய செயல்கள் எப்படி அடுத்தவருக்குத் தெரியாமல் உடன் வசிக்கும் குடும்பத்தாருக்குக்கூடத் தெரியாமல் அப்பாவிப் பெண்கள் இதைப்போன்ற நடவடிக்கைகளில் ஈடுபட்டுச் சீரழிந்து போகிறார்கள். வெளியில் சொல்லமுடியாமல் கெட்டுவிடுகிறார்கள் என்பதை நினைக்கும்போது "யாரைத்தான் நம்புவதோ" என்று பாடத் தோன்றுகிறது. இதைப்போன்று இந்தியாவிலும் நடக்கிறதா? இதை எப்படித் திருத்துவது? அல்லது தடுப்பது?

இப்படிக்கு, உங்கள் அன்புள்ள
கண்ணன்.

அன்புள்ள கண்ணா, நலமா!

இணையம் என்பது நமக்கெல்லாம் ஓர் அந்நிய சாதனமாக இருந்தது. தற்போதைய காலமாற்றத்தில் இணையம் இல்லாமல் வாழவே முடியாது என்கிற அளவிற்கு மாறிவிட்டது. அதன் தேவையும் பயன்பாடும் நாளுக்கு நாள் அதிகரித்துக்கொண்டே போகின்றன. அதே போல் பயன்படுத்துவோர் எண்ணிக்கையும் பெருகிக்கொண்டே போகின்றது.

சைபர் கிரைமில் இந்தியா இரண்டாமிடம்

நீ அனுப்பியிருந்த தமிழ்முரசின் செய்தி எனக்கு அதிர்ச்சியை ஏற்படுத்தவில்லை. காரணம் ஏழெட்டு ஆண்டுகளுக்கு முன்பு இங்குச் சென்னையில் ஒருமாநாடுபோட்டு விவாதித்தோம். இதில் இப்படியெல்லாம் குறும்புத்தனம் நடக்க வாய்ப்புள்ளதே என ஐயப்பட்டோம். இந்தியாவில் சிங்கப்பூரைவிட அதிகம் நடைபெறுகின்றது. சைபர் கிரைம் குற்றம் புரிவதில் இந்தியா இரண்டாவது இடத்தில் இருப்பதாக உலக அளவிலான ஓர் ஆய்வு மூலம் தெரியவருகிறது. உங்கள் நாடு அளவிற்கு இங்கு அவசர அவசியப் பிரச்சினையாக எடுத்துக்கொள்ளாமல் கொஞ்சம் மெத்தனமாக இருப்பார்கள். பெரியபிரச்சினை என்று வந்துவிட்டபிறகுதான் நடவடிக்கை எடுப்பார்கள்.

இணையத்தில் என்றால் சந்தேகம் வருகிறது

விஞ்ஞான முன்னேற்றம் எந்த அளவு மக்களுக்கு நல்ல வகையில் பயன்படுகிறதோ அந்த அளவுக்குத் தீய வகையிலும் பயன்படுகிறது. இனிப்புப் பலகாரத்தைத் தயார்செய்துவிட்டு, உடம்புக்குக் கெடுதல் சாப்பிடாதே என்பதுபோல் இருக்கிறது. உலகத்தையே கையில் கொண்டு வந்து கொடுத்துவிட்டார்கள். எந்த விளக்கமோ, எந்தத் தகவலோ இணைய வழியாக எளிதில் அறிய முடிகிறது. இருந்தும் கொல்லைப்புறத் தகவல்களால் எதிர்மறை விளைவுகளை எதிர்நோக்கவேண்டிய நிலையிலும் உள்ளோம். கத்தி போன்றதுதான் இணையமும். விமானத்தில் ஏறும்போது பழம் நறுக்குவதற்கு ஒரு கத்தியை எடுத்துச்சென்றால், அது அடுத்தவரைக் குத்துவதற்குப் பயன்படும் ஆயுதம் எனத் தடைபோடுகிறார்கள். அதைப்போல் இப்போது வீட்டில் பிள்ளைகள் மறைவான இடத்திலோ, கண்விழித்து இணையத்தை உபயோகப்படுத்தினாலோ பெற்றோர்களுக்குச் சந்தேகம் வந்துவிடுகிறது. இதனால் பனைமரத்தின் கீழ் நின்று பால் குடித்தாலும் "கள்" என்று நினைக்கக்கூடிய நிலை இதைப்போன்ற செய்திகளால் எல்லோருக்கும் ஏற்படுகிறது.

'ஒழுக்கம்' - பாடத்திட்டத்தில் வேண்டும்

பதினெட்டு வயதுக்குக் கீழ்ப்பட்டவர் வெண்சுருட்டு போன்ற லாகிரி வகைகள் வாங்கக்கூடாது; கடைக்காரர்கள் விற்கவும் கூடாது என்று உங்கள் ஊரில் தடையிருக்கிறது; வெண்சுருட்டுப் பெட்டியின் மேலே புகைத்தலினால் ஏற்படும் பின்விளைவுகளைப் படம் போட்டுப் பயங்கரமாகக் காட்டுகிறார்கள். இருந்தும் பதின்ம வயதினரை முற்றிலும் தடுத்திட முடியவில்லை.

ஆசிரியர்களும் பெற்றோர்களும் இதைப்போன்ற செய்திகளை

வகுப்பிலும் இல்லத்திலும் மாணவர்களிடம் படித்துக் காண்பிக்க வேண்டும். இணையத்தளத்தைத் தவறாகப் பயன்படுத்துபவர்கள் எப்படியெல்லாம் குறுக்கு வழியில் நுழைகிறார்கள், ஏன் இப்படியெல்லாம் ஏமாறுகிறார்கள், இவற்றை எப்படித் தடுப்பது அல்லது எப்படி எடுத்து இளைஞர்களுக்கு விளக்குவது என்று ஆராய்ந்தறிந்து ஒரு வழிகாட்டி நூல் தயாரித்து மாணவர்களுக்கு கொடுக்கலாம்.

பாதிப்பென்னவோ பெண்களுக்குத்தான்

இவற்றிற்கான காரணங்களை நாம் கண்டறிய வேண்டும். குறிப்பாகப் பெண்களுக்குத்தான் பெரியபாதிப்புகள் ஏற்படுகின்றன. பெண்களுடைய அறியாமையை; அனுபவமின்மையை; வெகுளித்தனத்தை; அவர்களிடம் உள்ள பலவீனத்தைப் பயன்படுத்திக்கொள்கிறார்கள். அல்லது பயமுறுத்தித்தங்கள் வலையில் விழவைத்தபின்னர்ப் பணம்பறிக்கிறார்கள். இவை எங்கிருந்து உருவாகின்றன எனில் பெண்கள் எதற்குள்ளேயோ நுழைந்து தங்களைப்பதிவுசெய்தோ, உரையாடல் செய்தோ மாட்டிக்கொள் கிறார்கள். அப்படி இணையத்தில் நுழைய, பால் உணர்ச்சியின் மேலாதிக்கம் ஒரு முதன்மைக் காரணம். வெளியிலும் இணையத்திலும் பார்க்கக் கூடாதவற்றைப்பார்ப்பதால்இவர்களும்உணர்ச்சியால்உந்தப்படுகிறார்கள். விளையாட்டாகக்கூட நுழைந்துபார்த்து, அதுவேபின்னர் அப்பழக்கத்திற்கு அடிமையாகிவிடுவதும் உண்டு.

ஆதிசங்கரருக்கு முக்தி முதலில் கிடைக்கவில்லை

கலவியல் இன்பம் மனிதனுக்குத் தேவையானது; தவிர்க்க முடியாததும் கூட. ஆதி சங்கரர், ஆண்டவனிடமிருந்து முக்தி கிடைக்காமல் திரும்பி அனுப்பப்பட்டாராம். காரணம் பெண் இன்பத்தை அடையாமல் வந்து விட்டார். அதனால் திரும்பப் பூமிக்கு வந்து அந்த அனுபவத்தையும் அனுபவித்தார். பின்னர் அந்தச் சிற்றின்பத்தைத் துறந்து போன பின்பு தான் பேரின்பமாகிய முக்தி கிடைத்தது என்பார்கள்.

பிள்ளைகளைக் கண்காணியுங்கள்

வீட்டில் தனியே அதிக நேரத்தைக் கழிக்கும் பெண்கள் இணையத்தளத் தவறுகளில் ஈடுபடுவதற்கு வாய்ப்புகள் கிடைக்கும். பெற்றோர்கள் பிள்ளைகளை நம்புவது ஒருவகையில் சரிதான் என்றாலும் அடிக்கடி அவர்கள் மீது ஒரு கண்காணிப்பைச் செலுத்திக்கொண்டே இருக்க வேண்டும். எப்போதும் கலகலப்பாகப் பேசிக்கொண்டிருந்த பெண்கள் அமைதியடைகிறார்கள்; படிக்கச் சென்றவர்கள் தாமதமாக வீட்டுக்கு வருகிறார்கள்; யாருடனோ நெடுநேரம் கைபேசியில் பேசுகிறார்கள்; யாரையாவது கண்டால் பேச்சை வெட்டிக்கொள்கிறார்கள்; தங்களை,

அலங்கரித்துக்கொள்ள மிகுதியான நேரம் செலவு செய்கிறார்கள்; செலவுக்குப்பணம் வழக்கத்திற்கு மாறாக அதிகம் கேட்கிறார்கள் என்றால் யோசிக்கவேண்டிய தருணம் வந்துவிட்டது என்று பொருள்.

புதுமைப் பெண்களாகப் புறப்படுங்கள்

"களவும் கற்றுமற" என்று விழையும் சுயசிந்தனை, சுயகட்டுப்பாடு உடைய அறிவுள்ள பெண்களைப் பற்றிக் கவலைகொளல் வேண்டாம். அவர்கள் எங்கே போனாலும் பத்தரை மாற்றுத் தங்கமாக வந்து நிற்பார்கள்; சீதையைப்போல் நெருப்புக்குள் நுழைந்து வெளிவருவார்கள்; அல்லது கற்புக்கு ஊறுவிளைவிக்க முனையும் ஆடவர்களை இக்காலத்துப் பெண்கள் கண்ணகிபோல் எரித்துவிடவும் தயங்க மாட்டார்கள். அப்படிப் பட்ட பாரதியின் புதுமைப் பெண்களாகப் பெரும்பான்மையான பெண்கள் இல்லாததால் தானே ஒவ்வொரு தாயும் பதின்ம வயதுப் பெண்களைப் பெற்றெடுத்தவர்கள் தங்கள் வயிற்றில் நெருப்பைக் கட்டிக்கொண்டு வாழ்வதாகப்புலம்புகிறார்கள். இதை ஒவ்வொரு மகளும் உணர வேண்டும்.

எந்த நாட்டில்; எந்த வீட்டில் பெண்கள், நல்லறிவுடனும், திறனுடனும், அப்பழுக்கில்லாமல் ஒளிபெற்றுத் திகழ்கிறார்களோ அங்கேதான் நல்வாழ்வு குடிகொண்டிருக்கிறது என்று பொருள்.

பெற்றோர்கள் பிள்ளைகளின் இளவயதிலிருந்து கண்டிப்பைக் காட்டிக்கொண்டு வந்திருந்தால் இப்போது பிரச்சினை எழாது. இடையில் கண்டிப்பைத் தொடங்கினால் 'எங்களைச் சந்தேகப்படுகிறீர்களா' என்று உங்கள்மீது திருப்பிக் குற்றம் சுமத்துவார்கள். 'நீங்கள் சந்தேகப்படுவ தனால்தான் கெட்டுப்போனேன்' என்றும் மனம் கூசாமல் கூறுவார்கள். அதன் காரணமாகத் தொடக்கத்திலேயே கண்டிப்பையும் சந்தேகத்தையும் பிள்ளைகள் மீது காட்டிக்கொண்டே இருத்தலும் நன்று என்று ஒரு வகையில் சிந்திக்க வைக்கிறது.

பயத்தினால் படும் பாடு

பாவேந்தர் ஒரு பாடலில் சொல்வார், 'குரங்கு மரத்தின் உச்சியில் ஒரு பாம்பைப் பார்த்துப் பயந்து, கிளைகிளையாகத் தாவி இறுதியில் இறங்கி ஓடி வந்துபாம்பு வடிவத்திலிருக்கும் தன் வாலைப்பார்த்தவுடன் " இதுவும் பாம்போ " என்று நினைத்து அலறுமாம். சூடுகண்ட பூனைபோல் பெண்களை நல்வழியில் கொண்டுவருவதற்குள் எதைப் பார்த்தாலும் பெற்றோர்களுக்குப் பயம் வந்துவிடுகிறது. எந்தப் புற்றுக்குள் எந்தப்பாம்பு இருக்குமோ என்கிற பயம் யாரைப் பார்த்தாலும் வருவது இயற்கை. இதை அந்த மகள்களும் சிந்திக்க வேண்டும்; அல்லது நாம் சிந்திக்க வைக்க வேண்டும்.

மாவீரன் நெப்போலியனுக்குப் பூனை பயம்

நெப்போலியன்

மாவீரன் நெப்போலியன் ஆறுமாதக் குழந்தையாக இருக்கும்போது, ஒரு பூனை அவன்மீது பாய்ந்து பிராண்டிவிட்டது. அப்போது அந்தப் பூனையை அவன் ஒரு சிங்கத்தைப்போல் பார்த்திருக்க வேண்டும். அப்படி ஒட்டிக்கொண்ட பயம் ஒரு நாட்டின் மன்னனான பிறகும்கூட மறைய வில்லை. இதை எப்படியோ தெரிந்துகொண்ட நெல்சன், நெப்போலியனைத் தாக்கப் போர்க்களத்தில் வந்திறங்கியபோது, படையுடன் 70 பூனைக ளையும் கொண்டுவந்து இறக்கிவிட்டான்.

அவற்றைப் பார்த்ததும் நெப்போலியனுக்கு உதறல் எடுக்க, போர் தொடர்பான அனைத்துப் பொறுப்புகளையும் தன் தளபதியிடம் கொடுத்து விட்டுக் களத்திலிருந்து புறப்பட்டுவிட்டான். அந்தப்போரில்தான் முதலும் இறுதியுமாக நெப்போலியன் தோற்றான் என்ற வரலாறு பதிவாகியுள்ளது.

ஆழ்மனத்தின் வெற்றி

பயம் என்பது ஆழ்மன விவகாரம். அதற்கு அபார சக்தியுண்டு. சைக்கிள் ஓட்டக் கற்றுக்கொள்ளும்போது, எதிரில் வரும் பூக்காரிமீது மோதிவிடக்கூடாதென எவ்வளவு கவனமாக ஓட்டினாலும், மிகச்சரியாக ஏகலைவன் அம்புபோல் அவள்மீது மோதி நிற்போம். காரணம் அவள் அழகானவள் என்பதனால் அல்ல; கிழவியாயிருந்தாலும் அதுதான் நடந்திருக்கும்.

மோதிவிடக்கூடாது என்பது வெளிமன ஆசை. மோதிவிடுவோமோ என்பது ஆழ்மன பயம். எப்போதும் ஆழ்மனமே வெற்றி பெறும். ஆழ்மனம் போடும் ஆணைக்கேற்ப உடல் நம்மை அறியாமல் வேலை செய்து கொண்டுபோய் மோத வைத்துவிடும். பயத்தைப் போக்க அதைக்கண்டு ஒளிதலோ, தவிர்த்தலோ செய்யாமல் மோதிக் கீழே விழுவதுதான் சரியான வழி என்கிறார் சிந்தனையாளர் நாகூர் ரூமி. இது சைக்கிள் ஓட்டும் பயிற்சிக்குச் சரிதான். விழும்போது காயம் ஏற்படும், மருந்துபோட்டுக் குணமாக்கிவிடலாம். ஆனால் இங்கே பெண்ணின் கற்பு அல்லவா பறி போகிறது. அதனால் அவமானம் ஏற்பட்டு எதிர்காலம் இருண்டுவிடும். துடைத்தொழிக்க முடியாத பழி சேர்ந்துவிடும். சுயசிந்தனையுடன் வரு முன் காப்பதே சிறந்த வழி.

திசை திருப்பலாம்

அதனால்தான் பெண்களுக்கு இசை, நடனம் போன்ற கலைகளில் பயிற்சி கொடுக்கிறார்கள். அதன் மூலமாவது அவர்களைத் திசை திருப்பலாம் என்பதும் ஒரு காரணம். சுய சிந்தனைக் கட்டுப்பாடு குறைவாக உள்ள பெண்களை இறைப் பற்றாளர்கள் கோவிலுக்கு அழைத்துச் செல்லும் பழக்கத்தை உருவாக்கலாம். கடவுள் தூணிலும் இருக்கிறான், துரும்பிலும் இருக்கிறான் எனப் பெண்களை நம்ப வைத்துப் பயமுறுத்த வேண்டும் என்று ஒருவர் ஒரு கிழமை இதழில் எழுதியிருந்தார். இணையத்தில் தவறு செய்பவர்கள் பின்விளைவுகளாகப்பல அவமானங்களைச் சந்திக்க நேரிடும்; குடும்பத்திற்கும், சார்ந்த சமுதாயத்திற்கும் அவமானங்களைக் கொண்டுவந்து சேர்த்த சம்பவங்களை அல்லது இட்டுக்கட்டிக் கற்பனைக் கதைகளை அவர்களுக்கு அடிக்கடி சொல்லிக்கொண்டே இருக்க வேண்டும்.

நபிகள் முதலில் தன்னைத் திருத்திக் கொண்டார்

நபிகளிடம் ஒரு தாய், தன் பிள்ளையை அழைத்துக்கொண்டு வந்து, "ஐயா என் மகன் இனிப்பு நிறையச் சாப்பிடுகிறான். நான் சொன்னால் கேட்பதில்லை. உங்கள் மீது மரியாதை உள்ளவன். நீங்கள் சொன்னால் கேட்பான். " என்றாள். 15 நாள்கள் கழித்து வரச்சொல்லி நபிகள் நாயகம் அந்தத் தாயை அனுப்பிவிட்டார். அதன்பின் வந்தபோது பையனுக்கு அறிவுரைகளைச் சொன்னார்.

"இதற்கு ஏன் 15 நாள்கள் கழித்துவரச்சொன்னீர்கள். இதை அன்றே சொல்லியிருக்கலாமே " என்று அந்தத் தாய் கேட்டதற்கு

"அம்மா நானே விருப்பமாக இனிப்பு சாப்பிடுகிறவன். ஒருவருக்கு நான் அறிவுரை கூறுவதற்குமுன் என்னை நான் திருத்திக்கொள்ள வேண்டும். அதனால்தான் காலம் கடத்தினேன், நான் முதலில் இனிப்புச் சாப்பிடாமல் என்னை நான் பழக்கப்படுத்திக்கொண்டு பின்னர் அறிவுரை சொல்வதற்காகத்தான் தாமதித்து வரச் சொன்னேன் " என்றதுபோல் மாணவர்களுக்கு அறிவுரை சொல்லும் பெற்றோர்கள் அல்லது ஆசிரியர்கள் முதலில் தங்களை ஒழுக்கமானவர்களாக; தகுதியானவர்களாக ஆக்கிக்கொள்ளுதல் இன்றியமையாதது. குறைந்தது மாணவர்கள் பார்க்கும்போதாவது ஒழுக்கச் சீலர்களாகத் தங்களைக் காட்டிக்கொள்ளும் நாடகத்தை அப்போதைக்கப்போது அரங்கேற்றிக்கொள்ளுதல் அவசியம்.

புத்தரின் எடுத்துக்காட்டு

"இரும்பில் தோன்றுகின்ற துருபோல் " எனப் புத்தர் அடிக்கடி

சொல்வார். இரும்பின் உறுதி எல்லோருக்கும் தெரியும். ஆனால் அது சரியாகப் பராமரிக்கப்படாதபோது அதிலிருந்து தோன்றுகின்ற துரு, வலிமையான இரும்பையே எளிதாக அழித்துவிடுகிறது. அதேபோல் பெண்கள் தங்கள் மனத்தையும் கெட்ட சகவாசம், தவறான அல்லது கூடாத இணையத் தொடர்புகளை அண்டவிடாமல் பார்த்துக்கொள்ள வேண்டும். அப்போதுதான் பெயரையும் புகழையும் பெறுவதோடு, பெற்றோர்களுக்கும் ஆசிரியப் பெருமக்களுக்கும் பெருமை சேர்த்திட முடியும். அத்துடன் தங்கள் வாழ்வை ஓர் அர்த்தமுள்ளதாகவும் அமைத்துக்கொள்ள வேண்டும் என்பதைப் பெண்கள் கடமையாகக் கருதவேண்டும்.

கண்ணா! கெட்ட பெயர் எடுப்பது எளிது. நல்ல பெயர் எடுப்பது கடினம் என்பதோடு காலமும் எடுக்கும் என்பதைப் பட்டறிவு மிக்கவர்கள் அறிந்ததுதான். பொறுமைதான் பொன்றும் துணையும் புகழ்தரும். இதை முதலில் நீ உணர்ந்து உன் தோழிகளுக்கு இந்த நல்லுரைகளை எடுத்துச் சொல்லவும்.

இப்படிக்கு
உன் நலம் விரும்பும்
தாத்தா.

53 சட்ட விரோதச் சூதாட்டம்

அன்புள்ள தாத்தா, வணக்கம்.

தாத்தா உங்கள் கடித விபரங்களை நீங்கள் சொல்லியதுபோலவே எல்லாப் பெண் தோழிகளுக்கும் மின்னஞ்சலில் அனுப்பிப் படிக்கச் செய்தேன். அவர்களில் ஒரு பெண் என்னைத் தொடர்புகொண்டு இதை ஓராண்டுக்கு முன்னமே அனுப்பியிருந்தால் என்னை வருமுன் காத்திருந்திருப்பேன் என்றாள். பார்த்தீர்களா தாத்தா! போதிய அபாய அறிவிப்பு இல்லாததனால் அவளைப் போன்ற எத்தனை பெண்கள் பாதிக்கப்பட்டிருப்பார்கள்.

சென்ற கடித்தத்தில் குறிப்பிட்டதுபோல் மீண்டும் அதே நாள் தமிழ் முரசில் இதே போன்ற இன்னொரு அதிர்ச்சிதரும் செய்தியையும் படித்தேன். ‘இணையத்தள மோசடிக்கு இலக்காகும் இளைஞர்கள்’ என்ற தலைப்பில் “ சட்ட விரோதமாகப் பந்தயம் கட்டுவது, பந்தயம் பிடிப்பது ஆகிய காரியங்களில் சம்பந்தப்பட்டதாக நம்பப்படும் உயர் நிலைப் பள்ளி மாணவர்களைக் காவல்துறை கைது செய்திருக்கிறது. அவர்கள் 17,18 வயதுமாணவர்களுடன் இணைந்துசட்டவிரோதமாகக் காற்பந்துப் பந்தயத்திற்காக இணையத்தளம் வழியாகத் தொகைகளை ஏற்றுக்கொண்டு சூதாட்டத்தில் ஈடுபட்ட செய்தி புலன் விசாரணையில் தெரிய வருகிறது. குற்றவாளிகள் எனத் தீர்ப்பானால் 5000 வெள்ளி அபராதம் அல்லது ஆறு மாதம் வரை சிறைத்தண்டனை கிடைக்கும்“ என வெளியாகியுள்ளது.

தாத்தா! ஏற்கனவே என் நண்பன் ஒருவன் இதுபோல் பணம் கட்டிப் பந்தயத்தில் பெற்ற தொகையில் விருந்து படைத்தான் என எழுதியிருந்தது நினைவிருக்கும். இது இவ்வளவு மோசமான வழியில் வந்த பணம் என்று இப்போதுதான் தெரிகிறது. உயர்நிலைப் பள்ளி மாணவர்கள் இதைப் போன்ற காரியங்களில் ஈடுபட்டிருக்கிறார்கள் என்கிற செய்தி ஓர் அதிச்சியை ஏற்படுத்தியிருக்கிறது. இவ்வளவு சிறிய வயதில் இவ்வளவு புத்திசாலித்தனமா எனப் பாராட்டமுடியவில்லை. தாத்தா! நீங்கள் முன்னைய கடிதத்தில் ஒரு சம்பவத்தைக் குறிப்பிட்டுப் புத்திசாலித்தனம் இருக்கிறது ஆனால் நேர்மையில்லை என

எழுதியிருந்தீர்கள்.

அது எவ்வளவு உண்மை. கற்றுக்கொண்ட வித்தையைப் பணம் பண்ணும் ஆசையினால் தவறாகப் பயன்படுத்தும்போது மாட்டிக்கொண்டு கம்பி எண்ண வேண்டியதுதான். இது தேவையா? தாத்தா இதைப் போன்ற இணையத்தள எல்லைமீறல்களைத் தடுக்க வழி தேடிக்கொண்டிருக்கிறேன்.

இப்படிக்கு

உங்கள் அன்புள்ள

கண்ணன்.

அன்புள்ள கண்ணா, நலமா!

சென்ற கடிதத்திற்கு மேலும் சில தகவல்களைச் சேகரித்துக் கொண்டிருக்கும்போதே இன்னொரு அதேபோன்ற சம்பவத்தை இக்கடிதத்திலும் எழுதியிருக்கிறாய். அது மாணவிகளின் கற்பு பற்றியது. இது அரசுக்குத் தெரியாமல் நடத்தும் சூதாட்டம். நாட்டுக்குத் துரோகம் செய்பவர்களை, அதுவும் சிங்கை அரசு மன்னிக்காது. மகாபாரதத்தில் பஞ்சபாண்டவர்கள் சூதாடியதால் பட்ட சிரமங்களும் இழப்புகளும் படமல்ல; நமக்குப் பாடம். சிங்கப்பூரில் சூதாட்ட போதைக்கு அடிமையாகிப் பாதிக்கப்பட்டு மாடியிலிருந்து கீழே விழுந்து தற்கொலை செய்துகொண்டவர்களும் உண்டு என்பதை அறிவேன்.

இணையத்தில் பணம் கட்டி விளையாடுவதும் ஒரு மோசமான தீய பழக்கம். சீட்டாட்டத்திற்கு அடிமையாவதுபோல் சூதுக்கு அடிமையாகிவிட நேரிடும். அதனால் இதைப் போன்ற பந்தயத் தளங்களையும் ஆபாசத் தளங்களையும் முற்றிலும் தடை செய்து விடுவதே சரியான தீர்வாகும். சென்ற கடிதமும் இதுவும் ஒரே இணையத்தளத் தொடர்பானது என்பதால் என் சிந்தனை இரண்டையும் பிரித்துப் பார்க்க முடியவில்லை. அந்த அளவுக்கு அடுத்தடுத்த கொடுமையான நிகழ்வுகள் சிங்கையில் நடைபெறுவதை வியப்புடன் உலகம் பார்க்கும்.

சிறை சென்று வந்தால் மாலையா போடுவார்கள்

இப்படிப்பட்ட தீயவர்களைத் தண்டிக்கச் சிறையில் தள்ளுவார்கள். சிறைக்குப் போன பின் வருத்தப்பட்டு என்ன பயன்? அதை முன்கூடியே சிந்தித்து நல்லவர்களாக வாழலாமே. அப்படி வாழும்போது மன அமைதி கிடைத்து மகிழ்ச்சியாக இருக்கலாமே? நாட்டுக்காக, மொழிக்காக, மக்களின் பொதுப் பிரச்சினைகளுக்காகச் சிறைக்குப் போனவர்கள் இருக்கிறார்கள். சமுதாயக் குற்றங்களைச் செய்துவிட்டு உள்ளே போய் வந்தால் சமூகத்தில் மரியாதை கிடைக்காது. அந்தக் குற்ற உணர்வு

அவர்களைவிட்டும் அகன்று விடாது.

மோசடிகளுக்கு மூன்று காரணங்கள்

இணையத்தள மோசடிகள் நடைபெறக் காரணங்கள் மூன்று. ஒன்று: குறுக்கு வழியில் பணம் சம்பாதிப்பது. இரண்டு: காம லீலைகளுக்குப் பெண்களைத் தன் வலைக்குள் இழுப்பது. மூன்று: பிறருக்கு இன்னல் விளைவித்து அதில் குளிர்காயும்(சேடிஸ்ட்) குணாளர்கள் தம் தொழில் நுட்ப அறிவைப் பயன்படுத்திப் பொழுதுபோக்குவது. பணம் சம்பாதிப்பது தவறல்ல. அது நேர்மையான முறையில் உழைத்துச் சம்பாதிக்க வேண்டும். முயன்றால் முடியாதது ஒன்றுமில்லை; முயற்சி திருவினையாக்கும் என்பார்கள்.

லிங்கனின் தொடர் தோல்விகள்

முயற்சியில் தோல்வி ஏற்பட்டாலும் தொடர் முயற்சி இருந்தால் ஒரு நாள் வெற்றிக்கனியைப் பறிக்க முடியும் என்பதற்கு ஒரு சரியான எடுத்துக்காட்டு ஆப்பிரகாம் லிங்கன்தான்.

1831இல்	வியாபாரத்தில் தோல்வி
1832இல்	சட்டசபைத் தேர்தலில் தோல்வி
1833இல்	மீண்டும் வியாபாரம் செய்து தோல்வி
1835இல்	காதலி மறைவு
1836இல்	நரம்புத் தளர்ச்சி
1838இல்	சபாநாயகர் தேர்தலில் தோல்வி
1840இல்	எலெக்டர் தேர்தலில் தோல்வி
1843இல்	லாண்ட் ஆபீசர் தேர்தலில் தோல்வி
1843-48இல்	காங்கிரஸ் தேர்தல்களில் தோல்வி
185இ5ல்	செனட்டர் தேர்தலில் தோல்வி
1858இல்	மறுபடியும் செனட்டர் தேர்தலில் தோல்வி
1860இல்	அமெரிக்க அதிபராகத் தேர்வு.

ஒரு கையில் பனிக்கட்டி, இன்னொரு கையில் வெந்நீர்க் குவளை. பின்னர்ப் பானைத் தண்ணீருக்குள் கைகளை விட்டால், கை சூடாகுமா, குளிராகுமா எனும் கேள்விக்கு ஒரு கை சூடு என்றும் இன்னொன்று குளிர் என்றும் சொல்லும் இரண்டில் எது உண்மை? இரண்டுமே உண்மை; இரண்டுமே பொய். அது கைகளைப் பொறுத்தது. அப்படித்தான் வெற்றியும் தோல்வியும்.

காந்தியின் எளிமை

தேவைக்குப் பணம் என்பதுபோய் இப்போது ஆடம்பரத்திற்குப் பணம் தேவை என்றாகிவிட்டது. மக்களிடம் சிக்கன மனப்பான்மை அருகி

விட்டது. சிக்கனம் வேறு; கருமித்தனம் வேறு. அடிப்படைத் தேவைகளை ஆடம்பரமின்றிச் செலவு செய்தல் சிக்கனம். அடிப்படைத் தேவைகளையும் செய்யாதிருத்தல் கருமித்தனம். மகாத்மா காந்தியிடம் வந்து ஒருவர்,

“புகைவண்டியில் நீங்கள் போய் மூன்றாம் வகுப்பில் பயணம் செய்கிறீர்களே? “ என்றதற்கு

“நான்காம் வகுப்பு இல்லாததால்! “ என்று கூறினார். அது நகைச்சுவை என்று எண்ணாமல் எளிமையின் பிரதிபலிப்பு என நாம் எடுத்துக் கொள்ள வேண்டும்.

பெரியாரின் கருமித்தனம்

தந்தை பெரியார், ஒருமுறை அண்ணாவுடன் ஈரோட்டிலிருந்து திருச்சிக்குப் புகைவண்டியில் பயணம் செய்தார். பயணச்சீட்டு கரூர் வரை எடுங்கள் என்று அண்ணாவிடம் சொல்ல, அவரும் அப்படியே செய்துவிட்டு, பயணம் செய்துகொண்டிருந்தபோது அண்ணா கேட்டார்,

“அய்யா! வண்டி நேராக திருச்சிக்குத்தானே போகிறது. பின் ஏன் கரூருக்குச் சீட்டு எடுக்கச் சொன்னீர்கள்? “

“கரூரில் இறங்கி மறு சீட்டுத் திருச்சிக்கு எடுத்தால் இரண்டணா மிச்சம். இருவருக்கும் நாலணா மிச்சம் “ என்றார்.

கண்ணா பார்த்தாயா! இருபெரும் தலைவர்கள் எப்படியெல்லாம் பணத்தின் அருமையறிந்து வாழ்ந்திருக்கிறார்கள். பணமும் புகழும்தான் வெற்றியின் அடையாளங்கள் என்றால் மர்லின் மன்றோவிலிருந்து தமிழ் நடிகை மோனால் வரை நடிகைகளும், ஹெமிங்வே போன்ற மிகப்பெரிய எழுத்தாளர்களும், ஹிட்லர் போன்ற சர்வாதிகாரிகளும் ஏன் தற்கொலை செய்துகொண்டார்கள்.

ஆசை வேறு; குறிக்கோள் வேறு. கையில் பணமிருந்தால் அம்மாவைத் தவிர எல்லாவற்றையும் வாங்கலாம் என்பதெல்லாம் சரி. அந்தப் பணம் முறையான வழியில் வந்த பணமா? அப்படிப்பட்ட நல்வழியில் கிடைக்கும் பணம்தான் நமக்கு உரிய பணம் என்கிற உள்ளுணர்வு உறுத்தி, உரைத்துக்கொண்டே இருக்கவேண்டும்.

குறுக்கு வழியில் பணம் ஈட்டத் தவறான தளங்களுக்குள் நுழைய விரும்பும், இருபது வயதுக்கும் உட்பட்டவர்கள் இணையத்தளங்களின் உட்பிரிவுக்குள் சென்றுபதிவு செய்யும்போது “20 வயதுக்கு மேற்பட்டவரா“ என்று ஒரு கேள்வி கேட்கும், அதற்கு “ ஆம் “ என்று பதிவு செய்தால் உடனே சொர்க்கவாசல் திறக்கப்படுவதை என்னால் புரிந்து கொள்ள முடியவில்லை. இதற்கு ஏதாவது கட்டுப்பாடு வரவேண்டும். நடத்துபவர்கள் வணிகத்தை மட்டுமே நோக்கமாகக் கருதாமல் இளைய தலைமுறையின் எதிர்காலத்தையும் கணக்கில் எடுத்துக்கொள்ளும் பொறுப்பு இருக்க

வேண்டும் என்பதே நமது விழைவு.

குளோபல் இ-செக்யூரிடி சொல்யூஷன்ஸ் என்கிற நிறுவனம் தரும் அதிர்ச்சித் தகவல்

இணையத் தளங்கள் வாயிலாக ஆன்லைன் கிரிடிட் கார்டு மோசடிகள், வைரஸ் தாக்குதல்கள், பாலியல் குற்றங்கள், லாட்டரி மோசடிகள், வங்கிக்கணக்கு மற்றும் பாஸ்வேர்டுகளைத் திருடுதல், இணையத் தளங்களை முடக்குதல், சமூக வலைத் தளங்களிலிருந்து அந்தரங்கச் செய்திகளைத் திருடுதல் ஆகியவை தாராளமாக அரங்கேறி வருகின்றன என்கிறது.

இன்று தமிழகத் தொலைக்காட்சி ஒன்றில் 'உலகச் செய்திகள்' என்கிற தலைப்பில் உங்களூர் செய்தி ஒன்றைப் பார்த்தேன். 'சிங்கப்பூர் அங் மோ கியோ நகர மன்றத்தின் இணையத் தளத்தைக் கோலாலம்பூரில் இருந்துகொண்டு, 'தி மெஸ்ஸையா' எனும் பெயரில் இணையதள ஊடுருவல் செய்து செயலிழக்கச் செய்தார்' என ஜேம்ஸ் ராஜ் என்பவரை, மலேசிய காவல்துறை கைது செய்து சிங்கப்பூரிடம் ஒப்படைத்தது. நவம்பர் மாதத்தில் பேசிய உங்கள் தலைமையமைச்சர் " இணைய ஊடுருவிகள் மூலம் ஏற்படும் அச்சுறுத்தல்களைச் சமாளிக்க ஆசியான் நாடுகளின் இணைந்த தற்காப்பு பெரிதும் உதவும் " என்றும் சொல்லியிருக்கிறார்.

சைபர்கிரைம் குற்றங்களிலிருந்து நமது பிள்ளைகளை வருமுன் காப்பது எப்படி?

கண்ணா! இணையத் தளம் பயன்படுத்துவோரில் 65 விழுக்காட்டினர் சைபர் கிரைமில் ஏமாற்றுகின்றனர். அதனால் கண்ணுக்குத் தெரியாத எதிரிகளிடமிருந்து, நமது பிள்ளைகளைக் காப்பது நம் கடமையாகிறது. இதனால் 12 விழுக்காட்டுப் பிள்ளைகள் பாதிக்கப்படுகிறார்கள் என்கிற தகவலும் கிடைத்துள்ளது.

சாட் செய்யும்போது 62 விழுக்காட்டினர் தனிப்பட்ட சொந்தச் செய்தி களைப் பரிமாற்றம் செய்துகொள்கிறார்கள். மற்றும் 58 விழுக்காட்டினர் தங்கள் சொந்த முகவரிகளைப்பகிர்ந்துகொள்வதால் சைபர் குற்றவாளிகள் தங்கள் தில்லு முல்லு வேலைகள் செய்ய எளிதாகிவிடுகின்றன.

யாரேனும் வீட்டு முகவரி, தொலைபேசி எண் கேட்டால் பெண்கள் கொடுக்கக்கூடாது. அது ஏதேனும் ஆபத்தில் கொண்டுபோய் நிறுத்தி விடும் என்கிற பய உணர்வு அவர்களுக்கு வரவேண்டும்.

முகநூலில் அறிமுகம் இல்லாதவர்களை நண்பர்களாக்கிக்கொள்ளுதல் கூடாது. சிறுவர் சிறுமிகளின் கணினிகள் தனி அறையில் வைக்காமல், வீட்டின் பொது இடத்தில் எல்லார் பார்வையில் படும்படியாக வைக்க

வேண்டும்.

இணையம் பற்றியும் அதன் பாதுகாப்பு பற்றியும் பிள்ளைகளிடம் மனம் விட்டுப் பெற்றோர்கள் பேசிக்கொள்ள வேண்டும்.

பிள்ளைகளைப் பெரும்பாலான பெற்றோர்கள் அரவணைத்துப் போகாததால் தடம் மாறுகிறார்கள் என்பதும் ஓர் உண்மை.

கணினிப் பெண்கள்

அறிமுகம் இல்லாதவர்கள் பெண்களை நேரில் சந்திக்க அழைத்தால் மறுத்துவிடவேண்டும். அதனால் அறியாமல் ஏற்படும் தவறுகளிலிருந்து பெண்கள் தப்பிக்கலாம்.

பெண்கள் முகம்பார்த்து அரட்டை அடிப்பதைக் குறுக்குப்புத்தியாளர்கள் பதிவு செய்ய வாய்ப்பிருக்கிறது என்பதை மறக்கக்கூடாது.

பெண்கள் தங்கள் படங்களை இணையத்தில் பதிவு செய்தால், தற்போது உள்ள தொழில் நுட்பத்தால் அவர்களையே ஆபாசமாக மாற்றியமைக்க முடியும் என்பதை நினைவூட்டவேண்டும்.

பாஸ்வேர்டை குடும்ப உறுப்பினர்கள் தவிர வேறு யாரிடமும் கொடுப்பதைத் தவிர்த்திடுவது புத்திசாலித்தனம்.

பணப் பரிமாற்றம் செய்யும்போது, httpயை அடுத்துச் சதுரம்போல் நான்கு புள்ளிகள் இருந்தால் கொடுக்காதீர்கள்; அதற்குப் பதிலாக இரண்டு புள்ளிகள் இருந்தால் பாதுகாப்பானது என்பதை அறியவும்.

காதலன் என்றாலும், திருமணம் செய்துகொள்ளும் வரையில் பெண்கள் தங்கள் படத்தைக் கொடுப்பதோ, படம் எடுக்க அனுமதிப்பதோ கூடாது.

பிள்ளைகளுக்கு விவரம் தெரிய வரும் வரையில், மின்னஞ்சல் அனுப்புவதையும், இணைப்பு மற்றும் பதிவேற்றம் முறைகளையும் கற்றுக் கொடுக்காமல் இருப்பது நல்லது.

பிரச்சினை உங்களுக்கு எதிராகப்போகிறது என உணரத்தலைப்பட்டால் உடனே சைபர் கிரைமில் புகார் அளிக்க முன்வரவேண்டும். அதற்குமுன் வழக்கறிஞரின் ஆலோசனையை நாடுதல் நல்லது.

தத்துவஞானி சௌகா

கண்ணா! கண்டிப்பாக இக் கடிதத்தை நகல் எடுத்து எல்லோருக்கும் குறிப்பாகமாணவிகளுக்கு அனுப்பு. பத்தில் இரண்டு பேராவது தங்களைப் பாதுகாத்துக்கொள்ள நாம் காரணமாக இருப்போம் என நம்புகிறேன். வெற்றியடைவதற்குக் குறுக்கு வழிகளையோ அதிருஷ்டத்தையோ

நம்பாமல் உழைப்பு, தொடர் முயற்சி, அறிவு, புத்திசாலித்தனம், நிதானம், சுறுசுறுப்பு இருந்தால் போதும்.

" உடலுழைப்பு உடலைப் பலப்படுத்துகிறது

எதிர்ப்படும் துன்பங்கள் மனத்தைப் பலப்படுத்துகின்றன " - என்று தத்துவ ஞானி செனகா சொல்கிறார்.

தொடக்கக் காலத்தில் மேதை பெர்னாட்ஷா சிறுகதைகள் எழுதிப் பத்திரிகைகளுக்குத் தபாலில் அனுப்ப அஞ்சல்தலை வாங்கக்கூடக் காசு இல்லை.. அம்மா உதவினார்கள். இப்படி 9 ஆண்டுகள் செய்துபின்னர்தான் இதழ்களில் பிரசுரமானது. அதன்பிறகு ஷாவின் முதல் நாடகமே பெரும் புகழை ஈட்டிக் கொடுத்தது.

" வெற்றியாளர்கள் விட்டுவிடுவதில்லை

விட்டுவிடுபவர்கள் வெற்றியடைவதில்லை " என்கிற ஆங்கில முதுமொழியின் அடிப்படையில் உன் பணிகளையும், குறிக்கோளையும் எதிர்காலத்தில் வகுத்துக்கொள்!

இப்படிக்கு

உன் நலம் விரும்பும்

தாத்தா.

54 உறக்கம் கண்களைத் தழுவட்டும்

அன்புள்ள தாத்தா, வணக்கம்!

தாங்கள் சொன்னவாறு தங்கள் கடிதத்தில் கணினி பற்றி எழுதியிருந்த பகுதியை மட்டும் 1000 படிகள் எடுப்பதாக நண்பர்களுடன் சேர்ந்து முடிவெடுத்தோம். எங்கள் ஜூரோங் பகுதியில் ஒரு படி ஒன்றுக்கு 5லிருந்து 10 காசுகள் வசூலிக்கிறார்கள். தேக்கா பகுதியில் உள்ள பீஸ் சென்டரில் 3 காசுக்குப்படி எடுத்துத் தருகிறார்கள் என்பது தெரியும். அங்கே சென்று படி எடுப்போமா அல்லது நண்பர்கள் ஆலோசனைப்படி சற்றுக் கூடுதலாக இருந்தாலும் இங்கேயே எடுப்போமா என்கிற இரு எண்ணத்தில் இருந்தோம். பின்பு ஒருவழியாக நீங்கள் எழுதியிருந்தீர்களே அந்தப் பெரியார்போல் சிக்கனம் பார்ப்பதென்று ஒருமுடிவுக்கு வந்தோம். அதற்கான செலவுகளை ஆளுக்குப் பத்து வெள்ளியாகப் பங்கிட்டுக்கொண்டோம். பீஸ் சென்டருக்கருகில் இருக்கும் வாட்டர்லூ தெருவிலிருந்து இங்குப் படிக்க வரும் மாணவனைத் தேடிப் பிடித்தோம்.

அம்மாணவன் மூலம் காரியத்தை நிறைவேற்றினோம். அப்படியே அந்த மாணவன் மூலம் ஆனந்தபவன் உணவகத்தில் சைவப் பிரியாணி சுவையாக இருக்கும் என்று, ஒன்று வாங்கிவரக் கேட்டுக் கொண்டேன். வீட்டில் எப்போது பார்த்தாலும் அம்மா, சிங்கம் புலி கரடியென்று அசைவ உணவுகளாகச் சமைத்து அதன் மீது ஒரு வெறுப்பையே உருவாக்கிவிட்டார்கள். என் ஒருவனுக்காகச் சைவமாகச் சமைக்கச் சொல்லிக் கேட்கவும் மனம் இடம் கொடுக்கவில்லை. நீங்கள் இங்கிருந்தபோது உங்களுக்குப் பயந்துகொண்டு அசைவத்தைக் குறைத்துக்கொண்டார்கள்.

என் நண்பர்கள் எல்லோரும் மதியம் சாப்பிடுவதற்கு முன்பே நான் சென்று "சாப்பிடுவதற்குக் கொஞ்சம் பொறுங்கள். அந்த நண்பன் ஆனந்த பவனின் க்யூ வில் நிற்கிறான். சீக்கிரம் வந்துவிடுவான் " என்றேன். அதற்கு, "ஏன் வரிசையில் காத்திருக்க வேண்டும்? கல்லூரிக்கு என்று சொல்லி முதலாளியிடம் நேராகச் சென்று வாங்க வேண்டியது தானே? அதுவும் கேவலம் சைவ சாப்பாட்டுக்காக எங்களைக் காத்திருக்கச் சொல்கிறாயா " என்று சொல்லிவிட்டுச்

சாப்பிட்டுவிட்டனர். நானே தனியாக, அன்று மதியம் சைவப்பிரியாணியை ஒரு பிடிபிடித்துவிட்டேன். வகுப்பில் போய் உட்கார்ந்தால் தூக்கம் தூக்கமாய் வந்துவிட்டது. ஆசிரியர் கவனித்துவிட்டார். நல்ல வேளை என்னைத் திட்டாமல், " எழுந்துபோய் முகத்தைக் கழுவிக்கொண்டு வா " என்றார். மற்றவர்கள் குசும்புச் சிரிப்புடன் என்னைப் பார்த்தது எனக்குச் சற்றுக் கூச்சமாக இருந்தது.

எங்களுக்குத் தெரிந்த அனைத்துக் கல்லூரி, பள்ளி மாணவர்களுக்கும் துண்டுப்பிரசுரம் போல் படிப்பதற்கு மொழிபெயர்த்தும் அனுப்பியுள்ளோம். தாத்தா! இந்த நம் செயல் நல்ல பலனளிக்கும் என எங்கள் ஆசிரியர்கள் நம்புவதாகச் சொன்னார்கள். உங்கள் விளக்கத்தைப் பாகுபாடு இன்றி அனைவரும் பாராட்டினார்கள்.

இப்படிக்கு, உங்கள் அன்புள்ள

கண்ணன்.

அன்புள்ள கண்ணா, நலமா!

உன் கடிதத்தைப் படித்தவுடன் எனக்கு ஏதேதோ நினைவுக்கு வந்தன. மாணவர்களாகிய உங்கள் செயல் நற்பயனளிக்கப் பாராட்டுகிறேன். இந்தக் காலத்தில் அறிவுரையோ ஆலோசனையோ சொல்வது மிகவும் மலிவானது , கடைப்பிடிப்போர்தான் யாரும் இல்லை. ஆனால் நிச்சயம் நமக்கு அந்த நிலை ஏற்படாது.

அமைச்சர் சண்முகம் உணவெடுக்க வரிசையில் நின்றார்

சிக்கனத்தைப் பொறுத்தவரையில் நீ செய்தது சரியே. வரிசையில் நின்று வாங்காமல், முதலாளியிடம் நேரே சென்று பிரியாணி வாங்க உன் நண்பன் சொன்ன கருத்து சரியில்லை. வாழ்வில் பொறுமை வேண்டும். மற்றவர்களையும் மதிக்க வேண்டும். சிங்கப்பூரில் எல்லோரும் சுறுசுறுப்பாகத்தான் இருக்கிறார்கள். ஒவ்வொன்றுக்கும் நாம் அதற்கான நேரத்தை ஒதுக்கித்தான் ஆகவேண்டும். காலம் கண்போன்றது; கடமை பொன் போன்றது. ஒரு முறை உங்கள்

கே.சண்முகம்

அமைச்சர் கே. சண்முகம் ஒரு நிகழ்ச்சியை முடித்துவிட்டுக் கையில் தட்டுடன் உணவு எடுக்க வரிசையில் நின்றதை என் கண்களால் பார்த்து வியந்திருக்கிறேன். அவர் விரும்பினால் அவருக்கு உணவை எடுத்துவந்து கொடுக்க நான் நீ எனப் போட்டியிட்டிருப்பார்கள். அதை அவர் விரும்ப

வில்லை. நான் தமிழகம் வந்த பின் எத்தனை பேர்களிடம் அந்தக் காட்சியைச் சொல்லிச் சொல்லிப் புகழ்ந்திருப்பேன்.

லெனின் வரிசைப்படி காத்திருந்து முடிவெட்டிக் கொண்டார்

மாஸ்கோ நகரில் ஒரு முடிதிருத்தகத்திற்கு லெனின் முடிவெட்டிக் கொள்ளச் சென்றார். அவருக்கு முன்பாக ஆறு பேர் காத்திருந்தார்கள். லெனினைப் பார்த்தவுடன் கடைக்காரர் ஓடிவந்து , "அய்யா! நீங்கள் முதலில் முடிவெட்டிக்கொள்ள வாருங்கள் " என்றழைத்திருக்கிறார்.

"நீங்கள் அழைப்பது சரியல்ல. யாராயிருந்தாலும் பேதம் பார்க்கக்கூடாது. என் முறை வரும்போது அழையுங்கள் " என்று சொன்னதோடு அதுவரை காத்திருந்து முடிவெட்டிக்கொண்டு சென்றார் என்பது எப்போதோ நடந்தது. அதை இன்றும் நாம் பெருமையாகப் பேசுகிறோம் என்றால் என்ன பொருள்? அது ஒரு சிறிய செயலாக இருக்கலாம். அதிகாரம் மிக்கவர்களே காத்திருந்து வரிசையில் நின்றது நமக்கு ஒரு எடுத்துக்காட்டாக, நாமும் அதைப் பின்பற்றவேண்டும் என்கிற பாடமாக அமைந்துவிட்டது அல்லவா!

கூடி வாழ்வதுதான் வாழ்க்கை

சிங்கையில் காலையில் பணிக்குப் போவோர், ரொட்டித் துண்டுகளைக் கடித்துக்கொண்டே பேருந்துக்கும் தொடர்வண்டிக்கும் விரைந்து நடப்பதை என் கண்ணால் பார்த்திருக்கிறேன். எங்கள் இந்தியா போல் அல்லாமல் சிங்கப்பூரர்கள் அடுத்தவர் பிரச்சினைகளை ஏறெடுத்துப் பார்ப்பதும், அவற்றில் அக்கறை கொள்வதும் இல்லை. அது ஒரு வகையில் நல்ல கொள்கைதான் என்றாலும் மனிதக் கூட்டம் ஒரு சமுதாயம். விரும்பினாலும் விரும்பாவிட்டாலும் வீட்டுக்குள் கூட்டுக்குடும்பமாக வசிப்பதுபோல் வெளியிலும் நாம் கூடித்தானே வாழவேண்டும்; வாழ்ந்து வருகிறோம். நம் வாழ்க்கை ஒருவருக்கு ஒருவர் தொடர்புடைய வாழ்க்கை. வேண்டுமானால் சார்ந்த வாழ்க்கையாக இல்லாமல் இருக்கலாம். தனி மனிதனாக வாழ்ந்திட முடியாது. ஒரு துண்டுப் பிரசுரத்தை விநியோகிப் பதற்கு எத்தனை நண்பர்கள் கூட்டுச் சேர்ந்திருக்கிறீர்கள்.

சிறந்த உணவு பழைய சோறு

சைவ உணவு, உடல் நலத்திற்குப் பொருத்தமானது என்று நிகழ் காலத்தில் ஆராய்ந்தறிந்து சொல்லத் தலைப்படுகிறார்கள். ஆதிகாலத்தில் தமிழன் மண்பானையில் சமைத்தது; குடிதண்ணீரை மண்பானையில் வைத்துக் குடித்தது; இன்னும் சொல்லப்போனால் பழைய சோற்றை முதல் நாளே மண்பானையில் இட்டு நீர் ஊற்றி மறு நாள் நீராகாரமாகச்

சாப்பிடுவது முன்னோர்களின் பழக்கம். அதை இப்போது மிகச்சிறந்த உணவு என்று சமீபத்தில் ஐரோப்பாவில் கண்டுபிடித்து அறிவிக்கிறார்கள். உடல் நலம் காக்க நீராகாரம், கஷாயம், தேன், பால், பழச்சாறுகள், பதநீர் போதும் என்கிறார்கள். மருத்துவர்களிடம் சென்றால் கீரை, காய்கள், பழங்கள் தினம் உட்கொள்ளுங்கள் என ஆலோசனை வழங்குகிறார்கள். ஆட்டைச் சாப்பிடு, மாட்டைச் சாப்பிடு என்று சொல்வோர் மிகக் குறைவு. அறுசுவை கலந்த நம் இயற்கை உணவு, பிரச்சினை கொடுக்காதது; செரிமானத்திற்கு ஏற்றது. அவற்றில் தேவையான அத்தனை சத்துகளும் நிறைந்திருக்கின்றன.

சைவ அசைவ உணவு

வெளிநாட்டவர்கள் குறிப்பாகக் கிறித்துவர்கள், இஸ்லாமியர்கள் அசைவ உணவைத் தவிர்க்க முடியாதவர்கள் என்று நாம் நினைப்பது முற்றிலும் உண்மை. இருந்தாலும் எங்கேயும் எப்போதும் எதிலும் விதிவிலக்குகள் இருக்கின்றன. அதேபோல் இந்து பௌத்த ஜைன மதத்தவர்கள் ஜீவகாருண்யத்தைப் பின்பற்றுவதால் பெரும்பாலும் சைவ உணவைத்தான் சாப்பிடுபவர்கள் என்று எண்ணிக்கொண்டிருக்கிறோம். ஆனால் அது முற்றிலும் உண்மையில்லை. உங்கள் சிங்கப்பூரில் உள்ள புத்தமதத்தைச் சேர்ந்த சில சீனர்கள் அசைவம் சாப்பிடுகிறார்கள். கால மாற்றத்தில் கொள்கை, கோட்பாடு, தத்துவம் எல்லாம் கரைந்து போகின்றன. எது விருப்பமோ, எது கிடைக்கிறதோ அந்தந்தச் சூழலுக்கேற்ப மாறிக் கொள்வதும், அந்தந்த வாழ்க்கை ஓட்டத்தில் இணைந்துகொள்வதும் நடைமுறையில் ஏற்புடையதே.

சைவ உணவு சாப்பிடும் சான்றோர்கள்

மாமிசம் சாப்பிடாமல் சைவ உணவு உண்டு வாழ்ந்த, வரலாற்றுச் சாதனையாளர்களின் பட்டியலை எனக்குக் கிடைத்தவாறு தருகிறேன். படித்தால் நீயே வியந்துபோவாய்.

சர் ஐசக் நியூட்டன்
சர். சி.வி இராமன்
தாமஸ் ஆல்வா எடிசன்
ஆப்பிரகாம் லிங்கன்
ஜார்ஜ் பெர்னாட்ஷா
இரவீந்திர நாத் தாகூர்
மகாத்மா காந்தி
அமெரிக்க எழுத்தாளர் மார்க் ட்வைன்
கவிஞர் மில்டன்

மார்ட்டின் லூதர் கிங்
லியோ டால்ஸ்டாய்
ஓவியர் டாவின்சி
சாக்ரட்டீஸ்
தத்துவ ஞானி பிளாட்டோ
வால்டேர்
ஹென்றி ஃபோர்டு
ஆங் சன் சூ கியி அம்மையார் (மியன்மார்)
ஹிட்லர்
அப்துல் கலாம்
கவிஞர் ஷெல்லி
நீதிபதி எம். எம். இஸ்மாயில்
பித்தகோரஸ்
செல்சி கிளிண்டன்
ஒலிம்பிக் சாதனையாளர் எட்வின் மோசஸ்
நடிகை எலிசபெத் பர்க்கிளி
டென்னிஸ் மார்டினா நவ்ரத்திலோவா
நடிகை மோனிகா போட்டர்
ஸ்பெயின் அரசி சோபியா
சக்ரவர்த்தி அசோகன்
சச்சின் டெண்டுல்கர்
அன்னி பெஸண்ட் அம்மையார்
கௌதம புத்தர் போன்றோர்.

கனவுடன் கூடியதே வாழ்க்கை

கண்ணா! அந்தப் பிரியாணி உன் கைக்கு வந்து கிடைப்பதற்குள் எத்தனை கற்பனைகளைக் கண்டிருப்பாய்? அதன் மணம், வண்ணம், சுவை, அரிசியின் வகை, அதில் போடப்பட்டிருக்கும் காய்கள், அதற்கு உடன் வரும் குழம்பு, வெங்காயப் பச்சடி, அப்பளம் வருமா வராதா? வரும் பிரியாணியின் அளவு எத்தனை பேர் சாப்பிடக் கூடியதாக இருக்கும்? மடித்துவருமா அல்லது டப்பாவில் வருமா? வந்தபின் எங்கே உட்கார்ந்து சாப்பிடுவது போன்ற எத்தனை கற்பனைகள்.

மனிதன் 90 நாள்கள் உணவின்றி வாழமுடியும்; ஆனால் கற்பனை இல்லாமல் ஒரு நாள்கூட வாழமுடியாதாம். அதனால்தான் இயேசு, "உணவைக் கொண்டு மட்டும் மனிதன் வாழமுடியாது " என்றாரோ! இன்னொருவர் சொல்கிறார், "இந்த பிரபஞ்சமே இறைவனின் கற்பனை " என்று.

கீர்க் கெகார்ட்டின் அதுவா இதுவா

என் கடிதத்தைப் படி எடுப்பது 'இங்கேயா அங்கேயா' என்று உனக்கு ஏன் அத்தனை குழப்பங்கள்? எதிலும் ஒரு தெளிவு வேண்டும். ஒரு முடிவு எடுப்பதற்குள் நிச்சயமாக இதுவா அதுவா என நிதானித்துச் சீர்தூக்கி ஆராய்ந்து ஒரு முடிவுக்கு வரவேண்டும். முடிவு எடுத்தபின் அதிலிருந்து பின்வாங்கக்கூடாது. பீஸ் சென்டரில் படி எடுத்துக்கொண்டிருக்கும்போது மனம் மாறி நல்லவேளை அந்தப் பையனைத் திருப்பி அழைக்கவில்லையே! அதுவரை சரிதான்.

டென்மார்க்கில் கீர்க் கெகார்ட் எனும் ஒரு தத்துவ ஞானி வாழ்ந்தார். Either Or அதாவது இதுவா அதுவா எனும் நூலை எழுதினார். அவரது வாழ்க்கையும் அப்படியே அமைந்துவிட்டது. தலைநகர் கோபன்ஹேகனில் அவரைப் பார்த்த மக்களெல்லாரும் போகிறாரே அவர் " இதுவா அதுவா " என்று கிண்டல் செய்தனர். அதற்குக் காரணம் அவர் எழுதிய நூலின் தலைப்பினால் மட்டுமல்ல, அவருடைய செயல்களும் அப்படித்தான் இருந்தன. அவர் நடந்து போகிறபோது தெரு இரண்டாகப் பிரிந்தால் வலப்பக்கம் போவதா, இடப்பக்கம் போவதா என மணிக்கணக்கில் நின்று யோசிப்பார்.

ரெஜினா என்ற பெண்ணை கீர்க் காதலித்தாராம். அவளும் இவரை விரும்பியதோடு, தன்னைத் திருமணம் செய்துகொள்ளும்படி நேரில் கேட்டுவிட்டாள். ஆனால் அவரால், அவளைத் திருமணம் செய்து கொள்ளும் முடிவை விரைவில் எடுக்க முடியவில்லை. ஏற்பதா வேண்டாமா எனும் குழப்பத்திலேயே பல ஆண்டுகள் ஓடியது. பின்னர் ஒரு நாள் அவளுடைய முகவரியைக் கண்டுபிடித்து, திருமணம் செய்துகொள்ளும் முடிவைச் சொல்லப் போனவரை, அவள் தன் குழந்தையுடன் நின்று வரவேற்றாளாம். கண்ணா! இது எப்படியிருக்கு? அதனால் நின்று யோசி! நன்கு யோசி! இன்றே யோசி!

எம்ஜியாரின் விருந்தோம்பல்

எம்.ஜி.ஆர்.

100 அகவைகளுக்கு மேல் வாழ்பவர்களைப் பேட்டிகண்டால் " நான் குறைவாகச் சாப்பிடுவேன்; மென்று சாப்பிடுவேன் " என்பார்களாம். இன்னும் கொஞ்சம் சாப்பிடலாமே என்கிற குறை மனத்துடன் சாப்பிட்டு எழ வேண்டும் என்பார்கள். நீ அன்று நிறை மனத்துடன் சாப்பிட்டதனால்தான் வகுப்பில் தூக்கம் வந்துவிட்டது போலும். பரவா

யில்லை ஒரு நாள்தானே. ஆசிரியர் பொறுத்துக்கொள்வார். என்ன நீ ஒரு நண்பனையாவது துணைக்குக் கட்டாயப்படுத்தி உடன் சாப்பிட வைத்திருந்திருக்கலாம். பகிர்ந்துண்டால் தூக்கமும் வந்திருக்காது, விருந்தோம்பலில் ஓர் உவகையும் கிடைத்திருக்கும்.

தமிழக முதல்வராக அப்போது இருந்தவர் எம்.ஜி. இராமச்சந்திரன். தன் வீட்டில் ஒரு நாள் சாப்பிட்டுவிட்டு எழுந்தவுடன் உதவியாளரை அழைத்து, நம் வீட்டில் ஓராண்டுக்கு முன் பணியாற்றிய காவல் அதிகாரியின் பெயரைச் சொல்லி அவர் இப்போது எங்கிருக்கிறார் எனக் கேட்டிருக்கிறார். புற நகருக்கு மாற்றலாகிப் பணியாற்றி வருகிறார் எனச் சொல்ல, அவரைத் தொடர்புகொண்டு வரச்செய்யுங்கள் என்றாராம்.

தகவல் போனவுடன் அந்தக் காவலர் என்னமோ ஏதோ என்று அலறியடித்துக்கொண்டு வந்து சேர்ந்தார். வந்தவரை எம்ஜியார் சொல்லியிருந்தபடி, நேராக விருந்து அறைக்கு அழைத்துச் சென்று சாப்பிட வைத்திருக்கிறார்கள். சாப்பிட்டபின் காவலருக்கு ஒன்றுமே புரியாமல் பேந்தப் பேந்த விழித்திருக்கிறார்.

அதற்குப்பின் அங்கிருந்தவர்கள் விளக்கம் சொன்னார்களாம். "நீங்கள் இங்குப் பணியாற்றிய போது, இன்று சாப்பிட்டீர்களே அதே உணவை 'நன்றாக இருக்கிறது' என்று சொல்லிக்கொண்டே நன்கு சுவைத்துச் சாப்பிட்டீர்களாம். அதை முதல்வர் மாடியிலிருந்து இறங்கி வரும்போது கேட்டுக்கொண்டே வந்திருக்கிறார். இன்று அதே உணவைச் சாப்பிடும் போது உங்கள் நினைவு வந்து அழைக்கச் சொன்னார்" என்று சொன்னவுடன் எம்ஜியாரின் பரோபகார மனத்தை எப்படிப் பாராட்டுவதென்று புரியாமல் மகிழ்ச்சியில் திகைத்துப்போய் நின்றாராம்.

கண்ணா! மற்றவர்களுக்குச் சாப்பிடக் கொடுப்பதில்தான் எத்துணை இன்பம். அதைச் செய்து பார்! அப்போதுதான் தெரியும் அதன் இன்பம். சொன்னால் தெரியாது அந்த நளபாகக் கலை விருந்தின் பயன்!

உயிர் வாழ்வனவற்றிற்கு உறக்கம்

வகுப்பில் உறங்கிவிட்ட குற்ற மனத்துடன் கடிதம் எழுதியிருந்தாய். வள்ளுவரும் வள்ளலாரும் சொன்னது அகவிழிப்பு. அந்த உறக்கம் பற்றிய ஒரு தகவல்.

எறும்புகள் தூங்குவதில்லை; மனிதர்களால் தூங்காமலிருக்க முடிவதில்லை. தூக்கத்தில் சுரக்கும் அட்ரினோ ஹார்மோன் உடலையும் மனத்தையும் சமநிலைப் படுத்துகிறது. ஆண்களைவிடப் பெண்களுக்கு ஒருமணி நேரத் தூக்கம் அதிகம் தேவைப்படுகிறது. தேவையான எட்டுமணிநேரத் தூக்கத்தை இரண்டாக அல்லது மூன்றாகப் பகிர்ந்து

தூங்கினால் கூடுதல் பலனளிக்குமாம்.

பூனை 18 மணி, கோலா கரடி 22 மணி, நத்தை 3 ஆண்டு, ஒட்டகச் சிவிங்கி 20 நிமிடங்கள்தான் உறங்குகின்றனவாம். டால்பின் ஒற்றைக் கண்ணால் உறங்கும். வான் பறவைகள் தேவைப்படும்போது, பறக்கும் போதே ஒன்பது நொடிகளுக்கு ஒருமுறை உறங்கிக்கொள்ளுமாம். அதிகமாக மனிதன் 18 நாள்கள் 21 மணி நேரம் உறங்காமல் இருந்திருக் கிறானாம். அதன்பிறகு அவனைச் சோதித்தால், சித்த பிரமை, பார்வைக் குறைவு, நாக்குழறுதல், நினைவிழப்புப் போன்றவை நேர்ந்திருக்கின்றன.

கண்ணா! இப்போதெல்லாம் மேலை நாடுகளில் காலையில் ஒருவரை ஒருவர் சந்திக்கும் போது Good Morning சொல்வதில்லையாம். பதிலாக "நேற்று நன்கு தூங்கினீர்களா" எனக் கேட்டு நலம் விசாரித்துக் கொள் கின்றனராம். இதிலிருந்து மனிதனுக்கு உறக்கம் எவ்வளவு இன்றியமை யாதது என்பதை அறியலாம். ஒழுங்கான உறக்கமிருந்தால் உடல்நலம் மனநலம் அனைத்தும் நன்றாயிருக்கிறதுஎன்பதாகத் தெரிந்துகொள்ளலாம். நீ படுக்கையில் படுத்தவுடன் 7 நிமிடத்திலிருந்து 12 நிமிடத்திற்குள் உறங்கிவிட்டால் உன் உடலும் உள்ளமும் உன் கட்டுப்பாட்டில் உள்ளது என்று பொருள். நீயே சோதித்துப் பார்!

இப்படிக்கு
உன் நலம் விரும்பும்
தாத்தா.

55 கோபமா, வீரமா, கோழையா ?

அன்புள்ள தாத்தா, வணக்கம்.

சில நாட்களாக நீங்கள் சொன்னவாறு படுத்தபின் உறங்க எத்தனை நிமிடம் ஆகிறது என்று சோதனை செய்து பார்த்துக் கொண்டிருந்தேன். சுமார் பத்து நிமிடங்களில் உறங்கியிருப்பதாக உணர்ந்தேன். சில நாட்களில் எத்தனை நிமிடங்கள் எடுத்தன என்று மறு நாள் யோசித்தால் கணக்கிடத் தெரியவில்லை. யாராவது பக்கத்திலிருந்து கவனிக்கச் சொன் னால் அது சாத்தியப்படலாம். நெடு நேரம் தூக்கம் வராவிட்டால் மட்டும் நன்றாகத் தெரிகிறது. இப்போது நான்கு நாள்களாக உறக்கம் வர ஒரு மணி நேரத்திற்கும் மேலாகிறது. கடிகாரத்தை அடிக்கடி பார்த்துக்கொண்டே இருக்கிறேன். பின்னர் நீங்கள் சொல்லிக்கொடுத்த படி, நூறாவது எண்ணிலிருந்து இறங்குமுகமாக எண்ணிப்பார்த்தாலும் எழுபது அறுபது என்று வருவதற்குள் அந்த வரிசை விடுபடுகிறது. மீண்டும் மேலேயிருந்து எண்ணிக்கொண்டு வந்து . . என்னென்னமோ செய்து சிரமப்பட்டு உறக்கத்தை வரவழைக்கிறேன்.

நீங்கள் சென்ற கடிதத்தில் குறிப்பிட்டது போல உடல் ஒத்துழைத்தா லும் உள்ளம் உடலோடு ஒத்துழைக்க மறுத்துவிடுகிறது. அந்தச் சம்பவத்தை மறக்க வேண்டும் என நினைத்தாலே அதுவே நினைவுக்கு வந்து என் அமைதியைக் குலைத்துவிடுகிறது.

தாத்தா! கடந்தவாரம் எங்கள் கல்லூரியில் சீன மாணவர்களுக்குள் ஒரு மோதல். அதில் நான் நேரிடையாகச் சம்பந்தப்படாவிட்டாலும் என் நண்பர்கள் சிலர் இரு குழுக்களிலும் இருக்கிறார்கள். ஒருவன் தனியே மாட்டிக்கொண்ட வேளையில் மற்றொரு குழுவைச் சேர்ந்த மூன்று பேர் அவனை நையப் புடைத்துவிட்டார்கள். அதை அருகில் நின்றுபார்க்க வேண்டிய இக்கட்டான நிலை எனக்கு ஏற்பட்டுவிட்டது. அடித்த குழுவில் இருந்தவர்கள் எனக்கு வேண்டியவர்கள். இருந்தாலும் நான் கேட்டுக்கொண்டும், வேண்டிக்கொண்டும் பலன் ஏற்படவில்லை. “ நீ ஒரு கோழை! கிட்டே வராதே! உனக்குத் தெரியுமா இவன் என்ன செய்தான் என்று? அந்த ‘ ரெட்கிராஸ் பெண் ‘ மனம் புண்பட்டு

அழுகிற அளவுக்கு இவன் ஏதோ பேசியிருக்கிறான்.

தாத்தா! அடிபட்டவன் இடத்தில் நானாக இருந்து பார்க்கிறேன். எவ்வளவு வலித்திருக்கும். உறுப்புகள் ஏதாவது பழுதுபட்டுவிட்டால் என்கிற பயமெல்லாம் வந்துவிட்டது. என்னென்னமோ சொல்லித் தடுக்கிறேன்; நான் எவ்வளவோ எடுத்துச் சொல்லியும், வீராவேசமாகச் சினம்கொண்டு நின்றவர்கள் முன்னால் என் சமாதானப் புறா செத்து விட்டது. அடிபட்ட மாணவன் சார்புடையவர்கள் திட்டம் போட்டு எந்த நேரத்திலும் ஏதாவது அடித்தவர்களைத் திருப்பித் தாக்கிவிடுவார்களோ என்கிற அச்சம் என்னுள் குடிகொண்டு விட்டதால்தான் எனக்கு உறக்கம் வராமல் போய்விட்டது.

தாத்தா! இதை எப்படிச் சரிசெய்வது என்று தெரியவில்லை.

இப்படிக்கு, உங்கள் அன்புள்ள

கண்ணன்.

அன்புள்ள கண்ணா, நலமா!

வருந்தாதே. எல்லாம் சரியாகி விடும். ஏதோ ஒன்றின் வாயிலாகக் காலம் சரி செய்துவிடும். பிரச்சினை தீர்வாகும்.

இன்னொரு கதவு திறக்கப்படும்

“ஒரு கதவு மூடப்படும்போது, இன்னொரு கதவு திறக்கப்படும்” என்பர். இதுதான் நடைமுறையில் நடந்துகொண்டு வருகிறது. பேசித் தீர்த்திருக்கலாம். ஆத்திரம் வரும்போது அறிவு வேலை செய்யாது. அந்த நேரத்தில் உன் அறிவுரை எடுபடாது. சம்பவத்திற்குப் பின், அடித்தவர்கள் நிச்சயம் யோசிப்பார்கள். இப்படி அடிக்காமல் இருந்திருக்கலாமோ? அடிபட்டவன் சார்பாக அவன் நண்பர்களோ அல்லது வெளியிலிருந்து அவன் சார்புடையவர்கள் படையெடுத்து வரலாமோ, காவல்துறைக்குப் போவார்களோ என்பன போன்ற அச்சம் அவர்களை இந்நேரம் பிடித்தி ருக்கும். அதனால் அடிபட்டவனைவிட அடித்தவர்கள்தான் உறக்கமின்றித் தவிப்பார்கள். உனக்காவது உறங்க ஒருமணி நேரம் தேவைப்பட்டது. அடித் தவர்களைப் போய்க் கேள், இரவு முழுவதும் தூங்கவில்லை என்பார்கள். இவை எல்லா இடங்களிலும், வன்முறையாளர்கள் உள்ள எல்லா நாடுகளிலும் நடைபெறுகின்றன. ‘இளங்கன்று பயமறியாது ‘என்பார்கள்.

பழிக்குப் பழி

“எதை விதைக்கிறீர்களோ அதைத்தான் அறுவடை செய்ய முடியும்” என அதிசய விஞ்ஞானி ஜி. டி. நாயுடு எல்லோரிடத்திலும் அடிக்கடி நினைவூட்டுவார்”. கத்தியை எடுத்தவன் கத்தியாலேயேதான் சாவான்“

என ஒரு பழமொழியும் நம்மிடையே உண்டு. ஒருவனைத் தண்டிக்க வேண்டுமெனில் வன்முறை மூலம் தண்டிக்க வேண்டும் என்பதில்லை. ஏன் தண்டிக்க வேண்டும்; திருத்துவோமே என்கிற எண்ணம் நமக்கு வருவது நல்லது. வன்முறை வழிச் சென்றால்' பாதிக்கப்பட்டவனும் அதே வழியைப் பின்பற்ற வேண்டும் என்ற எண்ணம் வரும். அதனால்தான் " பழிக்குப் பழி " என்றொரு சொற்றொடர் வழக்கத்தில் இருக்கிறது.

அதற்குப் பதில் அன்பினால் திருத்தப் பார். அதில் பெரும்பாலும் வெற்றியடைய முடியும். மீண்டும் அதே தவற்றைச் செய்யாமல் தடுத்திட முடியும். அத்துடன் அது தொடர்பான எதிர் நடவடிக்கைகளையும் தவிர்த்திட முடியும். அதனால் தவறு செய்தவனிடம் சென்று அமைதியான முறையில் "செய்த தப்பை நீ யோசித்துப் பார். அப்படிப் பேசியது தவறல் லவா? மன்னிப்புக் கேட்பது அவமானம் அல்ல. மன்னிப்புக் கேட்பவன் சில நேரங்களில் உயர்ந்து நிற்கிறான் என்பார்கள். மன்னிப்புக் கேட்பதற்கு தைரியம் வேண்டும்; கௌரவம் பார்க்காமல் அதைச் செய்தால் முதலில் ஒரு பிரச்சினை முடிந்தது என்கிற மன அமைதி கிடைக்கும். உறக்கம் வரும். நமக்கு எத்தனையோ அடுத்தடுத்துப் பணிகள் காத்திருக்கின்றன "என்பதையெல்லாம் அவனிடம் எடுத்துச் சொல்.

ஆறுவது சினம்

"எண்ணங்களே உலகை ஆளுகின்றன " என எமர்சன் கூறுகிறார். கோபத்தாலே உலகை ஆள நினப்பது இயலாத காரியம். கோபத்தை அடக்குவது அறிவுடையார் செயல்; அனுபவத்தில் செய்யும் செயல்.

"கோபம் வரும்போது, நின்றுகொண்டிருந்தால் உட்கார்ந்துவிடுங்கள்; உட்கார்ந்திருந்தால் படுத்துக்கொள்ளுங்கள் " என்கிறார் நபிகள். அதாவது முன்னோக்கிப்பாயும் உணர்ச்சியைப்பின்னோக்கிச் செலுத்தி மாற்றுவதன் மூலம் கோபத்தைப் போக்கலாம். இதையே வேறு முறையில் சொல்வதென்றால், உடல்நிலையில் ஒரு மாற்றத்தை ஏற்படுத்துவதன் மூலம் சினத்தைப் போக்கலாம் எனச் சிந்தனையாளர் நாகூர் ரூமி சொல்கிறார். அந்த அடிப்படையில்தான் உறக்கத்தை வரவழைப்பதற்கு உனக்கு ஒருமுறை நூற்றிலிருந்து பின்னோக்கி எண்ணிப்பார் என உனக்கு நான் சொல்லிக்கொடுத்தது. காரணம் முன்னோக்கிச் செல்வது டென்ஷன்; பின்னோக்கிச் செல்வது ரிலாக்சேஷன்.

" மனம் என்பது கண்ணுக்குத் தெரியாத உடல்.
உடல் என்பது கண்ணுக்குத் தெரியாத மனம் "

கண்ணா! ஒருவர் நம்மைக் கோபப்படுத்தும்போதோ, அவமானப் படுத்தும்போதோ நாம் பதிலுக்குக் கோபப்பட்டுவிட்டால், நாம் தோல்வியை ஒப்புக்கொள்வதாகப் பொருள்பட்டுவிடும்.

“கோபம் என்பது முட்டாள்தனத்தில் தொடங்கி, வருத்தத்தில் முடிகிறது“ என்கிறார் ரூமி.

அடித்தவனுக்கு இந்நேரம் வருத்தம் வந்திருக்கும்; இதையெல்லாம் எடுத்துச் சொல்லி இருவரையும் கைகோத்து வை!

நெப்போலியனிடம் இரக்ககுணம் இருந்தது

வீரன் மனம் பாறையாக இருக்குமென நினைத்துக்கொண்டிருப்போம். அவர்களிலும் விதிவிலக்கானவர்கள் இருப்பார்கள். சூழ்நிலையைப் பொறுத்து இரக்கம் காட்டுபவர்களாகவும், சாதனையாளர்களை மதிக்கும் பண்பைக் கொண்டவர்களாகவும் இருந்திருக்கிறார்கள். 18 ஆம் நூற்றாண்டில் அம்மை நோய்க்கு மருந்து கண்டுபிடித்தவர் இங்கிலாந்தைச் சேர்ந்த விஞ்ஞானி ஜென்னா. அப்போதுபிரான்ஸை ஆண்டுகொண்டிருந்த நெப்போலியனுக்கு ஜென்னாவிடம் சொல்லி, ஒரு கடிதம் எழுதும்படி இங்கிலாந்து மன்னர் கேட்டுக்கொண்டார்.

பிரான்ஸில் கைதிகளாக இருந்த இங்கிலாந்தைச் சேர்ந்த இரு முக்கிய மானவர்களை விடுவிக்க வேண்டிக் கேட்டுக்கொண்டு வந்த கடிதத்தைப் படித்தவுடன் விஞ்ஞானியின் வேண்டுகோளை ஏற்று விடுதலை செய்ததாக ஒரு வரலாற்றுக் குறிப்பு கூறுகிறது. கண்ணா! பார்த்தாயா எதிரி நாட்டைச் சேர்ந்தவராக இருந்தாலும் உலக மக்களைக் காப்பாற்ற அம்மை நோய்க்கு மருந்து கண்டுபிடித்தவர்மீது மாவீரன் நெப்போலியன் எவ்வளவு மரியாதை வைத்திருந்திருக்கிறார்.

அதேபோல் சேர மன்னன் கணைக்கால் இரும்பொறையைப் புலவர் ஒருவரின் வேண்டுகோளுக்கிணங்கிச் சோழ மன்னன் விடுவித்ததாக ஒரு செய்தி புறநானூற்றில் உள்ளது.

ஆயுதங்கள் துரு ஏறட்டும்

முற்காலத்திலெல்லாம் மன்னர்கள் போர் போர் என்றே காத்திருப்பார்கள்; இல்லையென்றால் இவர்களே போர் தொடுப்பார்கள். அதிலே தம் வீரத்தை வெளிக்காட்டிடத் துடிப்பார்கள். அப்போது வீரத்திற்கு அவ்வளவு மதிப்புக் கொடுத்தார்கள். காளையை அடக்குபவனுக்கே பெண் கொடுத்தார்கள். ஔவையார் போன்ற புலவர்கள் தூது சென்று போர்களைத் தவிர்த்ததாகப் பாடல்கள் மூலம் அறியமுடிகிறது. போரின்றி அமைதியாகக் குடியாட்சி செய்துகொண்டிருந்த மன்னனைப் பார்த்து

“ உன் ஜெப மாலை பளபளப்பாக இருக்கட்டும்!

உன் போராயுதங்கள் துரு ஏறட்டும்! “

- என்று வாழ்த்தி அமைதிக்கு வழிவகுத்திருக்கிறார்கள்.

சமாதானப் புறா

கவலைப்படாதே கண்ணா! முதலில் அடிபட்ட குழுவைச் சமாதானப் படுத்து. செய்த தவற்றை உணரவை. சம்பந்தப்பட்ட பெண்ணிடம் அழைத்துச் சென்றுமன்னிப்பைக் கேட்கவை. எல்லோரும் மனிதர்கள்தாம். கல்லும் கரையும். நீ பாரேன் இறங்கி வந்து சமாதானமடைவார்கள். இவ்விவகாரத்தை முதல்வர், ஆசிரியர் என யாரிடமும் புகார் செய்ய வேண்டாம். அடிபட்டவன் தவறு செய்திருந்ததால் அவனாகப் புகார் கொடுக்க முந்தமாட்டான். அவன் வீட்டிலும் சொல்லமாட்டான். இந்தப் பஞ்சாயத்திற்கு நீயே ஒரு பாலமாக இருந்து செயல்படு.

வீரன் பகத்சிங்

பகத் சிங்

வீரம் என்பதைக் காட்ட விரும்பினால், போராட்டம் ஒரு நல்ல ஆயுதம்தான். ஆனால் அந்தப் போராட்டம் ஓர் உயர்ந்த காரணத்துக்காக இருக்கவேண்டும். அந்த வகை வீரத்தைத்தான் மெச்சுவார்கள்; அதை வீரம் எனவும் அங்கீகரிப்பார்கள். இந்தியத் தாய்மண்ணை மீட்கப் போராடிய விடுதலை வீரன் பகத்சிங்கிற்கு வெள்ளை ஏகாதிபத்யம் மரணதண்டனை கொடுத்தது. தூக்கிலிடு வதற்கு முன் "ஏதாவது சொல்ல விருப்பமா" எனக் கேட்கப்பட்டது. உடனே வீரம் கொப்புளிக்கப் பதில் சொன்னான்.

" Don't hang me as a criminal; Shoot me as your rival "

என்னை ஒரு குற்றவாளியாகத் தூக்கிலிடாதே! உன் எதிரியாகச் சுட்டுத்தள்ளு! என்று உயிர்போகும் தறுவாயிலும் அசாத்தியமான தைரியத்துடன் பதில் சொல்ல யாருக்கு அந்தத் தைரியம் வந்திருக்கும். கண்ணா! அதற்கும் அடுத்தாற்போல் நீ இங்கே ஒன்றைக் கவனிக்க வேண்டும். தாய் நாட்டின் மீது வைத்திருந்த வெறித்தனமான பற்று அந்தப் பதிலில் பீறிட்டு வந்தது.

"எப்படியும் சாகப்போகிறீர்கள். எப்படிச் செத்தால் என்ன? "என்று வினவிய போது.

" தூக்கில் போட்டால் உயிர் பிரியும்போது தாய்மண்ணைத் தொட முடியாது. ஆனால் சுடப்பட்டால் செத்து விழும்போது தாய்மண்ணைத் தழுவியபடி சாவேன் " என்றான் அந்த மாவீரன். இன்னும் கேள்!

பகத்சிங்கைச் சுடாமல் தூக்கிலிட்டார்கள். எரித்துச் சாம்பலைத் தெருவில் கொட்டினார்கள். அப்பகுதியைச் சார்ந்த ஆயிரக்கணக்கான

தாய்மார்கள் அச்சாம்பலைச் சூழ்ந்துகொண்டு, எதிர்காலத்தில் பிறக்கும் குழந்தைகள் பகத்சிங் போல் மாவீரர்களாகப் பிறக்க வேண்டும் என வேண்டிக்கொண்டு, சாம்பலை அள்ளி அடி வயிற்றில் பூசிக் கொண்டார்களாம். இதுதான் வீரத்தின் பெருமை. மூன்றுபேர் சேர்ந்து ஒருவனை அடிப்பது ஒரு வீரமா? தீர்வின் பரிகாரம் தீவிரவாதமாக இருந்திடக்கூடாது.

எப்படியும் மாரீசனுக்கு மரணமே

பகத்சிங் போல் கடைசி நேரத்தில் மாரீசனுக்கும் ஒரு சோதனை வந்தது. இராமாயணத்தில் மாரீசனை மான் உருவெடுத்துச் சென்று சீதையைக் கவர்ந்து வர இராவணன் உத்தரவிட்டான். மாரீசனுக்கு விருப்பமில்லை. உருவெடுக்காவிட்டால் இராவணன் கொன்றுவிடுவான்; உருவெடுத்துச் சென்று சீதையைத் தூக்கி வந்தால் இராமன் கொல்லப் போகிறான். யாரால் தனக்கு மரணம் நேரவேண்டும் என யோசித்து இராமனுடைய அம்பால் சாவதே மேல் என முடிவெடுத்து 'மான்' ஆக மாறினான் என்று கதை சொல்கிறது. இரண்டு மகா வீரர்களுக்கிடையில் மாட்டிக்கொண்டதால் மாரீசன் ஒரு வீரனாய் இருந்தும் ஏதும் இயலாதவனாகி விடுகிறான். இந்த இடத்தில், 'எப்படியும் மரணம் என்கிறபோது, சீதையைத் தூக்காமலே இராவணனால் மாரீசன் செத்திருக்கலாமே' என என்னைச் சிந்திக்க வைக்கிறது.

பாப்லீச் வாழைப்பழத் தோலில் வழுக்கி விழுந்து மாண்டான்

எவ்வளவு பெரிய வீரமும் தைரியமும் இருந்தால் அமெரிக்காவில் நயாகரா அருவியில், பாப்லீச் என்கிற சண்டைக் காட்சி வீரர் தொலைக்காட்சியின் நேரிடை ஒளிபரப்பில் ஒரு வித்தையைச் செய்து காண்பித்திருப்பார். ஒரு பீப்பாயினுள் நுழைந்துகொண்டு அருவியில் குதித்தார். பின்னர்க் கவனித்தால் உடலின் அத்தனை எலும்புகளும் நொறுங்கிவிட்டன. பல மாதங்கள் மருத்துவ மனையில் சிகிச்சை பெற்றுத் தேறிவிட்டார். இந்த நிகழ்ச்சியைப்புத்தகமாக எழுதிப் பெரும் பணத்தையும் ஈட்டினார். அந்த வீரனுக்கு ஏற்பட்ட கதியைக் கண்ணா, கவனி. அடுத்த சில ஆண்டுகளில் ஒருநாள் வீட்டு வாசலில் வாழைப்பழத் தோலில் வழுக்கி விழுந்து மாண்டிருக்கிறார்.

அர்ச்சுனனைவிட ஏகலைவனே வித்தையில் வல்லவன்

உண்மையான வீரனுக்குக் குரு என ஒருவர் நேரிடையாகக்கூடத் தேவை இல்லையாம். மானசீகமாக ஒரு குருவை ஏற்றுக்கொண்டால், அவரையே மனத்திலேற்றி மனத்தை ஒருநிலைப்படுத்தி வித்தையைக் கற்றுக்கொள்ளலாம். ஒரு நல்ல வீரனுக்கு அதுதான் இலக்கணம்.

ஏகலைவனுக்குத் துரோணாச்சாரியார் குருவாக இருக்கமறுத்துவிட்டார் என்பது எவ்வளவு உண்மையோ அவ்வளவு உண்மை துரோணர்தான் ஏகலைவனுக்கு குரு என்பதும். அந்த மானசீகக் குருவின் பயிற்சிகள், வில்வித்தையின் நுட்பங்கள் அத்தனையையும் உள்ளத்திலேற்றித் தீவிரப் பயிற்சி செய்தான். நேரிடையாகத் துரோணரிடம் பயிற்சி எடுத்த அர்ச்சுனனுக்கு ஈடாக வில்வித்தையில் சிறந்தான்; இன்னும் சொல்லப் போனால், அர்ச்சுனனைவிடச் சிறந்தவனாக ஏகலைவன் விளங்கினான் எனப் பாரதக் கதையில் சொல்லப்படுகிறது. " குருவாக என்னை நீ ஏற்றுக் கொண்டதற்கு அடையாளமாக உன் கட்டை விரலை எனக்குக் காணிக்கை யாகக் கொடு " எனத் துரோணர் கேட்க, ஏகலைவனும் கொடுக்க முன்வந் தான் என்றால் என்ன பொருள்? அதன் பிறகும் தாம் ஒரு சிறந்த வீரனாக விளங்க முடியும் என்கிற அசைக்க முடியாத தொழில் நம்பிக்கைதான்.

குரு இன்றிக் குயில் பாடியது

டாக்டர் மு.வ. கல்லூரிகளில் பயின்றவர் இல்லை. பின்னர் கல்லூரி அவரைப்பயின்றது. குருவாகத் திருவிகவை மனத்தில் நிறுத்திக்கொண்டு பயப்படாமல் துணிவுடன் பாடம் படித்தார். எல்லாத் தேர்வுகளிலும் வெற்றிபெற்றார்.

கண்ணா! நீ இதையெல்லாம் படிக்கும்போது எப்படியெல்லாம் முன்னோர்கள் கல்வி கற்பதிலோ, தொழிலைப் பயில்வதிலோ குரு பக்தி கொண்டு தேர்ச்சி பெற்றார்கள் என்பதைச் சிந்திக்க வேண்டும். இப்போது தொடக்கப் பள்ளியின் மாணவர்களுக்குப் பள்ளியில் படிப்பது தவிரத் துணைப் பாடம், தனிப்பாடம் என வீட்டிலேயோ வெளியிலேயோ தனிக்கட்டணம் கட்டிப் பாடம் படிக்க ஏற்பாடுகள் செய்கின்றனர்.

அச்சம் என்பது மடமையடா

பயம் நம்மைப் பேடிகளாக மாற்றிவிடும். ஏழையாக வாழ்பவன்கூட வாழ்க்கையில் ஏற்றம் பெற்றுவிடலாம். ஆனால் கோழையாக வாழ்பவன் கடைசிவரை குனிந்துதான் வாழவேண்டும்.

வீரப்பரம்பரையில் வந்த ஒருவன் ஒரு கோழையிடம் பேசிக்கொண்டி ருந்தான். இராணுவத்தில் பணியாற்றுவதைப் பெருமையாகக் கருதும் அந்தக் கடற்படை வீரன்,

"என் தாத்தா கடற்போரில் இறந்தார்; என் அப்பாவும் கடற்போரில்தான் இறந்தார். "

அருகிலிருந்த கோழை கேட்டான், "உங்களுக்குக் கடலைப் பார்க்கவே பயமாக இல்லையா? எப்படி இதில் சேர்ந்தீர்கள் "

அதற்கு வீரன் திரும்பக் கேட்டானாம்,

"உங்கள் தாத்தா எப்படி இறந்தார்? "

"இரவு படுக்கையில் படுத்தவர் காலையில் எழவே இல்லை "

"உங்கள் அப்பா எப்படி இறந்தார் "

"அவரும் ஜுரம் வந்து படுக்கையில்தான் இறந்தார் "

"நீங்கள் தினமும் படுக்கப் போகும்போது படுக்கையைக் கண்டு பயப்படுகிறீர்களா "

"இல்லை "

"பின்னே என்னை மட்டும் பயமாக இல்லையா எனக் கேட்கிறீர்கள்? கடமை என்பது மன நிறைவுடன் செய்வது. அடுத்தவரைத் திருப்திப் படுத்துவது கடமையாகாது. கடமையிலிருந்து வழுவினால் வீழ்ச்சிதான் ஏற்படும். பயந்தால் உங்கள் வாழ்க்கையில் ஒரு கூழாங்கல்லைக்கூட நகர்த்தி வைக்க முடியாது " என்றான்.

இப்படிக்கு
உன் நலம் விரும்பும்
தாத்தா.

56 காதலித்துப் பார்

அன்புள்ள தாத்தா, வணக்கம்!

நீங்கள் சொன்னபடி அடிபட்ட மாணவனிடம் சென்று முதலில் பேசினேன். எதிர் முகாமிலிருந்து வந்திருக்கிறேன் என அவன் முதலில் என்னை நம்ப மறுத்துவிட்டான். அன்று நடந்த சண்டையில் நான் அடிக்காமல் தடுக்க முற்பட்டதை நினைவூட்டியபிறகுதான் என்னுடன் பேச முன்வந்தான். நடந்தது என்ன என்பதைக் கேட்டேன்.

இவன் அந்த " ரெட்கிராஸ் " மாணவியைக் காதலியாக ஆக்கிக் கொள்ளப் பலமுறை முயன்றிருக்கிறான். அவள் பழகுவதுபோல் பழகி வேறு ஒருவனுக்குக் காதலியாகிவிட்டாள். தோல்வியடைந்தவன் ரெட்கிராஸுவின் தாயார் இவளைப் பெற்றபின் கணவனை மாற்றிக்கொண்டவள். அதனால்தான் இவளும் கைமாறிவிட்டாள் என்பதை மனத்தில் வைத்துக்கொண்டு, ஏதோ வசனம் பேசிவிட்டான். அதனால் அவள் அழுதுகொண்டிருக்கப்பின் பிரச்சினையாகிவிட்டது.

தாத்தா! கதை கந்தலானது. எங்கே ஆரம்பித்து எங்கே முடிந்திருக் கிறது பார்த்தீர்களா? பின்னர் நீங்கள் சொல்லிய வழிகளையெல்லாம் பின்பற்றி அடிபட்டவனை அழைத்துக்கொண்டுபோய் அந்தப் புனைபெயராள் ரெட்கிராசிடம் மன்னிப்புக் கேட்க வைத்தேன். அவளும் மன்னிப்பை ஏற்றுக்கொண்டாள்.

அவள் தன்னிலை விளக்கம் தந்தாள். " நான் உன்னிடம் ஒரு தோழியாகப் பழகினேனே தவிர ஒரு காதலியாகப் பழகவே இல்லை. நீயாக அப்படி நினைத்துக் கொண்டால் நான் என்ன செய்ய முடியும். என் சம்பந்தப்பட்ட பிரச்சி னைக்கு ஏன் என் தாயைத் தொடர்புபடுத்த வேண்டும். நானே என் தாயையும் தந்தையையும் எண்ணி எண்ணி வருந்திக்கொண்டே இருப்பேன். அப்போது நீ வந்து என்னிடம் இப்படிப் பேசியதால்தான் நான் மன உளைச்சலின் உச்சத்தில் என் காதலனிடம் சொல்லிவிட்டேன். என்னையும் மன்னித்துவிடு. நடந்ததை மறந்து விடு " என்றாள்.

தாத்தா! பின்னர் சம்பந்தப்பட்ட நண்பர்களையெல்லாம் ஒன்று சேர்த்து ஒருவருக்கொருவர் மன்னிப்புக் கேட்க வைத்து, ஒரு உணவகத்

துக்குச் சென்று "பனிக்கூழ்" (ஐஸ்கிரீம்) சாப்பிட்டு உள்ளுக்குள் இருந்த வெப்பத்தைத் தணித்துக்கொண்டோம்.

இப்படிக்கு, உங்கள் அன்புள்ள

கண்ணன்.

அன்புள்ள கண்ணா, நலமா!

உன் பணி பாராட்டத்தக்கது. வாழ்த்துகள்!

ஆசையின்றி வாழ்க்கை இல்லை என்றுதான் நினைத்துக் கொண்டிருந்தேன். காதலின்றி மாணவப்பருவம் இல்லை என்பதையும் அறிந்து கொண்டேன். இந்தக் காதல் இறுதிவரை நீடிப்பதில்லை எனவும் யூகிக்கிறேன். அந்தப் பருவத்தில் அப்படியொன்று தேவைப்படுவதாகவும் உணர்கிறேன். நான் ஒரு கொடுத்து வைக்காத கட்டை, அந்தக் காலத்தில் பிறந்துவிட்டேன்!

உன்னைப்போல் பெண்தோழி இல்லாமலும் கல்லூரிக்குச் சென்றுவர சிலரால் முடிகிறது என்பதுவும் எனக்கு ஒரு ஆறுதலான செய்தி. எனக்குப் பயந்துகொண்டு இல்லையெனப் பொய் சொல்கிறாயா? அப்படி இருக்காது என நம்புகிறேன். ஏனெனில் நீ தான் என்னிடம் எல்லாவற்றையும் பகிர்ந்துகொள்கிறாய், அந்தச் சுதந்திரத்தை உனக்கு நான் கொடுத்திருக்கிறேனே.

எவை இல்லாமல் வாழ முடியும்

ஒரு ஞானி தினந்தோறும் ஒரு பெரிய கடைக்குச் சென்று சுற்றிப் பார்த்துவிட்டு எதுவுமே வாங்காமல் திரும்பிவிடுவாராம். அடிக்கடி இதேபோல் நடக்க, ஒருநாள் கடைக்காரர் கேட்டுவிட்டார்.

"என்ன சாமி! தினமும் வருகிறீர்கள்; போகிறீர்கள். எந்தப் பொருளையும் வாங்கியதாகத் தெரியவில்லை " என்றதற்கு,

"நீங்கள் இவ்வளவு பொருள்கள் வைத்திருக்கிறீர்கள். அத்தனையும் மக்களுக்குப் பயன்படும் பொருள்கள். இவையின்றி மக்களால் வாழமுடியாது என்பதை அறிகிறேன். ஆனால் நானும் நிறைவாகத்தான் வாழ்கிறேன். எவை எவையின்றி என்னால் நிறைவாக வாழமுடிகிறது என்று பார்ப்பதற்குத்தான் தினம் நான் இங்கு வந்து பார்த்துப்போகிறேன். பற்றுதல் இல்லாவிட்டால் சுயநலமின்றி வாழலாம். சுயநலவாதிகளுக்கு எல்லாமே சொந்தம். பொதுநலவாதிகளுக்கு எதுவுமே சொந்தமில்லை. இவற்றைப் புரிந்துகொள்ள அனுபவம் நிறையத் தேவைப்படுகிறது " என்றார்.

கண்ணா! ஞானி சொன்னதில் உள்ள சித்தாந்தம் புரிகிறதா? ஒரு பொருள் நமக்குத் தேவை என்றால் தேவைதான். தேவையில்லை என முடிவெடுத்தால் அது இல்லாமலே வாழ முடியும். காதலும் அப்படித்தான். மெத்தை இல்லாவிட்டால், பாயில். பாயும் இல்லாவிட்டால் கையதுகொண்டு மெய்யது பொத்தியும் நம்மால் படுத்துறங்க முடியும். தூங்குவதற்குத் தேவை உபகரணங்கள் அல்ல. மன நிறைவின் வழி கிடைக்கும் அமைதி, உழைத்துவரும் களைப்பு, இன்றைய பொழுது இன்பமாய்ப் போனது என்கிற மகிழ்ச்சி; விடியல் ஒளிரும் என்கிற நம்பிக்கை, இதற்குமேல் எனக்கென்ன தேவை என்கிற திருப்திகொண்டவனைத்தான் நித்திரை தேவி சிவப்புக் கம்பளம் விரித்து வரவேற்று அழைத்துச் சென்று கட்டிய ணைப்பாள்.

'காதல்' - இது இடத்திற்கேற்பப் பொருள் தருகிறது.

"காதலாகிக் கசிந்து கண்ணீர் மல்கி " - என்று சம்பந்தர் பாடும்போது, காதல் என்பது 'பக்தி'.

'காதல் திருமகன் " என்று இராமனைத் தசரதன் குறிப்பிடுவதாகக் கம்பன் சொல்லும்போது காதல் என்பது 'அன்பு'.

"ஆதலினால் காதல் செய்வீர் " என்று பாரதி பாடுகிற இடத்தில் காதல் என்பது 'ஆண்பெண் நட்பு'.

"காதலுக்கு வழிவைத்துக் கருப்பாதை சாத்த " எனப் பாவேந்தர் பாடும்போது, காதல் என்பது 'உடலுறவு'.

'முதியோர் காதல் " என்று பொதுவாகச் சொல்லும்போது காதல் என்பது, 'உடல்கடந்த உணர்வு நிலை'.

கண்ணா! காதலோ கத்தரிக்காயோ படிக்கும்போது சொல்கிறீர்களே அந்தப் பெண்தோழியோ, காதலியோ; இரண்டுக்கும் வேறுபாடு எனக்குத் தெரியவில்லை. அவனே இன்னொரு பெண்ணிடம் பழகினால், அவள் பெண் தோழியில்லையா? காதல் என்பது கடவுள் மாதிரி. இழுத்த இழுப்புக்கு வரும்; விருப்பத்திற்குப் பொருந்தும்.

சீதைக்கு இடை இருந்தது

கம்பன் தன் காவியத்தின் ஒருகட்டத்தில் சீதைக்கு இடையில்லை என்பான். ஒரு திரைப்படத்தில் சிவாஜி கணேசன் தேவிகாவைப் பார்த்து " இது இடையா .. இது இடையா.. அது இல்லாததுபோல் இருக்குது.. " என்று பாடுவார். அதுகூடக் கண்ணதாசன் கம்பனைப்பார்த்து எடுத்த கருத்துதான். இராமன் வில்லை வளைத்து ஒடித்தவுடன், அதைப்பார்த்துக் கொண்டிருந்த சீதை நினைத்தாளாம். " இந்த வீரமும் அழகும் விளைந்தநல் கலை அத்தனையும் உள்ளகத்தேகொண்ட இராமன், எனக்கல்லவா

மணாளனாகப்போகிறான்" என்று எதிர்பார்ப்பில் திளைத்தாள். யார் கண்களுக்கும் தெரியாமல் சிறுத்து இருந்த அவளுடைய இடை, பூரிப்பில் பெருத்து, இடையில் அணிந்திருந்த மேகலை தெறித்து விழுந்ததாம். அதைக் கண்ணுற்ற பின்புதான் எல்லோரும் அவளுக்கு இடை இருந்தது என அறிந்துகொண்டனராம். கண்ணா! எப்படிக் கம்பனின் மிகைப்படுத்தப்பட்ட கற்பனை. கவிஞர்களுக்கு மிகைப்படுத்திச் சொல்வதைக் கற்பனை வளம் என்பர். சாதாரண மக்களாகிய நாமே மிகையாக என்ன சொல்கிறோம், சிங்கப்பூரில் வானளாவிய உயர்ந்த கட்டடம் என்று சொல்கிறோம்.

கம்பன்

நெப்போலியனுக்குக் காதலி எழுதிய கடிதம்

நெப்போலியன் போர்முனையிலிருந்து தன் காதலி ஜோசபினுக்கு ஒரு கடிதம் எழுதுகிறான்.

" அன்பே! நேற்று போர்க்களத்தில் கொஞ்சம்கூட ஓய்வில்லாத கடுமையான வேலை. உணவோ உறக்கமோ இன்றி ஒரு வாரமாக இருந்தும், நான் சுறுசுறுப்பாகப் பணியாற்றுவதைக் கண்டு, நம் குழுவினர் அனைவரும் வியந்தனர். அது என்னால் எப்படிச் சாத்தியப்படுகிறது என்று திகைத்தனர். என்ன.. ஏதாவது உனக்குப் புரிகிறதா? காரணம் நீ எழுதும் கடிதங்கள் எப்போதும் என் சட்டைப் பையிலேயே இருப்பது வழக்கம். எனக்குச் சோர்வு ஏற்படும்போது அவற்றை எடுத்துப் படித்துப் பார்த்துக் கொள்வேன். அவ்வளவுதான். என்னிடம் உண்டான சோர்வெல்லாம் என்னைவிட்டுப் பறந்துபோய், எனக்கு ஒரு புத்துணர்ச்சி என் அங்கங்கள் அனைத்திலும் பரவும். அதன்பின் பசியாவது உறக்கமாவது எதுவும் என்னை அண்டாது. ஆனால் ஜோசபின்! ஒரு செய்தி. நீ என் துயரங்களை எண்ணிக் கொஞ்சம்கூட வருத்திக்கொள்ளாமல் உன்னைக் கவனித்துக் கொள் " என்பதே இக்கடிதத்தின் செய்தி.

கண்ணா! காதல் என்பதையே வெறுக்கும் துறவியல்லன் நான். வெறும் உடம்பு மேயும் காதலைத்தான் வெறுக்கிறேன். நெப்போலியன்போல் உண்மையான காதலை நேசிக்கிறேன்.

காதலனிடம் குறிப்புரை மூலம் செய்திப் பரிமாற்றம்

கண்ணா! இடைப்பட்ட காலத்துப் பாடல் ஒன்று. காதலி காதலனுக்குச் சங்கேதமொழியில் அல்லது பரிபாஷையில் தமிழில் சொன்னால்,

குறிப்புரைத்தல் மூலம் ஒரு செய்திப் பரிமாற்றம் செய்துகொண்டது நினைவுக்கு வருகிறது. இது விடுகதைபோலவும் தெரியும், குழப்பும், விளங்கும்போது உவகைத் துள்ளல் எழும்.

காதலனும் காதலியும் முந்திய நாள் சந்திக்கும்போது, மறுநாள் இரவில் அந்த இடத்தில் தனியாகச் சந்திக்கலாம் எனக் கண்களால் பேசிக் கொண்டார்கள். திட்டமிட்டபடி காதலன் காத்திருந்தான்; காதலி வரவில்லை. ஏமாற்றமடைந்த காதலர்கள் மறுநாள் வழக்கம்போல் கோவிலில் சந்திக் கிறார்கள். காதலனுடன் நண்பர்களும், காதலியுடன் அவளுடைய தாயும் வந்திருந்தார்கள். எதிரே வந்தவன் 'நேற்றிரவு ஏன் வரவில்லை' எனக் கண்களின் சைகைமொழியில் கேட்டான்.

அவள் தன் தாயிடம் விடுகதை போடுவதைப் போலவும், அவனுக்குக் கேட்கும்படியாகவும் பேசினாள்.

"வெட்டியதால் சாகவில்லை; வெட்டாவிட்டால் செத்திருப்பேன்."

"செத்ததால் சாகவில்லை; சாகாவிட்டால் செத்திருப்பேன்.

"வந்ததால் வரவில்லை; வராவிட்டால் வந்திருப்பேன்."

கண்ணா! ஏதாவது உனக்குப் புரிகிறதா? ஆனால் காதலனுக்குப் புரிந்து மகிழ்ந்தான். குழம்பிய நண்பர்கள் குறிப்பு மொழியின் விளக்கம் கேட்டார்கள்.

"அவள் எனக்காக வீட்டின் பின்புறமாக வெளியே வந்தாள். இருள் சூழ்ந்த நிலையில் தட்டுத்தடுமாறி நடந்தாள். அப்போது மின்னல் வெட்டி யது. மூடாமலிருந்த கிணறு தெரிந்தது. இல்லையென்றால் விழுந்து இறந் திருப்பேன் என்கிறாள். இப்போது முதல் வரியைச் சொல்லுங்கள்.

(மின்)வெட்டியதால் (நான்)சாகவில்லை; வெட்டாவிட்டால் செத்திருப்பேன். அடுத்தது, மேற்கொண்டு நடந்தாள். வழுவழுப்பாக ஏதோ காலில் பட்டது. பயந்தாள். அந்த நேரத்தில் மீண்டும் ஒரு மின்னல். அப்போதுதான் தெரிந்தது, அது செத்த பாம்பு என்று. பாம்பு உயிரோடு இருந்திருந்தால் கடித்து இறந்திருப்பேன் என்றாள். தோழா! இரண்டாவது வரியைச் சொல்!

(பாம்பு) செத்ததால் (நான்) சாகவில்லை; சாகாவிட்டால் (பாம்பு கடித்து)செத்திருப்பேன். அதையும் கடந்து, கொல்லைப்புற வேலிப் படலைத் திறந்து எனக்காக வெளியேறும்போது, வெளியூர் போயிருந்த அப்பா அந்த நேரம் பார்த்து வீட்டுக்கு வந்துவிட்டார். நான் எப்படி வீட்டைவிட்டு வரமுடியும்?

(அப்பா) வந்ததால் வரவில்லை; வராவிட்டால் வந்திருப்பேன்." என்று விளக்கம் சொன்ன பின்பு மூடியிருந்த விடுகதை எனும் மொட்டவிழ்ந்து

எல்லார் மனங்களிலும் மணம் பரப்பியது.

கண்ணா ஒரு சுவைக்காக, காதலி என்றவுடன் இதை எழுதினேன்.

சேற்றில் பிறந்த செந்தாமரைகள்

கண்ணா! உன் நண்பனுடைய காதலியின் தாயைப்பற்றி அடிபட்டவன் அப்படி விமர்சனம் செய்திருக்கக்கூடாதுதான். அந்தத் தாய்க்கு என்ன பிரச்சினையோ? அவள் பக்கம் நியாயம்கூட இருக்கலாம். கல்லூரியில் பிரச்சினை, தன்னிடம் நட்புப் பாராட்டாதவள் அந்தப் பெண்தானே. அப்படியிருக்கத் தேவையில்லாமல் தாயை இழுப்பானேன். அந்தத் தாயே ஏதாவது தவறானவளாக இருந்தாலும் அதற்கு இந்தப் பெண் எப்படிப் பொறுப்பாவாள்?

கண்ணா! உனக்குத் தெரியுமா?

இராமனின் குருவும், அத்வைத விளக்க நூல் ஆசிரியருமான மகரிஷி வசிஷ்டர், நாட்டியக்காரியான ஊர்வசிக்குப் பிறந்தவர்.

தேவ ரிஷியான நாரதர், ஒரு தாசி வயிற்றில் பிறந்தவர்.

அகத்தியர் ஒரு நீர்க் குடத்தில் தோன்றியவர்.

நான்கு வேதங்களை நூல் வடிவில் வெளியிட்டவரும், 18புராணங்களை எழுதியவருமான வியாசர், வலைஞர் குலமாதின் வயிற்றில் பிறந்தவர்.

இராமன் காதையை வடமொழியில் எழுதிய வால்மீகி வழிப்பறிக் கொள்ளைக்காரராகத் தன் தொழிலைத் தொடங்கியவர்.

அமெரிக்க அதிபர் ஜிம்மி கார்ட்டர் கடலை வியாபாரியாகத் தொழில் செய்தவர்.

அமெரிக்க அதிபர் ஆப்பிரகாம் லிங்கன், செருப்புத் தைக்கும் தொழிலாளியின் மகன்.

பரத்தையர் குலத்தில் பிறந்த மாதவி கற்புடையவளாக இருந்திருக்கிறாள்.

இப்படிச் சேற்றில் பிறந்த செந்தாமரைகள். வணங்குதற்கும் போற்றுதல்களுக்கும் உரிய மகான்களாக இருந்திருக்கிறார்கள்.

ரிஷிமூலம் நதிமூலத்தைப் பார்க்கக்கூடாது என்பார்கள் சான்றோர்கள். அப்படி இருக்கும்போது, மனம் புண்படும்படி பேசியது தவறுதான்.

மதிக்கப்பட வேண்டியது பெண்மை

தாயாக இருந்தாலும் தாரமாக இருந்தாலும் பெண்களை மதிக்க வேண்டும். பத்து கிலோ எடையுள்ள ஒரு பொருளை ஒரு கிலோ மீட்டர் தூக்கி வந்தால் நமக்குக் களைப்பாக உடம்பெல்லாம் வலியாக நொந்துகொள்கிறோம். ஆனால் ஒரு தாய் ஒன்பதுமாதம் ஒரு வாரம்

வயிற்றில் சுமந்து, வாந்திமேல் வாந்தியெடுத்து, நடக்கமுடியாமல், புரண்டு படுக்க முடியாமல், ருசியாக உண்ண முடியாமல், ஒப்புமை இல்லாத பிரசவ வலியை ஏற்றுக்கொண்டு நம்மைப் பெற்றெடுப்பவள் அந்தப் பெண் இல்லையா? அவளை மதிப்பது என்பது நம்மை நாம் மதிப்பதற்கு ஒப்பாகும். அவர்களை மதிப்பதோடு அவர்களையும் நம்ப வேண்டும்.

மணலியாரின் மனைவி நீதிமன்றத்தில் பொய் சொன்னார்

தமிழகத்தில், மணலி கந்தசாமி எனும் பொதுவுடமை இயக்கத் தலைவர், கைது ஆணைக்குப் பயந்து தலைமறைவு வாழ்க்கை நடத்தினார். அவருடைய ஊரான மணலியில் உள்ள அவருடைய வீட்டுக்குச் சென்ற காவல்துறையினர் சோதனையிட்டனர். அவரைக் காணவில்லை. அவருடைய மனைவியிடம் விசாரித்தனர். நான் பார்த்தே பல மாதங்கள் ஆயின என்றார். சரி வந்தால் எங்களிடம் அறிவிக்க வேண்டும். அப்படி அறிவிக் காமல் வந்து போவது தெரிந்தால் நீங்களும் குற்றவாளியாகக் கருதப் படுவீர்கள் என்று காவலர்கள் எச்சரித்துவிட்டுச் சென்றனர்.

நடந்தது என்னவென்றால் இரவில் காவலரின் கண்களில் படாமல் கந்தசாமி தம் இல்லத்திற்கு வந்து போய்க்கொண்டிருந்தார். மனைவி கர்ப்பமடைந்துவிட்டார். ஏழெட்டு மாதக் கர்ப்பிணியான அவருடைய மனைவி மீது, குற்றவாளியை மறைத்து வைத்ததோடு அரசுக்கு அறிவிக்க வில்லை எனக் குற்றம் சுமத்தி, நீதிமன்றத்தில் நிற்க வைத்துவிட்டனர். நீதிபதி அந்த அம்மையாரைப் பார்த்துக் கேள்வி ஒன்று கேட்டார்.

"நீங்கள் உங்கள் கணவரை, அரசு உத்தரவு தெரிந்தும், காவலரிடம் காட்டிக்கொடுக்கவில்லை. ஆனால் கணவர் வந்து போய்க் கொண்டிருந்தார் என்பதற்கான சான்று இப்போது நீங்கள் கணவரால் கர்ப்பமடைந்துள்ளீர்கள் என்பதே. நீங்கள் குற்றத்தை ஒப்புக்கொள்கிறீர்களா? "

அதற்கு மணலியின் மனைவி சொன்ன பதில், "அய்யா! என் கணவர் வீட்டுக்கே வருவதில்லை. நான் கர்ப்பமடைந் திருப்பது உண்மை. ஆனால் அதற்குக் காரணம் என் கணவரல்ல. வீட்டிலேயே என் மைத்துனர் இருந்தார். அவர்தான் காரணம் "என்றார். வழக்கு தள்ளுபடி செய்யப்பட்டது.

கண்ணா! இந்த இடம் மிகவும் கவனிக்க வேண்டிய இடம். இங்கே தமிழர் பண்பாட்டுக்குச் சவால்விடப்பட்ட இடம். பொய் சொன்னார் என்பது எல்லோருக்கும் தெரிந்துவிட்ட ரகசியம். கணவனைக் காப்பாற்றக் கற்புக்கு இழுக்கு வந்தாலும் பரவாயில்லை என நீதிமன்றம் செல்லுமுன் கூடிப் பேசி எடுத்த முடிவு. மனைவிமீது கணவன் என்றும் நம்பிக்கை வைத்திருந்தார். அதனால்தான் அம்மையார் துணிந்து அந்தப் பொய்யை மன்றத்திலேயே சொல்ல முடிந்தது. அதைப்போல் அந்த அம்மையாரின் சாட்சியத்தைச் சட்டம் நம்பியது; ஊர்மக்கள் நம்பவில்லை.

ஜெனரல் தியோடர் ரூஸ்வெல்ட்டின் தாய்ப்பாசம்

ஒரு மகன் நோய்வாய்ப்பட்ட தன் தாயைப் பார்க்க விமானத்தில் இடம் கேட்டு, இல்லை என்று சொல்லிவிட்டார்கள். அப்போது அமெரிக்காவின் ஜெனரல் தியோடர் ரூஸ்வெல்ட் விமானம் ஏறச் சென்றார். அந்த மகன் கெஞ்சிக்கொண்டிருந்ததைப் பார்த்து, ரூஸ்வெல்ட் தன் இடத்தை அவனுக்காக விட்டுக்கொடுப்பதாக அறிவித்தார். மற்றவர்கள் " என்ன நீங்கள்... போகவில்லையா? என் இடத்தைத் தருகிறேன் " என மற்றவர்கள் விட்டுக்கொடுக்க முன்வந்தனர். இதை நீங்கள் அப்போதே செய்தி ருக்கவேண்டும். நான் ஜெனரல், எப்போது வேண்டுமானாலும், எப்படி வேண்டுமானாலும் போக முடியும். ஆனால் ஒரு தாயை இறுதி நேரத்தில் பார்க்க மகனுக்கு ஒரு வாய்ப்புக் கொடுத்ததைப் பெருமையாகக் கருதுகிறேன் என்றாராம்.

பொருளாதாரச் சுதந்திரம் கிடைத்தால் சமஉரிமை தான்

பெண்களுக்கான உரிமைகளைப் பேசியும், பெண்களிடையே விழிப்புணர்வு ஏற்பட எழுதியும், போராடியும் வரும்போது, பெண்களே தங்கள் சம உரிமைகளையும், சம வாய்ப்புகளையும் விட்டுக்கொடுத்தே வாழ்கின்றனர். அதற்குக் காரணம் ஆண்களை அண்டி வாழவேண்டிய வர்களாக நமது சமுதாயக் கட்டமைப்பில் பெண்களுக்கு அமைந்துவிட்டது. அதற்குப் பொருளாதார விடுதலை கிடைத்தாலொழிய, எதிர்பார்க்கும் பலன் கிடைப்பதற்கு வாய்ப்பில்லை. அதனால்தான் எண்ணிக்கையில் சமமாக இருந்தும் இன்னும் பெண்களை நலிவுற்ற பிரிவாகவே மதிப்பீடு செய்து அரசு வைத்திருக்கிறது.

ஒரு கவிஞன் பாடுகிறான்

" ஓயாத வீட்டுவேலை
உயர்ந்த பட்டம்
இல்லத்தரசி " - என்றும், இன்னொரு கவிஞன்
" பெண்ணுரிமை மாநாட்டில்
கனலாகப் பேசினாள்
கணவனின் இசைவோடு. " - என்றும் இன்றைய நம் நாட்டின் நிலையை வெளிப்படுத்தியிருக்கிறார்கள்.

கண்ணா! நீ உன் வாழ்வில் பெண்களுக்கான சம உரிமைகொடுத்து வாழு! வாழவிடு!

இப்படிக்கு, உன் நலம் விரும்பும்

57 சொத்துச் சண்டை

அன்புள்ள தாத்தா, வணக்கம்.

பெண்களுக்குச் சம உரிமை கொடுப்பது பற்றி எழுதி இருந்தீர்கள். நானும் அப்படித்தான் நினைக்கிறேன். ஆனால் இன்று யார் முகத்தில் விழித்தேனோ தெரியவில்லை. கல்லூரி முடிந்து வீட்டுக்கு வந்தேன். அப்பாவும் அம்மாவும் யார் சொல்வது சரியென்கிற வாதத்தில் தீவிரமாக ஈடுபட்டிருந்தார்கள். "நான் ஆம்பிளை சொல்றேன். எனக்கு எல்லாம் தெரியும். சொல்வதைக் கேட்டு நட. அது போதும் " என்று அப்பா ஆணித்தரமாகப் பேசுகிறார். "நீங்கள் சொன்னால் அது முடிவானதா? ஏன் நான் சொல்வதிலே நியாயம் இருக்காதா? ஆம்பிளை என்கிற திமிரில் பேசாதீங்க " என்று அம்மா தம் வாதத்தை எடுத்து வைக்கிறார்.

தாத்தா! செய்தி என்னெவென்றால், ' தமிழ் நாட்டில் அப்பாவின் பூர்வீக ஊரில்; அதுதான் உங்கள் ஊரில் அப்பா கட்டிய ஒரு வீடு இருக்கிறதல்லவா. அம்மாவின் அப்பா பணம் கொடுத்து வாங்கிய விவசாய நிலம் கொஞ்சம் இருக்கிறதாம். அதை யாரும் சரியாகப் பராமரிப்புச் செய்வதில்லை. வருமானமும் கிடைப்பதில்லை. அதனால் அதையெல்லாம் விற்றுவிட்டுச் சென்னையில் மாமாவிடம் கொடுத்து அங்கேயே ஒரு வீடு வாங்கலாம். வாடகைக்கு விட்டால் வருமானம் வரும். கவனித்துக்கொள்ள நீங்களெல்லாம் இருக்கிறீர்கள். அதோடு கண்ணன் எதிர்காலத்தில் இந்தியா வந்தால் கிராமத்திற்கெல்லாம் போய்த் தங்கமாட்டான். சென்னையில் இருந்தால் பயன்படுத்திக் கொள்வான்.' - இது அம்மாவின் வாதம்.

'பூர்வீகம் விட்டுவிடக்கூடாது. கிராம வாழ்க்கைதான் சுத்தமான அமைதியான வாழ்க்கை . எதிர்காலத்தில் பையன் ஓய்வு பெற்றபின் போய்த் தங்க கிராமத்தைப் பயன்படுத்திக்கொள்ளலாம். விற்பதற்கு மனம் ஒப்பவில்லை ' - இது அப்பாவின் வாதம்.

இரண்டு வாதங்களைப் பார்க்கும்போது, கால மாற்றத்திற்கு ஏற்ப அம்மா சொல்வதுகொஞ்சம் பொருத்தமாக இருக்கிறது. ஆனாலும் அப்பா பிறந்த ஊர் உறவு தொடரட்டுமே எனப் பார்க்கிறார். இதில் விந்தை என்னவென்றால், இருவரும் எனக்காக சண்டையிட்டுக் கொள்கிறார்கள்.

ஒருவரை ஒருவர் குறை கூறுவதே இவர்களுக்குப் பழக்கமாகிவிட்டது தாத்தா. ஆனால் என்னை அழைத்து உன் அபிப்பிராயம் என்ன எனக் கேட்கவில்லை. எனக்குத் தீர்மானம் செய்யும் தகுதி இன்னும் வரவில்லை என எண்ணுகிறார்கள் போலும். இன்னும் நான் அவர்களுக்குக் குழந்தை தானே.

மூன்று ஆண்டுகளுக்கு முன்பு விடுமுறைக்குத் தமிழ்நாடு வந்து பதினைந்து நாட்கள் தங்கியிருந்தேன் அல்லவா! பிரச்சினை என்னவென்றால் வாகனங்கள் பெருக்கத்தால் கட்டுப்பாடு இல்லாத போக்குவரத்து; அவை கொடுக்கும் சுற்றுச் சூழல் மாசு; தண்ணீர்த் தட்டுப்பாடு; அரசியல் அதிகாரப் போக்கு; சட்டம் ஒழுங்கு இன்மை; எங்குப் பார்த்தாலும் அசுத்தம் போன்றவற்றால் சென்னை என்றாலே பயமாக இருக்கிறது தாத்தா. எப்படித் தான் நீங்கள் அங்கு இருக்கிறீர்களோ? பழகிப் போயிருக்கும் என நினைக் கிறேன்.

தாத்தா! நான் என்ன நினைக்கிறேன் என்றால், சிங்கப்பூரில் பிறந்து வளர்ந்து இங்கேயே படித்து வருகிறேன். இனி நான் தமிழ்நாட்டுக்கு வருவதாக உத்தேசம் இல்லை. படித்து முடித்தபின் ஆஸ்திரேலியா சென்றுவிடலாம் என்கிற எண்ணம் இருக்கிறது. என் நண்பர்கள், அவர்கள் குடும்பங்களெல்லாம் அங்கே குடியேறிக்கொண்டிருக்கிறார்கள்.

ஊரில் உள்ள சொத்துகள் எனக்குத் தேவை இல்லை. நான் சம்பாதித்துக் கொள்வேன். எனக்கு அந்தத் திறமை இருக்கிறது. அம்மா அப்பா எதிர் காலத்தில் தமிழகம் வந்து தங்குவதாக இருந்தால் அவர்கள் விருப்பப்படி செய்துகொள்ளட்டும். ஆனால் நான் என்ன நினைத்துக்கொண்டு இருக் கிறேன் என்றால், நான் ஆஸ்திரேலியா சென்று அங்கு வீடு வாங்கி அப்பா, அம்மா இருவரையும் ஓய்வுக் காலத்தில் என்னுடன் அவர்களைத் தங்க வைத்து நன்கு கவனிக்க வேண்டும் என்று நினைத்துக்கொண்டிருக்கிறேன். எனக்காகத் திட்டமிடுகிறேன் எனச் சொல்லிக்கொண்டு இவர்களுக்குள் சண்டையிட்டுக்கொள்ள வேண்டாம். அப்படி எனக்குத்தான் சேர வேண்டுமென்று விரும்பினால் அம்மா சொன்னதுபோல் எல்லாவற்றையும் விற்றுவிட்டுச் சென்னையில் வாங்க வேண்டாம், சிங்கப்பூரில் ஒரு தனியார் கண்டோமினியம் வீடு வாங்கிவைத்து அவர்கள் அனுபவிக்கட்டும். நான் ஆஸ்திரேலியாவிலிருந்து வந்து போனால் அதில் தங்கிக்கொள்ளலாம். இந்த எண்ணத்திலிருந்து நான் பின்வாங்கப் போவதில்லை. உங்களிடம் சொல்லிவிட்டேன். இப்போதைக்கு என் அபிப்பிராயம் இதுதான்.

இப்படிக்கு, உங்கள் அன்புள்ள

கண்ணன்.

புதுமைத்தேனீ மா.அன்பழகன்

அன்புள்ள கண்ணா, நலமா!

இன்று யார் முகத்தில் விழித்தேன் என்று ஏன் இப்படிச் சலித்துக் கொள்கிறாய். நீ ஏன் மூடநம்பிக்கையை இங்கே கொண்டு வருகிறாய். வீட்டுக்கு வீடு வாசற்படி என்பதுபோல் எல்லோருடைய வீட்டி லும் பிரச்சினைகள் இருந்துகொண்டுதான் இருக்கும். உன் எதிர்காலத்தை முன் வைத்துத்தானே அவர்கள் விவாதித்துக்கொள்கிறார்கள். காதுகளை மூடிக்கொண்டு உன் அறைக்குப் போய்க் கதவை மூடிக்கொள்ள வேண்டியதுதானே. என்னை மீறி அவர்கள் ஒன்றும் செய்திடமாட்டார்கள். நான் பார்த்துக்கொள்கிறேன். பொறுப்பை என்னிடம் விட்டுவிட்டு உன் வேலையைக் கவனி.

காந்தியின் முன்வைத்த கால் பின்வாங்காது

கண்ணா! “ஒருமனிதன் எதை எண்ணுகிறானோ அதுவாகவே அவன் ஆகிறான் “ என விவிலியத்தில் சொல்லப்பட்டிருக்கிறது. அப்படியே நீ ஆஸ்திரேலியனாகக்கூட மாறிவிடலாம். நீ ஆஸ்திரேலியா செல்வது என எடுத்த முடிவிலிருந்து பின் வாங்கப் போவதில்லை என எழுதியிருந்தாய். எடுத்த முடிவு தவறாகிவிட்டது என நினைத்தால் கவுரவம் பார்க்காமல் பின் வாங்குவதில் தவறில்லை. நீ மகாத்மா காந்தியா என்ன? நாட்டு விடுதலைப் போராட்டத்திலிருந்து பின் வாங்கமாட்டேன் என்பதற்கு. அவர் ஒரு சிறிய அற்பத்திற்கே பின் வாங்கமாட்டேன் எனச் சொன்னவர். அந்தச் சிலேடை நகைச்சுவை என்ன தெரியுமா?

ஒருமுறை காந்தியும், நேருவும் பாதயாத்திரை செல்ல ஒரு குறுகிய பாதை வழியே சென்றுகொண்டிருந்தனர். வழியில் ஒரு சிறிய பள்ளம். நேரு சில அடிகள் பின்வாங்கி ஓடித் தாண்டிவிட்டாராம். பக்கத்தில் யாரிடமோ சொல்லி ஒரு மரப் பலகையைக் கொண்டுவந்து போடச் சொல்லிக் காந்தி அந்தப் பள்ளத்தைக் கடந்தாராம்.

பின்னர் நேரு கேட்டிருக்கிறார், “ஏன் என்னைப் போல் செய்யவில்லை? எளிதாகத்தானே இருந்தது “ என்றாராம். அதற்குக் காந்தி அவர்கள்,

“இந்தச் சிறிய பள்ளத்தைத் தாண்ட நீங்கள் எவ்வளவு தூரம் பின் வாங்கி னீர்கள்? எனக்கு முன்னே வைத்த காலைப் பின்னே வைத்துப் பழக்க மில்லை“ என்றவுடன் காந்தியின் நகைச்சுவையை நேரு ரசித்துக்கொண்டே போனாராம்.

கண்ணா! உன் பெற்றோர்கள் ஒருவர்க்கொருவர் குறை கூறிக்கொள்வதே பழக்கமாகிவிட்டது என எழுதியிருந்தாய். சிலருடைய குணத்தை மாற்ற முடியாது. பிள்ளைகளுக்குமுன் அப்படிச் சண்டையிடக்கூடாது என்று பலமுறை அவர்களுக்கு ஆலோசனை வழங்கியும் மீண்டும் மீண்டும் அதே

தவற்றைச் செய்கிறார்கள். என் அறிவுரையைத் தங்கள் வசதிக்கேற்ப மறந்து விடுகின்றனர்.

மன்னன் முகத்தில் விழித்தால் மரணதண்டனை

முகத்தில் விழிக்கும் மூட நம்பிக்கையைப் பற்றி எழுதும்போது ஒரு சுவையான கதை நினைவுக்கு வருகிறது.

அதிகாலையில் படுக்கையை விட்டு எழுந்த ஓர் அரசன் ஜன்னல் வழியே தெருவைப் பார்த்தான். தூரத்தில் நடைபாதையில் படுத்திருந்த ஒரு பிச்சைக்காரன் போர்வையை விலக்கிக் கொண்டு எழுந்து நெட்டி முறித்துக் கொட்டாவி விட்டுக்கொண்டே அண்ணாந்து பார்த்தான். மேலேயிருந்து பார்த்த அரசனின் கண்களும் பிச்சைக்காரன் கண்களும் சந்தித்துக்கொண்டன. 'ஒரு பிச்சைக்காரன் முகத்தில் விழிக்க நேர்ந்ததே' என நினைத்துக்கொண்டு அரசன் தலையை நிமிர்த்தினான். ஜன்னலின் கதவில் இடித்துக்கொண்டான்.

ஏகத்துக்குக் கோபமடைந்த அரசன் தளபதியை அழைத்து, 'அந்தப் பிச்சைக்காரனுக்கு உடனே மரணதண்டனையை நிறைவேற்றுங்கள்' என உத்தரவிட்டான். பிச்சைக்காரனைப் பிடித்துவந்து தூக்கு மேடையில் நிறுத்திவிட்டார்கள். வழக்கம்போல "உன் இறுதி ஆசை என்ன? " என்று கேட்டிருக்கிறார்கள்.

"மன்னனைப் பார்த்து ஒரு சந்தேகம் மட்டும் கேட்க வேண்டும் " என்றவுடன் அவனை மன்னன் முன் அழைத்துச் சென்று நிறுத்தியிருக்கிறார்கள்.

"மன்னா! எனக்கு ஏன் மரண தண்டனை? " எனக் கேட்டான் பிச்சைக்காரன்.

"இன்று உன் முகத்தில் விழித்ததனால், ஜன்னல் கதவில் நான் மோதிக்கொண்டேன். நீ இராசி இல்லாதவன் ஆனதால் எனக்கு ஏற்பட்ட மன உளைச்சலுக்கு மருந்தாய்த்தான் உனக்கு மரண தண்டனை கொடுத்தேன், "

இதைக் கேட்டவுடன் பிச்சைக்காரன் சிரித்தான்.

"என்ன சிரிப்பு வேண்டிக் கிடக்கிறது ? "

"மன்னா! என் ராசியில்லா முகத்தில் விழித்ததனால் ஜன்னலில் மோதிக்கொண்டீர்கள் அவ்வளவுதான். அதேபோல் நான் உங்கள் முகத்தில் விழித்தேன். இப்போது என் தலை உருளப்போகிறது. உண்மையில் இராசி இல்லாதவர் யார்? " என்று சொல்லிவிட்டு மீண்டும் சிரித்தானாம்.

கண்ணா! முகத்தில் விழிப்பதற்கும் அன்று நடக்கும் நிகழ்விற்கும் என்ன சம்பந்தம்? சிந்தை செய்!

பட்டினத்தார் போலிச்சாமியாரா?

கண்ணா! பட்டினத்தார் பற்றிக் கேள்விப்பட்டிருப்பாய். அவர் எல்லா வற்றையும் துறந்து எதுவுமே வேண்டாமென்று ஒரு கோவணத்துடன் திருவொற்றியூர் நோக்கி நடந்தார். இருண்டுவிட எங்கேயாவது உறங்கிச் செல்லலாம் எனச் சுற்றும் முற்றும் பார்த்தார். ஒரு விரிப்புத் துணிகூட இல்லாததால், ஒரு வரப்பில் தலைவைத்து மண்ணில் படுத்துவிட்டார்.

விடியலில் தண்ணீர் எடுக்கக் குடத்துடன் அவ்வழியே போன இரண்டு பெண்கள் பேசிக்கொள்கிறார்கள்.

முதல் பெண்: " பாரடி! உலகத்தையே துறந்த அந்தத் துறவி படுத்துக் கிடக்கிறார். "

இரண்டாவது பெண்: " இவரென்ன துறவி? தலைக்கு உயரம் தேடிச் சுகம் வேண்டிக்கிடக்குது? வரப்பில் தலைவைத்துப் படுத்திருக்கிறார் பார்!" என்று சொல்லிக்கொண்டே சென்றுவிட்டார்கள். இருவரும் நீர் எடுத்துக் கொண்டு திரும்பி வரும்போது பார்த்தார்கள்.

"உண்மையிலேயே அவர் துறவிதானா? நாம் பேசிக்கொண்டது காதில் விழுந்து, இப்போது வரப்பைவிட்டு விலகி வெறும் தரையில் படுத்திருக் கிறார். "

"இல்லையடி கண்டிப்பாக இவர் போலிச்சாமியார்தான். உண்மையான துறவியென்றால் இறைவனை மட்டும்தானே நினைத்துக்கொண்டிருக்க வேண்டும். அதை விட்டுவிட்டு, வழியில் நடக்கும் பெண்கள் பேசுவதை யெல்லாம் கேட்டுக்கொண்டா படுத்திருப்பார். " என்று சொல்வதைக் கண்ணா, நீ ஒன்றைக் கவனித்தாயா? குறை சொல்பவர்கள் என்ன செய்தாலும் குறை சொல்லிக்கொண்டேதான் இருப்பார்கள். சிலருக்கு அது உடம்போடு ஒட்டியிருக்கும் வியாதிபோல் ஆகிவிடும்.

எங்கே எப்போது யாரிடம் பேசினாலும்,

" நாக்கை எப்போதும் கட்டி வை. ஏனெனில் அது ஒரு கொடிய மிருகம். எல்லா வெற்றிக்கும் தோல்விக்கும் காரணம் நாம் பேசும் பேச்சுதான்"

"பேச்சு, ஒரு மனிதனை, சிலநேரம் பலமாக்குகிறது. சில நேரம் பலவீனப்படுத்துகிறது " - என்கிறார்கள்

இப்படி இருக்கையில் உன் அப்பாவும் அம்மாவும் ஏன் சொற்களால் அடித்துக்கொள்கிறார்கள். அவர்கள் இருவருக்கும் " தான் " என்கிற அகந்தை மேலோங்கி இருப்பதால்தான், தான் சொல்வதை அடுத்தவர் கேட்க வேண்டும் என எதிர்பார்க்கிறார்கள். அந்த ஈகோ இல்லாவிட்டால் பல பிரச்சினைகள் எழ வாய்ப்பே இல்லாமல் போய்விடும்.

‘நான்’ இறந்துவிட்டேன்! - விவேகானந்தர்

ஒருமுறை விவேகானந்தர் காலில் செருப்பு இல்லாமல் ஓடினாராம். ஏன் எனக் கேட்டபோது, “நான் இறந்துவிட்டேன். என்னைக் கொன்றவரைக் காண விரைந்து போகிறேன். “ என்றார்.

கண்ணா! செத்தவர் எப்படி ஓடமுடியும்? குழப்பமாக இருக்கிறதா? இதன் பொருள் ‘என் சிந்தையிலிருந்த ‘நான்’ எனும் அகம்பாவத்தை இராமகிருஷ்ண பரம்ஹம்ஸர் தன் செயலாலும், அருளுரையாலும் அழித்துவிட்டார். அந்த மகானைத் தரிசிக்கப் போகிறேன்’ என்று சொல்லி யிருக்கிறார். அதனால்தான் ஞானிகளும், யோகிகளும், முனிவர்களும் பேசும்போது கவனித்தால் தெரியும், “யாம் சொல்வது” “யாம் உண்பது” என்பார்களேதவிர,“நான்”என்கிறவார்த்தையைப்பயன்படுத்தமாட்டார்கள்.

இறைவன் தந்தது - இராமகிருஷ்ணர்

கண்ணா! உன் பெற்றோர்கள் சொத்து சொத்து என்கிறார்களே, அந்தச் சொத்தின் மீது ஏன் இப்படி ஒரு பற்றுதலை வைத்தி ருக்கிறார்கள். இன்று இருக்கிற அந்தச் சொத்தை, ஒரு பூகம்பம் வந்தால், ஒரு சுனாமி வந்தால் எங்கேபோய்த் தேடுவார்கள். இறைவனை நம்புகிறவர்கள், அவன் உங்க ளுக்கு என்ன தேவையோ, எது பிராப்தமோ அதைக் கொடுப்பான் என நம்ப வேண்டு மல்லவா?

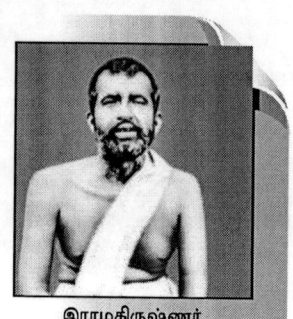

இராமகிருஷ்ணர்

இராமகிருஷ்ண பரமஹம்சர் புற்று நோயால் அவதிப்பட்டபோது, “இறைவனிடம் வேண்டிக்கொள்ளக் கூடாதா?” என அருகிலிருந்தவர்கள் வினவியிருக்கிறார்கள். அதற்கு,

“இவ்வளவு காலமாகத் தாய் (கடவுள்) கொடுத்த பரிசுகளை, கவுரவங் களை, யாம் வாங்கி வைத்துக்கொண்டோம். எதையும் வேண்டாம் என்று சொல்லவில்லை. இப்போது ஒரு நோயைக் கொடுத்துள்ளாள். இதை மட்டும் வேண்டாம் என எப்படி யான் மறுப்பது? “ என்று விளக்கம் சொன்னபோது ‘அவர் ஏன் மகானாக இருக்கிறார்; நாம் ஏன் மனிதர்களாக இருக்கிறோம் எனத் தெரிகிறதா என எண்ணியவாறு சுற்றியிருந்தவர்கள் எழுந்து சென்றார்களாம்.

கண்ணா! நீ எதற்கும் அலட்டிக்கொள்ளாதே! அங்கலாய்க்காதே! கோபம் கொள்ளாதே! அமைதியாகச் சிந்தனை செய்! உணர்ச்சிக்கு மதிப்புக் கொடுக்காமல், அறிவுக்கு எது சரியெனப்படுகிறதோ அதைச்

செய்! பெரியோரை மதிக்கக் கற்றுக்கொள். அவர்கள் சொல்வதில் உனக்கு ஏதேனும் சரியெனப்பட்டால் பின்பற்று! மாதா பிதா குருவைத் தெய்வங்களாக மதிக்கத் தெரிய வேண்டும்! எந்த நேரத்தில் எதைச் செய்ய வேண்டுமோ அதைச் செய்திடு! இதைப்போன்று சொல்லிக்கொண்டே போகலாம்... முடிவாக என்னை நீ அறிவாய்! உன்னை நான் அறிவேன். யாமிருக்க பயமேன்!

இப்படிக்கு
உன் நலம் விரும்பும்
தாத்தா.

58 இப்படியும் மனிதர்கள்

அன்புள்ள தாத்தா, வணக்கம்.

எனக்கொரு தாத்தா இருப்பதுபோல் ஒவ்வொரு மாணவருக்கும் ஒரு தாத்தா இருந்தால் எவ்வளவு நன்றாயிருக்கும் என்று அன்று நான் எண்ணிக்கொண்டிருப்பேன்.

ஒருநாள் வேறு ஒரு பழைய பள்ளித் தோழனுடன், எங்கள் கல்லூரியில் நடந்தவற்றையெல்லாம் கைபேசிவழிப் பேசிக்கொண்டிருந்தேன். அவன் இப்போது வேறு கல்லூரியில் படிக்கிறான். அவனுடைய கல்லூரியில் சில மாணவர்கள் சேர்ந்துகொண்டு, முடியை உச்சியில் கத்திபோல் வைத்துக்கொண்டு, காதிலே வளையங்களைப் போட்டுக்கொண்டு படிப்பதற்கு வருகிறார்களாம். ஆனால் படிப்பில் கவனம் செலுத்துவது இல்லையாம். அறிவுரை சொன்னால், முறைத்துப் பார்க்கிறார்களாம். சில ஆசிரியர்கள் சொல்லிச் சொல்லிப் பார்த்து முடியாமையால், 'எக்கேடும் கெட்டுப் போ அடுத்தவர்களைக் கெடுத்து விடாதே' எனச் சொல்லி விட்டு விட்டார்களாம்.

"சில மாணவர்கள் கல்லூரியின் கட்டணத்தை ஒழுங்காகச் செலுத்து கிறார்கள். கல்லூரியின் சட்டத் திட்டங்களுக்கு உட்பட்டு ஒழுங்காக நடந்துகொள்கிறார்கள். ஆனால் படிப்பில் கவனம் செலுத்துவதில்லை. தனிமையில் இருக்கும்போது எதையோ நினைத்துக்கொண்டு வெறுமனே உட்கார்ந்து இருக்கிறார்கள். மனமொத்த தோழர்களுடன் சேர்ந்துவிட்டால் முரட்டுத்தனமாக நடந்துகொள்கிறார்கள். அத்தகைய மாணவர்கள் இப்படி நடப்பதற்குக் காரணம் எவையாக இருக்கும்? அப்படி ஏதேனும் இருந்தால் அவற்றைக் களைவதெப்படி?" - கல்லூரி முதல்வரின் ஆலோசனையின்படி இரண்டு ஆசிரியர்களைக் கொண்டு மேற்கண்ட காரணங்களை ஆராயக் குழு ஒன்று நியமிக்கப்பட்டது என்று நண்பன் சொன்னான்.

தாத்தா, அந்தக் குழு கண்டறிந்த உண்மை என்னவென்றால் "தாய் தந்தை இருவரும் வேலை செய்கிறார்கள். பிள்ளைகள் கேட்கிற பணத் தைக் கொடுத்துவிடுகிறார்கள்; ஆனால் பிள்ளைகளின் நலனில் அக் கறை செலுத்துவதில்லை; அன்புடன் நலன் விசாரிப்பதில்லை;

அவர்களுடன் நேரம் செலவழிப்பதில்லை. அதனால் விரக்தி ஏற்படுகிறது. முரட்டுத்தனம் மிகுதியாகிவிடுவதால் வெளியில் போகும்போது 'சண்டை, கலாட்டா' போன்றவற்றில் பிள்ளைகள் ஈடுபடுகிறார்கள்."

அதே கருத்தை ஒத்த செய்தி ஒன்று 8.11.2013ஆம் நாள் தமிழ்முரசில் வெளிவந்திருக்கிறது.

"பிள்ளைகளின் எதிர்காலம் குறித்த அறிவுரை வழங்க முடியவில்லை என்பது தலைப்பு. செய்தி: சிங்கப்பூர் பெற்றோர்களை மையமாகக் கொண்டு நடத்தப்பட்ட சமுதாய வலைத்தளமான 'லிங்க்ட்இன்' ஆய்வு ஒன்றின் மூலம், 46 விழுக்காட்டினர் தங்கள் பிள்ளைகளின் வாழ்வாதாரம் குறித்துப் புரிந்துகொள்ளாமலிருக்கிறார்கள். அதற்கு அண்மைய ஆண்டுகளில் உருவான புதிய விதமான வேலை வகைகளே காரணம். பணிச்சுமைகளின் காரணமாகப் பிள்ளைகளுடன் அதிக நேரத்தைச் செலழிக்க முடியாத நிலையில் பிள்ளைகளுக்கு எதிர்காலம் குறித்த அறிவுரைகளை அந்தப் பெற்றோர்களால் வழங்க முடியாமல் போய்விடுகிறது. 14 நாடுகளில் நடத்தப்பட்டதன் ஒரு பகுதியாகச் சிங்கப்பூரில் 1,943 பெற்றோர்கள் இந்த ஆய்வில் பங்கேற்றனர். "

தாத்தா, இரு குழுக்களும் ஒரே மையக் கருத்தை வெளிப்படுத்தி இருப்பதால் ஆய்வுகளின் முடிவுகளை ஏற்கவேண்டிய நிலையில் உள்ளோம். இங்குப் பெரும்பாலும் பெற்றோர்களையே குற்றவாளிகளாகப் பார்க்கிறோம்.

இப்படிக்கு, உங்கள் அன்புள்ள

கண்ணன்.

அன்புள்ள கண்ணா, நலமா!

ஒவ்வொருவருக்கும் ஒவ்வொரு தாத்தா இருப்பார்கள். ஆனால் அவர்களுக்கு உன்னைப்போல் ஒரு பேரன் கிடைக்க வேண்டுமே. I am very proud of you, my Grand son!

மனிதர்கள் ஏன் இப்படியெல்லாம் இருக்கிறார்கள் என உன் வருத்தத்தில் நானும் பங்கேற்கிறேன். உங்கள் தமிழ்முரசில் வந்த செய்திபோலச் சிங்கப்பூரில் நடந்த ஆய்வுகளைப் புறக்கணிக்க முடியாது. அந்த மாணவர்களுக்கு அமைதியான முறையில் அன்போடு நல்வழிகளை எடுத்துச்சொல்லவேண்டும். கண்டிப்புடன் சொன்னால், இளம் உள்ளங்கள் ஏட்டிக்குப் போட்டியாகத்தான் செய்வார்கள். உங்கள் நாட்டில் பிழைத்துக்கொள்ளப்பல வழிகள் இருக்கின்றன. அவைகூட அவர்களுக்கு ஒரு முரட்டுத் தைரியத்தைக் கொடுத்திருக்கலாம்.

பிள்ளைகளுக்காகத்தான் நான் வாழ்ந்துகொண்டிருக்கிறேன்; அவர்களின் முன்னேற்றமே என் எதிர்காலம் என்று சொல்லும் வாசகங்கள் போலியானவைகளா? பிள்ளைகளின் நலனில் அக்கறை செலுத்தாத பெற்றோர்கள் சுயநலவாதிகளாகத்தான் இருப்பார்கள். இனிமேலாவது அந்தப் பெற்றோர்கள் தங்களைத் திருத்திக்கொள்ள வேண்டும். பொருளீட்டலிலேயே முழுக்கவனத்தைச் செலுத்திவிட்டு ஓய்வு பெற்றவுடன் பிள்ளைகளிடம் எப்படித் திடீரென்று நல்லுறவை எதிர்பார்க்க முடியும்? நல்லுறவும், புரிந்துணர்வும் கடையில் வாங்கும் பொருள்களா என்ன?

"தும்பை விட்டுவிட்டு வாலைப் பிடிக்கும்" - கதையாகப் போய் விடக்கூடாது.

கலைஞர் சொன்ன மூன்று வகை மனிதர்கள்

உலகம் பலவிதம். மனிதர்களும் பலவிதம். என்னுடைய நூல் வெளியீட்டுவிழா சென்னையில் 1985ல் நடந்தது. அதில் கலந்துகொண்டு பேசிய கலைஞர், மூன்று வகையான மனிதர்களைப்பற்றி எடுத்துச் சொன்னார்.

"மனிதர்களில் சிலர் பச்சை வாழைப்பட்டையைப் போன்றவர்கள். எவ்வளவுதான் தீ வைத்தாலும் பற்றவைத்திட முடியாது. அதைப்போல அந்த வகையான மக்களுக்கு எவ்வளவுதான் அறிவைப் புகட்ட விரும்பினாலும், புத்திமதி சொல்லிப் புரியவைக்க முயற்சி எடுத்தாலும் அவர்களுக்கு மண்டையில் ஏறாது.

இன்னொரு வகையினர், காய்ந்த மரத்தைப் போன்றவர்கள். கொஞ்சம் நெருப்பு வைத்தால்போதும் உடனே பற்றி எரியும் தன்மையுடையவர்கள். அதாவது ஒருசில செய்திகளைப் பற்றிக் கோடிட்டுக் காட்டினாலோ, சிறு விளக்கம் சொன்னாலோ போதும் அவற்றில் தங்களை முழுதும் திறனாளர்களாக ஆக்கிக்கொள்வார்கள்.

மூன்றாம் நிலையினர், பாஸ்பரஸ் போன்றவர்கள். மூடியைத் திறந்து காற்றுப்பட்டாலே போதும் தானாகப் பற்றிக்கொள்ளும். அந்த வகையினர் நாட்டின் நடப்புகளைக் கல்வியறிவை, புதிய செய்திகளைத் தாங்களாகவே எளிதில் புரிந்து அறிந்துகொள்ளும் ஆற்றல் கொண்டவர்களாக இருப்பார்கள் " என்று பேசினார். அச்செய்தி 26.12.1985 சென்னை நாளிதழ்களில் வெளியாயின.

இரவில் சூரியனை அடைவேன்

" ஒரு நல்ல மனிதன், எப்படி நடந்துகொள்ள வேண்டும் என்பதைப் பற்றி அதிகமாகப் பேசாதே! நடந்து காட்டு! " என்கிறார், மார்க்ஸ்

அரேலியஸ். இப்படிச் சொல்லப்பட்டது, கி.பி.இரண்டாம் நூற்றாண்டில் எனில் அந்தக் காலத்திலேயும் செயல் வீரர்களைக் காட்டிலும் சொல் வீரர்கள்தான் அதிகமாக இருந்திருக்கிறார்கள் என்பது இப்போது நமக்குத் தெரியவருகிறது.

கண்ணா! மனிதர்களில் பல்வேறு குணாதிசயத்தினரைப் பார்த்தாயா. சிலர் தங்களைப் புத்திசாலிகளாக நினைத்துக்கொண்டிருப்பார்கள். அவர்களின் அறிவீனம் அவர்களுக்கே தெரியாது. இரண்டு சர்தார்ஜிகள் உரையாடிக்கொண்டிருந்தனர்.

"நிலவுக்குப் போய் என்ன பயன்? பெரிதாக என்ன செய்துவிட்டார்கள்? நம் சீக்கியர்கள் சந்திரனுக்கு என்ன, சூரியனுக்கே நேராகப் போய்விடுவோம் என்றார் ஒருவர். "

"அப்படியா! 13 மில்லியன் மைல் தூரம். நெருங்கினால் எரிந்து சாம்பலாகி விடுவாய்!" என்றுமற்றவர் சொன்னதற்கு, மீண்டும் முதலாமவர் பதில் சொன்னாராம்,

"அதனாலென்ன? இரவில் போய்க்கொள்கிறேன்" என்றாராம் அந்தப் புத்திசாலி. இப்படிப்பட்ட விஞ்ஞான அறிவு சூனியங்களை என்ன செய்ய முடியும்? இவர்களைத்தான் கலைஞர் வாழைப்பட்டை என்றாரோ. அதனால்தான் அறிவு என்பதற்கு

"தெரிந்ததைத் தெரியும் என்றும், தெரியாததைத் தெரியாது என்றும் சொல்வதுதான் அறிவு " - என்று அறிவுக்கு விளக்கம் சொல்கிறார்கள்.

இக்காலத்து மாணவர்கள் நன்கு சிந்திக்கிறார்கள்

இவரைப் போன்றவர்கள் சிலர் தெரிந்தே இடக்கு முடக்காகக் கேள்வி கேட்பார்கள்.

"If child labour is a crime, then why teacher gives homework?" என்று ஒரு மாணவன் கேட்டான். கேட்டுக்கொண்டிருந்த இன்னொரு மாணவன் தன் பங்கிற்கு,

" Dollar value has increased to Rs. 58.
Milk has increased to   Rs. 40.
Petrol has incrased to   Rs. 75.
Thank God
Passing marks are still 35.

எல்லா விலைவாசிகளும் ஏறிக்கொண்டிருக்கும்போது, வெற்றி பெற வேண்டிய மதிப்பெண்களை, நல்ல வேளையாக அதிகரிக்கவில்லை என்று

அவன் சொல்கிறான். இதில் மாணவர்களின் சிந்திக்கும் திறனைப் பாராட்டியே ஆகவேண்டும். நகைச்சுவையாக எடுத்துக்கொண்டு மகிழலாம்.

அந்தக் காளையை விற்க முடியுமா?

மனிதர்கள் பலவிதம் என்பதற்கு ஒரு சம்பவத்தை எழுதுகிறேன் படி. அது நகைச்சுவையாகவும் இருக்கும்.

ஒரு விவசாயி வளர்த்த காளைமாடு முட்டி அவனுடைய மனைவி இறந்துவிட்டாள். அந்த இறுதிச் சடங்கை நடத்தி வைத்த புரோகிதருக்கு ஓர் ஐயம் ஏற்பட்டுக் கேட்டுவிட்டார்.

"சடங்கு நடந்துகொண்டிருந்தபோது, ஆண்கள் பலர் வந்து உங்களிடம் ரகசியமாக ஏதோ கேட்டார்கள். அதற்கு நீங்கள் எல்லோருக்குமே முடியாது எனத் தலையை ஆட்டினீர்கள். அதேபோல் பல பெண்கள் வந்து உங்க ளிடம் ஏதோ சொல்கிறார்கள், அவர்களிடம் ஆமாம் என்று தலைய சைத்தீர்கள். அவர்கள் என்ன கேட்டார்கள்? இதைத் தெரிந்து கொள்ளா விட்டால் என் தலை வெடித்துவிடும் " என்றதற்கு,

"ஒன்றுமில்லை ஐயரே! . அந்தப் பெண்களெல்லாம் ' உங்கள் மனைவி எவ்வளவு அழகானவர்; பண்பில் உத்தமி; எல்லோரிடமும் அன்பானவர்' என்றெல்லாம் சொன்னார்கள். அதற்குத்தான் நான் 'ஆமாம் ஆமாம்' என்றேன்.

ஆண்களெல்லாரும் வந்து 'அந்தக் காளை மாட்டை விற்க முடியுமா? எந்த விலையும் தருகிறோம்' என்று கேட்டார்கள். அதற்கு நான் 'முடியாது முடியாது' என்று சொன்னேன் " என்றார்.

கண்ணா! காளையை ஏன் கேட்டார்கள் என்று உன்னால் யூகிக்க முடிகிறதா? அதிலேதான் அந்த நகைச்சுவை ஒளிந்து கிடக்கிறது.

ஆஸ்கார் வொயில்டுவின் சித்தாந்தம்

ஆஸ்கார் வொயில்டு எனும் எழுத்தாளர் மனிதர்களின் பல்வேறு குணங்களைப் பற்றி விளக்குகிறார்.

"மனத்தில் வறுமையை வைத்துக்கொண்டு, செல்வந்தராக முடியாது;

மனத்தில் வெறுப்பை வைத்துக்கொண்டு காதலிக்கவும் முடியாது. "இப்படிச் சொல்லிவிட்டு மனிதன் எப்படியும் இரண்டு விதங்களில் கஷ்டப்பட்டுக்கொண்டுதானிருக்கிறான்.

"மனிதன் விரும்பியது கிடைக்காமல் அல்லது விரும்பியது கிடைத்து விட்டதால்.. " என்கிறார்.

"சிலர் வெறும் கனவுகளில் வாழ்ந்துகொண்டிருக்கிறார்கள்;
பலர் கவலைகளிலேயே தேய்ந்து கொண்டிருக்கிறார்கள்." என்று இன்றையநாட்டின் நடப்பை இதன் வாயிலாக ஓர் அறிஞர் வெளிப்படுத்துகிறார்.

ஜொராஷ்டிரிய மத மஜூசிகளின் பிணம் கழுகுக்கு

மனிதர்கள் பலவிதம் என்பதற்கு இன்னொரு எடுத்துக்காட்டு இதோ:

எல்லா மனிதர்களும் இறந்தவுடன் எரிப்பார்கள் அல்லது புதைப்பார்கள். ஆனால் நெருப்பை வணங்கும் ஜொராஷ்டிரியமத மஜூசிகள் என்பவர்கள் 'நிலம் நீர் நெருப்பு புனிதமானவை என்கிறார்கள். எனவே இறந்த உடலை எரிப்பதையோ புதைப்பதையோ அல்லது புனித கங்கை போன்ற நீரிலே விடுவதையோ ஏற்றுக்கொள்வதில்லை. அவர்களின் கொள்கை ரீதியில் இப்படிச் செய்வதால் மூன்று பூதங்களின் புனிதத் தன்மை கெடுவதாக நம்புகிறார்கள். அதனால் அவர்கள் 'அமைதிக் கோபுரம்' எனப் பெயர் வைத்து உயர்ந்த மேடைகளைக் கட்டி, அதன்மீது இறந்த உடல்களை இட்டுக் கழுகுகளின் பொறுப்பில் விட்டுவிடுகிறார்கள்.

ஓஷோவின் நகைச்சுவை

கண்ணா! வினோதமாகவும் சில மனிதர்களால் சிந்திக்க முடிகிறது.

வித்தியாசமாக ஒரு குழந்தைகூட எப்படி நினைக்கும் என்று ஓஷோ கூறுவதாக ஒரு செய்தி.

"என்ன? சொன்னதையே திரும்பத் திரும்ப ஒரே மாதிரியான தாலாட்டையே அம்மா பாடிக்கொண்டிருக்கிறார்கள் என்று எரிச்சலடைந்து இந்தக் கொடுமைகளிலிருந்து தப்பிக்கவே குழந்தைகள் கண்களை மூடிக்கொள்கிறதாம்" என்கிறார்.

ஓஷோ

அரிஸ்டாட்டிலின் தத்துவம்

"மகிழ்ச்சி வரும்போது அதைப்பற்றிச் சிந்திக்காதே!

அது நம்மைவிட்டுப் போகும்போது சிந்தனை செய்!"

-என்றுகிறிஸ்து பிறப்பதற்குமுன் வாழ்ந்த தத்துவஞானி அரிஸ்டாட்டில் சொல்கிறார். அதைப்போல் உன் கல்லூரி ஆசிரியரை முறைத்துப் பார்த்த பையன்கள் இப்போது சிந்திக்க மாட்டார்கள். மகிழ்ச்சி என்று நினைத்துக் கொண்டிருப்பது, அவர்களைவிட்டுப் போகும்போது சிந்திக்கும் நேரம்

வரும்.

“என்னிடமிருந்து வெளிப்படாத அன்பையும், மகிழ்ச்சியையும், ஆனந்தத்தையும், பரவசத்தையும் இன்னொருவர் எனக்குத் தந்துவிட முடியாது.

அதேபோல் என்னுடைய இதயம் ஆனந்தத்தில் நிரம்பி இருந்தபோது என் எதிரில் இருப்பவன் உணர்ச்சியற்றவனாய், மூடனாய் இருந்தான் என்றால் என்னால் அவனை மகிழ்வித்திட முடியாது “ என்பார்கள். இவை நீ எழுதிய அந்த மாணவர்களுக்கு எத்துணை பொருத்தமாக இருக்கிறது, பார்த்தாயா.

ஒரே இடத்துக் கற்கள் வெவ்வேறு நிலைகளில்

கண்ணா! “ ஒரே இடத்தில் வெட்டி எடுக்கப்படும் கற்களில், ஒன்று கோவிலில் சிலையாகிறது; மற்றொன்று அதே கோவில் வாயிலின் படியாகிறது. ஒரு கல் மாலைகளைப் பெறுகிறது; ஒரு கல் படிக்கட்டாகிப் பல பாதங்களைத் தூக்கிச் சுமக்கிறது.

ஒரே இடத்தில் பயிலும் மாணவர்களில் ஒருவர் எதிர்காலத்தில் அதிபர் ஆகிறார்; இன்னொருவர் அவருக்கு எடுபிடி வேலைகளைச் செய்யும் கடைநிலை ஊழியராகிறார். இருந்தாலும் விளையும் பயிர் முளையிலே தெரியும் என்பார்கள்.

அன்புக்காக ஏங்கும் அந்த வகை மாணவர்களை நாம் எளிதில் மாற்றி விட முடியும். மாற்றுவதற்கான சூழலை, மனப்பக்குவத்தை இளக்கிக் கொண்டுவரவேண்டும். அந்த நிலை வரும் வரை காத்திருக்க வேண்டும். அதற்கு முன் அவர்கள் எங்கேயாவது ஒரு இடத்தில் சறுக்கி விழுவார்கள்; அதைப்போன்ற தருணத்தில் அவர்களை நெருங்கி அன்பொழுகச் சொல்லும் விதத்தில் சொல்லித் திருத்த வேண்டும். அவர்களும் மனிதர்கள்தானே! மனத்தில் எங்கேயாவது ஒரு மூலையில் அன்பு இழைந்தோடும். அதனால் மாறுவதற்கு அல்லது மாற்றுவதற்கு நேரம் வரும். அதற்கு முன்னால் பெற்றோர்களைத் திருத்த வேண்டும். மனம் வைத்தால் மார்க்கம் தானாகப் பிறக்கும்.

இப்படிக்கு

உன் நலம் விரும்பும்

தாத்தா.

59 வயதுப் பெண்கள்

அன்புள்ள தாத்தா, வணக்கம்.

மனிதர்களில் பலவிதமானவர்களைப் பற்றித் தெரிந்துகொண்டேன். வெளித்தோற்றத்தை மாற்றிக்கொள்ளும் மாணவர்கள் பிரச்சினையில் தலையிடுவது பற்றி நான் யோசிக்கவே இல்லை. பலாப்பழம் போல் நல்ல குணமுடையவர்களாக இருக்கலாம் அல்லவா? ஆண்களில் பல தரப்பட்டவர்களைப் பற்றியே எழுதியிருந்தீர்கள்.

தாத்தா! வியந்து கேட்கக் கூடிய அளவுக்குப் பல குணங்களையும், பல செயற்பாடுகளையும் கொண்ட பெண்களும் நம்முடன் வாழ்ந்துகொண்டுதானிருக்கிறார்கள்.

சில நாட்களுக்கு முன் வசந்தம் சென்டிரல் தொலைக்காட்சி பார்த்தேன். அதில் ஒரு நிகழ்ச்சியில் ஒரு பெண் தன் ஆண் நண்பருடன் வெளியில் போயிருந்தாள். தாமதமாகிவிட்டது, 'நண்பனுடன் இரவு தங்கிவிட்டு நாளை காலை வீட்டுக்கு வருகிறேன்' எனத் தொலைபேசி வழி தன் தாயிடம் சொல்லியிருக்கிறாள்.

இந்தப் பொருள் பற்றி மகள், தாய் பார்வைகளில் எப்படி எடுத்துக் கொள்கிறீர்கள்? இதுதான் விவாதம். இரு சாராரையும் மோதவிட்டுக் கருத்துகளை வெளிப்படுத்துவதுதான் நோக்கமும் தொலைக்காட்சித் தயாரிப்பாளர்களின் தொழிலும்.

"இது எந்த விதத்திலும் நியாயம் இல்லை. அந்த அளவுக்கு இன்னும் நாம் முன்னேறவில்லை. அடக்கம் ஒடுக்கமாக இருந்தால்தான் இந்தச் சமுதாயம் நம்மை மதிக்கும். நாமெல்லாரும் சமுதாயத்திற்கு ஓரளவு பயந்து நடப்பவர்கள். ஊரோடு ஒத்து வாழ்பவர்கள். இரவு அவனுடன் தங்கும்போது ஏதாவது உன் கற்புக்குக் களங்கம் ஏற்பட்டுவிட்டால், அதன் பின் விளைவு என்னவாக இருக்கும்? ஆரூடம் பார்த்தேன். பிள்ளைகளின் நடவடிக்கைகளில் கொஞ்சம் கவனமாக இருந்தால், பெரிய பிரச்சினைகளைத் தவிர்த்திடலாம் என்று சொல்கிறார்கள் " - இது அம்மாவின் வாதமும், பயமும்.

"இதில் என்ன தப்பு? கால மாற்றத்தில் இதெல்லாம் பழக்கமாகி விட்டன. அப்படி நான் அவனுடன் பழகாவிட்டால் என்னை ஒரு

பழைய பஞ்சாங்கம் எனப் பரிகசிப்பான். தாய்மார்களே! எங்கள் மீது உங்களுக்கு நம்பிக்கை இல்லாவிட்டால் பரவாயில்லை; எங்கள் மீது எங்களுக்கு நம்பிக்கை இருக்கிறது. கற்பு என்று சொல்வது என்ன? அதன் விளக்கம் சொல்ல முடியுமா? நீங்கள் நினைக்கிற அந்தக் கற்பை இரவில் மட்டும்தான் பறிகொடுக்கமுடியுமா? எதுவுமே முடியும் என்றால் முடியும்; முடியாதென்றால் முடியாது. இதே கற்பை இன்று வாழும் ஒவ்வொரு இளைஞனிடமும் போய்க்கேளுங்கள். சமத்துவம் பேசும் நாம் இவற்றைச் சிந்தித்துப் பார்க்கவேண்டும். பிறருக்கு இடைஞ்சல் இல்லாத எது விருப் பமோ, அதைப்பின்பற்றுவதே காலமாற்றம். " - இவை அந்தப் பெண்ணின் வாதங்கள்.

தாத்தா! தொலைக்காட்சியைப் பார்த்து நமக்குத் தெரியாத முற்போக்குச் சிந்தனை எப்படியெல்லாம் காலமாற்றத்தில் ஏற்பட்டிருக்கிறது என்பதை நிறையத் தெரிந்துகொண்டேன். இப்போதைக்கு நான் அமைதி காப்பதே சரியென எனக்குப்படுகிறது.

இப்படிக்கு, உங்கள் அன்புள்ள

கண்ணன்.

அன்புள்ள கண்ணா, நலமா!

இந்தக் காலத்துப் பெண்களின் நடவடிக்கைகள் உணர்வை எழுப்பும் பிரச்சினைகளாகப் (Sensitive Issues) போய்விட்டன. அது உணர்ச்சி, அறிவு, யதார்த்தம், நம்பிக்கை கலந்த கூட்டுக்கலவை. இதில் எத்திசை நோக்கினும் அத்திசையே சரியான வழியாகக் காட்டிக்கொண்டிருக்கும். கண்ணுக்குள் பட்ட தூசியை எடுப்பதுபோன்று மெதுவாக, கண்ணுக்கு எந்தப் பங்கமும் வராமல் தூசி நீக்கப்படவேண்டும்.

மௌனம் காத்தல்

இதைப்போன்ற பிரச்சினைகள் எழும்போது அமைதிகாப்பது ஏற்புடையதல்ல. மற்றப் பொதுச் செய்திகளில் பொருள், நிலைமை அறிந்து அமைதி காப்பது பொருத்தமானதாக இருக்கலாம். மௌனத்தைப் பற்றி எல்லாநாட்டுஅறிஞர்களும்மேதைகளும்சிறப்பாகவேசொல்லியுள்ளார்கள்.

"உனக்குத் தெரியாத எதையும் பேசாதே! - அதேசமயம்

தெரியும் என்பதனாலேயே எல்லாவற்றையும் பேசிவிடாதே! " என நபி கள் நாயகத்தின் மருமகனார் மாவீரர் அலி அவர்கள் அறிவுரை கூறுகின்றார்.

"சும்மா இரு " என அருணகிரிநாதர் பாடுகிறார்.

"இறைவணக்கம் என்பது பத்துப் பகுதிகளைக் கொண்டது. அவற்றில் ஒன்பது பகுதிகள் மௌனமாக இருத்தலாகும் " என்கிறார் நபிகள் நாயகம்.

ஆனால் இங்கே உள்ளத்தில் உள்ளவற்றை வெளிப்படையாகத் தாயும் மகளும் பேசியது ஒருவகையில் வரவேற்கத் தகுந்த செய்தி. பிரச்சினையை வெளியில் சொல்லாமல் இருந்தால், அது நெருப்பாக மனத்திற்குள் கனன்றுகொண்டே இருக்கும். இப்படிப் பேசிவிட்டால் ஒரு தீர்வு ஏற்பட வழிபிறக்கும். பேசினாலே மனம் இலகுவாகி இறுக்கம் குறைந்திடும்.

அதைவிட்டுப் பிரச்சினையை மனத்திற்குள் வைத்துக்கொண்டு அமைதிகாப்பது சரியன்று என்பர். "கண்ணையும் காதையும் திறந்துகொள்: வாயை மூடிக்கொள் " எனும் வெற்றியாளனின் விதி எல்லா இடத்திலும் பொருந்தாது,

எங்கள் பொறுப்பை நாங்கள் அறிவோம்

நினைப்பதை நேரிடையாகப் பேசுவது நடைமுறைக்குச் சாத்தியப்படுமா எனும் கேள்வி எழும்போது அது சாத்தியம்தான் என இன்னொரு குரல் ஒலிக்கிறது. எப்போது சாத்தியப்படுமென்றால்

"நினைப்பதை எப்போதும் சரியாக நினைக்கப் பழகிக்கொண்டால் அப்படியே சொல்லலாம் " என ஒரு அறிஞர் சொல்கிறார். கண்ணா இதன் பொருளைச் சிந்தித்துப்பார்!

எங்களைக் காப்பாற்றிக்கொள்ளவேண்டுமென்பதிலே எங்களுக்கும் கடமையும் பொறுப்பும் இருக்கின்றன என்பதை நாங்கள் அறிவோம். நாங்கள் வளர்ந்தவர்கள்; நாலும் தெரிந்தவர்கள். தேவையின்றி எங்கள் சுதந்திரத்தில் மூக்கை நுழைப்பதை நிறுத்திக்கொள்ளவேண்டும் எனக் காலம் அந்தப் பிள்ளைகளை நினைக்கவைக்கிறது.

தந்தையின் அருமை காலத்தால் உணரப்படும்

காலமாற்றத்திற்கு ஏற்பப் பெற்றோர்கள்தாம் கொஞ்சம் விட்டுக்கொடுக்க வேண்டிய நிலைக்குத் தள்ளப்படுகிறார்கள். இனிப் பிள்ளைகளைப் பெற்றெடுத்துவிட்டால், அது ஆணாக இருந்தாலும் பெண்ணாக இருந்தாலும் உங்கள் ஆசைகளை பாசங்களைக்கொட்டி வளருங்கள். ஆனால் அவர்களிடமிருந்து சுவரில் அடிக்கும் பந்து திரும்பி வருவதுபோல் அவை வரும் என எதிர்பார்க்காதீர்கள். ஏனெனில் அடிக்கப்படும் சுவர் திடப்பொருளாக இருந்தால் அடித்த வேகத்தில் திரும்பிவரும். அதுவே மிருதுவான மெத்தைச் சுவராக இருந்தால் வரும் வேகம் குறையும்.

"உன் தந்தையின் அருமை நீ வளரும்போது தெரியாது;

உன் பிள்ளையை நீ வளர்க்கும் போதுதான் அது தெரியும் " அதனால் அது அப்படித்தான் எனத் தாய் தந்தையர் தம் மனங்களை மாற்றிக் கொள்ளும் பக்குவத்தைப் பெற்றுக்கொள்ளவேண்டும். காலமாற்றம்

எத்தனை செய்திகளை நமக்குக் கற்றுக்கொடுத்திருக்கின்றது. மனக் கணக்குப்போய்கால்குலேட்டரைப்பயன்படுத்துகிறோம்; அம்மி, ஆட்டுக் கல் போய் மிக்ஸி, கிரைண்டர் பயன்படுத்துகிறோம்; சமைப்பதற்கு விறகுக்குப்பதில் எரிவாயுவை எரியவிடுகிறோம். கால மாற்றத்திற்கு ஏற்ப நமக்கு ஏதுவானவை அல்லாதவற்றையும் ஏற்றுக்கொள்ளும் உள்ளத்தை உருவாக்கிக்கொள்ளவேண்டும்.

பெற்றோர்களே! பிள்ளைகளிடம் குத்திக் காட்டாதீர்கள்

"யாருக்காகவும் உன்னை மாற்றிக்கொள்ளாதே! - ஆனால் உனக்காகத் தன்னையே மாற்றிக்கொள்பவர் கிடைத்தால் அவர்களைத் தொலைத்துவிடாதே! " - இக்கருத்து நட்புக்கும் உறவுக்கும் பொருந்தும். அப்படிப்பட்டவர்கள் கிடைத்தலரிது.

மகள் தவறான போக்கில் போகிறாள் என எண்ணினால், அவளுடைய தவறுஎனநீங்கள்நினைப்பதைச்சுட்டிக்காட்டுங்கள்;குத்திக்காட்டாதீர்கள். தவறுகள் நாளடைவில் தானாகத் திருத்தப்படலாம்; ஆனால் உங்கள் சொற்களால் பட்ட காயங்களுக்கு மருந்திட முடியாது.

"ஒருவரைக் கண்டிக்க நேர்ந்தால் தனிமையில் கண்டியுங்கள்; பாராட்ட நேர்ந்தால் பலர் அறியப் பாராட்டுங்கள்! அதேநேரத்தில் தேவையான இடங்களில் நன்றியையும் பாராட்டையும் தெரிவிக்க மறவாதீர்கள்" - என்பார்கள். இதைப்போன்ற சொற்றொடர்களைப் படிப்பதோடு நின்றுவிடாமல் நடைமுறைப்படுத்துவதிலும் ஆர்வம் காட்டவேண்டும்.

"குத்துவிளக்கு எவ்வளவு பிரகாசமாக எரிந்தாலும் அதன் அடியில் இருள் இருப்பதைப் போலக் "குறையில்லாமல் இருப்பவர்கள் இல்லை யென்று சொல்லும் அளவுக்குத்தான் மனித இனம் வாழ்ந்துகொண்டி ருக்கிறது.

ஆரூடத்தைப் பொய்யாக்கினார் பம்மல் சம்பந்தம்

கண்ணா! உன் கடிதத்தில் நீ குறிப்பிட்ட அந்த அம்மையார், ஆரூடம் கணிப்பவன் சொன்னதாகச் சொன்னாரே, அதெல்லாம் மூட நம்பிக்கையின் பாற்பட்டது.

பம்மல் சம்பந்தம்

உனக்கு அநேகமாகத் தெரிந்திருக்க வாய்ப்பில்லை, பிரபல தொடக்ககாலத் தமிழ் நாடக ஆசிரியர் பம்மல் சம்பந்த முதலியார், ஒரு பெண்ணை விரும்பினார். திருமணம் செய்துகொள்ள எண்ணி ஜாதகம் பார்த்தார். இப்பெண்ணைத் திருமணம் செய்தால் ஜாத

கப்படி உங்கள் மனைவி தன் மாங்கல்யத்தை இழப்பார். நீங்கள் இறந்து விடுவீர்கள் என்று கணித்தவர் சொல்லிவிட்டார். ஆனால் அவர் அதே பெண்ணைத் திருமணம் செய்து கொண்டு, தமது 80ஆவது வயதில் கூறினார்,

"ஆரூடத்தை மீறி அதே பெண்ணைத் திருமணம் செய்தேன். திருமணத்தின்போது ஒரு தாலி, அறுபதாம் ஆண்டில் ஒரு தாலி, இப் போது ஒன்று என மூன்று தாலிகளைக் கட்டிச் சகல சௌபாக்கியங்களுடன் வாழ்கிறேன். எனது ஆயுளும் கெட்டியாக இருக்கிறது " என்று பம்மல் சொன்னார். சிலப்பதிகாரத்தை இயற்றிய இளங்கோவடிகளும் இதேபோல் மூத்தவன் இருக்க இளையவனான இளங்கோதான் முடிதரிப்பார் என்று ஆரூடம் சொன்னதை நிராகரித்து அண்ணனுக்கே மகுடம் சூட்டி ஆரூடத்தைப் பொய்யாக்கினார். இப்படி இருக்கையில் அந்த அம்மையார் இன்னும் ஜாதகத்தை நம்பிக்கொண்டிருக்கிறார்களே என வருத்தமாக இருக்கிறது.

அறிவொளியின் ஆரூட விளக்கம்

ஆரூடத்தையும் நியாயப்படுத்திப் பேசியவர்கள் பலர் இருக்கின்றனர். ஒருமுறை தமிழகத்தின் சிறந்த பேச்சாளர்களில் ஒருவரான அறிவொளி என்பவரிடம் சிலர் கேட்டிருக்கிறார்கள்.

"மனிதர்களின் கண், காது, மூக்கு, விரல்கள் நிறம், அறிவு, திறமை எல்லாமே ஒருவர்க்கொருவர் வேறுபடும்போது, 12 இராசிக்குள் கோடானுகோடி மக்களை அடக்கிவிடுவது எப்படிச் சாத்திமாகிறது? " எனக் கேட்டபோது, அதற்கவர்,

"செருப்புக் கடைக்குள் சென்றால் 11 அளவுகளில்தான் செருப்புகள் இருக்கும். முன்னே பின்னே இருந்தாலும் அவற்றில் ஒன்றை, பொருத்த மாக்கி விற்பனை செய்துவிடுகிறார்கள். இது சாத்தியப்படும்போது, அது சாத்தியப்படாமல் போய்விடுமா " என்று அறிவொளி கேட்பாராம்.

கண்ணா! "ஒரு வட்டம்போட்டு அதற்குள் வாழ்வது தவறில்லை. ஆனால் அந்த வட்டத்திற்குள்தான் வாழ்க்கை என முடிப்பதுதான் தவறு" என்பதை அந்தத் தொலைகாட்சியில் பேசிய அம்மா அறிந்துகொளல் வேண்டும்.

"எதைக்கண்டு அச்சம் ஏற்படுகிறதோ அதையே செய்யட்டும். அது தான் அச்சத்தைப்போக்கும் வழி " என்று அறிஞர் எமர்சன் கூறுவது அந்தப் பெண்ணுக்குப் பொருந்துகிறது.

இப்படிக்கு, உன் நலம் நாடும்

தாத்தா.

60 கிளி பேசுவதில்லை

அன்புள்ள தாத்தா, வணக்கம்!

என் நண்பன் ஒருவன் சோர்வுற்று அமர்ந்திருந்தான். ஏன்? என்ன ஆனது என்று காரணம் கேட்டேன். அதற்கு அவன், பள்ளி இறுதி வகுப்பில் படிக்கும் தன் பாசமுள்ள தங்கை கொஞ்ச நாள்களாக யாரிடமும் முன்புபோல் சரளமாகப் பேசுவதில்லை எனச் சொன்னான். நான் போய் நண்பனைப் பார்ப்பதற்குச் சிறிது நேரத்திற்கு முன்பு அவன் தங்கையிடம் தொலை பேசியில் தொடர்புகொண்டு பேசியிருக்கிறான்.

"கோதை!"

"என்ன?"

"உன் தோழியின் பிறந்த நாளுக்குப் போகப் பணம் வேண்டும் என நீ கேட்டதற்கு அப்பா குறைவாகப் பணம் கொடுத்தாரே! என்ன செய்வாய்?"

"போகமாட்டேன்"

"தோழி ஒன்றும் நினைத்துக்கொள்ள மாட்டாளா? நான் வேண்டுமானால் கொஞ்சம் தரவா?"

"வேண்டாம்"

"ஏன் கோதை நன்றாய்க் கலகலப்பாகப் பேசுவாயே! இப்போது ஏன் வெட்டி வெட்டிப் பேசுகிறாய்?"

"ஒன்றுமில்லை" - இப்படியாக நடந்த வார்த்தைப் பரிமாற்றங்களை என்னிடம் மனம்விட்டுச் சொல்லி வருந்தினான். சில நாள்களாக இப்படித்தான் எல்லோரிடமும் நடந்துகொள்கிறாள். வீட்டுக்கு வந்தால் தான் உண்டு; தன் அறையில் படிப்பு உண்டு, கணினி உண்டு என்றே இருக்கிறாள். சாப்பாட்டு மேசைக்கு வந்து உணவு ஏதேனும் தயாராய் இருந்தால் சாப்பிடுவாள்; இல்லையென்றால் அம்மாவிடம் கேட்காமல் அறைக்குள் சென்று தாழ்ப்பாள் போட்டுக்கொள்வாள்.

முன்பெல்லாம் அன்புச் சண்டையெல்லாம் போட்டுக் கலாட்டா செய்து விளையாடிக்கொண்டு இருந்தவள் இப்போது அப்படி

இல்லாதது அறிந்து வேதனையாகவும் அதிர்ச்சியாகவும் இருப்பதாகச் சொன்னான்.

தாத்தா! மாணவிகளிடம் மட்டுமல்ல சில வீடுகளில் மாணவர்களிடம் கூட இப்படித் திடீர் மாற்றம் ஏற்பட்டுப் பெற்றோர்கள் மன உளைச்சலடைவதாகச் சொல்கிறார்கள். ஏன் இப்படி நடக்கிறது என்று சிந்தித்துப் பார்த்தால் எனக்கு ஒன்றும் விளங்கவில்லை; உங்களுக்கு ஏதேனும் தோன்றுகிறதா?

இப்படிக்கு
உங்கள் அன்புள்ள

கண்ணன்.

அன்புள்ள கண்ணா, நலமா!

உன் கடிதத்தில் நீ குறிப்பிட்டிருந்தவாறு ஆண் பெண் என இரு பாலாரிடமும் இந்த மாற்றம் ஏற்படுகிறது என்பது உண்மையே. முன்பெல்லாம் பிள்ளைகளிடம் இப்படி நிகழ்வது மிகவும் குறைவு. இப்போது பரவலாக நாடுகள், இனங்கள் பாராமல் ஏராளமான வீடுகளில் மனமாற்றம் நிகழ்வதாகச் செய்திகள் வந்தவண்ணம் இருக்கின்றன.

வயதுக்கு வந்துவிட்டாள்

பெண்களுக்கு உடல் ரீதியில் பத்துப் பன்னிரண்டு வயதில் இயற்கையான மாற்றம் ஏற்படும். பருவம் அடைந்துவிட்டாள்; வயதிற்கு வந்துவிட்டாள்; பெரியவளாகிவிட்டாள்; சமைந்துவிட்டாள் என்றெல்லாம் அதை நாம் பலவிதமான சொற்களால் வெளிப்படுத்துகிறோம். அப்போது அவளுக்கு உடல் ரீதியில் ஏற்படும் மாற்றங்களோடு இணைந்து மன ரீதியிலும் மாற்றம் ஏற்படுகிறது. அல்லது சுற்றியுள்ளோர் அந்த மாற்றத்தை ஏற்படுத்திவிடுவார்கள். இதைப்போன்று வெளிப்படையாக இல்லாமல் ஆண்பிள்ளைகளுக்கும் கண்ணுக்குப் புலப்படாத உடல்சார்ந்த மாற்றங்களும் மனமாற்றங்களும் நிகழ்கின்றன. ஆண்களுக்கு மட்டும் அந்த வயதில் குரல் மாற்றத்தை வெளிப்படையாகப் பலரிடம் பார்க்கமுடியும். அதனால்தான் திரைப்படங்களில் சிறுவனாக நடிப்பதற்குச் சிறுமியைக் கூடத் தேர்ந்தெடுப்பார்கள். அதேபோல் சிறுவன் பாடுவதாக ஒரு காட்சியென்றால், அந்தப் பையனுக்குப் பதிலாக ஒரு பெண்ணைப் பாடவைத்துப் பதிவு செய்கிறார்கள். ஏனெனில் பெரும்பாலான சிறுவர்களின் குரல் ஒலிகள் பால் பிரித்துப்பார்க்க முடியாதவையாகவே இருக்கும்.

காலத்தைப் பிரித்தார்கள்

ஓராண்டையே இரண்டிரண்டு திங்களுக்கு ஒரு காலம் என வகுத்து இளவேனிற்காலம், முதுவேனிற்காலம், கார்காலம், கூதிர்காலம், முன்

பனிக்காலம், பின்பனிக்காலம், எனப்பழங்காலத் தமிழர்கள் காரணத்தோடு, காலத்தைப் பிரித்துவைத்து அடையாளம் காட்டியுள்ளார்கள். இவற்றில் வேனில் என்றால் வெயில் என்று பொருள். இப்போது அந்த விளக்கம் தெரியாமல் மழைக்காலம் கோடைக்காலம் எனப் பொதுவாக இரண்டாகப் பிரித்துச் சொல்லிவிடுகிறோம். பனி அதிகமாக விழும் இடங்களில் மார்கழியை ஒட்டிய காலத்தைப் பனிக்காலம் என்பர்.

மனிதர்களையும் ஏழு பிரிவாகப் பிரித்தார்கள்

அதேபோல் அகவை அடிப்படையில் பெண்களுடைய வளர்ச்சியை நமது தமிழ் இலக்கியங்கள் பேதை, பெதும்பை, மங்கை, மடந்தை, அரிவை, தெரிவை, பேரிளம்பெண் என ஏழு பிரிவாகப் பிரித்துக் கூறுகின்றன. ஷேக்ஸ்பியர் மனிதனுடைய வளர்ச்சியை ஏழு பருவங்களாகக் காண்பிக்கிறார். இதில் எவரும் சிந்திக்காத வகையில் அவர் குழந்தைப் பருவத்தில் தொடங்கி ஏழாவது பருவத்தில் மீண்டும் குழந்தைப் பருவத்தை அடைகிறார்கள் என்று சொல்கிறார். நடைமுறையில் அதைக் கண்கூடாகக் கண்டு வருவதால் அப்படி அவர் சொல்லியது மிகவும் சுவையானதாக இருந்தது. உலகோர் எடுத்தாளும் செய்தியாகிவிட்டது.

பதின்ம வயதின் மாற்றம் இயற்கை

கண்ணா! நீ உன் கடிதத்தில் குறிப்பிட்டிருந்த அந்தப் பெண்ணின் மாற்றங்கள் பருவ மாற்றத்திற்குப் பிறகு அதாவது பதின்ம வயதில் பல சந்தர்ப்பச் சூழல்களால் உருவாகின்றன. அதை ஆங்கிலத்தில் டீனேஜ் காலம் என்பார்கள். இவற்றிற்கு மாறிவரும் சமுதாயச் சூழலில் பலமூலகாரணங்கள் மலிவாகக் கிடைக்கின்றன.

பிள்ளைகளின் எதிர்பார்ப்பு நிறைவேறாமை; பெற்றோர்கள் பணி நிமித்தமாகப் பிள்ளைகள் மீது அன்பு காட்டாமை; மாற்றாந்தாய் பாகுபாடு; பல பிள்ளைகள் இருந்தால் ஏற்றத் தாழ்வுமனப்பான்மை; யார் பெரியவர்; தான் என்கிற அகந்தை (ஈகோ); காதலில் ஏற்படும் பிரச்சினைகள்; பள்ளி கல்லூரிகளில் மதிப்பெண் பெறுவதில்; சுற்றியுள்ள சமுதாயக் கட்டமைப்பின் விதிகள்; கணினியின் தவறான வழிகாட்டுதல்கள்; ஆசிரியர் மாணவர்களுக்கிடையே எழும் பிரச்சினை போன்றவைகள் நம் கண்முன் நிற்கின்றன. இவற்றில் பெரும்பாலான மாணவர்களுக்கு மன உளைச்சல் ஏற்படக் காரணமாக அமைவது பெற்றோர்களின் அணுகுமுறைகளினால் தான். பெற்றோர்களுக்கும் பிள்ளைகளுக்கும் ஒன்று சொல்லவேண்டுமானால்

" விரும்பியது கிடைக்காவிடில், கிடைத்ததை விரும்பிக்கொள் "
என்கிற தத்துவத்தைப் புரிந்து ஏற்கிற மனப்பக்குவம் எங்கே அமைகிறதோ அங்கே இதைப்போன்ற பிரச்சினைகள் உதயமாவதில்லை.

தன்மானம் இடம் கொடுப்பதில்லை

தங்கைக்கு என்ன பிரச்சினை என்பதை அந்த நண்பனிடம் சொல்லி ஒரு உளவியல் நிபுணரிடம் அழைத்துச் சென்று கலந்தாலோசித்து, அதற்கான காரணத்தைக் கண்டறிந்து களைந்துவிட்டால், முளையிலேயே கிள்ளி எறிந்துவிடலாம். அது கொஞ்சம் எளிதானதாகவும் இருக்கும். இப்போதிருக்கும் போக்கில் விட்டுவிட்டால் அதுவே பழகிப் போய்விடும். அதன் பிறகு பாதிக்கப்பட்டவருக்கு முற்றிலும் புதிய இடத்தில், புதிய சூழலில், புதிய உறவில் சராசரி நிலையை அடைவதற்கு வாய்ப்புகளுண்டு. பழைய உறவிலேயே தங்களை மாற்றிக்கொள்வதற்குத் தன்மானம் என்கிற கௌரவப் பிரச்சினைகூடச் சிலருக்கு குறுக்கே நிற்கும். இதை எழுதும் போது எனக்கு ஒரு நகைச்சுவையான நிகழ்வு நினைவுக்கு வருகிறது.

மாமியார் மருமகள் பிரச்சினை தீர்ந்தது

மாமியார் மருமகளுக்கிடையில் ஓயாத சண்டை சச்சரவுகள், தீர்ந்த பாடில்லை. தாய்க்காக மகன் பரிந்துபேசினால் ‘என்னை ஏன் திருமணம் செய்தீர்கள்’ என்று சொல்லி மனைவி தன் உறவைப் பாதிக்க வைப்பாள்; மனைவிக்காக ஏற்றுக்கொண்டு பேசினால் பெற்றெடுத்த தாயோ ‘தலை யணை மந்திரத்தில் மகன் மயங்கிவிட்டான்’ என ஏசுவார். இந்த இரண்டும் கெட்டான் இக்கட்டான நிலையில் அவன் ஒரு நாள் ஒரு ஞானியிடம் போய்ப் பிரச்சினை தீர்ந்து சுமூக உறவு ஏற்பட ஏதேனும் வழி இருக்கிறதா எனக் கேட்டு நின்றான். அவர் சிந்தித்து ஒரு தீர்வைச் சொல்லியனுப்பினார்.

அதன்படி தாய் உடல்நலம் சரியில்லாமல் இருந்த நேரம் பார்த்து, நேராக மனைவிடம் வந்து “ என் அம்மா இன்னும் இரண்டுமாதங்களில் இறந்து விடுவார் என டாக்டர் சொல்லிவிட்டார். அப்புறம் நீயும் நானும்தானே. இதற்கிடையில் அம்மா ஏன் ஒரு குறையுடன் இறக்கவேண்டும்? யோசித் துப்பார்” எனச் சொல்லிவிட்டுச் சென்றுவிட்டான். இதைக்கேட்டவுடன் மனைவிக்கு ஒரே மகிழ்ச்சி. இரண்டு மாதங்கள்தானே. பொறுத்துக்கொள் வோம் என முடிவெடுத்து, மருத்துவமனைக்குச் செல்வதும், பணிவிடைகள் செய்வதும், ஒருமாத விடுப்புப் போட்டுவிட்டு விழுந்து விழுந்து கவனிப்பதுமாக மனைவி நடித்தாள். மருமகளின் மரியாதைகளையும் உபசரணைகளையும் பார்த்துத் தாய் மனம் மாறினாள். மருமகள் இவ்வளவு அன்பாக இருக்கிறாளே என்று வேதாளமும் முருங்கை மரத்தினின்று இறங்கியது. கொஞ்சல் என்ன? குலாவல் என்ன? மகன் அருகில் நின்று அந்தக்கண்கொள்ளாக்காட்சிகளைக்கண்டுசுவைத்துக்கொண்டிருந்தான். ஆனால் எங்கே உண்மை தெரிந்தால் வேதாளம் மீண்டும் மரத்தில் ஏறிக்கொள்ளுமோ என்று அவனுக்கு ஒரு பயம் மட்டும் இருந்துகொண்டே இருந்தது.

கண்ணா! இது நகைச்சுவை என்று நீ பார்க்காது ஓர் உளவியலாக நோக்கு. என்ன நடந்தது தெரியுமா? உண்மை தெரிந்த பின்பும் அவர்களின் மனங்கள் ஒன்றுபட்டே இருந்தன. காரணம் இந்த ஒன்றுபட்ட மனத்தால் வாழ்க்கையில் அமைதி மகிழ்ச்சி ஏற்பட்டு மன உளைச்சல் நீங்கி நற் பலன்களை அவர்கள் பெற்றிருந்தார்கள். அதிலிருந்து பின்வாங்க அவர்களுக்கு மனம் வரவில்லை. மகன் நிம்மதிப் பெருமூச்சுவிட்டு ஞானி இருந்த திசை நோக்கி வணங்கினானாம்.

மனத்துக்கல்ல சிறைவாசம்

அந்தத் தங்கை அறைக்குள் சென்று தன்னை இப்படிச் சிறைப் படுத்திக்கொண்டால் உளைச்சல்தான் இன்னும் அதிகமாகும். அப்போ தெல்லாம் நேரு போன்ற நாட்டு விடுதலைக்குப் போராடிய தலைவர்கள் சிறைக்குச் சென்றார்கள். அந்தச் சிறைக்கும் இந்தப் பெண்ணின் சிறைக்கும் வேறுபாடு உண்டு. இந்தப் பெண் தன் அகம் புறம் இரண்டையும் சிறைப்படுத்திக்கொள்கிறாள். ஆனால் நேருவின் உடல் சிறைக்குள் இருந்தாலும் உண்மையிலேயே அவர் மனமும் சிந்தனையும் சிறைக்குள் இல்லை. மனத்தளவில் அவருடைய சிந்தனைக்கு எந்தச் சிறையும் கட்டுப்படுத்திட முடியாது. அவருடைய மனம் வெளியில் சுற்றித் திரிந்தது. அஹமத் நகர் சிறைச்சாலையில் அடைக்கப்பட்டிருந்தபோதுதான், தன் மகள் பிரியதர்சினி இந்திராவுக்கு என்று ஒரு நூல் எழுதினார். பிற்காலத்தில் புகழ்பெற்ற தேசிய விடுதலை இலக்கியமாகத் திகழ்ந்த நூல் " தி டிஸ்கவரி ஆப் இண்டியா ".

ஜான் பன்யன் எனும் எழுத்தாளர் தாம் வாங்கிய கடனைத் திருப்பித் தரமுடியாததால் வழக்குத் தொடரப்பட்டுச் சிறையில் அடைக்கப்பட்டார். அந்தச் சிறையிலிருந்து எழுதிய நாவல்தான் பின்னாளில் உலகப் புகழ்பெற்ற இலக்கியம் Pilgrim's Progress எனும் நூல்.

கண்ணா! நீ நினைத்துப்பார்! எதுவெல்லாம் உன்னைக் கட்டுப்படுத்து கிறதோ அதுவெல்லாம் உனது சிறைதானே! அப்படியானால் நாம் பல விதமான உணர்ச்சிகளின் சிறையில் ஆயுள் கைதிகளாகத்தான் இருக் கிறோம். அதிலிருந்து விடுபட முதலில் எண்ணவேண்டும், பின்பு அதற் கான செயலில் இறங்கவேண்டும். எடுத்துக்காட்டாக " பயம், பழக்கம் " போன்றவை.

சாமியார்களால் மௌனத்தைக் காக்க முடியவில்லை

முன்னமே எழுதியவாறு எதிர்பார்ப்பும் இல்லாமல், தேவையும் இல்லாமல் வாழ முற்பட்டால் பிரச்சினை இன்றி வாழமுடியும் என்கிறபோது அவள் ஏன் யாரிடமும் பேசாமல் மௌன விரதம் இருக்கவேண்டும்?

முற்றும் துறந்த சாமியார்களாலேயே மௌனத்தைக் கடைப்பிடிக்க முடியவில்லை. காரணம் அவர்கள் உதடுகளால் உச்சரிக்காத பேச்சுகள் இல்லையே தவிர உள்ளம் பேசிக்கொண்டுதானிருந்தன.

நான்கு துறவிகள் கூடிக் காலை சூரிய உதயம் முதல் நடு இரவுவரை மௌனம் காப்பது என்று முடிவெடுத்தார்கள். எழுந்து அங்கே இங்கே சென்றால் பேசவேண்டிய நிலை வரும் என்பதற்காக ஒரே இடத்தில் அமர்ந்துகொண்டார்கள். இரவு வந்தது. மெழுகுவர்த்தி கொளுத்தி வைக்கப்பட்டு எரிந்துகொண்டிருந்தது. சிறிது நேரம் ஆனவுடன் வர்த்தி அணையும் தறுவாயில் ஒரு துறவி " வேறு ஒன்று இருக்கிறதா? " என்று சொல்லி நாக்கைக் கடித்துக்கொண்டார். பக்கத்துத் துறவிக்கு எரிச்சல் ஏற்பட்டு, " மௌன விரதம் இருக்கிறோம் என்பதே மறந்து போய்விட்டதா? " என்று தம்மை மறந்து பேசிவிட்டார். இதைக் கவனித்துக்கொண்டிருந்த மூன்றாம் துறவி, சினம் வந்தவராய், " அவர்தான் பேசிவிட்டார். அதற்காக நீங்கள் பேசலாமா? " என்றவுடன் நான்காம் துறவிக்கு ஒரே மகிழ்ச்சி வந்தவராய் " எல்லோரும் பேசிவிட்டார்கள். நான்தான் வெற்றி " என வாய் விட்டுக் கத்தினார். ஆக யாராலும் விரதத்தை நிறைவுசெய்யமுடியவில்லை. இப்படி ஒரு படிப்பினைச் செய்தியாக இந்தக் கதையைச் சொல்வார்கள். கட்டுப்பாட்டுடன் நடப்பது எவ்வளவு கடினம் என்பதை இதிலிருந்து தெரிந்துகொள்ளமுடியும். அதுவும் உண்ணாவிரதம் இருந்துவிடலாம்; ஆனால் பேசாமல் இருப்பது மிகவும் கடினம்.

கண்ணா! பேசுவதிலும் பேசாமலிருப்பதிலும் உள்ள சிரமங்கள் பல. பேசாமலிருப்பது சிரமம் என்பதால் எதையும் பேசிவிடவும் முடியாது.

" வாயிலிருந்து வெளிவராத சொல்லுக்கு நீ எஜமானன்;
வெளிவந்த சொல் உனக்கு எஜமான் "

இந்த உண்மையைப் புரிந்துகொண்டு உன் ஒவ்வொரு பேச்சையும் நிதானித்து, சிந்தித்து, வடிகட்டிச் சொற்களைச் செலவு செய்!

இப்படிக்கு
உன் நலம் விரும்பும்
தாத்தா.

61. திறமைதான் நமது தெய்வம்

அன்புள்ள தாத்தா, வணக்கம்!

தாங்கள் எழுதிய கடிதத்தை அந்த நண்பனிடம் கொடுத்துப் படிக்கச் சொன்னேன். அவன் படித்து முடித்தபோது கண்களைத் துடைத்துக்கொண்டதைத் தூரத்தில் நின்று கவனித்தேன். அந்த நண்பன் மிகத் திறமையானவன். அவனிடம் பல முகங்கள் இருக்கின்றன. ஓட்டப் பந்தயத்தில் அவன் பங்கெடுத்தால் ஏதாவது ஒரு பரிசுடன்தான் வருவான். படிப்பில் முதல் பத்து மாணவர்களில் ஒருவனாக இருப்பான். மேடையில் பின்னணிப்பாடகர் போன்ற குரல் வளத்துடன் பாடுவான். பாடும்போதே ஆடிப் பார்ப்போரைக் கிரங்க வைத்திடுவான். கவிதை, கட்டுரை எழுதி ஆசிரியர்களால் பாராட்டப் படுவான். சென்ற ஆண்டு அதிகமாகக் கட்டட நிதி வசூல் செய்து கொடுத்தவன் என்கிற பெருமை பெற்றவன். அதனால் அவனை எனக்கு மிகவும் பிடிக்கும். அப்படிப்பட்ட நண்பனின் துயரத்தில் கொஞ்சம்பங்கெடுக்க எண்ணித் தங்களுக்கு அவன் தங்கையினுடைய செய்தியை எழுதினேன். ஏதோ உங்கள் கடிதம் அவனுக்குச் சிறிய ஆறுதலைக் கொடுத்திருக்கும் என நம்புகிறேன்.

இவ்வளவு திறமையான ஒரு மாணவனுக்கு, அன்போடும் பாசத்தோடும் வளர்ந்த தங்கைக்கு ஏன் இப்படி நேர்ந்திட வேண்டும் என நானும் நினைத்து வருந்தினேன்.

தாத்தா! சென்னையில் நில நடுக்கம் எனச் செய்தி படித்தேன். அப்போது உங்களைத்தான் நான் நினைத்துப்பயந்துகொண்டிருந்தேன். கவனமாக இருங்கள்.

இப்படிக்கு, உங்கள் அன்புள்ள

கண்ணன்.

அன்புள்ள கண்ணா, நலமா!

சென்னையில் நில நடுக்கம் இருந்தது என்னவோ உண்மைதான். ஆனால் நான் குடியிருக்கும் பகுதியில் எந்த நிலநடுக்கமும் இல்லை. ஆனால் மன நடுக்கம் அன்று முழுதும் இருந்துகொண்டேதான் இருந்தது.

புதுமைத்தேனீ மா.அன்பழகன்

உன் நண்பன் எல்லாத் துறைகளிலும் மிகத் திறமையானவன் என்பதை விரிவாக எழுதி இருந்தாய். திறமை என்பதற்கும் அவனுக்கு ஏற்படுகிற இடர்ப்பாடுகளுக்கும் எந்தத் தொடர்பும் இல்லை. திறமை இருந்தால் உழைக்கலாம்; சோம்பலைத் தவிர்க்கலாம்; புத்திசாலித்தனமாகத் திட்டமிடலாம்; பொருளாதாரத்தைப் பெருக்கலாம்; முன் யோசனையுடன் நடந்து எதிர்வரும் தீங்கைத் தவிர்க்கலாம். அறிவுடன் கூடிய உழைப்பே திறமை.

கவிஞர் ஜான் மில்டனின் இழந்த சொர்க்கம்

ஆங்கிலத்தில் தலைசிறந்த கவிஞராகக் கருதப்படும் ஜான் மில்டன் கண்கள் பாதிக்கப்பட்டுக் குருடராகிவிட்டார். எழுத முடியாமற் போய்விட்டது. தன்னிடம் உள்ள திறமையை வெளிப்படுத்துவது என முடிவெடுத்தார். அவர் சொல்லச் சொல்ல அவருடைய இரண்டு மகள்களும் எழுதினார்களாம். எழுத்துகளைக்கூடத் தேவைப்படும் இடத்தில் ஒவ்வொன்றாகச் சொல்லிக்கொண்டே இருப்பாராம். இப்படியாக 12 காண்டங்கள் எழுதப்பட்டதாம். அதுதான் Paradise Lost எனும் உலகப் புகழ்பெற்ற காவியமாகப்பின்னாளில் எல்லாராலும் பாராட்டப்பட்ட நூலாக விளங்கியது. திறமை எங்கிருந்தாலும் அதற்கான மரியாதை கிடைத்தே தீரும்.

கலைஞரின் 'பரதம்' பற்றிய பேச்சு

கலைஞர் கருணாநிதி

ஒருமுறை தமிழகத்தில் ஒரு பரத நாட்டியத்திற்குத் தலைமை வகித்த கலைஞர் பரதம் எனும் சொல்லுக்கு ஒரு புது விளக்கம் தந்து தன் சிந்திக்கும் அறிவுத் திறமையை வெளிப்படுத்தினார்.

" பரதம் என்ற சொல்லில் உள்ள ' ர ' எழுத்தில் ஒடிந்து கீழே தொங்கும் நீட்டலை நீக்கிவிட்டால் பாதம் ஆகிவிடும். பாதம் தானே பரதம் ஆடுவதற்கு அடிப்படைத் தேவை. பரதத்தில் ' ப ' எனும் எழுத்தை நீக்கிவிட்டால் ரதம். ஆடும் பெண்கள் ரதம்போல் தங்களை அலங்கரித்துக்கொண்டால்தான் பார்ப்பவர்களுக்கு விருந்தாக அமையும். ' பர ' எனும் இரு முதல் எழுத்துகளை எடுத்துவிட்டால் ' தம் ' என்று நிற்கும். மூச்சுப் பிடித்து ஆடிச் சிறப்புப் பெறுவதற்கு உடலிலும் உள்ளத்திலும் ' தம் ' கட்டி ஆடவேண்டும் " என்றார். கலைஞரிடம் எவ்வளவோ திறமைகள் இருக்கின்றன. 1957ல் தமிழகச் சட்டமன்றத்திற்குள்

நுழைந்தவர் 2014 ஆகியும் இன்னும் அதை விட்டு வெளியே வராத தலைவர் என்றால் அவர் திறமையை என்னென்பது.

கவிஞன் - விஞ்ஞானி வேறுபாடு

கதாசிரியருக்கும் விஞ்ஞானிக்கும் உள்ள வேறுபாடு என்னவென்று அறிஞர் ஒருவரிடம் கேட்டபோது, அவர் தன் திறமையான பதிலில் "விஞ்ஞானிக்குப் பசிபிக் கடல், அட்லாண்டிக் கடல், இந்துமாக்கடல், அரபிக் கடல்கள்தான் தெரியும். ஆனால் கதாசிரியனுக்கு அந்தக் கடல்களும் தெரியும்; அதற்கும் அப்பால் உள்ள துன்பக்கடல், துயரக்கடல், உவகைக் கடல், இன்பக்கடல் போன்ற பல கடல்களையும் தெரியும் " என்றார்.

ஒரு பூவைக் கவிஞன் தன் பார்வையில் அழகு, மென்மை, மணம், வண்ணம் போன்ற பல கோணங்களில் பார்த்து வருணிப்பான். அந்த மலரைச் செடியிலேயே வைத்து அழகு பார்ப்பான்; கற்பனை செய்வான். அதே நேரத்தில் ஒரு விஞ்ஞானி பூவைப் பார்த்தால் உடனே செடியிலிருந்து அதைப் பறித்து அக்கக்காய்ப் பிரித்து அக இதழைப் பார்; புற இதழைப் பார்; சூலைப்பார்; சூல் தண்டைப் பார்; மகரந்தப் பொடியைப் பார் என்பார். இரண்டும் இருவேறுபட்ட கோணங்கள்.

நடைபாதையில் உட்கார்ந்திருக்கும் செருப்புத் தைக்கும் தொழிலாளி, நடப்போரின் கால்களையே கவனிப்பான்; அதே நேரத்தில் ஒரு தையற்காரர் நடப்போர் உடுத்தியிருக்கும் உடைகளையே பார்ப்பார். இது இயற்கை.

உ.வே.சா. - பெரியார் ஒருவரை ஒருவர் தேற்றிக் கொண்டார்கள்

கண்ணா! உன் நண்பன் சகலகலா திறமை சாலியாக இருந்தாலும் பொது அறிவில் சிறந்தவனாகவும் விளங்க வேண்டும். இல்லா விட்டால் உ.வே. சாமிநாத அய்யர் போல் சில இடங்களில் கிணற்றுத் தவளையாக இருந் திடல் கூடாது.

ஒருமுறை திருச்சியிலிருந்து ஈரோட்டுக்குப் பயணச்சீட்டை எடுத்துக்கொண்டு புகைவண்டியில் உ.வே.சா. பயணமானார். அருகில் தந்தை பெரியார் ஒரு துணி மூட்டையுடன் வந்து அமர்ந்தார். பெரியாரை அடையாளங்கண்ட அய்யர்,

"எங்கே போய்விட்டு வருகிறீர்கள் "

"தெருத் தெருவாகப் போய்க் கதர்த்துணி விற்றுவிட்டு வருகிறேன் "

என்று சொன்னதைக் கேட்டவுடன் உவேசா அவர்கள், பெரியார் வறுமையில் உழல்கிறார், அதனால்தான் துணிவிற்றுப் பிழைப்பை நடத்துகிறார் என்று எண்ணி, 'செல்வத்தின் நிலையாமை, யாக்கையின்

நிலையாமை, இளமை நிலையாமை' போன்றவைகளை இலக்கியச் சான்றுகளுடன் ஈரோடு போய்ச் சேரும்வரை ஒரு சொற்பொழிவே நடத்திப் பெரியாருக்கு ஆறுதல் கூறினாராம்.

மேற்கொண்டு பழைய நினைவுகளையும் பகிர்ந்துகொண்டாராம்.

"உங்கள் தந்தையிடம் பணம் பெற்றுச் சில புத்தகங்களைப் பதிப்பித்தேன். அப்படிப்பட்ட வள்ளல் குடும்பம் இப்படி ஆகிவிட்டதே! வருந்தாதீர்கள். காலம் மாறும் " என்றெல்லாம் சொல்லி வருத்தப்பட்டாராம். பெரியார் அமைதியாகக் கேட்டுக்கொண்டே வந்தவர், இறுதியில்

"நான் பொருளாதாரத்தில் தாழ்ந்துவிடவில்லை. காங்கிரஸ் கட்சியின் கதர் கொள்கைப் பிரச்சாரத்திற்காகத்தான் மூட்டை சுமந்து துணி விற்றேன்" எனச் சொல்லிவிட்டு, 'இன்றைக்கும் உங்களைப் போன்றவர்களுக்கு உதவி செய்யும் அளவிற்கு வசதியோடுதான் இருக்கிறோம்' என்று அய்யரை இவர் ஆறுதல் படுத்தினார். அக்காலத்தில் கற்றறிந்த அறிஞர்களே எந்த அளவு உலக அரசியல் அறிவு அற்றவர்களாக இருந்திருக்கிறார்கள் எனபதற்கு இது ஓர் எடுத்துக்காட்டு. திறமைமிக்க உன் நண்பன் பொது அறிவில் இதைப்போல் இருந்திடக்கூடாது என்று சொல்லி வை.

கண்ணதாசனின் பலவீனங்கள்

கண்ணதாசன்

எவ்வளவு திறமையானவனாக இருந்தாலும் சோம்பல் வந்துவிட்டால் எல்லாமே பாழாகிவிடும். எகிப்தில் ஒரு பழமொழி உண்டு." சோம்பல் உள்ளவன் இரண்டு முட்களும் இல்லாத கடிகாரம் போன்றவன் " அந்தக்கடிகாரம் இருந்தென்ன? இல்லாவிட்டால் என்ன?

கவியரசு கண்ணதாசன் கவிதை இயற்றுவதில் எவ்வளவு திறமையானவர். தமிழ் வானொலிகளில் அவருடைய திரைப்படப் பாடல்கள் ஒலிக்காத நாள்களே இல்லை எனலாம். " தடுமாறும் போதையிலும் கவிபாடும் மேதையவன் " எனச் சௌந்திரம் கைலாசம் அவர்களால் பாராட்டப்பட்டவருக்குப் பல பலவீனங்கள் இருந்ததால் திறமையின் பலனைப் பெறமுடியாமல் பலநேரம் அவதிக்குள்ளாகி இருக்கிறார்.

திருமணத்துக்கு வீடு வீடாகப் போய்ப் பெண்பார்த்துவிட்டு "எந்தப் பெண் பிடித்திருக்கிறது? உடனே ஏற்பாடு செய்திடுவோம்" என அவருடைய தாய் கேட்டதற்கு, "எல்லாப் பெண்களையும் பிடித்திருக்கிறது" என்றார். எனில் அவர் பெண்களைப் பொறுத்தவரையில் எவ்வளவு

பலவீனமானவர் என்பதை அறியமுடியும்.

தான் இறந்துவிட்டதாகத் தொலைபேசி மூலம் ஒரு செய்தியினைப் பரப்பிவிட்டு, யார் யார் துக்கத்தோடு வருகிறார்கள் எனப் பார்க்கவேண்டும் என்பதற்காகக் கதவின் மறைவில் நின்று பார்த்த குழந்தை உள்ளம் படைத்தவர். ஒருநேரம் சொல்கிறார்,

"இந்தியாவின் ஜனாதிபதிபோல் சம்பாதிக்கிறேன். இந்தியாவைப் போலவே கடனும் வாங்குகிறேன் " என்று ஒளிவு மறைவு இல்லாத வாழ்க்கையை வாழ்ந்து சென்றுவிட்டார் நிர்வாகத் திறமை இல்லாத கண்ணதாசன்.

அண்ணாவின் ஆங்கில மொழித்திறமைக்கு எடுத்துக்காட்டு

அறிஞர் அண்ணாவின் ஆங்கில மொழித் திறமையைப் பரிசோதிக்க அமெரிக்க மாணவர்கள் விரும்பினார்கள். யேல் பல்கலைக் கழகத்திற்கு அண்ணா சென்றிருந்த போது, Because என்று தொடங்கும்படி ஒரு தொடர் சொல்லுங்கள் என்று மாணவர்கள் கேட்டார்கள். இணைப்புச் சொல்லாகிய Becauseயை ஒரு சொற்றொடரின் தொடக்கச் சொல்லாக்குவது மொழியியலாளருக்கே மிகவும் கடினம். ஆனால் அடுத்த நொடியிலேயே,

" 'Because' can not be the begining of a sentence,

because, because is a conjunction "

என்று சொன்னவுடன் கூடியிருந்த மாணவர்கள் அனைவரும் எழுந்து நின்று அண்ணாவின் மொழித்திறமையைக் கைதட்டிப் பாராட்டியிருக் கிறார்கள்.

காமராசரின் நடைமுறைச் சிந்தனைத் திறன்

உலகநாயகன் எனப் போற்றப்படும் நடிகர் கமல்ஹாசனின் தந்தை சீனிவாசன் கருமவீரர் காமராசருக்கு நண்பர். அவர் தன் மகன் சாரு ஹாசனை இளங்கலை அறிவியலில் படிக்கவைக்க எல்லா கல்லூரி களுக்கும் சென்று இடம் கேட்டுக் கிடைக்காமல் ஏமாற்றத்துடன் நண்பர் காமராசரிடம் சென்று, மாநிலக் கல்லூரியில் இருந்த 12 இடங்களும் நிரம்பி விட்ட விவரத்தைச் சொன்னார்.

தமிழ்நாடு காங்கிரஸ் கட்சியின் தலைவராக இருந்த காமராசர், மாநிலக் கல்லூரியின் முதல்வராக இருந்த மணவாள இராமானுசத்தை அழைத்து "ஒரு கல்லூரியின் அறிவியல் துறையில் 12 இடங்கள்தான் இருந்தால் மற்ற மாணவர்கள் எப்படிப் படிப்பார்கள்? " என்று கேட்க,

"அவர்களுக்கான பரிசோதனைக் கூடத்தில் 12 மாணவர்கள் மட்டுமே

அரவிந்தர் ஆசிரமத்தில் நேரு, இதிரா காந்தி, லால் பகதூருடன் காமராஜர். (29.09.1955)

பயிற்சி பெற இட அமைப்பு இருக்கிறது. அரசின் ஆணையும் அதுவே " என்றாராம். உடனே சென்னைப்பல்கலைக் கழக ஆட்சிமன்றத் தலைவராக இருந்த இலட்சுமணசாமி முதலியாரைத் தொலைபேசியில் அழைத்துக் கேட்க, அவரும் அதே கருத்தைச் சொல்லிவிட்டு, 'மாணவர்களின் எண்ணிக்கையை அதிகரிக்க வேண்டுமானால் கல்வியமைச்சர் ஆணையிட்டால்தான் முடியும் என்றாராம். பின்னர்க் கல்வியமைச்சராக இருந்த மாதவ மேனனை அழைத்துக் கேட்டார்.

"12 இடத்திற்குமேல் சேர்த்தால் பல சிக்கல்கள் இருக்கின்றன " என்றவுடன் சினமுற்ற தலைவர், "12 பேருக்குச் சமைக்கக்கூடிய பாத்தி ரங்கள்தான் வீட்டில் இருக்கின்றன. 24 பேர் விருந்துக்கு வந்துவிட்டார்கள். அப்போது என்ன செய்வோம், இரண்டுமுறை சமைப்பதில்லையா? அதேபோல் இரண்டு ஷிப்டு முறையை அமல் படுத்துங்கள் " என்று ஒரு திட்டத்தைக் கொடுத்திருக்கிறார். அவர்தான் கருமவீரர். இந்த யோசனை யாருக்கும் தோன்றவில்லையே என அமைச்சர் சொல்லிவிட்டு அதனால்தான் அவர் தலைவராக இருக்கிறார் என்றாராம்.

கண்ணா! கவனித்தாயா? கவிஞர்கள், அறிஞர்கள், விஞ்ஞானிகள், ஞானிகள் திறமையானவர்களாக இருப்பதில் வியப்புப் பெரிதாக இல்லை. ஆனால் ஐந்தாவது வகுப்புவரை படித்த கருமவீரர் காமராசர் எவ்வளவு பெரிய திறமைசாலி என்பதை இந்த நிகழ்வு மூலம் நீ அறிய முடியும். அவர் பள்ளியில் படிக்காவிட்டாலும், உலகத்தைப் படித்தார். அதைப்போல நீயும் திகழ உன் அறிவுத் திறமையை விரிவுபடுத்திக்கொள்ளவேண்டும்.

இபடிக்கு, உன் நலம் விரும்பும்

தாத்தா.

62 இறைவனும் இசையும்

அன்புள்ள தாத்தா, வணக்கம்!

திறமையானவனாகத்திகழநான் என்னென்னசெய்யவேண்டுமென யோசிக்கிறேன். நானும் நீங்கள் எழுதிய தலைவர்களைப் போன்று என் திறமையைக் காட்டிப் புகழ்பெறவேண்டுமென ஒரு வெறியுடன் இருக்கிறேன்.

சென்ற சனிக்கிழமை சிராங்கூன் சாலையில் உள்ள அருள்மிகு வீரம்மா காளியம்மன் கோவில் குடமுழுக்கை முன்னிட்டு நடைபெற்ற மண்டலாபிஷேக நிகழ்ச்சிக்குக் குடும்பத்துடன் சென்றோம். அங்கு உள்ள மண்டபத்தில் நித்யஸ்ரீ மகாதேவனின் இசைநிகழ்ச்சி நடந்தது. எப்போதும் இதைப்போன்ற பாட்டுக் கச்சேரி எனில் தூக்கம் வந்துவிடும். ஆனால் அன்றைய தினம் உறக்கமே வரவில்லை. அந்த அளவு மிகவும் இனிமையாக இருந்தது. எங்கள் மியன்மார் பணிப்பெண் வொய் ஒய்யும் எங்களுடன் வந்திருந்தாள். அவளும் கண் கொட்டக் கொட்ட விழித்திருந்து தலையாட்டிக்கொண்டு கேட்டு ரசித்தாள்.

உண்மையிலேயே தாத்தா, நித்யஸ்ரீ பாடும்போது, குறிப்பாக இறைவனை நினைத்து, பக்திப் பரவசத்தோடு அந்த முக பாவனைகளோடு மனமுருகிப் பாடுவதைக் கேட்டுக்கொண்டே இருக்கலாம்போல இருந்தது. இறைவனிடம் ஈடுபாடு இருக்கிறதா இல்லையா என்பதைவிட நெஞ்சுருகப் பாடுவதை மனம் ஒப்பிக் கேட்கும்போது இறைபக்தி பகுத்தறிவை மீறி வந்துவிடும்போல் இருந்தது.

அதுவும் நித்யஸ்ரீ பட்டுப்புடவை, தலைநிறையமல்லிகை, நெற்றியில் அகன்ற சாந்துப்பொட்டு, கழுத்து கை நிறைந்த ஆபரணங்களுடன் அமர்ந்து தொடையில் தாளம் போட்டுக்கொண்டு பாடினார். இடையிடையே பக்க வாத்தியக் கலைஞர்களைத் திரும்பித் திரும்பிப் பார்த்துப் புன்னகையை வீசியதும் களையான சிரித்தமுக பாவனைகளும் கச்சேரிக்கு மேலும் மெருகூட்டின.

இன்னும் சொல்லப்போனால் என்னைப்போன்ற இசை ஞானம் இல்லாதவர்களுக்குத் திரைப்பட மெல்லிசையில் வந்த எம்.எஸ். சுப்புலட்சுமி, சுசிலா, வாணி ஜெயராம் பாடல்களையும், பாரதியார்

பாவேந்தரின் பாடல்களையும் அவர் பாடி நாம் கேட்கும்போது உள்ளம் கொள்ளை போய்விட்டது.

தொலைக்காட்சி வந்தபிறகு மக்கள் விரும்பிக் கேட்டுக்கொண்டிருந்த வானொலியின் தேவையும் ஈர்ப்பும் குறைந்துவிட்டன. காரணம் visual effect எனும் நேரடியாகப் பார்த்து அனுபவிக்கும் சுவை, வெறும் கேட்டலைவிட மேலோங்கிவிடுகிறது. இதே கச்சேரியை வானொலியில் கேட்டிருந்தேன் எனில் நான் அந்த அம்மையாரின் இசையை இந்த அளவு ஈடுபாட்டுடன் கேட்டு இன்புற்றிருக்கமாட்டேன். வானொலி செவிக்கின்பம் மட்டும்தான். நேரடியாகப் பார்த்துக் கேட்கும்போது செவியோடு கண்ணுக்கும் இது இன்பம் தருகிறது.

புகழ்பெற்ற பழம்பெரும் பாடகி டி.கே. பட்டம்மாளின் பேத்திதான் நித்யஸ்ரீ. குரல்வளம் மிக்க அவருக்குக் கணவர் வரத்தை நீட்டிக்க முடிவில்லை என்று சொன்னார்கள். உங்களுக்கென்ன தாத்தா நினைத்தால் நித்யஸ்ரீயின் பாட்டுக்கச்சேரிக்குப் போய் உட்கார்ந்து விடுவீர்கள். நீங்கள் கொடுத்துவைத்தவர்.

இப்படிக்கு, உங்கள் அன்புள்ள

கண்ணன்.

அன்புள்ள கண்ணா, நலமா!

திறமை என்பது செடியை வளர்ப்பது போன்று. அந்தத் திறமையை வளர்க்க இயற்கையிலேயே கொஞ்சம் மண்வளம் என்கிற அடிப்படை அறிவு உன்னிடம் இருக்க வேண்டும்; உன் செய்கையில் ஈடுபாடு என்கிற உரம் போடவேண்டும்; ஆர்வம் என்கிற நீர் இறைத்துக்கொண்டே இருக்க வேண்டும். சூரிய ஒளியாகிய கண்காணிப்புடன் உழைப்பை நல்கிட வேண்டும். அதன்பின் வளர்ந்துவிட்டால் அனுபவத்தில் உன் திறமை என்கிற மரம் ஆல்போல் தழைத்து விழுதுவிட்டு விரிந்து படர்ந்து மண்ணை வியாபித்து நிற்கும்.

இசைக்கருவி இசைக்கத் தெரிந்தால் நல்லது

"இசைக்கு மொழி தேவையில்லை - ஆனால்
மொழிக்கு இசை தேவை"

-என்றார் முத்தமிழறிஞர் கலைஞர். அதனால்தான் உன் மியன்மார் பணிப்பெண்ணால் நமது இசையை ரசித்துக் கேட்கமுடிந்தது. அத்துடன் மியன்மாரில் நிறையத் தமிழர்கள் இருக்கிறார்கள்; கோவில்களும் இருக்கின்றன. அதனால் ஓரளவு நமது இசைகூடப் பழகிப்போய் இருக்கலாம்.

இசைக்கலை முதலில் நாட்டுப்புறத்தில் உள்ள நாற்று நடவுகளிலும்,

தாலாட்டு ஆரிரோக்களிலும், ஒப்பாரிகளிலும், ஏற்றம் இறைக்கும்போதும், படகுகளைத் துடுப்புகளைக்கொண்டு இயக்கும்போதும், கும்மி கோலாட்டங்களிலும் பிறந்து வளர்ந்தன. நாம் வளர்ந்த சமுதாயமென்று நம்மைச்சொல்லிக்கொண்ட பிறகு இறைபக்தியை ஒட்டி வளர்க்கப்பட்டது. கோவில்களையும் கொண்டாட்டங்களையும் ஒட்டிக் கலை, பண்பாடு, கலாசாரம் வளர்ந்தன. பின்னர் ஒன்றோடொன்று பின்னிப் பிணைந்து போட்டி போட்டுக்கொண்டு மன்னர்களால் வளர்க்கப்பட்டன.

நீ சொன்னதுபோல் ஒருவன் இசைக்கு மயங்கவில்லையெனில் அவனிடம் ஏதோ கோளாறு இருக்கவேண்டும். இசையை நீ கற்றுக்கொள்ள முயற்சி செய்யலாம். நினைவாற்றலை வளர்க்க மிகவும் உதவியாக இருக்கும். துன்பம் நேர்கையில் யாழெடுத்து மீட்டவேண்டும் எனப் பாவேந்தர் பாடியிருக்கிறார்.

கண்ணா, நீ ஒரு இசைக்கருவியை மீட்டக் கற்றுக்கொண்டால் போதும்; உனக்கு ஏதாவது மன உளைச்சல் வந்தாலோ, பிறரை மகிழ்வூட்ட விழைந்தாலோ இசைக்கத் தொடங்கிவிடலாம். வீணை அளவுக்கு முடியாவிட்டாலும் வயலின் அல்லது புல்லாங்குழல் போன்றவைகளில் ஒன்றை நீ தேர்வு செய்திடலாம். அல்லது கீபோர்டு கற்றுக்கொள்ளத் திட்டம்போடு. அம்மாவிடம் நானும் சொல்கிறேன். என்ன இசைக்கருவி என்பதை முடிவு செய்துவிட்டால் சொல் நான் இங்கிருந்துகூட வாங்கி அனுப்புகிறேன்.

மோட்சமடைய இசைவழிப் போகலாம் - தியாகய்யர்

இறையனுபவம் பெற இசையே போதும் என்கிறார் தியாகய்யர். அதனால்தான், தாம் இசையைத் தேர்ந்தெடுத்ததாகவும் சொல்கிறார். மோட்சத்தை அடைய வேறு வழிகளைவிடச் சுலபமாக இசைமூலம் அடையலாம் என அவர் நம்புகிறார்.

ஒருவர் சாப்பிடுவதைப் பார்த்தால் பார்ப்பவருக்குப் பசி அடங்காது; ஒருவர் உடற்பயிற்சி செய்வதைப் பார்த்தால் பார்த்துக்கொண்டிருப்பவருக்குப் பலன் கிட்டாது. அதேபோல் ஒருவர் தவம் செய்வதைப் பார்த்தாலும் பார்ப்பவருக்கு எந்தப் புண்ணியமும் எட்டாது. உங்களுக்கு உடல் நலமில்லை எனும்போது இன்னொருவர் உங்களுக்காக மருந்து சாப்பிடமுடியாது. இதில் வியப்பு என்னவென்றால் ஒருவர் ஆனந்தமாக அனுபவித்துச் சங்கீதம் பாடுகிறார்; அதைக்கூர்ந்து கவனித்து ரசித்து அனுபவித்தால் உங்கள் கண்களில் ஆனந்த பக்திக் கண்ணீர் உருவாகும்; அதன்மூலம் உங்களால் மோட்சத்தை அடையலாம் எனத் தியாகய்யர் விவரிக்கிறார்.

அதனால்தான் சுந்தரமூர்த்தி சுவாமிகள், இறைவனையே இசையெனும் பொருளில் " ஏழிசையாய் இசைப் பயனாய்.. " என்று பாடுகிறார்.

அப்பர் பெருமான் " ஈசன் எந்தை இணையடி நிழல் " என்று பாடுகிறார்.

மகரிஷி யக்ஞ வல்கியர் இன்னும் ஒருபடி மேலே சென்று

"சுரமாக வீணையை மீட்டிக்கொண்டு சுருதி சுத்தத்தோடு லயம் தவறாமல் நாதோபாஸனை செய்துவிட்டால் போதும், தியானம் வேண்டாம்; தபஸ் வேண்டாம்; பூஜை வேண்டாம்; கஷ்டமான சாதகங்கள் வேண்டாம்; அர்ச்சனை வேண்டாம், அதுவே மோட்சத்துக்கு வழிகாட்டிடும் " என்கிறார்.

ம.பொ.சி. அப்பர் பாடலால் குணமானார்

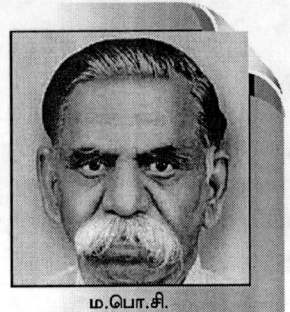

ம.பொ.சி.

சிலம்புச் செல்வர் ம.பொ. சிவஞானம் கடுமையான வயிற்றுவலியால் பாதிக்கப் பட்டுச்சென்னை பொதுமருத்துவமனையில் மறுநாள் அறுவை சிகிச்சைக்காக அனுமதிக் கப்பட்டுள்ளார். அன்று இரவு டி.கே. சண்முகம் சகோதரர்கள் மபொசியைப் பார்க்க வந்தனர். அவர்களிடம் "கூற்றாயின வாறு..." என்று தொடங்கும் அப்பர் அடிகளாரின் பாடலை இசையுடன் பாடும்படி கிராமணியார் கேட்டுக்கொள்ள, சகோதரர்களும் நெடு நேரம் இசைபொங்கப் பாடியிருக்கிறார்கள். மனமுருகச் செவிமடுத்துக் கொண்டே மபொசி உறங்கிவிட்டார். அந்தப் பாடலுக்குச் சிறப்பு என்னவென்றால் இதேபோன்ற சூலநோய் அப்பருக்கு இருந்தது. இதே பாடலை அப்பர் தனக்குத் தானே பாடிக் குணமாக்கிக்கொண்டார்.

மறுநாள் காலையில் முதல்வர் அறிஞர் அண்ணா மருத்துவர்களைச் சந்தித்துக்கவனமாக அறுவைசிகிச்சையைச்செய்யவேண்டுமென்றெல்லாம் கூறிவிட்டு வந்து மபொசியின் அறைக் கதவைத் திறக்கிறார். மபொசி குணமானவர்போல் எழுந்து உட்காருகிறார். முதல்நாள் நடந்ததைச் சொல்லி ஓரளவு குணமாகியுள்ளதால் அறுவை சிகிச்சையை மபொசி அப்போதைக்குத் தவிர்த்துவிட்டார்.

கண்ணா! இசையினால் நோய்கூடக் குணமாகும் என்று உனக்குத் தெரிகிறதா?

இசைமேதை பீத்தோவனின் சோகக் கதை

உலகப்புகழ் பெற்ற இசை வல்லுநர் பீத்தோவன் என்பவர் 25 ஆண்டுகள்

செவிப்புலனை இழந்துவிட்டார். இருந்தும் மகிழ்ச்சி, சோகம், காதல். வேதனை, விரக்தி, வீரம், அச்சம், பக்தி, நகைச்சுவை, எழுச்சி எனப் பல் வேறு பரிமாணங்களைத் தம் இசையால் வெளிக்காட்டியவர். அப்படிப் பட்டவர் ஜெர்மனியில் பிறந்திருந்தாலும், ஆஸ்திரியா அவரைத் தன் குடிமகனாக ஏற்றுக்கொண்டது. ஆஸ்திரியாவின் மூத்த இசை மேதை மொசார்ட்டுடன் இணைந்து பல இசை நிகழ்ச்சிகளை நடத்தியவர். அவ்வளவு சிறப்பு பெற்ற இசை மேதை பல பெண்களைப் பல நேரங்களில் நேசித்தாலும் எந்தப் பெண்ணும் இவருடன் இறுதிவரை இணையாமலே போய்விட்டனர்.

அங்கேயும் இதே தானா?

சுகி சிவம் சொன்ன குட்டிக் கதை. பெருமாளின் தாசன் ஒருவன் தினம் நீர் இறைத்துக்கொண்டுவந்து அபிஷேகத்திற்குக் கொடுத்துவந்தான். அவனுடைய நோக்கம் அதன் மூலம் மோட்சத்திற்குச் செல்ல வேண்டும் என்பதே. இவனுடைய பக்தியைப் பார்த்த ஒரு வைஷ்ணவ ஞானி 'உனக்கு வைகுண்டம் போகும் தகுதியும் நேரமும் வந்துவிட்டது போகலாம்' என்றாராம். அதற்கு அந்தப் பக்தர்

"அங்கு எனக்கு என்ன வேலை? "

"இதே வேலைதான் "

"அங்கேயும் இதே இழவுதானா? " - என்றாராம். இறை பக்தி என்பது உண்மையாக இருக்க வேண்டும். நம்பிக்கை வைக்க வேண்டும்.

கண்ணா! பார்த்தாயா! அந்தப் பக்தனின் பக்தியை. பலனை எதிர் பார்த்துப் பணியைச் செய்யாதே என்பார்கள். அவனுடைய பக்தி ஒரு காரிய பக்தி எனத் தெரிகிறதா? இவனும், லஞ்சம் கொடுத்துக் காரியத்தைச் சாதித்துக்கொள்பவனும் ஒன்றுதானே! இதற்கு ஜவகர்லால் நேரு எவ்வளவோ மேல். எதையும் வெளிப்படையாகப் பேசும் குணம் படைத்தவர்.

நேரு நாத்திகனைப் போல் பேசுகிறான்

ஒருமுறை, தனி நபர் சத்தியாகிரகத்திற்கு நேரு புறப்படுகிறார். போகுமுன் காந்திஜியிடம் வாழ்த்துப் பெற ஆசிரமத்திற்குச் சென்றார். காந்தியுடன் இருந்த கஸ்தூரிபாய் " கடவுள் காப்பாற்றுவார், சென்று வா!" என்று வாழ்த்தினார். உடனே நேரு கோபமாக அம்மாவைப் பார்த்து,

"கடவுள் என்று ஒருவர் இருந்தால், இவ்வளவு நாள் நம்மைக் கஷ்டப்படுத்தி இருப்பாரா? முன்பே நம் நாட்டுக்கு விடுதலை வாங்கிக் கொடுத்திருப்பாரே " என்று சொல்லிவிட்டுப் புறப்பட்டுவிட்டார். நேரு போனபின்பு, "என்ன இவன் நாத்திகனாகப் பேசுகிறான் " என்று மனைவி

அடைந்த பரிதவிப்பைப் பார்த்து,

"ஒன்றும் கவலைப் படாதே! அவன் ஒன்றும் நாத்திகன் அல்லன். இந்த நாட்டையே கடவுளாக நினைக்கிறான். அவ்வளவுதான்" என்று காந்தி சொல்லி அமைதிப்படுத்துகிறார். கண்ணா! அந்த வைஷ்ணவ பக்தனைவிட நாத்திக நேரு எவ்வளவோ தேவலாம்.

ஒரு தீக்குச்சி போதும் ஊரை எரிக்க

"தீப்பெட்டியில் பல குச்சிகள் இருந்தாலும் ஒரு குச்சியைக் கொண்டுதான் தீயை உருவாக்குகிறோம். அதேபோல 700 ஸ்லோகங்களில் ஒரு ஸ்லோகத்தைச் சொல்லியேகூட இறைவனின் அருளைப்பெறமுடியும்" எனச் சாயிபாபா சொல்கிறார். 'எங்கெங்கு காணினும் சக்தியடா' எனப் பாரதிதாசன் பாடினார். அதனால் கோவிலுக்குச் சென்றுதான் இறைவனை வணங்கவேண்டுமென்பதில்லை. எண்ணம், சொல், செயல் தூயதாக இருந்தாலே போதும், இறைவன் உன்னிடம் வந்துவிடுவான் என்பர்.

சிவன் இருக்கும் திசையைக் காட்டு - ஔவையார்

ஔவை எங்கெங்கோ சுற்றிவிட்டுக் களைப்பில் ஒரு கோவிலுக்குச் சென்றார். சந்நிதி இருந்த திசை நோக்கிக் காலை நீட்டிப் படுத்துவிட்டார். பதறிப்போன பக்தன் ஓடிவந்து,

"அபச்சாரம்..அபச்சாரம்.. சிவன் இருக்கும் திசை நோக்கிக் கால் நீட்டலாமா? " என்றான்.

"சிவன் இல்லாத திசையைக் காட்டு. அந்தத் திசை நோக்கி என் காலை நீட்டிப் படுக்கிறேன் " என்று ஔவையார் கேட்கப் பக்தன் வாயடைத்து நின்றான்.

கண்ணா! " கடவுளிடம் யார் யார் என்னென்ன கேட்டாலும் அதை அதைக் கொடுத்துவிடுவார். யாராவது எதையும் கேட்காவிட்டால் அவருக்கு இறைவன் தன்னையே கொடுத்துவிடுவார் " என்று பகவான் இராமகிருஷ்ண பரமஹம்சர் சொல்லியுள்ளார். தன் காரியங்களை நிறைவேற்றிக்கொள்ள இவ்வுலகில் என்னென்ன ஆடம்பர அபிஷேகங்கள் போன்றவைகளைச் செய்கிறார்கள். எவ்வளவு பணத்தை விரயமாக்குகிறார்கள். இதை நீ நன்கு சிந்தித்துப்பார்!

இப்படிக்கு

உன் நலம் விரும்பும்

தாத்தா.

63 பூமி குளிரட்டும்

அன்புள்ள தாத்தா, வணக்கம்!

இசையும் இறைவனும் ஒன்றே என்றும் இசைவழி இறைவனை அடையலாம் அல்லது முக்தியை அடையலாம் என முன்னோர்கள் சிலர் சொன்னதை எடுத்துக்காட்டி இருந்தீர்கள்.

தாத்தா! பக்கத்து நாடான இந்தோனேசியாவிலிருந்து புகை கிளம்பிச் சிங்கப்பூரையே கடந்த சில நாள்களாக ஆக்கிரமித்துவிட்டது. காற்றுத் தூய்மைக்கேட்டின் குறியளவு நூற்றைத் தாண்டினால் உடல் நலத்திற்கு ஏற்றது அல்ல என்று வானொலியிலும் தொலைக் காட்சியிலும் சொல்லிக்கொண்டே வந்தார்கள். வியப்பு என்னவென்றால் படிப்படியாக அதிகரித்து ஒரு நேரத்தில் 400க்கு வந்துவிட்டது. உண்மையிலேயே 300 மீட்டர் தூரத்தில் நின்று பார்த்தால் பெரிய கட்டடமான மரினா பே சாண்ட்ஸ் கண்ணுக்குப் புலனாகவில்லை. பக்கத்துத் தெருவில் ஒரு தீவிபத்து எனில் எப்படி நம் தெருவிற்குப் புகை வந்து கவ்வுமோ அதைப்போல எங்கள் நாட்டையே புகை மூடி மறைத்துவிட்டது.

இந்தப் புகைமூட்டத்தால் இந்தோனேசியா சிங்கப்பூர் இடையே நல்லுறவும் பாதிக்கக்கூடிய அளவிற்குப் போய்விட்டது. சிங்கை அரசு சொந்த நாட்டு மக்களைக் காப்பாற்ற வேண்டிய நிலையிலும், அதே நேரத்தில் குரலெழுப்பும் மக்களுக்குப் பதில் சொல்ல வேண்டிய நிலையிலும் தள்ளப்பட்டுவிட்டது. இந்த நடைமுறை நிலையை உணராமல் இந்தோனேசியா தந்த பதில் சிங்கப்பூர் மக்களுக்கு அதிருப்தியைக் கொடுத்துவிட்டது. காற்றடிக்கும் திசைக்கேற்பச் சிங்கை இருப்பதால் பாதிப்பு மற்ற அண்டை நாடுகளைவிட எங்களுக்கே அதிகமாகிவிட்டது. மக்கள் மூக்கு மூடி போட்டு வெளியே புறப்பட்டார்கள். ஆஸ்துமா போன்ற நோயாளிகள், வயதானவர்கள், குழந்தைகள் உடல் நலம் பாதிக்கப்பட்டனர்.

புகைமூட்டத்திற்குக்காரணம் என்னவென்றால் இந்தோனேசியாவில் காடுகளையும் அறுவடைக்குப் பிந்தைய தாள் கற்றைகளையும் கொளுத்தி விடுகிறார்கள். நிலங்கள் மறு பயனீட்டுக்காக அழிப்பதாகச் சொல்லப் படுகிறது. “உனக்குச் சுதந்திரம் இருக்கிறது உன் கையை

நீட்ட, ஆனால் அந்தக் கையின் விரல்நுனி என் மூக்கைப் பதம் பார்த்து என் சுதந்திரத்தைப் பாதித்திடக்கூடாது " என்கிற அடிப்படை விதியை மறந்துவிடுகிறார்கள். இந்த ஆண்டுமிக அதிகப்புகைமூட்டம் இருந்தாலும் ஒவ்வொரு ஆண்டும் இதே காலங்களில் இந்தப் பிரச்சினை வந்துதான் போகிறது. என்ன சொன்னாலும் அந்த நாட்டு விவசாயிகள் தங்கள் இயல்பை ஆண்டுதோறும் காட்டிக்கொண்டே வருகிறார்கள்.

பள்ளி, கல்லூரிகளுக்கெல்லாம் விடுமுறை விடலாமா என்று யோசிக்கத்தொடங்கிவிட்டார்கள். முகமூடிபோல் முக்கால்வாசி முகத்தை மூடியே மாணவர்கள் கல்லூரிக்கு வரத் தொடங்கினார்கள். ஒருவகை அச்சம்கல்வி நிலையங்களுக்கு வரத்தொடங்கியது. நண்பர்களுக்கிடையே முழுமையாக அடையாளம் காணமுடியாத நிலை. இதனால் சில பிரச்சினைகள்கூடத் தோன்றிவிட்டன.

மனித நேயம் கெட்டுப் போனதை எண்ணினேன். உங்களுக்கு இந்தக் கடிதத்தை எழுதிவிட்டேன்.

இப்படிக்கு, உங்கள் அன்புள்ள

கண்ணன்.

அன்புள்ள கண்ணா, நலமா!

ஓசோன் ஓட்டை பெரிதாகிக்கொண்டே போகிறது.

பொதுவாகவே உலகம் முழுவதும் சுயநலம் கூடிவிட்டது. அவரவர் குறுகிய வட்டங்களைப் போட்டுக்கொண்டு அதற்குள் வாழ்கின்றார்கள். தமிழ்ப்புலவன் கணியன் பூங்குன்றன் பாடினானே "யாதும் ஊரே; யாவரும் கேளிர்" என்று. அந்தப் பரந்த மனப்பான்மை வரவரக் குறைய ஆரம்பித்து விட்டது. காற்றின் தூய்மைக் கேட்டினால் சிங்கப்பூர் மிகவும் பாதிக்கப்பட்ட தாக எழுதியிருந்தாய்.

சிங்கைமட்டுமல்ல, இந்த உலகத்தின் சுற்றுச்சூழலே பாதிக்கப்படுகிறது. இதைப் போன்ற புகையால், மரங்கள் வெட்டப்படுவதால், காடுகள் அழிக்கப்படுவதால், விவசாய நிலங்கள் நகரங்களாக மாற்றப்படுவதால், கரியமில வாயுவைக் கக்கும் வாகனங்களால், தொழிற்சாலை வெளியிடும் கரும்புகையால், மின்சாரப்பயன்பாட்டில் வெளியேற்றப்படும் வெப்பத்தால், வான மண்டலம் வெப்ப மண்டலமாகி ஓசோன் ஓட்டை பெரிதாகிக் கொண்டே வருகிறது.

கண்ணா! இதில் தொடர்பே இல்லாத ஒரு வியப்பான கூடுதல் செய்தியைச் சொல்கிறேன் கேள். வான மண்டலத்தின் சுவை ராஸ்பரிஸ் போலவும், மணம் 'ரம்' என்கிற மதுபானம் போலவும் இருக்கும் என ஒரு செய்தியைப் படிக்கேன்.

காடுகள் உலகின் மருந்தகம்

உலகின் சமச்சீரான பருவ நிலையைப் பேணுவதில் காடுகள்தான் பெரும்பங்கு வகிக்கின்றன. அமேசான் காடு மட்டுமே உலகின் 5இல் 1 பகுதி மழை பொழிவதற்கும், உயிர்க் காற்றைத் (Oxygen) தருவதற்கும் காரணமாக இருக்கிறது. அதனால்தான் காடுகளை உலகின் மருந்தகம் (Forests Are World's Pharmacy) என்று சொல்கிறார்கள்.

மனிதகுலம் எதிர்நோக்கும் சவால்கள்

தென்துருவம் கடந்த 50 ஆண்டுகளில் 27,000 சதுர கிலோ மீட்டர் அளவு உருகி நீராகிவிட்டது. இந்த நூற்றாண்டு முடிவதற்குள் இரு துருவப் பிரதேசங்களில் மூன்றில் ஒரு பகுதி உருகி 6.4 செல்சியஸ் வெப்பம் கூடிடும் என விஞ்ஞானிகள் அபாய அறிவிப்பை வெளியிடுகிறார்கள். பூமி இப்படி வெப்பமாகிக்கொண்டே போனால் ஒரு நேரத்தில், கங்கை போன்ற 10 பெரும் நதிகள் வரண்டுவிடும்; கடல் மட்டம் உயரும்; திமிங்கிலம், பென்குயின் போன்ற நீர்வாழ் உயிரினங்கள் அழிந்துவிடும்; பூமியில் வறட்சி ஏற்படும்; உணவு உற்பத்தி குறையும்; புதுப்புது நோய்கள் உருவாகும்; – இவையெல்லாம் இந்த மனிதகுலம் எதிர்நோக்கும் சவால்கள்.

ஒபாமாவின் கொள்கைப் பிரகடனம்

ஒபாமா

அதனால்தான் அமெரிக்க அதிபர் ஒபாமா பூமிதினத்தை ஒட்டி 2009இல் கொள்கை முடிவு ஒன்றைப் பிரகடனப்படுத்தினார். " சுற்றுச் சூழலுக்குப் பாதிப்பு ஏற்படாத வகையில் ஒரு மாற்று எரிசக்தியைக் கண்டு பிடிக்க விஞ்ஞானிகள் துரிதமாகச் செயல் படவேண்டும். பெட்ரோலையும் எரிவாயு வையும் மிகவும் குறைவாகப் பயன்படுத்தும் ஒருமில்லியன் கார்களை 2015க்குள் உற்பத்தி செய்திட வேண்டும். கரியமில வாய்வைக் கட்டுப்படுத்தும் கடுமையான சட்டங்களை எல்லா நாடுகளும் அமல் படுத்தவேண்டும் " என்று கேட்டுக்கொண்டார்.

மாணவர்கள் எடுத்துக்காட்டாக விளங்கலாம்

மாணவர்கள் ஒன்றுகூடி உங்களூர் மக்களுக்கு ஒரு விழிப்புணர்வை ஏற்படுத்தலாம். ஊர்வலம் அல்லது தலையில் கருப்புத் துணி முக்காடு அல்லது கையில் ஒரு கொடி ஏந்திச் சிங்கையில் அடிக்கடி நடக்குமே தொடரோட்டம் போன்ற ஏதேனும் ஒன்றுக்கு ஏற்பாடு செய்யலாம். இதை

ஓர் அடையாளமாகச் செய்து மக்களின் கவனத்தை ஈர்க்கலாம். அரசுக்கும் மக்களுக்கும் பாதிப்போ பிரச்சனையோ இல்லாமல் அரசின் அனுமதியோடு அது நடத்தப்படவேண்டும். மேற்சொன்னவைகளில் மக்களுக்கு எவற்றி லெல்லாம் தொடர்பு இருக்கின்றனவோ அவற்றைச் செய்யாமல் தவிர்க்க முற்படுவார்கள். சிறு துளி பெரு வெள்ளம் என்பதுபோல் உலக மக்கள் அனைவரும் இப்படி நினைத்தால் பெரிய பலனை எதிர்பார்க்கலாம். இதற்கு மாணவர்கள் ஒரு முன் உதாரணமாக விளங்கவேண்டும்.

புகைமூட்டச் சுகாதாரக் கேட்டால் பெரியவர்களுக்கும் சிறுவர்களுக்கும் உடனே பாதிப்புத் தெரியாவிட்டாலும், பின்னர்க்கூட அதன் பிரதிபலிப்புத் தெரியலாம். ஆறுமாதங்களுக்குப் பின்பு ஒரு நோய் வரப்போகிறது என்றால் நமக்கு முன்கூட்டியே நேரிடையாகவோ மறைமுகமாகவோ உடம்பு தெரியப்படுத்திவிடும். ஆனால் அது என்ன வியாதியென்று கண்டுபிடிக்கப் பெரும்பாலான மருத்துவர்கள் தாமதித்துவிடுகிறார்கள். இப்படியாகச் சமீபத்தில் சோவியத் நாட்டு ஆராய்ச்சியாளர்கள் அறிவித்திருக்கிறார்கள்.

தேனீக்களே இல்லாவிட்டால்

இந்த மண்ணிலிருந்து தேனீக்கள் மட்டும் மறைந்துவிட்டால் ஒரு பேரழிவை (apocalypse) நான்கு ஆண்டுகளில் காண நேரிடும் என்று விஞ்ஞானி ஐன்ஸ்டின் கூறுகிறார். தேன் பயனைவிட, அந்தத் தேனீக்கள் தாவரவிருத்திக்கு எவ்வளவு பேருதவியாக இருக்கின்றன என்பதை ஐன்ஸ்டின் உணர்ந்து சொல்லி இருக்கிறார். உணவுகளிலேயே தேன் ஒன்றுதான் நீண்ட நாள்கள் கெடாமல் இருக்குமாம்.

அறுசுவை உணவின் அருங்குணங்கள்

உடல் நலம் பெற்றிட அந்தக் காலத்திலிருந்தே அறுசுவையுடன்கூடிய உணவை நம் முன்னோர்கள் உண்டு வந்தார்கள். அவை ஒவ்வொன்றிலும் பல பயன்கள் அடங்கி இருக்கின்றன. இதைப்போன்ற அறுசுவை வேறு பிரதேசங்களில் இருப்பதாகத் தெரியவில்லை. முன்பு எழுதிய கடிதத்தில் குறிப்பிட்டபடி இப்போது மேலை நாடுகளில் நமது நீராகாரச் சோற்றை மிகச் சிறந்த உணவாகக் கண்டுபிடித்திருக்கிறார்கள். புதிய தொழில் நுட்பச் சோதனைகள் மூலம் கண்டுபிடிக்கும் புதிய நோய்கள், புதுவகைக் கிருமிகள் எல்லாம் தெரியாத அந்தக் காலங்களிலேயே அறுசுவைகளில் சுகமான வாழ்வுக்கு ஏற்ற அத்தனை பயன்களும் அடங்கி இருக்கின்றன என்பதை அறிந்து அன்றாட வாழ்க்கையில் கடைப்பிடித்தும் வந்திருக்கிறார்கள்.

இப்போது சுரப்பிகளுக்கு அறுசுவை எந்த வகைகளில் உதவுகிறது என்று ஒரு சோதனை மூலம் கண்டறிந்து அறிவித்திருக்கிறார்கள்.

இனிப்பு: எரிக்கப்படும்போது சக்தியாகி இன்சுலின் சுரப்பிகளைத் தூண்டுகிறது.

கசப்பு: இரத்த அழுத்தத்தைக் குறைக்கிறது; அமிலத் தன்மையைக் கட்டுப்படுத்துகிறது; சுரப்பிகளைத் தூண்டுகிறது.

புளிப்பு: உமிழ்நீர்ச் சுரப்பிகளை ஊறவைக்கிறது. செரிமானத்திற்கு உதவுகிறது.

உறைப்பு: பிட்யூட்டரி சுரப்பிகளைத் தூண்டுகிறது; ஆண்மையைச் செழிக்க வைக்கிறது.

உவர்ப்பு: ஆன்டரஜன் சுரப்பிகளைத் தூண்டுகிறது; உடம்பையும் மனத்தையும் சமப்படுத்துகிறது. கருமுட்டை, விந்தணுக்களை ஊக்குவிக்கிறது.

துவர்ப்பு: ஹேபோதலமஸ் சுரப்பிகளைத் தூண்டுகிறது. கிருமிகளை வெளியேற்றுகிறது; வியர்வைகளைக் கட்டுப்படுத்துகிறது.

கண்ணா! உனக்குத் தெரியும் என நினைக்கிறேன். சில ஆண்டுகளுக்கு முன் சார்ஸ் என்கிற நோய் சிங்கப்பூருக்குப் பெரிய சவாலைக் கொடுத்தது. அப்போது சிங்கப்பூரில் இருந்த இந்தியர்களுக்குச் சார்ஸ் பாதிப்புக் குறைவாக இருந்தது. அதற்குக் காரணம் மஞ்சள், கருவப்பட்டை போன்றவைகளை அன்றாட உணவுகளில் சேர்த்துக்கொள்வதே என மற்ற இனத்தவர்கள் சொன்னதாகத் தெரியவந்தது.

நிலத்தோடு நீர் இருந்தால்தான் மக்கள் வாழ்வர்

சங்க கால இலக்கியம் ஒரு செய்தியைக் கூறுகிறது என்றால் அந்தக் காலத்தில் அச்செய்தி எல்லோருக்கும் தெரிந்து புழக்கத்தில் இருந்திருக்கிறது என்று பொருள். புறநானூற்றில் குடபுலவியனார் எனும் புலவர் பாடிய பாடலின் பொருள், "உடம்போடு உயிர் இணைந்து வாழ வேண்டுமானால் நிலத்தோடு நீர் சேர்ந்திருக்க வேண்டும். அதாவது நீர் ஆதாரம் மிகுந்திருந்தால்தான் உணவு உற்பத்தி பெருகும்; மக்கள் நல்வாழ்வை எய்துவர். அதனால் மன்னா! நீரைச் சேகரித்து வை. மக்களை நன்றாக வாழ்வித்தாய் எனும் புகழை அது சேகரித்து உனக்குத் தரும் " என்கிற இச்செய்தியை ஒரு கூட்டத்தில் பேராசிரியர் செல்வ கணபதி எடுத்துச் சொல்ல, அருகில் இருந்த, தமிழ் அறிஞரும், நீராதாரத் துறையில் உலகப் பெரும் பொறியாளர்களில் ஒருவருமான வா.செ. குழந்தைசாமி " உலகில் நீர் ஆதாரம் குறித்த முதலும் முதன்மையான சிந்தனை இதுதான் " எனத் தம் கருத்தை அங்கேயே பதிவுசெய்தார்.

கண்ணா! திருக்குறளில் வள்ளுவர் கடவுள் வாழ்த்துக்கு அடுத்தாற்போல் வான்சிறப்பு என்ற அதிகாரத்தைப் படைத்து நீரின் அவசியத்தை வலியுறுத்தி இருக்கிறார். அப்போதே தமிழன் எப்படியெல்லாம் சிந்தித்திருக்கிறான் பார்த்தாயா?

பிச்சை எடுக்கத் தங்கத் திருவோடு

புகைமூட்டத்திற்குக் காரணமான இந்தோனேசியாவின் சில தனிப்பட்ட நிறுவனங்களோ, நபர்களோ ஆண்டுதோறும் திருந்தாதவர்களாகவே இருக்கிறார்கள் எனக் கவலைப் பட்டு எழுதி இருந்தாய். இது எப்படி இருக்கிறது எனில், " ஒருவருக்கு ஒரு பெரும் தொகை பரிசுச் சீட்டில் விழுந்தது. நீண்ட நாள்களாகப் பிச்சை எடுத்துக்கொண்டிருந்தவனை அழைத்து, அதில் ஒரு லட்சத்தை எடுத்து ' இதை வைத்துக்கொண்டு பிழைத்துக்கொள் ' எனச் சொல்லி அவர் கொடுத்தாராம். சில நாள்கள் கழித்துப் பணம் கொடுத்தவர், மீண்டும் பிச்சை எடுத்துக்கொண்டு வந்த அதே பிச்சைக் காரனைப் பார்த்துவிட்டார். " கொடுத்த பணத்தை என்ன செய்தாய்? மீண்டும் பிச்சை எடுக்கிறாயே? " என்று கேட்டாராம். அதற்கவன் சொன்ன பதில் கண்ணா உனக்குச் சிரிப்பை வரவழைக்கும்.

" ஐயா! நீங்கள் கொடுத்த பணத்தை நான் வீணாகச் செலவு செய்திடவில்லை. பிச்சை எடுத்து வந்த திருவோட்டை (எடுத்துக்காட்டி) தங்கத் திருவோடாக மாற்றிக்கொண்டேன் " என்றானாம்.

பிச்சைக்கார புத்தி

இதைப்போல் இன்னொரு பிச்சைக்காரி பற்றிய இதே போன்ற சுவையான செய்தியையும் உனக்கு எழுதுகிறேன்.

ஓர் இளவரசன் தெருவில் அழகான பெண்ணொருத்தியைப் பார்த்து விரும்பினான். அவள் பிச்சைகாரியானதால் அரசனாகிய தந்தை திரு மணத்திற்குத் தடைபோட்டார்.

"ஒரு பிச்சைக்காரியா என் மருமகள்? "

"அரசே! அவள் என் மனைவியாகிவிட்டால், இளவரசியாகி விடுவாள் தானே" என இளவரசன் செய்த விவாதங்களுக்குப் பிறகு திருமணம் நடந்துவிட்டது. பிச்சைக்காரி அரண்மனைக்கு மகிழ்ச்சியுடன் வந்தாள். செல்வச் செழிப்புடன் அவளுக்கு எல்லா வசதிகளும் செய்து கொடுக்கப்பட் டன. வித விதமான உணவு வகைகள் செய்து அடுக்கி வைக்கப்பட்டன. ஆனால் நோன்பு இருப்பதுபோல் இளவரசி உண்ணாமல் இருந்ததால் உடல் இளைத்துப் போய்க்கொண்டிருந்தது.

இளவரசன் தன் மனைவியாகிய இளவரசியிடம் உடல் இளைக்கக் காரணம் என்னவென்று கேட்டான். "உணவு உண்ணும்போது மட்டும் என்னைத் தனியே விடுங்கள். எல்லாம் சரியாகிவிடும்" எனச் சொல்ல அவனும் சரியென்று உத்தரவு போட்டான். ஆனால் அவளைக் கண்காணிக்கவும் செய்தான். அவள் தனக்கு வேண்டிய உணவுகளை எடுத்துக்கொண்டு, ஓர் அறைக்குள் நுழைந்து தாழ்ப்பாள் போட்டுக்

கொண்டாள். சோற்றை உருண்டை உருண்டையாக உருட்டிக்கொண்டாள். அறையின் ஒவ்வொரு மூலையிலும் அவற்றைக் கொண்டுபோய் வைத்துவிட்டு, " அம்மா தாயே! கொஞ்சம் பிச்சை போடுங்கள் " என்று ஒவ்வொரு முறையும் தனக்குத்தானே கேட்டுக் கேட்டு அந்தச் சோற்று உருண்டைகளை ஒவ்வொன்றாக எடுத்துத் தின்று கொழுத்தாளாம்.

கண்ணா! பார்த்தாயா. தமிழில் ஒரு பழமொழி சொல்வார்கள்.

"நாயைக் குளிப்பாட்டி நடு வீட்டில் வைத்தாலும் - அது வாலைக் குழைத்துக்கொண்டு, காலைத் தூக்க சோலைக்குத்தான் ஓடுமாம்"

மாணவர்களிடம் உள்ள தீய பழக்கங்கள் மாறவேண்டும்

அவரவர் குணத்தைச் சில நேரங்களில் மாற்றிட முடியாது. மாற்றும் முயற்சியில் இளைய தலைமுறைதான் இனித் திட்டமிடவேண்டும். முதலில் உங்களை நீங்கள் திருத்திக்கொள்ள வேண்டும். கண்ட இடத்தில் குப்பைகளைப் போடுதல், காறித் துப்புதல், நாக்கில் எச்சில்தொட்டுப்புத்தக ஏடுகளைப் புரட்டுதல், தேவையில்லாத நேரத்தில் இயங்கும் மின் இணைப்புகளை நிறுத்தாமல் பொறுப்பின்றி வெளியேறுதல், ஆசிரியர்களின் பின்னால் நின்று சைகை செய்தல், பயன்படுத்தும் கழிவறையைச் சுத்தம் செய்யாமல் விடுதல், ஒழுகும் நீர்க்குழாய்களை நிறுத்தாமல் அலட்சியமாக விடுதல், சைக்கிள், கார் போன்ற வாகனங்களைக் கண்ட இடத்தில் தாறு மாறாக நிறுத்திச் செல்லுதல் போன்ற செயல்கள் எவ்வளவு இழுக்குகளை உங்களுக்குக் கொண்டுவந்து சேர்க்கின்றன என்பதை உணரவேண்டும்.

வண்டிகளில் பயணம் செய்யும்போது பெண்களை இடித்துக்கொண்டு உராய்தல், பொது இடத்தில் சத்தம்போட்டு இரைச்சல் எழுப்புதல், உணவகம் போன்ற இடங்களில் அமர்ந்து கெட்ட கெட்ட வார்த்தைகளைப் பயன்படுத்துதல், கல்வி நிலையங்களில் அழகுக்கு வளர்க்கப்படும் செடி கொடிகளைச் சேதப்படுத்துதல், மலர்ந்து அழகு கொடுக்கும் பூக்களைப் பறித்து வீசுதல், சுவர்களில் கண்டபடி கிறுக்குதல், ஆசிரியர்களுக்கு முன் புகைத்தல், பிறரிடம் விதண்டாவாதம் செய்தல், பெரியோர்களுக்கான மரியாதைகளைத் தவிர்த்தல், பெற்றோரை மதிக்காது நடத்தல், தெரியாதவர்களிடம் பணிவையும் அன்பையும் காட்டாது மூர்க்கமாக நடத்தல், மாணவக் காதலர்கள் பொது இடத்தில் நாகரிகமாக நடக்காது அருவருக்கத் தக்க விதத்தில் நடந்துகொள்ளுதல் இதைப் போன்று பண்பாட்டுக் குறைவான செயல்கள் பல இருக்கின்றன. அவற்றைச் சீர்திருத்த, மாற்றியமைக்க அல்லது விட்டொழிக்க முயற்சி எடுங்கள். அதற்கு நீங்கள் உங்களுக்குள் பேசித் தீர்வுகாண வேண்டும்.

இப்படிக்கு, உன் நலம்விரும்பும்
தாத்தா.

64 வருமுன் காக்க

அன்புள்ள தாத்தா, வணக்கம்!

உலகம் வெப்பமாதலைக் குறைக்க மக்களிடம் ஒரு விழிப்புணர்வை ஏற்படுத்த வேண்டும். அதை மாணவர்கள் செய்தால்தான் மக்களின் கவனத்தை ஈர்க்க முடியும் என்கிற தங்கள் கருத்தை எங்கள் கல்லூரி முதல்வரிடம் முன் வைத்தோம். இத்திட்டத்தை நம் கல்லூரி சிங்கப்பூரில் முதலில் தொடங்கி வைத்தால் நமது கல்லூரிக்கு நற்பெயர் கிட்டும் என்பதையும் எடுத்துச் சொன்னோம். முதல்வரும் மற்ற ஆசிரியர்களும் ஆதரவாகத்தான் இருக்கிறார்கள். கல்வித்துறையிடம் அனுமதி கேட்போம்; அவர்களுடைய ஆலோசனை, அபிப்பிராயம் தெரிந்து மேல் நடவடிக்கையில் ஈடுபடலாம் என்றனர்.

மாணவர்களிடம் இத்தனை கெட்ட பழக்கங்கள் இருக்கின்றன என நீங்கள் சொல்லும்போதுதான் அது எங்கள் மண்டையில் உரைக்கின்றது. நிச்சயம் களைவதற்கு முனைவோம். தங்கள் கடிதத்தை வகுப்பில் எல்லோர் முன்னிலையிலும் உரக்கப் படித்துக் காண்பித்தேன்.

தாத்தா! கடந்த வெள்ளிக்கிழமை மாலை கல்லூரியில் வழக்கமான ஒரு சிறு நிகழ்ச்சி நடைபெற்றுக்கொண்டிருந்தது. இறுதியாக நாட்டுப் பாடல் இசைக்கத் தொடங்கியது. ஒரு சீன மாணவனுக்கு அவன் பெண் தோழியிடமிருந்து ஜூரோங் கிழக்கு எம்.ஆர்.டி நிலையத்தில் காத்திருப்பதாகக் குறுஞ்செய்தி வந்தது. உடனே யாருக்கும் தெரியாமல் குனிந்து பக்கவாட்டின் வாயில்வழி வெளியேறுகிறான். வெளியே மதிற்சுவரை ஏறிக் குதித்திருக்கிறான். குதித்த இடம் போக்குவரத்து உள்ள சாலை. ஆர்வத்தில் சாலையின் போக்குவரத்தைச் சரியாகக் கவனிக்காததால் குதிப்பதற்கும் ஒரு கார் வந்து மோதுவதற்கும் சரியாக இருந்தது. அடிபட்ட இடத்திலேயே இறந்து விட்டான். மாணவனின் இறந்த உடலைப் பின்னர்ப் பார்த்த கல்லூரியே உறைந்துபோய் நிற்கிறது.

அவன் எப்போதும் தொலைபேசியிலேயே அந்தப் பெண்ணுடன் பேசிக்கொண்டே இருப்பானாம். நண்பர்கள் எல்லோரும் கண்டித்தி ருக்கிறார்கள். இறுதித் தேர்வு வரும் நேரத்தில் இப்படி ஒரு சோகச்

சம்பவம். அவனுடைய பெற்றோர்கள் வந்து அழுத காட்சியைப் பார்க்கப் பரிதாபமாக இருந்தது. அவன் இறந்து, குருதி வெள்ளத்தில் கிடந்த கொடுமையான காட்சி இன்றும் கண்ணுக்குள்ளேயே நிற்கிறது.

தாத்தா! மாமாவுக்கு ஏதோ பதவி உயர்வு கிடைத்திருப்பதாக அம்மா சொன்னார்கள். என்னுடைய வாழ்த்துகளைத் தெரிவிக்கவும்.

இப்படிக்கு, உங்கள் அன்புள்ள

கண்ணன்.

அன்புள்ள கண்ணா, நலமா!

மாறுவது மனம்

அந்த மாணவனின் மரணம் என்னையும் பாதித்துவிட்டது. மரணத்திற்கான காரணங்களான எல்லைமீறிய செயல்களைச் சிந்தித்தேன். காதலின் ஈர்ப்பு, தேசிய கீதத்தை அவமதித்தது, நிதானமிழந்த அவசரம், சாலை விதிமுறைகளை அலட்சியப்படுத்தியது, ஆகிய எல்லாவற்றையும் விட விஞ்ஞான முன்னேற்றத்தின் பயனாய்க் கைகளில் தவழ்ந்த தொலை பேசி. இவைகளினால் ஓர் உயிரை இழந்துவிட்டோம்.

அப்படிப் போன உயிர் ஓர் உயர்ந்த நல் நோக்கத்திற்காகப் போயிருந்தால் வரலாற்றிலாவது பொறிக்கப்பட்டிருக்கும். இப்படியாக ஒரு மாணவன் பலியாகிவிட்டான். இவனைப்போல் எத்தனை இதே குணாளர்கள் மரணத்தை எதிர்பார்த்துக் காத்திருப்பார்கள்? அவர்கள் இதை ஒரு பாடமாக எடுத்துக்கொண்டு தங்கள் நடவடிக்கைகளில் மாறுதல்களைச் செய்திடல் வேண்டும்.

தேசியப்பாடல், கொடியை அவமதித்தல் குற்றம்

ஒரு தேசிய கீதத்திற்கு உரிய மரியாதை கொடுக்க வேண்டும். பாரதி

"தந்தையர் நாடென்னும் போதினிலே, ஒரு சக்தி பிறக்குது மூச்சினிலே" என்றும் புதுமைத்தேனீ

"எனையீன்ற தாய் வாழ்க! தாய்தந்த மொழி வாழ்க!

எனையாக்கும் எந்தை வாழ்க! எந்தைவாழ் இப்பூ வாழ்க! " என்றும் தந்தையை நாட்டுக்கு இணையாக மதித்துப் போற்றக்காண்போம். அப்படிப்பட்ட நாட்டு வாழ்த்து இசைத்துக்கொண்டிருக்கும்போது இடையில் வெளியேறுவது என்பது பெற்றெடுத்த தந்தையை அவமதிக்கும் செயல். தந்தையைவிடக் காதலி முக்கியமாகத் தோன்றிவிட்டது. அவன் மீது அவளுக்கு அன்பிருந்தால் சிறிது நேரம் காத்திருக்கமாட்டாளா? தேசிய கீதத்தை அவமதித்தல் ஒவ்வொரு நாட்டிலும் பெரிய குற்றமாகக் கருதப்படுகிறது.

பெற்றெடுத்த தாய் எவ்வளவு வேதனையடைந்திருப்பாள்

கண்ணா, ஜப்பான் நாட்டினரைப்போல், உன் கல்லூரி நண்பன் சிங்கப்பூர் நாட்டின் மீது மரியாதை செலுத்தியிருந்தால் ஒருக்கால் இந்த விபத்திலிருந்து தப்பித்திருக்கலாம். அல்லது நுழைவாயில் வழியாகச் சென்றிருந்தாலும், சாலைவிதிகளைப் பின்பற்றி இருந்தாலும் விபத்தைத் தவிர்த்திருக்கலாம். குறுக்கு வழியில் செல்வோருக்கு, சட்டத்தை மீறுவோருக்கு இதை ஒரு படிப்பினையாக உங்கள் மாணவர்கள் எடுத்துக்கொள்ளவேண்டும். அதை நீங்கள் உங்கள் மாணவர்களிடையே பிரச்சாரம் செய்யலாம்.

“புரண்டு படுத்தால் குழந்தை இறந்துவிடுமோ எனக்
கருவிலிருந்த குழந்தைக்காகத்
தூக்கத்தைத் தொலைத்துவிட்டு
இரவிலும் விழித்திருந்த சூரியன் “- என ஒரு தாய் தன் குழந்தையைத் தவமிருந்து, தியாகத்தின் மறு உருவமாய் இருந்து பெற்றெடுக்கிறாள். அப்படி அந்தப் பையனைப் பெற்ற தாய் எந்த அளவு வேதனைப்பட்டிருப்பாள். அவள் தன் மகனைப் பற்றிய என்னென்ன கனவுகளைக் கண்டிருப்பாள். ஓர் எழுத்தாளர் சொன்னாராம், ‘என் மகள் கைபேசியில் அரையாண்டில் பேசிய நேரத்தில் நான் 400 பக்கத்தில் ஒரு நூல் எழுதிவிடுவேன்’ என்று.

அஞ்சல்துறை எப்படி உருவானது

தொலைத் தொடர்பு வளர்ச்சியடையும் வேளையில் உடன் இதைப்போன்ற இடர்ப்பாடுகளும் வந்து சேருகின்றன. இப்போதெல்லாம் தொடர்புகள் மின்னஞ்சல் வழி அடுத்த வினாடியே போய்ச் சேர்ந்து விடுவதால் அஞ்சல்துறையின் தேவையும் அவசியமும் மிக மிகக் குறைந்து கொண்டே வருகின்றன. கண்ணா! உனக்கு அஞ்சல் துறை எப்படி உருவானது என்று தெரியுமா?

1500ஆம் ஆண்டுவாக்கில் போர்ச்சுகீசிய நாட்டிலிருந்து பார்த்தலோமியேடயஸ் என்பவர் சில மாலுமிகளுடன் கப்பலில் கடற்பயணம் மேற்கொண்டார். தென்னாப்பிரிக்காவின் கரையில் அந்தக் கப்பல் புயலில் சிக்கியது. டயஸ் மரணமடைந்து விட்டார். ஒதுங்கிய கப்பலிலிருந்த ஒரு மாலுமி, தனக்கு ஏற்பட்ட அனுபவத்தை எழுதித் தன் காலணியில் போட்டு, அங்கிருந்த மரத்தில் தொங்கவிட்டுவிட்டார். 10 மாதங்கள் கழித்து இன்னொரு போர்ச்சுகீசிய மாலுமி ஜோ ஓடா நோவா என்பவர் அவ்வழியே வந்தார். அவர் தற்செயலாக அதைப் பார்க்க நேரிட்டது. படித்து விவரம் தெரிந்துகொண்டு இவரும் தன் அனுபவத்தை எழுதிவைத்தார். அதிலிருந்து அந்தத் தீவுக்கு வருவோர் அந்தக் காலணியையே கடிதங்கள்

போடும் ஒரு பெட்டியாகப் பயன்படுத்தத் தொடங்கினர். பின்னர் இதைப் போன்று தகவல் பரிமாற்றம் செய்யலாம் எனத் தோன்றியதில் பிறந்ததே அஞ்சல் துறை.

16ஆம் லூயி மன்னன் கொல்லப்பட்டதை நேரில் பார்த்தவர் கதி

கண்ணா! நண்பன் விபத்தில் இறந்த அந்தக் காட்சியை நேரில் பார்க்காது, பின்னர் பார்த்தவர்கள் உறைந்துபோனதாக எழுதி இருந்தாய். ஆர்மண்ட் ஜேம்ஸ் என்பவர் இரண்டு வயதுப் பாலகனாக இருந்தபோது 16ஆம் லூயி மன்னன் வெட்டிக் கொல்லப்பட்டதை நேரில் பார்த்து அதிர்ச்சியடைந்துவிட்டான். அதன் பிறகு வளர்ந்து, படித்து, வழக்கறிஞர் தொழிலையும் பார்த்திருக்கிறார். அன்று ஏற்பட்ட அந்த அதிர்ச்சியால் அவர் வாழ்ந்த 72 ஆண்டுகளும் உறங்கவே இல்லையாம். அதிர்ச்சி என்பது சில நேரங்களில் மூளையை நேரிடையாகப் பாதித்துவிடும்.

கான்கிரீட் போல் காத்திருக்க வேண்டும்

கண்ணா! நம் அனைத்துச் செயல்களிலும் பொறுமையைக் கடைப் பிடிக்க வேண்டும். மனோவேகத்தில் செயல்பட எல்லோருக்கும் ஆசை தான். ஆனால் நடைமுறைச் சாத்தியமான வழிகளில் செல்லும்போது பொறுமையுடன் காத்துத்தான் இருக்க வேண்டும். எடுத்துக்காட்டாக வீடு கட்டுகிறோம். ஒரு மாடியளவுக்குச் சுவர் எழுப்பி முடிந்தவுடன் மேல்தளம் ஒட்டுவதற்கு கான்கிரீட் போடுகிறோம். அதன் மீது நீர் ஊற்றிவந்து கொண்டே இருந்துபத்துநாள்கள்கெட்டியாவதற்குக்காத்திருக்கவேண்டும். அதுதான் போட்டாகிவிட்டதே என மறுநாளே அதற்குமேல் அடுத்த வேலையைத் தொடங்கிட முடியாது. அப்படித் தொடங்கினால் கட்டடத் திற்குப் பாதிப்பு ஏற்பட்டுவிடும்.

அதேபோல்தான் நமது வாழ்க்கையின் அன்றாட நடைமுறைகளும். சாலையைக் கடக்கும்போது பச்சை விளக்கு வரும்வரை ஓரிரு நிமிடங்கள் காத்திருப்பதுதான் அறிவுடைமை. ஏனெனில் வாகனத்தை எதிர் திசையிலோ, பக்கவாட்டிலோ ஓட்டிக்கொண்டு வருவோர் ‘எங்கே சிவப்பு விளக்கு வந்துவிடுமோ’ என்று அதற்குள் கடந்துவிட வேகமாக வருவார்கள். அந்தநேரத்தில்நாம்நான்குகாலடிஎடுத்துவைத்துவிட்டாலே... அவ்வளவுதான் நம் உடம்பு அப்பளம் போல் நொறுங்கிவிடும். நமது பிழையாக இருந்தால் காப்பீட்டுக்கழகமும் கைவிரித்துவிடலாம். அந்தப் பையன் நல்லவேளை அந்த இடத்திலேயே இறந்துவிட்டான். அப்படி யின்றிக்கைகால்கண் போன்ற உறுப்புகள் போயிருந்து உயிரோடிருந்தால்... சிந்தித்துப்பார். அவனுக்கும் சிரமம்; பெற்றோர்களுக்கும் எவ்வளவு சிரமம் ஏற்பட்டிருக்கும்.

கண்ணா! உனக்கும் முன்கூட்டியே கவனத்துடன் செயல்பட வேண்டும் என்னும் உணர்வு இந்நேரம் நிறைய வந்திருக்கும் என நம்புகிறேன். உன் அப்பாவிடம் சொல்லி உனக்கு ஆயுள் காப்பீட்டுக் கழகத்தில் பாலிசி எடுக்கச் சொல்கிறேன். எல்லாப் பெற்றோர்களும் பிள்ளைகளுக்காகக் காப்பீட்டுக் கழகத்தை அணுக வேண்டும் என்பதை நினைவுபடுத்த வேண்டும்.

இப்படிக்கு
உன் நலம் விரும்பும்
தாத்தா.

65 பெண்கள்தான் உயர்வா ?

அன்புள்ள தாத்தா, வணக்கம்!

சாலைகளைக் கடக்கும்போது நான் உண்மையிலேயே அவசரப் பட்டு நடைபோடுவேன். 'என்ன அவசரம்' என்று அம்மா என்னைத் திட்டிக்கொண்டே இருப்பார்கள். கவனமாக, வாகனங்கள் வரும் திசை பார்த்து லாவகமாகக் கடப்பேன்; எனக்கு எந்த ஆபத்தும் வராது என எண்ணிக்கொண்டிருந்தேன். . இருந்தாலும் அம்மா சொல்லிய நேரத்தில் கேட்காத நான், இப்போது வகுப்பு மாணவனின் கொடூரமான விபத்தைப் பார்த்த பிறகு இனி அப்படி அவசரப்படுவதில்லை என எனக்குள் ஓர் உறுதிமொழி எடுத்துக்கொண்டேன்.

"பிறர் சொல்லும்போது கொசு கடிக்கிறது; - அதுவே

நமக்கு நேரிடும்போது தேள் கொட்டுகிறது "

போக்குவரத்தின் சட்டவிதிகள் எங்களுடைய நன்மைக்கும் பாதுகாப்பிற்கும்தான் வகுக்கப்படுகின்றன. அவற்றைச் சிங்கப்பூரில் கடுமையான முறையில் கடைப்பிடித்து வருகிறார்கள் என்பதை நான் நன்றாக உணர்கிறேன். பல மாணவ நண்பர்கள் என்னைப் போலவே முடிவெடுத்து வருகிறார்கள்.

இதற்கெல்லாம் அந்தப் பெண்தான் காரணம் என்று அந்தப் பெண்ணைக் கண்டுபிடித்து மாணவர்கள் வசைமாரி பொழிந்திருக்கிறார்கள். இத்தனைக்கும் அவள், அன்று அந்த விபத்தில் இறந்த பையனை வந்து பார்க்கவே இல்லை என்கிற நம்ப முடியாத செய்தியும் வந்துள்ளது.

இன்னும் சிலர் தங்கள் காதலிலிருந்து பின் வாங்குகிறார்கள் என்கிற செய்திகளும் என் காதுக்கு வந்துகொண்டிருக்கின்றன. காரணம் அன்று அந்தப் பெண்தோழி குறுஞ்செய்தி கொடுத்து உடனே வரச்சொன்னதால்தானே இப்படி அவன் அவசரப்பட்டுவிட்டான் என்று எண்ணுகிறார்கள்.

ஏன் தாத்தா பெண்கள் எல்லாரும் கொஞ்சம் கூட ஈவு இரக்கம் இல்லாமல் இப்படி இருக்கிறார்கள். கல்லூரியில், பள்ளியில் அதிக

மதிப்பெண்களைப் பெண்களே எடுக்கிறார்கள் என்று ஆசிரியர்கள் அனைவரும் எங்களைத் தாழ்த்தியும் பெண்களை உயர்த்தியும் பேசுகிறார்கள்; அவர்கள்தான் புத்திசாலிகளாம். புத்திசாலிகளாக மட்டும் இருந்தால் போதுமா?

தாத்தா! இந்த ஆசிரியர்களும் இருக்கிறார்களே! பெண்கள் ஒரு பெரிய தவறு செய்துவிட்டால் மெல்லக் கண்டிக்கிறார்கள்; அதே நேரத்தில் மாணவன் ஒரு சிறிய தவறு செய்துவிட்டாலும் பெரிதாகக் கண்டிக்கிறார்கள். இந்தப் பாகுபாடு ஏன்? எல்லாரும் சமம் என்று மேடையில் பேசினால்; ஏட்டிலே எழுதினால் மட்டும் போதுமா?

இப்படியெல்லாம் செய்தால், எப்படி இருபாலாருக்கிடையே ஒற்றுமையை ஏற்படுத்த முடியும்?

இப்படிக்கு, உங்கள் அன்புள்ள

கண்ணன்.

அன்புள்ள கண்ணா, நலமா!

நீ நினைப்பதுபோல் பெண்கள் ஈவு இரக்கம் அற்றவர்கள் என்கிற முடிவுக்கு வருவது தவறு.

" மங்கையராகப் பிறப்பதற்கே நல்ல
மாதவம் செய்திட வேண்டுமம்மா " என்றார் கவிமணி.

நடைமுறையில் ஒப்பிட்டுப் பார்க்கும்போது பெண்களே ஆண்களை விடப் பரிவுமிக்கவர்கள்; பாசமானவர்கள்; பொறுமையானவர்கள் என்று ஆய்வுகளின் முடிவாகப் பல நேரங்களில் அறிவிக்கப்பட்டு வருகின்றன. அதே நேரத்தில் என்னைப் பொறுத்த வரையில் பெண்களைவிட ஆண்களே தேர்வுகளில் அதிக மதிப்பெண்கள் நியாயமாக எடுக்கவேண்டும். அவர்கள் தங்களுடைய கவனத்தின் திசை மாற்றத்தினால், குறிக்கோளி லிருந்து வழுவிப் போய்விடுகிறார்கள் என்பதே உண்மை.

பெண்களுக்குத் தனிச் சலுகை

கண்ணா! பெண்களை ஏன் ஆசிரியர்கள் மென்மையாகக் கண்டிக்கி றார்கள் என்றால், அவர்களை உடல் ரீதியில் பலவீனமான பிரிவாகக் (Weaker Section) கணக்கிடுகிறார்கள். ஒரு தாய்க்குப் பல பிள்ளைகள் இருந்து, அவர்களிலே ஒருவன் உடல் ரீதியில் இளைத்து ஒல்லியாக இருப்பான்; அல்லது கடைக்குட்டியாக இருப்பான். அவனை மற்றவர்கள் அடித்துவிடும்போதோ, மிரட்டும்போதோ எதிர்க்க வலுவில்லாதவனாக இருப்பான். அவனுக்கு அந்தத் தாய் எப்போதுமே பாதுகாப்பாக இருந்து பரிவுகாட்டுவது இயற்கை. அதைப்போல்தான் பெண்களுக்கு ஆதரவான

அனுதாபக் கண்ணோடு நீதிமன்றமோ அரசோ, ஆசிரியர்களோ நடந்துகொள்வார்கள் என்பதை நீ புரிந்துகொள்ளவேண்டும்.

இல்லத்திற்கு விருந்தினராய் வருவோர் பட்டுப்புடவையுடன் வருவார்கள்; அல்லது நமது இல்லப்பண்டிகைகளின் போது கூடப் பெரும்பான்மையான துணிமணிகள் பெண்களுக்குத்தான் வாங்குவார்கள். " அம்மையே அப்பா ஒப்பிலா மணியே " எனும் போது அம்மாவுக்கே முதலிடம் கொடுக்கப்பட்டிருக்கிறது. ஆங்கிலத்தில் மேடையில் பேசத் தொடுங்குவோர் Ladies and gentleman எனக் குறிப்பிடுகிறார்கள். மற்றவர்கள் பார்வையில் தந்தையைவிடத் தாய் மோசமானவளாக இருந்தாலும், அவளுடையமகன் தன் தாயைவிட்டுக்கொடுக்கமாட்டான். அப்படிப்பட்ட சமுதாயத்தில் வாழ்ந்துகொண்டிருக்கிறோம்.

இளநீர் குளத்தில் குளிக்கிறாள் கோவா மணப்பெண்

கோவா மாநிலத்தில் திருமணத்திற்கு முதல் நாள், சுமார் 300 இளநீர்களைச் சீவி அதன் நீரை எடுக்கிறார்கள். மணமகளைத் தயார் செய்யும் நோக்கத்தில், ஒரு அகன்ற பாத்திரத்தில் பிடித்து அதற்குள் உட்காரவைத்துமணமகளைக்குளிப்பாட்டுவார்களாம். ஏன் மணமகனுக்கு அந்த வாய்ப்பைக் கொடுப்பதில்லை. பெண்களைத் தாயாக, மகளாக, உடன்பிறப்பாக ஏன் தெய்வமாகவே பார்க்கும் பழக்கம் நம்மிடம் உண்டு.

கிளியோபாட்ராவுக்காக ஆன்டனி தினம் 4 முறை சவரம் செய்தான்

"கிளியோபாட்ராவுக்கு முன் தாம் அழகாகத் தோன்ற வேண்டும் என்பதற்காக ஆன்டனி நாளொன்றுக்கு நான்கு முறை முகச்சவரம் செய்து கொண்டான் " என்று அறிவொளி ஒரு பட்டிமன்றத்தில் குறிப்பிடுகிறார். நடுவராக இருந்த பேராசிரியர் பா. நமசிவாயம், " ஓகோ! கிளியோபாட்ராவுக்காக ஆண்டனி ரோம (ரோம்) சாம்ராஜியத்தையே அழித்திருக்கிறான் பாருங்கள் " எனச் சொன்னவுடன் அந்த அரங்கமே கையொலிகளால் அதிர்ந்ததாம். கண்ணா! பார்த்தாயா பெண்களுக்குக் கொடுக்கப்படும் மரியாதையை.

கிளியோபாட்ரா

தேவதாசிகளை வைத்திருப்பது பெருமையாம்

அப்படிப்பட்ட பெண்களில் சிலர்தான் அழகையே முதலாக வைத்து வருமானத்திற்காக விலைமாதர்களாகிவிடுகிறார்கள். அவர்களை நம் சமுதாயம் அருவருப்பாகப் பார்க்கிறது. ஆனால் நமது நாட்டில் அறுபது

எழுபது ஆண்டுகளுக்கு முன்னர், ஓர் இனத்தில் பிறந்த பெண்களை "தேவதாசிகள்" என்று சொன்னார்கள். தேவர்களாகிய கடவுளுக்குப் பண ிவிடை செய்பவர்கள் என்பது அதன் பொருள். அப்படிப்பட்ட பெண்களை இறைவனுக்கு அர்ப்பணித்துவிடுவார்கள். எப்படிக் கடவுளுக்கு வடை மாலை சாத்திவிட்டுப் பிறகு நாம் தின்கிறோமோ அதைப் போல அந்தந்தப் பகுதியிலுள்ள கனதனவான்கள் அவர்களை அனுபவித்து வந்தார்கள். இன்னும் சொல்லப்போனால் அந்தச் செல்வர்கள் அதை ஒரு பெருமையாக எண்ணி வந்த காலம்.

தேவதாசிகள் ஒழிப்புச் சட்டத்திற்கு சத்தியமூர்த்தி எதிர்ப்பு

காலமாற்றத்தில் அந்தத் தேவதாசிகள் ஒழிப்புச் சட்டத்தைச் சென்னை இராஜதானி அசெம்பிளியில் கொண்டுவருகிறார்கள். கருமவீரர் காமராசரின் குரு எனப்படும் மாபெரும் தலைவர் சத்தியமூர்த்தி அரசியல் விடுதலைக்காகப் போராடினாரே தவிர, சமுதாய விடுதலைக் கருத்துகளை முன்னெடுக்கவில்லை. அவருடைய பிற்போக்குவாதத்திற்கு எடுத்துக் காட்டு இதோ: மேற்கண்ட சட்டத்தை எதிர்த்துச் சத்தியமூர்த்தி சட்டமன் றத்தில் பேசுகிறார்.

"தேவதாசிகளை ஒழிக்கக்கூடாது. இளைஞர்களின் உணர்ச்சிகளுக்கு ஒரு வடிகாலாக இருப்பதால் இந்தச் சமூக அமைப்புக்கு அவர்கள் தேவைப் படுகிறார்கள். அவர்கள் இல்லையென்றேல் நமது குடும்பப் பெண்கள் கெட்டுவிடுவார்கள் " என்றார். அவரை எதிர்த்து, டாக்டர் முத்துலட்சுமி ரெட்டி,

"அப்படி ஒரு குலம் அவசியம்தான் என்றால், இதுவரை எங்கள் குலம் அப்பணியைச் செய்தது போதும். உங்கள் கூற்றுப்படி அது ஓர் உயர்ந்த சேவையெனில், இனிச் சத்தியமூர்த்தியின் இனத்தார், குடும்பத்தார் அச்சேவையைச்செய்யட்டும்" என்றவுடன்சத்தியமூர்த்தி வாயடைத்துப்போய் உட்கார்ந்துவிட்டார்.

கம்பனுக்கு இராமனின் அழகை வர்ணிக்க வார்த்தை கிடைக்கவில்லை

ஆண்களுக்கு மரியாதை தரப்படவில்லை என வாதிடவில்லை. இராமனுடைய அழகை வருணிக்க வந்த கம்பன், 'வெய்யோன் ஒளி... ' எனத் தொடங்கும் பாடலில்,

"மையோ மரகதமோ மறிகடலோ மழைமுகிலோ .." என எழுதிக்கொண்டு வருபவனுக்கு அதற்கும் மேல் உயர்வாக வருணிக்க வார்த்தைகளைத் தேடுகிறான். சொற்பற்றாக்குறையினால்,

"இவன் வடிவென்பதோர் அழியா அழகுடையான் .. ஐயோ..! " என்பதாகக் கம்பன் காவியத்தில் காணமுடிகிறது.

மோனாலிசாவுக்கு மூலம் லிசா கொர்டின்

உலகப்புகழ்பெற்ற ஓவியம் என எல்லோரும் காட்டுவது "மோனாலிசா" ஓவியத்தைத்தான். அந்த ஓவியமே அவ்வளவு அழகு என்றால் அந்த ஓவியத்திற்கு மூலமாக இருந்து காட்சி கொடுத்த அழகான பெண் "லிசா கொர்டின்" எவ்வளவு அழகாக இருந்திருப்பாள். கண்ணா என்னால் அந்த ஓவிய அழகைவிட அதை வரைந்த "டாவின்சி" யைத்தான் அழகானவராகக் கற்பனை செய்து பார்க்கமுடிகிறது.

சீனாவில் பெண்ணுக்குப் பாதுகாப்புத் தேவை

சீனாவில் பெற்றோர்கள் ஒரு பிள்ளையைத்தான் பெற்றுக் கொள்ள வேண்டும் எனும் சட்டம் அமலில் இருக்கிறது. அங்குப் பெண்களின் எண்ணிக்கை 100 என்றால் ஆண்கள் 118 எனும் விகிதத்தில் இருப்பதாகவும், மொத்தத்தில் 18 கோடி ஆண்கள் பெண் துணையின்றி அல்லது கிடைக்காமல் வாழ்கிறார்கள் எனப் புள்ளிவிவரம் குறிப்பிடுவதாக ஜூலை 2013 'புதிய தலைமுறை' இதழில் வெளியிட்டுள்ளார்கள். அதனால் அங்கும் பெண்களுக்கு அச்சுறுத்தல், கடத்தல், பாலியல் போன்ற தொல்லைகள் அதிகரித்துள்ளன என அறிகிறோம்.

கண்ணா! இதில் ஒரு வேடிக்கை என்னவென்றால், இதைப்பயன்படுத்தி, TAOBAO.COM எனும் ஒரு வணிக நிறுவனம், பணிக்குச் செல்லும்; படிக்கச் செல்லும் பெண்களுக்குப் பாதுகாப்புக் கொடுக்க முன்வந்திருக்கிறார்கள். நன்கு பயிற்சி பெற்ற, நம்பகத்தன்மையுடைய ஆண்களைப் பெண்களுடன் சென்று பத்திரமாகப் பாதுகாத்து அழைத்துச் சென்று, அழைத்து வருவதற்கு மணிக்கணக்கு அடிப்படையில் கட்டணம் வசூலிக்கிறார்களாம். இதற்கிடையில் இப்பணியை பெய்ஜிங் பல்கலைக் கழக உளவியல் இணைப் பேராசிரியர் லிம் லியூ யான், சீனக் கலாசாரத்தைச் சிதைக்கும் செயல் என்றும் தடை செய்ய வேண்டும் என்றும் கூறியுள்ளார்.

மறைமலையடிகளிடம் கி.ஆ.பெ. மன்னிப்புக் கேட்டார்

கண்ணா! ஆண் பெண்ணிடையே வேற்றுமை பார்க்கிறார்கள் என எழுதி இருந்தாய். நமது தமிழறிஞர் மறைமலையடிகளார் அவர்களும் இதே போன்று வேற்றுமை ஏன் எனக் கேட்கிறார். ஒரு சமயம் திருச்சிக்கு வந்து ஒரு நிகழ்ச்சியில் கலந்துகொண்டார். அந்த விழாவின் இறுதியில் நன்றி கூற வந்த கி.ஆ.பெ. விசுவநாதம்,

"அடிகளார் பேச வருவதற்குத் தொகை அதிகம் கேட்பதாகவும், நிபந்த னைகள் அதிகம் போடுவதாவும் சொல்கிறார்கள். எல்லோராலும் நீங்கள் கேட்கும் தொகையைக் கொடுக்க முடிவதில்லை. அடிகள் கொஞ்சம்

மறுபரிசீலனை செய்யலாம்" என்றார். அதற்குப் பதில் சபையில் கூறாமல் தனியே அழைத்து,

"சரியாக ஆடத்தெரியாதவளை அழைத்து, அவள் போடும் நிபந்தனை களையெல்லாம் ஏற்று, 1000, 500 எனக் கொடுக்கிறீர்கள். தமிழ் படித்த ஒரு அறிஞன் அவர்களைவிடத் தாழ்ந்தவனா? அவனுக்கு ஒரு 500 தர வலிக்கிறதா? இந்நிலை மாறவேண்டும் என்பதை அறியாமல் நன்றி கூறும்போது நீட்டி முழங்கினீரே?" என்று சாடிய பின் முத்தமிழ்க் காவலர் மறைமலை அடிகளாரிடம் மன்னிப்பைக் கோரினாராம்.

பிரதமர் பதவி காலியாக இருத்தல் கூடாது

கண்ணா! ஒரு பட்டிமன்றத்தில் நிகழ்ந்த கணவன் மனைவி பற்றிய சுவையான செய்தியை உன்னுடன் பகிர்ந்துகொள்வதில் மகிழ்ச்சியடைகிறேன்.

ஒரு பெண் பேச்சாளர்: "நாங்கள் கணவன் இறந்தாலும் மறுமணம் செய்யாமல், பாடுபட்டுக் குழந்தைகளைக் காப்பாற்றுகிறோம். ஆனால் ஆண்களே! உங்கள் மனைவி இறந்துவிட்டால் உடனே வேறு மணம் செய்துகொள்கிறீர்களே, இது நியாயமா? "

நடுவராக இருந்த சுகி சிவம்: "அம்மாவின் இந்தக் கேள்வி நியாயமானது. ஆண்களே நீங்கள் குழந்தைகளைக் காரணம் காட்டி, குடும்பத்தைக் காரணம் காட்டிப் புது மனைவியை நாடுகிறீர்கள். கண்கூடாகவும் கண்டு வருகிறோம். இதற்கு உங்கள் பதில் என்ன? "

இரெ. சண்முகவடிவேல்: "அம்மா! பிரதமர் நேரு இறந்துவிட்டார். உடனே குல்சாரிலால் நந்தாவை இடைக்காலப் பிரதமர் ஆக்கிவிட்டார்கள். ஏன் 10 நாள்கள் கழித்துப் பிரதமரைத் தேர்வு செய்திடக் கூடாதா? முடியாது. நமது அரசியல் சட்டப்படி ஒரு பிரதமர் இல்லாமல் நாடு இருக்கக் கூடாது. சரி நமது குடும்பமும் நாடு போன்றது. இங்குக் குடும்பத்திலே பிரதமர் போன்றவர் மனைவி. இந்தப் பிரதமர் இறந்துவிட்டால் உடனே வேறு ஒரு பிரதமரை அமர்த்துவதுதான் குடும்பச் சட்டம். அதாவது குடும்பப் பிரதமர் பதவி காலியாகவே இருக்கக்கூடாது. கணவன் என்பது ஒரு சாதாரண அமைச்சர் பதவிதான். ஒரு அமைச்சர் இறந்துவிட்டால், பிரதமரே அமைச்சரது பொறுப்பையும் தம் பொறுப்பில் எடுத்துக்கொள்வார்" என்று சொன்னவுடன்,

கண்ணா! அப்போது அரங்கம் எப்படி இருந்திருக்கும்? கற்பனை செய்து பார். இப்படி மேடையில் சண்டைபோட்டுக்கொள்வார்களே தவிர அவர்கள் எதிரிகளாக இருக்க மாட்டார்கள். நீ கூட ஆசிரியர்களின் செயலால் மாணவியர் மாணவர்களுக்கிடையில் ஒற்றுமை ஏற்பட வழி இருக்காது என்று எழுதியிருந்தாய். இதெல்லாம் ஒரு தற்காலிகமானதே. ஒரு பொதுப் பிரச்சினை என்று வந்துவிட்டால் உங்களிடையே அந்த ஒற்றுமை தானாக வந்துவிடும்.

ஐயங்கார் முடியில் பாதியைத்தான் வெட்டினார்கள்

சென்ற நூற்றாண்டின் தொடக்கத்தில் தமிழகத்தில் முதன்முதலாக ஒரு வேலைநிறுத்தம் நடந்தது. ஆங்கிலேயர்களின் 'கோரல் காட்டன் மில்லில்' தொழிலாளர்கள் அடிமைகளாக நடத்தப்பட்டனர். 12மணி நேரம் வேலை. செய்ய முடியாதென்றால் பிரம்படி, அடி, குத்து போன்ற கடுமையான தண்டனை. இதை எதிர்த்துப் போராட, சுப்பிரமணிய சிவாவின் துணையுடன் வ.உ.சி முன்வந்தார்.

தூத்துக்குடி நகரமே ஆதரவு காட்டியது. அப்போது ரெங்கசாமி ஐயங்கார் என்பவர் வெள்ளையர் ஆதரவாளர். ஒரு சவரத் தொழிலாளியிடம் சென்றார். பாதியளவு முடியை வெட்டிக்கொண்டிருந்த அந்தத் தொழிலாளி,

" நீர் வெள்ளையரை ஆதரிப்பது உண்மையா? " என்று கேட்டார்

" அது உன்னுடைய வேலையில்லை "

" உமக்குச் சவரம் செய்வதும் என் வேலையில்லை. நீர் இப்போதே வெளியேறும் "

என்று சொல்லி வெளியேற்றியபின் ஐயங்கார் பல இடங்களுக்குப் போய் மீதி முடியை வெட்டிட முயன்றும் முடியாமல் அப்படியே போனார். அதே போல் சலவைத் தொழிலாளிகளும் போராட்டத்தில் குதித்தனர். இவை அப்போதைய ஒற்றுமைக்கு ஒரு சான்றாக விளங்கியதாகச் சொல்வர். கண்ணா! இப்போது உள்ள நிலையில் அது ஒரு சாதாரணம். அப்போது ஒரு சிறு குற்றத்துக்கே மரண தண்டனை கொடுத்துவந்த காலம்.

ஒற்றுமை இன்மையால் கப்பல் போனது

கண்ணா! அதே வ.உ.சி 'சுதேசி ஸ்டீம் நேவிகேஷன்' சார்பாக இலங்கைக்குப் போய்வர ஒரு கப்பல் வாங்கி ஓட்டினார். அவரைக் கைது செய்ததற்குப் பிறகு, நாட்டுப் பற்று மூக்குப் பொடியளவுக்கும் இல்லாத சோற்றுத் துருத்திகளான நிறுவனத்தின் பங்காளிகளுக்குள் ஒற்றுமை இல்லாததால் வெள்ளையரிடமே விற்றுவிட்டார்கள். அன்று மட்டும் ஒற்றுமையுடன் இருந்திருந்தால் அந்தக் கப்பல் வீரத் தமிழர்களின் அடையாளமாக ஓடிக்கொண்டு இருந்திருக்கும். ஒற்றுமையின் இன்றியமையாமை உனக்குத் தெரிகிறதா?

இப்படிக்கு
உன் நலம் விரும்பும்
தாத்தா.

66 புத்தாக்கச் சிந்தனை

அன்புள்ள தாத்தா, வணக்கம்!

தங்களின் சென்ற கடிதத்தில் குறிப்பிட்டபடி ஒற்றுமையின் அவசியம் எனக்குப் புரிகிறது. பெண்களுக்கு உள்ள மரியாதையைப் புரிந்துகொள்ளாமல்; அவர்களிடமுள்ள பொறுமை, அன்பு, பாசம் அறியாமல் ஏதோ அவசரத்தில் எழுதிவிட்டேன். மன்னிக்கவும். இனி எதற்கும் அவசரப்படக்கூடாது என்றும் உணர்கிறேன்.

அடுத்த ஆண்டிலிருந்து பாடத்திட்டங்கள் எல்லாம் புத்தாக்கச் சிந்தனையின் வெளிப்பாடாக வகுக்கப்படும் என்று சிங்கப்பூர் கல்வியமைச்சு அறிவித்துள்ளது. உலக மயமாதலுக்கேற்ப நாமும் நம்மை மாற்றிக்கொள்ள வேண்டுமாம். தொலை நோக்குப் பார்வையில் எங்களது அரசு எப்படிச் செயல்படுகிறதோ அதற்கேற்ப எதிர்காலத்தை உருவாக்கும் பாடத்திட்டமும் அமைந்திட வேண்டுமென எதிர்பார்க் கிறார்கள்.

"சங்க காலம்" "அந்தக் காலத்தில்" "பழந்தமிழ் இலக்கியம் சொல்கிறது" "தொல்காப்பியர் எழுதிவிட்டார்" என்றெல்லாம் இனித் தமிழாசிரியர்கள் தொட்டதற்கெல்லாம் அந்தப் பல்லவிகளைப் பாட மாட்டார்கள். நல்லவேளை தப்பித்தோம். "என்றுநாங்கள் எங்களுக்குள் பேசிக்கொண்டோம்.

இப்படிக்கு, உங்கள் அன்புள்ள

கண்ணன்.

அன்புள்ள கண்ணா, நலமா!
மாற்றம் ஒன்றுதான் மாறாதது

பழைமையை மறந்து புதிய சிந்தனை எப்படிப் பிறக்கும். அன்று சொல்லப்பட்ட செய்திகளும் கண்டுபிடிப்புகளும் இன்றைய புதிய சிந்தனைக்கு அடித்தளம் என்பதை மறுக்க முடியாது. அந்த அடித் தளத்தின் மீதுதான் மாட மாளிகைகளையும், கூட கோபுரங்களையும் கட்டிச் சொகுசாக வாழமுடியும். காலத்திற்கு ஏற்ப மாற்றம் நிச்சயம் தேவைதான். நேற்றைய செய்தி நேற்றுப் புதிதாக இருந்தது. ஆனால்

அதே செய்தி இன்று பழைமையானதாகப்போய்விடுகிறது. அதே போல்தான், இன்றைய புதுமை நாளைய தினம் பழைமையானதாகிவிடும். " மாற்றம் ஒன்றுதான் இவ்வுலகில் மாறாதது " என்பார்கள்.

நரி பேசுமா? காக்கை பாடுமா?

இராமாயணம், மகாபாரதம் போன்ற கதைகளில் அறிவுக்கும், சிந்தனைக்கும் ஒட்டாத கதைகள் அவற்றில் பரவிக்கிடக்கின்றன. ஏன் அவ்வளவு தூரம் போகவேண்டும்? பாட்டி வடை சுட்டாள்; காக்கை திருடிக்கொண்டு பறந்து போய் மரத்தில் அமர்ந்தது; நரி வடையை அடைய எண்ணி " நீ மிகவும் அழகாய் இருக்கிறாய்! ஒரு பாட்டுப் பாடு " என்பதாகக் குழந்தைகளுக்குக் கதை சொல்கிறோம். இதிலிருந்து நாம் அறிந்துகொண்டது, நாம் பிறரை ஏமாற்றினால் நம்மைப் பிறர் ஏமாற்றுவர்; புகழ்ச்சிக்கு மயங்கினால், இருப்பதை இழக்க நேரிடும் என்பதே. இதில் கதையைவிடக் கருத்தே முக்கியம். அதையே இப்போதைய சிந்தனையில் சிறுவர்களே, 'நரி பேசுமா? காக்கை பாடுமா?' என்று கேட்கிறார்கள். புதிய சிந்தனை தான். அந்தக் கேள்விகளைக் கேட்கும் குழந்தைகளின் அறிவுத் திறன் பற்றி எண்ணும்போது மகிழ்ச்சியாக இருக்கிறது. ஆனால் அக்கதையிலே ஒளிந்திருக்கும் போதனைகளுக்காகத்தான் அந்தக் கதை புனையப்பட்டது என்பதே உண்மை.

செருப்புத் தைக்கும் தொழிலாளி மகன் அதிபராக உயர்ந்தார்

அமெரிக்க நாடாளுமன்றத்தில் லிங்கன் அதிபராக இருக்கும்போது, ஓர் எதிர்க் கட்சி உறுப்பினர். " உங்கள் அப்பா தைத்துக் கொடுத்த செருப்பு இன்னும் என் காலில்தான் இருக்கிறது என்பதை மறந்துவிடாதீர்கள் " என்றார். அதிபரை, செருப்புத் தைக்கும் தொழிலாளி மகன் என்று அவமானப்படுத்துவதுதான் அவருடைய நோக்கம். ஆனால் லிங்கன் தமது புதிய சிந்தனையில், ' எத்தொழிலும் இழிவல்ல; பிறரை ஏமாற்றக்கூடாது; பொய் சொல்லி வாழக்கூடாது; அதே நேரத்தில் உழைப்பால், அறிவால், முயற்சியால் முன்னேறவேண்டும். பிறரால் ஒரு இழிவான தொழில் எனப்படும் நிலையிலிருந்து இவ்வளவு உயரிய நிலைக்கு வந்திருப்பதற்கு நானே ஓர் எடுத்துக்காட்டு" என்று அதைச் சாதகமான பார்வையில் எடுத்துக்கொண்டு, " பல ஆண்டுகளுக்கு முன் என் தந்தை தைத்த செருப்பு இன்னும் உழைக்கிறது என்றால் என் தந்தையிடம் எவ்வளவு தொழில் திறமை இருந்ததுஎன்பதை இவ்வுலகுக்கு எடுத்துக்காட்டியதற்கு நன்றி. என்னுடைய தந்தையை நினைத்து நான் பெருமைப்படுகிறேன் " என்று பதிலளித்தார்.

நஞ்சு கொடுத்தால் சர்ச்சில் குடிப்பேன் என்றார்

வெடுக்கென்று பேசும் சீமாட்டி ஒருத்தி, வின்சன்ட் சர்ச்சிலைப் பார்க்க

வந்திருந்தார். "சர்ச்சில்! உங்கள் நடவடிக்கைகளில் பல எனக்குப் பிடிக்க வில்லை; நான் மட்டும் உங்கள் மனைவியாக இருந்திருந்தால் பாலில் நஞ்சு கலந்து கொடுத்திருப்பேன் " என்றார்.

"நீ மட்டும் என் மனைவியாக இருந்திருந்தால், பேசாமல் அதை நான் வாங்கிக் குடித்திருப்பேன்" என்றாராம். இப்படிப்பட்ட மனைவியுடன் வாழ்வதைவிடச் சாவதேமேல் என அவருக்குஏற்பட்ட புதியசிந்தனையைப் பற்றித்தான் நாம் இன்றும் விவாதிக்கிறோம்.

பெர்னார்ட்ஷா: காட்டித் தெரிவதில்லை பாசம்

பெர்னாட்ஷாவைப் பார்க்க வந்த ஆசிரியர் ஜான்சன்,

"உங்களுக்குப் பூக்கள் என்றால் மிகவும் பிடிக்கும். ஆனால் இந்த வரவேற்பு அறையில் ஒரு பூந்தொட்டியோ படமோகூட இல்லையே" என்று கேட்க,

"எனக்குக் குழந்தைகளையும்தான் மிகவும் பிடிக்கும். அதற்காகக் குழந்தைகளின் தலைகளைக் கொய்துகொண்டு வந்து இங்கே வைத்திட முடியுமா" என்று அவருக்குப் பதில் கொடுத்திருக்கிறார்.

உதட்டு ரேகைப் பதிவு

மனிதனின் உதட்டுரேகைகள் குழந்தைப்பருவத்திலிருந்துமாறாதவை என இப்போது ஜப்பானில் டாக்டர் சுசுகி என்பவர் கண்டுபிடித்திருக்கிறார். அங்கு இப்போது எழுந்த புதிய சிந்தனையில் கை ரேகையுடன் உதட்டு ரேகையையும் பதிவு செய்துகொள்கிறார்கள்.

வண்ணத்துப் பூச்சிகளினால் மெக்சிகோவில் மழை பொழிகிறது

கனடாவிலிருந்து ஆண்டுதோறும் கோடிக்கணக்கான வண்ணத்துப் பூச்சிகள் மெக்சிகோவிற்கு கடல் வழியாகப் பறந்து செல்கின்றன. அவை பறந்து செல்வதனால்தான் மெக்சிகோவில் நிறைய மழை பெய்வதாக ஓர் ஆய்வில் சொல்கிறார்கள்.

ஹென்றிபோர்டை திருவோடோடு விட்டாலும்...

ஹென்றி போர்டுவிடமிருந்து, அசையும், அசையாச் சொத்துகளைப் பறித்துக்கொண்டு, கையில் திருவோட்டுடன் நடுத்தெருவில் நிற்க வைத்தாலும், ஓராண்டில் முன்பைவிடப் பெரிய செல்வந்தராக அவரால் உருவாக முடியும் என அமெரிக்காவின் ஓர் ஆய்வு நிறுவனம் சொல்கிறது. காரணம் என்ன சொன்னார்கள் தெரியுமா?

அவருடைய சொத்துகள் அனைத்தும் இருபது விழுக்காடுகள்தானாம். மீதி எண்பதும், தன்னை நோக்கிப்பணத்தை இழுக்கின்ற சக்தி படைத்த

மனிதராக ஹென்றி இருப்பதே. (He had the power to attract money towards himself) எனக் கணிக்கின்றனர்.

மாஸ்கோ - விளாடி வாஸ்டாக் ஓர் அதிசய இரயில் பாதை

உலகில் எல்லா நாடுகளும் மக்கள் நலன் கருதித் தண்டவாளங்களைப் பதித்து இரயிலை ஓட வைக்கின்றன. சோவியத் ரஷ்யாவில் ஒருவன் அப்போது புதிதாகச் சிந்தித்தான். வழமையைவிடத் தாம் புதுமையாக இத்துறையில் செய்து வரலாற்றில் நிற்க வேண்டும் என விரும்பினான். அதன் விளைவாக 1916-இல் உருவானதுதான் மாஸ்கோ - விளாடி வாஸ்டாக் இடையிலான இரயில்பாதை. இதன் சிறப்புகள்:

1) மொத்த தூரம் 9288 கி. மீ;

2) நிறுத்தாமல்கடந்தாலே 7 நாள்கள் ஆகும்; பயணம் முடிவதற்குள் 8 முறை உங்கள் கடிகாரத்தின் நேரத்தை அந்தந்தப் பகுதிகளின் நேரத்திற்கேற்ப (Time zone) மாற்றிக்கொண்டே போக வேண்டும்.

3) வழியில் 990 நிலையங்கள்

4) 87 பெரு நகரங்கள்

5) ஓடிக் கடக்கும் நிலப்பிரதேசம் ஐரோப்பாவில் 17% ஆசியாவில் 83%

6) பயண வழியில் 16 பெரிய நதிகளைக் கடக்கிறது.

கண்ணா! இதைப்படிக்கும்போது ஒருமுறை அந்தத் தொடர்வண்டியில் பயணம் செய்திடவேண்டும் என்கிற ஆசை உன் மனத்தில் எழுமே! ஏனெனில் எனக்கு எழுகிறது. அப்படிப் போய்வர வாய்ப்பு அமைந்தால் வழியில் மேற்கண்டவைகளோடு எத்தனை வகையான மனிதர்கள், மொழிகள், கலாசாரங்கள், உணவுகள்... அடேயப்பா! அற்புதமான அனுபவமாக இருக்கும்.

ஒன்றிலிருந்து ஒன்று கண்டுபிடித்தான்

மனிதன் புதிது புதிதாகச் சிந்திக்கும்போதுதான் புதிய புதிய கண்டுபிடிப்புகள் நிகழ்கின்றன.

தாகத்திற்குத் தண்ணீர் கிடைக்காமல் மரத்தின் பிசினை வாயில் வைத்து மென்றவன் சூயிங்கத்தைக் கண்டுப்பிடித்தான்.

சிலந்தி வலையைப் பார்த்து கேப்டன் ப்ரௌனுக்கு தொங்குபாலம் கட்டலாம் என்பதற்கான கரு கிடைத்தது.

மரத்தில் ஒரு புழு குடைந்துகொண்டு போனதைக் கண்டபின் இசாம் பார்ட் ப்ரூனல் என்பவனுக்கு முதன் முதலில் தேம்ஸ் நதியின் கீழே சுரங்கப்

பாதை அமைக்கும் எண்ணம் தோன்றியது.

கந்து வட்டிக்காரன் ஷைலக்கின் கதையை வைத்துத்தான் ஷேக்ஸ்பியர் மெர்ச்சன்ட்ஸ் ஆப் வெனிஸ் நாடகத்தை உருவாக்கினார்.

கண்ணா! இதைப்போல ஏராளம் சொல்லிக்கொண்டே போகலாம். வழமையான எண்ணமும் செயலும் கொண்டவர்களிடமிருந்து; ஏன் எனக் கேள்வி கேட்காதவர்களிடமிருந்து புதிய சிந்தனை எழவும், புதியன கிடைக்கவும் வாய்ப்பே இல்லை. .

முட்டாளிடம் முயன்றாலும் முடியாது

சராசரி மனிதர்களாகவும், புதிய சிந்தனையே இல்லாது வாழ்ந்தும் வாழாத மனிதர்களாகவும் பலர் இருக்கின்றனர். என்ன செய்வது காந்தியைப் பற்றி எழுதும்போது, அவரைச் சுட்ட 'கோட்சே'யைப் பற்றியும்தான் எழுத வேண்டி இருக்கிறது.

ஒருவன் பெரிய பெட்டியுடன் பேருந்து நிலையத்தில் நின்று கொண்டிருந்தான். அவ்வழியே காரில் சென்ற நண்பன், வீட்டில் கொண்டுபோய் விடுவதாகச் சொல்லி அவனை அழைத்தான்.

"அட! வேண்டாமுங்க. பேருந்து கிடைக்காவிட்டால், நடந்தேகூட வீட்டுக்குப் போய்விடுவேன். பிறருக்கு வீண் சிரமம் கொடுப்பதைச் சின்ன வயதிலிருந்தே செய்வதில்லை என்பது என் கொள்கை "

"இதில் எனக்கென்ன சிரமம். பின்னிருக்கைகள் காலியாக இருக்கின் றன. ஏறிக்கொள்ளுங்கள். " என்று வற்புறுத்தி ஏற்றிக்கொண்டார்.

கார் புறப்பட்டது. நண்பர் அந்தப் பெட்டியைத் தன் மடியில் வைத்துக் கொண்டே வந்ததைப் பார்த்தவுடன்

"என்னங்க! பெட்டியைச் சுமந்துகொண்டே வருகிறீர்கள். பக்கத்து இருக்கையில் வையுங்களேன் "

"வேண்டாமுங்க! நான் உட்கார்ந்து காரின் எடையைக் கூட்டிவிட்டேன். பெட்டியை இருக்கையில் வைத்து மேலும் காரின் எடையைக் கூட்டிட விரும்பவில்லை. என் மடியிலேயே இருக்கட்டும் " என்று சொன்ன அந்த அப்பாவியிடமிருந்து ஏதாவது அணுவளவேனும் புதிய சிந்தனை எழுமா?

கி.ஆ.பெ. உருத்திராட்ச மாலையைக் கழற்றி விட்டார்

ஒருமுறை கி ஆ பெ விசுவநாதம் காரைக்குடி நிகழ்ச்சியொன்றில் பேசினார்.

"மக்களுக்கு நாம் முறையாகச் சைவக் கொள்கைகளை எடுத்து விளக்காத தால்தான் நம் மதத்திலிருந்து சிலர் பிற மதங்களுக்குச்

செல்கிறார்கள். அதைத் தடுக்கச் சேரிவாழ் மக்களுக்கு நாம் இலவசமாகத் திருவாசகத்தை வழங்க வேண்டும் " என்றவுடன் அனைவரும் கைத் தட்டி வரவேற்றார்கள்.

கி.ஆ.பெ.விசுவநாதம்

அடுத்துப் பேசிய வாலையானந்தர்,

"சிறுபிள்ளைத்தனமாகப் பேசிய விஸ்வ நாதனுக்குத் திருவாசகத்தின் பெருமை தெரியாது. சிவதீட்சை பெற்றவர்கள்தான் திரு வாசகத்தைத் தொடலாம். சேரி மக்களுக்குத் தரக்கூடாது " என்றார். உடனே

"சிவதீட்சை பெற்றவர்கள்தான் திருவாசகத்தைத் தொடமுடியும் என்பது சைவ சித்தாந்தக் கொள்கை அல்ல. நீங்கள் இப்படிச் செய்தால் சைவத்திற்குச் சமாதி கட்ட நேரிடும்; தானாக அழிந்தும் விடும் " எனச் சொல்லிவிட்டு முத்தமிழ்க் காவலர் கி.ஆ.பெ. விசுவநாதம் தாம் அணிந்தி ருந்த உருத்திராட்ச மாலையை, இனி அணியமாட்டேன் என்று கழற்றி விட்டார்.

விநாயகரின் வாகனம் பிளேக் நோய் பரப்பலாமா?

அதேபோலப் பால கங்காதர திலகர் சுதந்திரப் போராட்டத்தின்போது ஒரு தீவிரவாதியாகச் செயல்பட்டுவந்தார். அந்தத் தருணத்தில் "பிளேக்" நோய் பரவியதால் மக்கள் பெரும் அவதியுற்றார்கள். ஆங்கிலேய அரசு அந்நோய்க்குக் காரணமான எலிகளைக் கண்டுபிடித்துக் கொன்றது.

"எலி எங்கள் விநாயகரின் வாகனம். அரசு அவைகளைக் கொல்வதை அனுமதிக்கமாட்டோம் " என்று திலகர் போர்க்கொடி உயர்த்தினார். ஆனால் தேசபக்தர் வ. உ. சிதம்பரம் பிள்ளையவர்கள் உடனே சினமுற்று,

"பிள்ளையாரின் வாகனமாக இருந்துகொண்டு, மக்களுடைய உயிர்க்குத் தீங்கு விளைவிக்கக் கூடிய நோயைப் பரப்பலாமா? " என்று தன் முற்போக்குச் சிந்தனையை அன்றே வெளிப்படுத்தினார்.

நதிமூலம் பார்க்கக் கூடாது

சைவ உணவாக மட்டுமே சாப்பிடும் கி.வா. ஜகந்நாதன் வீட்டுக்கு, பம்பாயிலிருந்து ஒரு நண்பர் வந்தார். அவரும் தூய்மையான சைவ உணவு சாப்பிடுபவர். இருவரும் சாப்பிட அமர்ந்தனர். சோற்றைப் பார்த்தவுடன் மகிழ்ந்து,

"இதுவரை இப்படிப்பட்ட மென்மையான, மணமான சோற்றைப் பார்த்ததும் இல்லை; சாப்பிட்டதும் இல்லை. என்ன அரிசி? " என்று கேட்டார்.

"சீரகச் சம்பா "

"இது எங்கே விளைகிறது? "

"எங்கள் வயல்களில் சொந்தமாக விளைவிக்கிறோம் "

இத்துடன் கேள்வியை நிறுத்திவிட்டுச் சாப்பிட்டிருந்தால் நிறைவாகச் சாப்பிட்டிருப்பார். சோற்றை கையில் எடுத்துக்கொண்டே,

"இதற்கு என்ன எரு போடுகிறீர்கள் "

"இதற்குப் பன்றியின் கழிவுகளைப் போடுகிறோம். அதனால்தான் நன்றாக விளைகிறது " என்றதுதான் தாமதம், பம்பாய் நண்பர் சோற்றுக் கையை உதறிவிட்டு எழுந்துவிட்டார். அவருக்குச் சாப்பிட மனம் வரவில்லை.

கண்ணா! விநாயகரின் வாகனமாகிய எலியைக் கொல்லக்கூடாது என்றவர்; சுமைகூடும் எனப் பெட்டியைக் கார் இருக்கையில் வைக்காது மடியில் சுமந்தவர்; போன்று இல்லாமல், இவர் ஆராய்ச்சி செய்துவிட்டார். அந்த ஆய்வும் இரசாயன மாற்றத்திற்குப் புறம்பான வெளிப்பாடாக அமைந்துவிட்டது. அதிக ஆராய்ச்சியில் இறங்கிவிட்டால், இயற்கைச் செல்வத்தைச் சுவைக்க முடியாது; அனுபவிக்கவும் முடியாது. அப்படிப் பார்த்தால் கங்கையும் காவேரியும் புனித நதிகளா எனும் கேள்வி அவர் மனத்தில் எழுந்ததா எனத் தெரியவில்லை.

கண்ணா! சிந்தனையுடன் கூடிய உழைப்புதான் ஒருவனிடமிருந்து மற்றவனை வேறுபடுத்தியும் பார்க்க முடிகிறது; முந்தவும் செய்கிறது. கடந்த காலத்தை மறந்திடவும் கூடாது; அதற்காகப் பழம்பெருமை பேசியே எதிர்காலத்தைக் குறைத்துச் சிந்திக்கவும் கூடாது. நிகழ்காலத்திலிருந்துகொண்டே தொலை நோக்குப் பார்வையில் சிந்திக்க வேண்டும். உலகமயமாதலுக்கு ஏற்ப, மனிதர்களின் மன மாற்றத்திற்கேற்ப அதே நேரத்தில் நடைமுறைச் சாத்தியமாகவும் சிந்திக்கும் மாணவர்கள் நாட்டுக்கு நாடு ஏராளமானோர் தேவைப்படுகிறார்கள்.

அப்துல் கலாமும் டாட்டாவும்

இந்தியாவின் மக்கள் அதிபராக இருந்த அப்துல் கலாம் சொல்கிறார்:

" வலியோடு போராடினால்தான்
ஒரு பெண் தாயாக முடியும்;
இருளோடு போராடினால்தான்
ஒரு புழு வண்ணத்துப்பூச்சியாக முடியும்;
மண்ணோடு போராடினால்தான்
ஒரு விதை மரமாக முடியும்;

வாழ்க்கையோடு போராடினால்தான்

நீ வரலாறு படைக்க முடியும். "

என்றும்

" சிந்திக்கத் தெரிந்தவனுக்கு

ஆலோசனை தேவையில்லை - துன்பங்களைச்

சந்திக்கத் தெரிந்தவனுக்கு - வாழ்வில்

தோல்வியே இல்லை " என்று.

எல்லாவற்றிற்கும் காரணம் நீயேதான். முதலில் உன்னை நீ தராசுத் தட்டில் வைத்து எடை போட்டுப்பார்த்துக்கொள்! அப்படியானால் உன்னை யாரும் அழித்திட முடியாது.

இந்தியப் பெரும் தொழிலதிபர்களில் குறிப்பிடத்தக்க மனிதர் ரத்தன் டாட்டா சொல்கிறார்,

" None can destroy Iron - But
Its own Rust can - Likewise
None can destroy You - But
Your own Mindset can "

யாரும் இரும்பை அழிக்கமுடியாது - ஆனால்

அதனுள் உருவாகும் துருவினால் முடியும் - அதேபோல்

உன்னை யாராலும் அழிக்க முடியாது - ஆனால்

உன்னில் உருவாகும் எண்ணத்தால் முடியும்.

ரத்தன் டாட்டா

அதே கருத்தை " தீதும் நன்றும் பிறர்தர வாரா " எனப் புறநானூறு அன்றே கூறியிருக்கிறது. சாக்ரட்டீஸ் சொன்னதை உனக்கு நினைவூட்டி இக்கடிதத்தை நிறைவு செய்கிறேன்.

" உன்னையே நீ அறிவாய் "

இப்படிக்கு

உன் நலம்விரும்பும்

தாத்தா.

67 தூய்மை

அன்புள்ள தாத்தா, வணக்கம்!

புதிய சிந்தனைக்கு விளக்கம் தந்தீர்கள். நன்றி!

தாத்தா! இப்போது டெங்குக் காய்ச்சல் அங்கொன்றும் இங்கொன்று மாகச் சிங்கப்பூரில் இருக்கிறது. கொசுக்கடிதான் நோய்க்கு மூல காரணம். எந்த வகையிலும் கொசு உற்பத்திக்கான காரணங்களில் மக்கள் கவனக்குறைவாகவோ, பாராமுகமாகவோ இருந்திடக்கூடாது. நீரோ, ஈரமான அழுக்கோ ஓர் இடத்தில் தேங்கிக் கிடப்பதற்குப் பொது மக்கள் காரணமாக இருந்திடக்கூடாது என்றும், அப்படி யாருடைய செயலும் அதற்குக் காரணமாக இருந்தால் 500 வெள்ளி அபராதம் விதிக்கப்படும் என்றும் ஊடகங்கள் வாயிலாக மக்களுக்கு அரசு எச்சரிக்கை விடுத்து வருகிறது. கொசு உற்பத்திக்கான காரணங்களைக் கண்டறிந்து, அவற்றைக் களைந்திடவேண்டும் என அரசு சுகாதார, சுற்றுச் சூழல் துறைகளுக்கு ஆணையிட்டுள்ளது.

தொடர்புடைய சுகாதார அதிகாரிகள் கைகளில் 'டார்ச்' விளக்குடனும் புகார்ப் புத்தகங்களுடனும் வந்து எங்கள் கல்லூரிக்குள் இருக்கும் அனைத்துக் கழிவறைகள், நீர் தேங்கும் இடங்கள் எனத் துருவித் துருவிச் சோதனை செய்தனர். கட்டடத்தின் பின்புறத்திலிருந்து ஒரு துர்நாற்றம் வந்துகொண்டே இருந்தது. அதையறிந்து அந்த அதிகாரிகள் அங்குச் சென்று சோதனை செய்தார்கள். அந்த இடம் நீர் தேங்கி இருந்ததாகவும், மாணவர்கள் சாப்பிட்டுவிட்டுக் குப்பைகளையும், அழுக்குகளையும் வீசி இருப்பதாலும் கொசுக்கள் உற்பத்தியாகின்றன என்று குற்றம் சாட்டினார்கள். கல்லூரி நிர்வாகத்திற்கு அபராதம் விதித்ததோடு, இரண்டுநாள்களுக்குள் அந்த இடம் தூய்மையானதாகச் செய்திடவேண்டுமெனவும் எச்சரிக்கை அறிவிப்பை எழுதிக் கொடுத்துவிட்டுப் போய்விட்டார்கள்.

முதல்வர் உடனே மாணவர்களை அழைத்து, உள்ளும் புறமும் எப்படித் தூய்மையாக இருக்க வேண்டும் என்று ஒரு நீண்ட உரை நிகழ்த்தினார். அந்த அதிகாரிகள் இரண்டு நாள்களில் அசுத்தமாக இருந்த அந்த இடங்களை ஆய்வு செய்திட மீண்டும் வருவதாகச்

சொல்லிவிட்டுச் சென்றுள்ளார்கள். அதனால் ஒவ்வொரு வகுப்பின் பின்புறத்தையும் அந்தந்த வகுப்பு மாணவர்கள், வகுப்பாசிரியர்களின் மேற்பார்வையில் சுத்தம் செய்ய வேண்டுமென முதல்வர் சொல்லிவிட்டார். நாங்கள் மூக்கை மூடியவாறும் முகத்தைச் சுளித்துக்கொண்டும் சுத்தம் செய்தோம். அனைத்து அசுத்தத்திற்கும் நாங்களேதான் காரணமாக இருந் திருக்கிறோம் என்று அந்த இடத்தைப் பார்த்த பின்புதான் தெரியவந்தது.

அதன் தொடர்ச்சியாகக் கல்லூரி வளாகத்தில் நமது மொழி வாசகமான "சுத்தம் சோறுபோடும்" என்பதைப்போல் ஒரு வரி வாசகத்தைச் சீன மொழியில் முதல்வர் எழுதி வைத்துள்ளார். அதைப் படிக்கும் சீன மாண வர்கள் அந்த வாசகம் மிகவும் அழகானது; அர்த்தமுள்ளது; கவர்ச்சியானது என்றெல்லாம் பாராட்டுகிறார்கள். தாத்தா நமது மொழியில் இல்லாததா என்று எனக்குள் நினைத்துக்கொண்டேன்.

இப்படிக்கு, உங்கள் அன்புள்ள

கண்ணன்.

அன்புள்ள கண்ணா, நலமா!

மற்ற மொழிகளிலும் சிறப்பு இருக்கும்

நீ சொன்னது சரிதான். இருந்தாலும் அந்தந்த மொழிக்கென்று சில சிறப்புகள் இருக்கும். நமக்குத் தெரிந்தது நம் மொழிதான். தமிழ் மொழியி லிருந்து பிரிந்தவைதான் மலையாளம், தெலுங்கு, கன்னடம் என்று நமது மொழி ஆய்வாளர்கள் கூறுகிறார்கள். ஆனால் அக்கூற்றை அவர்கள் ஏற்றுக்கொள்கிறார்களா என்றால் பெரும்பாலும் 'இல்லை' என்றுதான் சொல்லவேண்டும். அதைப்போல் நமது மொழி மட்டுமே சிறப்புடைய மொழி என்று பலர் சொல்லிக்கொள்கிறார்கள். அது உண்மையுங்கூட. ஆனால் தமிழைவிட வேறுசில மொழிகள் ஏதோ சில துறைகளில் சிறப்புடன் இருக்கலாம் என்கிற கருத்தையும் ஒதுக்கிவிட முடியாது.

''பீடன்று''- சொல் பற்றி நாள் முழுதும் பேசலாம்

அதே கண்ணோட்டத்தில் நீ எழுதியிருந்தாயே ஒரு சீனச் சொற்றொடர் அல்லது பழமொழி ஒன்று கல்லூரியில் பொறிக்கப்பட்டிருப்பதாக, அது உன் நண்பர்கள் சொல்வதுபோல் சீரிய கருத்துடன் இருக்கலாம் என்றே நான் நம்புகிறேன். ஒரு சொல்லானாலும், சொற்றொடரானாலும் அந்தந்த இடம், பொருள், ஏவலுக்கேற்ப மிளிர்வது சாத்தியமானது என்று அனுபவ பூர்வமாக நம்புகிறேன்.

கோவலன் மாதவியிடத்து மையல்கொண்டு கண்ணகியிடம் வாராதி ருந்தகாலை கண்ணகி மிகுந்த வருத்தமுற்று வாடிக்கிடந்தாள். அதைய

றிந்த தோழிகள் கண்ணகிக்கு ஆறுதல் சொல்வதுடன் அதற்கான தீர்வாக அக்காலத்தின் நடைமுறைப் பழக்கத்தைச் சொன்னார்கள்.

"பூம்புகாரில் உள்ள சோமகுண்டம், சூரிய குண்டம் போன்றவற்றில் புனித நீராடி, இறைவனிடம் உன் குறைகளை முறையிட்டால், இழந்த வற்றை நீ மீண்டும் பெறுவாய். மாலையிட்ட உன் மணாளன், மாதவியைப் பிரிந்து உன்னிடம் வந்து சேர்ந்திடுவான் " எனத் தோழிகள் சொல்லி அழைத்தபோது கண்ணகி அதற்கு மறுமொழி சொன்னாள்,

"இறைவனிடம் முறையிடும்போது என் கணவனைப்பற்றிக் குறை சொல்ல வேண்டிவரும். அது எனக்குப் பெருமை தராது என்ற பொருளில் "பீடன்று" எனும் ஒரு சொல்லைக் கண்ணகி சொல்வதாக இளங்கோ அடிகள் எழுதுகிறார்.

இச்சொல்லை யாராவது சொன்னால் போதும், தமிழ் இலக்கியம் படித்தவர்கள் சிலப்பதிகாரத்தில், அந்தச் சொல் எந்தச் சூழலில் வருகிறது; என்ன கதையைச் சொல்கிறது என்கிற விவரம் நம் கண்முன் வந்து நிற்கும். அந்த ஒரு சொல் பற்றி நாள் முழுவதும் தமிழாய்ந்த பேச்சாளர்கள் பேசுவார்கள்.

தங்கத்தைப் புதைக்கிறார்கள்

'எங்கள் தங்கம்'; 'பொன்மனச் செம்மல்' என்றெல்லாம் புகழப்பட்ட எம்ஜிஆர் இறந்து சவ ஊர்வலம் போகிறது. தொலைக்காட்சியில் அதன் நேரடி வருணனை செய்கிறார் பேராசிரியர் தெ. ஞானசுந்தரம். எம்ஜியாரின் உடலைக் கடற்கரை மணலில் புதைக்கிறார்கள். அப்போது " மணலைத் தோண்டித் தங்கம் எடுப்பார்கள்; இங்கே மணலைத் தோண்டித் தங்கத்தைப் புதைக்கிறார்கள்" என்று அந்தச் சூழலில் தெ.ஞா. சொல்லியதை அனைவரும் பாராட்டினார்கள்.

கண்ணா! 'தவறு' எனும் சொல்லை வைத்துக்கொண்டு ஒருவர் சொன்ன சொல் விளையாட்டைக் கேள். " தவறு செய்தால் தவறில்லை; ஆனால், தவற்றையே தவறாமல் செய்தால் தவறுதான் " என்று.

அதேபோல் சிரிப்பையும் அழுகையையும் வைத்துச் சொல்லி இருப்பதில் சொல், கருத்து இரண்டையும் பார். "யாருக்காகச் சிரித்தாயோ, அவரை ஒருக்கால் மறந்திடலாம்; ஆனால் யாருக்காக அழுதாயோ, அவரை உன்னால் மறக்கவே முடியாது " என்று.

குள்ளமான மனிதர்கள் கோபுரமாக உயர்ந்தவர்கள்

குள்ளமான மனிதர் தமிழாசான் அ.ச. ஞானசம்பந்தம் ஒரு முக்காலி போட்டு அதன்மீது ஏறி நின்று மேடையில் மிக அற்புதமாக முழங்குகிறார்.

அதைக் கேட்ட ஒருவர் சொல்கிறார், " துப்பாக்கி வயிற்றில் பீரங்கி பிறந்துள்ளது " என்றார்.

அதேபோல் குள்ளமானவர்தான் பேரறிஞர் அண்ணா. அவரும் ஒரு மேடையில் பேச வருகிறார். ரோஸ்டம் என்கிற ஒலிபெருக்கி இணைத்திருக்கும் பெட்டி அவர் உருவத்தை மறைக்கிறது. லட்சக்கணக்கான இயக்கத் தொண்டர்கள் அவரைக் காண' அவர் பேச்சைக் கேட்க ஆவலுடன் காத்திருந்தவர்கள், "ரோஸ்டத்தை அகற்று; அண்ணாவைக் காட்டு " என்று கூச்சலிடுகிறார்கள். உடனே ஒருவர் ஓடிப்போய் ஒரு கள்ளிப்பெட்டியைக் கொண்டுவந்து போட்டு அதன்மேல் ஏறி நின்று அண்ணாவைப் பேச வைக்கிறார். பேசத் தொடங்கியவுடன், "தொண்டர்களால் உயர்ந்தவன் நான் "என்று இருபொருள்படப் பேசியதுஎல்லோராலும் சுவைக்கப்பட்டது. கண்ணா, இப்போது திரைப்படத்தில் இரட்டை வசனத்தில் பேசுகிறார்கள். கேட்கவே சகிக்க முடியவில்லை.

ஊதிய உயர்வு யாருக்கு? - அவ்வை நடராசன்

ஒருமுறை நாயனக் கலைஞர்களுக்கு டாக்டர் கலைஞர் தலைமையில் பாராட்டுவிழா. அவ்வை நடராசன் பேசும்போது, "வெறும் சம்பள உயர்வை ஊதிய உயர்வு என்கிறோம்; ஆனால் உண்மையிலேயே ஊதிய உயர்வு பெறவேண்டியவர்கள், இந்த நாதஸ்வரம் ஊதும் கலைஞர்களே " என்றவுடன் கலைஞர் உள்பட அரங்கமே கைதட்டி மகிழ்ந்தது.

படகோட்டி எம்.ஜி.ஆர்.

தமிழக முதல்வராக எம்ஜிஆர் இருந்தபோது தமிழ் வளர்ச்சித் துறைச் செயலாளராக அதே அவ்வை பணியாற்றினார். தலைமைச் செயலகத்தில் கார் ஓட்டுநரை "கார் ஓட்டி" என்று எழுதுவதை அவ்வை "காரோட்டி" என்று திருத்தி எழுதினார். அதைக் கண்ணுற்ற முதல்வர் அவ்வையிடம் " அதென்ன கா..ரோட்டி. .ரொட்டி" எனக் கிண்டல் செய்திருக்கிறார். உடனே அதற்குப் பதில், " எனக்கென்னங்க தெரியும், எனக்குத் தெரிந்ததெல்லாம் 'படகோட்டி' தான் "என்றுசட்டென்றுசொல்லிவிட்டார். எம்ஜிஆர் உள்படச் சுற்றி நின்றவர்கள் அனைவரும் சிரித்து, பாராட்டி மகிழ்ந்தனர்.

பூ இருந்தால்!

ஒரு கவிஞன் பூ இருக்கும் இடத்தை வைத்து ஒரு கவிதை எழுதினான். சுவையாக இருந்தது.

'படுக்கையில் பூ இருந்தால் - வாழ்க்கை
தொடங்குகிறது என்று பொருள்.

படத்தில் பூ இருந்தால் - வாழ்க்கை
முடிகிறது என்று பொருள்.

கழுத்தில் பூ இருந்தால்
வேட்பாளர் என்று பொருள்.

காதில் பூ இருந்தால்
வாக்காளர் என்று பொருள் "

இப்படிப் பல எடுத்துக்காட்டுகளை எழுதலாம். நம் தமிழின் சொல்லும் பொருளும் அத்தகைய சிறப்புகளைக் கொண்டவை. இழுத்த இழுப்புக்கு உடன்வந்து சிறந்த நற்பொருளும் உவகையும் தரும் மொழி.

கழிந்து கிடந்ததைக் கையால் அள்ளினேன்

உன் கல்லூரியில் வகுப்பறைகளின் பின்புறம் அசுத்தம் நிறைந்திருந்ததால் கொசு உற்பத்திக்கு அது காரணமாக இருந்ததுஎன எழுதியிருந்தாய். நம்மில் பலர் நாளொன்றுக்கு இரண்டு மூன்று முறை முகத்தைக் கழுவித் தூய்மையாக வைத்துக்கொள்கிறோம். ஆனால் நம்மில் எத்தனைபேர் நம்முடைய கால்களின் பாதங்களை, அவற்றின் நகங்களைத் தூய்மையாக வைத்துக்கொள்கிறோம்? 'இல்லை' என்கிற பதில்தான் வரும். அதேபோல் அக்குள் போன்ற மறைவிடங்களை அழுக்குப் படியாமலும், வியர்வை நாற்றம் இல்லாமலும் தூய்மையாக வைத்துக்கொள்ள வேண்டும். அழுக்கை உடம்பில் வைத்துக்கொண்டு வாசனைத் திரவியத்தைப் பூசிக்கொண்டால் போதுமா?

1981இல் ஓர் உறவினர் கிராமத்திலிருந்து சென்னையிலுள்ள என் வீட்டிற்கு வந்திருந்தார். அன்று அவருக்கு வயிற்றுப் போக்கு ஏற்பட்டுக் கழிவறைக்குக்கூடப் போக முடியாமல் அறை முழுதும் கழிந்து பரப்பிவிட்டார். நான் உன் பாட்டியை உள்ளே விடாமல் கதவை மூடிக்கொண்டு, வேறு வழியில்லாமல் நானே என் வெறும் கைகளினாலேயே அள்ளி வாளியில் போட்டுக் கழுவிச் சுத்தப்படுத்தினேன். இதுமிகைப்படுத்தாத உண்மை. அதைப் பார்த்துக்கொண்டிருந்த நோயாளி கிராமத்திற்குச் சென்று இதைச் சொல்லிச் சொல்லி "புண்ணியத்தை அவர் (என் பெயரைச் சொல்லி) இப்படியல்லவா சம்பாதித்திருக்கிறார். நான் என்ன பாவம் செய்தேனோ" என்று அழுதிருக்கிறார். அப்போதுஎனக்கிருந்த சகிப்புத்தன்மை, பொறுமையை நினைத்துப் பெருமையடைந்தாலும் காந்தி மனிதக் கழிவுகளை அள்ளியதையும், தெரசா தொழு நோயாளியைத் தொட்டு மருந்து பூசிவிட்டதையும் நினைத்துப்பார்க்கிறேன். நான் உறவினருக்குச் செய்தேன்; அவர்கள் யாருக்கோ செய்தார்கள். நான் எம்மாத்திரம்.

அதிசய விஞ்ஞானி ஜி.டி.நாயுடு

ஜி.டி.நாயுடு

அதிசய விஞ்ஞானி ஜி.டி.நாயுடு பற்றி உனக்கு எவ்வளவு தெரியும் எனத் தெரிய வில்லை. படிப்பறிவு பெரிதும் இல்லாதவரா யிருந்தும், பல விஞ்ஞான அதிசயங்களைக் கண்டுபிடித்தவர். அவர் கண்டுபிடித்த ரேசண்ட் எலக்ட்ரிக் ரேசரை உற்பத்தி செய்யும் உரிமைக்கு ஓர் அமெரிக்கர் 300 ஆயிரம் டாலர் தருவதாகக் கேட்டார் . ஆனால் என் கண்டு பிடிப்பு என் நாட்டு அரசுக்குத்தான் கொடுப் பேன் என அறிவித்த நாட்டுப் பற்றாளர். ஓசோன் காற்றுக்காகத்தான் மார்கழி மாதத்தில் 4.30 - 6.00 மணிக்கு எழுந்து, ஆண்கள் பஜனை பாடுவதும், பெண்கள் கோலம் போட்டுக் குளிர் நீரில் குளிப்பதும் குடும்பத்துக்கு நல்லது என்பதை அறிந்த அன்றைய தமிழர்கள் அதைச் சடங்காக்கினார்கள் என்றார் அதே விஞ்ஞானி நாயுடு.

அப்போது பேருந்தில் பயணித்தால் உடையெல்லாம் அழுக்காகிவிடும் என்பதை அனைவரும் அறிவர். “வெள்ளை வேட்டி அணிந்து எங்கள் பேருந் தில் பயணம் செய்தால், அதே வெள்ளையுடன் நீங்கள் இறங்குவதற்கு நாங் கள் உத்திரவாதம்“ என்று அக்காலத்தில் நாயுடு நடத்திய தம் பேருந்துகளுக்கு விளம்பரம் செய்யும் போது, அவ்வாறு குறிப்பிட்டார். அதே போல் 1929ல் இந்தியாவின் கோயமுத்தூருக்கு வந்த ஜெர்மானிய ‘குன்ஸ்’ தம்பதிகள் உடல் நலம் பாதிக்கப்பட்டுவிட்டார்களாம். கோவையில் உள்ள விடுதி களைவிட நாயுடுவின் பேருந்து அலுவலகம் தூய்மையானதாக இருக்கும் என யாரோ சொல்ல, அங்கு வந்து அவர்கள் தங்கியதாகச் சொல்வார்கள்.

அகத்தூய்மை, புறத்தூய்மை - பொறுப்பு நமக்குண்டு !

கண்ணா! அழுக்கு என்றவுடன் பாரதியாரிடம் குள்ளச் சாமியார் சொன்னதாக ஏற்கனவே எழுதி இருந்தேனே நினைவு இருக்கிறதா? “ நான் அழுக்கு மூட்டையை வெளியில் சுமக்கிறேன்; உங்களில் பலர் உள்ளுக்குள் அல்லவா சுமந்து செல்கிறீர்கள் “ என்றாரே. இதிலிருந்து நாம் அறிவது, அகத்தூய்மை, புறத்தூய்மை இரண்டையும் தூய்மையாக வைத்திருக்க வேண்டும் என்பதே. வீடு, தெரு, நகரம், நாடு என்று எல்லா இடத்தையும் தூய்மையாக வைத்திருக்க எல்லோருக்கும் பொறுப்பும் கடமையும் இருக்கின்றன. நமது உடலிலேயே நகம், முடி, பாதம், மறைவிடம், மற்றும் வளர்க்கும் செல்லப்பிராணிகளையும்கூட எல்லோரும் தூய்மையாக வைத்துக்கொள்ள வேண்டும். அந்த உணர்வே நம்மில் பலரிடம் இல்லாததை இன்றும் பலரிடம் கண்டு வருகிறேன். எதை எதை

எப்போது சாப்பிட வேண்டும் என்கிற அறிவே இல்லாமல் கண்டதையெல்லாம் சாப்பிட்டுக்கொண்டே வந்து வயிற்றையும் அழுக்காக்கிக் கொள்வதைப் பார்த்து

"வயிறு என்ன குப்பைத் தொட்டியா? கண்டதையெல்லாம் கொட்டிக்கொள்ள." எனச் சொல்லத் தோன்றுகிறது. சிங்கப்பூர்ப் புறத் தூய்மையான நாடு என்று ஏற்கனவே உலகப் புகழ் பெற்றுவிட்டது. அதேபோல் மனத்தையும் நாம் தூய்மையாக வைத்துக்கொள்ள வேண்டும். நட்பில் தூய்மை; உறவில் தூய்மை; காதலில் தூய்மை; எண்ணத்தில் தூய்மை; செயலில் தூய்மை; தொழிலில் தூய்மை எனக் கண்ணுக்குத் தெரியாத ஆனால் அறிவுக்குத் தெரிந்த அகத்தூய்மைகள், புறத் தூய்மைகளைவிட முக்கியமானவை.

கல்யாண்ஜியின் 'அழுக்குக்' கவிதை

அழுக்கு பற்றிச் சுவையான கவிதை ஒன்றை கல்யாண்ஜி எனும் கவிஞர் எழுதுகிறார்,

"வேலைக்காரி
தளுக்கிக் குலுக்கிக் குனிந்து
வீட்டைக் கூட்டினாள்
குப்பைகள் வெளியேறின
வீடு சுத்தமானது
பார்த்துக்கொண்டிருந்த

என் மனம் அழுக்கானது" என்று அவருடைய 'பார்வையின் கோளாறு' பற்றி எப்படி அழகாக எழுதி இருக்கிறார். இதில் கவிஞரின் பொருள் நயம்தரும் கவி நயத்தைப் பாராட்டியே ஆக வேண்டும்.

கண்ணா! உன் அகம் புறம் இரண்டையும் தூய்மையாக வைத்துக்கொள்! அப்படி இருந்தால் இறைவன் குடியிருக்க ஏற்ற இடம் நீ தான் என உன்னிடம் வந்துவிடுவான்.

கலப்படமற்ற மொழி - பெருஞ்சித்திரனார்

கண்ணா! ஒழுக்கத்தை, பண்பாட்டைக் கற்பிப்பது மொழி. தூய்மை ஒன்றுதான் தூய்மையான பிரிதொன்றைப் படைக்க முடியும். எனவே ஒழுக்கத்தைப் பண்பாட்டைக் கற்பிக்கும் மொழி தூய்மையானதாக இருக்க வேண்டும். மொழித்தூய்மை இருந்தால் மக்களும் தூய்மையாக இருப்பர் என மொழியறிஞர் பெருஞ்சித்திரனார் கூறியதை உனக்கு நினைவூட்டி மடலை நிறைவு செய்கிறேன்.

இப்படிக்கு, உன் நலம் விரும்பும்

தாத்தா.

68 கல்விக் கண்

அன்புள்ள தாத்தா, வணக்கம்!

தங்கள் கடிதம் படித்து அகத்தூய்மை புறத்தூய்மை பற்றிய விளக்கங்களை விளக்கமாகத் தெரிந்துகொண்டேன்.

எங்கள் கல்லுரியில் ஆண்டு இறுதி நிகழ்ச்சியாகப் பெற்றோர் ஆசிரியர் மாணவர்கள் உள்ளடக்கிய ஆண்டுவிழா நடந்தது. அதில் கலந்துகொள்ளச் சுற்றுச் சூழல் துறை அமைச்சர் விவியன் பாலகிருஷ்ணன் வருகை புரிந்து கல்வி கற்க வேண்டியதன் அவசியத்தையும், அது நம் வாழ்வில் எத்தகைய பங்கை எடுத்துக் கொள்கிறது என்றும் விரிவானதொரு உரை நிகழ்த்தினார்.

" பெற்றோர்கள் பிள்ளைகளுக்கு வீடு, கார், பணம் போன்ற செல்வத்தைத் தேடி வைக்கவேண்டும் எனத் திட்டமிட்டு வாழாதீர்கள். உங்களால் ஈட்டிய செல்வத்தை வைத்து உங்களுடைய வாழ்க்கையை அனுபவியுங்கள். அனுபவிப்பதே வாழ்க்கை! அதற்காகத்தானே பிறந்தோம். அதை விட்டுவிட்டுப்பிள்ளைகளுக்காகத் தியாகம் செய்கிறோம் என்று சொல்லி உங்களை நீங்களே அழித்துக்கொள்ளாதீர்கள். பல தாய்மார்களை 'இப்போதெல்லாம் வெளியில் காணமுடிவதில்லையே' எனக் கேட்டால் 'பிள்ளையின் படிப்பு, தேர்வு, கூடவே இருக்கவேண்டிய நிலை' என்கிறார்கள். அங்கே இங்கே போகமுடிவதில்லை என்கிற சலிப்பான பதிலைத்தான் தருகிறார்கள்.

"உங்கள் பிள்ளைகளின்மீது அக்கறை செலுத்துவது உண்மையென்றால் அவர்கள் எதுவரை கற்க விரும்புகிறார்களோ அதுவரை அந்தக் கல்வியைக் கற்க அனைத்து உதவிகளையும் செய்துகொடுங்கள். அது ஒன்றேபோதும். அதற்குப்பின் அவன் இந்த உலகத்தில் வாழவேண்டிய கட்டாயத்தால் (Survival Life) பிழைப்பைத்தேடிக் கடலில் நீந்தத் தொடங்கிவிடுவான். நீச்சல் தெரியாது என்று நீங்கள் சேமிக்காதீர்கள். அவனைத் தனியே விட்டால்தான் முயற்சியில் ஈடுபடுவான். உங்கள் சேமிப்பு தனக்கு இருக்கிறது என நினைத்தால் அவனுடைய திறமை எல்லாம் வீணாகிச் சோம்பேறியாகிவிடுவான். அவனுக்குத் தீங்கு விளைவிக்கிறீர்கள் என்பதுதான் மறைமுகப் பொருள்.

பயிற்சி + முயற்சி + இலக்கு = வெற்றி!

பயிற்சியைக் கொடுக்க ஆசிரியர்கள் இருக்கிறார்கள். பெற்றோர்களின் பங்கும் நிறையவே தேவைப்படுகிறது. " என்றெல்லாம் அமைச்சர் பேசிக்கொண்டிருக்கும் போது நான் எழுந்தேன்; கையைத் தூக்கினேன். ஆசிரியர்கள் என்னைப் பார்த்து முறைத்தார்கள். ஆனால் அமைச்சர் மகிழ்ச்சி பொங்க 'என்ன' என்று கேட்டார். நானும் தைரியத்தை வரவழைத்துக்கொண்டு, "எங்கள் தமிழ்மொழியில் ' கற்றோர்க்குச் சென்ற இடமெல்லாம் சிறப்பு ' என்கிற ஒரு செய்யுள் வரி இருக்கிறது " என்று சொல்லி அதன் விளக்கத்தையும் ஆங்கிலத்தில் சொன்னேன்.

அதுவரை பொறுமையாகக் கேட்டுக்கொண்டிருந்த அமைச்சர், "அந்த மாணவனை எனக்கு மிகவும் பிடிக்கிறது. அவனைப்போல் எழுந்து பேசவேண்டுமென்கிற தைரியம் எல்லோருக்கும் வரவேண்டும். நான் வந்தேன்; பேசினேன்; போனேன் என்றிராமல் நான் பேசியதன் கருத்தை எந்த அளவு மாணவர்களாகிய நீங்கள் உள்வாங்கிக்கொண்டீர்கள் என்பதை அறிய எனக்கொரு வாய்ப்பை நல்கிய அந்த மாணவனுக்கு நன்றி. இதேபோல்தான் உங்கள் ஆசிரியர்களிடமும் உங்கள் ஐயங்களைக் கேட்டுத் தெரிந்துகொள்ளவேண்டும். " என்று பேசியபின் மேடையைவிட்டு இறங்கும்போது, எங்கள் ஆசிரியர் அவர் கண்களில் படுமாறு என்னைக் கொண்டுபோய் வழியில் நிறுத்தினார். என்னைப் பார்த்தவுடன் "ஹாய்! உன் பெயர் என்ன " என்று கேட்டார். நான் 'கண்ணன்' என்று சொல்லிய வுடன், என்னை அணைத்தவாறு நின்று புகைப்படம் எடுப்பவருக்குக் காட்சி கொடுத்துவிட்டு என்னைப் பாராட்டிவிட்டுச் சென்றார்.

தாத்தா! இதில் வேடிக்கை என்னவென்றால் மறுநாள் தமிழ்முரசில் ' அமைச்சர் பாராட்டிய மாணவன் ' என்று தலைப்பிட்டுப் படத்துடன் செய்தியை வெளியிட்டுவிட்டார்கள். எனக்கு மிகவும் பெருமையாக இருந்தது. அதை இக் கடிதத்துடன் நீங்கள் மகிழ்வீர்களே என்று 'ஸ்கேன்' செய்து இணைத்து அனுப்பியுள்ளேன்.

இப்படிக்கு, உங்கள் அன்புள்ள

கண்ணன்.

அன்புள்ள கண்ணா, நலமா!

அமைச்சரின் பேச்சு, நடைமுறைச் சாத்தியமான அற்புதமான பேச்சு. பெற்றோர்களுக்கும் மாணவர்களுக்கும் சொல்லவேண்டிய பேச்சு. கண்ணா! தமிழ்முரசில் வெளிவந்த செய்தியையும் படத்தையும் உன் அத்தை, மாமா, எல்லோரிடமும் காண்பித்தேன். நீ அடைந்த பெருமையைப் போல் நாங்களும் அடைந்தோம். உன் தைரியத்தை மெச்சுகிறேன். அங்கு

மட்டுமல்ல எங்குமே ஆசிரியர்கள் மேலிடத்திற்குப் பயந்து அப்படித்தான் செய்வார்கள்.

காந்தி 'காப்பி' அடிக்க மறுத்துவிட்டார்

மகாத்மா காந்தி மாணவராக இருக்கும்போது, கல்வித்துறை மேலதிகாரி பள்ளியைப்பார்வையிட வந்தார். 'கெட்டில்' எனும் சொல்லை ஆங்கிலத்தில் எழுதச் சொல்லிச் சோதித்துப் பார்த்தார். பெரும்பாலான மாணவர்கள் எழுத்துப்பிழையின்றி எழுதினார்கள். காந்தி தவறாக எழுதிக் கொண்டிருந்தார். வகுப்பு ஆசிரியர் கவனித்துவிட்டார். காந்தியின் காலை மிதித்து அதிகாரிக்குத் தெரியாமல் ஒலியின்றிச் சைகையால், 'பக்கத்து மாணவனைப்பார்த்துச் சரியாக எழுது' எனச் சொன்னார். ஆனால் காந்தி 'காப்பி' அடிக்காமல் அப்படியே கொண்டுபோய்க் காண்பித்தார்.

பிற்காலத்தில் காந்தி தன் சுயசரிதை எழுதும்போது, "நான் அன்றுஎன் வகுப்பு ஆசிரியர் சொன்னபடி அடுத்தவரைப் பார்த்து எழுதாதற்குக் காரணம் அதிகாரி யாரையும் பார்க்காமல் எழுதவேண்டும் எனச் சொன்னதைமீறி பார்த்து எழுத என் மனம் ஒப்பவில்லை. அத்துடன் மற்ற நாள்களில் ஆசிரியர் எங்களுக்குப் பாடம் நடத்தும்போது யாரையும் பார்த்துத் தேர்வு எழுதக்கூடாது என்று அறிவுரை வழங்குவார். இப்போது அடுத்தவரைப் பார்த்து எழுதிட அவரே தூண்டியதும் எனக்குப் பிடிக்கவில்லை. அன்று காப்பி அடித்து அதிகாரியின் பாராட்டுதலைப் பெற்றிருக்கலாம். ஆனால் வாழ்நாள் முழுவதும் என் மனச்சாட்சி போலியான பாராட்டுகளைப் பெற்றுவிட்டோமே என்கிற உறுத்தல் இருந்து கொண்டே இருக்கும்என்பதால் தவறுசெய்யமனம் இடம்கொடுக்கவில்லை, என்று குறிப்பிட்டுள்ளார்.

கண்ணா! மோகனதாஸ், எப்படி மகாத்மா ஆனார் என்பதை உன்னால் அறிந்துகொள்ள முடிகிறதல்லவா! சொல்லொன்று செயலொன்று என்று இருத்தல் கூடாது. சுபாஷ் சந்திர போஸ், "தன்னை வெல்வானே, தரணியைவெல்வான்" என்றார். காந்தி இப்படித்தன்னையேவென்றதனால் தான் இந்தியாவின் தந்தை எனப் பாராட்டப்பட்டார்.

காசி இந்துப் பல்கலைக்கழகம் எப்படி உருவானது

நமது பாட்டுக்கொரு புலவன் பாடினான்
    அன்னசத்திரம் ஆயிரம் வைத்தல்
    ஆலயம் பதினாயிரம் நாட்டல்
    அன்னயாவினும் புண்ணியம்கோடி
    ஆங்கோர் ஏழைக்கு எழுத்தறிவித்தல்

" ஆயிரம் சாப்பாட்டுச் சத்திரங்கள் திறந்தோ, அதைப்போல் பல ஆயிரம் கோவில்கள் கட்டியோ ஈட்டும் புண்ணியத்தைக் காட்டிலும் ஓர் ஏழைக்குக் கல்வி கற்க ஏற்பாடு செய்துகொடுத்தால் கோடி புண்ணியத்தைப் பெறலாம் என்கிறார் பாரதியார். கல்வி கற்றவன் தன்னையும் தன் குடும்பத்தையும் வறுமையிலிருந்து காப்பாற்றி வாழ்நாள் முழுதும் அவர்களுக்குச் சோறுபோட முடியும். ஆனால் சத்திரத்தில் ஒருநாள் சோறுகிடைக்கும், மறுநாள் சோற்றுக்கு மீண்டும் பிறரிடம் கையேந்தி நிற்க வேண்டும்.

கல்விச்சாலையைத் தொடங்குதல் மனித வர்க்கத்திற்கு மிகவும் பயனுடையது. இப்போதெல்லாம் வருமானத்திற்காகக் கல்வி நிலையங்களை நிறையத் திறக்கிறார்கள். ஒரு கல்வி நிலையம் உருவாக்குவது என்பது அக்காலத்தில் மிகவும் அரிய செயலாக இருந்திருக்கிறது. சேவை மனமும் இருந்து பொதுமக்களுக்குக் கல்வியறிவைப் புகட்டவேண்டும் என்கிற பொதுநலக் கடப்பாடும் இருந்ததால்தான் பலரால் கல்விச் சாலைகளை உருவாக்க முடிந்தது.

வடநாட்டில் மதன் மோகன் மாளவியா என்கிற மிகச்சிறந்த அறிவாளி பொதுநலவாதியாகவும் வழக்கறிஞராகவும் பணியாற்றிவந்தார். அவர் காசிமாநகரில் ஒரு பல்கலைக் கழகத்தை நிறுவிட விழைந்தார். அதற்காகச் செல்வர்கள், வள்ளல்கள், அரசர்களிடம் கல்விக் கொடை பெற்றுவந்தார். காசியை ஆண்டுகொண்டிருந்த சுல்தானிடமும் சென்று நன்கொடை கேட்டார். " இதுதான் உனக்கு நிதி " என்று சொல்லிச் சுல்தான் தன் காலில் இருந்த செருப்பைக் கழற்றி வீசிஎறிந்தார். சபையில் இருந்தோர் அனைவருக்கும் பேரதிர்ச்சி. மாளவியாவிற்கு அவமானமாக இருந்தது.

அதற்காக வருந்தாமல் அந்தக் காலணியை எடுத்துக்கொண்டு வெளியேறினார்.

" நீரோ மன்னன் தன் குதிரைகளுக்கெல் லாம் தங்கத்தால் லாடம் அடித்தானாம். அதைப்போல் இவரைப்போன்றவர்கள், தேவையற்றவைகளுக்குச் செலவழிப்பார் களே தவிர இதைப்போன்ற நற்காரியங்க ளுக்குச் சல்லிக் காசுகூடக் கொடுக்க மாட்டார்கள் ' என்று எண்ணிக்கொண்டே கோட்டைக்கு வெளியே வந்தவர் மக்கள் நெரிசல் மிக்க இடத்திலிருந்த ஒரு மேடையில் ஏறி நின்றார். " இந்தக் காலணி நம் மன்னரின் விலைமதிப்பிட முடியாத பொக்கிஷம். மக்களால் தொட்டுக்கூடப் பார்க்கமுடியாத அரிய காட்சிப்பொருள் " என்றெல்லாம்

நீரோ மன்னன்

விளம்பரப்படுத்தி ஏலம் விட்டார். மக்கள் ஒருபணம், இரண்டுபணம், ஐந்துபணம் என ஏலம் குறைவாகவே கேட்டுக்கொண்டு இருந்தார்கள். கவனித்த ஒற்றர் உள்ளே ஓடிச் சென்று சுல்தானிடம்,

"அவமானம்! மன்னா! உங்கள் செருப்பை ஒரு பணத்திற்கும் இரண்டு பணத்திற்கும் விற்று உங்களைக் கேவலப்படுத்துகிறார்கள் " என்று சொல்ல...

"எனது காலணி குறைந்த விலைக்குத்தான் விலைபோனது என்று யாரும் எண்ணிவிடக்கூடாது. இந்தா ஒரு லட்சம். கொண்டுபோய்க் கொடுத்துவிட்டுக் காலணியை எடுத்துவா! " என்றார். அதன்படி ஏலம் போனது.

மாளவியா மீண்டும் உள்ளே போனார்.

"மன்னா! உங்கள் ஒற்றைச் செருப்பு ஒரு லட்சத்திற்கு ஏலம் போனது. இன்னொரு செருப்பையும் கொடுத்தால் அதையும் ஏலம் விட்டுப் பல்கலைக் கழகத்துக்கு ஒரு கணிசமான தொகையுடன் புறப்படுவேன் " என்று சொன்னதைக் கேட்டுச் சுல்தான் வெட்கித் தலை குனிந்தான். இன்றும் உலகப் புகழ்பெற்று விளங்குகிற "காசி இந்து பல்கலைக் கழகம்" அப்படி உருவானது. கண்ணா! பார்த்தாயா பொதுமக்களுக்குப்பயன்படும் ஒரு கல்வி நிலையத்தை நிறுவ எத்தனை அவமானங்களை ஏற்கவேண்டி இருந்திருக்கிறது.

" புகழை மறந்தாலும் நீ பட்ட அவமானங்களை மறந்துவிடாதே! ஏனெனில் மீண்டும் இன்னொருமுறை அவமானப்படாமல் உன்னைக் காப்பாற்றும் " என்று ஹிட்லர் சொன்ன சொல் மாளவியாவிற்குத் தெரியாது.

படிப்பதற்காகக் குதிரையோடு இணைந்து லிங்கன் ஏர் இழுத்தார்

கண்ணா! கல்வியைச் சிரமப்பட்டாவது கற்றால், நீ அமைச்சரிடம் சொன்னாயே! சென்ற இடமெல்லாம் மட்டுமல்ல, உள்நாட்டிலேயே எப்படிச் சிறப்பிக்கப்பட்டு உயர்த்தப்படுவார்கள் என்பதற்கு நல்ல எடுத்துக்காட்டு ஆபிரகாம் லிங்கனே!

லிங்கனின் தந்தை விறகுவெட்டி வயிற்றைக் கழுவும் ஒரு தொழிலாளி. செருப்புத் தைக்கும் தொழிலும் தெரிந்தவர். அவருக்கென்று நிலம் வீடு எதுவும் இல்லை. அதனால் ஊர் ஊராக, காடு காடாக 10 வயதுச் சிறுவன் லிங்கனுடன் சென்று பிழைப்பைக் கவனித்தார். இந்தச் சூழலில் சிறுவனால் பள்ளிக்குச் சென்றுபடிக்கவேண்டுமென்கிற ஆசை இருந்தும் முடியவில்லை. தந்தைக்கு விறகு வெட்டுவதில் உதவினான். இடையில் எங்கேயாவது பள்ளியைப் பார்த்தால் படிக்க வேண்டும் என்கிற ஆசை

மேலோங்கி விடும்.

சில ஆண்டுகளில் எழுத்துக்கூட்டிப் படிக்கச் சிறுவன் தனது சிற்றன்னையிடம் கற்றுக்கொண்டான். எங்கேயாவது துண்டுக் காகிதம் கிடைத்தாலும் அதை எடுத்து வாய்விட்டு உரக்க வாசித்துப் பார்த்துக் கொள்வான். பக்கத்து ஊரில் ஒருவர் சில புத்தகங்கள் வைத்திருக்கிறார் என்று கேள்விப்பட்டுப் பல மைல் தூரம் நடந்துபோய் வாங்கிவந்து சிறுவன் படித்தான். அந்த நூலகள் கிழிந்தாலோ, காணாமற்போனாலோ புது நூல்கள் வாங்கிக் கொடுத்திடவேண்டும் என்கிற நிபந்தனையோடுதான் வாங்கி வந்தான். வாங்கி வந்த நூல்களைப்பத்திரமாக வைத்துக்கொண்டு மரத்திலேறியும், இடிந்துபோன சுவர் மீது இருந்தும் சிறுவன் லிங்கன் படித்தான். மார்பில் அணைத்தவாறு படித்துக்கொண்டே இருந்தவன் ஒருநாள் உறங்கிவிட்டான். மழை பெய்தது. விடியலில் புத்தகங்களைத் தேடிப் பார்த்தால் சகதியில் கிடந்தது. திருப்பிக் கொடுக்கப் போனபோது சேதமடைந்தவற்றை, புத்தகங்களின் உரிமையாளர் வாங்க மறுத்துவிட்டார். நிபந்தனைப்படி புது நூல் வாங்கிக்கொடுக்கப் பணம் இல்லை. வேறு வழியின்றி வயலில் உழும் இருகுதிரைகளில் ஒன்றுக்குப் பதிலாக ஏர் பிடித்து இழுத்து உழவு வேலை செய்யவைத்தார். சில நாள்களில் வேலை முடிந்தவுடன் அவரிடம் லிங்கன் சென்று, " நூலுக்குப் பதில் வேலை செய்துகொடுத்துவிட்டேனே! அந்தப் பழுதான நூல்களை எனக்கே கொடுத்துவிடுங்கள் என்று கேட்டான். கல்வி கற்கவேண்டும் என்பதிலே எவ்வளவு அக்கறையாக இருக்கிறான் என்று அவர் எண்ணி எல்லா நூல்களையும் அள்ளிக் கொடுத்தார்.

கற்றோர்க்குச் சென்ற இடமெல்லாம் சிறப்பு

" மலையில் பிறந்தாலும் சந்தனத்தின் பெருமை
மார்பில் பூசப்படும்போதுதான் தெரியும்.
கடலில் விளைந்தாலும் முத்தின் அருமை
அணியும்போதுதான் பாராட்டப்படும். "

கண்ணா! கல்வியின் சிறப்பும் அதுவே. " கற்றது கைம்மண்ணளவு; கல்லாதது உலகளவு ", கற்கை நன்றே; கற்கை நன்றே! பிச்சைப் புகினும் கற்கை நன்றே! " " எண்ணும் எழுத்தும் கண்ணெனத் தகும் " என்கிற இலக்கியச் சொற்றொடர்களை மீண்டும் மீண்டும் வாசித்துப் பார்!

கற்ற கல்வி மற்றவருக்குப் பயன்படவேண்டும் என்கிற பொதுச் சிந்தனையைக் கல்வி உனக்குக் கொடுக்கும்வரை உன் கற்றல் முடியவில்லை என்று பொருள்.

கிரேக்கம் பயணமாகிறேன்

கண்ணா! உன் மாமாவின் நண்பர்கள் துருக்கி, கிரீஸ் நாடுகளுக்குச் சுற்றுலா செல்கிறார்களாம். அவர்களுடன் என்னையும் இரண்டுவாரகாலம் சென்று வாருங்கள் என மாப்பிள்ளை சொல்கிறார். அவர் சொன்னவுடன் எனக்கும் ஒரு சபலம் தட்டிவிட்டது. உலக நாகரிகத்தின் தொட்டில்; வீரத்தின் விளைநிலம் அந்தக் கிரேக்கம். மாவீரன் அலெக்சாந்தர், தத்துவ ஞானிகள் பிளாட்டோ, ரூசோ, அரிஸ்டாட்டில், புரட்சியாளன் சாக்ரட்டீஸ் போன்றோர் வாழ்ந்து உலக மக்களுக்குப் பல அழியாச் சொத்துகளைத் தந்துவிட்டுப் போன அந்தப் பூமியைத் தொட்டு முத்தமிட ஓர் ஆசையும் எனக்குப் பிறந்துவிட்டது. அடுத்தமாதம் புறப்படும் முன் உனக்குத் தெரிவிக்கிறேன்.

அப்பாவிடம் இச்செய்தியை ஏற்கனவே தெரிவித்துள்ளேன்.

இப்படிக்கு
உன் நலம் விரும்பும்
தாத்தா.

69 குருவே தெய்வம்

அன்புள்ள தாத்தா, வணக்கம்.

நீங்கள் கிரீஸுக்கும், கமால் பாட்சா வாழ்ந்த துருக்கி நாட்டுக்கும் செல்ல இருப்பது அறிந்து மிக்க மகிழ்ச்சி. அப்பாவிடம் சொன்னேன். அவரும் செலவிற்கு ஒரு தொகையை அனுப்பி வைக்கிறேன் என்று உவகையுடன் சொன்னார். எனக்கும் இறுதித் தேர்வு அடுத்தமாதம் தொடங்க இருக்கிறது. அதற்கு என்னைத் தயார்ப்படுத்த வேண்டும். ஆக நாம் இருவருக்கும் கடிதம் எழுதுவதற்கு விடுமுறை வரப்போகிறது.

அமைச்சர் வந்திருந்தபோது சில ஆசிரியர்கள் முறைத்தார்கள். பிறகு அவர்களே என்னை அமைச்சர்முன்பு கொண்டுபோய் நிறுத்தினார்கள் என்று எழுதி நீங்களும் பதில் எழுதிவிட்டீர்கள். பாவம் ஆசிரியர்கள் என்ன செய்வார்கள்? " உரையாற்றும்போது இடைமறித்துப் பேச மாணவர்களைத் தயார் செய்துள்ளீர்களா? " என்று அதே அமைச்சர் கேட்பாரோ என்கிற அச்சத்தினால்தான் அப்படி நடந்திருக்கலாம். ஆசிரியர்கள் மேலிடத்திடமும் அரசிடமும் நல்ல பெயர் வாங்க வேண்டு மென்று ஆசைப்படுவது இயற்கை. பொது நிகழ்ச்சியில் பிரச்சினை, குழப்பம் வராமல் வருமுன் காக்கும் கடமை ஆசிரியர்களிடம் உள்ளது.

நல்ல ஊதியம் கொடுக்கிறார்கள்; அதே நேரம் பணிப் பளு மிகுதி எனப் பல ஆசிரியர்களின் முனகலையும் கேட்டு இருக்கிறேன். மற்றத் தொழில் செய்வோர் போல் இவர்களும் சம்பளத்திற்காக உழைத்தாலும், ஆசிரியர் பணி என்பது மனிதனின் அறிவுக் கண்களைத் திறக்கும் ஒரு புனிதமான தொழில். நான் முதுகலைப் பட்டப் படிப்பை முடித்து, முனைவருக்கும் படித்து முடித்துவிட்டுப் பல்கலைக் கழகத்தில் ஆசிரியராகப் பணி புரிய வேண்டும் என்பதே என் எதிர்கால ஆசை.

எந்த நேரத்திலும் எதையாவது படித்துக்கொண்டே இருக்க வேண டும்; உலகச் செய்திகளை இன்னும் அதிகமாகத் தெரிந்து கொள்ள வேண்டும்; பல நாடுகளுக்குச் சென்று பார்த்துப் பல வரலாற்றுச் செய்திகளை அறிந்து வரவேண்டும் எனக் கனவு கண்டு வருகிறேன். ஆயிரம், இரண்டாயிரம், ஐயாயிரம் ஆண்டுகளுக்கு முன்பு நம் மூதாதையர்கள் எப்படியெல்லாம் வாழ்ந்திருப்பார்கள் என்று ஆராய்ச்சி

செய்வதிலே தனி ஆர்வம் உடையவனாக உள்ளேன். சில நேரங்களில் தனிமையில் இருக்கும்போது ஒரு பைத்தியம்போல் முன்னோர் வாழ்க் கையை அசைபோடுவேன். அந்தக் காலத்தில் நீங்கள் போகப்போகிறீர்களே கிரேக்கம், அந்த ஒரு நாடு போதும்; அதுவும் அலெக்சாந்தரும் அரிஸ்டாட் டிலும் போதும். இப்போது இவ்வளவு முன்னேறிய விஞ்ஞான உலகத்தில் இருந்து பார்க்கும்போது அவையெல்லாம் சாதாரணமாகக்கூடத் தோன்றும். ஆனால் எந்த வசதிகளும் கண்டுபிடிப்புகளும் போக்குவரத்தும் தொலைத் தொடர்பும் இல்லாத காலங்களில் எவ்வாறு சிந்தித்திருக் கிறார்கள்; செயல்பட்டிருக்கிறார்கள்; என்றெல்லாம் நான் சிந்தித்துக் கொண்டே இருந்தால் போதும் என்னையறியாமல் சிந்தனை வானில், கற்பனை மேகமாய்ச் சிறகடிக்கத் தொடங்கி விடுகிறேன். அது என் பலமா பலவீனமா? தெரியவில்லை.

இப்படிக்கு, உங்கள் அன்புள்ள

கண்ணன்.

அன்புள்ள கண்ணா, நலமா!

என் மகன் அழைப்பை ஏற்றுச் சிங்கை வருகிறேன்

உன் அப்பா வெஸ்டர்ன் யூனியன் மூலம் இரண்டு தவணைகளாக அனுப்பிய ஒரு லட்ச ரூபாய் கிடைத்தது. பணத்தை அனுப்பிவிட்டு எனக்குத் தொலைபேசியில் பேசினார். “ சுற்றுலா முடிந்து சென்னைக்கு நேராகத் திரும்பாமல் சிங்கப்பூர் வந்துவிட்டுப் போவதுபோல் உங்கள் பயணச்சீட்டை மாற்றிக் கொள்ளுங்கள். முகவர் அதைச் சிரமம் இல்லாமல் செய்து கொடுப்பார். ஓரிரு மாதங்கள் அதாவது அரசு அனுமதிக்கும் வரை எங்களுடன் வந்து தங்கியிருந்து போங்கள் “ என்று அன்புடன் என் மகன் அழைத்திருக்கிறார்.

“ பார்த்த முகங்கள்
கண்ணைவிட்டுப் பிரிந்தாலும்
பழகிய இதயங்கள்
நெஞ்சைவிட்டுப் பிரிவதில்லை “

எனக்கும் உங்களையெல்லாம் பார்க்கவேண்டுமென்கிற ஆசை வந்துவிட்டது.

ஆசிரியர் தொழில் ஒரு புனிதமான தொழில்

ஆசிரியர் பணிக்குப் போக வேண்டுமென்று நீ விரும்புவதை என்னைப்பொறுத்தவரையில் வரவேற்கிறேன்; பாராட்டுகிறேன்; வாழ்த்து கிறேன். அப்பணியிலே ஒரு மன நிறைவு கிடைக்கும். உனக்கு ஒரு

சவாலாக இருக்கும். அதை எதிர்கொண்டு வெற்றி பெற்று, சிங்கையில் நீ ஒரு புகழ்பெற்ற பேராசிரியராக விளங்கவேண்டும் என எதிர்பார்க்கிறேன். நான் கண்மூடுமுன் அந்தக் கண்கொள்ளாக் காட்சியைக் காணவேண்டும்;

" வெற்றிகரமான வாழ்க்கை என்பது
தடைகளற்ற வாழ்க்கை அல்ல;
தடைகளில் ஏற்படும் சவால்களை
எதிர்கொண்டு பெறும் வெற்றியே வாழ்க்கை! "

ஆசிரியர் தொழில். புனிதமான தொழில் என்று நீ குறிப்பிட்டது முற்றிலும் உண்மை. இப்போதெல்லாம்

" நீர் சாக்கடையாயிற்று
நிலம் அழுக்குகளால் நிரம்பி வழிகிறது
விண் மாசு படிந்துவிட்டது
காற்று கிருமிகளால் சூழப்பட்டுவிட்டது
பஞ்ச பூதங்களில் நெருப்பு மட்டுமே
தூய்மையானது. - அதனால்தான்

எப்போதும் தலை நிமிர்ந்து எரிகிறது " பஞ்சபூதங்களில் நெருப்பு போன்றது ஆசிரியர் தொழில். அதற்குமட்டும் யாரும் களங்கம் கற்பித்துவிட முடியாது.

ஆசிரியர் தொழில் செய்வோர் மட்டுமே எங்கேயும் எப்போதும் தலைநிமிர்ந்து இந்தச் சமுதாயத்தில் நடைபோட முடியும். எதிர்ப்படுவோர் அனைவரும் வணக்கம் செலுத்துவர். அந்த வணக்கம் என்பது அவருக்கல்ல; அவர் செய்த தொழிலுக்குக் கிடைக்கும் மரியாதை.

தமிழாசிரியர் மு.தங்கராசனின் பெருமை

நான் சிங்கப்பூர் வந்திருந்தபோது மூத்த தமிழாசிரியர் மு. தங்கராசன் என்பவருடன் தேக்கா கடைத் தொகுதியில் அமர்ந்து உரையாடுவேன். அந்தச் சமயத்தில், அவரைக் கடந்து செல்வோர் நூறு தமிழர்கள் இருந்தால் குறைந்தது பத்து பேராவது அவருக்கு வணக்கம் சொல்லிவிட்டுப் போவார்கள். அவர், அவர்களைத் தன்னிடம்படித்த மாணவர்கள் இப்போது மருத்துவர்களாக, பொறியாளர்களாக, ஆசிரியர்களாக, அதிகாரிகளாக, தொழிலதிபர்களாகப் பல்வேறு துறைகளில் இருக்கிறார்கள் எனப் பெருமையுடன் சொல்வார்.

" உழைப்பு என்பது
இந்தப் பிரபஞ்சத்தின் விதி!
வெட்டியாக வெறுமனே இருப்பதும்
தற்கொலையும் ஒன்றுதான் " - எனப் பாரதிக்கு மிகவும் பிடித்த

இத்தாலிய வீரன் மாஜானி சொல்வான்.

‘தரிசனம்’ ‘குரு’ - விளக்கம்

ஒருவன் சிந்திப்பதற்கு ஆசிரியர் எவ்வாறு கற்றுக்கொடுக்கிறார் என்கிற சித்தாந்தத்தில் தரிசனம் என்ற சொல் உள்ளதாக ஆன்மீகவாதிகள் சொல்வர். இதற்கான பொருள், ஆழ்ந்து நோக்கும் திறன் என்கிறார்கள். ஆசிரியர் எனும் சொல்லைப் பிரித்தால் ஆசு + இரியர் எனலாம். ஆசு = குற்றம், இரியர் = நீக்குபவர் என்று பொருள்படும். குற்றங்களை நீக்குபவர் எனப் பொருள்படும். குருவானவர் அறியாமை இருளகற்றி வாழ்வில் ஒளியேற்றுபவர் என்றே நாம் அறிகிறோம்.

சாக்ரட்டீஸ்தான் முதலில் சிந்திக்க வைத்தவர்

இன்று அப்துல் கலாம் சொல்லிக்கொண்டிருப்பது போல் அன்று இளைஞர்களைச் சிந்திக்கச் சொல்லித் தூண்டியவர் நாம் அறிந்த மிகச்சிறந்த சிந்தனையாளர் சாக்ரட்டீஸ். புதுச் சிந்தனைகளை மாணவர்களிடையே உருவாக்குவதற்குக் காரணியாகத் தாம் இருந்ததால், சிறந்த ஆசிரியரான சாக்ரட்டீஸ் தம்மை ஒரு “பேறுகால உதவியாளர்” என்றே சொல்வார். மனிதன் முன்னேற்றம் அடைய இளம் வயதிலேயே கேள்விகளைக் கேட்கவைத்தார். அதுவே சரியான வழி என்றும் அவர் நம்பினார்.

“மக்களுக்கு நாம் எதையும் கற்றுக்கொடுக்க வேண்டாம்; அவரவர் மனத்தில் உள்ள அனைத்தையும் அறிய உதவி செய்தாலே போதும் “ என்பது அறிவியலின் தந்தை எனப் போற்றப்படும் கலிலியோவின் கூற்று. அவர் மேலும் “ நம்முள்ளே அனைத்துக் கேள்விகளுக்கும் பதிலிருக்கிறது.“ என்கிறார். மாணவர்களைச் சிந்திக்கச் செய்வதோடு, அதனை உணரச் செய்வதிலும் ஆசிரியர் பங்கு இன்றியமையாதது. “ சிந்தித்தல் அறிவையும், உணர்வுகள் இதயத்தையும் வலுப்படுத்துகின்றன “ என்கிறார்கள். மாணவர்கள் தங்களை முழுமையாக அறிவதற்கும், தீர்வுகள் காண்பதற்கும் உதவி புரியவே ஆசிரியர் பணி தேவைப்படுகிறது.

அன்பழகனுக்கும் அ.ச.ஞாவுக்கும் கருத்து மோதல்

ஆசிரியர்களுக்குள் கருத்து மோதல்கள் இருக்கலாம்; ஆனால் உறவு மோதல்கள் இருக்கக்கூடாது. சென்னை பச்சையப்பன் கல்லூரியில் தமிழ்ப் பேராசிரியர்களாகப் பணியாற்றி வந்தவர்களில் ஒருவரான பேராசிரியர் க. அன்பழகன் ‘பிறமொழி கலந்து தமிழை எழுதுதல் கூடாது’ என்றும் , தேவைக்கேற்பப் பயன்படுத்தலாம் என இன்னொரு முதுபெரும் ஆசிரியர் அ.ச.ஞானசம்பந்தமும் கட்டுரை வாயிலாகப் பட்டிமன்றம் நடத்திக் கொண்டார்கள். பிறகு ஒரு நாள் ஆசிரியர் அறையில் கலந்துரையாடிக் கொண்டிருந்தபோது அ.ச. ஞா “ அன்பழகனாரே தெரியுமா உமக்கு,

பிறமொழிக் கலப்புக் கூடாது என எழுதியிருந்த உமது கட்டுரையில் 15 பிறமொழிச் சொற்கள் இருந்தன; தேவைக்கேற்பக் கலக்கலாம் என்கிற கருத்தை வெளிப்படுத்தி எழுதிய என் கட்டுரையில் பிற மொழிச் சொல் ஒன்றுகூட இல்லை " என்று சொல்ல இருவரும் சிரித்துச் சுவைத்தனர்.

ஆசிரியர்களுக்கு மட்டுமே புகழ் தானாக வரும்

கண்ணா! உடம்பும் உயிரும் சேர்ந்திருந்தால்தான் பெருமை. உடம்புக்கு உணவைக் கொடுக்கிறோம்; உயிருக்கு நீங்கள் அடைகிற புகழைத் தரமுடியும். உணவால் வளர்ந்த உடம்பு அழிந்துவிடும்: புகழால் பெருமையடைகிற உயிர் மறைந்து போனாலும் நிலைத்து நிற்கும். மற்ற தொழில் புரிவோர் ஏதேனும் சாதனை செய்திருந்தால்தான் புகழ் பெறமுடியும்; ஆனால் சாதாரண ஆசிரியர்கள் அனைவரும் புகழோடு விளங்குவார்கள் என்கிற செய்தியைக் கண்கூடாக நீ அறியலாம். அதற்காக ஆசிரியர்கள் கர்வம் கொள்ளுதல் கூடாது. அடக்கம் அமரருள் உய்க்கும் என்பது போல அடக்கமாகவே இருக்க வேண்டும்.

" அனைத்துச் சொற்களுக்கும் அர்த்தம் தெரிந்தும்
அமைதியாகவே இருக்கிறது அகராதி "

ஆசிரியர்களையும் அகராதிக்கு ஒப்பிடலாமா கண்ணா?

" வரலாறுபடைப்போர்க்கு, வரலாற்றை எழுத நேரமில்லை " என மேட்டர் நிச் என்பவர் சொன்னதுபோல், நீங்கள் உங்கள் பணிகளைச் செவ்வனே செய்துகொண்டுவாருங்கள். உங்களைப்பற்றிப்பிறர் வரலாறுஎழுதுவார்கள்.

இப்படிக்கு

உன் நலம் விரும்பும்

தாத்தா.

70 வெற்றி மேல் வெற்றி!

அன்புள்ள தாத்தா, வணக்கம்!

நீங்கள் சிங்கப்பூர் வரப்போகிற செய்தியை அப்பா என்னிடம் முன் கூட்டிச் சொல்லவே இல்லை. உங்கள் கடிதம் பார்த்தபின் அப்பாவிடம் சென்று கோபத்துடன் "ஏன் என்னிடம் சொல்லவில்லை" என்று கேட்டேன். அதற்கு, "உன்னிடம் சொல்லி, ஒருக்கால் தாத்தாவினால் வரமுடியாமல் போனால் என்னாவது? முடிவானவுடன் சொல்லலாம் என்றிருந்தேன்" என்றார்.

தாத்தா எனக்குக் கையும் ஓடவில்லை; காலும் ஓடவில்லை. தாத்தா நீங்கள் இங்கு வருவதற்கும் எனக்குத் தேர்வு முடிவதற்கும் பொருத்தமாக இருக்கும். உங்களிடம் நிறையச் செய்திகளைப் பேச வேண்டி இருக்கிறது. ஏராளமான ஐயங்களைப் பற்றி விவாதிக்க வேண்டி இருக்கிறது. கிரேக்கத்தைப்பற்றியும் துருக்கியைப்பற்றியும் உங்களிடமிருந்து நிறையத் தெரிந்துகொள்ள ஆவலாய் உள்ளேன். எனக்கு ஒரே மகிழ்ச்சியாக இருக்கிறது தாத்தா.

தாத்தா! உங்களின் இத்தனை கடிதங்களையும் படித்தபின் என்னையே ஓர் அறிவாளியாக எண்ணிக்கொண்டிருக்கிறேன். அந்த அளவுக்கு அவ்வளவு செய்திகளை எழுதி இருக்கிறீர்கள். குறிப்பாக மாணவர்களுக்கும், பெற்றோர்களுக்கும், ஆசிரியர்களுக்கும் ஏற்ற செய்திகள் அடங்கிய கடிதத் தொகுப்பு.

தாத்தா! இன்னொரு ரகசியத்தையும் நான் முன்கூட்டிச் சொல்லா விட்டால் என் தலை வெடித்துவிடும். இந்த என் கடிதத்திற்குத் தாங்கள் எழுதப்போகிற பதில் கடிதத்தோடு தங்களின் மீதமுள்ள எல்லாக் கடிதங்களையும், (ஏற்கனவே இருப்பவைகளுடன்) அப்பா சேகரிக்க இருக்கிறார். அவற்றை இங்கே உள்ள ஸ்டாம்போர்டு அச்சகத்தில் கொடுத்து ஒரு தரமான நூலாக்க இருக்கிறார். அது மாணவர்களுக்குப் பெரிதும் பயன்படும் நூலாக இருக்குமென என் பெற்றோர்கள் நம்புகிறார்கள்.

தாத்தா! இன்னொரு பொருத்தம் பாருங்கள். உங்கள் வயதும் எழுபது, தங்களின் கடிதங்களும் எழுபது. நீங்கள் இங்கே வரும்

போது அந்த நூலின் அறிமுக விழாவை நடத்துவதாகத் திட்டம் போட்டி ருக்கிறார்கள். உங்களுக்கு ஓர் இன்ப அதிர்ச்சியாக இருக்க வேண்டும் என அம்மாவும் சொல்லிக்கொண்டு இருக்கிறார். அதற்கான முன்னேற் பாடுகளை இப்போதே அம்மா தொடங்கிவிட்டார். அதாவது நூல் உரு வாக்கத்தை அப்பாவும், விழா ஏற்பாடுகளை அம்மாவுமாகப் பணிகளைப் பிரித்துக்கொண்டுள்ளார்கள். நான் என் பங்களிப்பாக அனைத்துப் பள்ளி, கல்லூரி மாணவர்களையும், ஆசிரியர்களையும் என் நண்பர்களின் உதவி யுடன் திரட்டித் திரளாக விழாவிற்குக் கொண்டுவந்து சேர்க்க வேண்டும் எனத் திட்டமிடப் போகிறேன்.

தாத்தா! உங்களைத் தாத்தாவாக நான் பெற்றமைக்கு என்னையே நான் பாராட்டிக்கொள்கிறேன். நீங்கள் நோய்நொடியின்றி, அமைதிபொங்கும் மகிழ்ச்சியான வாழ்வை எய்திட வேண்டும். நீங்கள் எனக்கு ஒரு வழிகாட்டி! உங்கள் வழிகாட்டுதலில் நான் ஒரு வெற்றிபெற்ற மனிதனாக விளங்குவேன் என நிச்சயமாக நம்புகிறேன். என் எண்ணம் ஈடேற எந்தப் பிரச்சினையும் இடையூறாக இல்லாமல் இருக்கவேண்டும். அதே வழி காட்டுதல் எதிர்கால என் மகளுக்கும் தேவைப்படுகிறது. அதனால் நீங்கள் நூறு வயதையும் தாண்டி வாழவேண்டுமென மனமார விரும்புகிறேன்.

தங்கை ஒருத்தி இருந்திருந்தால் நன்றாயிருக்கும் எனப் பலநாட்கள் ஏங்கியிருக்கிறேன். அந்த வாய்ப்பு இல்லாத போது எனக்குப் பெண் குழந்தை பிறந்திட வேண்டுமென்கிற ஆசையில் அப்படி எழுதிவிட்டேன். அவளுக்கு உங்கள் பெயரைப் பிரதிபலிக்கும் ஒரு பெயரைத்தான் வைப்பேன்.

தாத்தா உங்கள் சிங்கப்பூர் வருகை நல்வரவாகட்டும்!

இப்படிக்கு, உங்கள் அன்புள்ள

கண்ணன்.

அன்புள்ள கண்ணா, நலமா!

எனக்கு ஓர் இன்ப அதிர்ச்சி

நான் உனக்கு எழுதிய கடிதங்களை உன் பெற்றோர்கள் நூலாக்க இருக்கிறார்கள் என எழுதியிருந்தாய். நூலாகிற அளவிற்குப் பொருளடக்கம் இருக்கிறதா எனத் தெரியவில்லை. முன்கூட்டித் தெரிந்திருந்தால் இன்னும் சிறந்த முறையில் எழுதியிருப்பேன். எப்படியோ ஒரு படைப்பாள னுக்கு நூல் என்பது குழந்தை மாதிரி. அது நான் பெறப்போகும் இருபதாவது குழந்தையாக இருக்கும். உன் அம்மா சொன்னதுபோல் எனக்கு அது ஓர் இன்ப அதிர்ச்சிதான்.

உன் வெற்றி என்னால் அல்ல, உன்னால்தான்

உன் கடிதத்தில் என் வழிகாட்டுதலில் ஒரு வெற்றிபெற்ற மனிதனாக விளங்க வேண்டுமென்கிற உன் ஆசையை வெளிப்படுத்தி இருந்தாய். சென்ற கடிதத்தில் குறிப்பிட்டதுபோல் என் வழிகாட்டுதலால் அல்ல. உன்னிடம் இருப்பதை வெளிக்கொணரும் தூண்டுகோல்தான் நாங்கள். பாறைக்குள்தான் சிலை இருக்கிறது. சிற்பி சிலையை உருவாக்கவில்லை. அந்தப் பாறையில் சிலைக்குத் தேவையல்லாதவற்றை நீக்குவதுதான் சிற்பியின் பணி. நீதான் படிக்கப் போகிறாய்; எழுதப் போகிறாய்; வெற்றி பெறப்போகிறாய்; கல்லூரியில் சேர்ந்து பணியாற்றப் போகிறாய்.

பிரச்சினை இல்லாத வாழ்க்கை மரணத்தில்தான்

வாழ்க்கையின் எல்லா இடங்களிலும் பிரச்சினைகள் இருக்கத்தான் செய்யும். அவை மீது ஏறி அடக்கிச் சவாரி செய்வதுதான் வெற்றி. பிரச்சினைகள் இல்லாத வாழ்க்கை என்றால் அது மரணம்தான். ஆனால் தீர்க்க முடியாத பிரச்சினைகள் என்று ஒன்று இந்த உலகத்தில் இருந்ததாக வரலாறே இல்லை. வேண்டுமானால் கூடுதல் காலம் எடுத்திருக்கலாம். சர். சி.வி இராமனுக்கு கணக்குப் போடுவது கடினம். ஆனால் கணித மேதை இராமானுஜத்துக்கு எளிது. பிரச்சினை பெரியதா சிறியதா என்பது அவரவர்களைப் பொறுத்தது.

போட்டித்தன்மை கருவிலேயே தொடங்குகின்றது

ஆணும் பெண்ணும் கூடும்போது ஒருகோடி உயிரணுக்கள் விந்திலிருந்துபாய்ந்துபெண்ணின்கருமுட்டைக்குள்புகமுயற்சிக்கின்றன. ஆனால் ஒன்றே ஒன்றுதான் வெற்றிபெறுகிறது. மற்றவை கோட்டைக்குள் புக முடியாமல் தோற்று உயிரை விட்டுவிடுகின்றன. மனிதனிடம் போட்டித் தன்மையும் கருவிலிருந்தே உருவாகிவிடுகிறது.

தீக்கிரையான ‘பிரெஞ்சுப் புரட்சி’ நூல்

கண்ணா! ஒரு தோல்வி ஏற்பட்டுவிட்டால் இத்துடன் வாழ்க்கை முடிந்துவிட்டது என எண்ணுதல் கோழைத்தனம். தாமஸ் கார்லைலின் “பிரஞ்சுப் புரட்சி” எனும் நூலை எழுதிக் கொண்டுபோய் அச்சிடுபவரிடம் கொடுத்துவிட்டு வந்துவிட்டாராம். அச்சகத்தாரின் தவறுகளால் கையெழுத்துப் பிரதி நெருப்புக்கு இரையாகிவிட்டது. தாமஸ் தன் நண்பர்களிடம் தாம் எழுதிய அந்நூலைக் கொடுத்துப் படிக்கச் சொன்னதாகவும் அதை அவர்களில் ஒருவர் தொலைத்துவிட்டதாகவும் சிலர் சொல்வர். எது எப்படியோ, கார்லைலின் கண்களைக் கசக்கிக்கொண்டு சோர்ந்துவிடாமல் அவ்வளவு பெரிய நூலை மீண்டும் எழுதி முடித்தார்.

அது பின்னாளில் உலகப் புகழ்பெற்ற இலக்கியமாகத் திகழ்ந்தது.

தோல்வியையும் வெற்றியாக்கினார் தாமஸ் ஆல்வா எடிசன்

தாமஸ் ஆல்வா எடிஸன் மின்சார பல்பில் ஒளிவிடும் அந்தச் சிறு டங்ஸ்டன் இழையை இணைக்க 1300 முறை முயன்று கண்டுபிடித்தார். 'இத்தனை முறை நீங்கள் முயன்றதெல்லாம் வீண்முயற்சியாகிவிட்டனவே' என்று நண்பர் கேட்டார். அதற்கு எடிஸன் சொன்ன பதில் என்ன தெரியுமா? " இல்லை நண்பரே! 1299 பொருட்கள் மின்சாரத்தின் வேகத்தைத் தாங்கும் சக்தியற்ற பொருட்கள் எனக்கண்டுபிடித்துவிட்டேன்" என்றாராம். கண்ணா! கவனித்தாயா, தோல்வியையும் வெற்றியாகக் கருதும் மன நிலையை உடையவர்கள்தாம் உண்மையிலேயே வெற்றியா ளர்கள்.

ஒளிந்திருக்கும் வெற்றியை வெளிக்கொண்டு வா

கண்ணா! நீ வெற்றிபெற வேண்டுமென்றால் வெற்றியைப் பற்றியே சிந்தித்துக்கொண்டிருக்க வேண்டியதில்லை. வெற்றி பெற முடியாமல் உன்னைத் தடுப்பது எது என்று சிந்தித்தால் போதும். அப்படித் தடுக்கிற தடைகளை, அழுக்குகளை, குறைகளை நீக்கிவிட்டால் போதும். இதைப் புரிந்துகொள்ளாத வரையில் வெற்றி ஒளிந்துகொண்டுதானிருக்கும் என நாகூர் ரூமி சொல்கிறார். வெற்றிக்காக எதைச் செய்தாலும் மனம் ஒன்றியதாக ஈடுபாட்டுடன் இருக்கவேண்டும்.

“மனத்தின் சக்தியால் திடப்பொருள்கள் மீது தாக்கத்தை ஏற்படுத்த முடியும்” என யூரி கெல்லர் போன்றவர்களால் ஏற்கனவே நிரூபிக்கப்பட்டுள்ளது. அதாவது உனது தீர்க்கமான நினைப்பும் இறுக்கமான முடிவும் அவ்வளவு சக்தி மிகுந்தவை என்பதை நீ உணர்வாயாக.

நீ வெற்றியைத் தேடு; உன்னை வெற்றி தேடுகிறது

வெற்றிபெற ஆசைப்பட்டுவிட்டால் மட்டும் போதாது; அதற்கான தொடர் முயற்சி அறிவு சார்ந்த சரியான வழியில் இருந்துகொண்டே இருக்க வேண்டும். உன்னுடைய தவறுகளால் வெற்றியைத் தாலாட்டித் தூங்கவைத்துவிடக்கூடாது. அப்படிவிட்டுவிட்டால் அதன்பின் புத்தர் வந்தால்தான் முடியும். அதாவது புத்தர் என்றால் 'விழித்துக்கொண்டவர்' என்றுபொருள்.

" தாகமெடுத்தவர் இவ்வுலகில்
தண்ணீரைத் தேடுகின்றனர்!
தண்ணீரும் தேடிக்கொண்டிருக்கிறது
தாகம் கொண்டவர்களை!

என்று பாரசீகக் கவிஞானி ஜலாலுதீன் ரூமி, சொன்னதுபோல் நீ வெற்றியைத் தேடிக்கொண்டிருக்கிறாய்! இக்கவிதைபோல் வெற்றியும் உன்னைத் தேடிக்கொண்டிருக்கிறது என்பதாக நினைவிற்கொள்!

உனக்கு நீயே உண்மையாக இருக்க வேண்டும்

"இறக்கத்தான் பிறந்தோம். அதுவரை இரக்கத்தோடு இருப்போம்" - என அன்னை தெரசா சொன்னதுபோல்

கண்ணா! நீ ஆசிரியராகப் பணியாற்றும்போது மாணவர்களுடன் பரிவாகவும் அன்பாகவும் நடந்து பொறுமையாக அவர்களைக் கையாளவேண்டும். அதற்கு உனக்கு இருக்கவேண்டிய அடிப்படை நற்குணம் உனக்கு நீயே உண்மையாக இருக்கவேண்டும்.

'தான்' என்கிற அகந்தை என்றுமே உன்னிடம் இருக்கக்கூடாது. அது உன்புகழை அழித்துவிடும்.

"அகந்தையால், யாரிடத்திலும் 'இல்லை' என்று சொல்லாதே!

பலவீனத்தால் எவரிடத்திலும் ' சரி ' என்றும் சொல்லிவிடாதே! " என்பார்கள்.

ஒரு கவிஞன் பறவையைப் பார்த்துப் பாடினான்,

"நீ நம்பியிருப்பது உன் சிறகுகளை; அமர்ந்திருக்கும் கிளையை அல்ல" - என்பதுபோல் கண்ணா! உன் வாழ்க்கை நீ பெற்ற பட்டங்களை நம்பியல்ல; உன் திறமையை, உன் அறிவை, உன் குணங்களை, உன் உழைப்பை நம்பி இரு. தினம் சுறுசுறுப்பாக இரு. நேரத்தை வீணாக்காதே!

நேரத்தால் ஆனதே வாழ்க்கை-எமர்ஸன்

" வாழ்க்கையை நேசித்தால்

நேரத்தை வீணாக்காதே!

ஏனெனில்

நேரத்தால் ஆனதே வாழ்க்கை! " - என்கிறார் அறிஞர் எமர்ஸன்.

அதேபோல் ஜிம்மி கார்ட்டர் தினமும் காலையில் 2 மணி நேரம் முன்கூட்டி எழுந்து தம் கடமைகளைச் செய்ததனால் சாதாரணக் கடலை வியாபாரி எனும் நிலையிலிருந்து அமெரிக்க அதிபர் நிலைவரை உயர்ந்தார் என்பர். கேரளத்தின் முன்னாள் முதல்வர் நம்பூதிரிபாத் தினமும் ஒரு மணி நேரம் எழுதுவதைத் தம் கடமையாக எண்ணிச் செயல்பட்டதால் சிறிய நூலக அளவில் நூல்களை எழுதிக் குவித்தார். எங்கேயேனும் ஒரு சறுக்கல் ஏற்பட்டுவிட்டால் முயற்சியையும் நம்பிக்கையையும் இழந்துவிடாதே!

" தோல்வி ஏற்படுவது,

அடுத்துச் செய்யும் செயலைக் கவனமாகச் செய்

என்பதற்கான எச்சரிக்கை " என்பர்.

பழைய நண்பர்கள் தங்கம் - புதியவர்கள் வைரம்

கண்ணா! பழைமையை மறந்துவிடாதே! உனது வெற்றிக்கு உதவிகரமாக இருந்தவர்களை, நண்பர்களை என்றும் நினைவிற்கொள்! யாரையும் உதாசீனப்படுத்தாதே!

" பழைய நண்பர்கள் தங்கத்திற்கு ஒப்பானவர்கள்; புதிய நண்பர்கள் வைரம் போன்றவர்கள். வைரம் கிடைத்துவிட்டதே எனத் தங்கத்தை மறந்துவிடாதே! ஏனெனில் வைரத்தைத் தக்கவைத்து ஆபரணம் செய்ய அடித்தளமாகத் தேவைப்படுவது தங்கம்தான். " என்பார்கள்.

நெப்போலியனின் மறக்காத பழைய நினைவு

தான் சிறு வயதில், விடுதியருகே இருந்து உணவுக்கடை நடத்திய பாட்டியிடம் கடன்சொல்லிச் சாப்பிட்டவன் நெப்போலியன். அவன் அரச வம்சத்தில் பிறக்கவில்லை. படிக்கக்கூட வசதியில்லாத ஓர் ஏழைக் குடும்பத்தில் பிறந்தவன். அவன் மன்னனான பிறகு அந்தப் பாட்டியைத் தேடிச்சென்று நலம் விசாரித்து, வணங்கி, பொற்காசுகள் கொடுத்துத் தன் நன்றியைத் தெரிவித்துக்கொண்டானாம். ஒரு மாவீர மன்னனே பழைமையைப் பாராட்டியதை நினைவிற்கொள்

"வாழ்ந்தவர்கள்" பட்டியலில் இடம்பெறு

" பிறந்தோம்; வளர்ந்தோம்;

படித்தோ - படிக்காமலோ

வேலை பார்த்தோ - பார்க்காமலோ

சம்பாதித்தோ - சம்பாதிக்காமலோ

திருமணம் செய்தோ - செய்யாமலோ

குழந்தைகளைப் பெற்றோ - பெறாமலோ

முதுமையடைந்து நோயுற்றோ - நோயில்லாமலோ

கடைசியில் செத்துப்போய் மறக்கப்படுபவர்களை "வாழ்ந்தவர்கள்" பட்டியலில் சேர்க்க முடியாது என நாகூர் ரூமி சொல்கிறார். இவர்கள் மூச்சுமட்டும் விட்டுக்கொண்டு தீனி சாப்பிட்டுத் தூங்கி எழுந்தவர்கள். அல்லது கோமாவில் இருந்தவர்களாம். உயிரோடு இருப்பது வேறு; வாழ்வது என்பது வேறு.

தான் வாழ்ந்த காலத்திலேயே, தன்னைச் சார்ந்த சமுதாயத்திற்கும், நாட்டுக்கும், மொழிக்கும் ஏதாவது நிரந்தரமான நன்மைகளைச்

செய்பவனாக இருக்க வேண்டும். குறிக்கோளுடன் வாழ்ந்து, சாதனையாளர்களாய்த் திகழ்பவர்களைத்தான் "வாழ்ந்தவர்கள்" என்று சொல்லிக்கொள்ளவேண்டும். இறந்த பிறகும் நீ மறக்கப்படாமல் இருக்க வேண்டுமென்றால், சிறந்த படைப்புகளை எழுது; அல்லது பிறர் உன்னைப் பற்றி எழுதும் படியான ஓர் அர்த்தமுள்ள வாழ்வை வாழ்ந்து காட்டு!

வரலாற்றுச் சாதனைக்கு நூல் காரணமாகிறது

படைக்கப்படும் நூலுக்குச் சில நேரங்களில் அரிய சக்தி கிடைத்துவிடுகிறது. Harriet Beecher எழுதிய Uncle Tom's Cabin என்கிற நூலைப் படித்த தாக்கத்தால்தான் ஆப்பிரகாம் லிங்கன் அதிபரானதும், அடிமைகளின் விலங் கொடிக்க முதல் கையெழுத்தைப் போட்டாராம்.

வெறுமனே ஆசைப்படுவதால் மட்டுமே வெற்றி வந்து உன் கூரையைப் பொத்துக்கொண்டு கொட்டிவிடாது. அதற்காக உன்னைத் தயார்ப் படுத்திக்கொள்ள என்ன முயற்சியை எடுத்தாய்? அதற்குச் சிரமம் இல்லை ஆதலால் பயப்பட வேண்டாம். உனக்கு மனம் என்று ஒன்று இருக் கிறது. அதுமூளையில் இருக்கிறதா? அல்லது இதயத்தில்ஒளிந்திருக்கிறதா என்கிற ஆராய்ச்சியெல்லாம் தேவையில்லை. மனம் வை! மார்க்கம் பிறக்கும்!

" சிரிக்கும்போது வாழ்க்கையை ரசிக்க முடியும்
அழும்போதுதான் வாழ்க்கையைப் புரிந்துகொள்ள முடியும் "

என்றான் ஓர் அறிஞன். கண்ணா! அப்படிப்புரிந்துகொண்ட வாழ்க்கையை, உங்கள் அமைச்சர் விவியன் சொன்னதுபோல் தொலைநோக்குத் திட்டமும் அறிவும் உள்ளவன் நன்கு அனுபவிக்கவேண்டும். அனுபவிப்பை நெருங்கும் வரை அறிவு தேவை; அனுபவிக்கத் தொடங்கும்போது உணர்வுதான் தேவை.

உலகை வென்றவனே இறுதியில் எதையும் எடுத்துச் செல்லவில்லை

கண்ணா! வாழ்ந்து முடிந்தபின் போகும்போது எதையும் உடன் எடுத்துச் செல்லப் போவதில்லை. அவன் பெற்ற பேரும் புகழைத் தவிர. மாவீரன் அலெக்சாந்தர் சாகும் முன் இப்படிச் சொன்னான்.

" 'இந்தக் கல்லறையில் உறங்குபவன்
உலகையே வென்றவன்' - எனப் பொறித்துவையுங்கள். ஆனாலும் போகும்போது, எதனையும் எடுத்துச் செல்லவில்லை என்று எல்லோரும்

தெரிந்துகொள்ள வேண்டும். அதனால் என இறுதி ஊர்வலத்தின்போது என் கைகளை வெளியே தெரியும்படிக் கொண்டு செல்லுங்கள் " என்று அவன் சொன்னதன் பொருள் கண்ணா உனக்கு விளங்குகிறதா?

வெற்றிமேல் வெற்றிபெற வாழ்த்துகிறேன்!

கண்ணா! இதயத்தின் எண்ணம் சரியானதாக இருந்தால் வாயிலிருந்து புறப்படும்சொல்நல்லசொற்களாகவெளிவரும். சொற்கள் நல்லவைகளாகும் போது, உன் செயலும் எல்லோராலும் விரும்பும்படியாக அமைந்துவிடும். அதனால் எதிர்காலத்தில் உன் எண்ணப்படி சிறந்த பேராசிரியராக விளங்குவாய் என நம்புகிறேன். நீ விரும்பிய வண்ணம் வெற்றிமேல் வெற்றி பெற்று முதலில் நல்ல மனிதனாக விளங்க வேண்டுமென வாழ்த்துகிறேன்!

நாங்கள் நாளை மறுநாள் இரவு சென்னையிலிருந்து துருக்கியின் தலைநகர் அங்காராவிற்குப் புறப்படுகிறோம். உன் விருப்பப்படி அடுத்த மாதம் மூன்றாம் நாள் அதிகாலை ஐந்து மணியளவில் சிங்கப்பூர் வருகிறேன். அன்று உன்னை நேரில் சந்திக்கிறேன்.

இப்படிக்கு

உன் நலம் விரும்பும்

தாத்தா.

71 ஆசிரியர்

அன்புள்ள தாத்தா! வணக்கம்!

நீங்கள் எனக்குக் கடிதம் எழுதி ஐந்து ஆண்டுகளுக்கும் மேலாகிறது. இடையில் நாம் தொலைபேசி வழி வாரத்திற்கு குறைந்தது ஒரு முறையேனும் பேசிக்கொள்வோம். முக்கியமான செய்தியை நாம் பரிமாறிக்கொண்டு பேச்சை முடித்துக்கொள்வோம். நான் முன்பு பதின்ம வயது மாணவனாய் உலகச் செய்திகளைப் புரிந்தும் புரியாமலும் தங்களுடன் பழகி வந்தேன். இப்போது ஓரளவு வளர்ந்துவிட்டேன். என்னதான் இருந்தாலும் கற்றது கைம்மண்ணளவே என்பதை மறக்காது உங்கள் முன் ஒரு மாணவனாகவே என்னை எண்ணிக்கொள்கிறேன்.

தாத்தா! என்னதான் சொன்னாலும் உங்களுடன் இப்படிக் கடிதம்வழிப் பேசிக்கொள்ளும் அழகும் தனி; அதனால் ஏற்படும் பயனும் தனி. பேச்சு காற்றோடு கரைந்துபோய்விடுகிறது. ஆனால் எழுத்து காலம் காலமாய் நிலைத்து நிற்கிறது. நீங்கள் ஏற்கனவே எழுதிய கடிதங்களைச் சேர்த்துவைத்து 'கூவி அழைக்குது காகம்' எனும் தலைப்பில் நூலாக்கி எங்கள் நாட்டின் அனைத்து நூலகங்களிலும் அது வைக்கப்பட்டிருக்கிறது. எத்தனையோ பேர் அதைப் படித்துப் பயன்பட்டிருப்பார்கள்!

எத்தனை கருத்துகள்; எத்தனை வரலாற்றுக் குறிப்புகள்; எத்தனை நினைவில் நிழலாடும் நிகழ்வுகள்; எத்தனை புள்ளிவிவரங்கள்; எத்தனை நகைச்சுவைகள்; எத்தனை கவிதைகள்; எத்தனை பழமொழி அல்லது அரிய சொற்றொடர்கள். இவற்றிற்காக நீங்கள் திரட்டிய எத்தனைத் தேடல்கள்! நேரத்தை விழுங்கிய உங்கள் உழைப்பு. கருத்துகளை வெளிப்படுத்தும் உங்கள் பாங்கைப் பாராட்டாதவர்களே இல்லை. அப்படிப்பட்ட சிறப்புக்குரியவரின் பேரன் என்ற முறையில் எனக்குப் பெருமையாக இருக்கிறது.

தாத்தா! நான் இப்போது கல்லூரிப் படிப்பை முடித்துவிட்டதையும், முனைவர் பட்டத்திற்குப் படிக்க மனுச் செய்துள்ள செய்திகளையும்

அறிவீர்கள். புதுச் செய்தி என்னவென்றால், முனைவருக்குப் படித்துக்கொண்டே ஒரு கல்லூரியில் இடைக்கால ஆசிரியராகப் பணியாற்ற ஒரு வாய்ப்பும் கிடைத்திருக்கிறது. இப்பொறுப்பை ஏற்றுக்கொள், அது உன் எதிர்காலத்திற்குப் பயனாக இருக்கும் என அப்பாவும் சொன்னார். நீங்கள் எனக்கு வாழ்த்து வழங்க வேண்டுமாய்க் கேட்டுக்கொள்கிறேன்.

இப்படிக்கு,
உங்கள் அன்புள்ள,
கண்ணன்.

அன்புள்ள கண்ணா, வாழ்த்துகள்!

நாங்கள் எல்லாரும் இங்கு 'கொரோனா' காலத்திலும் நலமே!

நல்லவேளையாக நாங்கள் கிராமத்திற்கு வந்துவிட்டோம். இங்குள்ள கிராமியச் சூழல், நோய் பரவலுக்குத் தடையாய் இருக்கிறது. அதனால் நாங்கள் மனநிறைவாய் உள்ளோம்.

நீங்கள் அங்கு இருப்பதால், உங்கள் நாட்டின் கொரோனா நிலையை நாங்கள் உன்னிப்பாய்க் கவனித்து வருகிறோம். உழைக்கும் வெளிநாட்டுத் தொழிலாளர்களுடன் ஒப்பிடும்போது பொதுமக்கள் மிகக் குறைவான எண்ணிக்கையில் பாதிக்கப்பட்டதை அறிந்து ஒருபுறம் மகிழ்ந்தாலும் மறுபுறம் அவர்களும் மனிதகுலம்தானே என்று நினைக்கும்போது கவலையாகவும் உள்ளது. இருந்தாலும் உங்கள் சிங்கப்பூர்ப் பிரதமரும், அரசும் கடுமையான முறையில் நோய்க் கட்டுப்பாட்டுக்கு எடுக்கும் நடவடிக்கைகளை அறிந்து ஆறுதலாகவும் நம்பிக்கையாகவும் இருக்கிறது.

அறிவும், திறமையும், முயற்சியும் இடைவிடாதிருக்கையில் வெற்றிக்கனியைப் பறிக்கும் இனிய செய்திக்கு வெகுகாலம் காத்திருக்க வேண்டியதில்லை.

இப்படித் தொடக்கத்தில் 'வாழ்த்துகள்' என்று எழுதும்போது இடையில் "க்" போடாமல் எழுதிவிடுகிறேன். ஆனால் பேசும் போது 'வாழ்த்துக்கள்' என்றுதான் சொல்கிறோம். தமிழ் இலக்கணப்படி

அவ்விடத்தில் ஒற்று இடுதல் கூடாதென்ற வாதம் ஒருபுறம் இருக்க, மறுபுறம், நாம் உச்சரிக்கிறவாறு ஒற்றெழுத்தை இட்டு எழுதுங்கள் எனச் சில மொழி ஆளுநர்கள் சொல்லத் தொடங்கிவிட்டனர். இடத்திற்கு ஏற்பப் பொருள்கொண்டுவிடுவார்கள் என்பது அவர்கள் வாதம்.

சரி... அது ஒருபுறம் இருக்கட்டும்.

நீ பல ஆண்டுகளுக்கு முன் விரும்பியதுபோலவே ஆசிரியர் தொழிலை ஏற்கப்போவதறிந்து மகிழ்ச்சியாக இருக்கிறது. எங்கள் அனைவரின் வாழ்த்து என்றும் உனக்குண்டு. நீ எதிர்காலத்தில் உன் அர்ப்பணிப்பான பணிகளால் ஆசிரியர் தொழிலுக்குச் சிறப்புச் சேர்ப்பாய்: அதில் வெற்றி பெறுவாய் என்ற நம்பிக்கை எனக்குண்டு.

கண்ணா! நீ ஆசிரியராக இருக்கும்போது உனக்குச் சில பொறுப்புகளும் கடமைகளும் உண்டு. உன் தன்மானத்திற்கும், சுயமரியாதைக்கும் இழுக்கு வரும்போது கௌரவம் பார். ஆனால் தொழிலில் கௌரவம் பார்க்காதே!

ஓய்வு நேரத்தில் முடிவெட்டும் பேராசிரியர்

இந்தியாவின் மத்திய மந்திரியாக இருந்த சி.சுப்பிரமணியம் அமெரிக்கா சென்றிருந்தபோது அங்குச் சந்தித்த அதே பேராசிரியர் அன்று மாலை ஒரு முடிதிருத்தும் கடையில் முடிவெட்டிக்கொண்டிருந்ததைப் பார்த்தார். சி.சுப்பிரமணியத்திற்கு, 'அவர்தான் இவரா? அல்லது இவர் வேறா?' என்ற குழப்பம் வந்துவிட்டது. நேராக அவரிடமே கேட்டுவிடலாம் என்று முடிவெடுத்து, "நீங்கள் பல்கலைக்கழகத்தின் பேராசிரியர்தானே?" என்று சந்தேகத்துடன் கேட்க, "உங்களுக்குச் சந்தேகமே வேண்டாம். நானேதான் அவர்" என்றார். "மாலையில் கிடைக்கும் ஓய்வு நேரத்தில் இங்கு வந்து வேலை செய்கிறேன் என்றதைக் கேட்டவுடன் சி.சு.விற்கு யாரோ ஓங்கித் தம் தலையில் குட்டியதுபோன்று உணர்ந்தாராம்.

கண்ணா! எல்லா வேலைகளும் ஒன்றுதான். எந்தத் தொழிலும் இழிவான தொழிலல்ல என்பதை நீ அறிந்துகொள்ள வேண்டும் என்பதற்காகத்தான் இச்சம்பவத்தை உனக்கு எழுதுகிறேன்.

குரு என்பவர் யார்?

தம்மை உணர்ந்தவரா? அன்பானவரா? சித்துகள் பெற்றவரா? அந்த ஆண்டவனையே கண்டு வந்தவரா? கையில் தடி, முகத்தில் தாடி, போத்திய காவி, நெற்றியில் திருநீறுடன் வலம் வருபவரா? இவர்களில் யார் குரு என்ற குழப்பம் வருகிறதல்லவா!

ஒரு ஞானம் பெற்ற குருவிடமே அவரது சீடர்கள் இதுபற்றிக் கேட்டார்கள்.

"எனக்கு எண்ணற்ற குருமார்கள் இருக்கிறார்கள். இருந்தாலும் மூவரைச் சொல்கிறேன்.

முதலாமவர் ஒரு நாய். அது ஒரு தடாகத்தில் நீர்குடிக்கச் செல்லும்போதெல்லாம், தண்ணீரில் தன் உருவத்தைப் பார்த்துப் பயந்து திரும்பிவிடும். ஆனாலும் தாகமிகுதியால் பலமுறை முயன்று இறுதியில் குளத்துக்குள் குதித்துவிட்டது. ஆகப் பயம் நீங்கியது; தாகம் தீர்ந்தது. அந்தப் படிப்பினை மூலம், எனக்குப் பயம் தீர்த்த நாய்தான் என் முதல் குரு".

"இரண்டாவதாக, ஒரு திருடன். களைப்புற்றிருந்த என்னைக் காட்டிலிருந்து அவனுடைய வீட்டுக்குத் தூக்கிப் போனான். 'நீங்கள் யார்' என என்னைக் கேட்டான். '**நான் யார் என அறியத்தான் அங்கும் இங்கும் தேடி அலைகிறேன்**' என்றேன். "நீ யாரப்பா?" என்று கேட்டேன். "நான் ஒரு திருடன்" என்று சொல்லிவிட்டு, "அய்யா நீங்கள் விரும்பும் வரை இங்கேயே இருக்கலாம்" என்று சொல்லிவிட்டான். தன் தொழிலைச் செய்யத் தினம் இரவு சென்றுவிடுவான். காலையில் திரும்பி வரும்போது, "தொழில் எப்படி? ஏதாச்சும் கிடைத்ததா?" என்று கேட்பேன். "சாமி நாளைக்கு நிச்சயம் கிடைக்கும்" என்பான்.

இதைப்போல் ஒரு மாதம் சொல்லிக்கொண்டே இருந்தான். திருடன் ஒருவன், ஒரு சிறிய பொருளைத் திருடுவதற்கே இவ்வளவு பொறுமையுடனும் நம்பிக்கையுடன் இருந்ததிலிருந்து நான் மிகப்பெரிய என் ஞானத் தேடலுக்கு எவ்வளவு பொறுமையும், நம்பிக்கையும் தேவை என்பதை அறிந்துகொண்டேன். ஆக அத்திருடனே எனது இரண்டாவது குரு."

ஒரு வீட்டில் தங்கியிருந்தேன். ஐந்து வயதுக் குழந்தை எரிந்துகொண்டிருந்த விளக்கையே பார்த்துக்கொண்டிருந்தது. அதனிடம் என் புத்திசாலித்தனத்தைக் காட்டிக்கொள்வதற்காக, "பாப்பா! இந்த வெளிச்சம் எங்கிருந்து வந்தது என்று உனக்குத் தெரியுமா?" என்று கேட்டேன். அக்குழந்தை சட்டென விளக்கை ஊதி அணைத்துவிட்டு, "தாத்தா, இப்போ இந்த வெளிச்சம் எங்கே போனதோ அங்கேயிருந்துதான் வந்தது!" என்றது சர்வ சாதாரணமாக. ஞானம் தேடி இவ்வளவு நாட்கள் எங்கெங்கேயோ அலைந்த என் அகந்தையை ஒரு நொடியில் தகர்த்த குழந்தையே என் மூன்றாவது குரு!" என்றார்.

ஆக, குரு என்பது ஒரு நபர் அல்ல. இருளை அகற்றும் மின்னல் கீற்று. அது எங்கே, எப்படி, எந்த நேரத்தில், எந்த வடிவத்தில் கிடைக்கும் என்று சொல்ல முடியாது. அவரவர் பட்டறிவில் கிடைப்பது என்றார்.

நீ பணியாற்றும்போது செயல் முடிக்கக் காலத்தை மனத்திற் கொண்டு, திட்டமிட்டுப் பணியை ஆற்ற வேண்டும். அதற்கோர் எடுத்துக்காட்டாக ஜெர்மனியில் நடந்த ஒரு செய்தியை விளக்க விரும்புகிறேன்.

ஜெர்மனி முன்கூட்டியே வெற்றியைக் கணித்து அஞ்சல்தலை அடித்தது

2014ஆம் ஆண்டு உலகக் காற்பந்துப் போட்டி. ஜூலையில் முடிவுற்றது. இறுதிச் சுற்றில் ஜெர்மனியும் அர்ஜெண்டினாவும் மோதின. கடைசியில் ஜெர்மனி வெற்றிபெற்றுக் கோப்பையைக் கைப்பற்றியது. வெற்றி பெற்ற இரண்டாவது நாளில் ஜெர்மனி தன் வெற்றியைக் குறிக்கும் விதத்தில், ஏற்கனவே அச்சிட்டு வைத்திருந்த 5 மில்லியன் '60காசு அஞ்சல் தலை வில்லைகளை' வெளியிட்டுக் கொண்டாடி மகிழ்ந்தது.

அந்நாட்டு நிதியமைச்சர் கூறுகையில், "தொடக்க முதலே எங்கள் நாடுதான் வெற்றிபெறும் என எங்கள் அரசு உறுதியாக நம்பியது. அதனால் சிறப்பு அஞ்சல்தலையை வடிவமைக்கும் வரைகலை வல்லுநர் 'லூட்ஸ் மென்ஸ்' என்பவரை ஏற்பாடு செய்து ஆறு மாதங்களுக்கு முன்பிலிருந்தே அச்சடிக்கும் பணியைத்

தொடங்கிவிட்டோம். வெற்றி கிடைத்தபின் அஞ்சல்தலை ஒன்று உருவாக்க முற்பட்டால் உருவாக்கத்திற்கு ஆறுமாதங்கள் பிடிக்கும் என்பதை அறிந்தே அவ்வாறு திட்டமிட்டுச் செய்தோம் என்றார். இதை நீ கவனத்திற்கொள்.

ஆசிரியர்கள், மாணவர்களின் நலனை எப்போதும் மனத்திற் கொள்ள வேண்டும். அவர்களுக்குப் புரிய வைக்கும் நோக்கத்திற்காக உன்னை நீ சிரமப்படுத்திக்கொண்டாலும் பரவா யில்லை. ஓர் உருவாக்கத்தை முதன்முதலில் செய்யும்போது மிகுந்த சிரமப்பட வேண்டியிருக்கும். அத்துடன் சில தவறுகளும் அல்லது தோல்விகளும் ஏற்படலாம். பின்னர்ப் போகப் போகக் குறைகளிருந்தால் நீக்கிக்கொண்டே வரவேண்டும். இப்படியே செய்துவந்தால், பின்னர் வழக்க நிலைக்குத் திரும்பிவிடும்.

தவறுகளை ஒப்புக்கொள்ளும் தைரியமும், அதைத் திருத்திக் கொள்ளும் பலமும் தான் உண்மையான வெற்றிக்கு வழிவகுக்கும்.

நமக்கு ஓர் அகராதி தேவை என்ற நிலை ஏற்பட்டது.

தமிழ் அகராதி நிகண்டு

“மயங்கா மரபின் எழுத்து முறை காட்டி” எனத் தொல்காப்பியப் பாயிரம் கூறுகிறது. அதனால்தான் **‘எழுதுவதுபோல் ஒலிக்கும் மொழி’** உலகிலேயே தமிழ் மட்டுமே என்றும் சொல்லப்படுகிறது.

தமிழுக்குத் தமிழ் சொல் அகராதியை முதலில் உருவாக்கியவர் இலங்கையரான பண்டிதர் கு. கதிரவேல் பிள்ளை. அது 63,900 சொற்கள், 1800 பக்கங்கள், 3 பாகங்களைக் கொண்டது. 1904இல் முதற்தொகுப்பு அச்சிடப்பட்டு வெளியானது. இதன் இறுதித் தொகுப்பை மதுரைத் தமிழ்ச் சங்கம் 192அகர வரிசை யின்படி தொகுத்து சொல்லுக்குப் பொருள் கூறியது. பொருள் தவிரச் சொல்லின் தோற்றம், ஆட்சி, திரிபு போன்றவைகளை உள்ளடக்கியதாக அது இருந்தது. (அகரம் +ஆதி = அகராதி) ஆதி என்பது வடமொழிச் சொல்லாக இருப்பதால் மொழிஞாயிறு தேவநேயப் பாவாணர் ‘அகரமுதலி’ என்று அதை அழைத்தார்.

நிகண்டு என்பது கடினப் பதங்களுக்கு மட்டும் பொருள் கூறுவதாகும். நிகண்டுகளின் வழித்தோன்றல்தான் அகரமுதலி.

1594ல் முதன் முதலில் அகராதி நிகண்டு உருவானது. இதன் ஆசிரியர் சிதம்பர ரேணவ சித்தர் என்னும் வீர சைவப்புலவர் ஆவார்.

இதைப்போன்ற அகராதி நமது கல்வியறிவை விரிவாக்கிக்கொள்ள ஏதுவாக இருக்கும். அவ்வாறு பெற்ற **கல்வி உள்ளே செல்வது.** அதனால் பெற்ற **அறிவு வெளியே போவது.**

காந்தியைத் தெரியாத இந்தியர்கள் எவ்வளவு அறிவு பெற்றிருந்தாலும், பொது அறிவு வாழ்க்கைக்கு மிகவும் இன்றியமையாது தேவைப்படுகிறது. அப்படிப் பொது அறிவு இல்லாததனால் ஒரு வியப்பான அதே நேரத்தில் வேடிக்கையான சம்பவத்தை உதாரணமாக உனக்கு எழுதுகிறேன்.

காந்தி ஜெயந்தியை முன்னிட்டு, அண்மையில் ஒரு தொலைக்காட்சி நிறுவனத்தினர், நிகழ்ச்சி ஒன்றிற்கு ஏற்பாடு செய்தனர். அதாவது சென்னைக் கடற்கரைக்கு ஒரு நிருபர், பொதுமக்களிடம் கேட்பதற்காகக் காந்தி தொடர்பான பத்துக் கேள்விகளுடன் சென்றார். கேள்விகளுக்குச் சரியான பதில்களைச் சொல்பவர்களுக்குச் "சத்திய சோதனை" நூலை அன்பளிப்பாகத் தரப் பல நூல்களையும் உடன் எடுத்துச் சென்றார். பொதுமக்கள் சரியான பதில் சொல்லாததால் ஒரு நூலைத் தவிர எல்லா நூல்களையும் திரும்ப எடுத்து வந்துவிட்டாராம். இதிலிருந்து கண்ணா உனக்கு என்ன தெரிகிறது? இந்தியாவின் தந்தையும், நாட்டின் விடுதலைக்கு மூலவராய் இருந்தவரும், மகாத்மா என்றும் போற்றப்பட்டவருமான காந்தியையும், அவரைப் பற்றியும் அவ்வளவாகப் பொதுமக்களுக்குத் தெரியவில்லை என்பது வருந்தத்தக்க செய்தியாகிவிடுகிறது.

நேருவுக்கு வழிகாட்டியவர் காமராஜர்

கண்ணா! இன்னொரு செய்தியையும் உனக்குத் தெரியப்படுத்துகிறேன். படிப்பினால் மட்டும் ஒருவர் எல்லாத் திறமைகளையும் பெற்றவராய்த் திகழ்கிறார் என்று சொல்ல முடியாது. ஜவகர்லால் நேரு அவர்கள் எவ்வளவு

காமராஜர்

படிப்பு, அறிவு, திறமை, அனுபவம் பெற்றவராய் இருந்தும் ஒரு பிரச்சினைக்குத் தீர்வு காண முடியாமல் திணறினார்.

நேரு பிரதமராக இருந்த நேரம். அவருக்கு ஆசிரியராக இருந்தவரும், சிறந்த பேச்சாளருமான வீ.கே. கிருஷ்ணமேனன் அவர்கள் பாதுகாப்புத்துறை அமைச்சர். கிருஷ்ணமேனன் ஐநா சபையில் நீண்ட நேரம் பேசியவர் என்ற பெருமையைப் பெற்றவர்.

வி.கே. கிருஷ்ணமேனன்

முப்படைகளின் ஒரே தளபதியாய்ப் பணியாற்றிய திம்மையாவுக்கும் கிருஷ்ண மேனனுக்கும் இடையில் பனிப்போர் உருவாகி நடைபெற்று வந்தது. இவர்களை எப்படிச் சமாதானப்படுத்திப் பிரச்சினையைச் சுமுகமாக்குவது என்று தலைமை அமைச்சராகிய நேருவுக்குக் குழப்பம் ஏற்பட்டுவிட்டது.

காரணம் ஒரு பக்கம் ஆசிரியர், இன்னொரு பக்கம் முப்படைத் தளபதி. தளபதி நினைத்தால் மக்களாட்சியைக் கவிழ்த்துவிட்டு இராணுவ ஆட்சியைக்கூடக் கொண்டு வரலாம். அந்தப் பயமும் நேருவுக்கு ஏற்பட்டுவிட்டது.

திம்மையாவைத்தான் ஏதாவது செய்தாக வேண்டும். ஆனால் அதைத் தந்திரமாகச் செய்தாக வேண்டும் என்று நேரு ஆழ்ந்து சிந்தித்தார். எதுவும் பிடிபடவில்லை.

அப்போது தமிழக முதல்வராக இருந்தவர் பெருந்தலைவர் காமராஜ் அவர்கள். 1959இல் நேருவுக்கு ஏற்பட்ட இந்த இக்கட்டான நேரத்தில் டெல்லி சென்றிருந்த காமராஜர் உதவிட விரும்பினார்.

"பேசாமல் திம்மையாவை வெளிநாடுகளுக்குப் போய் வரச் செய்யுங்கள். அவர் திரும்பி வருவதற்குள் முப்படைகளுக்குள் சில திருத்தங்களைச் செய்துவிடுங்கள். திம்மையா திரும்பி வந்தவுடன் அவரால் ஒன்றும் செய்ய முடியாது. வெளியேற நினைத்து அவரே முப்படைத் தளபதி எனும் பொறுப்பிலிருந்து விலகி விடுவார். உங்களுக்கிருக்கும் பயமும் தீர்ந்துவிடும்" என்று ஓர் அரிய ஆலோசனையை வழங்கினார்.

இதைக் கேட்டவுடன் ஜவகர்லால் நேரு எழுந்துபோய்க் காமராஜரைக் கட்டித் தழுவி நன்றி தெரிவித்தாராம். பின்னர் திம்மையா வெளிநாட்டுப் பயணம் முடிந்து வந்தவுடன் 1959இல் பதவியைத் துறந்தாராம். ஆனால் நேரு அவர்கள் ஓய்வு பெறும்வரை பொறுப்பில் இருங்கள் என்று கேட்டுக்கொண்டாராம்.

ஜவகர்லால் நேரு

கண்ணா! வழக்கமாக எளிதில் ஆத்திரப்படும் நேரு அந்த நேரத்தில் ஆத்திரப்படவில்லை. ஆனால் காமராஜருக்குத் தன்னம்பிக்கை இருந்ததனால்தான் இதைப்போன்ற துணிவான திட்டத்தைச் செயல்படுத்த முடிந்தது.

காமராஜரைப் போன்ற தன்னம்பிக்கை, துணிவு தந்தை பெரியாருக்கும் இருந்தது.

பெரியாரின் தன்னம்பிக்கை

பெரியார் பேசும் கூட்டங்களில் எழுந்து எதிர்த்துக் குரல் கொடுக்கும் துணிவு எழுத்தாளர் ஜெயகாந்தனுக்கு இருந்தது. அதைவிடப் பெரிய துணிவும் தன்னம்பிக்கையும் பெரியாருக்கு இருந்ததால்தான் அக்குரலை எழுப்ப அனுமதி கொடுத்தார்; பதிலையும் கொடுத்தார்.

பெரியார்

சினமடைந்த வசிஷ்ட முனிவர் மகன்

துணிவும் தன்னம்பிக்கையும் இருக்கிற காரணத்தால், சினம் கொள்ளுதல் கூடாது. அப்படி ஆத்திரத்தில் முடிவு எடுத்தால் எதிர்வினை கிடைத்திட வாய்ப்பு உண்டு. வசிஷ்ட முனிவருக்குச் சக்த்ரி எனும் மகன் இருந்தான்.

ஒருநாள் ஒரு குறுகிய பாலத்தில் சக்த்ரி வரும்போது எதிரே கல்மஷபதன் எனும் மன்னன் இடைமறித்து வழி விடாததால் சினமுற்ற சக்த்ரி அரசனைப் பார்த்து ‘அரக்கனாவாய்’ என்று சாபமிட்டான்.

அரசன் அரக்கனாகி நரமாமிசம் சாப்பிட ஆரம்பித்தான். கோரப்பசி எடுக்கவே, தனக்குச் சாபமிட்ட சக்திரியையே கண்ட துண்டமாக வெட்டிச் சாப்பிட்டுவிட்டான். அதுபோலவேதான் அவசரப்பட்டு, பாண்டிய மன்னன், கோவலனுக்கு இட்ட மரணதண்டனையால் அவனே அதன் தொடர்பில் இறக்க நேரிட்டுவிட்டது.

பத்துக்கு எட்டுபேரின் பதில் 'ஆசிரியரே'

கண்ணா!

சிந்திக்கும்போது நிதானமாகச் சிந்தனை செய்!
செயல்படும்போது உறுதியுடன் செயல்படுத்து!
விட்டுக்கொடுக்கும்போது மனநிறைவோடு விட்டுக்கொடு!

கண்ணா! நீ ஏற்க இருக்கும் ஆசிரியர் தொழில் எவ்வளவு புனிதமானது. எத்தகு முன்னோடியானது.

உலகின் தலைசிறந்த மனிதர்கள் பத்து பேரைத் தேர்ந்தெடுத்து, அவர்களிடம் ஒரே கேள்வியைக் கேட்டார்களாம்.

"உங்கள் முன்னேற்றத்திற்குக் காரணமாக விளங்கிய முன்னோடி (Roll Model) யார்?" என்பதே அக்கேள்வி.

இவர்களில் பத்துக்கு எட்டு பேர் "தங்கள் பள்ளி அல்லது கல்லூரி ஆசிரியர்" என்றனராம்.

இராமாயணத்தில் ஆசிரியர்

தசரதனுக்கு ஓர் ஆண் குழந்தை பிறந்தவுடன் மகிழ்ச்சியில் துள்ளிக் குதித்தானாம். காரணம் தனக்குப் பிள்ளை பிறந்துவிட்டான் என்பதால் அல்லவாம்.

தன் காலத்தில் வாழ்ந்து வரும் மிகப்பெரிய ஆசிரியர் வசிஷ்டரிடம் மாணவனாகச் சேர்த்துவிட 'ஒரு மகன் பிறந்துவிட்டான்' என்பதற்காகவாம்.

இது எவ்வளவு பெரிய செய்தி பார்த்தாயா?

அலெக்ஸாந்தரின் தந்தை போற்றிய ஆசிரியர்

அதேபோல் பிலிப்ஸ் என்னும் கிரேக்க மன்னனுக்கு அலெக்ஸாந்தர் என்ற மகன் பிறந்தவுடன் தந்தை மிகவும் குதூகலித்தான். மாபெரும் அறிஞன் அரிஸ்டாட்டிலிடம் மாணவனாகச் சேர்த்துவிடத் தனக்கு ஒரு மகன் பிறந்துவிட்டான் என்பதுதான் அதற்கான காரணமாம். இனி என் மகன் கல்வி கேள்விகளில் சிறந்து விளங்குவான் என்பதோடு, கூர்ந்த அறிவும் மாவீரமும் இணைந்த விவேகியாக வளரப்போகிறான் என்பதிலே எனக்கு ஐயமில்லை என்று மகிழ்ந்தானாம்.

மகாபாரதத்தில் ஆசிரியர்

ஒருமுறை துரோணாச்சாரியார், பாண்டவர்களையும் கௌரவர்களையும் அழைத்துக்கொண்டு காட்டுக்குச் சென்றார்.

அங்கே ஓர் அம்பு ஏழு மரங்களைத் துளைத்துக்கொண்டு சென்றது.

அந்தத் திசை நோக்கிப் பார்த்தால், ஒருவன் நின்று கொண்டிருக்கிறான்.

"உன் பெயர் என்ன?"

"ஏகலைவன்."

"ஏழு மரத்தைத் துளைக்கும் அளவுக்கு அம்பு விட்டாயே, உன் ஆசிரியர் யார்?"

"நீங்கள்தான்" என்று சொன்னவுடன், பயந்து வியந்த துரோணர்,

"உனக்கு வேறு என்ன வில்வித்தைக் கலை தெரியும்?"

"சத்தக்கலை."

"அப்படியென்றால் என்ன?" என்று கேட்டவுடன், "சற்று அமைதியாக இருங்கள்" என்கிறான்.

எல்லாரும் அமைதியாய் நிற்கிறார்கள்.

சிறிது நேரத்தில், ஒரு நரி ஊளையிடுகிறது. சத்தம் வந்த திசை நோக்கி அம்பை எய்கிறான். அனைவரும் அந்தப் பக்கம் இருந்த புதர் அருகே சென்று பார்த்தால், நரி ஏகலைவனின் அம்பு பட்டுச் செத்துக்கிடக்கிறது.

அப்போது துரோணர், 'கண்ணுக்குத் தெரியாத இடத்திலே இருக்கும் அர்ச்சுனனை இவன் கொன்றுவிடுவான் போல் தெரிகிறதே' என்று நினைக்கிறார்.

"நான்தானே உனக்குக் குரு. அது உண்மையென்றால், உன் கட்டை விரலை எனக்குக் காணிக்கையாகத் தா" என்று தந்திரமாகக் கேட்டவுடன், அவர் கேட்ட மாத்திரத்திலேயே தன் கட்டை விரலை வெட்டி, குருவுக்குக் காணிக்கையாகக் கொடுக்கிறான்.

பிறகு துரோணாச்சாரியார் இறந்தபோது அங்கு சென்ற ஏகலைவன் சொல்கிறான்,

"அய்யகோ! என் குருவே, அன்று நீங்கள் மட்டும் என் கட்டை விரலைக் காணிக்கையாகக் கேட்காமல் இருந்திருந்தால், உங்களைக் கொன்ற அந்த அர்ச்சுனனை நான் கொன்று என் ஆசிரியராகிய உங்களைக் காப்பாற்றி இருப்பேனே!" என்று சொல்லிக் கதறுகிறான்.

அலெக்ஸாந்தரின் முன்னேற்றத்திற்கு ஆசிரியர் அரிஸ்டாட்டிலே காரணம்

சாக்ரட்டீஸின் மாணவர் பிளாட்டோ.
பிளாட்டோவின் மாணவர் அரிஸ்டாட்டில்.
அரிஸ்டாட்டிலின் மாணவர் அலெக்ஸாந்தர்.

இந்த உலகத்தையே ஒரு குடையின் கீழ்க் கொண்டுவர விரும்பிய அலெக்ஸாந்தர் பல நாடுகளின்மீது படையெடுத்துப் பெரும்பாலும் வெற்றியும் பெற்றுவிட்டான்.

அவனிடம் சென்று,

"நீ இந்த உலகத்தின் பெரும் பகுதிகளைக் கைப்பற்றிவிட்டாய். அந்தச் சாதனை உன்னால் எப்படி முடிந்தது?" என்று சிலர் கேட்டதற்கு,

"என்னை இந்த உலகுக்குக் கொண்டு வந்தவர்கள் என் பெற்றோர்... இந்த உலகத்தையே என்னிடம் கொண்டுவந்து சேர்த்தவர் என் ஆசிரியர் அரிஸ்டாட்டில்!" என்றான்.

சர் சி.வி.இராமன் 'பாரதரத்னா' வாங்கப் போகவில்லை கண்ணா!

உனக்கு இது மிகவும் பயன்படும் செய்தி.

30.01.1954.

சர் சி வி இராமன்

மிகச் சிறந்த ஆசிரியராக விளங்கிய சர் சி.வி.இராமனுக்கு, இந்திய ஜனாதிபதியிடமிருந்து ஓர் அழைப்பு வருகிறது.

"உங்களுக்கு 'பாரதரத்னா' விருது கொடுக்க முடிவு செய்துள்ளோம். வருகிற 30.01.1954இல் டெல்லி வந்து பெற்றுக்கொள்ளுங்கள்."

"மன்னிக்கவும். குறிப்பிட்ட அந்தத் தேதி என் மூன்று மாணவர்கள் தங்கள் ஆய்வுக் கட்டுரைகளை, மூன்றாண்டு படிப்பை முடித்துச் சமர்ப்பிக்கும் நாள். அந்த நேரத்தில் உடன் இருக்க வேண்டியது ஆசிரியனான என் பொறுப்பு. ஆகவே அந்தச் சூழலில் டெல்லி வர இயலாது" என்று நோபல் பரிசு பெற்ற சர் சி.வி.இராமன் டெல்லி போகும் திட்டத்தை நிராகரித்துவிட்டார்.

ஜென்கதை: நரியிடமிருந்து முயல் தப்பியது

ஜென் கதை. புத்த கொள்கையிலிருந்து பிரிந்ததுதான் ஜென். இந்த ஜென் தத்துவம் ஜப்பானில் சிறந்து விளங்குகிறது.

ஜென் துறவி தம் சீடர்களுடன் நடந்துபோய்க்கொண்டிருக்கிறார். அங்கே ஒரு காட்சி. ஒரு முயலை நரியொன்று துரத்திக்கொண்டு ஓடுகிறது. தம் சீடர்களைப் பார்த்துக் கேட்கிறார். நரி முயலைப் பிடித்துவிடுமா? என்பதைப் பற்றித் தங்கள் கருத்து என்ன? என்று கேட்கிறார்.

"இது என்னய்யா கேள்வி? முயலைவிட நரி வேகமாக ஓடக்கூடியது. அதனால் முயல் பிடிபட்டுவிடும்" என்கின்றனர்.

ஜென் சொல்கிறார், "அதுதான் இல்லை. இரண்டினுடைய நோக்கம் பற்றி இங்கு நீங்கள் நிறைய யோசிக்க வேண்டும். நரி தன் உணவுத் தேவைக்காக ஓடுகிறது; ஆனால் முயல் தன் உயிரைக் காப்பாற்றிக்கொள்ள ஓடுகிறது. உந்துசக்தி யாருக்கு அதிகம்? எது வாழ்க்கைக்கு முக்கியம்? இந்த முயல் கிடைக்காவிட்டால் இன்னொரு எலி நரிக்குக் கிடைத்துவிடும். ஆனால் முயலுக்கு இந்த உயிர் போனால் இன்னொரு உயிர் கிடைக்குமா? அதனால் முயல் தப்பிவிடும் என்றார். அவர் சொல்லிக்கொண்டிருக்கும்போதே அந்த முயல் ஒரு புதருக்குள் ஓடி ஒளிந்து தப்பியது.

கற்றது கைம்மண்ணளவே. கல்லாதது உலகளவு என்பதை ஏற்கனவே சொல்லியுள்ளேன். இப்போதெல்லாம் 'வாழ்நாள் கல்வி' என்ற வார்த்தையைப் பயன்படுத்தி 'இறுதிவரை கற்றுக்கொண்டே இருங்கள்' என்கிறார்கள். அதற்கு ஓர் எடுத்துக்காட்டைச் சொல்கிறேன்.

சாக்ரட்டீஸ் சாகும்முன்கூடக் கற்க விழைந்தார்

சிறையில் ஒரு கைதி இசையை மீட்டிக்கொண்டிருந்தார். பக்கத்து அறையில் மரண தண்டனையை எதிர்நோக்கி இருந்த சாக்ரட்டீஸ் கேட்டு ரசித்திருக்கிறார். அவனிடம் சென்று, "உங்கள் இசை பிரமாதம். அதை எனக்கும் கற்றுத் தரமுடியுமா?" என்று கேட்க, அதற்கு அக்கைதியோ, "மரண தண்டனை பெற்றுள்ளவன் நீ. விரைவில் சாகப் போகிறாய். இனி கற்று என்ன பயன்?" என்று பதிலளித்தவுடன், "இறப்பதற்குள் புதிதாக ஒன்றைக் கற்றுக்கொண்டோமே என்ற திருப்திக்காகத்தான்" என்றாராம் சாக்ரட்டீஸ்.

கண்ணா! படித்தாயா? இவை ஒவ்வொன்றும் கதையோ, சம்பவமோ என்று கருதாமல் அவற்றிலிருந்து நீ பாடம் கற்றுக்கொண்டு உன் ஆசிரியத் தொழிலை வெற்றிகரமாக மேற்கொள். மீண்டும் என் வாழ்த்துகள்!

இப்படிக்கு,
உன் அன்புள்ள,
தாத்தா.

72 தாயும் தாரமும்

அன்புள்ள தாத்தா வணக்கம்.

தங்கள் கடிதம் என்னை ஒரு சிறிய மனிதனாக ஆக்கிவிட்டது. அந்த அளவுக்கு ஆசிரியப் பணியின் மேன்மைகளைப் பல எடுத்துக்காட்டுகள் மூலம் விளக்கியுள்ளீர்கள். நீங்கள் சொன்ன அறிவுரைகளை மனத்தில் இருத்திக்கொள்கிறேன். அதன்படியே பொறுப்பு மிக்கதாய் எண்ணி அப் பணியைத் தொடங்குகிறேன்.

தாத்தா! இப்போது எனக்குப் பெண் பார்க்கப்போவதாக அம்மா சொல்லிக்கொண்டிருக்கிறார். 'எனக்கென்னம்மா அவசரம்' என்று கேட்டுப்பார்த்தேன். அதற்கவர், 'இப்போது பெண்பார்க்கும் படலம் தொடங்கினால், திருமணத்தையெல்லாம் முடிக்க ஓராண்டு ஆகும்' என்கிறார்.

தாத்தா, உங்களிடம்தான் உண்மையைச் சொல்கிறேன். நான் முதுகலைப் பட்டப் படிப்புப் படித்துக்கொண்டிருக்கும்போது என் வகுப்புத் தோழி ஒரு சீனப் பெண்ணுடன் பழக்கம் ஏற்பட்டது. நல்ல குணமுள்ள அழகிய பெண். அவளை இரண்டுமுறை வீட்டிற்கு அழைத்து வந்திருக்கிறேன். அம்மா, அப்பாவுக்கு அவளைத் தெரியும். ஆனால் அவளை நான் விரும்புகிறேன் என்ற செய்தி அவர்களுக்குத் தெரியாது. அவளை மணமுடித்தால் நன்றாயிருக்குமே என்று எங்கள் படிப்பு முடிந்தபிறகுதான் எனக்கே தோன்றியது. இது அவளுக்கும்கூடத் தெரியாது. காரணம் என்னை அவளுக்கு மிகவும் பிடிக்கும். 'உன்கூடவே முனைவருக்குப் படிக்கவே விரும்புகிறேன்' என்று ஒருமுறை

என்னிடம் சொன்னாள். அவளுக்கு ஜப்பான் மொழியும் தெரியும். அதனால் ஒரு ஜப்பான் நிறுவனத்தில், நல்ல ஊதியத்தில் வேலைகிடைத்துப் போய்விட்டாள். ஆனாலும் திருமணம் பற்றிக் கேட்டால் அவள் ஒத்துக்கொள்வாள் என்று நம்புகிறேன்.

தாத்தா! எனக்கு யார் மனைவியாக வருவது என்ற முடிவை எடுக்க எனக்கு உரிமையில்லையா தாத்தா? என் தாயார் ஏன் இதைப் புரிந்துகொள்ள மறுக்கிறார்கள்? என் அன்னையும் ஒரு காலத்தில் ஒரு மணப்பெண்ணாக இருந்து வந்தவர்தானே? அந்த நேரத்தில் இப்படியான எண்ணம் அவர்களுக்கும் எழாமலா இருந்திருக்கும்? ஒரு தாய்க்கு இப்படி நடப்பது அழகா? அதனால் என் தாய்மீது மறைமுகமாக ஒரு வெறுப்புத்தன்மை என்னை அறியாமல் உருவாகிறது.

இப்போதைக்கு என் பெற்றோருக்குத் தெரியவேண்டாம். நீங்கள்தான் இதற்கு ஒரு தீர்வு சொல்லவேண்டும்.

**இப்படிக்கு உங்கள் பேரன்
கண்ணன்.**

அன்புள்ள கண்ணனுக்கு வாழ்த்துகள்!

உன் கடிதம் கிடைத்தது. 'காதல்' என்பதற்கு நம் சமூகத்தில் ஓர் எதிர்மறையான புரிந்துணர்வைக் கொண்டிருக்கிறார்கள். 'எனக்கு மனைவியாக வரப்போகிறவளை நான் ஏன் தேர்ந்தெடுக்கக்கூடாது' என்று கேட்கிறாய். நூறு விழுக்காடு உன் எதிர்பார்ப்பு நியாயமானது. பெற்றோர் பெண் பார்த்துத் திருமணம் செய்து வைப்பது என்பது இடையில் வந்த பழக்கம். அந்தக் காலத்தில் காதல் திருமணம்தான் வழக்கில் இருந்திருப்பதாக இலக்கியங்கள் சொல்கின்றன.

உன் கடிதத்திலிருந்து நான் புரிந்துகொள்வது, இன்னும் அந்தச் சீனப் பெண்ணிடம் உன் விருப்பம் பற்றிப் பேசவில்லை. அதாவது அவளுக்குத் தெரியாது. அப்படியானால், அப்படியே இருக்கட்டும். நாம் ஒரு முடிவுக்கு வந்தபின் வெளிப்படையாகப் பேசிக்கொள்ளலாம்.

புதுமைத்தேனீ மா.அன்பழகன்

உன் தாய்மீது நொந்துகொள்வதை இன்று முதல் நிறுத்திவிடு. முந்திய கடிதத்தில் நான் சொன்னதுபோல் சினத்தில் எந்த முடிவையும் எடுத்துவிடாதே. அது தவறாகக்கூடப் போய்விடும். அது உன் தாய்க்கும் பொருந்தும். ஒருவர் ஒரு செயலில் இறங்கும்போது அவருடைய 'நோக்கத்தை' முதலில் ஆய்ந்து புரிந்துகொள்ள வேண்டும்.

எவ்வளவு வளர்ந்துவிட்டாலும், நீ உன் பெற்றோருக்குக் குழந்தைதான் என்கிற அடிப்படை உறவையும் உண்மையையும் மனத்திற்கொள்ள வேண்டும். எங்கே, எத்தனை பெண்களைத் தேடினாலும் இறுதியில் உன் அபிப்பிராயத்தை நாடி வந்துதான் ஆகவேண்டும். காலமாற்றத்தில் கண்டிப்பாக அதைக் கடைப்பிடிப்பார்கள். அப்போது உன்னிடம்தான் 'வீடோ பவர்' இருக்கிறதே. அதைப் பயன்படுத்திக்கொள்.

அதனால் உன் தாய்மீது வைத்திருக்கும் பற்றை எந்த இடத்திலும் விட்டுக்கொடுக்காதே. அது ஒரு புனிதமான உறவு. முற்றும் துறந்த முனிவருக்கும் அந்தத் தாய்ப்பற்று எப்படி இருந்தது என்பதை விளக்க நடந்த ஒரு சம்பவத்தை உனக்கு எழுதுகிறேன். படித்துப்பார்.

காஞ்சி பெரியவாளின் தாய்ப்பற்று

14.06.1932 அன்று ஆந்திராவில் முகாமிட்டிருந்தார் பெரியவாள் சங்கராச்சாரியார். அப்போது அவருடைய தாயார் மகாலட்சுமி இறந்த செய்தி தெரிவிக்கப்பட்டது. அங்கேயே ஈமக்கடன்களை முடித்த அன்று பெரியவாளின் மனத்தில் தாயாரின் நினைவு நிழலாடியது.

சங்கராச்சாரியார்

துறவியாக இருந்தாலும், உலகுக்கே உபதேசம் செய்யக்கூடியவராக இருந்தாலும், உறவு, பற்று, பாசத்திற்கு அப்பாற்பட்டவராக இருந்தாலும், "தாய்" என்றவுடன் நெகிழ்ந்துபோன சம்பவம், ஒரு விதிவிலக்கான சம்பவம்தான்.

கும்பகோணத்தை அடுத்த ஈச்சங்குடியில் தாய் வாழ்ந்த அந்த

வீட்டில் எப்போதும் வேத கோஷம் ஒலித்துக்கொண்டே இருக்க வேண்டும் என முற்றும் துறந்தவர் என்று அறியப்பட்ட அந்தத் துறவியும் ஆசைப்பட்டார்.

1993இல் பெங்களூரிலிருந்து ஹரி எனும் பக்தர் பெரியவாளைத் தரிசிக்க வந்தார். அவரைப் பார்த்தவுடன், “ஈச்சங்குடி கச்சப்புரீஸ்வரர் ஆலயத்தைப் புதுப்பிக்க நீ நினைக்கிறாய். போய் நன்றாகச் செய்” என்று பெரியவாள் சொன்னார். ஹரி அவர்களுக்குத் தான் நினைத்து வந்ததைப் பெரியவர் பிரதிபலித்தவுடன் நெகிழ்ந்துபோய்விட்டார். மேற்கொண்டும் அந்தக் கோவில், ஊரைப்பற்றிய பழைய நினைவுகளை அவருடன் சிலாகித்துக்கொண்டே,

“என் தாயின் இல்லத்தில், ஒரு வேதபாடசாலை அமைக்க முடியுமா?” என்று கேட்டவுடன், “என் பாக்யம்” என்று சொல்லி மகிழ்ந்து ஆனந்தக் கண்ணீர்விட்டார் ஹரி.

அந்த வீடு வாங்கப்பட்டுவிட்டது. வேதபாடசாலையையும் அமைக்கப்பட்டுவிட்டது. அங்குக் குருபூஜை நடத்துவதற்குப் பெரியவாளின் ஆசியைப் பெற ஹரி வந்திருந்தார்.

அன்றைய தினம்... 08.01.1994

அன்று பெரியவாளைத் தரிசிக்க, பல பெரியவர்கள் வந்து காத்திருந்தார்கள். ஆனால் யாருக்கும் கண்திறந்து தரிசனம் கொடுக்காமல் ஆழ்ந்த தியானத்தில் இருந்தார். அப்போது அடியவர் ஒருவர், “ஈச்சங்குடியிலிருந்து ஹரி வந்திருக்கிறார்” என்று உரக்கச்சொன்னார்கள்.

சட்டென்று பெரியவாள் கண் திறந்தார். எழுந்தார். ஹரியை வரச்சொன்னார். தன் பாதுகைகளை அணிந்துகொண்டு ஹரியை ஆசீர்வதித்தார்.

வேதபாடசாலையைத் தொடங்குவதற்கான அழைப்பிதழை வாங்கிப் படித்துப் பார்த்தார். அதிலிருந்த தன் பெற்றோரின் படங்களைத் தன் கண்களில் ஒற்றிக்கொண்டார். பிறகு தன் பாதுகைகளைக் கழற்றிக் கொடுத்து, கொண்டுபோய் அந்தப் பாடசாலையில் வைக்கச் சொன்னார்.

தன் கருணைமிகுந்த பார்வையாலும், தீர்க்க தரிசனத்தாலும் உலக மக்களை உய்வித்த அந்த நடமாடும் தெய்வம் என்று சிலரால் போற்றப்பட்டவர், அன்றைய தினம் சித்தி அடையப் போகிறார் என யாருக்குத் தெரியும்?

அதுதான் அந்தப் பெரியவாளின் இறுதி நேரத்தில் நடந்த துயர நிகழ்ச்சி.

கண்ணா! அந்த மகானை ஒப்பிடுங்கால் நீ எம்மாத்திரம்? அவர் யார்? ஒரு துறவி. அப்படிப்பட்டவரே தாய் நினைவிலேயே உயிரிழந்தார் எனில் நீ பல உண்மைகளை ஆய்ந்து அறிந்துகொள்ளவேண்டும்.

கற்பனையில் ஒரு கதை சொல்வார்கள்.

பெண்கள் என்றால் யார்?

கண்ணா!
பெண்களின் அழகு அவர்களின் உடையில் அல்ல;
பெண்களின் அழகு அவர்களின் முகத்தில் அல்ல;
பெண்களின் அழகு அவர்களின் கூந்தலில் அல்ல;
பெண்களின் அழகு அவர்களின் கண்களில்தான் உள்ளது..

கண்கள்தான் இதயத்தின் வாசல். அந்த வாசலுக்குள் இருப்பதுதான் "அன்பு".

பெண்களைப் பற்றி மேனாட்டு அறிஞர்களான ரூஸோவும் பிராய்டும் இப்படிச் சொல்கிறார்கள்;

"பெண்கள் முழுமையற்றவர்கள்; சேதமடைந்தவர்கள்; மனிதப்பிறவிகளாக இருந்தாலும் ஆண்களோடு ஒப்பிடும்போது சற்றுக் குறையுடையவர்கள்" என்கிறார்கள். இது அவர்கள் காலத்திய கருத்தாக இருக்கலாம். இக்காலத்திற்கு ஒவ்வாத கருத்தாகத்தான் நான் நினைக்கிறேன்.

உனக்கு வரப்போகிற பெண் எப்படிப்பட்டவளாக இருக்க வேண்டும் என்பதை நீதான் முடிவு செய்யவேண்டும். ஆனாலும் நல்ல சுமூகமான உறவில் குடும்பச் சூழல் அமையுமாறு பார்த்துக்கொள்ள வேண்டும். அன்பில் தோய்ந்திருக்கும் உன்

பெற்றோர்கள், திருமண முடிவை எடுப்பதில் தங்களுக்கும் சம அளவில் பங்கு இருப்பதாக எண்ணுவார்கள். அதைத் தவறாக எடுத்துக்கொள்ளுதல் கூடாது. வழிவழி அப்படித்தான் நடந்துகொண்டு வந்திருக்கிறது. முந்தைய பழக்கம்; மூடப்பழக்கம் எனத் தள்ளிவிடவும் முடியாது. அப்பழக்கத்தின் பின்னணியில் எத்தனை ஆண்டு அனுபவங்கள் பொதிந்து கிடக்கும்? நம் வாழ்வில் எத்தனை பழமொழிகள் பட்டறிவின் சாரமாய் விளங்குகின்றன.

லிங்கன் புகைப்பதை நிறுத்திய பெண்மணி

ஆப்பிரகாம் லிங்கன்

ஆப்பிரகாம் லிங்கன் அதிபராவதற்குமுன் ஒருநாள் புகைவண்டியில் பயணம் செய்துகொண்டிருந்தார். அப்போது எதிரே இருந்த பெண்மணியிடம், "நான் புகைக்க விரும்புகிறேன். உங்களுக்கு ஆட்சேபனை இல்லையே?" என்று கேட்டிருக்கிறார். அதற்கு, "எனக்கு ஆட்சேபனை இல்லை. ஆனால் உங்கள் மனைவிமுன் எப்படி அடக்கத்துடன் புகைப்பீர்களோ, அப்படியே புகைபிடியுங்கள்" என்றார் அப்பெண்மணி.

"என் மனைவி முன் நான் புகை பிடிப்பதில்லை" என்று லிங்கன் பதிலளித்தார். இதைக் கேட்ட புத்திசாலியான அப்பெண்மணி, "அப்படியானால் நீங்கள் இந்த ரயிலைவிட்டு இறங்கும் வரை என்னை உங்கள் மனைவியாக நினைத்துக்கொள்ளுங்கள்" என்று சொன்னவுடன் லிங்கன் சிகரெட் பாக்கெட்டைப் பெட்டிக்குள் போட்டுவிட்டு அடக்கமாகப் பயணம் செய்தாராம்.

ஸ்லோகம் சொல்லும் மணப் பெண்

வரப்போகிற பெண் எப்படி இருக்க வேண்டும்?
சேவை செய்வதில் தாசியைப் போலவும்
அறிவுரை சொல்வதில் அமைச்சரைப் போலவும்
அழகில் மகாலட்சுமியைப் போலவும்
மன்னிப்பதில் பூமாதேவியைப் போலவும்
அன்போடு ஊட்டுவதில் அன்னையைப் போலவும்
மஞ்சத்தில் கணிகையைப் போலவும்

உள்ள ஒரு பெண்ணைத் தேர்ந்தெடுக்குமாறு வடமொழி ஸ்லோகம் ஒன்று சொல்கிறது.

கண்ணா! இப்படிப்பட்ட பெண்ணைத் தேடிய உலகத்தில், சில பெண்கள் வேறுவிதமாகவும் நாட்டில் இருக்கத்தான் செய்கிறார்கள் என்பதற்கு ஒரு நகைச்சுவையான கற்பனைக் கதையையும் உனக்குத் தருகிறேன். படித்து மனத்துள் இன்புறு.

யார் என்னை நீச்சல் குளத்தில் தள்ளியது?

ஒரு பெரிய பணக்காரர். அவருக்கு ஒரே மகள். அவருடைய பங்களாவின் பின் புறம் ஒரு நீச்சல் குளம். அது நிறைய முதலைகள்.

ஒருநாள் ஒரு பெரிய விருந்து. பலர் வந்திருந்தார்கள். அப்போது அவர் ஓர் அறிவிப்பு செய்தார்.

"யார் இந்த நீச்சல் குளத்தில் இறங்கி முதலைகளுக்கு நடுவே நீந்தி அக்கரைக்குச் செல்கிறார்களோ, அவர்களுக்கு ஒரு பெரிய பரிசு காத்திருக்கிறது" என்று சொல்லி முடித்தவுடன் ஓர் இளைஞன் தொப்பென்று குளத்தில் விழுந்த சத்தம். எல்லாரும் ஆரவாரம் செய்து உற்சாகமூட்டினார்கள்.

அவனோ அலறி அடித்துக்கொண்டு சத்தம் போட்டுக்கொண்டே தப்பித்தோம் பிழைத்தோம் என்று சேதாரம் இல்லாமல் அக்கரைக்குப் போய்ச் சேர்ந்தான். அங்கே காத்திருந்த அவனுடைய மனைவி, பாராட்டிக் கைகொடுத்துத் தூக்கிவிட்டாள்.

"அது சரி.. யார் என்னைத் தண்ணீரில் தள்ளிவிட்டது?" என்று நடுநடுங்கிக்கொண்டே கோபமாகக் கேட்டான்.

"நான்தான். பாருங்கள் இப்போது பெரிய பரிசு உங்களுக்குக் காத்திருக்கிறது. நமக்கு இன்றுமுதல் அதிருஷ்டம்தான்".

"ஏண்டி.. நான் முதலையிடம் சிக்கிச் செத்துப்போய் இருந்தால்?"

"இப்போது ஏன் அதையெல்லாம் பேசுறீங்க? நீங்கதான் தப்பித்து வந்துவிட்டீர்களே! வாங்க செல்வந்தர் பரிசு கொடுக்க அழைக்கிறார்" என்று அழைத்துச் சென்றாள்.

சட்டை கிழிந்துவிட்டது. சிறு சிராய்ப்புகள்.. அவன் உடம்பில் நடுக்கம் இன்னும் தீரவில்லை.

செல்வந்தர் அவனுக்குக் கைகொடுத்துப் பாராட்டிவிட்டு, "நான் வைத்த போட்டியில் நீ வெற்றி பெற்றுவிட்டாய். உனக்கு என்ன பரிசு தெரியுமா?

ஒரு மில்லியன் தொகை வேண்டுமா? அல்லது என் ஒரே மகளைத் திருமணம் செய்துகொள்கிறாயா?" என்று கேட்டவுடன்,

அவன் திரும்பித் தன் மனைவியைப் பார்த்தான். அவள் 'ஒரு மில்லியன் கேள்' என்று சைகையில் சொல்லி மகிழ்ந்தார். அவன் ஒரு கணம் யோசித்துவிட்டு,

"எனக்கு உங்கள் பெண்ணைத் திருமணம் செய்து வையுங்கள்" என்றவுடன் மனைவி பேயறைந்தவளாய் நின்றாள். கண்ணா, எப்படி இருக்கிறது கதை? இன்னொரு செய்தியையும் சொல்கிறேன் கேள். இச்செய்தி இப்படியென்றால், அதற்கு நேர் மாறான இன்னொரு உண்மையான சம்பவம்.

மனச்சுமையை இறக்கி வைப்பவள் மனைவி

ஒரு திருமண விழாவில் நடிகர் திலகம் சிவாஜி கணேசன் இப்படிப் பேசினார்.

'நமது மனத்தில் உள்ள பாரத்தை
நண்பர்களிடம் சொன்னால், உதவிக்கு அடிபோடுகிறான் என நழுவுவான்.
தந்தையிடம் சொன்னால் 'பிழைக்கத் தெரியாதவன்' எனத் திட்டுவார்.
தாயிடம் சொன்னால் இடிந்துபோய்விடுவார்.
பிள்ளைகளிடம் சொன்னால் 'கையாலாகாத அப்பா' என அலட்சியமாகப் பார்ப்பார்கள்.
சகோதரனிடம் சொன்னால், 'எங்கே சுமை தன் தோளுக்கு வந்துவிடுமோ' என விலகுவான்.
மனைவியிடம் பகிர்ந்துகொண்டால், 'அவள் மட்டுமே எந்தச் சூழலிலும் உடனிருந்து ஆறுதலும், தேறுதலும் சொல்வாள்' என்றார்.

ஜப்பான் தாயின் பெருந்தன்மை

அந்த நாட்டுப் பெண்கள் எந்த அளவு சுயநலம் பாராமல் பொதுநலவாதியாகத் திகழ்ந்தார்கள் என்பதற்கு ஓர் எடுத்துக்காட்டுதான் இந்தக் கதை..

பக்கத்து நாட்டு மன்னன் படையெடுத்து வருகிறான். அந்தக் கிராமத்தில் உள்ள மக்கள் சிறுசிறு மாட்டு வண்டிகளில் ஏறி மலையைச் சுற்றிச் சுற்றித் தப்பித்து வேறு இடத்திற்குப் போகிறார்கள். அதில் ஒரு தாய் கிடைத்த இடத்திற்கேற்ப இரண்டு குழந்தைகளில் ஒரு குழந்தையைத் தூக்கிக்கொண்டு வருகிறாள். மடியில் வைத்துக்கொண்டு அழுதுகொண்டே வருகிறாள். தொடர்ந்து அழுவதைக் கவனித்த ஒரு பெரியவர் கேட்கிறார்.

"ஏம்மா அழுகிறாய்? குழந்தையைத்தான் காப்பாற்றிவிட்டாயே"

"இல்லை ஐயா! நான் என் சொந்தக் குழந்தையை இடமில்லாமல் விட்டுவிட்டேன். பக்கத்து வீட்டுக் குழந்தையைத் தவிர்த்துவிட்டு வர என் மனச்சாட்சி இடம்கொடுக்கவில்லை. என் குழந்தை அங்கே என்ன பாடுபடப்போகிறதோ?'' என்று சொல்லி அழுகிறாள்.

கண்ணா! அம்மாவுக்குச் சளைத்தவர்கள் அல்ல அப்பாவும். பலர் வாழ்வில் தந்தையே "Roll Model" ஆக விளங்கி இருக்கிறார்கள். இதைப் படித்துப் பார்.

'அப்பா' என்ற பெயரே நம்பிக்கைக்கு உரியது - அலெக்ஸாந்தர்

ஒருமுறை அலெக்ஸாந்தர் ஒரு நாட்டுக்குப் படையெடுத்துச் சென்றார். எதிரிகளைச் சிதறடித்தார். வெற்றி பெற்றார். ஆனால் கடுமையான உழைப்பால் அரசர் நலம் பாதிக்கப்பட்டார். உடனிருந்த வீரர்கள் கொடுத்த சிகிச்சையேதும் பலனளிக்க வில்லை.

இதையறிந்த எதிரிநாட்டு வைத்தியர் ஒருவர் சிகிச்சையளிக்க முன் வந்தார். அவர் கொடுத்த மருந்தைச் சாப்பிட இருந்த நேரத்தில், ஓர் அமைச்சர் ஓலை அனுப்பி, "அந்த மருந்தைச் சாப்பிடாதீர்கள். எதிரி நாட்டு அரசன் அதில் விஷம் கலந்திருக்கிறான்'' என்றான்.

அலெக்ஸாந்தர் மருந்தை வாங்கிச் சாப்பிட்டுவிட்டு, அந்தக் கடிதத்தை அந்த வைத்தியரிடமே கொடுத்துவிட்டார். அதைப் படித்த வைத்தியர், "அரசே... நான் இந்த மருந்தில் விஷம் கலக்கவில்லை என்று உங்களால் எப்படி நம்ப முடிந்தது?" என்று வினவினார்.

"நீ விஷம் கலந்திருக்கமாட்டாய் என எனக்குத் தெரியும். நீ வரும்போதே, 'உன் பெயரென்ன?' என்று கேட்டேன். நீ 'பிலிப்ஸ்' என்றாய். என் அப்பா பெயர் அது. அதனால் உன்மீது நம்பிக்கை வந்துவிட்டது!" என்றார் அலெக்ஸாந்தர்.

நீதிநெறி வெண்பாவில் மனைவியின் பெருமை

(1000 ஆண்டுகளுக்கு முன்)

நீரின் அருமை பயிரில் தெரியும்
நிலத்தின் அருமை விளைச்சலில் தெரியும்
படிப்பின் அருமை பதவியில் தெரியும்
பணத்தின் அருமை வறுமையில் தெரியும்
தாயின் அருமை அன்பில் தெரியும்
தந்தையின் அருமை அறிவில் தெரியும்
மகளின் அருமை பாசத்தில் தெரியும்
மகனின் அருமை நேசத்தில் தெரியும்
மனைவியின் அருமை இவை அனைத்திலும் தெரியும்
ஆனால், அந்த மனைவி இறந்ததற்குப் பின்னர்தான் அவள் அருமை எல்லாருக்கும் புரியும். 100 பேர் சேர்ந்து ஒரு வீட்டைக் கட்ட முடியும் ஆனால், மனைவியால் மட்டுமே ஒரு நல்ல குடும்பத்தைக் கட்ட முடியும்.

மனைவிக்குப் பல வேடங்களுண்டு

பெண் பார்க்கப்போனபோது - அழகான பெண்
திருமணம் முடிந்தபின் - நல்ல மனைவி
கவலையுறும்போது - ஆறுதலளிக்கும் தோழி
குறைகூறுபவர்களிடம் - வாதாடும் வக்கீல்
நலமற்ற நேரத்தில் - மருத்துவர்
பசியாய் இருக்கும்போது - சமையற்காரி

களைப்பாக இருக்கும்போது - மசாஜ் தொழிலாளி
அரவணைக்கும்போது - காதலி
குற்றம் செய்யும்போது - தண்டிக்கும் நீதிபதி
செல்லமாகச் சண்டையிடும்போது - மகள்
ஒன்றும் தெரியாது இருக்கையில் - ஆசிரியர்

தாய்மையைச் சுமக்கும்போது - அன்னை.
இவ்வாறு வாழ்நாள் முழுதும் எனக்காக வாழும் அவளே
என் உயிராகிவிடுகிறாள், என்று சொல்வார்கள்.
உன் வாழ்வில் நிறைந்திருப்பவர்கள் மூன்று பெண்கள்
உன்னைப் பெற்றவள்,
நீ பெற்றவள்,
உனக்காகப் பிறப்பெடுத்து வந்தவள்...

ஆகிய இம்மூவரையும் என்றும் அன்புடனும் மரியாதையுடனும் போற்றிடவேண்டும்.

அப்படியானால் கண்ணா, உனக்கு வரப்போகிற பெண் எப்படிப்பட்டவளாக இருக்க வேண்டும் என்பதை நீயே தீர்மானித்துக்கொள். நான் எழுதிய இத்தனை எடுத்துக் காட்டுகளை மனத்திற்கொள்ளாமல் வெளி அழகை வைத்தே முடிவெடுத்துவிடக்கூடிய சூழல் ஏற்பட்டுவிடும். அதனால்தான் பெற்றோர் முன்னின்று உனக்கு உதவுகிறார்கள். உன் ஆயுள் முழுதும் உடன் வரக்கூடியவள் எப்படி இருக்க வேண்டும் என்று தேர்ந்தெடுப்பதிலே தங்கள் அனுபவத்தை முதலீடாக வைத்துக்கொண்டு, உனக்கு உதவி செய்கிறார்கள். அவ்வளவுதான்.

தமிழன் வகுத்த பருவங்கள் ஆண் - பெண்

உனக்குக் 'காளை' என்றால் ஓர் இளம் வயதுப் பையன் என்றுதான் தெரிந்திருக்கும். ஆனால் நமது தமிழ் இலக்கியத்தில் தமிழர்கள்தான், நிலங்களை ஐந்தாகப் பிரித்தார்கள். அதே போல் ஆண்களையும் பெண்களையும் வயது வாரியாகப் பிரித்து ஒவ்வொரு பருவத்திற்கும் ஒரு பெயர் கொடுத்திருக்கிறார்கள். இது வேறு எந்த நாட்டிலும், வேறு எந்த மொழியிலும் இல்லாத சிறப்பாகும். அதை நீ தெரிந்துகொள்ள வேண்டும் என்பதற்காகத் தருகிறேன்.

ஷேக்ஸ்பியர் மனிதர்களை ஏழு பிரிவாகப் பிரித்ததைப் பெருமையாகப் பேசிக்கொள்பவர்களுக்கு இது ஒரு பதிலாகவும் இருக்கும் என்று நம்புகிறேன்.

அந்தந்த வயதுக்குரிய பருவங்களின் பெயர் அட்டவணை இதோ:

பெண்

பேதை	=	1 முதல் 8 வயது வரை
பெதும்பை	=	9 முதல் 10 வயது வரை
மங்கை	=	11 முதல் 14 வயது வரை
மடந்தை	=	15 முதல் 18 வயது வரை
அரிவை	=	19 முதல் 24 வயது வரை
தெரிவை	=	25 முதல் 29 வயது வரை
பேரிளம்பெண்	=	30 வயதுக்கும் மேல் அனைவரும்

ஆண்

பாலன்	=	1 முதல் 7 வயது வரை
மீளி	=	8 முதல் 10 வயது வரை
மறவோன்	=	11 முதல் 14 வயது வரை
திறவோன்	=	15ஆவது வயது
விடலை	=	16ஆவது வயது
காளை	=	17 முதல் 29 வயது வரை
முதுமகன்	=	30 வயதுக்கும் மேல் அனைவரும்.

இக்காலத்தியத் தமிழன் அன்றுபோல் கணக்கிடத் தொடங்கி யிருந்தால் அறுபதைத் தாண்டிப் பருவத்தைக் கணக்கிட்டிருப்பான் எனத் தோன்றுகிறது.

கண்ணா! உன்னைக் குழப்பிவிட்டேனா? கவலையைவிடு.

வண்ணங்களில் இல்லை வாழ்க்கை; மனித எண்ணங்களில் உள்ளது வாழ்க்கை.

தேடு! கண்டுபிடி! பல தவறுகள் நிகழும். ஆனாலும் வழி யில்லை. பயிற்சியும், தவறுகளும்தான் வாயில். நுழைந்துவிடு!

எல்லாத் துன்பங்களுக்கும் இரண்டு மருந்துகள் உள்ளன.

ஒன்று காலம்; மற்றொன்று மௌனம்.

பொறுத்திரு! விடிவு பிறக்கும்!

இப்படிக்கு,
உன் அன்புள்ள,
தாத்தா.

73. விவேகானந்தர்

அன்புள்ள தாத்தா வணக்கம்.

உங்கள் கடிதம் கிடைத்தவுடன் நீங்கள் எழுதியதுபோல் குழம்பித்தான் இருக்கிறேன். ஒரு தெளிவான பதில் சொல்லாமல் 'காலம்' பதில் சொல்லும் என்பதுபோல் முடித்திருக்கிறீர்கள். தாத்தா, அந்தக் 'காலத்தை' நாம்தானே உருவாக்க வேண்டும்? எந்த முயற்சியும் எடுக்காமல் விட்டுவிட்டால் காரியம் எப்படித் தீர்வுபெறும்?

நீங்கள் சொல்லியதுபோல் ஒரு பெண்ணின் உண்மையான குணத்தை என்னால் மட்டுமல்ல; பெற்றோராலும் எப்படிக் கண்டுப்பிடிக்க முடியும் என்றே விளங்கவில்லை.

நமது தமிழ்ப் பரம்பரை முறைப்படி ஒரு புது இடத்திற்கு என்னைப் 'பெண்பார்க்க' அழைத்துச் சென்றால் 'அவள் அழகை, உயரத்தை, பருமனை, நிறத்தை, அவள் படிப்பை அல்லது அவள் செய்யும் உத்தியோகத்தை வைத்துத்தான் என்னால் முடிவு சொல்ல முடியும். ஆனால் இவை எல்லாவற்றையும்விட அவளுடைய குணநலன்களை எவ்வாறு காணமுடியும்? நான் சொல்லும் சீனப் பெண்ணின் குணங்களை நான் நன்கறிவேன் என்று என்னால் உறுதியாகச் சொல்ல முடியும்.

தாத்தா நான் மலைபோல் நம்பி இருப்பது உங்களைத்தான். வெட்டு ஒன்று துண்டு இரண்டு என்று பதிலளிக்கும் நீங்கள் எதையும் வரையறுத்துச் சொல்லாதது எனக்கு ஓர் ஏமாற்றமாகவே உள்ளது. போகிற போக்கை நினைத்தால் பேசாமல் நான் விவேகானந்தரைப் போல் சன்னியாசம் மேற்கொண்டுவிடலாம் போல் தோன்றுகிறது.

இப்படிக்கு,
உங்கள் அன்புள்ள பேரன்,
கண்ணன்.

அன்புள்ள கண்ணா!

வருந்தற்க! காலம் பதில்சொல்லும் என்று சொன்னது நாம் நிதானமாக யோசிக்கலாம் என்ற பொருளில் சொன்னேனே தவிர செயலற்று இருப்பதைச் சொல்லவில்லை.

காலம் பதில் சொல்லும்

காலத்திற்குப் பேசத் தெரியாது ஆனால்
காலம்தான் அனைத்துக்கும் பதில் சொல்லும்

நமது பழக்க வழக்கங்களை; நடைமுறைச் சம்பிரதாயங்களை அறிந்த பெண்ணாக இருந்தால் குடும்பத்திற்கு நன்றாக இருக்கும்; பெரும் பிரச்னைகள் எழாது என்பது என் அபிப்பிராயம்.

நான் ஜாதி பார்க்கச் சொல்லவில்லை; மதம் பார்க்கச் சொல்லவில்லை. அதனால் அந்தச் சீனப் பெண் ஏற்றவள் என்றும் சொல்லவில்லை.

சிந்திப்போம். உனக்கே திடீரென்று ஒரு கருத்து வரும். கவிஞனுக்கு எதோ ஒரு நேரத்தில் ஒரு கவிதைக்கான கருத்து அல்லது ஒரு சொற்றொடர் தோன்றும். அல்லது கதாசிரியன் ஒருவனுக்கு ஒரு மின்னல் போல் கதைக்கான கரு தோன்றும். அதுபோல் உனக்கே உன் திருமணத்தைப் பொறுத்தவரையில் ஒரு முடிவு உதிக்கும் என்று நம்புகிறேன். அது இந்தச் சீனப் பெண் இல்லாமல் இன்னொரு மலாய்ப் பெண் ஒருத்தியைச் சந்தித்து நீ உறுதிமொழி கொடுக்கக்கூடிய நிலைகூட ஏற்படலாம். இறுதியில் எந்தச் சூழலிலும் கண்ணா பயப்படாதே!

அந்தக் கண்ணன் அர்ச்சுனனுக்காக நின்றான். இந்த கண்ணனுக்காகத் தாத்தா நிற்பான்.

விவேகானந்தரைப் பின்பற்றலாம் என்றால் நீ விவேகானந்தரைப் போல் இளமையிலேயே ஞானம் பெற்றிருக்க வேண்டும். பெரிய ஞானியாக இருந்தால் அவருடைய ஒவ்வொரு அசைவையும் மக்கள் கவனிக்கத் தொடங்கிவிடுவார்கள்; பின்பற்றத் தொடங்கி விடுவார்கள். பாரதியைப் போல் வெறும் 39 ஆண்டுகள் வரைதான் வாழ்ந்தவர் அவர். அதற்குள் உலகப் புகழ் பெற்றுவிட்ட மகான்.

குதிரை வண்டிக்காரனாக விரும்பிய நரேந்திரன்

முன்னெல்லாம் குதிரை வண்டியில்தான் மாணவர்கள் பள்ளிக்குச் செல்வர். அப்படி ஒருநாள் ஒரு மாணவன் சென்றான். அன்று ஆசிரியர் ஒரு கேள்வி கேட்டார். 'எதிர்காலத்தில் நீங்கள் என்ன செய்ய ஆசைப்படுகிறீர்கள்?' ஒவ்வொரு மாணவரும் டாக்டர், கவர்னர், கலெக்டர், வக்கீல், செல்வந்தர் எனச் சொல்லிக்கொண்டு வரும்போது குதிரை வண்டியில் போகும் மாணவன் மட்டும் "நான் குதிரை வண்டிக்காரனாவேன்" என்றான். ஆசிரியர் உள்பட அனைத்து மாணவர்களும் கிண்டலும் கேலியும் செய்து சிரித்தனர்.

சோகத்துடன் நேராக வீட்டுக்கு வந்த அச்சிறுவன் தாயிடம் நடந்ததைச் சொன்னான். அதற்குக் கோபித்துக்கொள்ளாத தாயோ, "நீ வருத்தப்படாதே! இதோ சுவரில் மாட்டப்பட்டிருக்கும் படத்தைப் பார். 'மகாபாரதத்தில் அர்ச்சுனனுக்குக் கண்ணன் சாரதியாகக் குதிரை வண்டிதான் ஓட்டுகிறான். அதேபோல் நீயும் இந்த உலக மக்கள் என்கிற அர்ச்சுனனுக்குக் கண்ணனைப்போல் ஒரு வழிகாட்டியாக மாறவேண்டு' என்றாள். அந்தச் சிறுவன் நரேந்திரன்தான் பின்னாளில் விவேகானந்தராக மாறியவர்.

விவேகானந்தரின் துணிவு

கட்டவிழ்த்து ஓடிய குதிரையைத் துணிவுடன் தாவிச் சென்று கடிவாளத்தை இழுத்துப் பிடித்து நிறுத்தியவர் விவேகானந்தர்.

விவேகானந்தர்

ஒரு முறை தம்மை எதிர்த்துத் துரத்திய குரங்குக் கூட்டத்தைப் பார்த்து முறைத்துத் தம் கோபத்தைக் காட்டியே குரங்குகள் முன்னேறுவதை நிறுத்திவிட்டாராம்.

பாஸ்கர சேதுபதியின் நட்பு

கண்ணா! 1893ஆம் ஆண்டு. இராமநாதபுரம் மன்னர் பாஸ்கர சேதுபதி ஆன்மிகத்தில் ஆற்றல்மிக்கவராகவும், சொற்பொழிவு

ஆற்றுவதில் வல்லவராகவும் இருந்ததால் சிகாகோ சர்வ சமயப் பேரவை மாநாட்டில் இந்து மதத்தின் சார்பில் கலந்துகொள்ளும்படி அழைப்பு வந்திருந்தது. அந்த நேரத்தில் விவேகானந்தரின் அறிமுகம் மன்னருக்குக் கிடைத்தது. அறிமுகம் நட்பானது. விவேகானந்தர் ஆற்றிய சமயச் சொற்பொழிவின் அடிப்படையில், நட்பு மரியாதையானது. 'தன்னைவிட விவேகானந்தரே சிகாகோ மாநாட்டில் பேசத் தகுதியானவர்' என்ற முடிவைச் சுவாமிகளிடம் சொன்னார். உடனே பதில் சொல்லாமல், பின்னர் சென்னைக்குப்போன பிறகுதான் அமெரிக்கா செல்ல தம் ஒப்புதலைத் தெரிவித்தார். தொடர்ந்து விவேகானந்தர் சிகாகோ செல்வதற்கான ஏற்பாடுகளை மன்னர் சேதுபதியே செய்தார் என்பர்.

பாஸ்கர சேதுபதி

சிகாகோ உலக சர்வ சமய மாநாடு

சிகாகோ உலக சர்வ சமய மாநாட்டில் பேச, காவி வேட்டி, தலையில் ஒரு முண்டாசு கட்டி எழுந்தவரை எல்லாரும் அலட்சியமாகப் பார்த்தார்கள். 'அமெரிக்கா வாழ் சகோதரி சகோதரர்களே' என்று தொடங்கினார்.

அவர் உதிர்த்த முதல் சொற்களிலேயே அரங்கமே ஒருகணம் அமைதியாகியது. அடுத்த வினாடி, அரங்க கையொலி அடங்கப் பல நிமிடங்கள் ஆயிற்றாம்.

அதுவரையில் "Ladies and Gentle Man" என்று தொடங்கியே பழக்கமானவர்களுக்கு, ஒரு புதிய பார்வை, புதிய கருத்து, புதிய சொல்.. புதுமையான வெளிப்பாடு...

(Sisters and Brothers!) "அமெரிக்க வாழ் சகோதரி சகோதரர்களே!" என்ற சொல் அங்குக் கூடியிருந்த அனைவரையும் திரும்பிப் பார்க்க வைத்தது. 4 நிமிடம் பேச முதல்நாள் வாய்ப்புக் கொடுத்தார்கள். அதில் அவர் 15 வாக்கியங்களில் 473 வார்த்தைகளைத்தான் பேச முடிந்தது. அதன் விளைவாக, மறுநாள் சிகாகோ நகரின் தெருக்களில் சுவாமியின் படங்கள் கம்பீரமாக நின்றன. எல்லாரும்

படத்திற்கு மரியாதை செலுத்திவிட்டுப் போனார்களாம். பின்னர் மேற்கொண்டு நான்கு நாட்கள் சொற்பொழிவாற்றி அங்கு வந்திருந்த அனைத்து மதத்தினரையும் தன்பால் ஈர்த்துவிட்டார் என அமெரிக்கப் பத்திரிகைகள் புகழாரம் சூட்டியதால் பின்னர் உலகமே அவர் யார் எனத் தேடத் தொடங்கியது.

விவேகானந்தர் (1863 - 1902) வாழ்வில் 24 குறிப்புகள்

கண்ணா நீ அவரைப்பற்றி அறிய வேண்டும் என்பதற்காகச் சில குறிப்புகளும், அவர் சொற்பொழிவில் கிடைத்த சில முத்துக்களும்:

* கேத்ரி மன்னர்தான் நரேந்திரனுக்கு "விவேகானந்தர்" என்ற பெயரைச் சூட்டுகிறார். அதுவே நிலைத்துவிட்டது. அவர் வெளிநாடு செல்ல அம்மன்னரும் காரணமாய் இருந்தார் என்றும் சொல்கிறார்கள்.

* 'இன்னும் ஐம்பது ஆண்டுகளில் இந்தியா விடுதலை அடைந்துவிடும் என்று, 1897இல் விவேகானந்தர் சொன்னார். அப்படியேதான் 1947இல் நடந்தது.

* அமெரிக்காவில் விவேகானந்தர் இருக்கும்போது, சில இளைஞர்கள் ஆற்றில் சென்றுகொண்டிருந்த முட்டை ஓடுகளைத் துப்பாக்கியால்சுட முயன்றனர். தொடர்ந்து தோல்வியடைந்தவர்களைப் பார்த்துப் புன்னகைத்தார் விவேகானந்தர். தங்களை அவர் கேலி செய்கிறார் என்று நினைத்த அவர்களில் ஒருவன் தன் துப்பாக்கியை நீட்டினான். முன் அனுபவம் இல்லாத இவரோ அந்த நேரத்தில் அங்கே மிதந்துகொண்டிருந்த 12 முட்டை ஓடுகளையும் சுட்டுவிட்டார். 'வெற்றிக்குக் காரணம் நோக்கத்தை ஒருமுகப்படுத்தியதே' என்று சொல்லிவிட்டுச் சென்றாராம்.

* அமெரிக்காவிலிருந்து நேராக பாரிஸ் போகத் திட்டமிட்டார். அதனால் அங்கிருக்கும்போதே பிரெஞ்சு மொழியைக் கற்றுக்கொண்டார். பாரிஸுக்குப் போன பின்பு பிரெஞ்சு மொழியிலேயே உரையாற்றியதோடு, கேட்கப்பட்ட கடினமான கேள்விகளுக்கும் தடங்கல் இல்லாமல் பதிலளித்தாராம்.

* 'கோழையும் முட்டாளுமே விதி என்பார்கள்' என்கிறது ஒரு பழமொழி. விவேகானந்தர் அதற்கு, **'மனிதன் தன் விதியைத்**

தானே வகுத்துக்கொள்கிறான்; ஆற்றல் மிக்கவன் தீர்த்துக் கொள்கிறான்' என்கிறார்.

* 'பெண்களுக்குரிய மென்மையான இசைநாதங்களைக் கேட்டுக் கோழைகளாக வாழ்வதைவிட, அதிரவைக்கும், மேளம், பேரிகை, பறை இசைகளைக் கேட்டு வீரராக மாறுங்கள்' என்கிறார்.

* நாடே பெண்கள் நாடாக மாறிவிட்டது. இதைவிட இழிவு வேறென்ன வேண்டும்? என்று அவர் சொன்னதிலே உள்ள, 'இழிவு' என்ற சொல், இக்காலத்திற்குப் பொருந்தாத; விவாதத்திற்குரிய கருத்தை வெளியிடுகிறார்போலத் தோன்றும். ஆனால், நாடாள்பவர்கள் பெண்களுக்குரிய மென்மைத்தன்மையுடன் இல்லாமல் வீரர்களாக இருந்து செயல்படுவதுதான் சிறப்பு என்ற பொருளிலேயே அவர் குறிப்பிடுகிறார் என்று கொள்ள வேண்டும்.

* கடவுள் நம்பிக்கை இல்லாதவனையே நாத்திகன் என்று பழைய மதங்கள் கூறுகின்றன. ஆனால் புது மதமோ, மத நம்பிக்கை இல்லாதவனையும் நாத்திகன் என்கிறது.

* பணமோ, புகழோ, கல்வியறிவோ, அதிகாரமோ எதையும் சாதித்துவிடாது; ஒருவனுடைய குணநலன் ஒன்றுதான் கடினமான சுவர்களையும் பிளந்துகொண்டு வெளிவரக்கூடியது.

* நீ எதிர்பார்க்கிற அனைத்தையும் பெறவேண்டுமானால், முதலில் நீ மனிதனாக மாறு.

* 'மூட நம்பிக்கை' மனிதனின் பகைவன்.

* நீ தனிமையில் இருக்கும்போது என்ன தோன்றுகிறதோ அதுதான் உன் வாழ்வைத் தீர்மானிக்கிறது.

* மூடநம்பிக்கைகளை உடைய முட்டாள்களாக இருப்பதைவிட, இறைநம்பிக்கை அற்ற நாத்திகவாதிகளாக இருப்பது மேல். காரணம், நாத்திகனிடம் ஓர் உயிர்த் துடிப்பு இருக்கும். அந்தத் துடிப்பு மிக்க உண்மைத் தன்மையால், அவனால் ஏதாவது நல்லவற்றை உருவாக்கிட முடியும். ஆனால் மூடநம்பிக்கை அவனுள் நுழைந்துவிட்டால், சிந்திக்கும் திறன் போய்விடுகிறது; அதே நேரம் மூளையும் மழுங்கி விடுகிறது.

* பயன்படுத்துவதற்காகத்தான் உங்களிடம் 'பகுத்தறிவு' உள்ளது.

* பகுத்தறிவைப் பயன்படுத்தாமல், கண்மூடித்தனமாக எதையும் நம்புகிற ஒருவனைவிட, பகுத்தறிவைச் செயல்படுத்துகிறவன், அவன் இறைநம்பிக்கை அற்றவனாக இருந்தாலும், அவனுக்கே ஆண்டவன் வழிகாட்டுகிறான்.

* 'முன்னோர்கள் காலத்திலிருந்து ஒரு பழக்கம் உங்களுக்கு வந்தது' என்று யாராவது உங்களை நம்பச் சொன்னால், நம்பிவிடாதீர்கள். நீங்களே உண்மையைத் தேடுங்கள். நீங்களே உணருங்கள்!

* மூளைப்பலம் அற்றவர்களாலும், மனவுறுதியும், திடமும் இல்லாதவர்களாலும் உண்மையைக் காண முடியாது.

* ஒருவன் எவ்வளவு கடுமையான சோதனைகளைச் சந்திக்கிறானோ அவனே மகத்தானவனாக மாறுகிறான்.

* நல்ல நோக்கம், கள்ளமிலா உள்ளம், எல்லையற்ற அன்பு ஆகியவை உலகையே வெல்லும் ஆயுதங்களாகும்.

* நீங்கள் செம்மறி ஆடுகள் என்ற மயக்கத்தை உதறித் தள்ளிவிட்டு வெளியே

சிங்கங்களாக எழுச்சியுடன் வாருங்கள்!

* கோழைகளுக்குச் சொல்ல என்ன இருக்கிறது? எதுவுமே இல்லை. கெஞ்சுவதும், தாழ்ந்து வேண்டுவதும், அழுது புலம்புவதும், தன்னைக் கீழ்ப்படுத்திக்கொள்வதும், முதலிய தாழ்ந்த குணமெல்லாம் நரகக் குழிக்கு ஈடாகும்!

* எப்போதும் கொடுப்பவன் நிலையில் நீ இரு!

உதவியைக் கொடு! சேவையைக் கொடு! அன்பைக் கொடு! சிறிது என்று கருதாமல் உன்னிடம் உள்ளவற்றைக் கொடு! ஆனால் பண்டமாற்று நோக்குடன் எதையும் கொடுக்காதே!

* எங்கெங்கோ தோன்றுகிற ஓடையெல்லாம், இறுதியில் கடலில் சங்கமம் ஆவதுபோல் நமது எண்ணங்களும், செயல்களும் பலவாறாய் இருந்தாலும் ஒரே திசைநோக்கித்தான் போகிறோம்.

* மதத்திற்கு ஜாதியில்லை. ஜாதி என்பது வெறும் சமுதாய ஏற்பாடுதான்.

* புத்தமதமின்றி இந்துமதம் வாழமுடியாது; அதேநேரத்தில் இந்து மதம் இல்லாமல் புத்த மதமும் வாழமுடியாது.

என்ன கண்ணா? திகட்டிவிட்டதா?
விவேகானந்தர் ஒரு புரட்சிகரமான ஆன்மிகவாதி. அவரைப்போல் நீ ஆகப்போகிறேன் என்றால் என்னால் புரிந்துகொள்ள முடியவில்லை.
ஆனால் அதே நேரத்தில் ஒரு மனிதனால் முயன்றால் முடியாதது எதுவும் இல்லை என்றும் நினைப்பவன் நான். திருமணம் செய்துகொள்ளப் போவதில்லை என இதற்குப் பிறகும் முடிவெடுக்கப் போகிறாயா? சிறு வயதிலேயே ஆன்மிகவாதியாக மாறப்போகிறாயா? அப்படி நீ மாறினால் நானே உனக்கு முதல் சீடன்.

நிவேதிதா தீட்சை பெற்றார்

ஓர் ஐரிஷ் நாட்டுப் பெண், 'மார்கரேட் எலிசபெத் நோபல்' என்பவர் சுவாமிகளின் பேச்சை ஐரோப்பாவிலே கேட்டுவிட்டுச் சீடராகும் முடிவோடு கல்கத்தா வந்தார். விவேகானந்தரே நேரில் போய் வரவேற்றார்.

நிவேதிதா

அவருக்கு 'அர்ப்பணிப்பு' என்ற பொருள்கொண்ட "நிவேதிதா" என்ற பெயரைச் சூட்டினார். மேலும் அவருக்கு, 1898ல் பிரம்மச்சரிய தீட்சையைக் கொடுக்கிறார். இவ்வாறு இந்து சமயத்தில் தீட்சை வழங்கப்பட்ட முதல் மேற்கத்திய பெண்மணி இவரென்பர்.

குறிப்பு: நிவேதிதாவைச் சந்தித்ததற்குப் பின்னர்தான் 'பெண்களுக்குச் சம உரிமை கொடுக்கப்படவேண்டும்' என்கிற மறுசிந்தனை பாரதிக்குத் தோன்றியது என்பர்.

கண்ணா, உனக்கொரு செய்தி தெரியுமா? கைம்பெண் திருமணக் கொள்கையில் விவேகானந்தரையும், காந்தியையும் நமது பாரதி எதிர்க்கிறார்.

'தாய்மை வேண்டும்' எனக் கேட்ட பெண்மணி

வெளிநாட்டுப் பெண்மணி ஒருவர், விவேகானந்தரிடம் வந்து, "தங்கள் அறிவாற்றல் என்னை வியக்க வைக்கிறது. நான் உங்களை விரும்புகிறேன். என்னைத் திருமணம் செய்துகொண்டு தாய்மைப்பேறு எனக்குத் தாருங்கள்" என வேண்டினார். அதற்கு விவேகானந்தர் சிரித்துக்கொண்டே, "அதற்கென்ன அம்மா! தாய்மைப் பேற்றிற்கு ஏன் நீங்கள் பத்துமாதம் காத்திருக்க வேண்டும்? இதோ இப்போதே என்னை உங்கள் மகனாக ஏற்றுக்கொள்ளுங்கள்" என்றவுடன் அப்பெண் வெட்கித் தலை குனிந்துகொண்டாராம்.

நிலைக்காத செல்வம் - குருநானக்

ஒரு கருமியான செல்வந்தரிடம், ஒரு குண்டூசியைக் கொடுத்து, "அடுத்தமுறை உன்னைச் சந்திக்கும்போது அதை என்னிடம் கொடு" என்று கொடுத்தார் சீக்கிய மதத்தைத் தோற்றுவித்த குருநானக். "எப்போது திரும்ப வருவீர்கள்" என்ற செல்வந்தரின் கேள்விக்கு, "ஓராண்டோ, பத்தாண்டோ, இருபதாண்டோ ஆகலாம்" என்றார். "அதுவரையில் எப்படி அய்யா பத்திரமாக வைத்திருக்க முடியும்" என்று பதிலளித்தார். அப்போது குருநானக் சொல்கிறார்,

குருநானக்

"இந்தப் பிறவியில் அற்பம் இந்தக் குண்டூசியைக்கூடப் பத்திரமாக வைத்திருந்து திருப்பித் தரமுடியாத நீ இவ்வளவு செல்வங்களையும் அடுத்த பிறவிக்கா எடுத்துச் செல்ல முடியும்? நீ எந்த எண்ணத்தில் உன் செல்வத்தைக் காத்து வருகிறாய்?" என்று சொன்னபின்பு, அச்செல்வந்தர் தம் சொத்துகள் முழுவதையும் தர்ம காரியங்களுக்கு எழுதி வைத்தாராம்.

ஆதிசங்கரர் முதலில் வீடுபேறு அடைய முடியவில்லை

ஆதிசங்கரர்

இன்னொரு செய்தி. ஆதி சங்கரர் வீடுபேறு அடைவதற்காக இறைவனை நாடிப் போகிறபோது,

“நீ இல்லற சுகத்தை அனுபவிக்காமல் வந்துள்ளாய். அதனால் உனக்கு முக்தி பெறும் பாக்கியம் இல்லை. வேண்டுமானால் நீ போய் இல்லறத்தை அனுபவித்தபின் துறவறம் பூண்டு வா” என்று இறைவன் திருப்பி அனுப்பிவிட்டதாகச் சொல்வார்கள். ஏழு வயதிலேயே துறவறம் பூண்டுவிட்ட சங்கரரும் வந்து வேறு ஒருவருடைய உடலில் புகுந்து இல்லற சுகத்தை அனுபவித்து மீண்டும் இறைவனிடம் போய் முக்தி பெற்றதாகச் சொல்வார்கள்.

அச்செய்தி உண்மையானால், விவேகானந்தருக்கும் அந்தப் பாக்கியம் இல்லை. காரணம் அவர் இல்லற வாழ்க்கையை மேற்கொள்ளவில்லை. ஆனால் புத்தர் திருமணம் செய்து ஒரு குழந்தைக்குத் தகப்பனாகிய பிறகுதான் துறவறம் பூண்டார்.

மதத்தைப் பற்றிய, மனிதன் பற்றிய, வாழ்வியலைப் பற்றிய தெளிவான பார்வையைக் கொண்டிருக்கிறாயா? எந்தப் பக்கம் உன் கவனத்தைச் செலுத்தப் போகிறாய்?

பலமொழிகளைக் கற்கப் போகிறாயா? விவேகானந்தருக்கு ஒரு இராமகிருஷ்ண பரம ஹம்ஸர் குருவாகக் கிடைத்தார். உனக்கு நான்தானே கிடைத்திருக்கிறேன். நானோ ஒரு சராசரி மனிதன்.

கண்ணா எதையும் உள்ளுக்குள் போட்டுக் குழப்பிக்கொள்ளாதே! காத்திரு. நல்வழி கிடைக்கும்.

இப்படிக்கு,
உன் அன்புள்ள,
தாத்தா.

74. புத்தர்

அன்புள்ள தாத்தாவுக்கு வணக்கம்!

விவேகானந்தராய் மாறிவிட ஆசை என்று என் ஆசையைத் தெரிவித்ததற்குத் தங்கள் கடிதத்தின்மூலம் அவரைப் பற்றிய, அவர் சிந்தனைகள் பற்றிய ஒரு விளக்கவுரையே கொடுத்துவிட்டீர்கள். அவரைப் போல் என்னால் ஆகமுடியாதென்பதையும் மறைமுகமாகவும் சொல்லிவிட்டீர்கள்.

அப்படியானால் திருமணம் செய்தபின் துறவறம் பூண்டு புத்தராகப் போய்விடலாமா எனச் சிந்திக்கிறேன். புத்தராக ஞானம் பெற முடியாவிட்டாலும் துறவறம் பூணும் ஒரு தனிமை வாழ்க்கையை மனம் தேடுகிறது. எனக்கு இந்த வாழ்க்கை பிடிக்கவில்லை தாத்தா.

நீங்கள்தானே ஒருமுறை எனக்குச் சொல்லி இருக்கிறீர்கள்,

"நிராசையாகப் போனாலும் பரவாயில்லை;
எப்போதும் உயர்ந்த இலக்குகளைக் குறிவை" என்று. அதனால்தான் துறவறம் மேற்கொள்ளும் குறிக்கோளை நோக்கி எனது பயணத்தை ஆரம்பிக்கலாமா என்று யோசிக்கிறேன்.

இப்படிக்கு,
உங்கள் அன்புள்ள பேரன்,
கண்ணன்.

அன்புள்ள கண்ணா வாழ்த்துகள்!

நீ ஏன் இப்படியெல்லாம் சிந்திக்கிறாய் என்று எனக்குத் தெரியவில்லை. முனிவராவதற்கு இயற்கையிலேயே ஒருவன்

மனத்துள் அதற்கான அறிகுறி தெரிய வந்துவிடும். இதைப்போல எண்ணி உன் நேரத்தை வீணடிக்காதே. உனக்குச் சம்பந்தம் இல்லாத, உன்னால் முடியாத ஒன்றில் நாட்டம் செலுத்துவதை இன்றே நிறுத்திவிடு. அதற்குமேல் அப்படியெல்லாம் யோசித்தால் உன்னைப் பைத்தியக்காரன் எனச் சொல்லத் தொடங்கிவிடுவார்கள்.

திருமணத்திற்குப் பெண் தேடும் ஒரு சாதாரண செய்திக்கே இப்படி நினைக்க ஆரம்பித்துவிட்டால், வாழ்க்கையில் இன்னும் எத்தனையோ தடைகளை, சவால்களைச் சந்திக்க இருக்கிறாய் என்பதை நினைவில் கொள்.

லெனின் சொன்ன தோல்வியின் பயன்

லெனின்

உன்னுடைய தேடலில் தோல்வி ஏற்படலாம். அதற்காகத் துவண்டுவிடாதே. தோல்வியை ஒப்புக்கொள்ளத் தயங்காதே! ஏனெனில் தோல்வியிலிருந்து கற்றுக்கொள்ள நிறைய இருக்கிறது மாவீரன் லெனின் சொன்னதை உனக்கு நினைவூட்டுகிறேன்.

இப்போதுதான் உன் வாழ்க்கை தொடங்கி இருக்கிறது. இன்னும் குறைந்தது அறுபது, எழுபது ஆண்டுகள் வாழப்போகிறாய். அதற்குள் எந்த அவசர முடிவையும் எடுத்துவிடாதே!

ஆனால் அதற்காக முடிவுகளை எடுப்பதில் தேவையில்லாமல் தாமதத்தைக் காட்டாதே.

மழை நிற்கட்டும் எனக் காத்திருப்பதல்ல வாழ்க்கை மழையில் நனைந்துகொண்டு மகிழ்வதுதான் வாழ்க்கை!

ஒரு செயலுக்குமுன் யோசி

Before you pray – Belive

Before you speak - Listen

Before you spend – Earn

Before you write - Think
Before you quit - Try
Before you die - Live

நீ எழுதும்முன் நன்கு சிந்தனை செய்.

வாழ்ந்துபார்த்துவிட்டு இறந்துபோ என்பதே அதன் பொருள்.

பெர்னாட்ஷா சொன்ன அறிவின் ஆழம்

அறிவு என்பது நதியைப் போன்றது. அது எவ்வளவு ஆழமாக இருக்கின்றதோ அந்த அளவுக்கு அமைதியாக இருக்கும் என்கிறார் பெர்னாட்ஷா. நீ அமைதியாக இருந்தாலே உன் அறிவின் ஆழத்தை எங்களால் அளவிடமுடியும்.

பூக்களைப் படம் எடுப்பதற்காக இலைகளைக் கிள்ளி எறியாதீர்கள் என்று நான் சொல்லிவருவதைப்போல், உன்னைத் திருமணம் செய்துகொள் என்றால் அதற்கு இத்தனை இலைகளைக் கிள்ளி எறிய வேண்டுமா?

பெர்னாட்ஷா

கண்ணா! பொறுமையாய் இரு. காலம் பதில் சொல்லும் என்று சொல்லி வருகிறேன் என்றால்,

மனித மூளையை ஆய்வு செய்தவர்கள்,

'90 நிமிடத்திற்கு ஒருமுறை மன நிலை மாறும்' எனக் கூறுகின்றனர். அதனால் உனக்கும் மாறலாம்.

கண்ணா, நீ இப்படியே ஏறுக்கு மாறாய் யோசித்துக்கொண்டே இருந்தால் எங்கேயாவது பள்ளத்தில் விழுந்துவிடுவாய்.

உனக்கொன்று சொல்கிறேன்.

நீ கீழே விழுந்துவிட்டால் உடனே எழுந்துவிடு, இல்லையென்றால் இவ்வுலகம் உனக்குக் குழி தோண்டிவிடும்.

நீ ஏன் விவேகானந்தரையும், புத்தரையும் பின்பற்ற நினைக்கிறாய்?

நீ நடந்து போகப் பாதையில்லையே என்று கவலைப்படாதே! நீ நடந்தால் அதுவே பாதையாகிவிடும் என்று அப்துல் கலாம் சொன்னதை எண்ணிப்பார்!

பில்கேட்ஸ் சொன்ன அனுபவம்

''நல்ல முடிவுகள் அனுபவத்தில் பிறக்கின்றன. ஆனால் அந்த அனுபவமோ தவறான முடிவுகளிலிருந்துதான் கிடைக்கின்றது'' என்று பில்கேட்ஸ் சொன்னதைச் சிந்தித்துப் பார்! துறவியாகலாம் என்ற தவறான எண்ணத்திலிருந்து பில்கேட்ஸ் சொன்னதுபோல் நல்லது உன் வாழ்வில் நடக்கலாம். நீ புதிதாக ஆய்வு செய்யலாம். பல புதுமைகளைச் செய்யலாம். சிங்கப்பூரர்களுக்கு ஒரு முன்னோடியாகலாம். இப்படியெல்லாம் யோசித்தால், உன்னால் சாதனைகளை நிகழ்த்திட முடியும் என நான் நம்புகிறேன்.

பில்கேட்ஸ்

வாழ்க்கை நாம் நினைப்பதுபோல் இருப்பதில்லை. உனக்கு இப்போது ஏற்பட்டிருக்கும் பிரச்சினைகளை இப்படிப்பார்!

சிக்கல்கள் என்பவை,
ஓடும் ரயில்களிலிருந்து பார்க்கப்படும் மரங்கள் போன்றவை.
அருகில் போகப்போகப் பெரிதாகத் தெரியும்.
அவற்றைக் கடந்து போகப்போகச்
சிறியதாகிக் காணாமல் போய்விடும். இதுதான் வாழ்க்கை!

நீ நன்றாக நினைவில் கொள்ள வேண்டும். திரைப்படப் பாடல் ஒன்றைக் கேள்விப்பட்டிருப்பாய்.

"நினைப்பதெல்லாம் நடந்துவிட்டால் தெய்வம் ஏதுமில்லை;
நடந்ததையே நினைத்திருந்தால் அமைதி என்றுமில்லை"

பாடல் ஏனோதானோ என்று பிறப்பதில்லை. எல்லாம் அனுபவத்தில்தான் பிறக்கின்றன.

வாழ்க்கை என்பது நாம் நினைக்கிற இடத்தில் தொடங்கி, நினைக்கிற மாதிரி நடந்து, நினைக்கிற மாதிரி முடிவுறுவது அல்ல. என்பதை நினைவிற்கொள்!

நீ புத்தரைப் பற்றி எழுதியதால் அவர் சொன்ன போதனை ஒன்றை நினைவூட்டுகிறேன். உனக்கு ஏற்படுகிற குழப்பங்களுக்கும், வருத்தங்களுக்கும் அதிகமாகச் சிந்திப்பது காரணம் என்று சொல்கிறார்.

அதிதீவிரச் சிந்தனையே ஒருவனுடைய வருத்தத்திற்குக் காரணமாகிவிடுகிறது - புத்தர்

ஆசீவகம் பற்றிய சிறு குறிப்பு

ஆசீவகம் மதம் (ஆசு + ஈவு + அகம்)

குற்றத்தை நீக்கி மக்களுக்குத் தீர்வு தரும் மதம் என்று பொருள் பெறலாம். வழிவழியாக மக்களுக்கு நன்னெறிகளைப் போதித்து வழிநடத்திய தமிழ்த் துறவிகள் பலர் இருந்தனர் என்பர். இக்கொள்கைகளைப் பின்பற்றுபவர்கள் பல பெயர்களில் அறியப்பட்டனர்.

மற்கலியர், **ஏகாந்தவாதி, சித்தர்**, அண்ணர் (அ) அண்ணல், தீர்த்தவிடங்கர் மற்றும் **போதி சத்துவர்** ஆகியோர். இவர்களில் போதிசத்துவரைச் சீனர்கள் நன்கறிவர்.

கி.மு. 5 ஆம் நூற்றாண்டு புத்தருடைய சமகாலத்தில் ஜைன மதகுருவான மஹாவீரும் தமிழகத்தில் அறப்பெயர் சாத்தான் என்றழைக்கப்பட்ட அய்யனார் பூரணரும் வாழ்ந்தார்கள். **அய்யனாரின் மதம்தான் 'ஆசீவகம்'** என்ற மதம். தலையாலங்கானத்துச் செரு வென்ற நெடுஞ்செழியன் எனும் பாண்டிய மன்னன் காலத்தில் அது தோற்றுவிக்கப்பட்டது. அய்யன், சாத்தன் எனும் பெயர்களுடன் 'ஆர்' என்ற விகுதியைச் சேர்த்த பெயர்தான் அய்யனார், சாத்தனார் என்பர். புத்தத்தைவிட, ஜைனத்தைவிடப் புகழோடும், செறிவோடும் ஆசீவகம் இருந்ததென்று அறியப்படுவதாகப் பேராசிரியர் நெடுஞ் செழியன் விளக்குகிறார்.

திபெத்திய பௌத்த இலக்கியங்களிலிருந்தும், சீன பௌத்த இலக்கியங்களிலிருந்தும் ஆசீவகத்தைப் பற்றிய சான்றுகள் ஒன்று போலவே காணப்படுகின்றனவாம். ஆசீவகத் துறவிகள் வானிலைக்கு முக்கியத்துவம் கொடுத்தார்கள் என்றும் சொல்லப்படுகிறது.

சந்திரகுப்த மௌரியரின் மகனும், அசோகனுடைய தந்தையுமான பிந்துசார மௌரியர் கி.மு. மூன்றாம் நூற்றாண்டில் ஆசீவக மதத்தைப் பின்பற்றினார் எனச் சான்று இருப்பதாக ஆய்வாளர்கள் கூறுகின்றனர். அதன்பிறகுதான் இந்திய அளவில் புகழ்பெற்று விளங்கியதாக ஆய்வாளர்கள் சொல்கிறார்கள்.

மருத்துவம், உழவு, தொழில், வானியல் ஆகியவற்றிற்குத் தீர்வு காண வெட்ட வெளிகளில் உள்ள கற்படுக்கைகளில் வாழ்ந்த ஆசீவகத் துறவிகளை மக்கள் அணுகினராம்.

ஆசீவக வழித்தோன்றல்கள்தாம் நம் வழக்கில் தெரியப்பட்ட சித்தர்கள் என்றும் சொல்லப்படுகிறது.

வள்ளுவன்தான் மனிதனைத் தெய்வமாக்கினான்

பல மதங்கள் இறைவனை மேலேயிருந்து கீழே கொண்டுவந்து மனிதர்களிடம் சேர்ப்பித்துப் பிரச்சினைகளை உருவாக்கி நாட்டில் கலவரத்தை உண்டாக்க முனைகின்றன. ஆனால் தமிழன்தான் மனிதனை மேலே கொண்டுபோய் இறைவனிடம் சேர்ப்பிக்கிறான்.

வள்ளுவர், "வையத்துள் வாழ்வாங்கு வாழ்பவன் வானுறையும் தெய்வத்துள் வைக்கப் படும்" என்று பாடுகிறார்.

கண்ணா!

உனக்கு, உலகில் ஏராளமான மக்களால் பின்பற்றப்படும், உலகச் சமயங்களில் இன்று புகழ்பெற்று விளங்கிவரும் புத்தமதத்தைப் பற்றியும் அதன் நிறுவனர் சித்தார்த்தன் எனும் கௌதம புத்தர் பற்றியும் சொல்லப்போகிறேன். ஏனெனில் நீ வாழும் நாட்டின் மக்களில் பெரும்பாலோர் அம்மதத்தைத் தழுவி நிற்பதால் நீ அறிந்து வைத்துக்கொள்வது இன்றியமையாத ஒன்று எனக் கருதுகிறேன்.

உலகாயதம் பற்றிய சிறு குறிப்பு

(உலகே நிலையானது) எனும் மதம்

கடவுள் இல்லையென்று சாதிப்பது அவர்களின் கொள்கைகளில் முக்கியமானது. புலன் இன்பங்களை அனுபவித்து வாழ்வது. நாம் காணும் காட்சியே நிஜமானது. புலன்களால் நாம் பெறும் அறிவே அறிவு என்று வாதிடுபவர்கள்.

ஐம்புலன்களில் ஆகாயத்தை ஒரு பூதமாகக் கருத்தில் அவர்கள் கொள்வதில்லை. மற்ற 4 பூதங்களான **நிலம்** (திண்மை), **நீர்** (தண்மை), **நெருப்பு** (வெம்மை), **காற்று** (சலனம்) இவற்றை உலகாயதம் ஏற்றுக்கொள்கிறது.

இவை குறிப்பிட்ட அளவு, குறிப்பிட்ட சூழலில் சேர்வதாலேயே நாம் காணும் உயிரினங்கள், தாவரங்கள், பொருள்கள் தோன்றுகின்றன. இன்றைய ஆய்வாளர்கள் 'ஆகாயம்' என்று ஒன்று இல்லை என்பதாக அறிவிப்பது குறிப்பிடத்தக்கது.

உடல் தோன்றிய பின்தான் உயிர் தோன்றியது என்று சொல்வது உலகாயதம்.

நான்கு பூதங்களும் யாராலும் படைக்கப்பட்டதல்ல.

வெற்றிலை பாக்கு சுண்ணாம்பு இணையும்போது எப்படி ஒரு புது வண்ணம் உருவாகிறதோ அப்படித்தான் புது உயிரினம் உருவாகிறது என்கின்றனர்.

ஒருவன் செய்த வினை அவன் இறந்தபின்பும் தொடர்கிறது என்று சொல்வதை அபத்தம் என்கிறது உலகாயதம்.

உயிருக்கும் உடலுக்கும் உள்ள தொடர்பு விளக்குக்கும் ஜோதிக்கும் உள்ள தொடர்புதான். உயிர் என்னும் ஒளி போய்விட்டால் அத்துடன் அதன் ஆயுள் முடிந்துவிடுகிறது.

பூதங்கள் தாமாகவே இயங்கக் கூடியவை என்பது அவர்கள் முன் வைக்கும் வாதமாகும். இந்த மதம் பிறமத ஆதிக்கவாதிகளால் வளரவிடாமல் தடைப்படுத்தப்பட்டுவிட்டது என்கின்றனர்.

புத்தரின் வரலாறு

பிறப்பு

புத்தர்

கபிலவஸ்து என்னும் நாடு இப்போதைய நேபாளத்தின் தென்கோடியில் அப்போதைய இந்தியாவின் தலைப்பாகத்தில் இருந்தது. அப்போது இந்தியா ஒரே நாடாகத்தான் இருந்தது. அந்நாட்டின் மன்னன் சுத்தோதன னுக்கும், மஹாமாயா என்ற அரசிக்கும் கி.மு. 563இல் சித்தார்த்தன் பிறந்தான்.

ஆருடம் பார்த்தனர்

சித்தார்த்தன் (அதன் பொருள்: உலகில் மேன்மையை உருவாக்குபவன்) பிறந்தவுடன் ஆருடம் பார்க்கிறான் தந்தை சுத்தோதனன்.

"இந்தக் குழந்தை பிற்காலத்தில் உலகையே கட்டி ஆளும் மாபெரும் சக்கரவர்த்தியாவான். அல்லது, உலகின் எல்லா மக்களும் பின்பற்றக் கூடிய ஆகப்பெரிய துறவியாவான்" என்றான்.

"அப்படி அவன் துறவியாகப் போய்விடாமல் காக்க நான் என்ன செய்ய வேண்டும்" எனக் கேட்கிறான் அரசன். அதற்கு அந்த ஆருடன் சொல்கிறான்.

சித்தார்த்தன் 4 பேர்களைப் பார்க்கக்கூடாது.

1. வயோதிகர் 2. நோயாளி 3. பிணம் 4. துறவி

உடனே அரசன் பல மைல் தூரம் அரண்மனையைச் சுற்றிக் காவலமைத்து இந்த நான்கு பேரையும் இளவரசன் சித்தார்த்தன் கண்களில் பட்டுவிடாமல் ஊழியர்களும், சிப்பாய்களும் பார்த்துக்கொள்ள வேண்டுமென ஆணையிடுகிறான்.

இளவரசன் அரச செல்வாக்கோடு இராஜ அம்சத்துடன் வளர்ந்து வருகிறான்.

திருமணம்

மன்னன் சுத்தோதனன் தன் மகன் சித்தார்த்தனுக்கு நாட்டிலேயே அழகில் சிறந்த பெண்ணைத் திருமணம் செய்து வைக்க முடிவெடுக்கிறான். நாம் பெண்ணைத் தேடிப் போவதைவிடப் பெண் நம்மைத் தேடி வருமாறு திட்டம் போடுகிறான்.

அழகிய பெண்கள் நேரில் வந்து, இளவரசர் கரங்களிலிருந்து பரிசுப் பொருட்கள் பெற்றுக்கொள்ளலாம் என நாடெங்கும் விளம்பரம் செய்யப்படுகிறது. அப்போது அங்கு வரும் பெண்களில் நல்ல அழகியைச் சித்தார்த்தன் பார்ப்பான்; பேசுவான்; மயங்கிவிடுவான். அப்படிப்பட்டவளைத் திருமணம் செய்து வைத்துவிடலாம் என்று எண்ணியிருந்தான்.

வரிசையாகப் பெண்கள் வந்தார்கள். இளவரசனிடமிருந்து பரி சினைப் பெற்றுக்கொண்டார்கள். ஆனால் யாரையும் இளவரசன் நிமிர்ந்து பார்க்கவே இல்லை. இறுதியில் யசோதரா என்ற பெண் வரும்போது, பரிசுப்பொருட்கள் தீர்ந்துவிட்டன. அவள் இளவரசரைப் பார்த்து 'எனக்கு ஏதாவது தாருங்கள்' என்று கேட்கிறாள். வேறு பொருள் இல்லாததால் தன் விரலில் அணிந்திருந்த மோதிரத்தைக் கழற்றிக் கொடுக்கிறான். 'அவ்வளவுதானா?' என்று மீண்டும் எதிர்பார்த்துக் கேட்கிறாள். உடனே தன் கழுத்தில் அணிந்திருந்த முத்து மாலையை எடுத்துக் கொடுக்கிறான். அவளோ, 'இந்த மாலை என்னைவிட உனக்குத்தான் அழகாக இருக்கிறது; பொருத்தமாகவும் இருக்கிறது. எனக்கு இந்தக் கணையாழியே போதும்' என்று சொல்லிவிட்டுச் சென்று விடுகிறாள்.

இதைத் தூரத்திலிருந்து கவனித்த மன்னன் இந்த யசோதராவே இவனுக்கு ஏற்றவள் என முடிவெடுத்து, அவளுடைய தந்தையிடம் பெண் கேட்கிறான். அதற்கு அவளுடைய தந்தை சொல்கிறார், 'நமது சாக்கியகுல மரபுப்படி மணமகன் விற்போர், மற்போர், குதிரையேற்றம் ஆகியவைகளில் வெற்றிபெற்ற பின்னரே மணமுடிக்க முடியும் என்று சொல்லிவிடுகிறான்.

அதன்படியே அம்மூன்றிலும் சித்தார்த்தனுக்குப் பயிற்சி கொடுத்துத் தேர்ச்சி பெற்ற பின்பு அவனுடைய 16ஆம் வயதில் திருமணம், ஊருலகம் போற்றச் சிறப்பாய் நடந்தது.

வெளியுலகத்தைப் பார்த்துவிடுகிறான்

திருமணத்திற்குப்பின் தன் தேரோட்டி சன்னனின் உதவியோடு, வெளியுலகத்தைப் பார்க்கக்கூடிய வாய்ப்பு ஏற்படுகிறது. ஒவ்வொருமுறையும் வெளியில் போகும்போது ஆரூடக்காரன் சொன்ன அந்தத் 'தள்ளாடிய நோயாளி, கம்பு ஊன்றிய வயோதிகன், அழுகிய பிணம், முற்றும் துறந்த முனிவர்' ஆகிய அந்நான்கு பேர்களையும் பார்த்துவிடுகிறான். அவர்கள் ஏன் இப்படி ஆனார்கள் என்கிற விளக்கங்களைக் கேட்டு அதிர்ச்சியடைந்து வருந்தி, இதற்கு ஒரு வழிகாண வேண்டுமென எண்ணி, அதன்பின் துறவறம் பூண முடிவெடுக்கிறான்.

துறவறம் பூண்டான்

ஒருநாள் இரவு சன்னனை அழைத்துக்கொண்டு 'கந்தகன்' எனும் குதிரையில் ஏறி 'அனோமை' ஆற்றைக் கடந்து 30 'யோசனை' தூரம் சென்றபின் தன் உடைவாளை எடுத்துத் தன் தலை முடியை மழித்துக்கொள்கிறான். தான் அணிந்திருந்த விலையுயர்ந்த இராஜ ஆடை ஆபரணங்களையும் வாளையும் கழற்றிக் கொடுத்து, குதிரையையும் கொண்டுபோய்த் தந்தை யிடம் கொடுத்துவிடச் சொல்கிறான். உடனே சன்னன் 'நானும் உங்களுடன் துறவறத்தில் பங்குகொள்கிறேன்' என்கிறான். அதற்கு, "தந்தையிடம் சென்று நான் துறவறம் பூண்டுவிட்டேன் என்பதை நீ தெரிவிக்க வேண்டும். பின்னர் நேரம் வரும்போது என்னுடன் இணைந்துகொள்வாய்" என்று சொல்லிவிட்டு நடந்து போய்க்கொண்டே இருக்கிறான். அவன் போவதைப் பார்த்துக்கொண்டே நின்ற அவனுடைய குதிரை அவன் கண்ணிலிருந்து மறைந்தவுடன் விழுந்து இறந்துவிடுகிறது.

இடையில் விமசாரன் என்னும் மன்னன் 'சித்தார்த்தன் யாரென்று' தெரிந்தவுடன் தமது அங்க மகத நாட்டில் பாதியை எழுதி வைக்கிறேன் எனச் சொல்லியும் கேளாதவனாய்ச் சென்று பல ஊர்கள் சுற்றிப் பிச்சை எடுத்துப் பசிபோக்கினான். உண்ணாமலிருந்தால் ஞானம் பிறக்குமோ என்று யோசித்து விரதம் இருந்தான். அதனால் உடல் மெலிந்து போய்க்கொண்டிருந்தது. இப்படியே போனால் குறிக்கோள் நிறைவேறாது என்று மீண்டும் பிச்சை எடுக்கலானான்.

ஞானம் பிறக்கிறது

புத்தன் துறவறம் மேற்கொண்டு பல ஆண்டுகள் கழித்து, இப்போதைய பீகார் மாநிலத்தில் உள்ள கயா என்ற ஊரில் ஓர் அரச மரத்தடியில் 49 நாட்கள் அமர்ந்து தியானம் செய்தபோது ஞானம் பிறக்கிறது. அன்று முதல் சித்தார்த்தன் கௌதம புத்தராகிறார்.

அதன் பிறகு 45 ஆண்டுகாலம் நடந்து நடந்தே ஊர் ஊராகச் சுற்றி

'ஆசையே அனைத்துக்கும் காரணம்.
அதை விட்டொழிக்கும் கொள்கைகளையும் அதற்கான வழிகளையும்" பரப்புகிறான்.
"துன்பங்களிலிருந்து தன்னை மட்டும் விடுவித்துக்கொள்ள துறவறம் பூணவில்லை; இவ்வுலகமே அத்துன்பத்திலிருந்து விடுவித்துக்கொள்ளவே துறவு நிலையை அடைகிறேன்" என்றார் புத்தர்.

மீண்டும் நாடு திரும்பினார்

சித்தார்த்தன் புத்தனாகிய பிறகு நாடு திரும்புகிறார். அப்போது தன் 7 வயது மகன் ராகுலனையும் தம் சீடராக ஏற்றுக்கொண்டார். மனைவி யசோதராவைப் பெண் என்ற காரணத்தால் சீடராக ஏற்க மறுக்கிறார். தன் ராஜ்யத்தை புத்தன்தான் ஆளவில்லை; பேரன் ராகுலனாவது பின்னர் ஆள்வான் என்ற கனவுக்கோட்டையும் இடிந்துபோனதால், அரசனான தந்தை சுத்தோதனன் தன் மகன் புத்தனிடம் ஒரு வரம் கேட்கிறான். 'என்ன?' என்று கேட்க "பெற்றோர் அனுமதியின்றி யாரையும் துறவி ஆக்காதே" என்று கேட்டவுடன் புத்தன் ஒத்துக்கொள்கிறான்.

அன்புச் சீடன் அளித்த விருந்தால் மரணம்

ஒருநாள் தன்னிடம் சீடனாக இருந்த வேடன் ஒருவன் விருந்துக்கு வரவேண்டுமென்று அன்போடு அழைக்கிறான். ஏற்றுக்கொண்டு சென்ற புத்தரிடம் "நீங்கள் எதை உண்ணாவிட்டாலும் நான்

ஆசையுடன் தங்களுக்கென்று சிறப்பாகச் சமைத்த இந்தப் பன்றிக் கறியை உண்ணவேண்டும்'' என வேண்டுகிறான். அவ்வாறு உண்டதே அவருக்கு இறுதி உணவாகிவிட்டது. செரிமானம் ஆகாமல் காகுத்தா ஆற்றில் குளித்ததே இறுதிக் குளியலாகிவிட்டது.

தமது 80ஆவது வயதில் இயற்கை எய்தினார்.

கண்ணா! இனி

புத்தர் போதித்த சித்தாந்தங்களும் உதிர்த்த மணிமொழிகளும்

ஆசைக்கும், நேசிப்புக்கும் என்ன வேறுபாடு? என்று கேட்டதற்குப் புத்தரின் பதில்:

ஒரு பூவைப் பிடித்திருந்தால்,
அதைக் கொய்துவிடுவது ஆசை;
ஆனால் அதே பூவுக்குத்
தினமும் நீர் ஊற்றுவது நேசிப்பு.

புத்தரின் ஆரிய சத்தியங்கள் 4

1. மக்களுக்குத் துக்கம் ஏன் ஏற்படுகிறது?
2. அந்தத் துக்கத்திற்குக் காரணம் என்ன?
3. துன்பத்தைத் தடுத்து ஒழித்து அதற்கு ஒரு முடிவு காணுதல் எப்படி?
4. மக்களுக்குத் துன்பம் வராமல் தடுக்கும் வழி என்ன?

புத்தர் போதித்த எண்வகை உபதேசங்கள்:

நல்ல நம்பிக்கை நல்லெண்ணம் நல்ல வாய்மை நற்செய்கை நல்வாழ்க்கை

நன்முயற்சி நற்சாட்சி நல்ல தியானம் ஆகியவை.

சாருவாகமும் புத்தமும்

பார்ப்பதை மட்டும் நம்புவது; அதனால் பார்க்க முடியாத கடவுளை ஏற்காதது சாருவாகம்.

பார்ப்பதோடு அனுமானத்தையும் சேர்த்துப் பார்ப்பது புத்தம்

எடுத்துக்காட்டாக,

புகையைப் பார்த்தாலும், நெருப்பைப் பார்க்காததால் அங்கே நெருப்பு இல்லை என்கிறது சாருவாகம்

புகை வருவதால் அங்கே நெருப்பு இருக்கவேண்டும் என நம்புவது புத்த மதம்.

வேதங்கள் சொல்வதெல்லாம் வைதீக மதம் (அனைத்து இந்து மதங்களும்)

புத்தம் கடவுளை ஏற்கவில்லை

இறைவனைப்பற்றிச் சொல்லாததோடு கடவுளை ஏற்காதது புத்த மதம்.

கடவுள் இருக்கிறானா இல்லையா?
மறுபிறவி உண்டா இல்லையா?
உலகம் அழியுமா, அழியாதா?
இவைபோன்ற விவாதத்திற்குள் புத்தர் போக விரும்பவில்லை.

கடவுள் பற்றிய விவாதமே தேவையில்லை

கடவுளைப் பற்றிச் சொல்வதைத் தவிர்க்கிறது புத்த மதம்.

அதற்கு எடுத்துக்காட்டாக ஒரு நிகழ்வைச் சொல்கிறது.

"ஒருவன் அம்பு பாய்ந்து கிடக்கிறான். உடனே அவன் மருத்துவமனையில் சேர்க்கப்படுகிறான். மருத்துவரின் கேள்விகள் இப்படியாக இருந்தால்,
அம்பைச் செலுத்தியது யார்?
அவர் ஆணா, பெண்ணா?

என்ன நோக்கத்தில் எய்தினார்?
எய்தவன் இளைஞனா, வயோதிகனா?
நடந்துபோகும் போதா அல்லது உட்கார்ந்து இருந்தபோதா? போன்ற அப்போதைக்குத் தேவையில்லாத கேள்விகளுக்குப் பதில் கிடைத்தபின்தான் மருத்துவம் என்றால், அதற்குள் அம்பு பாய்ந்தவன் இறந்துவிடுவான் என்கிறது புத்தம்.

அதேபோல்தான், கடவுள் பற்றிய விவாதத்திற்கு ஒரு தீர்வுகாணுவதற்குள் நமது வாழ்வியலின் நோக்கம் சிதைபட்டுவிடும் என்கிறது.

வியப்பும் அதிர்ச்சியும் என்னவென்றால், **கடவுளை ஏற்காத புத்தனை மக்கள் கடவுளாக்கிவிட்டனர்,** என்பதுதான் கொடுமை.

கடவுளை ஏற்றுக்கொண்டால், புத்த மதக் கொள்கையாகிய,

'**மனிதன் அவனுக்கு அவனே எஜமான்**' என்ற கோட்பாட்டை ஏற்றுக்கொள்ளமாட்டான்.

அதனால் புத்தத்தின் அடிப்படைக் கொள்கை அடிபட்டுப் போகிறது.

எண்ணம்தான் மனிதனை உருவாக்குகிறது எனக் கூறுவது தம்மபதம்

கடவுள் இருக்கிறார் எனில் மனித முயற்சி இருக்காது.

அனைத்து மதபோதகர்களும் சொல்லுகின்ற 'கடவுள் இருக்கின்றார்' என்ற கோட்பாட்டை ஏற்போமேயானால், **மனித முயற்சியே இல்லாமல் போய்விடும்** என்கிறது புத்தம்.

ஆன்மா நிரந்தரமானது அல்ல;
அது நிரந்தரம் என்றால் முக்தி எங்கிருந்து கிடைக்கும்?

சாருவாகம் ஊழ்வினையை ஏற்பதில்லை; ஆனால் புத்தர் ஏற்கிறார்.

ஆன்மா இல்லை, ஆனால் மனம் இருக்கிறது என்பது புத்தம்.

எந்த மத நூலையும் கடவுள் படைக்கவில்லை

எந்த மத நூலையும் (பைபிள், குர் ஆன், கீதை) இறைவன் படைக்கவில்லை என்கிறது புத்தம்.

அப்படிப் படைத்தது இறைவன் என்றால்
அறிவுக்கும், அனுபவத்திற்கும் வேலை இல்லாமல் போய்விடுகிறது.

இறைவன் அருளியது அந்நூற்கள் என்றால் அதை யாராலும் மாற்றிட முடியாது; கூடாது.

எடுத்துக்காட்டாக,
உலகம் தட்டை என்கிறது பைபிள்.
உலகம் உருண்டை என்றான் கலிலியோ.
வேத நூலையே மாற்றுகிறான் என்று கூறிய போப்
அவனைக் கொல்ல ஆணை பிறப்பிக்கிறார்.

அதேபோல் டார்வின் தன் தியரியைச் சொன்னதற்காக
போப் முன் நின்று மன்னிப்புக் கேட்க வைத்தனர்.
ஆக மாற்றத்தை ஏற்காத மத நூலின் வாசகங்களின் இன்றைய நிலை என்ன ஆனது?

அப்படியானால், புத்தர் சொன்னதுதான் சரி எனப்படுகிறது அல்லவா?

பௌத்த மதத்தின் புனித நூல் என நம்பப்படுவது 'திரிபிடகம்'.
சமண மதத்தின் புனித நூல் என்று சொல்லப்படுவது 'சிறீ புராணம்'.
சீக்கிய மதத்தின் புனித நூல் என்று அறியப்படுகிற நூல் 'குருகிரந்த சாகிப்'.

கோட்பாடு என்பது தத்துவம்.
வழிபாடு என்பது நம்பிக்கை.
இரண்டும் இணைந்தால்தான் அது நிற்கும்.
ரிக் வேதம்தான் வர்ணாஸ்ரமத்தைச் சொல்லி மனிதனை நால் வகையாகப் பிரிக்கிறது.

புத்தன் மறைந்து 317 ஆண்டுகளுக்குப் பிறகு அசோகன் புத்த மதத்தைத் தழுவி, அதனை உலகம் முழுவதும் பரப்பினான்.

புத்தத்தைச் சமஸ்கிருதத்தில் எழுதாதே

மதக்கொள்கைகளைச் சமஸ்கிருதத்தில் எழுத வேண்டாமென்றார்

* புத்தரின் உபதேசங்களைச் சமஸ்கிருதத்தில் மொழிபெயர்க்க அவருடைய பிராமணச் சீடர்கள் விரும்பினார்கள். ஆனால் "நான் சாதாரண ஏழை எளிய மக்களுக்காகத்தான் பேசுகிறேன். அவர்கள் மொழியிலேயே இருக்கட்டும்" என புத்தர் சொல்லிவிட்டாராம்.

கண்ணா! புத்தர்பெருமானின் வரலாற்றையே சுருக்கமாக எழுதிவிட்டேன்.

அவர் இயேசுவுக்குச் சுமார் 500 ஆண்டுகளுக்கு முன் தோன்றியதால் அவரைப்பற்றிக் கிளைக் கதைகள் பலர் பல கோணங்களில் சொல்கிறார்கள்.

துக்கத்திற்குக் காரணம்

'ஆசைதான்' அல்லது 'வைக்கும் கோரிக்கைதான்' மனிதனுக்கு ஏற்படுகின்ற துக்கத்திற்கு மூல காரணங்கள்.

ஆதலால்

அளவான ஆசைகளுடனும்,

அளவான சுகங்களுடனும் இரு! என்று அவர் சொன்னதையே உனக்கும் நான் சொல்கிறேன். இவ்வளவையும் படித்த பிறகு துறவியாகப் போகிறேன் என்று சொல்லமாட்டாய் என நம்புகிறேன்.

இப்படிக்கு,
உன் அன்புள்ள,
தாத்தா.

75 சாதனை

அன்புள்ள தாத்தா வணக்கம்.

இனி துறவறம் பற்றிய சிந்தனையே என்னிடம் வராது தாத்தா. நான் திருந்திவிட்டேன். விவேகானந்தர், புத்தர் ஆகிய இருமகான்களின் சாதனை அளப்பரியது.

அவர்களின் வரலாறுகளைப் படித்தபின் நாமெல்லாரும் மிகச் சிறிய மனிதர்களாகிவிட்டோம் தாத்தா. அவசரப்பட்டு வார்த்தைகளை எழுதிவிட்டேன். 'ஆத்திரக்காரனுக்குப் புத்தி மட்டு' என்பது சரியாகப் போய்விட்டது.

நீங்கள் சொல்லியது போல் என் ஆசிரியத் தொழிலில், அல்லது பொதுவாழ்வில் நான் ஏதாவது சாதனைகள் செய்ய முயற்சி எடுக்க விழைகிறேன். அடுத்தவர்களுக்கு உதவி செய்து மனம் மகிழ ஆசைப்படுகிறேன்.

இப்படிக்கு,
உங்கள் அன்புள்ள பேரன்,
கண்ணன்.

அன்புள்ள கண்ணா, வாழ்த்துகள்!

உன் கடிதம் கிடைத்து மகிழ்ந்தேன். ஒரு மனிதன் தன் தவற்றைத் திருத்திக்கொள்வதற்கே பெரிய மனம் வேண்டும். நீ ஒன்றும் தவறு செய்திடவில்லை. இருந்தாலும் உன் மனமாற்றத்தை எனக்கு வெளிப்படுத்தியமைக்குப் பாராட்டுகள் கண்ணா!

சாதனை செய்! அல்லது சாதனை செய்யும் நோக்கிலேயே உன் பயணம் தொடங்கட்டும். உன் சாதனையால் நாடு நலம் பெறட்டும் அல்லது மனிதர்கள் வளம் பெறட்டும்.

கண்ணா! வரலாற்றில் சாதனைகளைப் படைத்தவர்கள், தன் சொந்த வாழ்க்கையைவிட, எவ்வாறு தம் பணிகளுக்கு அல்லது செய்துகொண்டிருக்கும் கடமைக்கு முன்னுரிமை கொடுத்தார்கள் என்பதற்கு மூன்று உதாரணங்களை உனக்குச் சொல்கிறேன். நீயே வியந்துபோவாய்.

கொலம்பஸ் செயலில் சாதனை; வாழ்வியலில் தோல்வி

கொலம்பஸ்

கொலம்பஸ் இத்தாலியில் பிறந்து போர்ச்சுக்கல் பெண்ணை மணந்து அந்நாட்டின் தலைநகரான லிஸ்பனில் வாழ்ந்தவர். தம் கடற்பயணங்களுக்குப் போர்ச்சுக்கல் அரச ஆதரவு கிடைக்காததால்,ஸ்பெயின் மன்னர் ஆதரவுடன் அட்லாண்டிக் சமுத்திரத்தைக் கடந்து, அமெரிக்காவை 1492இல் கண்டுபிடித்தார். 20 ஆண்டுகள் இப்படியாகப் பலமுறை கடல் ஆய்விலும் பயணத்திலுமே காலத்தைக் கழித்துவிட்டதால் குடும்பத்தைக் கவனிக்கத் தவறிவிட்டார். திரும்பி வந்தபோது மனைவி இறந்துபோய்விட்டார். மகன் திருமணம் செய்துகொண்டு வேறு இடத்திற்குக் குடிபெயர்ந்துவிட்டார். மீண்டும் ஒரு பெண்ணைத் திருமணம் செய்து ஒரு குழந்தைக்குத் தந்தையானார். பெரிய சாதனையாளராக இருந்தாலும் குடும்ப வாழ்க்கையில் தோல்விகண்டவர் என அவரை எல்லாரும் விமர்சிப்பதுண்டு.

மனைவி இறந்த செய்தியை அறிந்த பிறகும் சொற்பொழிவாற்றியவர் கலைஞர்

தமிழகத்தின் முதல்வராய் இருந்த முத்தமிழறிஞர் டாக்டர் கலைஞர் ஒரு பொதுக்கூட்டத்தில் பேசிக்கொண்டிருந்தார். அப்போது ஒருவர் ஒரு துண்டுச் சீட்டைக் கொண்டுபோய்க் கொடுக்கிறார். பேச்சின் இடையிலேயே வாங்கிப் படித்துவிட்டுப் பையில் வைத்துக்கொண்டு அவர் பேசவேண்டிய பேச்சைப் பேசி முடித்துவிட்டு, மேடையைவிட்டு இறங்கினார். “என் மனைவி இறந்துவிட்டார் என்ற செய்தி வந்துள்ளது. காரை எடுங்கள் புறப்படுவோம்’’ என்றாராம்.

கலைஞர்

மனைவி இறந்த தந்தி கிடைத்தும் வாதாடி முடித்தவர் படேல்

அதேபோல் இந்தியாவின் இரும்பு மனிதர் என்று பாராட்டப்பட்ட, சர்தார் வல்லபாய் படேல் ஒருமுறை நீதிமன்றத்தில் 47 சுதந்திரப் போராட்ட வீரர்களுக்கு அளித்திருந்த மரண தண்டனை மேல் முறையீட்டு வழக்கில் வாதாடிக்கொண்டிருந்தார். அப்போது அவருக்கு ஒரு தந்தி வந்தது. அதை வாங்கி கோட் பையில் வைத்துக்கொண்டு முழு வாதத்தையும் தொடர்ந்திருக்கிறார். நீதிபதி "தந்தி வந்ததே என்ன?" என்று கேட்டார். "என் மனைவி இறந்துவிட்டார்" என்று மௌனமாகச் சொல்லிவிட்டு வாதத்தைத் தொடர்ந்தாராம். "ஏன் நீங்கள் சொல்லிவிட்டுப் பாதியிலேயே போயிருக்கலாமே" என்று நீதியரசர் கேட்டிருக்கிறார். "நான் அப்படிப் போனால் என் மனைவி உயிரை மீட்டுவிடப் போவதில்லை. போகாவிட்டால் மரண தண்டனை பெற்றுள்ள இந்த வீரர்களின் உயிரை என்னால் காப்பாற்ற முடியும்" என்றாராம் படேல். அன்று நீதிபதி தம் தீர்ப்பில் அனைவரையும் விடுதலை செய்தாராம்.

படேல்

கண்ணா! பெரிய சாதனை செய்துவிட்டோம்; பெரிய மனிதராகிவிட்டோம் என்ற கர்வம் கூடாது. அது அவர்களையே சில நேரங்களில் கவிழ்த்துவிடும் என்பதை விளக்க லண்டனில் நடந்த ஒரு சம்பவத்தை உனக்குச் சொல்கிறேன்.

போணியாகாத சர்ச்சிலின் படங்கள்

இங்கிலாந்தின் பிரதமராக இருந்த வின்ஸ்டன் சர்ச்சில், ஒருமுறை கடைத்தெரு வழியாக நடந்து போய்க்கொண்டிருந்தார். வழியில் பார்த்த படக்கடைக்குச் சென்றார். இவருடைய படங்களை மட்டும் வைத்திருந்ததை மகிழ்ச்சியுடன் பார்த்து, "ஏனப்பா, என் படங்களை மட்டும் வைத்திருக்கிறாய்? மற்றத் தலைவர்களின் படங்களையும் உடன் வைத்து வியாபாரம் செய்யலாமே?" என்று பரந்த மனத்துடன் கேட்டார். அதற்கு அந்தக் கடைக்காரர், "அய்யா! எல்லா தலைவர்களின் படங்களையும்

வைத்திருந்தேன். அவையெல்லாம் சீக்கிரம் விற்பனையாகிவிட்டன. உங்களுடையது மட்டும் அப்படியே இருக்கிறது" என்றவுடன் சர்ச்சிலின் முகத்தில் இருந்த மகிழ்ச்சி மறைந்துவிட்டது.

சர்ச்சில்

மரியாதை கிடைக்காத முசோலினி

ஒருநாள் இத்தாலியின் பாசிசத் தலைவர் சர்வாதிகாரி முசோலினி படம் பார்க்க ரகசியமாக ஒரு திரையரங்கத்துள் சென்றார். செய்திப்படம் ஓடும்போது முசோலினி படம் காண்பிக்கப்பட்டது. எல்லாரும் எழுந்து நின்று மரியாதை செலுத்தினார்கள். முசோலினி மட்டும் எழவில்லை. எழாதவர் முசோலினி என்பதை அறியாமல், "உன்னைப்போல் செய்ய எனக்கும் ஆசைதான். ஆனால் யார் 'ரிஸ்க்' எடுப்பது? எந்தப் புற்றில் எந்தப் பாம்பு இருக்குமோ? யாராவது முசோலினிக்குச் சொல்லிவிட்டால், நம்மை உயிரோடு விடுவானா?" என்றார் பக்கத்து இருக்கைக்காரர். இடையில் யாருக்கும் தெரியாமல் தியேட்டரைவிட்டு வெளியேறிவிட்டாராம் முசோலினி.

முசோலினி

சாதனைபுரிய சாக்ரட்டீஸின் அறிவுரை

ஓர் இளைஞன் சாக்கரட்டீஸிடம் வந்து

"நான் ஒரு சாதனையாளனாக மாற வேண்டும் என்றால் என்ன செய்யவேண்டும்? அதன் ரகசியம் என்ன?" என்று கேட்டான்.

"மறுநாள் ஆற்றங்கரைக்கு வா" என்று சொல்லிவிட்டுப் போய்விட்டார்.

அதேபோல் மறுநாள் வந்தவனை அழைத்துக்கொண்டு ஆற்றில் மூக்கு மூழ்கும்வரை தண்ணீரில் இறங்கினார். திடீரென்று அவ்விளைஞனின் தலையைப் பிடித்துச் சாக்கரட்டீஸ் நீருக்குள் அழுத்தினார். அவன் திக்கு முக்காடி, தண்ணீரெல்லாம் குடித்து,

திணறும்போது அவன் முடியைப் பிடித்து மேலே இழுத்தார். மேலே வந்த அவன் பெருமூச்சு விட்டு ஆசுவாசப்படுத்திக்கொண்டான்.

அப்போது கேட்டார்,

"நீருக்குள் இருக்கும்போது உனக்கு என்ன தேவைப்பட்டது?"

சாக்கரட்டிஸ்

"காற்று... அதாவது மூச்சு."

"நீ ஏதோ சாதனை செய்ய வேண்டும்; அதற்கான ரகசியம் என்னவென்று கேட்டாயே?"

அந்த வெற்றியின் ரகசியம் இதுதான்.

நீருக்குள் இருக்கும்போது வேறெதையும் நினைக்காமல் மூச்சு விடவேண்டும்; உயிர் பிழைக்கவேண்டும் என்ற ஒரே சிந்தனையுடன் எப்படி இருந்தாயோ அப்படி வேறு எதைப் பற்றியும் சிந்திக்காமல் உன் குறிக்கோள் ஒன்றினை நோக்கியே சென்றால் சாதனை உன் கைக்குள்" என்றாராம்.

உலகில் நீளமான பாலம்

கண்ணா! உன்னால் கற்பனை செய்து பார்க்க முடியாத நீளத்திற்கு ஒரு பாலத்தைச் சீனாவில் கட்டிமுடித்திருக்கிறார்கள். உலகின் நீளமான பாலம் பெரும்பாலும் சீனாவில்தான் உள்ளன.

இந்தப் பாலம் உலக மக்களால் ஒரு பெரிய சாதனையாகவே பேசப்படுகிறது. எதிர்காலத்தில் நாட்டுக்கு நாடு ஆகாயத்திலேயே பாலம் போட்டுவிடுவார்கள் போலும்.

2011ல் பீஜிங் ஷாங்காய் க்குச் செல்லும் நெடுஞ்சாலை 165 கி.மீ. தூர பாலம்

துரித ரயிலுக்காகத் திறந்து வைக்கப்பட்டுள்ளது.

இதன் பெயர் 'டன்யாங் குன்ஷன் கிரேண்ட் பிரிட்ஜ்'.

சபர்மதிக்குள் காந்தி மீண்டும் செல்லவே இல்லை

11.03.1930இல் தண்டி உப்புச் சத்தியாகிரகம்.

சபர்மதி நதியிலிருந்து மகாத்மா காந்தி 10,000 பேருடன் புறப்படுகிறார்.

"நாம் குறிப்பிட்டபடி ஜபல்பூர் சென்றடையவேண்டும். இடையில் ஆங்கிலேயர்களால் தடை செய்யப்பட்டாலோ வழிமறிக்கப்பட்டாலோ பேரணி பிரிந்தோ, புதிதாகவோ நிறுத்தாமல் இலக்கைச் சென்றடையவேண்டும். அப்படி என்னால் இந்தப் பேரணியை வெற்றிகரமாக முடிக்க முடியாவிட்டால், நான் சபர்மதி ஆசிரமத்திற்குத் திரும்பிப் போகமாட்டேன்"
என்று சபதம் எடுத்தார்.

அதேபோல் துப்பாக்கிச் சூடு, இடைமறித்தல் ஆகியவைகளைச் செய்ததன் மூலம் பேரணியைத் தோல்வி அடையச் செய்துவிட்டார்கள் ஆங்கிலேயர்கள்.

அதனால் காந்தி எடுத்த உறுதிமொழியின்படி கடைசி வரையில் அவர் சபர்மதிக்குள் செல்லவே இல்லை.

கண்ணா! காந்திக்கு மிகவும் பிடித்தமான ஆசிரமத்திற்குக் கடைசிவரையில் போகாமல் இருந்ததே ஒரு சாதனைதானே.

யார் பெரியவர்? யார் சிறியவர்? - டால்ஸ்டாய்

ஒருமுறை எழுத்தாளர் டால்ஸ்டாய், அறிமுகம் இல்லாத மேரி எனும் ஒரு சிறுமியுடன் தோட்டத்தில் பந்து விளையாடிக்கொண்டிருந்தார்.

விளையாட்டு முடிந்தது.

"நான் யார் தெரியுமா, பாப்பா?"

"தெரியாது!"

டால்ஸ்டாய்

"நீ வீட்டுக்குப் போய் உன் தாயாரிடம் பந்து விளையாடினேன்' என்று சொல். அவர் மிகவும் சந்தோஷப்படுவார்"

"சரி தாத்தா! நீங்களும் உங்கள் அம்மாவிடம் போய் 'நான் மேரியுடன் விளையாடினேன்' என்று சொல்லுங்கள். அவரும் சந்தோஷப்படுவார்" என்றாளாம்.

உலகில் யார் பெரியவர்? யார் சிறியவர்? எல்லாரும் சமம்தான்.

எழுத்துலகில் எவ்வளவோ சாதனைகள் புரிந்தவர், இன்றளவும் பேசப்படுகின்ற மாபெரும் எழுத்தாளர், ஒரு நேரத்தில் ஒரு சிறுமிக்கு நிகரானவராகிவிட்டார் பார்த்தாயா?

விவசாயி மன்னன் ஆனான்

வேளாண்குடியில் பிறந்து, அரசன் ஆனவர் சந்திரகுப்த மௌரியர். மாவீரன் அலெக்ஸாந்தரின் தளபதி செல்யூகஸ் திகேடர் தலைமையிலான கிரேக்கப் படையைத் தோற்கடித்துச் சாதனை படைத்தவர் மௌரியர். இவருடைய பேரன்தான் வரலாற்று நாயகன் தி கிரேட் அசோகன்.

அரச பரம்பரை இல்லாதவன் சிவாஜி

ஔரங்கச்சீப்பின் கண்களில் விரல்விட்டு ஆட்டியவன், அரச பரம்பரையில் பிறக்காத மராட்டிய மன்னன் சிவாஜி. அவன் அவர்களுக்குச் சிம்ம சொப்பனமாக விளங்கியவன்.

எப்படி இருந்தவர்கள் இப்படி ஆனார்கள்

செருப்பு தைக்கும் தொழிலாளியாக இருந்த ஆப்பிரஹாம் லிங்கன் அமெரிக்காவின் அதிபரானார்.

தாழ்த்தப்பட்ட குடும்பத்தில் பிறந்தவர் அம்பேத்கர். லண்டனில் படித்து சட்ட மேதையாகி இந்திய அரசியல் நிர்ணய சபையின் உறுப்பினரானவர். டாக்டர், அண்ணல் என்றெல்லாம் போற்றப்பட்டவர்.

எளிய குடும்பத்தில் பிறந்தவர் காமராஜர். 9 ஆண்டு சிறைவாசம் அனுபவித்து, பின்னாளில் இந்தியாவின் கிங் மேக்கராக விளங்கியவர் அவர்.

சாதாரணக் குடும்பத்தில் பிறந்தவர் அறிஞர் சி.என்.அண்ணாதுரை. தமது அறிவினால் பாரம்பரியம் கொண்ட காங்கிரஸை தமிழ்நாட்டில் வீழ்த்தி தமிழக முதல்வரானார்.

தோள் கொடுத்தார் வாஷிங்டன்

அமெரிக்காவில் பெரும் புயல். சாலையில் மரங்கள் எல்லாம் விழுந்து போக்கு வரத்தைத் தடைசெய்துவிட, இராணுவம் தடையை அகற்ற முயன்றுகொண்டிருந்தது.

குதிரையில் வந்தார் ஒரு வீரர், இறங்கித் தம் தோளைக் கொடுத்து மரங்களைத் தூக்கிப் பக்கத்தில் போட உதவினார்.

மறுநாள்தான் தெரிந்தது அந்த வீரர்தான் அமெரிக்காவின் அதிபராக விளங்கிய ஜியார்ஜ் வாஷிங்டன் என்று.

தொழிலாளர்களுக்குத் தோள் கொடுத்ததாலேயே வரலாற்றில் நின்றார். அவர் ஒரு சாதனையாளராக விளங்கியதால்தான், ஒரு மாபெரும் நகருக்கே அவர் பெயரை வைத்தார்கள்.

அண்ணன் என்னடா? தம்பி என்னடா?

'கரண்ட்' இதழின் உரிமையாளரின் தம்பிதான் மிகச் சிறந்த எழுத்தாளர் 'பெஞ்சமின் பிராங்களின்' அண்ணனுக்குத் தம்பியின் எழுத்துக்கள் ஏற்புடையனவாக இல்லாததால் தம்பியைத் தன் இதழில் எழுதத் தடைவிதித்துவிட்டார்.

வாஷிங்டன்

பெஞ்சமின் பார்த்தார். "சைலன்ஸ் டூகுட்" என்ற இளம் விதவையின் பெயராகக் கற்பனை செய்து, அந்தப் புனை பெயரில் அதே இதழில் அண்ணனுக்குத் தெரியாமல் எழுதி மேலும் சாதனை படைத்துப் புகழ் பெற்றார்.

நடிகர் அர்னால்டின் சாதனைகள்

ஆஸ்திரியாவில் பிறந்தவர் அர்னால்டு என்பவர். தன் 15ஆவது வயதிலிருந்து தொழில்முறை உடற்கட்டுக் கலைஞராக வேண்டும் என்பதற்காகக் கடுமையான பயிற்சி எடுத்து வந்து 1976ஆம் ஆண்டு தனது 20ஆவது வயதில் 'உலக ஆணழகன்' (Body Builder) பட்டத்தை வென்றார். அப்போது ஒரு பத்திரிகை நிருபர்

அவரை அணுகி, "இனி என்ன செய்வதாக உத்தேசம்?" என்று கேட்டார்.

"நான் ஹாலிவுட் சென்று முதல்தர நடிகராவேன்" என்றார்.

நிருபர் திகைத்து, அழகும் அனுபவமும் இல்லாத இவரால் எப்படி முடியும் என்று யோசித்து,

அர்னால்டு

"அதற்காக என்ன திட்டம் வைத்திருக்கிறீர்கள்?" என்று கேட்ட கேள்விக்கு,

"நான் எப்படி உலக ஆணழகன் ஆகவேண்டும் என்ற ஒரே குறிக்கோளுடன் பயிற்சியில் ஈடுபட்டேனோ, அதே போல் 'நடிகராக வேண்டும்' எனும் ஒரே குறிக்கோளில் முயற்சி எடுத்து, நடிகராகிக் காட்டுகிறேன்" என்று சொல்லி அப்படியே புகழ்பெற்ற நடிகராகிக் காட்டியவர்.

பின்னர், இயக்குநர், விளம்பர மாடல், தொழிலதிபர், அரசியல்வாதி, என்றெல்லாம் ஆகி, கலிபோர்னியா மாநிலத்தின் ஆளுநராகக் குடியரசுக் கட்சியின் சார்பில் போட்டியிட்டு 2003இல் வெற்றியும் பெற்றுச் சாதனை படைத்தார்.

மனித இயல்பு

அடுத்தவன் சாதனையை முறியடித்தால் நீ வெற்றியாளன்!
ஒவ்வொரு முறையும் உன் சாதனையையே நீ முறியடித்தால்
நீ சாதனையாளன் ஆவாய்.

கண்ணா! நமது இன்றைய மக்களின் வினோதமான எண்ணத்தைப் பார்.

நமக்குத் தெரியாத ஒருவர் ஒரு சாதனை படைத்தால் நாம் பாராட்டுகிறோம்.

அதே நேரத்தில்,

நமக்குத் தெரிந்த ஒருவர் ஒரு சாதனை படைத்தால் நாம் பொறாமைப்படுகிறோம். இது ஒரு வேதனையான செய்தி.

சாதாரண மனிதர்கள் புத்தகம் படிப்பார்கள்
சாதனை மனிதர்கள் புத்தகம் படைப்பார்கள்

ஹிட்லரின் அறிவுரை

உங்களால் பறக்க முடியாவிட்டால் ஓடுங்கள்;

ஓட முடியாவிட்டால் நடந்து செல்லுங்கள்;

நடக்க முடியாவிட்டால் தவழ்ந்து செல்லுங்கள்;

எக்காரணத்தைக்கொண்டும் உங்கள் இலக்குகளை நோக்கிய பயணத்தில் பின்வாங்கி விடாதீர்கள் என்றார்.

**அரிய சாதனைகள் அனைத்தும்
வலிமையினால் ஆக்கப்பட்டவை அன்று;
விடாமுயற்சியினால்தான்.**
- விவேகானந்தர்.

பார்வையற்றோருக்கென எழுத்தைக் கண்டுபிடித்தவர்

பார்வையற்றோர் படிக்க உதவும் எழுத்துகளுக்குப் பெயர் பிரைல்ஸ் (Brailles)

அதை உருவாக்கியவர் லூயிஸ் பிரைல்ஸ் எனும் பிரெஞ்சுக்காரர். அவர் மூன்று வயதாக இருக்கும்போது, ஊசியை வைத்து விளையாடினார். கண்ணில் குத்தி ஒரு கண்ணை இழந்துவிட்டார். பின்னர் கண் நோயினால் இன்னொரு கண் பார்வையையும் இழந்துவிட்டார். தமக்கு 20வயதாக இருக்கும்போது, அந்த எழுத்துகளை உருவாக்கிச் சாதனை படைத்தார்.

ஷேக்ஸ்பியரை அறிந்தவர்கள் எத்தனை பேர்?

அறிஞர், எழுத்தாளர், நாடக ஆசிரியர், சிந்தனையாளர் உலகச் சாதனையாளர் ஷேக்ஸ்பியர்.

அப்படிப்பட்ட ஷேக்ஸ்பியரைப் புரிந்துகொண்டவர்கள்

இங்கிலாந்தில் 58 விழுக்காடினர்
இந்தியாவில் 83 விழுக்காடினர்

அவரை நேசிப்பவர்கள்

இங்கிலாந்தில் 59 விழுக்காடினர்
மெக்ஸிகோவில் 88 விழுக்காடினர்

அவர் கருத்துகள் இன்றைய உலகுக்குப் பொருந்தும் எனக் கூறுவோர்

இந்தியாவில் 57 விழுக்காடினர்
பிரேஸிலில் 88 விழுக்காடினர்.

கண்ணா! முல்லைச்சரம் மே மாத இதழில் இப்படியொரு புள்ளி விவரம் வந்திருந்தது.

உலகக் காற்பந்தாட்டச் சாதனை வீரர் செனகல் சாடியோவின் எளிமை

மேற்கு ஆப்பிரிக்கா செனகல் நாட்டைச் சேர்ந்த 28 வயதான 'சாடியோ மானே' (Sadio Mane) என்பவர் புகழ்பெற்ற காற்பந்தாட்ட வீரர். ஒரு வாரத்திற்கு 14கோடி ரூபாய் சம்பாதிக்கிறார். ஆனால் அவர் கையில் உடைந்துபோன ஒரு போனுடன் எங்கும் காணப்பட்டார்.

ஒரு நேர்காணலில், அதைப்பற்றிக் கேட்டார்கள். அதற்கு,

"விரைவில் அதன் டிஸ்பிளேயை மாற்றி ரிப்பேர் செய்துவிடுவேன்".

"நீங்கள் ஏன் ரிப்பேர் செய்ய வேண்டும்? பல கோடிகள் வருமானம் வரும்போது, புதிதாக ஒன்றை வாங்கிக்கொள்ளலாமே".

சாடியோ

"என்னால் ஆயிரம் போன்கள், 10 ஃபெராரிஸ் கார், 2 ஜெட் விமானங்கள், வைரங்கள் பதித்த கெடிகாரம் போன்று அனைத்தையும் வாங்க முடியும். ஆனால் நான் ஏன் அவற்றை வாங்க வேண்டும்?

நான் வறுமையைப் பார்த்திருக்கிறேன்; சிறு வயதில் நல்ல உடைகள் இல்லை; சாப்பாட்டுக்குக் கஷ்டப்பட்டிருக்கிறேன்; காசு இல்லாமல் என்னால் படிக்க முடியவில்லை; அப்போது காலுக்குக் காலணிகள்கூட இல்லாமல் மைதானத்தில் விளையாடி இருக்கிறேன்.

இன்று நான் நிறையச் சம்பாதிக்கிறேன்; இந்தப் பணத்தை வைத்துக்கொண்டு, எளிய மக்கள் இலவசமாகப் படிக்கப் பள்ளிகளை உருவாக்கியுள்ளேன். ஏழைப் பிள்ளைகளுக்கு உணவும், உடையும், காலணிகளும் கொடுத்து மகிழ்கிறேன். என் மக்களொடு மக்களாய் வாழவே விரும்புகிறேன்" என்றாராம் பழமையை மறக்காத அந்தக் கொள்கைவாதியான சாதனை வீரர்.

பகுத்தறிவாதிகளுக்கு வழிகாட்டியவர் பிராட்டா

1880இல் இங்கிலாந்து நாடாளுமன்றத்திற்கு, சார்லஸ் பிராட்டா என்பவர் தேர்வு செய்யப்பட்டார். அவர் ஒரு கடவுள் மறுப்பாளர். அப்போதைய நாடாளுமன்ற வழக்கப்படி 'கடவுள்' பெயரால் உறுதிமொழி என்னால் எடுத்துக்கொள்ள முடியாது என்று மறுத்துவிட்டார்.

அப்படி அவர் உறுதிமொழி எடுக்காததால், சபாநாயகரும் அவரைச் சட்டப்படி உறுப்பினர் ஆகவிடாமல் செய்ததால் பதவியை இழந்துவிட்டார்.

இடைத் தேர்தல் வந்தது. சார்லஸ் பிராட்டா மீண்டும் அதே தொகுதியில் போட்டியிட்டு வென்றார்.

பதவி ஏற்கும்போது அதே பிரச்னை மீண்டும் வரும் என்று எதிர்பார்த்த நாடாளு மன்றம் முன்கூட்டியே கடவுள் சாட்சியாக என்பதற்குப் பதிலாக, "உளமார" என்று சொல்லியும் பதவிப் பிரமாணம் எடுத்துக்கொள்ளலாம் என்று சட்டத்தையே திருத்திக்கொண்டது. இது ஒரு சாதனையல்லவா? இவர் மரணம் அடைந்தபோது காந்தி நேரில் சென்று இறுதி மரியாதை செலுத்தினாராம்.

கண்ணா! ஆகையினால் உன் ஆசிரியத் தொழிலைச் சிறப்பாகச் செய். உன் முனைவர் படிப்பைக் கவனமாகப் படி. உன் பெற்றோரை அன்புடனும் மரியாதையுடனும் பார்த்துக்கொள். அதன் பிறகு உன் ஆய்வுப் படிப்பில் புதிதாக எதையாவது கண்டுபிடிக்க முயன்றுபார். உன்னைச் சூழ்ந்துள்ள சமுதாயத்துக்கு நல்லது செய்யச் சிந்தனை செய்துகொண்டே இரு.

இப்படிக்கு,
உன் அன்புள்ள,
தாத்தா.

76 தாய்மொழி

அன்புள்ள தாத்தா அவர்களுக்கு, வணக்கம்!

நீங்கள் சொன்னவாறு ஆய்வில் சாதனை செய்ய முயல்கிறேன். உங்களைப்போல் தூய தமிழில் என்னால் எழுத முடியவில்லை. மிகவும் சிரமப்பட்டு எழுதுகிறேன். நான் இங்குத் தொடக்கக்கல்லூரி வரையில்தான் தமிழை இரண்டாம் பாடமாகத் தேர்வுசெய்து படித்தேன். அதன் பிறகு தாய்மொழி எனக்குப் பயன்பாட்டில் அதிகம் இல்லாது போய்விட்டது.

எங்கள் அமைச்சர் திரு கே. சண்முகம் அவர்கள்கூட ஒரு நிகழ்ச்சியில் பேசும்போது, "பள்ளிப் படிப்போடு தமிழ் நின்றுவிட்டது. அதன்பிறகு பேச தேவை இல்லாமல் போனது. இப்போது நாடாளுமன்ற உறுப்பினராகிய பிறகுதான் தமிழ் மக்களுடன் பேசிப் பழகக்கூடிய தேவை வந்துவிட்டது. அதனால் பேச மீண்டும் முயல்கிறேன்" என்றார்.

தாத்தா! என்னதான் ஆங்கிலத்திலேயே பேசிப் பழகினாலும், தாய்மொழியில் சிந்திப்பதுபோல் வரவில்லை. ஒரு நேரத்தில், 'தமிழ்மொழியையே பாடமாக எடுத்துப் படித்திருக்கலாமோ' என்றுகூட எண்ணத் தோன்றும். நிறையப் பொருளீட்டலாம் என்று சொல்லியே, அப்பா ஆங்கிலத்தை எடுத்துப் படிக்கச் சொல்லிவிட்டார்.

நல்லவேளை, நாங்கள் வீட்டில் தமிழ் பேசுகிறோம். அப்பாவும் தினம் எங்களூரின் ஒரே தினசரி இதழான தமிழ்முரசை வரவழைத்துவிடுகிறார். நானும் நாள்தோறும் தவறாமல் நாளிதழைப் படித்துவிடுவேன். வெளியில் தமிழர்களுடன் பேச நேரிட்டால் கண்டிப்பாகத் தமிழில்தான் பேசுகிறேன்.

இப்படிக்கு,
உங்கள் அன்புள்ள பேரன்,
கண்ணன்.

அன்புள்ள கண்ணா, வாழ்த்துகள்!

உன் கடிதம் படித்து மகிழ்ந்தேன். ஆங்கிலம் படிப்பது உங்கள் நாட்டின் சூழல். போட்டித்தன்மை மிகுந்த உலகத்தில் உனக்கும் வேறு வழியில்லைதான். ஆனால் நீ எழுதும் கடிதத்தின் சாரங்களைப் படிக்கும்போது மிக நன்றாகவே தமிழில் எழுதுகிறாய். நான் நிறைவாகவே உன் எழுத்து மொழியை எண்ணி மகிழ்கிறேன்.

தொழிலுக்காக ஆங்கிலம் படித்தாலும், மன நிறைவுக்காக, வரலாற்றைத் தெரிந்துகொள்வதற்காக, முன்னோர் இயற்றித் தந்துள்ள அரிய இலக்கிய இலக்கணங்களை அறிந்து மகிழ்வதற்காக ஒவ்வொருவரும் தாய்மொழி படித்தல் நல்லது. படிப்பால் அறிவு வளரும். ஒழுக்கம் படிப்பால் மட்டும் வளராது.

விளக்கால் ஒளி கிடைக்கும்; ஒளியால் அழுக்குத் தெரியும். ஆனால் நாம்தான் நமது தாய்மொழியின் துணையோடு தூய்மைப்படுத்தவேண்டும் என்பார் டாக்டர் மு. வரதராசன்.

கண்ணா!

இன்று பார்த்தால் ஒவ்வொரு நாளையும் ஏதாவது ஒரு பெயரைச் சொல்லி அதற்கென்று 'இந்தநாள்' என்று அறிவிப்பு வந்துகொண்டே இருக்கிறது. அன்னையை, தந்தையை நினைப்பதற்கும் ஒருநாள் தேவைப்படுகின்ற அளவுக்கு நாம் அவர்களை மறந்துகொண்டு போகிறோமோ என்ற ஐயம் எழுகிறது.

உலகத் தாய்மொழிநாள்

1952 பாகிஸ்தானின் ஆட்சிமொழியாக உருதுவுடன் தங்கள் தாய்மொழியான வங்காள மொழியையும் ஏற்கவேண்டுமென அன்றைய கிழக்குப் பாகிஸ்தானின் மாணவர்கள் போராட்டம் செய்தனர். டாக்கா நீதிமன்ற வளாகம் முன்பு துப்பாக்கிச்சூடு நடந்தது. பலர் பலியானார்கள். அந்நாள் பிப்ரவரி 21. பின்னர் அந்த நாளைத்தான் 'உலகத் தாய்மொழிநாள்'' என யுனெஸ்கோ 17.11.1999ல் அறிவித்தது. பின்னர் 2000 ஆண்டுமுதல் அது நடைமுறைக்கு வந்தது.

தமிழ்த் தாத்தா ஏன் தமிழைப் படிக்கத் தேர்ந்தெடுத்தார்?

கண்ணா! எங்கெங்கோ மறைந்து கிடந்த ஓலைச் சுவடிகளில் இருந்த நமது பழைய இலக்கியங்கள் பலவற்றைப் பதிப்பித்து, தமிழுக்கு உயிரூட்டியவர்களில் முதன்மையானவர் 'தமிழ்த் தாத்தா' என்று அன்போடு அழைக்கப்பட்டவர் உ.வே.சாமிநாத ஐயர் அவர்கள்.

உ.வே.சாமிநாத ஐயர்

இடுப்பில் துண்டும், கழுத்தில் ருத்ராட்சமும், நெற்றியில் திருநீறும் அணிந்து நின்ற சிறுவனைப் பார்த்து அவர் தந்தை கேட்டார்.

"நீ ஆங்கிலம் படித்தால் இவ்வுலகில் நன்னாயிருக்கலாம். சமஸ்கிருதம் படித்தால் மேலோகத்தில் நன்னாயிருக்கலாம். இப்போ சொல்லு நீ என்ன படிக்கப்போகிறாய்?"

என்றவுடன்,

"நான் தமிழ் படிக்கப் போவதாக முடிவெடுத்துவிட்டேன். ஏனெனில் தமிழ் படித்தால் இரண்டு உலகத்திலும் நன்னா இருக்கலாம்" என்று பதிலளித்த சிறுவன்தான் உ.வே.சாமிநாதய்யர் அவர்கள்.

வள்ளுவருக்கு முதன் முதலில் உருவம் கொடுத்தவர் எல்லீஸ்

திருக்குறளை முதன் முதலில் பதிப்பித்தவரும் வள்ளுவருக்கு முதன் முதலில் உருவத்தை உருவாக்கியவரும் எல்லீஸ்தான்.

இன்று பலருக்கும் அறிமுகமானவர் அயோத்திதாசர். அவருடைய தாத்தா கந்தப்பா பட்லர்தான் திருக்குறளின் ஓலைச் சுவடிகளைக் கொண்டுபோய்த் தனது ஆங்கிலேய எஜமான் எல்லீஸ் பிரபுவிடம் கொடுத்திருக்கிறார்.

எல்லீஸ் பிரபு

திருக்குறளை அச்சிலேற்றக்கூடாதென்று சில சாதீயவாதிகள் திட்டம் போட்டுத் தடுத்துப் பார்த்தனர். அவர்களின் எதிர்ப்பை மீறி எல்லீஸ் அவர்களால் குறள் அச்சிலேறியது.

குறளின் அருமை பெருமைகளை அறிந்த எல்லீஸ், 'வள்ளுவர் ஒரு சமண அல்லது பௌத்தத் துறவியாக இருப்பார்' எனக் கணித்தார். வள்ளுவரைத் 'தெய்வீகப் பறையர்' எனவும் விளித்தார். அதுமட்டுமல்லாது, திருவள்ளுவருக்கு ஓர் உருவம் கொடுத்து, அதைப் பொறித்து ஒரு தங்க நாணயத்தை வெளியிட்டார். அந்த நாணயம் இன்றும் லண்டன் அருங்காட்சியகத்தில் இருக்கிறது. எல்லீஸ் பிரபு உருவாக்கிய உருவத்தை அடிப்படையாக வைத்தே இப்போதுள்ள உருவம் உருவாக்கப்பட்டிருக்க வேண்டும் என்று அப்போதைய தங்கக் காசின் உருவத்தைப் பார்த்தால் தெரிகிறது.

உலகத் தமிழர்களின் எண்ணிக்கை

1997இன் கணக்குப்படி தமிழ்பேசும் மக்களின் எண்ணிக்கை 80 மில்லியன். நம் தமிழ் மக்கள் எந்தெந்த நாடுகளில் எவ்வளவுபேர் புலம் பெயர்ந்து வாழ்கிறார்கள் என்று உனக்குத் தெரியுமா? இந்தப் புள்ளிவிவரம் எப்போதோ படித்த நினைவு. இதோ உனக்காக.

இந்தியா	6,07,93,814	இத்தாலி	25 ஆயிரம்
இலங்கை	31 லட்சம்	நெதர்லாந்து	20 ஆயிரம்
மலேசியா	13 லட்சம்	நார்வே	10 ஆயிரம்
இங்கிலாந்து	3 லட்சம்	தாய்லாந்து	10 ஆயிரம்
அமெரிக்கா	3 லட்சம்	ஐ.அ.குடியரசு	10 ஆயிரம்
தெ. ஆப்பிரிக்கா	2.5 லட்சம்	பஹாமாஸ்	7 ஆயிரம்
கனடா	2 லட்சம்	டென்மார்க்	7 ஆயிரம்
சிங்கப்பூர்	5 லட்சம்	சீனா	5 ஆயிரம்
பிரான்ஸ்	1.25 லட்சம்	கட்டார்	4 ஆயிரம்
ரீ யூனியன்	1.2 லட்சம்	சீஷெல்ஸ்	4 ஆயிரம்
பிஜி	80 ஆயிரம்	நியூசிலாந்து	3 ஆயிரம்
மொரீஷியஸ்	72 ஆயிரம்	வியட்நாம்	3 ஆயிரம்
ஜெர்மனி	50 ஆயிரம்	ஸ்வீடன்	2 ஆயிரம்
சுவிட்ஸ்	40 ஆயிரம்	கம்போடியா	1 ஆயிரம்
ஆஸ்திரேலியா	30 ஆயிரம்		

கண்ணா! நமது தமிழில் கடையேழு வள்ளல்கள் என்று அடிக்கடி சொல்வோம். கடை என்று சொன்னாலே அதற்குமுன் வள்ளல்கள் இருந்திருக்க வேண்டும் என்ற நினைவும் நமக்கு வரும். அவர்களின் பெயர்களை நீயும் அறிந்துகொள்ளவேண்டும்.

தமிழின் பெருமைகளில் சில

ஒரு மொழியைத் தாய்மொழியாகக் கொண்டு பேசும் மக்களின் எண்ணிக்கை அடிப்படையில் 18ஆவது இடத்தில் இருக்கிறது நமது தாய்மொழியாகியத் தமிழ்.

2017ஆம் ஆண்டு கூகுளின் கணக்கெடுப்பின்படி, இணையத்தில் அதிகம் பயன்படுத்தப்படும் இந்திய மொழிகளுள் தமிழே முன்னிலை வகிக்கிறது.

சங்கக் காலம் என்பது கிமு 400 முதல் கிபி 200 வரை.
சங்கம் மருவிய காலம் கிபி 200 முதல் கிபி 600 வரை.
பக்தி இலக்கியக் காலம் கிபி 600 முதல் 1000 வரை.
இடைக்காலம் என்பது, 1200 முதல் 1800 வரை.
இக்காலம் என்பது 1800லிருந்து இன்று வரை என்பார்கள்.

குறிப்பு: பக்தி இலக்கிய காலத்திலிருந்துதான் வடமொழி பெரிதும் தமிழில் கலக்கத் தொடங்கியது என்பர். ஆனால் அக்காலத்தும் தமிழைத் தாழவிடாமல் தூக்கி நிறுத்தியவர்களுள் உரையாசிரியர்களின் பங்கு அதிகம் என்பர்.

மலையாள மொழி தனியாகப் பிரிந்த ஆண்டு கிபி 800 கிபி 1000 ஆகிய ஆண்டுகளுக்கும் இடைப்பட்ட அந்த 200 ஆண்டுகளில்தானாம்.

"மலையாள மொழியில் இருக்கும் சமஸ்கிருதத்தைப் பிரித்தெடுத்துவிட்டால் எங்கள் மொழிதான் பழைமையான தமிழ்மொழியாகும்" என்று இப்போதைய கேரள மாநிலத்தின் முதல்வர் பினராயி விஜயன் அண்மையில் ஒரு பேட்டியில் சொல்லியுள்ளார்.

"இந்தியாவைவிட்டு அந்நியர்கள் வெளியேறவேண்டும் என்றால், தமிழர்களைத் தவிர அனைவரும் வெளியேற வேண்டியதுதான்"

என்று இப்போதைய மேற்கு வங்க மாநில முதல்வர் மம்தா பேனர்ஜி சொன்னதாக ஊடகத்தில் செய்தியொன்று உலா வருகிறது.

“அடுத்தப் பிறவி என்று ஒன்று இருந்தால் நான் தமிழனாகவே பிறக்க விழைகிறேன்” என்று மகாத்மா காந்தியடிகள் சொன்னதாகச் சொல்வர்.

சீன வானொலி சேவையில் பயன்படுத்தப்படும் ஒரே இந்தியமொழி தமிழ்தானாம்.

லண்டன் காவல்துறை மொழிகளுள் தமிழும் உண்டு.

தமிழ்நாட்டை ஆண்டவர்கள்

கிபி மூன்றாம் நூற்றாண்டுக்கும் முன்பிலிருந்து: சேரர்கள், சோழர்கள், பாண்டியர்கள், இடையேழு வள்ளல்கள், நாஞ்சில் வல்லவன், நன்னன், திரையன்.

மூன்று முதல் ஆறாம் நூற்றாண்டு வரை: களப்பிரர்கள் மற்றும் சமஸ்கிருதப் பட்டய பல்லவர்கள்.

ஆறாம் நூற்றாண்டு முதல் 9 வரை: பல்லவர்கள், பாண்டியர்கள் , முகலாயர்கள், மற்றும் தஞ்சை சோழர்கள்.

10ஆம் நூற்றாண்டு முதல் 13 வரை: சோழர்கள், பாண்டியர்கள், கொய்சவர்கள், கடவராயர்கள்.

14 முதல் 16 ஆம் நூற்றாண்டுவரை: பாண்டியர்கள், மதுரை சுல்தான்கள், சம்புவராயர்கள், தென்காசிப் பாண்டியர்கள்.

17 ஆம் நூற்றாண்டில்: நாயக்கர்கள், முகலாயர்கள், மராட்டிய மன்னர்கள்.

18 ஆம் நூற்றாண்டில்: ஆற்காடு நவாப், பாளயக்காரர்கள்.

1801 - 1858 : ஆங்கிலேயர்களின் கிழக்கிந்தியக் கம்பெனி

1858 - 1947 : ஆங்கிலேயர்களின் நேரடி ஆட்சி

1947 - 52 ஆண்டு வரை: காங்கிரஸ் ஆட்சி. ஓமந்தூர் இராமசாமி ரெட்டியார், பி எஸ்.குமாரசாமி ராஜா.

1952 - 67 வரை காங்கிரஸ் ஆட்சி: இராஜாஜி, கு.காமராஜர், எம்.பக்தவச்சலம்.

1967 - 1976 வரை திமுக ஆட்சி: பேரறிஞர் அண்ணா, கலைஞர் மு.கருணாநிதி.

1977 - 1988 அதிமுக ஆட்சி: மக்கள் தலைவர் எம்ஜிஆர், ஜானகி இராமச்சந்திரன் .
1989 - 1991 வரை திமுக ஆட்சி: கலைஞர் மு.கருணாநிதி
1991 - 1996 அதிமுக ஆட்சி: செல்வி ஜெ.ஜெயலலிதா
1996 - 2001 வரை திமுக ஆட்சி: கலைஞர் மு. கருணாநிதி
2001 - 2006 வரை அதிமுக ஆட்சி: செல்வி ஜெ. ஜெயலலிதா, ஓ. பன்னீர்செல்வம், ஜெ. ஜெயலலிதா.
2006 - 2011 திமுக ஆட்சி: கலைஞர் மு.கருணாநிதி
2011 - 2021 வரை அதிமுக ஆட்சி: அதிமுக செல்வி ஜெ.ஜெயலலிதா, ஓ.பன்னீர்செல்வம், ஜெ.ஜெயலலிதா, ஓ.பன்னீர்செல்வம், எடப்பாடி பழனிச்சாமி
2021 முதல்:....

கண்ணா! இவை ஒரு ஊடகச் செய்தியாகும். ஏறத்தாழ சரியாக இருக்கும். துல்லியமாக ஆண்டுகளைக் கணக்கிட்டுக் குறிப்பிடவும் முடியாது.

முதல், இடை, கடை ஏழு வள்ளல்கள்:

முதல் ஏழு வள்ளல்கள்: சகரன், காரி, நளன், தந்துமாரி, நிருதி, செம்பியன், விராடன்.

இடையேழு வள்ளல்கள்: அக்குரன், அந்திமான், கர்ணன், சந்திமான், சிசுபாலன், வக்கிரன், சந்தன்.

கடையேழு வள்ளல்கள்: பாரி, காரி, ஓரி, அதியன், பேகன், நள்ளி, ஆய் அண்டிரன்.

மொழியும் புலமையும்

உலகின் மொத்த மொழிகள் 5,000க்கும்மேல் உள்ளனவாம்.

இதில் 845 மொழிகள் இந்தியாவில் மட்டும் பேசப்படுகின்றனவாம்.

நமது பழங்கால இலக்கியங்களுள் பெரும்பாலும் ஆண்பாற்புலவர்கள்தாம் கணக்கிலடங்காப் பாடல்களை இயற்றித் தந்துள்ளார்கள். பெண்பாற்புலவர் என்றால் ஔவையாரை

மட்டும் சொல்லிவிட்டு விட்டுவிடுவார்கள். ஆனால் மொத்தத்தில் சங்ககாலப் பெண்பாற்புலவர்கள் 47 பேர் பாடியிருப்பதாகக் கணக்கிடுகின்றனர். இவர்கள் அனைவரும் பாடல்களாக, செய்யுள்களாக நமக்குத் தந்துவிட்டுச் சென்றுள்ளார்கள். இயல் தமிழான உரைநடைத் தமிழ் மிக மிகக்குறைவு. அதுவும் நமக்குக் கிடைத்தவை சிலப்பதிகாரத்துக்கும் பிந்திய காலம்தான். இப்போதெல்லாம் செய்யுள் என்று சொல்வதில்லை. கவிதை, பாடல் என்று சொல்கிறோம்.

எது கவிதையின் அடையாளம்? - கவிப்பேரரசு வைரமுத்து.
வெறும் சொற்கள் என்றால் அகராதி போதும்;
உணர்ச்சிதான் அடையாளம் என்றால் ஒப்பாரி போதும்;
அனுபவம்தான் கவிதை என்றால் பழமொழி போதும்;
அறிவுரைதான் கவிதை என்றால் முதுமொழி போதும்;
கலையழகே கவிதை என்றால் ஓவியங்கள் போதும்;
சந்தங்களே கவிதை என்றால் ஓடை ஒலி போதும்;
இவை அத்தனையையும் உள்வாங்கிச் சேர்த்து,
இவை அல்லாத இன்னொன்றாய்ப் பிறப்பெடுப்பதே கவிதை!
என்கிறார் கவிப்பேரரசு.

திரைப்படத் தொழில் வளர்ந்து மலர்ந்து வருவதானால் அதில் சிலருக்கு வாய்ப்புக் கிடைப்பதால் பாடல் எழுதுவதை முழுநேரத் தொழிலாகக் கொண்டுள்ளனர். மற்றவர்கள் பொழுது போக்கிற்காகவும், மனநிறைவிற்காகவும் கவிதை எழுதுகின்றனர்.

முத்தமிழில் நாடகம்

கதை, கட்டுரை எழுதுவோர் பெருகிவருகின்றனர். முத்தமிழில் ஒன்றான நாடகத் தமிழை நேரிடையாக எழுதுவோர் குறைந்தாலும், திரைப்படங்கள் மற்றும் தொலைக்காட்சித் தொடர்களின் வழி உருமாறி நாடகத்தமிழ் வளர்ந்துகொண்டுதான் இருக்கின்றது.

அக்காலத்தில் வறுமையும் புலமையும் இணைந்தே இருந்தன என்று நாம் வருத்தத்துடன் குறிப்பிடுவோம். ஆனால் இக்காலத்தில் அப்படி யாரும் இல்லை என்றுதான் தெரிகிறது. ஏனெனில் எழுத்தை நம்பியே வாழ்வாதாரத்தை வைத்துக்கொள்ளப் பெரும்பாலோர் தயாராய் இல்லை.

புதுமைப்பித்தனின் வறுமை

புதுமைப்பித்தன்

சென்ற நூற்றாண்டின் தலைசிறந்த சிறுகதை எழுத்தாளர் புதுமைப்பித்தன் தன் மகள் கண்மணி கமலாவுக்கு ஒரு கடிதம் எழுதினார்.

“மொழிபெயர்ப்புக் கதை ஒன்றைப் பத்திரிகைக்கு அனுப்பியுள்ளேன். இரண்டு ‘அணா’ சன்மானம் வரும். அதை உனக்கு அனுப்பி வைக்கிறேன்” என்று சொன்னதிலிருந்து அவருக்கிருந்த வறுமையை உன்னால் உணரமுடியும்.

பெண்களால் மட்டுமே பேசப்பட்ட மொழி

சீனாவில் ‘நூஷி’ என்று ஒரு மொழி இருந்ததாம். அது பெண்களால் மட்டுமே பேசப்படும் மொழியாம். தற்போது அம்மொழி பேசுவோர் குறைந்துகொண்டே வந்து இருவர் மட்டும் பேசி வருகின்றனராம். இந்நேரம் அந்த இருவரும் மறையும் நிலையில் இருக்கலாம்.

காந்தியும் தமிழும்

மகாத்மா காந்தியின் சிறை அனுபவங்கள் என்ற நூலிலிருந்து ‘அவரே கூறியவை’ என்ற தலைப்பில் ஒரு செய்தி வெளி வந்துள்ளது.

இந்நூல் 1922ல் சென்னை தாகூர் நிறுவனம் வெளியிட்ட முதற்பதிப்பு.

“தென்னாப்பிரிக்கப் போராட்டத்தில் இந்திய இனங்களில் தமிழ் இனம்தான் பெருமளவில் பங்கெடுத்தார்கள். வேறு எந்தக் காரணத்திற்காக இல்லாவிடினும், தமிழர்களுக்கு நன்றி தெரிவிக்க வேண்டும் என்பதற்காகவே நான் தமிழைப் படிக்கத் தொடங்கினேன். பின்னர்த் தமிழ் இலக்கியங்களை விரும்பி ஊன்றிப் படித்தேன். கடைசி மாதத்தில் தமிழைக் கவனமாகப் படிப்பதிலே நேரத்தை முழுமையாகச் செலவழித்தேன்.

கற்க கற்கத்தான் தமிழின் மேன்மையை உணரலானேன். அது இனிமை நிறைந்த அறிவு ஈடுபாட்டைக் கொடுக்கும் ஒரு மொழி. படித்த பின்புதான் தமிழர்கள் அறிவு நுட்பம் நிறைந்தவர்கள் என்பதை அன்றைய இலக்கியங்களும், இன்று வாழும் தமிழர்களும் நிரூபித்துக்கொண்டிருக்கிறார்கள்.

சென்னை ராஜ்ஜியத்திற்கு அப்பால் உள்ளவர்கள் ஓர் இனச் சமுதாய மக்களாக வாழவேண்டுமென விரும்புவோர் அனைவரும் தமிழ்மொழியைப் படித்துப் பயன்பெறலாம்" என்று காந்தி எழுதியதிலிருந்து நமது மொழியின் மேன்மையை உன்னால் உணரமுடியும் என்று நம்புகிறேன்.

மரப்பாச்சிப் பொம்மைகளுக்குத் துணி சுற்றி வைத்தது நமது தமிழ் நாகரிகம்.

இறந்த உடலின்மீது மொய்க்கும் ஈயை விரட்டியது நமது தமிழ்ப் பண்பாடு.

'உண்மை' ஒரு கவிதை போன்றது.

"பெரும்பாலானவர்கள் கவிதையை வெறுக்கிறார்கள்" என்றார் ஓர் எழுத்தாளர்.

எண்ணெய் இருக்கும் வரை விளக்கு எரிய வேண்டும்

"நம்மால் முடியும்வரை படைத்துக்கொண்டே இருக்க வேண்டும். எண்ணெய் தீர்ந்தவுடன் தானாகத் திரி அணைந்துவிடும்" என்றாராம்.

இப்படிப் பல எழுத்தாளர்கள் அவரவர் மொழியில் நூல்கள் யாத்தளித்துத் தங்கள் தங்கள் இலக்கியப் பங்களிப்பைச் செய்து வருகின்றனர். அதனால் இக்காலத்தில் நூல் பெருக்கம் தழைத்து நிற்கின்றது. அவற்றில் சில குப்பைகளும் சேர்ந்து வருகின்றன.

நூல்களின் சிறப்பைப் பல சான்றோர் இப்படியாக வெளிப்படுத்துகின்றனர்.

நூல் சிறப்பு

பெரியார்:

பெண்களிடம் கரண்டியைப் பிடுங்கிவிட்டுப்
புத்தகத்தைக் கொடுங்கள்
வீடும் நாடும் உருப்படும்.

ஜூலியஸ் சீசர்:

ஆயிரம் புத்தகங்களை வாசித்தவனை
எனக்கு அடையாளம் காட்டுங்கள்
அவனே எனது வழிகாட்டி!

டெஸ்கார்டஸ்:

உலக வரைபடத்திலுள்ள
மூலை முடுக்குகளுக்கெல்லாம்
போக விரும்புகிறாயா?
ஒரு நூலகத்திற்குள் செல்.

பிரான்ஸிஸ்:

சில புத்தகங்களைச் சுவைப்போம்;
சில புத்தகங்களை விழுங்குவோம்;
சில புத்தகங்களை மென்று ஜீரணிப்போம்.

சிக்மண்ட்:

உடலுக்கு எப்படி உடற்பயிற்சியோ அதுபோல்
மனதுக்குப் பயிற்சி புத்தக வாசிப்பு.

கண்ணா! தமிழில் மட்டுமல்ல. அவரவர் தாய்மொழிக்கென்று சில சிறப்புகள் இருக்கும்; அழகு இருக்கும். இதோ இப்போது உருவான ஆங்கிலச் சொல் விளையாட்டைப் பார்!

LESS & GONE to Think

LESS

Our phone is	Wireless
Our cooking is	Fireless
Our Car is	Keyless
Our Food is	Fatless
Our car Tyre is	Tubeless
Our shirt is	Sleeveless
Our youth are	Jobless
Our leaders are	Shameless
Our Ralationship is	Meaningless
Our Attitude is	Careless
Our feelings are	Heartless
Our Education is	velueless

GONE

Mobile comes...
camera gone
wristwatch gone
torch gone
radio gone
MP3 gone
letters gone
calculator gone
computor gone
Finally Peace of Mind also gone - So
People getting Mental Phone getting Smart

O K (ஓகே) போன்ற சொற்களின் விளக்கவுரை

ஓகே கண்ணா! ஆங்கிலச் சொற்கள் சிலவற்றை நாம் பொருள் தெரிந்தே பல நேரங்களில் பயன்படுத்துகிறோம். ஆனால் அந்த வார்த்தைகள் எதிலிருந்து பிறந்தன? அவற்றின் மூலம் என்ன?

அந்த எழுத்துகள் எந்தச் சொற்களைப் பிரதிபளிக்கின்றன? என்பனவற்றை நாம் தெரிந்து வைத்துக்கொள்வது நல்லது.

எடுத்துக்காட்டாக அமெரிக்க FORD கம்பெனியில் Otto Krovens எனும் ஒரு தலைமைப் பொறியாளர் பணியில் இருந்தார். கார் முழுதும் பலரால் பகுதி பகுதியாக உருவாக்கி, முழு உருவம் பெற்று தொழிற்சாலையைவிட்டு வெளியாகும்போது இந்தப் பொறியாளர் சோதித்துவிட்டு கையெழுத்து போட்டால்தான் வெளியே செல்லலாம். அவர் தன் Otto Krovens எனும் முழுப் பெயரைத் தாங்கிய கையெழுத்தைப் போடாமல் சுருக்கமாக OK என்று போட்டுவிடுவார். கார், விற்பனைக் கூடத்திற்குப் போய்விடும்.

இந்த ஓகே (OK) யைத்தான் நாம் இப்போது 'எல்லாம் சரி' என்பதற்கான பொருளில், தமிழ்மொழி வார்த்தைபோல் எல்லா இடங்களிலும் பயன்படுத்துகிறோம். குறிப்பாக, நேர் உரையாடல் மற்றும் தொலைபேசியின் பேச்சுமொழியில் மிகுதியாக வெளிப்படுத்துகிறோம்.

கண்ணா! இதைப்போல் நம் பேச்சு வழக்கில் உள்ள பல சொற்களின் விளக்கங்களை நீ அறிந்துகொள்வது நல்லது என்ற நோக்கத்தில் சில சொற்களைத் தருகிறேன்.

OK :	Otto Krovens (அந்தப் பொறியாளரின் சுருக்கப் பெயர்)
NEWS:	North, East, West, South
COLD :	Chronic Obstructive Lung Disease
JOKE :	Joy Of Kids Entertainment
AIM :	Ambition In Mind
DATE :	Day And Time Evoluation
EAT :	Energy And Taste
PEN :	Power Enriched in Nib
SMILE :	Sweet Memories In Lips Expression
ETC :	End of Thinking Capacity
BYE :	Be with You Everytime

கண்ணா! அச்சொற்களை ஒத்த ஹலோ (hello or hallo)

என்பதற்கான விளக்கம் எங்கும் கிடைக்கவில்லை. அலெக்ஸாந்தர் கிரகாம் பெல் தொலைபேசியை 1877இல் கண்டுபிடித்த பின்புதான் இந்தச் சொல் பெரிதும் பயன்பாட்டுக்கு வந்ததாகத் தெரிய வருகிறது. ஆனால் அதற்குமுன் 1826இல் அமெரிக்க நாளிதழான Norwich இல் HELLO என்ற சொல் வெளியாகி இருக்கிறது. அதற்குமுன் 1803ல் அதே அமெரிக்காவின் வெளியீடு ஒன்றில் HULLO என்ற சொல் உபயோகப்படுத்தப்பட்டிருக்கிறது. அச்சொல்லே மருவி 'ஹலோ' என வந்திருக்க வேண்டும் என்று சிலர் சொல்கிறார்கள்.

எது எப்படியாகினும் ஒருவரை விளிக்கவோ, ஒருவரின் கவனத்தை ஈர்க்கவோ, ஹலோ என்ற சொல்லைப் பயன்படுத்துகிறோம். தொலைபேசியில் பேசுவோரின் வயது, உறவு, பால், போன்ற எதுவும் தெரியாத நிலையில் பொது விளிப்பாக இச்சொல் அமைந்துவிட்டது. இதுவும் இப்போது தமிழ்ச் சொல் போலாகிவிட்டது எனலாம்?!

ஹலோவின் இன்னொரு சிறப்பு உலக மக்கள் அனைவருக்கும் தெரிந்த, ஒரு மொழிக்கு அப்பாற்பட்ட பொதுச் சொல்லாகிவிட்டது. இச்சொல்லில் நல்லிணக்கத்தின் ஒற்றுமை தெரிகிறது.

இப்போதெல்லாம் வாட்ஸ் அப்பிலும், முகநூலிலும் 'மீம்ஸ்' என்ற பெயரில் நல்ல கற்பனைகளையும், நல்ல கருத்துகளையும் அழகழகாய்ப் பதிவிடுகிறார்கள். அதுவும் கிண்டல், கேலி, யாரையும் தாக்குவதற்குக் கிடைக்கும் சொற்கள் உண்மையான கவிஞன் என்பவனைவிட நன்றாகவே சொல்லில் விளையாடுகிறார்கள். பார்க்க, படிக்கச் சுவையாக இருந்தாலும் அவை உண்மைத் தன்மையோடு, பிறர் மனம் புண்படாமல் இருக்கலாம்.

பொருள் தெரியாத பெயர்கள்

Charlotte Bronte: இதன் பொருள்: I avoid looking forward or backward and try to keep looking upward.

மிக நீளமான ஆங்கிலச் சொல் 45 எழுத்துகளைக் கொண்டது.

"Pneumonoultramicroscopicsilicovolcanoconiosis"

-இதன் பொருள்:

காற்றிலுள்ள நுண்ணிய தூசி, சாம்பலைச் சுவாசிப்பதே நுரையீரல் நோய்க்குக் காரணம்.

கண்ணா! நான் ஒரு பெண்கள் பள்ளிக்குப் பேசுவதற்காகப் போயிருந்தேன். அந்த மாணவிகளின் பெயர்களை வரிசையாகக் கேட்டு அதிர்ந்துபோய்விட்டேன். எண்பது மாணவிகள் நிறைந்த வகுப்பில் நீ நம்பமாட்டாய், இரண்டு மாணவிகளின் பெயர்கள்தாம் தமிழ்ப் பெயர்களாய் இருந்தன. ஐந்து பெயர்கள் தமிழ்ப் பெயர்களாய் இல்லாவிட்டாலும் பொருள் புரிந்த பெயர்களாய் இருந்தன. மற்ற 73 பெண்களின் பெயர்கள் முற்றிலும் வடமொழிப் பெயர்களாய் இருந்தன. அவர்களிடம், "உங்கள் பெயரின் பொருள் தெரியுமா?" என்று கேட்டதற்கு, ஒரு பத்து மாணவிகள் பொருள் சொன்னார்கள். அவர்கள் சொன்ன பொருள் சரிதானா என்று என்னாலும் உறுதி செய்யத் தெரியவில்லை. பொருள் தெரியாமலேயே பெற்றோர்களால் பிள்ளைகளுக்குப் பெயர் வைக்கப்பட்டிருக்கிறது.

"வேறு எந்த மொழிக்காரர்களாவது நமது மொழிப்பெயரை அவர்கள் பிள்ளைகளுக்கு வைத்திருக்கிறார்களா? அப்படியெனில் எதிர்காலத்தில் உங்கள் பிள்ளைகளுக்காவது நல்ல தமிழ்ப் பெயர்களை வையுங்கள்; அது ஒரு தமிழ்க் குடும்பத்தின் முகவரியாகவும் இருக்கும்" என்று அவர்களுக்குச் சொன்னேன். எல்லாரும் என் கருத்தை ஆதரித்தார்கள்.

தமிழில் பெயரிடுங்கள்

கீழ் வரும் வடமொழி மற்றும் பிறமொழியின் பெயர்களுக்குத் தமிழில் என்ன பொருள் என்று தெரிந்தால் வெட்கப்பட்டு, அப்பெயர்களைப் பிள்ளைகளுக்கு இடமாட்டார்கள்.

ப்ருத்வி	=	மண்ணாங்கட்டி
தர்ஷினி	=	அமாவாசை
மகிஷா	=	எருமை
யாஷிகா	=	பிச்சைக்காரி
கேஷவ்	=	மயிராண்டி
கோபிகா	=	பால்காரி
அபர்ணா	=	அம்மணமானவள்
க்ருஷ்	=	கருவாயன்

இவ்வாறு அப்பெயர்களின் பொருளை ஓர் ஊடகச் செய்தி சொல்கிறது. கூறப்படும் இவை எந்த அளவுக்கு உண்மையெனத் தெரியாது. இருந்தாலும் பொருள் தெரியாத மாற்றுமொழிப் பெயர் நமக்குத் தேவையா? சிந்திப்பதற்காக உனக்கு இதை எழுதுகிறேன்.

உன் கண்கள் சரியாக இருந்தால்
இந்த உலகத்தை உனக்குப் பிடிக்கும்.

உன் நாக்குச் சரியாக இருந்தால்
இந்த உலகத்துக்கு உன்னைப் பிடிக்கும்.

இப்படிக்கு,
உன் அன்புள்ள,
தாத்தா.

77 பெருந்தன்மை

அன்புள்ள தாத்தா வணக்கம்.

தங்கள் கடிதம் கிடைத்தது. எத்தனையோ பேர் வாழ்க்கையில் சுயநலமாகவே சிந்திக்கிறார்கள். நான் அந்தக் குணத்தைத் தாழ்வாகவே பார்க்கிறேன். பெருந்தன்மையும் பொதுநலமும் இல்லாத வாழ்க்கையை எத்தனை ஆண்டுகள் வாழ்ந்துவிட முடியும்? எங்கள் ஊர்க் கவிஞன் ஒருவன், இப்படி எழுதி இருக்கிறான்,

இளவயது இருபதிலே எண்ணத் தோன்றும்
எவ்வளவோ தூரம்நம் வாழ்க்கை என்றே
அளந்துசொல்லும் அறுபதிலே ஆயுள் முற்றி
அருகினிலே வருகிறதென் றகமே செப்பும்
களம்வென்றே எண்பதினைக் கடக்கப் போனால்
காலனங்கே கண்சிமிட்டிக் காத்து நிற்பான்
தளராது தொண்ணூறைத் தாண்டும் போது
தகனம்செய் நாளதனைத் தளர்ச்சி கூறும் - என்று.

அந்தக் கவிதை என்னை மிகவும் பாதித்துவிட்டது. ‘கண்கெட்டபின் சூரிய நமஸ்காரம்’ செய்வதுபோல் பின்னால் வருந்திப் பயனில்லை என்பதை அறிந்துகொண்டேன். அதனால் இந்த இளம் வயதிலேயே என் பொது வாழ்க்கையைத் தொடங்கிவிடவேண்டும் என்றுதான் யோசிக்கிறேன்.

இப்படிக்கு
உங்கள் அன்புள்ள பேரன்
கண்ணன்

அன்புள்ள கண்ணா வாழ்த்துகள்!

உங்களூர்க் கவிஞனுக்குத் தோன்றிய கருத்து எனக்கும் தோன்றியிருக்கிறது. 'தும்பை விட்டுவிட்டு வாலைப் பிடிக்கும் கதை' என்று எங்கள் கிராமத்தில் பழமொழி சொல்வார்கள். கண்ணா உன் பொது வாழ்க்கைத் தொடக்கத்துக்கு என் முன்கூட்டிய வாழ்த்துகள்.

நீ குறிப்பிட்டிருந்த பெருந்தன்மைக்கு இரண்டு எடுத்துக் காட்டுகளை எழுதுகிறேன். படித்து உன் வாழ்க்கையில் இவற்றையெல்லாம் பாடமாக எடுத்துக்கொள்ள வேண்டும்.

என்.எஸ்.கிருஷ்ணனின் பெருந்தன்மை

என். எஸ். கிருஷ்ணன்

70 ஆண்டுகளுக்கு முன்னால், ஓர் அம்மா கையில் ஒரு நூறு ரூபாய் நோட்டுடன் சென்னை தியாகராய நகர் கடைத் தெருவில் உள்ள ஒரு கடைக்குள் நுழைந்தார். அப்போது 100 ரூபாய் என்பது பெரிய தொகை. அம்மாவின் தோற்றத்திற்கும் கையில் இருக்கும் நோட்டுக்கும் சம்பந்தம் இல்லாதது ஐயத்தைக் கொடுக்க, கடைக்காரர் காவல் துறைக்குத் தகவல் கொடுத்துவிட்டார். விசாரணையில் அந்த அம்மா, புகழ்பெற்ற நடிகர் என்.எஸ்.கிருஷ்ணன் வீட்டில் வேலை செய்வதாகச் சொன்னார். உடனே அவரை அழைத்துக்கொண்டு என்.எஸ்.கே.யின் வீட்டுக்குக் காவல் அதிகாரி போய் விவரத்தைச் சொன்னார். 'சற்று முன்தான் மேசை மீது வைத்திருந்த 100ரூபாய் நோட்டைக் காணவில்லையே!' என்று கேட்டுக்கொண்டிருந்தவர், நிலைமையைப் புரிந்துகொண்டு பெருந்தன்மையாக, குற்றவாளியாக வந்து நின்ற அந்த அம்மையாரைப் பார்த்து, "ஏம்மா... நீ என் பெயரைச் சொல்லி, நான் தான் அந்த நோட்டைக் கொடுத்தேன் என்று போலீசாரிடம் சொல்லவேண்டியதுதானே?" என்று என்.எஸ்.கே. சொல்லிச் சமாளித்தார். காவல்துறை சென்ற பின்பு அந்த அம்மையாருக்கு நல்ல புத்திமதிகளைச் சொல்ல, அந்த அம்மையார் மனம் திருந்தி என்.எஸ்.கே.யின் காலில் விழுந்து வணங்கினாராம்.

கண்ணா, அதேபோல் இன்னொரு இருபெரும் ஆளுமைகளின் பெருந்தன்மையைச் சொல்கிறேன்:

பெரியார், கல்கி ஆகியோரின் பெருந்தன்மை

கல்கி

தன் மகள் திருமணத்திற்குத் தந்தை பெரியாருக்குப் பொன்னியின் செல்வன் எழுதிய கல்கி நேரில் சென்று அழைப்பிதழ் கொடுத்து நிச்சயம் வரவேண்டுமெனக் கேட்டுக்கொண்டார்.

திருமண நாள். முகூர்த்த நேரத்திற்குப் பெரியார் வரவில்லை. அது கல்கியை வருத்தம் கொள்ளச் செய்தது. அன்று மாலை 5 மணிக்குக் கல்கி வீட்டின் முன் பெரியாரின் வேன் வந்து நின்றது. ஓடி வந்து வரவேற்றக் கல்கி அவர்கள், பெரியாரின் கையைப் பிடித்து அழைத்துக்கொண்டு உள்ளே செல்லும்போது, "காலையில் கல்யாண நேரத்தில் வரமுடியவில்லையே.. உடம்புக்கு ஏதாவது சரியில்லையோ..." என்று மெதுவாகக் கல்கி கேட்டார். அதற்குப் பெரியார், "அதெல்லாம் ஒண்ணும் இல்லை. நல்லாத்தான் இருந்தேன்" என்றார். "அப்புறம் ஏன் அய்யா வரல..." என்று கல்கியின் கேள்விக்குப் பெரியார் பதில் சொன்னார்.

பெரியார்

"நான் திருமண நேரத்திலே வந்தால், என்னை அழைச்சிக்கிட்டுப்போயி, முன்னால உட்கார வச்சிடுவீங்க.. நானோ கருப்புச் சட்டையுடன் இருப்பேன். உங்க வீட்டுப் பொம்பளைங்க, முகம் சுளிக்கலாம்.... மங்கலகரமான நிகழ்ச்சி நடக்கறப்ப, என்ன இவரு கருப்புச் சட்டையோடு வந்திருக்கிறாரேன்னு வருத்தப்படலாம்.. அதான் இப்ப வந்தேன்" என்று சொன்னதைக் கேட்டவுடன் நெகிழ்ந்துபோன கல்கி, புதுமணத் தம்பதிகளுக்கு விபூதி குங்குமம் வைத்து வாழ்த்துமாறுக் கேட்டுக்கொண்டார். பெரியாரும் மறுக்காமல் செய்தார். இதைக் கல்கி இதழின் போட்டோகிராபர் படமாக்கிவிட்டார்.

பின்னர் அந்தப் படத்தை அந்த வாரக் கல்கியின் அட்டைப் படத்தில் போட, இதழின் ஆசிரியர் கல்கியிடம் அனுமதி கேட்கப்பட்டது. ஆனால், கல்கி மறுத்துவிட்டார். தம் விருப்பத்தை நிறைவேற்றிய பெரியாரை விமர்சனத்திற்கு ஆளாக்க விரும்பவில்லை.

கண்ணா, எதிரெதிர் கொள்கை... ஒருவர் விருப்பத்தை இன்னொருவர் மதிக்கும் மாண்பு... நட்பில் விட்டுக் கொடுக்காமை... இவர்களன்றோ சரித்திர நாயகர்கள்!

உறவு

அப்போதெல்லாம் கிராம வீடுகள் சிறிதாக இருந்தபோது, உறவுகள் நிறைந்து பெரிய குடும்பமாய் இருந்தது.
இப்போது வீடு பெரிதாக இருக்கிறது.
ஆனால், உறவுகள் குறைந்து குடும்பம் சிறிதாகிக் கொண்டிருக்கிறது.

வாழ்க்கையை அறிய

வாழ்க்கை என்றால் என்ன என்பதை அறிய நீ மூன்று இடங்களுக்குப் போக வேண்டும்.

1. மருத்துவமனை

உடல்நலத்தைவிட மற்ற எதுவும் பெரிதில்லை என்பதைப் புரிய வைக்கும்

2. சிறை

சுதந்திரத்தைவிட விலை மதிப்பானது வேறு எதுவும் இல்லை என்பதை உணர்த்தும்

3. சுடுகாடு

உயிரோடு வாழ்வதைவிடப் பெரியது எதுவும் இல்லை என்பதை

மூளைக்கு உணர்த்திவிடும்.
அரிது அரிது மானிடராய்ப் பிறத்தலரிது.

அதனால் உன் குணத்தைக் கீழ்க்கண்டவாறு திருத்திக்கொள்!
உன்னைப் பார்த்து யாரும் புன்னகைக்கும் முன்பே
நீ முறுவலித்துவிடு!

உன் பெருமையை மற்றவர்களுக்கு விளம்பரப்படுத்தப் போகிறாய் என்று எண்ணியவுடன்
உன்னிடம் உள்ள சிறுமையைத் திருத்திக்கொண்டு விடு!

மற்றவர்களிடம் உள்ள தவறுகளை நீ சுட்டிக்காட்டப்போகும்முன்
உன்னிடம் உள்ள குறைகளைக் களைந்துவிடு!

உன்னிடம் நட்புகொள்ள மற்றவர்கள் முயலும்முன்
நீ அவர்களிடம் நட்புகொள்ள முந்திக்கொள்!

தந்தை லட்ச ரூபாயைத் திருப்பிக் கொடுத்தார் - உண்மைச் சம்பவம்

கண்ணா! பெருந்தன்மை என்று குறிப்பிட்டிருந்தாயே இங்கே பார்:

பெற்ற தந்தை ஒருவரின் பெருந்தன்மையை.

சுனாமியில் ஒரு பெண் குழந்தை காணாமல் போய்விட்டாள். எங்குத் தேடியும் குழந்தை கிடைக்கவில்லை. இறந்து போனவர்களின் குடும்பத்துக்குத் தலா ஒரு லட்ச ரூபாய் அரசு கொடுத்து ஆறுதல் வழங்கினார்கள். இந்தப் பெற்றோருக்கும் அந்தத் தொகை கிடைத்தது.

சிறிது நாள் கழித்து ஒரு செய்தி கிடைத்தது. தொலைந்துபோன ஊரிலிருந்து 20 கிலோ மீட்டர் தள்ளி ஓர் இடத்தில் அக்குழந்தை அப்போது கரை ஒதுங்கிக் கிடந்திருக்கிறது. காப்பாற்றியவர்கள் முகவரியைக் கேட்டுப் பார்த்தார்கள். அவளால் சொல்லத் தெரியவில்லை. மேற்கொண்டு துருவித் துருவிக் குறுக்குக் கேள்விகள் கேட்டு எப்படியோ அடையாளம் தெரிந்துகொண்டு குழந்தையைப் பெற்றோரிடம் ஒப்படைத்தார்கள். தங்கள் பெண்குழந்தை கிடைத்துவிட்டதால் பெரிதும் மகிழ்ச்சியடைந்தார்கள். அவளுடைய தந்தை, தனக்குப் பணம் கொடுத்த வங்கிக்குச் சென்று, குழந்தை கிடைத்த விவரத்தைச்

சொல்லி, அந்த ஒரு லட்ச ரூபாயைத் திருப்பிக் கொடுத்தார். அதற்கு அந்த வங்கி மேலாளர், "பரவாயில்லை. நீங்களே வைத்துக்கொள்ளுங்கள்" என்றார். "என் குழந்தை கிடைத்த பின்னர் பணத்தை நான் வைத்துக்கொள்வதற்கு மனசாட்சி இடம் கொடுக்கவில்லை. நீங்களே வைத்துக்கொள்ளுங்கள்" என்று சொல்ல, மீண்டும் வங்கி மேலாளர், "அய்யா இந்தத் தொகையை நான் எந்தக் கணக்கில் வரவு வைப்பது? பேசாமல் நீங்களே எடுத்துக்கொண்டு புறப்படுங்கள்" என்று சொல்லியும் கேட்காமல் பணத்தைக் கொடுத்துவிட்டுத் தந்தை திரும்பி வந்துவிட்டார்.

பாரதியின் பாடலைப் பாடச் சொன்னார் நாமக்கல்லார்

கண்ணா அதேபோல இன்னொரு செய்தியையும் தருகிறேன். பிறர் மனம் புண்படக்கூடாது என்பதற்காக எவ்வாறு பெருந்தன்மையாகத் தம் கருத்தை அடுத்தவருக்கு ஒரு கவிஞர் தெரி வித்தார் என்பதைக் கவனி.

பாரதி

நாமக்கல் கவிஞர் இராமலிங்கம் பிள்ளை அவர்கள் ஒருமுறை ஆவுடையார்கோவிலுக்கு நண்பர்களுடன் சென்றார். அப்போது உடன் வந்தவர்கள் கவிஞரைக் காக்கா பிடிக்க அவருடைய பாடல்களை உரக்க ராகம் போட்டு இழுத்துப் பாடிக்கொண்டே வந்தனர். உடனே நாமக்கல்லார், "பாரதி பாடல்களைப் பாடுங்களேன்" என்றார். "பாரதிமீது அவ்வளவு மோகமா அய்யா?" என்று வியப்புடன் கேட்டனர். அதற்கு, "பிடிக்கும் என்பதற்காகச் சொல்லவில்லை. பாரதியார் இறந்துவிட்டார். அவருடைய பாடலை எப்படிக் கொலை செய்தாலும் அவர் வருத்தப்படப் போவதில்லை. அதற்காகச் சொன்னேன்" என்றார். நண்பர்கள் வாயடைத்துப் போனார்கள்.

இந்த நேரத்தில் குத்திக் காட்டாதே பாரதி

கரிசன் துரை கல்கத்தாவில் வைஸ்ராயாக இருந்தார். அப்போது அவர் இந்தியர்களைத் தாழ்வாக விமர்சனம் செய்துகொண்டிருப்பவர். அந்த நேரத்தில் அவர் மனைவி

இறந்துவிடவே, கல்கத்தா ஊடகத்துறை அம்மரணத்தைப் பற்றி எழுதும்போது "இந்தியர்களைத் தாழ்வாக நடத்தியதால் வைஸ்ராயைப் பற்றியிருந்த அந்தப் பாவம், அவருடைய மனைவியைச் சென்றடைந்துவிட்டது" என்று எழுதத் தொடங்கினார்கள். இதைப் படித்த பாரதியார், "அப்படி எழுதக்கூடாது. ஒருவர் துயரத்தில் இருக்கும்போது குத்திக்காட்டகூடாது. அவருக்கு ஏற்பட்ட துயரத்தைச் சாதகமாகப் பயன்படுத்தக்கூடாது" எனக் கண்டித்தார். கண்ணா மகாகவி பாரதியின் பெருந்தன்மையைக் கொஞ்சம் எண்ணிப் பார்!

வாரியார்: யார் காலில் யார் விழுவது?

கிருபானந்த வாரியார்

வாரியார் சுவாமிகள் கம்பராமாயணச் சொற்பொழிவு:

பரதன் படையுடன் இராமனைப் பார்க்க வருகிறான். எதிர்க் கரையில் குகன் நின்றுகொண்டு பார்க்கிறான். அவன் பார்வையில் 'படைதிரட்டி வந்து இராமனைத் தாக்குவதற்குத்தான் பரதன் வருகிறான்' எனத் தவறாக எண்ணிவிட்டான். பின்னர் இக்கரை வந்து பரதன் சேர்ந்தவுடன் உண்மை தெரிந்துவிடதான் அவ்வாறு எண்ணியதற்காக வருந்துகிறான். அப்போது கம்பன் சொல்கிறான்,

"அவனும் அவன் காலில் விழுந்தான்" என்று. யார் யார் காலில் விழுந்தான்?

குகன் பரதன் காலில் விழுந்தானா? பரதன் குகன் காலில் விழுந்தானா?

இது இலக்கிய உலகில் பெரும் விவாதமாகப் போய்க் கொண்டிருக்கிறது என்கிறார் வாரியார். யார், யார் காலில் விழுந்திருப்பார் என்பதைத் தமது அனுபவத்திலிருந்து எடுத்துக் காட்டாய்ச் சொல்கிறார்.

சிந்தாதிரிப்பேட்டை வாரியார் வீடு. அன்று பிள்ளையார் சதுர்த்தி. விநாயகரின் தொப்புளில் ஒரு தங்கக் காசு வைப்பதற்காக வைத்திருந்ததை அங்கிருந்த டீப்பாயின்மேல் வைத்துவிட்டு,

விநாயகருக்கு அலங்காரம் செய்துகொண்டிருந்தார். அந்த நேரத்தில் திருவாரூரிலிருந்து ஒரு செட்டியார் வீட்டுக்கு வந்தார். வாரியார் அவரை வரவேற்று அமரவைத்தார்.

"என் பெண் சென்னையில் இருக்கிறாள். இன்று சதுர்த்தி. வீட்டுக்கு வரச் சொல்லி இருக்கிறாள். அங்கே மதியம் சாப்பிட்டுவிட்டு ஊருக்குப் புறப்படுகிறேன். அப்படியே உங்களையும் பார்த்துவிட்டுப் போகலாம் என வந்தேன்".

"அதனாலென்ன செட்டியார்... எங்க வீட்டில் ஒரு காப்பி சாப்பிட்டுவிட்டுப் போங்களேன்" என்று சொல்லிவிட்டு உள்ளே சென்று காப்பி கொண்டுவரச் சொல்லிவிட்டு வந்து டீபாயைப் பார்த்தார். அங்கே வைத்த தங்கக்காசைக் காணவில்லை. வாரியார் அங்குமிங்கும் தேடினார். செட்டியார் கவனித்துவிட்டு "என்ன தேடுகிறீர்கள்?" என்று கேட்டுத் தெரிந்துகொண்டு செட்டியாரும் சேர்ந்து தேடினார். செட்டியாரைச் சந்தேகிக்கவும் முடியவில்லை; சந்தேகப்படாமலும் இருக்க முடியவில்லை. அதாவது, வாரியாருக்கு மெல்லவும் முடியவில்லை; விழுங்கவும் முடியவில்லை.

அந்த நேரத்தில் செட்டியார் குனியும்போது அவர் சட்டைப் பையிலிருந்து ஒரு தங்கக் காசு கீழே விழுகிறது. இயற்கையாகச் செட்டியார் மீது சந்தேகக் கண் விழுகிறது. அடுத்த நிமிடத்தில் அங்கிருந்த மைக்கூடு கீழே தவறிவிழ அதன் மீதிருந்த ஒரு தங்கக் காசும் சேர்ந்து விழுகிறது. தன் மகளுக்குக் கொடுத்துவிட்டுப் போகச் செட்டியார் ஒரு தங்கக் காசை வாங்கி வைத்திருந்திருக்கிறார். இடையில் வாரியார் காப்பிக்குச் சொல்ல உள்ளே சென்ற நேரத்தில் ஹாலுக்கு வந்த பேத்தி டீப்பாய் மீதிருந்த காசை எடுத்து மைக்கூட்டின்மீது வைத்துவிட்டுச் சென்றுவிட்டாள்.

இதைப் பின்னர் அறிந்துகொண்ட வாரியார் தான், செட்டியாரைத் தவறாக எண்ணிவிட்டதற்காகச் செட்டியார் காலில் வாரியார் சுவாமிகளே விழுந்துவிட்டாராம். இதைத் தடுக்க முடியாத செட்டியாரும் வாரியாரின்மீது வைத்திருந்த மரியாதை காரணமாக அவர்காலில் விழுந்து வணங்கினாராம்.

இந்தச் சம்பவத்தைச் சொல்லி 'அவனும் அவன் காலில் விழுந்தான்' என்றால் தவறாக எண்ணிவிட்ட, குகன்தான் பரதன் காலில் முதலில் விழுந்தான் என்று முடித்தார். அதனால் தவறு செய்பவர்கள் எந்தத் தயக்கமும் இல்லாமல் மன்னிப்புக் கேட்பதிலே தவறு இல்லை. மாறாக அது அவர்களின் பெருந்தன்மையைத்தான் காட்டும்.

நினைப்பதிலேதான் உறவு வலுப்பெறும்

கண்ணா! நீ என்னை அடிக்கடி நினைத்துக்கொண்டு இருக்கிறாய் அல்லவா? அதுதான்

உண்மையான உறவின் அடையாளம்.
நினைத்தபோது அருகில் இருப்பவர்களைவிட
அருகில் இல்லாதபோதும்
ஒருவரை நினைத்துக்கொண்டு இருப்பவர்களே
உண்மையான உறவுகளாகும்.

அறிஞர் அண்ணாவுக்கு ஒரு பெருந்தன்மை உண்டு. என்றுமே தந்தை பெரியாரை உயர்வாகவே மதிப்பார். இருவருக்கும் இடையில் கருத்து வேறுபாடு இருந்தநேரத்திலும்கூடப் பெரியாரை மதிப்பதோடு மட்டுமல்ல, பெருமையாகவும் மேடையிலே பேசுபவர்.

பெரியார் மக்களுக்குச் சொன்னார்

உலகம் முழுவதும் சீர்திருத்தவாதிகள் இருந்திருக்கிறார்கள். அவர்கள் அனைவரும் படித்தவர்களுக்குச் சொன்னார்கள். தந்தை பெரியார் மட்டும்தான் படிக்காதவர்களுக்கும், கீழ்த்தட்டு மக்களுக்கும் சொல்லிக்கொண்டிருந்தார் என்று பல மேடைகளில் அண்ணா பேசுவது வழக்கம்.

கண்ணிழந்தவருக்காக மௌனத்தைக் கலைத்தார் காஞ்சி பெரியவாள்

மகாபெரியவாள் மௌன விரதத்தில் இருந்த நேரம்.

ஏராளமான பக்தர்களின் கூட்டம். வரிசையாக வந்தோரைப் பார்த்துக்கொண்டு வந்தார்.

ஓர் இடத்தில் நின்றார்.

“என்ன கிருஷ்ணமூர்த்தி... சவுரியமா?” என்று கேட்டுவிட்டார். மௌன விரதத்தில் இருந்தவர் பேசியவுடன் கூடி இருந்தோர்க்கு வியப்பு.

காரணம் அறிய எல்லாரும் ஆவலுடன் காத்திருந்தனர்.

பெரியவாளே சொன்னாராம், “கிருஷ்ணமூர்த்தி இரண்டாம் உலகப்போரில் கண்களை இழந்தவர். அவரை நான் பார்த்துவிட்டேன் என்பதைக் காட்டிக்கொள்ளவே என் மௌனத்தைக் கலைத்தேன்” என்றார். கண்ணா அவருடைய பெருந்தன்மையைப் பார்த்தாயா?

தேனீக்களுக்குத் தொல்லை செய்யவேண்டாம் - மன்னன்

ஒரு மன்னன் அந்த ஊரில் பெரிய ஆலயம். கோவிலில் பூஜைக்கு மணி அடிக்காதபோது, கோவிலில் உள்ள மணியில் தொங்குகின்ற நாக்கை இழுத்துக் கட்டிவிட உத்தரவிட்டார். ஏனெனில் சுற்றிலும் அந்தப்புரம், கோவில் தோட்டம் போன்ற சுற்றுப்புறத்தில் இருக்கும் செடிகொடி மரங்களில் பூத்திருக்கும் பூக்களில் தேனெடுக்கத் தேனீக்கள் வரும். அந்த நேரத்தில் கட்டப்படாத மணியின் நாக்கு காற்றில் ஆடி ஒலியெழுப்பிவிட்டால் தேனீக்களுக்குத் தொந்தரவாக இருக்குமாம்.

மன்னன் ஒலியெழுப்பத் தடை போட்டுவிட்டான்

ஒரு மன்னன் இன்னொரு நாட்டின்மீது படையெடுத்து வெற்றி பெற்றபின் தனது படைவீரர்கள் புடைசூழத் திரும்பி வந்துகொண்டிருந்தபோது ஒரு காடு எதிர்ப்பட்டதாம். உடனே அரசன் தன் பரிவாரங்களுக்கு, அமைதி காக்க உத்தரவு போட்டான்.

காடுகளில் விலங்குகள், பறவைகள் இன்பமாக அல்லது அமைதியாக ஓய்வு எடுக்கும் நேரமாக இருக்கும். இந்த நேரத்தில் நாம் இசை எழுப்பி, வாத்தியங்கள் எழுப்பி, ஆரவாரங்கள் செய்துகொண்டு சென்றால் அவற்றிற்குத் தொல்லையாக இருக்கும் என்று சொன்னானாம். இந்த மன்னனின் பெருந்தன்மையைப் பார்.

வள்ளலார் மாட்டை நலம் விசாரித்தார்

வள்ளலார்

கண்ணா இதேபோல் பயிர் வாடியதைக் கண்டு வள்ளலார் மனம் வாடினதாகப் பலரும் சொல்வார்கள். அதே வடலூர் வள்ளலார் தொடர்பான இன்னொரு செய்தியைக் கேள்.

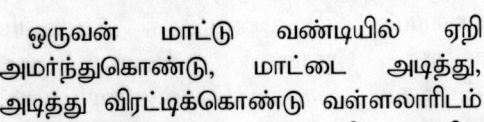

ஒருவன் மாட்டு வண்டியில் ஏறி அமர்ந்துகொண்டு, மாட்டை அடித்து, அடித்து விரட்டிக்கொண்டு வள்ளலாரிடம் வந்து சேர்ந்தான். வள்ளலாரின் ஆசீர்வாதத்தை எதிர்பார்த்து, வணங்கி நின்றான்.

வள்ளலார் அவனைத் திரும்பியும் பார்க்காமல், நேராக நுரைதள்ளி, வேர்த்துப் பெருமூச்சு விட்டுக்கொண்டிருந்த காளையிடம் சென்று, "என்னால் அல்லவா உனக்கு இவ்வளவு வேதனை" என்று சொல்லிக் கண் கலங்கினாராம்.

ஜப்பானியரின் நாட்டுப்பற்று கோர்பசேவ்

ரஷியாவின் முன்னாள் அதிபர் கோர்பசேவ் தமது சுயசரிதையில் அவரது கல்லூரியில் நடந்த செய்தியை இவ்வாறு பதிவு செய்திருக்கிறார்.

"இரண்டாம் உலகப்போர் முடிவடைந்த நேரம். ஜப்பான் முற்றிலும் சேதமடைந்துவிட்டது. உலக நாடுகள் அதன் மீது பொருளாதாரத் தடை விதித்துவிட்டன. அந்த நாட்களில் நான் ஐரோப்பாவில் படித்துக்கொண்டிருக்கிறேன். என்னுடன் இரண்டு ஜப்பான் மாணவர்களும் படித்தார்கள். அவர்களில் ஒருவன் பென்சில்களைச் சீவி கூர் செய்வான். அடுத்தவன் பாடம் எழுதுவான். ஏன் என்றால் ஜப்பானிய பென்சில்கள் தரக்குறைவாக இருந்ததால் அடிக்கடி உடைந்துபோகும். இதைப் பார்த்த நாங்கள் 'ஏன் அந்தப் பென்சில்களையே உபயோகிக்கிறீர்கள்? அதே விலையில் தரமான இங்கிலாந்து பென்சில்களை வாங்கலாமே? உங்கள் நேரவிரயத்தை சேமிக்கலாமே?' என்போம். அதற்கு, "எங்கள் பென்சில்களை நாங்களே வாங்காவிட்டால் வேறு யார் வாங்குவார்கள்? இன்று தரமற்றதாக இருக்கலாம். ஆனால்

என்றாவது ஒருநாள் எங்கள் தயாரிப்புகள் உலகத் தரத்தைத் தீர்மானிக்கும்" என்று கண்ணீருடன் சொல்வார்கள்" என்று குறிப்பிட்டிருக்கிறார்.

ஏழைப் பங்காளர்

தமிழக முதல்வராக இருந்தபோது பெருந்தலைவர் காமராஜர் மதுரைக்குப் போனார். எதிர்பாராதவிதமாக அங்கேயே இரவு தங்க வேண்டிய சூழ்நிலை. அரசின் விருந்தினர் மாளிகை. குளிரூட்டு இல்லாத அறை. மின்விசிறி இருந்தும் ஓடவில்லை; காரணம் மின் வெட்டு. அறையில் புழுக்கம். கட்டிலை வெளியே எடுத்துப் போடச்செய்தார் முதல்வர்.

படுத்து உறங்கும்முன் காவலர்கள் சுற்றிலும் நிற்பதைப் பார்த்தார்.

"நீங்க ஏன் நிக்கிறீங்கண்ணேன்?"

"முதல்வராகிய உங்களுக்குப் பாதுகாப்புக் கொடுக்க வேண்டியது காவல் துறையின் கடமை!"

"என்னை ஒருத்தனும் தூக்கிக்கிட்டுப் போயிடமாட்டாண்ணேன்... நீங்க போய்ப் படுத்துக்குங்க..." என்று சொல்லி அவர்களைப் போகச் செய்தார்.

அதனால்தான் ஏழைப் பங்காளராக மதிக்கப்பட்டார். கண்ணா, அவருடைய பெருந்தன்மையைப் பார்த்து நீயெல்லாம் பாடம் கற்றுக்கொள்ளவேண்டும்.

திருடன் ஒருவனே மற்றவரின் நலவிரும்பியாய் இருக்க விழைவான்

ஒரு டாக்டரின் ஆசை மற்றவர்கள் நோயாளிகளாக இருக்க வேண்டும்.

ஒரு வழக்கறிஞரின் ஆசை மற்றவர்கள் பிரச்னைகளுடன் இருக்க வேண்டும்.

ஒரு காவலதிகாரியின் எதிர்பார்ப்பு மற்றவர்கள் குற்றம் புரிய வேண்டும்.

ஒரு கார் மெக்கானிக்கின் ஆசை கார்கள் பழுதடையாதா?

ஒரு செருப்பு தைப்பவருடைய ஆசை யார் செருப்பாவது அறுந்திடாதா?

லேவாதேவிக்காரனின் ஆசை மற்றவர்களுக்குப் பணத் தேவை அதிகரிக்க வேண்டுமென்று.

ஆனால், எல்லாரும் செல்வச் செழிப்புடன் இருக்க வேண்டும் என ஒரு திருடன் மட்டும்தான் ஆசைப்படுவனாம்.

அவன் சுயநலத்தில் ஒரு பொதுநலம்.

நல்லவர்கள் பயனடையும் வாய்ப்பைக் கெடுக்காதே

ஒரு சாது, குதிரை மீதேறிப் பயணம் செய்துகொண்டிருந்தார். வழியில் ஒருவன் மயங்கிக்கிடந்ததைப் பார்த்து இறங்கிப்போய் எழுப்பினார். பின்னர்த் தன் குடுவையைத் திறந்து தண்ணீர் எடுத்து அவன் முகத்தில் தெளித்து மீண்டும் எழுப்பிவிட்டார். போகிற வழியில் உள்ள நகரத்தில் இறக்கிவிட எண்ணி, அவனைக் குதிரையில் ஏறிக்கொள்ளச் சொன்னார். அவனும் ஏறி அமர்ந்துவிட்டான். அந்தச் சாது ஏறுவதற்குள் லகானை உலுக்கினான். குதிரை பறந்து போய்விட்டது.

அவன் ஒரு திருடன் என்றும் மயங்கியவன்போல் நடித்திருக்கிறான் என்றும் பிறகுதான் தெரிந்தது. வேறு வழியின்றி சாது நடந்தே தன் வீட்டுக்குப் போய்விட்டார்.

சிலநாட்கள் கழித்துத் சந்தை ஒன்றுக்குச் சாது சென்றார். அங்கே அந்தத் திருடன் அந்தக் குதிரையை விற்பதற்காக நின்றுகொண்டிருந்தான். சாது அவன் தோளைத் தொட்டார். அவனுக்கு அதிர்ச்சி. அவனிடம் சாது,

"சொல்லாதே!" என்றார்.

"எதை? என்ன? ..." என்று பதறினான்.. எதைச் சொல்ல வருகிறார் என்று அவனுக்குப் புரியவில்லை.

"குதிரையை நீயே வைத்துக்கொள். ஆனால் அதை அடைந்த விதத்தைப் பிறரிடம் சொல்லாதே. நான் இந்தக் குதிரையை

இழந்துவிட்டால் உழைத்து மீண்டும் இன்னொரு குதிரையை வாங்கிவிட முடியும். ஆனால் இப்படியெல்லாம் நடந்ததை மக்கள் தெரிந்துகொண்டுவிட்டால் எதிர்காலத்தில் உண்மையிலேயே மயங்கிக் கிடப்பவர்களுக்கு யாரும் உதவ முன் வரமாட்டார்கள். என்றார் அமைதியாக.

தன் குற்றத்தை நினைத்த திருடனின் கண்களில் நீர் சுரந்தது.

போலியோ இலவசம்

போலியோ தடுப்பு மருந்தைக் கண்டுபிடித்த டாக்டர் JONAS SALK என்பவர் குழந்தைகளுக்கு அது இலவசமாகக் கிடைக்க வேண்டும் என்பதனாலேயே அதன் பேட்டண்ட் (காப்புரிமை) உரிமை தமக்கு வேண்டாம் எனச் சொல்லிவிட்டார். அதனால் அவர் இழந்த வருமானம் 700 கோடி டாலர் (45,000கோடி ரூபாய்)

கண்ணா, மனிதகுல நன்மைக்காகப் பெரும் கொடையளித்த ஒரு வள்ளலின் அருஞ்செயலை அறிந்துகொள்.

இறுதி இலவசப் பயணம்

ஒருநாள் நமது பயணம் நிச்சயம்!

பயணச் சீட்டு இலவசமாகக் கிடைக்கும். இருக்கையைப் பற்றிய கவலை வேண்டாம். உங்களுக்கான இட ஒதுக்கீடும் நிறைவடைந்துவிட்டது. மனிதநேயக் கடப்பிதழையும், அன்பு விசாவையும் எடுக்க நீங்கள்தான் முயலவேண்டும். கடப்பிதழ் வாங்க நிறையப் பொதுநலச் சேவை, கருணை, அருள், பாசம், தர்மம், நியாயம், நேர்மை, உண்மை, பிறர்க்குதவி போன்ற துணைச் சான்றிதழ்கள் தேவைப்படுமாதலால் அதற்கான தயார் நிலையை உருவாக்கிக்கொள்ளுங்கள்.

உங்களைச் சொர்க்கத்திற்கான முதல் வகுப்பில் ஏற்றிவிட நாங்கள் முயல்கிறோம்.

என்று ஒரு துணுக்கை ஓர் இதழில் படித்தேன். உனக்கும் சொல்லலாம் என தெரியப்படுத்துகிறேன்.

உன்னையே நீ அறிவாய்

எனக்கு ஒரு 'பிரச்சினை' என்று ஒருபோதும் சொல்லாதே.
ஏனெனில் அதனால் கவலையும் பயமும் கட்டாயம் வரும்.
அதையே 'சவால்' என்று சொல்லிப் பார்!
தைரியமும் நம்பிக்கையும் தானாகவே வந்து சேரும்

நீ பல நன்மை செய்தால் இந்த உலகம்
உன்னைக் கவனிக்காது! ஆனால்
நீ ஒரு தீமை செய்துவிட்டால் அதே உலகம்
உன்னை விமர்சிக்காமல் இருக்காது.

அதனால் கண்ணா தெரியாமல்கூட தவறு செய்திடாமல் கவனமாக இரு.

வருந்துவதைவிட சிந்தித்துப் பார்!
பெறுவதைவிட கொடுத்துப் பார்!
வெறுப்பை உமிழ்வதைவிட நேசிப்பைக் கொட்டிப்பார்.
நீயும் கடவுள் ஆகலாம்.

கண்ணா!

உன்னைக் கோபப்படுத்துவது ஒருவனுக்கு
மகிழ்ச்சியைக் கொடுப்பதாக இருந்தால்
நீ பதிலுக்குக் கோபப்படாமல் இருப்பது
உனது மகிழ்ச்சியாக இருக்கும்.

இப்படிக்கு,
உன் அன்புள்ள,
தாத்தா.

78 என் தாயகம்

அன்புள்ள தாத்தா வணக்கம்!

அது எப்படித் தாத்தா எதைக்கேட்டாலும் அது தொடர்பான பல கதைகளையும், நிகழ்வுகளையும் இணைத்து அழகாக எழுதி வருகிறீர்கள்?

தாத்தா, எங்கள் சிங்கப்பூரில் நான் பிறந்தேன். இதுதான் எனக்குத் தாயகம். அதனால் இந்த நாட்டில் உள்ள சிறந்த பொதுநல இயக்கமான 'மக்கள் நற்பணி மன்ற'த்தில் உறுப்பினராகிவிட்டேன். நேரம் கிடைக்கும் போதெல்லாம் அங்கே சென்று மக்களுக்கு என்னாலான உதவிகளைச் செய்து வருகிறேன். இந்த நாட்டுக்கு நானும் ஏதோ உதவி செய்கிறேன் என்ற திருப்தி ஏற்படுகிறது.

அன்புள்ள கண்ணா வாழ்த்துகள்!

நீநற்பணிமன்றத்தில் இணைந்ததை எண்ணிப்பெருமைப்படுகிறேன். அதன் மூலம் உன்னால் பிறர் பயனடைந்தாலே அதை நாட்டுக்கு நீ செய்த சேவையாக எடுத்துக்கொள்! பிறர் உனக்கு, உன் சுயமரியாதைக்கு, உன்னுடைய தன்னலமில்லாத சேவைக்கு இழுக்கு ஏற்படுத்த முயல்வார்கள்; களங்கம் கற்பிக்க முற்படுவார்கள். அந்த நேரத்தில், மகாத்மா காந்தி அடிகள் போல் செயல்படவேண்டும். தன் தாய்நாட்டின் விடுதலை ஒன்றே குறிக்கோளாகக் கொண்டு எப்படி அவர் செயல்பட்டாரோ அதேபோல் நீயும் சிங்கப்பூரின் மேம்பாட்டுக்கு, மக்கள் நன்மைக்கு என்ற குறிக்கோளுடன் பொறுமை காத்துச் செயல்படவேண்டும்.

காந்தி காலில் விழுந்த ஜெயிலர் ஸ்மட்

இந்தியாவின் சுதந்திரத்திற்காக அப்போது பலர் பல போராட்டங்களில் ஈடுபட்டு சிறை சென்றார்கள். காந்தி இருந்த சிறையில் ஸ்மட் என்ற கொடியவன் ஜெயிலராக இருந்தான். அவன் அனைத்துக் கைதிகளையும் எலும்பு ஒடிய அடிப்பான். அடியை வாங்கும் மற்ற கைதிகள் 'அய்யோ' என்று அலறுவார்கள். ஆனால் அதேபோல் காந்தியை அடித்து உதைக்கும்போது "ராம்.. ராம்" என்று சொல்வாராம். அது அவனை சிந்திக்க வைத்தது.

காந்தி

அன்றுமுதல் காந்தியை அடிப்பதை நிறுத்திவிட்டான். அவ்வப்போது காந்தியை உற்றுப் பார்த்துக்கொண்டே வந்தான். இடையில் அவரைப் பார்த்துப் புன்னகைக்கத் தொடங்கினான்.

ஒருமுறை அவரிடம் வந்து, "மிஸ்டர் காந்தி, உங்களுக்கு ஏதாவது உதவ விரும்புகிறேன். என்ன வேண்டும்?" என்று கனிவாகக் கேட்டான்.

" உன்னால் முடியுமானால் புத்தகங்கள் கொண்டுவந்து கொடு" என்றாராம். அதேபோல் சில நூல்களைக் கொடுத்திருக்கிறான். அதுமுதல் நட்பாகவும் பழகி வந்தான்.

ஒருநாள் காந்தியிடம் வந்த ஸ்மட், "உங்களுக்கு ஒரு மகிழ்ச்சியான செய்தி ஒன்றையும், வருத்தமான செய்தி ஒன்றையும் கொண்டு வந்திருக்கிறேன்" என்றானாம்.

"மகிழ்ச்சியான செய்தியை அப்புறம் சொல்லலாம், முதலில் வருத்தமான செய்தியைச் சொல்" என்று கேட்டாராம். 'முதலில் மகிழ்ச்சியைச் சொன்னால்தான் பொருத்தமாக இருக்கும்' என்று நினைத்துக்கொண்டு "இன்று உங்களுக்கு விடுதலை. ஆனால் எனக்குத்தான் உங்களைப் பிரிய வருத்தமாக இருக்கிறது" என்றானாம்.

அதற்கு, காந்தியடிகளும் “நானும் உனக்கு ஒரு பரிசு தரப்போகிறேன். என் நினைவாக வைத்துக்கொள்” என்று சொல்லிவிட்டுச் சிறையில் தான் தைத்த ‘பூட்ஸ் ஜோடி’ ஒன்றை எடுத்துக் கொடுத்திருக்கிறார். ஆவலோடு வாங்கி அணிந்து பார்த்து, “உங்களால் எப்படி இவ்வளவு அளவு பொருத்தமாகத் தைக்க முடிந்தது?” என்று கேட்டானாம்.

அதற்குக் காந்தி சிரித்தபடியே, தனது மார்புத் துண்டை அகற்றிக் காட்டினாராம். தொடக்கத்தில் காலால் உதைத்த வடு இருந்திருக்கிறது. ‘இதைத்தான் அளவாகக்கொண்டு தைத்தேன்’ என்று சொன்னாராம். உடனே தடாலென்று ஸ்மட் காந்தியின் காலில் விழுந்து கதறி அழுதானாம். “நான் ஒரு கொடிய மிருகம். என்னை மன்னித்துவிடுங்கள்” என்று சொல்லியிருக்கிறான்.

கண்ணா! ஒருவரைத் தான் தன் பொறுமையால் வென்றிடவும் முடியும்; மாற்றிடவும் முடியும் என்பதைத் தெரிந்துகொள்.

இந்தியா சுதந்திரம் பெற்றபோது கடைப்பிடித்த ஆட்சி மாற்ற நடைமுறை

கண்ணா! பேச்சாளர் சாரதா நம்பி ஆரூரன் அவர்கள் ஒரு தொலைக்காட்சி பேட்டியில் சொன்ன செய்தியை அப்படியே தருகிறேன்.

மகாத்மா காந்தி தலைமையில் நாட்டுமக்கள் ஒன்று சேர்ந்து அமைதியான முறையில் இந்திய சுதந்திரத்திற்குப் போராடினார்கள். வேறுவழியின்றி ஆங்கிலேய அரசின் கவர்னர் ஜெனரலாக இருந்த லார்டு மவுண்ட்பேட்டன், ஜவகர்லால் நேருவை அழைத்து “நாங்கள் உங்களுக்குச் சுதந்திரம் கொடுக்க முடிவு செய்துவிட்டோம். அதை எப்படி முறைப்படி வாங்கிக்கொள்ளப் போகிறீர்கள்?” என்று கேட்டார்.

நேருவுக்கும் அதற்கான நெறிமுறை தெரியாமல், மூதறிஞர் இராஜாஜியை அழைத்து கலந்தாலோசித்திருக்கிறார்.

அந்தக் காலத்தில் போரிட்டுக் கைப்பற்றிய நாட்டை, மன்னன் எவ்வாறான நெறிமுறைகளைப் பின்பற்றி ஆட்சியை மேற்கொள்வான் என்றால், வென்ற மன்னனின் இராஜகுருவை

அழைத்து அவர் கையால் செங்கோலை வாங்கிக்கொள்வது வழக்கம். இச்செய்தியை மூதறிஞர் நினைவூட்டியிருக்கிறார்.

அதன்படி தமிழகத்தின் ஒருங்கிணைந்த அப்போதைய தஞ்சை மாவட்டத்தில் இருந்த திருவாடுதுறை ஆதீனத்தின் கட்டளைத் தம்பிரானிடம் அப்பொறுப்புக் கொடுக்கப்பட்டது. ஆதீனத்தில் ஒரு வெள்ளி செங்கோல் செய்து, தங்கமுலாம் பூசப்பட்டுத் தயாரானது. ஏற்பாடு செய்யப்பட்ட, ஒரு சிறப்பு விமானத்தில் ஆதீனத்தின் கட்டளைத் தம்பிரான் அவர்கள், சில ஓதுவார்கள், சிவனடியார்கள் மற்றும் உதவியாளர்கள் கொண்ட ஒரு குழுவுடன் டெல்லிக்குச் சென்றார். 1947 ஆகஸ்டு மாதம் 15ஆம் நாள் இரவு 12 மணிக்கு, மவுண்ட் பேட்டன், தங்க செங்கோலை கட்டளைத் தம்பிரானிடம் கொடுக்க, அதைப் பண்டிட் ஜவகர்லால் நேருவிடம் தம்பிரான் கொடுத்தார். அந்நேரத்தில் நமது திருஞான சம்பந்தரின் கோளறு பதிகம் “வேயுறு தோளி பங்கன், விடம் உண்ட கண்டன்..” என்று தொடங்கும் அவ்வரிகள் ஓதுவார்களால் பாடப்பட்டன.

இந்தியக் கொடியை வடிவமைத்தவர் ஜெர்மானியர்

இந்தியாவின் தேசியக் கொடியைப் பம்பாயில் பிறந்த மேடம் பிகாஜி காமா அவர்கள் ஜெர்மனி ஸ்டுட்கார்ட் நகரில் வடிவமைத்தார் என்பர்.

ஒவ்வொருவருக்கும் நாட்டுப்பற்றானது ஒவ்வொரு கோணத்தில் அமைந்துவிடும்.

நேதாஜி, ஹிட்லரிடம் காட்டிய நாட்டுப்பற்று

ஜெர்மனியில், தம்மைச் சந்தித்த நேதாஜியிடம், “ஜெர்மனி யிடமிருந்து என்ன நீங்கள் எதிர்பார்க்கிறீர்கள்?” என்று ஹிட்லர் கேட்டார். ‘எங்களைப் பிரிட்டிஷாரிடமிருந்து காப்பாற்றுங்கள்’ என்று கேட்பார் என எதிர்பார்த்திருந்தார் ஹிட்லர். நேதாஜியோ கம்பீரமாக “நீங்கள் எழுதியிருக்கும் ‘எனது போராட்டம்’ எனும் நூலில் இந்தியாவைப் பற்றி எழுதியிருக்கும் தவறான பகுதிகளை நீக்குங்கள்” என்று

நேதாஜி

துணிந்து கேட்டாராம். நேதாஜியின் நாட்டுப்பற்றைப் பாராட்டிய ஹிட்லர் கோரிக்கையை ஏற்றுக்கொண்டாராம்.

நிக்ஸனைப் பார்க்க மறுத்த காமராஜர்

நிக்ஸன்

அமெரிக்காவின் அதிபராய் இருந்த நிக்ஸன் இந்தியா வந்தார். நாடாளுமன்ற உறுப்பினராக இருந்த பெருந்தலைவர் காமராஜரைப் பற்றிக் கேள்விப்பட்டு, அவரைப் பார்க்க விரும்பினார். அந்த நேரத்தில் டெல்லியிலிருந்தும் நிக்ஸனைப் பார்க்க மறுத்துவிட்டார். அவருடைய உதவியாளர், "அய்யா, உலகமே போற்றப்படும் அமெரிக்க அதிபரே உங்களைப் பார்க்க விரும்பும்போது..." எனச் சொல்லித் தயங்கி நின்றார். அதற்குக் காமராஜர், "அவர் பெரிய ஆளா இருக்கலாம்ணேன்.. யார் இல்லேன்னது? நம்ம ஊர் அண்ணாதுரை அமெரிக்கா போனபோது இதே நிக்ஸனைப் பார்க்க நேரம் கேட்டதற்கு, நேரம் கொடுக்க மறுத்துவிட்டார். நம்ம ஊர்க்காரரைப் பார்க்க மறுத்தவரை நாம் ஏன் பார்க்கணும்ணேன்?" என்றார். உதவியாளர் மெய் சிலிர்த்துவிட்டாராம்.

ஜப்பானியத் தாய், தன் மகனை செருப்பால் அடித்தாள்

எல்லாரும் 'டைட்டானிக்' எனும் ஆங்கிலப்படத்தைப் பற்றி அறிவர். அது 1997 இல் வெளிவந்த ஹாலிவுட் படம். வசூலில் உச்சம் தொட்ட படம். அதில் வராத ஒரு காட்சி. உண்மையாக நடந்த கதைதான் அது. கப்பல் உடைகிறது. அதிலிருந்து தப்பிக்க உயிர்காக்க உதவும் படகுகள் அதில் குறைவாகவே இருந்தன. நோயாளிகளுக்கும், பெண்களுக்கும், கர்ப்பிணிகளுக்கும், குழந்தைகளுக்கும் முன்னுரிமை தரப்பட்டது. அதைப் பயன்படுத்தி ஒரு ஜப்பான் நாட்டவர் பெண் வேடத்தில் வந்து படகில் ஏறிப் பக்கத்து நாட்டுக்குப் போய் ஜப்பான் போய்விட்டார். அமெரிக்க, ஐரோப்பிய மக்கள் மற்றும் அந்நாட்டவர் எல்லாரும் பாராட்டி வரவேற்றார்கள்.

வீட்டுக்குப் போனதும் அவனுடைய அன்னையும், சகோதரிகளும் அவனைச் செருப்பால் அடித்து வசைபாடினார்கள். காரணம் ஒரு

உண்மையான பெண்மணிக்குக் கிடைக்க வேண்டிய வாய்ப்பைப் பொய்சொல்லித் தட்டிப் பறித்துவிட்டாயே! இது நமது நாட்டுக்கு இழிவு இல்லையா? என்று சாடினர். கண்ணா! இதிலிருந்து அந்த நாட்டின் சிறப்பினைத் தெரிந்துகொள்.

ஜப்பான் நாட்டுக் கிழவியின் நாட்டுப்பற்று

ஒரு பேருந்தில் வயதான கிழவி ஏறுகிறாள். தன் இருக்கையில் அமர்ந்தவுடன் பையைத் திறக்கிறாள். எதையோ தேடுகிறாள். மெதுவாக ஓர் ஊசி நூலை எடுத்து அவள் அமர்ந்திருந்த இருக்கையின் மேற்பகுதி கிழிந்திருந்ததைத் தைத்துவிட்டு, தான் இறங்கவேண்டிய இடம் வந்தவுடன் எதுவும் பேசாமல் இறங்கிச் சென்றுவிட்டாள்.

குறிப்பு: கண்ணா! அந்த அன்னை, தான் செய்ததைப் படம் எடுத்து செய்தித்தாளுக்கு விளம்பரம் கொடுக்கவில்லை.

கண்ணா, நாம் சரித்திரம் படிக்கிறோம். ஒரு சிறிய குட்டிச் செய்தியைத் தெரிந்துகொள்.

பலமும், புகழும் மிக்கவர் பாபர். இந்தியாவைப் பல ஆண்டுகள் தங்கள் பிடியில் வைத்திருக்க இஸ்லாமிய சாம்ராஜ்யத்துக்கு வழி வகுத்துக் கொடுத்தவர். அவரது மகன் ஹுமாயுன் தடுக்கி விழுந்து இறந்தாராம்.

சிப்பாய் ஷெர்கான்தான் ஷெர்ஷா

வெறும் சிப்பாயாக இருந்தவன் ஆப்கான் வீரன் ஷெர்கான். தோள் வலிமையும், சுடர் விடும் கண்களையும் கொண்டவன். அவன் சிப்பாயாக இருந்துகொண்டே முகலாய சாம்ராஜ்யத்தின் அஸ்திவாரத்தையே அசைத்துப் பார்த்தவன். பின்னாளில் 'ஷெர்ஷா' என்ற பெயரில் கொடிகட்டிப்பறந்தவன்.

அக்கால அரசனைவிட அழகான, திடமான, எடுப்பான உருவங்களை உடையவர்கள் பலர் இருந்திருந்தாலும், அரசனை அலங்கரித்து, கிரீடம் சூட்டி, கவசம் அணிவித்து, அணிகலன்களைப் பூட்டிக் காட்டுவதால்தான் அரசன் தனித்துவமாகத் திகழ்கிறான்.

வீரம் என்பது

போர் புரிய அல்லது மற்றவருடன் சண்டையிடுவதற்கு மட்டும்தான் வீரம் அவசியம் என நினைப்பது தவறு.

இதுகாறும் இந்தச் சமூகம் முன்னெடுத்தவைகளில் எவையெல்லாம் சரியில்லையோ அவற்றை எதிர்ப்பதற்கும், மறுதலித்துப் பேசுகின்ற துணிவுக்கும் வீரம் என்பர்.

அர்ச்சுனன் முடிவால் பாண்டவர் வெற்றி!

பாரதப்போர் தொடங்க இருந்தது. கிருஷ்ணன் உறங்கிக் கொண்டிருந்தான். துரியோதனன் கிருஷ்ணனைத் தேடிவந்து, கிருஷ்ணன் எப்போது விழிப்பான் எனத் தலைமாட்டில் காத்திருந்தான். பின்னர் வந்த அர்ச்சுனன், கிருஷ்ணனின் கால் மாட்டில் அமர்ந்திருந்தான். இருவரும் வரப்போகும் போருக்குக் கண்ணனின் ஆதரவைக் கேட்க வந்துள்ளார்கள்.

கண்விழித்த கிருஷ்ணன் பார்வையில் கால்மாட்டில் இருந்த அர்ச்சுனனே முதலில் தெரிந்தான். அதனால் அவனைப் பார்த்து "என்ன வேண்டும்?" எனக் கேட்டான்.

துரியோதனன் குறுக்கிட்டு, "நான்தான் முதலில் வந்தேன். அதனால் என்னிடமே முதலில் கேட்க வேண்டும்!"

"என் பார்வையில் முதலில் பட்டவன் அர்ச்சுனனே. அத்துடன் அவன் வயதில் இளையவன். அதனால் அவனுக்கே முதல் வாய்ப்பு" என்றார்.

"இந்த யுத்தத்தில் என் சேனைகளும், ஆயுதங்களும் ஒருபக்கம்; நான் மட்டும் நிராயுதபாணியாக இன்னொருபக்கம். இதில் எதை நீ கேட்கிறாய்" என அர்ச்சுனனைப் பார்த்துக் கிருஷ்ணன் கேட்டார்.

துரியோதனன் பதறினான். அவன் தனக்குக் கிருஷ்ணனின் போர்த் தளவாடங்களுடன் கூடிய படைகள் தேவை என எண்ணிக் கொண்டிருந்த நேரத்தில், அர்ச்சுனனோ.

"எனக்குப் படை வேண்டாம்.. நீங்கள் என்னுடன் இருந்தால் போதும்" என்றவுடன் துரியோதனன் நிம்மதிப் பெருமூச்சு விட்டான்.

இறுதியில் 'கிருஷ்ணன்' எனும் அதிசய அசாதாரண சக்தியே பாண்டவர்களின் வெற்றிக்கு உறுதுணையாய் இருந்தது என்பது கதை.

கண்ணா, இன்னொரு குட்டிச் செய்தி: ரோமாபுரியின் வீழ்ச்சிக்குக் காரணம், அளவுக்கு அதிகமான ஆடம்பரங்களாலும், கேளிக்கைகளாலும்தான் என்று பின்னர் சொல்லப்பட்டது.

ஒருவனது வெற்றி என்பது எவ்வளவு நேரம் பணியாற்றுகிறோம் என்பதில் இல்லை. சிந்தித்து, திட்டமிட்டு, எதை எப்படிச் செய்ய வேண்டுமெனத் தீர்க்கமான இறுதி முடிவெடுத்துக் குறைந்த நேரம் பணியாற்றினாலே போதும்.

இதை 'நேர நிர்வாகம்' என்று சொல்வார்கள். (Time Management)

பெல்ஜியத்தின் தாமதத்தால் உலகப் போரின் முடிவே மாறியது

இரண்டாம் உலகப்போர். ஹிட்லர் பெல்ஜியத்தை அணுகிக் கூட்டுச் சேர அழைப்பு விடுத்தார். தம் தலைமையை ஏற்றுக் கொள்ள வேண்டும் போன்ற சில நிபந்தனைகளை விதித்ததுடன், அதை எழுத்துப் பூர்வமாக உடன்பாடு செய்துகொள்ள வேண்டும் என வலியுறுத்தினார்.

யோசித்து ஒரு முடிவு எடுப்பதற்குப் பெல்ஜியம் தாமதம் செய்து கொண்டே வந்தது.

அதற்குள் ரஷ்யாவில் பனிக்காலம் தொடங்கிவிட்டது. ஐரோப்பவிலேயே ரஷ்யப் பனி என்பது மிக மோசமானது. அந்த நாட்டு மக்களுக்கு அந்தப் பனிமூட்டம் பழகிப் போய்விட்டது. அதனால் ஹிட்லர் படை ரஷ்யாவுக்குள் நுழைந்து பெருஞ் சேதங்களை அடைந்ததோடு, தோல்வியையும் தழுவியது.

சர்ச்சிலின் தோல்வி

கண்ணா, மற்றுமொரு குட்டிச் செய்தி: உலகப் போரில் இங்கிலாந்து வெற்றி பெறக் காரணமாக இருந்த உலகப் புகழ் பெற்ற மாவீரர் வின்ஸண்ட் சர்ச்சில் உள்ளூர்த் தேர்தலில் தோல்வி அடைந்தார்.

வியந்து பார்!

* தண்டி யாத்திரையில் நடக்க காந்தியின் வேகத்துக்கு ஈடு கொடுக்க எல்லாரும் தயங்கினார்.

* கங்கை ஆற்றை பாபர் நீந்தியே கடந்தார்.

* திப்பு சுல்தான் புலியுடன் உண்மையாகச் சண்டையிட்டு வெற்றி பெற்றவர்.

* இராஜேந்திர சோழன், ஒரே நேரத்தில் 300 யானைகளை ஏற்றும் கப்பலை வடிவமைத்தான் என்பர்.

ஸ்பெயின் அறிஞர் திராவிடராம்

"நான் ஸ்பெயின் தேசத்திலிருந்து வந்திருந்தாலும் என்னை ஸ்பெயின் தேசத்திலிருந்து வந்த திராவிடன் எனச் சொல்லிக்கொள்வதிலே பெருமை அடைகிறேன்!" என்றார் அறிஞர் ஹீராஸ்.

டாடாவின் நாட்டுப்பற்று

ஒருமுறை டாடாவின் தாஜ் குரூப் ஆப் ஹோட்டல் அனைத்து வெளிநாட்டு - உள்நாட்டுக் கட்டடங்களுக்கும் மறு சீரமைப்பு, உள் அலங்காரம் செய்ய, வண்ணம் பூச, டெண்டர் கோரியது பலகோடி மதிப்பிலானது. உலகம் முழுவதிலுமிருந்தும் ஏராளமான டெண்டர்கள் வந்தன.

டாடா

இதில் கலந்துகொண்டு எப்படியும் இந்த டெண்டரை எடுத்துவிட வேண்டுமென்று

இரண்டு பாகிஸ்தான் தொழிலதிபர்கள் புறப்பட்டு ரத்தன் டாடாவைச் சந்திக்க நேராகப் பம்பாய் வந்துவிட்டார்கள். அப்பா யிண்ட்மெண்ட் இல்லாமல் யாரையும் பார்க்கும் பழக்கம் இல்லாத ரத்தன் சந்திக்க மறுத்துவிட்டார்.

விரக்தியடைந்த இருவரும், தங்கள் நாட்டின் தூதரகத்தின் மூலம் டாடாவைச் சந்திக்க முயன்றார்கள். அதுவும் முடியாததால் வெவ்வேறு வழிகளைத் தேடினார்கள். இறுதியில் அப்போதைய அமைச்சர் ஆனந்த் சர்மாவைப் பிடித்தார்கள். குறைந்த தொகையில் தரமான சேவையைத் திருப்தியாகச் செய்வதாகச் சொல்லி டாடாவிடம் எப்படியும் டெண்டரை வாங்கித் தருமாறு வேண்டினர்.

அமைச்சரும் விவரத்தைச் சொல்லி டாடாவிடம் கேட்டதுதான் தாமதம், வெகுண்டெழுந்து, "இதை என்னிடம் கேட்பதற்கு உங்களுக்கு வெட்கம் இல்லாமல் இருக்கலாம்... ஆனால் எனக்கு அப்படியல்ல" என்று சொல்லிவிட்டு போனை வைத்துவிட்டார்.

இது நடந்து பல மாதங்களுக்குப் பிறகு, பாகிஸ்தான் அரசிடமிருந்து, டாடா சுமோ கார்கள் வேண்டுமென்று மிகப்பெரிய ஆர்டர் ஒன்று டாடாவுக்கு வருகிறது. 'ஒரு காரைக்கூடப் பாகிஸ்தானுக்கு ஏற்றுமதி செய்யமாட்டேன்' என்று உறுதியாகச் சொல்லிவிட்டார்.

எந்த அளவுக்கு நாட்டுப்பற்று டாடாவுக்கு இருந்திருந்தால் இந்த அளவுக்குத் தமக்கு வரும் பெரும் வருமானத்தையும் இழக்கத் தயாராய் இருப்பார். பெரும் செல்வந்தர்களில் இப்படிப்பட்ட குணங்களைக் கொண்டோர் மிகவும் அரிது.

உண்மையை மறைத்து வரலாறு எழுதுகிறார்கள்

கண்ணா! இன்றைய அரசியலில் உண்மையான வரலாற்றை மறைக்க அல்லது திரிக்க அல்லது வளைக்க முயல்கிறார்கள். அது கூடாது. நமது விருப்பம் ஒன்றாக இருக்கலாம்; அதற்காக வரலாற்றை மறைப்பது தவறு. இப்படியே அவரவர் விழைவுக்கு ஏற்பத் தவறு செய்துகொண்டே போனால் எதிர்காலத்தில் வரலாற்றுக்கு ஒரு மரியாதை இல்லாமற் போய்விடும்.

* சூரியனே அஸ்தமிக்காத நாடென்று புகழப்பட்ட இங்கிலாந்தை ஜூலியஸ் சீசர் ஒருமுறை அடிமைப்படுத்தி இருக்கிறான்.

* இன்று அமெரிக்காவை மிரட்டிக்கொண்டிருக்கும் சீனாவை அன்று செங்கிஸ்கான் தலைமையில் மங்கோலியா எனும் சிறிய நாடு அடிமைப்படுத்தி இருக்கிறது.

* 'உங்கள் கல்விப் பாடத் திட்டத்தில், இங்கிலாந்து அடிமைப்பட்ட வரலாறு இருக்கிறதா?' என்று லண்டனைச் சேர்ந்த நண்பர்களிடம் அண்மையில் கேட்டேன். 'இல்லை. எங்கள் நாடு மற்ற தேசங்களை அடிமைப்படுத்தியவைதான் பாடத்தில் உள்ளன' என்றார்.

* அதேபோல் சீன நண்பரைக் கேட்டேன். 'இல்லை' என்று சொல்லிவிட்டு, திருப்பிக் கேட்டார், 'யார் அந்த செங்கிஸ்கான்?' என்று.

* இராசேந்திர சோழன் கீழை நாடுகளைப் பெரும்பாலும் அடிமைப்படுத்தி இருக்கிறான். ஆங்காங்கே இருந்த அவனுடைய வெற்றித் தூண்கள் உடைக்கப்பட்டன. சீனாவுடன் கடல் வணிகம் செய்திருக்கிறான்.

வரலாற்றை மறைக்காத இந்தியா

ஆனால், கண்ணா ஒரு வியப்பும் சிறப்பும் என்னவென்றால்,

QUTB AL DIN AIBAK என்ற ஆப்கான் நாட்டைச் சேர்ந்தவன் தந்திரமாக இந்தியாவைக் கைப்பற்றினான். இருந்தும் அவன் நினைவாக எழுப்பப்பட்ட, குதுப்மினார் என்னும் கோபுரத்தை இன்றும் இந்தியாவின் தலை நகரிலேயே பத்திரமாகக் காப்பாற்றி வருகிறோம் என்றேன். அது 1192இல் முற்றிலும் செங்கற்களால் கட்டப்பட்ட உலகிலேயே உயரமான ஸ்தூபி (240 அடி) ஆகும். அது யுனெஸ்கோவின் அங்கீகாரமும் பெற்றுள்ளது.

கண்ணா பிளவுபட்டுக் கிடக்கின்ற பெரும்பான்மைச் சமூகத்திற்கிடையே, ஒற்றுமையான சிறுபான்மைச் சமூகம் வலிமையுடையதாய் இருக்கும் என்ற உண்மையை நீ அறிந்துகொள்!

சுதந்திர இந்தியாவின் முதல் வாக்காளர்கள்

இந்தியாவில் சுதந்திரம் பெற்ற பின்னர் முதல் தேர்தல் 1952ல் வந்தது.

ஆனால் 1951 இறுதி அக்டோபரிலேயே ஹிமாசல பிரதேச மாநிலத்தில் உள்ள 'சினி' என்ற கிராம மக்கள் மட்டும் முன் கூட்டியே வாக்களித்தார்கள்.

ஏனென்றால், அக்கிராமம் ஒரு பள்ளத்தாக்கில் இருந்தது.

மறு ஆண்டு தேர்தல் நடக்க இருந்த மாதங்களில், அந்தப் பள்ளத்தாக்கு, பனி படர்ந்து ஊரே மூடப்பட்டுவிடும் என்பதால், தேர்தல் முன்னரே நடத்தப்பட்டது.

கண்ணா! இந்தக் கருத்துமுத்துகளை உனக்கு எழுதி கடிதத்தை முடிக்கிறேன்.

"வெற்றி என்பது நிரந்தரமில்லை;
தோல்வி என்பது இறுதியானதல்ல
ஒரு நொடி துணிந்தால் இறந்துவிடலாம்
ஒவ்வொரு நொடியும் துணிந்தால் வாழ்ந்து காட்டலாம்"

"ஆங்கிலம் பேசி வெள்ளைக்காரன் நிறுவனத்தில் ஒரு வேலை வாங்குவது பெரிய காரியமில்லை. தமிழில் ஒரு வார்த்தைகூடத் தெரியாமல் நம்மிடம் வேலை வாங்குகிற அவன்தான் பெரியவன்."

இப்படிக்கு,
உன் அன்புள்ள,
தாத்தா.

79. நம்பிக்கையில்தான் வாழ்க்கை

அன்புள்ள தாத்தா, வணக்கம்!

வரலாற்றையே இப்போதைய ஆட்சியாளர்கள் மறைத்து விடுகிறார்கள் என்று தங்கள் கடிதம் வாயிலாக ஒரு கொடுமையை அறிந்து வேதனை அடைந்தேன். இது அநியாயம் தாத்தா. நமது முன்னோர்கள் வரலாற்றைப் பதிவு செய்ததில் எந்தத் தவற்றையும் செய்திருக்க மாட்டார்கள் என்ற நம்பிக்கையில்தானே நாம் வரலாறு படிக்கிறோம். அதையே மறைக்கிறார்கள் என்றறியும்போது நம்பகத்தன்மை போய்விடுகிறதே?

நான் நற்பணி மன்றத்தில் சேர்ந்ததிலிருந்து என் தேசத்திற்கு என்னால் முடிந்த அளவுக்குச் சேவை செய்யப்போகிறேன் என்ற நம்பிக்கை எனக்கு ஏற்பட்ட நேரத்தில் இப்படியொரு செய்தி கிடைத்து மனம் நொந்துபோய்விட்டேன்.

இப்படிக்கு,

உங்கள் அன்புள்ள பேரன்,

கண்ணன்.

அன்புள்ள கண்ணா, வாழ்த்துகள்!

பேரன் என்பதைவிடப் 'பெயரன்' என்று சொல்வதுதான் சரி என்கின்றனர் புலவர்கள்.

சரி கண்ணா, பெரிதாகக் கவலைப்படாதே! இப்படி நாம் செய்திகளைப் பகிர்ந்துகொள்வதே ஒரு வரலாறுதான்.

இன்னொரு அரசியல்வாதி வருவான். அவன் ஒரு நடு நிலையாளனாக இருப்பான். அவன் தன் நாட்டுப் பாடப்

புத்தகத்தில் மறைக்கப்பட்ட வரலாற்றைப் பதிவு செய்வான் என்று நம்புவோமாக.

நம்பிக்கையில்தானே நம் வாழ்க்கை நகர்கிறது.

இன்றிரவு படுத்து மறுநாள் காலை எழுவோம் என்பதற்கு எந்தவித உத்தரவாதமும் இல்லை.

இருந்தாலும்,

நாளைக்கான திட்டங்களை இன்றே திட்டமிடுகிறோம்.

இதுதான் நம்பிக்கை.

சத்ரபதி சிவாஜியைக் கொல்ல வந்த சிறுவன்

“ஏன் என்னைக் கொல்லத் துணிந்தாய்?” என்று கைதாகி நின்ற சிறுவனைப் பார்த்து மராட்டிய மன்னன் வீர சிவாஜி கேட்டான்.

சத்ரபதி சிவாஜி

“வறுமை! கையில் பணமில்லை. தாய் மரணப்படுக்கையில். உங்களைக் கொன்றால் பணம் தருவதாக உங்கள் எதிரிகள் சொன்னார்கள்” என்றவுடன், பக்கத்தில் நின்ற படைத்தளபதி தானார்ஜி, “மன்னரைக் கொல்லத் துணிந்த உனக்கு மரண தண்டனைதான்” என்றார். “சரி நான் ஒப்புக்கொள்கிறேன். அதற்குமுன் கைதியாக இல்லாமல் சுதந்திரமாகச் சென்று என் தாயிடம் விடைபெற்றுக்கொண்டு வருகிறேன். அனுமதியுங்கள்” என்றவுடன், “இவன் தப்பிக்கத் திட்டம் போடுகிறான். அதனால் முடியாது” என்றார் தானார்ஜி. அதற்கு அச்சிறுவன் “நான் மானமுள்ள மராட்டியன். சொன்ன சொல் தவறமாட்டேன்” என்றான்.

கவனித்துக்கொண்டிருந்த சிவாஜி, அவன்மீது ஏதோ ஒரு நம்பிக்கை எழவே அனுமதித்தார். அதன்படி போய்த் தன் தாயைப் பார்த்து விடை பெற்றுக்கொண்டு, சொன்ன

நேரத்திற்குள் வந்து மன்னன் முன் நின்று, "மரண தண்டனையைத் தாருங்கள்" என்று சொன்னவுடன், சிவாஜி அச்சிறுவனைத் தட்டிக் கொடுத்து, "உன்னைப்போல் நம்பிக்கையும், நேர்மையையும் உடையவனைக் கொல்வேனா? இன்று முதல் என் படையில் சிப்பாயாகச் சேர்ந்துகொள்" என்றானாம்.

தான் நம்பிய கை

நீ கீழே விழும்போதெல்லாம் அடிபடாமல் உன் கை உன்னைத் தாங்கிக்கொள்கிறது;
மனம் உடையும் போதெல்லாம் உள்ளத்தால் தேற்றிக் கொள்கிறாய்.
தனியே நீ அழும்போதெல்லாம் உன் கண்ணீரைத் துடைத்துவிடும் அந்தக் கையானது வேறு யாருடைய கையும் அல்ல.
உன்னுள் உள்ள "தன்னம்பிக்கைதான்"
அதை மட்டும் ஒருபோதும் இழந்து விடாதே!

கண்ணா, ஒருவன் தன் திறமையில் நம்பிக்கை வைக்காமல் வெறும் ஆடம்பரம் செய்த வில்லில் வைத்ததால் காரியம் கெட்டுப் போனது என்பதற்கு இதோ ஒரு கதை.

வீண் அலங்காரம் வேலைக்கு ஆகாது

தேர்ந்த வில்லாளி தன் திறமைக்கேற்ற வில் தன்னிடம் இருக்க வேண்டுமென விரும்பினான். ஒரு வைரம் பாய்ந்த மரத்தைத் தேர்ந்தெடுத்து, அதிலிருந்து ஒரு வில்லை உருவாக்கினான். பிறகு அழகுபடுத்த எண்ணி ஒரு சிற்பியை வரவழைத்து அழகிய உருவங்களை அதில் செதுக்கச் செய்தான். மன நிறைவு பெறாத அவன் சிற்பியிடம், சிற்பங்கள் வேண்டாம். பதிலாக வீரமிக்க மிருகங்களைச் செதுக்கித் தருமாறு பணித்தான். அதிலும் நிறைவில்லை. காடுகளையும், மலைகளையும் தன் வில்லில் செதுக்கச் செய்தான். இப்போது வில்லாளிக்கு பெருத்த மகிழ்ச்சி ஏற்பட்டுவிட்டது.

யாரிடமும் இல்லாத அழகிய, சிறந்த வில் தன்னிடம்தான் இருக்கிறதென்று பறைசாற்றினான்.

போட்டி ஒன்று வரும்போது நாணைப் பூட்டி இழுத்தான். சிற்பங்களைச் செதுக்கிச் செதுக்கி வலுவிழந்த வில் பட்டென்று முறிந்துவிட்டது.

இறைவனிடம் நம்பிக்கை வைப்பார்கள். ஆனால் அந்த நம்பிக்கை நுட்பமான அறிவுடன் கூடியதாக இருக்க வேண்டும். ஒரு சொல்லில் அல்லது ஒரு கோணத்தில் அந்த நம்பிக்கை வீணாகிவிடவும் வாய்ப்பிருக்கிறது.

இழந்ததையெல்லாம் திரும்பத் தா இறைவா!

இழந்ததையெல்லாம் எனக்குத் திரும்பத் தா என்றேன்.

இழந்தவை எவை என இறைவன் கேட்டான்.

பலவும் இழந்திருக்கிறேன், கணக்கில்லை
பட்டியல் போட்டுச் சொல்லவா இயலும்?
காலமாற்றத்தில் இளமையை இழந்தேன்
கோலம் மாறி என் அழகை இழந்தேன்
காதலித்து அவளிடம் இதயம் இழந்தேன்
வயதாக ஆக உடல் நலமிழந்தேன்
எதையென்று சொல்வேன் நான்?
இதையெல்லாம் மீண்டும் தா என்றேன்.

அழகாகச் சிரித்தான் பரமன்:

கல்வி கற்றதால் அறியாமையை இழந்தாய்
உழைப்பின் பயனாய் வறுமையை இழந்தாய்
நற்பண்புகளால் எதிரிகளை இழந்தாய்
சொல்ல இன்னும் பலவுண்டு இதுபோல்
இழந்த அனைத்தையும் அள்ளித் தரவா?

என்றான்.

கேட்டவுடன் ஓட்டமாய் ஓடிவிட்டேன்

- பி.முருகன் என்பவர் எழுதிய கவிதை!

அனுபவம்தான் நாற்பது

60 வயதுக் கிழவர் ஒருவர் ஏதோ ஒரு நம்பிக்கையில் தம் சட்டையின் முதுகுப்புறத்தில் இப்படியொரு வாசகத்தைப் பதித்துக்கொண்டாராம். கண்ணா, இதைப் படிக்கும்போது, தான் என்றும் இளைஞன் என்பதன் கருத்து வெளிப்பாட்டில் ஓர் அழகு இருப்பதை உன்னால் உணர முடியும்.

"என் அகவை அறுபதல்ல; இருபதுதான்.
அனுபவம்தான் நாற்பது"

தனக்கு உதவிடும் என்கிற நம்பிக்கையில் செடி, பூவை உதிர்ப்பதில்லை.

வாடி விழுந்த மலர்கள் வாசனை தருவதில்லை. ஆனால்,

அது மக்கி அழுகி உரமாகி அந்த மரத்தடித் தரையில் உரமானால்,

அதனால் பயனடையும் அந்த மரத்தின் வேர்கள்

ஆயிரம் வாசமுள்ள மலர்களை உருவாக்கிட முடியும்.

இழப்பு முக்கியமல்ல;

இழந்தாலும் இந்தப் பூவுலகிற்கு

எவ்வாறு பயன்பட்டோம் என்பதே முக்கியமாகும்.

கணவனை மிருக டாக்டரிடம் போகச் சொன்ன மனைவி

குடும்ப வாழ்க்கையில் ஈடுபாட்டைக் காண்பிக்காமல், பொருளீட்டு வதிலேயே கவனம் செலுத்துவதால் இல்லத்தில் எழும் உணர்வுகளை எவ்வளவு அழகாக மனைவி கணவனுக்கு உணர்த்துகிறாள் பார்.

"என்னங்க! உங்களுக்கு அலோபதி டாக்டரிடம் காண்பித்துப் பயன் இல்லை. பேசாமல் ஒரு வெட்ரனரி (மிருக வைத்தியர்) டாக்டரைப் போய்ப் பாருங்களேன்.

அதிர்ச்சியடைந்த கணவன்,

"உனக்கு என்ன மூளை கெட்டுப்போச்சா?"

"எனக்குக் கெட்டுப்போகலங்க. உங்களுக்குத்தான் எல்லாம் கெட்டுப்போச்சு.

காலங்காத்தால 'கோழி'யாட்டம் எந்திரிச்சி,

அப்புறம் 'காக்கா'வாட்டம் குளிச்சிட்டு வந்து,

'குரங்கு' மாதிரி லபக் லபக்கின்னு கால டிபனைத் தின்னுட்டு,

பந்தயக்'குதிரை' மாதிரி ஆபீசுக்கு ஓடி,

ஆபீஸ்ல 'மாடு' மாதிரி உழைக்கிறீங்க.

உங்க கீழ சரியா வேலை செய்யாதவங்களைப் பார்த்து 'கரடி' மாதிரி கத்துறீங்க.

வீட்டுக்குச் சாயங்காலம் வந்தவுடனே 'நாய்'மாதிரி என்கிட்டே குறைக்கிறீங்க.

அப்புறம் போடறதை முதலை மாதிரி விழுங்கிவிட்டுக்

கடைசியா எருமை மாடுபோலக் கொறட்டை விடுறீங்க." என்று சொல்லிவிட்டு,

"அதனாலதான் சொல்றேன்.. நீங்க ஒரு கால்நடை மருத்து வரைப் பார்ப்பது நல்லது!"

இதைக் கேட்டவுடன் கணவன் தன் பரிதாபகரமான நிலையை எண்ணி விழித்தான்.

"என்னங்க? 'கோட்டான்' மாதிரி முழிக்கிறீங்க" என முத்தாய்ப் பாய் முடித்தாள்.

விமர்சனம் செய்பவர்கள் வெற்றி பெறுவதில்லை
விமர்சிக்கப்படுபவர்கள் தோல்வி பெறுவதில்லை

திருமூலரின் மூச்சுப் பயிற்சி

திருமூலர்

அமெரிக்காவில் திருமூலரின் 568, 573ஆவது பாடலை

ஆய்வு செய்து அதன்படி மூச்சுப் பயிற்சி செய்தவர்கள்

உமிழ்நீரில் பல புரதச் சத்துகள் உற்பத்தியாகின்றன என்று நம்புகின்றனர்.

இவற்றில் முக்கியமான புரதம்,

"நரம்பு வளர்ச்சிக் காரணி" (Nerve grouth factor) என்றும் சொல்கின்றனர்.

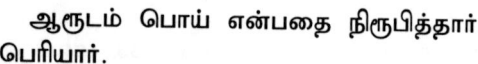

ஆரூடம் பொய் என்பதை நிரூபித்தார் பெரியார்.

பெரியார்

தந்தை பெரியார் அவர்கள் ஆரூடத்தில் என்றும் நம்பிக்கையில்லாதவர்.

ஆனால், ஒரு பச்சைக்கல் மோதிரம் அணிந்திருந்தார். அதைப் பற்றி ஒருவர் பெரியாரிடம் வினவியபோது,

"ஒரு நபர் மஞ்சள் நோட்டீஸ் கொடுத்துவிட்டார். அதற்குக் காரணம் அவர் அணிந்திருந்த இந்தப் பச்சைக்கல் மோதிரம்தான் என்று அவர் நினைத்து வருந்தினார். பின்னர் அவருடைய சொத்துகள் ஏலம் போடப்பட்டன. அப்படி ஏலத்திற்கு வந்த அந்த மோதிரத்தை நாம் வாங்குவோம். அது என்ன செய்கிறது என்று பார்ப்போம் என்று வாங்கியதுதான் இது. இப்போது எனக்குப் பணம் கொட்டோ கொட்டென்று கொட்டுகிறது" என்றாராம்.

நம்பிக்கையும் உழைப்பும்

ஒரு வணிக நிறுவனத்தில் 50 கோடி நஷ்டம் ஏற்பட்டுவிட்டது. அதன் தலைவர் நொந்து மனம் உடைந்துபோய், ஒரு தோட்டத்தில் கவலையுடன் அமர்ந்திருந்தார். அவர் அருகில் அமர்ந்திருந்த ஒரு பெரியவர் "ஏன் கவலையுடன் அமர்ந்திருக்கிறீர்கள்?" என்று கேட்டார்.

இவரும் ஓர் ஆறுதலுக்காகத் தம் சோகக் கதையை ஒளிவுமறைவு இல்லாமல் சொன்னார். கேட்டுவிட்டு அந்தப் பெரியவர் ஒரு காசோலையை எடுத்தார். அதில் 500கோடி எழுதி அவரிடம் கொடுத்துவிட்டு, "வருத்தப்படாதே! இதைப் பயன்படுத்தி உன் வியாபாரத்தைச் சரிசெய்துகொள். அமோகமாக லாபம் ஈட்டி அடுத்த ஆண்டு இதே நேரத்தில், இதே இடத்தில் உனக்காகக் காத்திருப்பேன். அப்போது என் பணத்தைத் திருப்பிக்கொடுத்தால் போதும்" என்று சொல்லிவிட்டுப் போய்விட்டார்.

நேராகத் தம் அலுவலகம் சென்ற முதலாளி தம் அலுவலர்கள், ஊழியர்கள் அனைவரையும் வரவழைத்தார். நடந்ததை விவரித்தார்.

"இப்போது அந்தக் காசோலையை என் லாக்கரில் வைத்துப் பூட்டி வைத்துள்ளேன். ஒருவர் கொடுத்துவிட்டார் என்பதற்காக உடனே எடுத்துப் பயன்படுத்தக்கூடாது. தவிர்க்க முடியாத நிலை வரும்போது பயன்படுத்திக்கொள்வோம். அதற்குமுன் நாம் கொஞ்சம் சிந்திக்க வேண்டும். ஏன் நஷ்டமானது? எங்கே நாம் தவறு செய்தோம்? என்ன செய்தால், எப்படிச் செய்தால், எப்படி உழைத்தால், எவ்வாறு சிக்கனமாக இருந்தால் நாம் இதிலிருந்து மீளலாம் என்று எல்லாரும் யோசனை செய்யுங்கள். இன்று முதல் நமது முயற்சியைத் தொடங்குவோம். முடியாத நிலையில் அந்தக் காசோலையைப் பயன்படுத்திக்கொள்ளலாம். நமக்குப் பயம் இல்லை" என்று சொன்னார்.

எல்லாரும் மதிநுட்பத்துடனும், கடின உழைப்புடனும், விடாமுயற்சியுடனும் பாடுபட்டார்கள். ஒரே ஆண்டில் கடந்த ஆண்டின் நஷ்டத்தையும் ஈடுசெய்து மேற்கொண்டும் நிறுவனம் லாபம் பெற்று நிமிர்ந்துவிட்டது. எல்லாரும் மகிழ்ந்தனர்.

ஓராண்டு கழித்து அதே தினம் வந்தது. காசோலையை எடுத்துக்கொண்டு முதலாளி தோட்டத்திற்குச் சென்றார். நடை தளர்ந்து போய்விட்ட அந்த முதியவரை ஒரு பெண் கைத்தாங்கலாகப் பிடித்துக்கொண்டு வந்தார்.

பார்த்தவுடன் முதலாளி பதற்றம் அடைந்து "என்ன நடந்தது?" என்று கேட்டார்.

“அதை ஏன் கேட்கிறீங்க? சில ஆண்டுகளாய்ப் புத்தி சுவாதீனம் இல்லாமல் யாரைப் பார்த்தாலும் செல்லுபடியாகாத ‘செக்’கை எழுதி எழுதிக் கொடுத்திருக்கிறார். உங்களுக்கும் கொடுத்தாரா? உங்களுக்கு ஒன்றும் பிரச்னை இல்லையே?” என்று அப்பெண்மணி கேட்டார்.

அதிர்ச்சியடைந்து, வாயடைத்துப் போன முதலாளி “இந்தச் செல்லாத ‘செக்’ தான் நம்மை வாழவைத்திருக்கிறது. 500 கோடி கையில் இருக்கிறதென்ற **நம்பிக்கையில் புத்திசாலித்தனத்துடன் உழைத்ததால்தானே வெற்றி பெற முடிந்தது.**

அதனால்தான் மொத்தத்தில் இப்படிச் சொல்லலாம்.

உனது எண்ணம்தான் உன்னை வழிநடத்துகிறது;
உனது பயம்தான் பாதையில் தடுமாற்றத்தை உண்டாக்குகிறது;
உனது நம்பிக்கைதான் உன்னை செயல்பட வைக்கிறது.
- எல்லாம் உன்னுள் தான் இருக்கின்றன.

நம்பிக்கை

வீட்டைவிட்டுப் புறப்படும்போது நம்பிக்கை இழந்துவிட்டுப் புறப்படாதே!
ஏனெனில்,
நம்பிக்கைதான் சிறந்த ஆயுதம்.
அது சில சமயம் வெற்றியைக் கொடுக்காவிட்டாலும்,
எந்தச் சவாலையும் எதிர்கொள்ளும் ஆற்றலைத் தரவல்லது.

இது கடவுள் செயல் என்ற நம்பிக்கை

காஷ்மீர் ‘கூப்வாரா’ செக்டார் பகுதியில் நடந்த உண்மைக் கதை

ஒரு மேஜர் தன் 15 வீரர்களுடன் இமயமலையில் 3 மாதப் பயிற்சிக்காகப் புறப்பட்டார்.

அங்கங்கே மலை ஏற்றமும் இறக்கமுமாக இருந்தது. சிரமப் பட்டு வீரர்கள் ஏறினார்கள். பனிப்பொழிவு; குளிர்ச் சாரல். பயணம் தொடங்கி மூன்று மணி நேரம் ஆகிவிட்டது. அந்தச்

சூழலில் சூடாகத் தேநீர் குடிக்க எல்லாருடைய மனமும் நாடியது. காட்டுப்பிரதேசத்தில் கடைகள் ஒன்றும் கண்களுக்குத் தெரியவில்லை. மேலும் நடந்தார்கள்.

ஓர் இடத்தில் தேநீர்க் கடைச் சாயலில் ஒரு கீற்றுக் கொட்டகை இருந்ததைக் கண்டு மகிழ்ந்து மேஜர் அருகில் சென்று பார்த்தார். கடை திறக்கப்படவில்லை. தட்டிப் பார்த்தார்கள். பலன் இல்லை. சோர்ந்து அமர்ந்திருந்தபோது, ஒரு வீரர் கதவிடுக்கு வழியே பார்த்துவிட்டுச் சொன்னார், "சார் இது டீக்கடையேதான்" என்றார். இன்னொருவர் "சார் உடைத்து உள்ளே சென்று தேநீர் தயாரித்துக் குடிக்கலாம்" என்றார்.

'தளர்ந்துபோன தம் வீரர்களுக்குத் தேநீர் கொடுக்கப் பூட்டை உடைப்பதா? நாட்டின் பொறுப்புள்ள பதவியில் இருக்கும் நானே பூட்டை உடைக்கும் தவறான செயலைச் செய்வதா?' என மேஜருக்கு மனப்போராட்டம் உருவாயிற்று. அறிவு 'வேண்டாம்' என்கிறது; உணர்வு 'பூட்டை உடை' என்கிறது. இறுதியில் உணர்வு வெற்றிபெற்றது.

கதவை உடைத்து உள்ளே போனால் தேநீர் தயாரிப்பதற்கான அனைத்துப் பொருட்களும், கூடவே கொஞ்சம் ரொட்டிகளும் இருந்தன. எல்லாரும் மகிழ்ச்சியாக ரொட்டி சாப்பிட்டார்கள்; தேநீர் தயாரித்துக் குடித்தார்கள்.

புறப்படும்போது, குற்ற உணர்வுடன் இருந்த மேஜர் உள்ளே சென்று சர்க்கரை டப்பாவில் 1000 ரூபாயை வைத்துவிட்டுத் தொடர்ந்து நடந்தார்கள். போக வேண்டிய இடத்தில் பயிற்சி செய்தார்கள். 3 மாதகாலப் பணி முடிந்து அதே வழியில் திரும்பினார்கள்.

வரும் வழியில் அந்தக் கடை திறந்திருந்தது. ஒரு பெரியவர் எல்லாரையும் வரவேற்று உபசரித்தார். கடவுள் பக்தியுடன் பேசிப் பழகிய அப்பெரியவரிடம் ஒரு வீரர், "கடவுள் பக்தி அதிகமோ? கடவுள் இருக்கிறார் என்று நம்புகிறீர்களா? அப்படியானால் உங்களைக் கடவுள் ஏன் இப்படி ஏழ்மையில் வைத்திருக்க வேண்டும்?" என்று கேட்டார். இடைமறித்த பெரியவர்,

"அப்படிச் சொல்லாதீங்க தம்பி! இருக்கிறார் என்பதற்குச் சான்று என்னிடம் இருக்கிறது கேளுங்கள். 3 மாதங்களுக்கு முன்பு ஒருநாள் என் மகனுக்குச் சுகமில்லையென்பதனால் கடையைப் பூட்டிவிட்டு, டாக்டரிடம் அழைத்துச் சென்றேன். அவர் எழுதிக்கொடுத்த மருந்தை வாங்க என்னிடம் பணமில்லை. என்னை நம்பி யாரும் கடன் கொடுக்க மாட்டார்கள். என் இயலாத நிலையை எண்ணி வருந்திக்கொண்டே வந்து கடையைத் திறந்தேன். சர்க்கரை டப்பாவில் 1000ரூபாய் பணத்தை அந்தக் கடவுள் வைத்திருந்தார். இதைவிட உங்களுக்கு என்ன ஆதாரம் வேண்டும்?" என்றார்.

அந்த 15 ஜோடிக் கண்களும் மேஜரின் ஒரு ஜோடிக் கண்களைப் பார்த்தன. மேஜர் தம் கண்களாலேயே 'ஒன்றும் சொல்லாதீர்கள்' என்று சொன்னார். எழுந்தார்கள். சாப்பிட்டதற்குப் பணம் கொடுத்தார்கள். அருகில் சென்ற மேஜர், பெரியவரைக் கட்டி அணைத்து, 'அவருடைய நம்பிக்கையை ஏன் கெடுப்பானேன்' என்று எண்ணி, "ஆம் ஐயா! கடவுள் இருக்கிறார்" என்று சொல்லிவிட்டு நடையைத் தொடங்கினார்.

வழிகாட்டும் அஃறிணை

தூக்கணாங்குருவிக் கூட்டின் வாயில்
தெற்கு நோக்கி இருந்தால் மழை பெய்யும்.
வடக்கு நோக்கி இருந்தால் வறட்சியாக இருக்கும்.

காகம்

மரத்தின் உட்பக்கம் கூடு கட்டினால் பெருமழை பெய்யும்.
மரத்தின் வெளிப்பக்கம் கட்டினால் குறைவான மழை பெய்யும்.

ஈசல் கூட்டம், புற்றைவிட்டு வெளியுலகத்திற்கு வந்து பறந்தாலும்,
எறும்பு இடம்விட்டு இடம் பெயர்ந்தாலும்
அன்றைக்கோ மறுநாளோ மழைபெய்யுமாம்.
மாமரம் நிறையக் காய்த்தால் இவ்வாண்டு மழை இருக்காதாம்.
எனப் பட்டறிவாளர்கள் சொல்வார்கள்.
அந்த நம்பிக்கை கிராம மக்களிடம் இன்றும் இருக்கிறது.

வலி

வாழ்க்கையில் இந்த நான்கு விஷயங்களை மட்டும் உடைத்து விடக் கூடாது என்பார்கள்.

நம்பிக்கை, நட்பு, சத்தியம், இதயம்

ஏனெனில் இவற்றில் எது உடைந்தாலும் சத்தம் கேட்காது. ஆனால் வலி மிக அதிகமாகவே இருக்கும்.

கண்ணா!

**விதைத்தவன் உறங்கினாலும்
விதைகள் உறங்குவதில்லை!**

என்பதுபோல் நீ ஏதாவது கேள்வி கேட்டுவிடுகிறாய்.

அதற்கான பதிலை உனக்குக் கொடுக்கும் வரையில் எனக்கு உறக்கம் வருவதில்லை.

இன்னொரு உண்மையையும் சொல்கிறேன். நீ பொதுப்பணி ஆற்றப் போகிறாய். அப்போது உனக்குச் சில கசப்பான அனுபவங்கள் ஏற்படும். ஏனெனில்,

"உலகம் காண விரும்புகிறதே தவிர
கண்டுகொள்ள விரும்புவதில்லை."

கண்ணா! நீ எதற்கும் கவலைப்படாது உன் பணியைத் தொடர்!

நீ ஒரு பாடலைக் கேட்கிறாய்.

**நீ இன்பமாக இருக்கும்போது
இசை இனிமையானது:
நீ வருத்தமாக இருக்கும்போது
வாசகங்கள் இனிமையானது**

**இப்படிக்கு,
உன் அன்புள்ள,
தாத்தா.**

80 மார்க்கம்

அன்புள்ள தாத்தா வணக்கம்!

நம்பிக்கைதான் வாழ்க்கை என்பதைப் புரிந்து அறிந்து கொண்டேன். நீங்கள் சொல்லியவாறு தன்னம்பிக்கை எனக்கு வந்துவிட்டது. இனி எதற்கும், யாருக்காகவும் பின்வாங்கப் போவதில்லை. இடையில் அம்மாவும் அப்பாவும்,

"ஏண்டா நற்பணி மன்றத்திற்குப் போகிறாய்? அதற்குப் பதில் இந்துக் கோவிலுக்கு வாயேன்; அங்கு உன் பொதுச் சேவையை மக்களுக்குச் செய்யலாமே?" என்று கேட்டுக்கொண்டே இருக்கிறார்கள்.

"அம்மா, நீ சொல்றது சரிதான். அப்படிச் செய்யும்போது அது குறிப்பிட்ட ஒரு சாராருக்குத்தான் என் சேவை போய்ச் சேரும். ஆனால் நற்பணியில் அப்படியல்ல. பொதுவாக 'மனிதனுக்கு' என்ற என் சேவை பொதுநலம் வாய்ந்ததாகிவிடுகிறதல்லவா" என்று அவருக்குப் பதிலளித்தேன்.

தாத்தா, எனக்கு இந்த மதத்திலெல்லாம் பற்று இல்லாமல் போய்விட்டது. அது உங்களின் பாதிப்பாகக்கூட இருக்கலாம்.

மதம் அடிப்படையில் மக்களைப் பிரித்துவிடுவதாக உணர்கிறேன். நீங்கள் என்ன எண்ணுகிறீர்கள்?

இப்படிக்கு,
உங்கள் அன்புள்ள பேரன்,
கண்ணன்.

புதுமைத்தேனீ மா.அன்பழகன்

அன்புள்ள கண்ணா வாழ்த்துகள்!

உன் கருத்தை நான் ஏற்றுக்கொள்கிறேன். எல்லாருக்கும் ஒரு பொது மனிதனாகவே இருந்து செயல்பட முயற்சி செய். வாழ்வில் யாரையும் தாழ்வாக எண்ணிவிடாதே! அவனிடம் ஏதாவது ஒன்று ஒளிந்துகொண்டிருக்கும். ஒன்றும் இல்லாதவன் என்று நினைப்போம்; அவன் சாக்கடையில் இறங்கி மலத்தை எடுத்துச் சுத்தம் செய்யும் சகிப்புத் தன்மை உடையவனாக இருப்பான். அதை உன்னால், என்னால் செய்ய முடியுமா? பின்பு அவனை எப்படி நாம் குறைத்து மதிப்பிட்டுவிட முடியும்?

ஹரிஜனை முன்பே 'திருக்குலத்தார்' என அழைத்தார் இராமானுஜர்

950 ஆண்டுகளுக்குமுன் இராமானுஜர் துலுக்க நாச்சியாரைக் கொண்டாடிய 'சன்மார்க்கத் தொண்டர்' எனப் பாராட்டப்பட்டவர்.

இராமானுஜர்

காந்திஜி 'ஹரிஜன்' என்று தாழ்த்தப்பட்டவர்களை அழைப்பதற்கு முன்பே, மேலக்கோட்டை என்ற ஊரில் தாழ்த்தப்பட்ட மக்களைத் 'திருக்குலத்தார்' என்றழைத்ததோடு மட்டுமல்லாது, அவர்களை அழைத்துக் கொண்டு ஆலயநுழைவைச் செய்த புரட்சி மதத்தலைவர் இராமானுஜர். புத்தர் போன்று மனிதனை மனிதனாகப் பார்த்த புனிதர் இராமானுஜர்.

சாதியைச் சாடும் அம்பேத்கர்

சாதிதான் இந்தச் சமூகம் என்றால், வீசும் தென்றலில் விஷம் பரவட்டும் என்று சொன்னவர் **புரட்சியாளர் அம்பேத்கர்**.

எங்கே போகிறாயோ
எதைச் செய்கிறாயோ

அவைதான் "நீ யார்?" என்பதைக் காட்டும் என Joyce Carol Oates என்பவர் சொல்லியுள்ளது உனக்குப் பொருந்தலாம்.

ஒரு காரியத்தில் ஈடுபாடும், நீண்ட அனுபவமும் இருக்கும் பட்சத்தில்,

நாம் நினைக்கும் எதையும் செய்து காட்டிவிடலாம். என்று Helen Keller சொல்லியுள்ளார்.

அதையே வேறுவிதமாக Marcia Wieder என்பவர் சொல்கிறார்.
Commitment leads to action
Action brings your dream closer என்று.

கண்ணா, மனிதனை நல்வழிப்படுத்துவதற்குத்தான் கடவுள் தோன்றி இருக்கிறார். ஆனால் வாரியார் இப்படிக் கருதி வேதனைப் படுவதைப் பார்!

ஒழுக்கம் பற்றிய வாரியாரின் வேதனை

கடந்த 50 ஆண்டுகளாய் நாடெங்கும் தெய்விக, ஆன்மிக, இலக்கிய, தன்முனைப்புப் பிரசாரம் செய்து வருகிறேன். மக்களிடையே நல்ல பக்தி உணர்வு மேலோங்கி நிற்கிறது என்பது எனக்கு நன்றாகத் தெரிகிறது, அதே அளவுக்கு ஒழுக்கமும் வளர்ந்திருக்க வேண்டும். அதுதான் பக்தியின் பயனும்கூட. ஆனால் **தெய்வ பக்தி வளர்ந்த அளவுக்கு மக்களிடையே ஒழுக்கம் மேலோங்காமல் குறைந்துவிட்டது** என்பது எனக்கு ஒரு வேதனைக்குரிய செய்திதான் என்கிறார் வாரியார்.

மதம் சரியா தவறா என்பதல்ல என் வாதம்.

வீட்டைச் சரி செய்! நாடு சரியாகிவிடும் என்கிறார்கள். அதுபோல் அவரவர் மதம் என்கிற பெயரில் அவரவர் சார்ந்த மக்களுக்குச் சேவை செய்வதில் தவறில்லை. அதைப்போல் எல்லா மதத்தினரும் நன்றாக இருந்தால் நாடு வளமாகும் என்ற கோணத்தில் பார்த்தால் மத அடிப்படையில் தொண்டு செய்வதில் தவறில்லை என்பதே என் கருத்து.

இதைப் பொறுத்தவரையில் ஒரு மதத்தார் இன்னொரு மதத்தினரின் போக்கில் தலையிடக் கூடாது;

மற்றவர் நம்பிக்கையைப் புண்படுத்திவிடக் கூடாதென்பதிலே தான் உங்கள் சிங்கை அரசு மிகக் கவனமாக இருக்கிறது. அது ஒரு சரியான அணுகுமுறைதான்.

அரசுக்கு ஒரே நோக்கம்தான். மக்களுக்குள் ஜாதி, மத, இன, மொழிகளால் சச்சரவுகள் இல்லாமல் ஏற்றத்தாழ்வு இல்லாமல் மக்கள் அமைதியாக, நல்லிணக்கத்துடன் இருக்கவேண்டும் என்பதிலே அக்கறை எடுத்துக்கொள்கிறார்கள்.

பெரியார் சொல்லும் ஒழுக்கம்

தந்தை பெரியார் அவர்கள், "மதம் என்பதும் கடவுள் என்பதும் அவரவர் தனிப்பட்ட நம்பிக்கை. ஆனால் ஒழுக்கம் என்பது பொதுநலனுக்கு உட்பட்டதாகிவிடுகிறது. அதனால்தான் நாம் அதிலே கவனம் செலுத்த விரும்புகிறோம். அந்த ஒழுக்கத்திற்குப் பங்கம் வருங்கால் கைகட்டி வேடிக்கை பார்க்க மனமில்லை" என்று சொன்னதை நாம் கவனிக்க வேண்டும்.

வேடிக்கை பார்க்காதே நெப்போலியன்
இந்த உலகத்தைக் கெடுப்பது கெட்டவர்கள் அன்று.
கைகட்டி வேடிக்கை பார்க்கும் நல்லவர்கள்தாம்.

என்ற நெப்போலியனை ஒட்டித்தான் பெரியார் யோசிக்கிறார். அதற்காகச் சண்டைபோடச் சொல்லவில்லை; சரி செய்ய வேண்டுமென்று ஆசைப்படுகிறார்.

கால் விரலைப் பார்த்து வம்சம் காணுதல்

கண்ணா! நாம் மதம் பார்த்து மனிதனைப் பிரிக்கிறோம். இப்போது யாரோ கண்டெடுத்த உண்மையென்று சொல்லும் ஒரு கண்டுபிடிப்பு ஒன்றை உனக்குச் சொல்ல விழைகிறேன். ஆதி மனிதன் நாடு என்ற எல்லைகளைக் கடந்து பரந்து வாழ்ந்திருக்கிறான். இப்போது பிரிந்து வாழ்கிறான். அவன் எந்த வம்சத்தைச் சார்ந்தவன் எனக் காண முடியும் என்று கீழ்க்கண்ட விவரத்தைக் கூறுகின்றனர்.

கால் விரல்களைக் கொண்டு நாம் எந்த வம்சத்திலிருந்து வந்தோம் என்பதை அறிந்துகொள்ளலாமாம்.

1. எகிப்து வம்ஸம்:

காலின் கட்டைவிரல் நீளமாகவும், மற்ற விரல்கள் படிப்படியாக உயரம் குறைந்து சுண்டு விரலில் வந்து நிற்குமாம்.

2. ரோமானிய வம்ஸம்:

காலின் கட்டைவிரல் அதற்கு இணையான உயரத்தில் அடுத்த இரு விரல்கள்,

கடைசி இரண்டும் படிப்படியாகக் குறைந்து வருதலாம்.

3. கிரேக்க வம்ஸம்:

காலின் கட்டை விரலைவிட இரண்டாவது விரல் மட்டும் நீளமாக இருக்கும். மற்ற மூன்றும் படிப்படியாக உயரம் குறைந்து வரும்.

4. ஜெர்மானிய வம்ஸம்:

காலின் கட்டை விரல் மட்டும் நீளமாகவும், மற்ற நான்கும் ஒரே அளவு உயரத்தில் இருக்குமாம்.

5. இந்தோ ஐரோப்பிய வம்ஸம்:

காலின் கட்டை விரலைவிட அடுத்த விரல் நீளமாகவும், மூன்றாவது விரல் அடுத்து நீளம் குறைவாகவும், கடைசி இரண்டு விரல்களும் சம உயரத்தில் இருக்குமாம்.

குறிப்பு: நம் மூதாதையர்களை அறிய இது பயன்படுமென்று ஓர் ஆய்வாளர் கண்டுபிடித்துள்ளார்.

நேருவின் கடவுள் கொள்கை

ஜவகர்லால் நேருவை ஒரு நாத்திகவாதி என்பர். அவர் மனந்திறந்து, தமக்குச் சரியெனப்பட்டதைச் சொல்கிறவர்.

''சடங்குகளுக்கு இடம் கொடுக்கக்கூடாது.கடவுள் கோவிலில் இல்லை; மனத்தில்தான் உள்ளார்'' என்றார்.

ஒரு மகானிடம் நல்லதையே பார்க்க வேண்டும்

விவேகானந்தர் நாத்திகவாதியாக இருந்தவர்தான்.

மாட்டுக்கறி சாப்பிடச் சொன்னவர்... அவர் குட்கா குடித்தவர்... என்றெல்லாம் சொல்வர்.

ஒருவரிடம் உள்ள எதிர்மறையான கருத்துகளையோ, செயல்களையோ நாம் பெரிதாக எடுத்துக்கொள்ளக்கூடாது. மனித குலத்திற்குப் பயனுள்ளவைகளையே நாம் கருத்திற்கொள்ள வேண்டும். அவற்றையே நாம் வழிகாட்டுதலாகக் கொள்ளவேண்டும். தவறு செய்தவன் திருந்துவதில்லையா?

இடையூறுகளே மனிதனாக்கும் மாத்யூஸ்

மனிதனை மனிதனாக ஆக்குபவை, உதவிகளும், வசதிகளும் அல்ல.

இடையூறுகளும், துன்பங்களுமே! என மாத்யூஸ் சொன்னதை உன்னைப் போல் வாழ்க்கையில் முன்னேறத் துடிக்கும் இளைஞர்கள் மனத்திற்கொள்ள வேண்டும்.

நரகம் செல்ல ஆசைப்பட்டார் அன்னை தெரசா

நோய்வாய்ப்பட்டு மருத்துவ மனையில் தெரசா இருந்தபோது, "நான் இறந்த பிறகும் நரகத்திற்குப் போக விரும்புகிறேன்" என்றாராம். "ஏன் அப்படிச் சொல்கிறீர்கள்?" என்று சுற்றிலும் உள்ளோர் கேட்க, "நரகத்தில் எத்தனையோ மக்கள் துன்பத்தில் மூழ்கிக் கிடப்பார்கள். அவர்களுக்கு யார் உதவி செய்வார்கள்? அதனால் என் பணியை அங்கேயும் தொடர விரும்புகிறேன்" என்றாராம்.

78 தலைமுறைகளைப் பார்த்தால் யாவரும் உறவினர்களே

நாம் இருக்கும் இந்தத் தலைமுறை யிலிருந்து 78க்கு முன்னால் இருந்த தலைமுறையினர்களைக் கொடி

தெரசா

பிடித்துப் பார்க்கப்போனால் சமய, மொழி, இனங்களைக் கடந்து நாம் அனைவரும் உறவினர்களாகத்தான் இருப்போம் என்கிறார் ஜகத் கஸ்பர் எனும் கிருத்துவர்.

மனிதனுக்கும் எலிக்கும் 4 விழுக்காடுதான் ஜீன்ஸ் குறைவாம். அதேபோல் மனிதனுக்கும் குரங்குக்கும் ஒன்றரை விழுக்காட்டு ஜீன்ஸ்தான் வித்தியாசமாம்.

கணியன் பூங்குன்றன் "யாவரும் கேளிர்" என்றார்.

திருவரங்கத்திலும் அயோத்தியிலும் இஸ்லாமிய நண்பர்கள்

மரபணுவிலேயே மத ஒற்றுமையுள்ளதென்பர். இந்தியாவில் உள்ள இஸ்லாமியர்களும், இந்துக்களும் அண்ணன் தம்பிகளாய் வாழ்ந்து வருகிறார்கள். திருவரங்கம் அருள்மிகு அரங்கநாதப் பெருமாள் சாமியைத் தினந்தோறும் பஞ்ச கச்சம் கட்டித் தூங்க வைப்பார்கள். ஆனால் ஆண்டுக்கு ஒருமுறை லுங்கி கட்டித் தூங்க வைப்பார்களாம். ஏனெனில் அன்று பெருமாள் 'துலுக்க நாச்சியாரை'ப் பார்க்கப் போய்விடுவாராம்.

கள்ளழகர் வைகை ஆற்றில் இறங்கும்போது, அவரும் அதே போல் துலுக்க நாச்சியாரைப் பார்க்கப் போய்வருவாராம்.

சபரிமலைக்குப் போகும் அய்யப்ப பக்தர்கள், மலையில் உள்ள பள்ளி வாசலுக்குப் போய் 'பேட்டைத் துள்ளல்' நடத்திவிட்டுத்தான் அய்யப்பன் கோவிலுக்குப் போவார்களாம்.

அயோத்தியில் உள்ள இராமர், அனுமார், சுக்ரீவனுக்கு என்ன உடை உடுத்துவதென்று அங்கிருக்கும் இஸ்லாமியர்களுக்குத்தான் தெரியுமாம். அத்துடன் அப்பகுதியிலிருக்கும் 65 இந்து கோவில்களில் உள்ள தெய்வங்களுக்கு உடைகள் தைத்துக் கொடுப்பது, ஆலயங்களில் மலர்த்தோட்டம் வைத்துப் பூச்செடிகள் வளர்ப்பது, அத்தனை கோவில்களுக்கும் மலர் மாலைகளைத் தொடுத்துக் கொடுப்பதெல்லாம் அங்குள்ள முஸ்லிம்களாம்.

கண்ணா, இதைக் கேட்க வியப்பாகவும், மகிழ்ச்சியாகவும் இருக்கிறதல்லவா? இப்படியே எல்லா இடங்களிலும் இருந்தால் உலகத்தில் பெரும்பாலான பிரச்சினைகளே இல்லாமல் போய்விடும்.

துலுக்க நாச்சியார் வரலாறு

டெல்லி பாதுஷா, அரங்கநாதர் சிலையைக் கவர்ந்து சென்று தன் அந்தப்புரத்தில் வைத்திருந்தார். பாதுஷாவின் மகள் இளவரசி சுரதானி என்பவள் அச்சிலையினை மிகவும் விரும்பி அதனுடன் விளையாடிப் பொழுதுபோக்கினாள். பின்னர் இராமானுஜர் அச்சிலையை மீட்டுக்கொண்டு வந்தார். ஆனால் சிலையைப் பிரிந்திருக்க முடியாமல் சுரதானியும் கூடவே திருவரங்கம் வந்துவிட்டாள். அவள் அரங்கரின் 7 மனைவியருள் ஒருத்தி என்கிறார்கள். அதனால் லுங்கி கட்டி அவளுக்கு ஒரு சிலையெழுப்பி, இரண்டாவது பிரஹாரத்தில் வைத்திருக்கிறார்களாம்.

குந்தவை நாச்சியார்

துலுக்கர் என்பது துருக்கி என்ற சொல்லிலிருந்து வந்திருக்கலாம் என்றும் சொல்லப்படுகிறது.

பல்லக்கிலிருந்து இறங்கிச் சிவனைத் தேடிய பெரியவாள் - நடந்த கதை

காஞ்சி பெரியவாள் ஒருமுறை பல்லக்கில் சென்றுகொண்டிருந்தார். ஓர் ஊரைக் கடந்து சென்றுகொண்டிருந்தபோது, பல்லக்கை இறக்கச் சொன்னார்.

"இந்த ஊரில் ஒரு சிவன் கோவில் இருக்கவேண்டுமே, அது எங்கே இருக்கிறது?" என்று கேட்டாராம். அவ்வூர் மக்கள்,

"அப்படி ஒரு கோவில் இவ்வூரில் இல்லையே" என்றனராம்.

அந்தச் சமயம் பார்த்து, லத்தீப் என்பவர் அங்கே வந்து சேர்ந்தாராம். பெரியவாளைப் பார்த்து, "அய்யா! என் நிலத்தைத் தோண்டும்போது இந்தச் சிவலிங்கம் கிடைத்தது" என்று சொல்லிக் கொடுத்தாராம். அங்குள்ள அனைவரும் வியப்பில் ஆழ்ந்தனராம். பின்னர் அந்த இஸ்லாமியருக்கு ஹஜ் யாத்திரை செல்லப் பெரியவாள் உதவினார் என்பர்.

பிற மதத் துவேஷத்தைக் கண்டித்தவர் தேவர்

ஓர் இளைஞன் திருப்பரங்குன்ற முருகனைத் தரிசனம் செய்து விட்டு வந்தான்.

எதிரே நாகர்கோவிலிலிருந்து வந்திருந்த பாதிரியார் மைக்கேல் தம்புராசு என்பவர் ஒரு பாறைமீது நின்றுகொண்டு இந்து மதத்தை இழிவுபடுத்திப் பேசிக்கொண்டிருந்தார்.

"பாவிகளே! கல்லை வணங்காதீர்கள்! இதோ நான் நிற்பது ஒரு கல் மீது.

இதே கல்லில்தான் சிலை செய்து கோவிலில் வைக்கப்படுகிறது.

இரண்டும் ஒன்றுதான். அதனால் பாவிகளே அந்தக் கல்லைப்போய் ஏன் வணங்குகிறீர்கள்?"

முத்துராமலிங்க தேவர்

என்று பிரசங்கம் செய்துகொண்டிருந்தபோது,

ஓர் இளைஞன் கூடியிருந்த கூட்டத்திலிருந்து எழுந்தான்.

"ஒரு சந்தேகம் பாதர்! கோபித்துக்கொள்ளக்கூடாது" என்று பீடிகையெல்லாம் போட்டுவிட்டுக் கேட்டான்,

"இரண்டும் கல் என்றீர்கள். உங்களுக்குத் தாய், தங்கை, அக்காள் போன்ற உறவுகள் உண்டல்லவா?"

"ஆமாம்!"

தங்களுக்கு மனைவியும் இருக்கிறார் அல்லவா?"

"ஆமாம் இருக்கிறார். அதற்கென்ன மகனே?"

"இவர்கள் அனைவரும் பெண்கள்தானே. தங்கள் மனைவியைப் பாவிப்பதுபோல்

தங்கள் தாய், தங்கைகளைப் பாவிப்பீர்களா?

அப்படிப் பாவித்தால் உங்களை இவ்வுலகம் என்னவென்று சொல்லும்?"

புதுமைத்தேனீ மா.அன்பழகன்

"மகனே! மன்னிக்கவும்! பிற மதங்களை நிந்திக்கக்கூடாது என்பது எங்கள் ஆண்டவன் இட்ட கட்டளைகளில் ஒன்று என்பதை மறந்துவிட்டேன்" என்று சொல்லிவிட்டு

அந்த இடத்தைவிட்டுச் சென்று விட்டார்.

அந்த இளைஞன்தான் பசும்பொன் முத்துராமலிங்க தேவர்.

கண்ணா! ஒருமுறை குடவாசலில் தர்கா திறப்பு விழாவிற்கு வாழ்த்துரை வழங்க என்னையும் அழைத்திருந்தார்கள். அங்கே நான் பேசியவற்றில் உள்ள சில கருத்துகளை மட்டும் தொகுத்துத் தருகிறேன்.

இஸ்லாத்தின் பெருமைகள்

* உலகின் மக்கள் தொகையில் மூன்றில் ஒரு பங்கு நீங்கள்.
* உங்கள்மீது யாரும் எதையும் திணிக்கமுடியாது;
* நீங்களும் நினைத்த நேரத்தில் உங்களை மாற்றிக்கொள்ளவும் முடியாது.

இப்படித்தான் வகுத்து உருவாக்கிவிட்டுச் சென்றிருக்கிறார் நபிகள் நாயகம்.

* தன்னைச் சுருக்கிக்கொண்டு அல்லா(இறைவன்)வைப் பெருக்கியவர் நபிகள்.
* நபிகள் போன்ற உயர்ந்த மதபோதகர் வேறு எங்கும் இல்லை என்பர்.
* நபிகள் எண்ணி இருந்தால், தன்னையே இறைவன் என அறிவித்திருக்கலாம்.

தனக்கு ஒரு படத்தையோ சிலையையோ உருவாக்கிக் கொடுத்திருக்கலாம்.

* இஸ்லாத்தின் மிகப்பெரிய சிறப்பே 'உருவ வழிபாடோ, மதம் சார்ந்த சின்னமோ' இல்லாததுதான். அப்படி ஏதேனும் இருந்தால் இடையில் ஏற்பட்டதாகத்தான் இருக்கும்.
* 60 வயதளவில் நபிகள் இறக்கிறார்.

* நபிகளின் முதல் சீடர் அபுபக்கர், நபிகளின் மரணத்தை ஒரு கவிதைபோல் அறிவிக்கிறார்.

'முகமது (நபி) நம்மைவிட்டுப் பிரிந்துவிட்டார்
அல்லா இறப்பற்றவர்.
ஆகவே இறைவன் இறப்பற்றவன்; அவனே வணக்கத்திற்குரியவன்.
நபிகள் மனிதப்பிறவி என்ற காரணத்தால் இறந்துவிட்டார்;
அல்லா இறைவன் என்ற காரணத்தால் இறப்பற்றவராகிறான்'.
- ஒரு மரணத்தை இவ்வளவு எளிமையாக யார் சொல்வார்கள்?

நபிகள் இறந்தவுடன் அவரைக் கடவுளாக்கிவிடக்கூடாது என்பதற்காகச் சொல்லியது.

நபிகள், தமது உரைகளில் அடிக்கடி தாம் அல்லாவின் தூதராக; கொள்கைகளைப் பரப்புபவராக வந்தவர் என்றும், தாம் கடவுள் அல்ல என்றும் சொல்லிக்கொண்டே வருகிறார்.

"அளவற்ற அருளால், நிகரற்ற பெருந்தகை அல்லாவின் பெயரால்..." என்றுதான் குர்ஆன் தொடங்குகிறது.

உயிருக்குப் போராடுகிறவன் ஒருவனை அல்லாவின் பெயரால் காப்பாற்ற முடியுமே தவிர,

அல்லாவின் பெயரால் எவனொருவன் உயிரையும் எடுத்திட முடியாது.

* உதாரணத்திற்கு, பீர்முகமது, பீரம்மாளைக் காதலிக்கிறான். "நாளை மாலை வீட்டைவிட்டு ஓடிவா! மறுநாள் திருமணம் செய்துகொள்வோம்" என்று சொல்லமாட்டான்.

பதிலாக 'இன்ஷா அல்லா திருமணம் செய்துகொள்வோம்' என்று இறைவனின் அருளுக்கு முதலிடத்தையும், காதலுக்கு இரண்டாவது இடத்தையும் கொடுப்பான் ஓர் இஸ்லாமியன்.

இஸ்லாம் பற்றி பெர்னாட்ஷா - காந்தி

* உலகில் கடைசிவரை நிலைத்திருக்கக்கூடிய மார்க்கம் இஸ்லாம் ஒன்றுதான் என அறிஞர் பெர்னாட்ஷா சொல்லியுள்ளார்.

பெர்னாட்ஷா

* ஒருவர் ஏதாவது ஒரு மதத்தைப் பின்பற்றவேண்டும் என்ற கட்டாயம் ஏற்பட்டால்,

சகோதரத்துவத்தையும் சமத்துவத்தையும் போதிப்பதால் அவர் இஸ்லாம் மதத்தைப் பின்பற்றலாம் என்கிறார் காந்தி.

காந்தி யார்? அவர் ஒரு ஹிந்து சீர்திருத்தவாதியாகத் தம்மைக் காட்டிக்கொள்பவர்.

யார், மதவெறி பிடித்து மனிதத்திற்கு எதிரான நடவடிக்கைகளில் ஈடுபடுகிறார்களோ அவர்கள் மனிதர்கள் அல்லர். மிருகமாகிவிடுகிறார்கள் என்று பொருள் என்றும் கூறுகிறார்.

மொத்தத்தில் நீ அறிந்துகொள்ள வேண்டியது, இஸ்லாம் ஒரு மதம் இல்லை மார்க்கம்தான்.

இப்படிக்கு,
உன் அன்புள்ள,
தாத்தா.

81 எண்ணியாங்கு எய்துவர்

அன்புள்ள தாத்தா, வணக்கம்!

தங்கள் கடிதம் மூலம் இஸ்லாமிய மதம் என்று ஒன்றில்லை; அது ஒரு மார்க்கம்தான் என்பதை அறிந்தேன். அதேபோல் புத்த மதம், இந்து மதம் என்றும் இல்லை; அது பின்னால் அப்படி ஆக்கிக்கொண்டார்கள் என்கிறார்கள். நான் முதலில் இந்துமதம் என்று இருந்ததாக எண்ணியிருந்தேன். அந்த எண்ணம் தவறு என்று இப்போது திருத்திக்கொண்டேன். இருந்தாலும் வெளியார் கேட்கும்போது இந்து மதம் என்று சொல்லவேண்டிய சூழல் வந்துவிடுகிறது.

தாத்தா! சில நேரங்களில் அவசரப்பட்டு முடிவு எடுத்துவிடுகிறேன் என்று எனக்கே நன்றாகத் தோன்றுகிறது. பின்னர்தான் அது தவறு என்று உணர்கிறேன். அதற்கு நான் என்ன செய்யவேண்டும்?

அன்புள்ள கண்ணா, வாழ்த்துகள்!

சேகுவேரா எப்போது சாக விரும்புகிறார்?

தவறான பாதையில் வேகமாக நடப்பதைவிடச் சரியான பாதையில் மெதுவாக நடப்பது மேல். அப்போது உன் வாழ்க்கையை நீ புரிந்துகொள்ளலாம்.

சேகுவேரா

நீ ஊமையாய் இருக்கும் வரை, உலகம் செவிடாய்த்தான் இருக்கும் என்கிறார் சேகுவேரா. மேலும் சொல்கிறார்,

புதுமைத்தேனீ மா.அன்பழகன்

நான் சாகடிக்கப்படலாம் ஆனால் ஒருபோதும் தோற்கடிக்கப் படமாட்டேன். என்று சொன்ன ஒரு போர் மறவனின் குரலைக் கவனி.

நமது போர்க்குரல் இன்னொரு மனிதனின் காதில் விழுமானால்... நமது ஆயுதங்களை இன்னொருவன் எடுத்துக் கொள்வானேயானால்.. நமது இறுதிச் சடங்கில் துப்பாக்கியின் உறுமல்களோடும் புதிய போர்க்குரல்களோடும், இன்னும் பலர் கலந்து கொள்வார்களேயானால், நம் மரணத்தை நாம் அன்புடன் வரவேற்கலாம்.

"புரந்தார்கண் நீர்மல்கச் சாகிற்பின் சாக்காடு
இரந்துகொள் தக்கது உடைத்து." (குறள்)

'தம்மைக் காத்த தலைவனுடைய அல்லது அரசனுடைய கண்களில் நீர் பெருகுமாறு போர்க்களத்தில் ஒருவன் இறக்கக்கூடிய நிலை ஏற்பட்டால், அந்தச் சாவை யாசித்தாவது பெறுவது சிறப்புடையது' என்று நமது வள்ளுவர், சேகுவேராவின் கருத்தை எப்போதோ சொல்லியுள்ளார்.

கண்ணா! இது சேகுவேரா காலத்திய போர்ச் சூழலில் அக்கருத்துகள் சொல்லப்பட்டன. ஆனால் இப்போது நீ போருக்குப் பதில் உன் கொள்கையை அல்லது இலக்கை அந்த இடத்தில் பொருத்திப் பார்த்துக்கொள்.

இந்தியா பெயர் வரக்காரணமும் அதன் காலமும்

இந்தியா என்ற வார்த்தையே ஆங்கிலேயர் 17ஆவது நூற்றாண்டில் வைத்த பெயர்தான் என்று நினைத்துக்கொண்டிருந்தேன். ஆனால் 15ஆம் நூற்றாண்டின் இறுதியில் கொலம்பஸ் இந்தியாவுக்கு வரவேண்டுமென்று புறப்பட்டவர் அமெரிக்காவைக் கண்டுபிடித்தார். அங்குள்ளவர்கள் சிவந்த மேனியை உடையவர்களாக இருந்ததால் அவர்களைச் 'செவ்விந்தியர்கள்' என்று கொலம்பஸ் சொன்னாரா? அல்லது பின்னால் வந்தவர்கள் 'செவ்விந்தியர்' எனச் சொன்னார்களா? அப்படிக் கொலம்பஸ் சொல்லியிருந்தால் 1500 ஆம் ஆண்டுக்கு முன்பே இந்தியா என்ற பெயரை ஐரோப்பியர்கள் தெரிந்திருந்தனரா என்ற வினாவும் எழுகிறது.

1.12.1600இல் உருவானது கிழக்கு இந்திய வர்த்தக கம்பெனி. கிரேக்க மொழியில் INDUS என்றே அழைத்திருக்கின்றனர். ஒன்றிணைந்த இந்தியாவில் இமயமலையில் தொடங்கி அரபிக் கடல் வரையில் 3,200 கி.மீ தூரம் ஓடுவது சிந்து நதி. அந்த நதிக்கரையில் 1922இல் நடந்த அகழ்வாராய்ச்சியில் தமிழ் நாகரிகத்தின் வெளிப்பாடாக மொகஞ்சதாரோ, ஹரப்பா என்ற இடங்களில் அரிய பல ஆதாரங்களைக் கண்டார்கள். ஆக அந்தக் காலத்திலேயே தமிழர்கள்தாம் இந்தியாவின் வடகோடியிலும் வாழ்ந்திருக்கிறார்கள் என்றும் அறியப்படுகிறது.

இந்திர விழாவிலிருந்துதான் 'இந்தியா' , 'தமிழ்' , 'திராவிடம்' பிறந்ததா?

இன்னொரு விளக்கமும் பெறப்படுகிறது. சிந்துநதியை ஒட்டி மருத நிலமாகவே இருந்ததால், மருதநிலத் தெய்வமாகிய இந்திரனை விழா எடுத்துத் தமிழர்கள் கொண்டாடினார்கள். இந்து + த்ரவிழா என்பதிலிருந்துதான் 'த்ரமிழ' மற்றும் 'த்ரவிட' என்ற சொற்கள் மருவித் 'தமிழ்' மற்றும் திராவிடம் என்ற பெயர்கள் உருவானதாகவும் சொல்கிறார்கள்.

பாரதியார் "சிந்துநதியின் மிசை நிலவினிலே" என்று பாடினார். அப்போது அந்த சிந்து நதிதான் மேலைநாட்டவர்கள் நுழையும்போது கண்களில் பட்டது. பாரசீகர்கள் சிந்து என்ற சொல்லை இந்து என்றே அழைப்பது எளிதாக இருந்தது என்கின்றனர். இந்தியா இப்படித்தான் உருவானதாம். எது உண்மை எனத் தெரியவில்லை.

கண்ணா, அவசரப்பட்டு முடிவு எடுத்துவிடுவதற்கு என்ன செய்யலாம் என்று கேட்டிருந்தாய். எதற்கும் அவசரப்பட்டுப் பதில் சொல்லாதே! நாளைக்கு அல்லது யோசித்துச் சொல்கிறேன் என்று பதில் அளித்துவிடு. உனக்குள் எடுக்கிற முடிவு என்றால், உனக்கு நீயே 'பொறுமை.. பொறுமை' என்று சொல்லிக்கொள். தீர்க்கமான முடிவு என்று உனக்குத் தெரிந்திருந்தாலும் யோசித்துச் சொல்லலாம் என்ற உறுதியை எடுத்துக்கொள்ளலாம்.

உன் அறிவுக்கு எட்ட வேண்டுமென்பதற்காக நான்கு நிகழ்வுகளை உனக்கு எழுதுகிறேன். நன்கு நிதானமாகப் படித்து அவற்றிலிருந்து உனக்குக் கிடைக்கும் படிப்பினையைப் பெற்றுப் பின்னர்ப் பின்பற்று.

பார்வைக்குப் பலகோணங்கள். எதையும் எடுத்த எடுப்பிலேயே முடிவு செய்துவிடக்கூடாது. பார்த்த மாத்திரத்திலேயே எந்த அபிப்பிராயத்தையும் உருவாக்கிடவும் கூடாது.

பழத்தைக் கடித்துக் கொடுத்ததால் எரிச்சலடைந்தாள் தோழி

ஒரு சிறுமி 2 ஆப்பிள் கையில் வைத்திருந்தாள். தோழி "எனக்கு ஒன்று தாயேன்" என்று கேட்டவுடன், தன்னிடமிருந்த ஓர் ஆப்பிளைக் கடித்தாள். உடனே தோழிக்குப் புரிந்துவிட்டது. 'இவளுக்கு ஆப்பிள் கொடுக்க மனமில்லை போலும்' என்று நினைத்து இன்னோர் ஆப்பிளைப் பார்த்தாள்.

உடனே சிறுமி அந்த ஆப்பிளையும் கடித்தாள். தோழிக்கு எரிச்சல், பொறாமை, தவறான அபிப்பிராயத்திற்கு வந்தே விட்டாள்.

சிறுமி, "இந்தா இதைச் சாப்பிடு" என்று கொடுத்தாள்.

தோழி கேட்டாள், "ஏன் கடித்துவிட்டுக் கொடுக்கிறாய்?"

"முதலில் கடித்த ஆப்பிள் புளித்தது. அதனால் இன்னொன்றைக் கடித்தேன். இது இனிக்கிறது. அதனால் உனக்கு இனிப்பான ஆப்பிளைக் கொடுத்தேன்" என்றாளாம்.

ஆச்சி காட்டிய தர்மம் வேறு; வணிகம் வேறு

செட்டிநாட்டு வீட்டுத் திண்ணையில் தாயும் மகளும் அமர்ந்திருந்தனர். அப்போது ஒரு கீரை விற்பவள் கூவிக்கொண்டு வந்தாள். தாய் அவளை அருகில் வரவழைத்து,

"கட்டு என்ன விலை?"

"5 ரூபாய்."

"3 ரூபாய்க்குக் கொடுக்க முடியுமா?"

"முடியாதும்மா.. கட்டுப்படியாகாது" என்று சொல்லிவிட்டுக் கொஞ்ச தூரம் நகர்ந்தவள், திரும்பிப் பார்த்து, "அம்மா..ஒரு ரூபாய் சேர்த்துப் போட்டுக்கொடும்மா."

"முடியாதும்மா... மூணு ரூபாய்தான்" என்றவுடன், கீரைக்காரி நின்று யோசித்துவிட்டு,

"சரிம்மா, உன் இஷ்டம்" என்று சொல்லிக் கூடையை இறக்கிக் கீரைக்கட்டைக் கொடுத்து, அதற்கான காசை வாங்கிய பிறகு, கூடையைத் தூக்கிவிடக் கோரினாள்.

தாய் உதவி செய்தபோது, கீரைக்காரி மயக்கமுற்றுக் கீழே விழுந்துவிட்டாள்.

"என்னம்மா.. காலையிலே ஏதாவது சாப்பிட்டாயா..? பாவம்... கொஞ்சம் இரு வர்றேன்" என்று சொல்லிவிட்டு உள்ளே போய் ஒரு தட்டில் 5 இட்லி, சட்னி, ஒரு குவளை மோர் சகிதம் கொண்டு வந்து கொடுத்துச் சாப்பிடவைத்தாள்.

மகள் தாயிடம் கேட்டாள்,

"ஏம்மா? கட்டு ஒண்ணுக்குக் கொஞ்சம்கூட இரக்கமே இல்லாம, ஒரு ரூபாய்க்குப் பேரம் பேசினாய். இப்ப பார்த்தா நாற்பது ரூபாய்க்குச் சாப்பாடே கொடுக்கிறாய். என்னால் உன்னைப் புரிஞ்சிக்க முடியலைம்மா".

"அடியே! வியாபாரத்திலே தர்மம் பார்க்கக்கூடாது; தர்மம் செய்யறப்ப வியாபாரம் பார்க்கக்கூடாது" என்றாள் தாய்.

அவசரப்பட்டுக் கணவனைத் தவறாக எண்ணிவிட்டாள்

ஒரு தம்பதியர் மாலை நடைப்பயிற்சிக்குப் போனார்கள். அந்த நேரம் பார்த்து வானம் இருட்டியது. மேகம் கருத்தது. வீட்டுக்குச் சீக்கிரம் போய்விட முடிவெடுத்து, வேகமாக நடந்தனர். சாரலும் காற்றும் வீசின. கணவர் வேகமாக ஓடினார். ஒரு கயிற்றுப் பாலம் வழியாகக் குறுக்கே போனால் சீக்கிரம் வீட்டை அடைந்துவிடலாம் என்று மனைவி தன்னால் முடிந்தவரை வேகமாக நடந்தாள். இருள் கவ்வியதால் எதையும் சரியாகக்கூடப் பார்க்க முடியவில்லை.

தட்டித்தடுமாறிக் கயிற்றுப் பாலத்தை அடைந்ததும், கணவனை அழைத்தாள். பதில் இல்லை. இன்னும் உரக்க அழைத்தாள். பலனில்லை.

“ஆபத்து நேரத்திலே உதவாத கணவன் என்ன கணவன்? அவன் மட்டும் தப்பித்துப் போய்விட்டான். சுயநலக்காரன்..” அவளுக்குக் கோபத்தில் அழுகையாய் வந்தது. தட்டித்தடுமாறிப் பாலத்தை மெதுவாகக் கடந்து அந்தப் பக்கம் போனாள். அங்கே குனிந்துகொண்டிருந்த கணவனை ஆத்திரத்தோடு பார்த்து முறைத்தாள்.

கணவனோ, அறுந்துபோன கயிற்றின் மற்றொரு பகுதியைப் பலமாகத் தாங்கிப் பிடித்துக்கொண்டிருந்தான்.

மனைவி மனம் மாறித் ‘தவறாக எண்ணிவிட்டோமே’ என்று குற்ற உணர்ச்சியுடன் காணப்பட்டாள்.

கணவன் பேசாமல் இருந்தான். எதையும் வெளிக்காட்டிக் கொள்ளவில்லை. ஒரு குடும்பத்தையே தலைவனாக இருந்து தாங்கிப் பிடிப்பவன் அல்லவா?

கண்ணா குடும்பத்துக்கு மட்டுமல்ல, நாட்டுக்கும் தலைவர்கள் எப்படி இருக்க வேண்டும்?

தலைவர்களாகும் தகுதி யாருக்கு?

இருப்பதை அப்படியே பாதுகாத்துக்கொண்டு செல்பவர்கள் மேலானவர்கள்.

இருப்பதை மேலும் விரிவடையச் செய்பவர்கள் திறமையானவர்கள்.

இருப்பதை நிலைமைக்கு ஏற்றவாறு திருத்தி அமைத்து முன்னேறுபவர்கள்தான் தலைவர்கள்.

பலமுறை ஜெயித்தவன் ஒரு முறை தோற்றால் அது விசித்திரம். பலமுறை தோற்றவன் ஒரு முறை ஜெயித்தால் அது சரித்திரம்.

தன் முகத்தைக் கண்ணாடியில் பாராதவர் காந்தி

காந்தியின் படத்தை வரைந்து அவரிடமே கொடுத்தார் ஒரு பிரெஞ்சு கார்டூனிஸ்ட் ஓவியர். வாங்கிப் பார்த்த காந்தி, “ஏன் என் காதுகளை மட்டும் சற்றுப் பெரிதாக வரைந்திருக்கிறீர்கள்?” என்று

கேட்டார். உடனே அந்த ஓவியர், "ஆமாம். உங்கள் காதுகள் பெரியவைதானே? உங்களை நீங்கள் பார்ப்பதில்லையா?" என்று கேட்க, "நான் நாடு விடுதலை அடையவேண்டும் எனும் குறிக்கோளிலேயே இருப்பதால் கண்ணாடியில் என் முகத்தைப் பார்க்கும் எண்ணம் எனக்கு வருவதே இல்லை" என்றாராம்.

புத்திசாலித்தனம் உள்ளாடை போன்றது

தலைவர்கள் வெறும் தலைவர்களாக இருந்தால் சோபிக்க முடியாது. வருமுன் சிந்திக்க வேண்டும். ஒரு செயலில் இறங்கினால் அதன் பின்விளைவுகளை ஆராய்ந்தறியும் குணம் இருக்கும் ஆனால் வெளிக்காட்டிக்கொள்ளமாட்டார்கள்.

புத்திசாலித்தனம் என்பது நமது உள்ளாடை போன்றது.
அது நமக்குத் தேவையான ஒன்று.
ஆனால் அதை வெளிக்காட்டிக்கொள்ளவேண்டிய அவசியம் இல்லை.
ஆனால் நாம் சாதாரணக் குடிமக்கள். அதனால்தான்.
ஒரு சிறிய கையசைப்பு நம்மை அழவைக்கலாம்.
ஒரு சிறிய நகைச்சுவை நம்மை இளகவைக்கலாம்.

வாரியார் இரண்டிரண்டாய்ச் சொல்வார்.

வருவதும் போவதும் இரண்டு: இன்பம் - துன்பம்
வந்தால் போகாதது இரண்டு: பழி - புகழ்
போனால் வராதது இரண்டு: மானம் - உயிர்
உடன் வருவது இரண்டு: பாவம் - புண்ணியம்
அடக்க முடியாதது இரண்டு: ஆசை - துக்கம்
தவிர்க்க முடியாதது இரண்டு: பசி - தாகம்
பிரிக்க முடியாதது இரண்டு: பந்தம் - பாசம்
அழிவைத் தருவது இரண்டு: பொறாமை - கோபம்
எல்லாருக்கும் சமம் இரண்டு: பிறப்பு - இறப்பு

கண்ணா! ஒருவரைப் பற்றிய கருத்து அவருடைய செயல்களால் மாறும். மாறுகிறது என்பதற்கு இந்த நிகழ்வையும் படித்துப்பார்!

மைனர் வி.எஸ்.தியாகராஜ முதலியார் இன்று வரவேற்றார்

நாதஸ்வர வித்வான் குளிக்கரை பிச்சையப்பா ஒருமுறை சென்னையிலிருந்து திருவாரூருக்குப் புகைவண்டியில் திரும்பிக் கொண்டிருந்தார். அப்போது பக்கத்துப் பயணி சண்முக வடிவேலுவிடம்,

"நான் இன்றைக்கு ரொம்ப மகிழ்ச்சியாய் இருக்கிறேன். ஒரு நேரத்தில் வடபாதி மங்கலம் தியாகராஜ முதலியார் வீட்டு விசேஷங்களுக்குக் கச்சேரிசெய்யப்போவோம். அப்போது அவ்வளவாக எங்களை மதிக்கமாட்டார்கள். அன்பளிப்புக் கொடுப்பார்கள்: தனிப் பந்தியில் அமரவைத்து விருந்து கொடுப்பார்கள். ஆனால் இன்று கலைஞர் வீட்டுத் திருமணத்திற்குப் போய்விட்டு வருகிறேன். அங்கே வி.எஸ்.டி அவர்கள் சந்தனப் பேலாவுடன் நின்றுகொண்டு எங்களையெல்லாம் வரவேற்றார். அப்படிப்பட்டவர் இன்று இப்படிச் செயல்பட்டதை எண்ணி மகிழ்ச்சியாக இருந்தது" என்றார்.

நிதானமாக எண்ணிப்பார்த்து முடிவெடுத்ததனால் எப்படி வெற்றி பெற்றான் என்பதை விளக்கும் ஒரு கதையைத் தருகிறேன் படித்துப் பார்.

வரம் பெற்றுப் பலன் பெற்ற புத்திசாலித்தனமான மீனவன்

"உடன் வாழ்பவர்களின்மீது உங்களுக்கு ஆழமான அன்பும், அக்கறையும், பாசமும் இருப்பின், உங்களை அறியாமலேயே நல்ல புத்திக் கூர்மையையும், நல்ல முடிவெடுக்கும் திறனையும் இயல்பாகவே பெற்றுவிடுவீர்கள் என்பதே இவ்வுலகம் கண்ட உண்மை" என்பதை விளக்கும் ஒரு கதை:

ஏழை மீனவன் ஒருவன். ஒருநாள் கடலுக்கு மீன் பிடிக்கச் சென்றான். அப்போது கரையில் ஒதுங்கிக் கிடந்த பெரிய மீன் ஒன்று அவனிடம் கெஞ்சியது.

"மீனவனே! நான் சாதாரண மீன் இல்லை. நான் மீன்களுக் கெல்லாம் தலைவன். ஆழ்கடலில் சிக்கி, பேரலை ஒன்றால் கரை

ஒதுக்கப்பட்டுவிட்டேன். நான் நீந்த முடியாத அளவுக்கு இயலாத நிலையில் உள்ளேன். உன் படகில் என்னை ஏற்றி நடுக்கடலில் கொண்டுபோய் விட்டால் உனக்கு ஒரு வரம் தருகிறேன்" என்றது.

மீனவனும் மிகுந்த சிரமத்திற்கு இடையில் அப்படியே செய்தான். நடுக்கடலில்,

"என்ன வரம் தரப்போகிறாய்?" என்று கேட்டான் மீனவன்.

"நீ கேள்! நான் தருகிறேன். ஆனால் ஒரு வரம்தான் கேட்க வேண்டும்" என்றது மீன்.

சிந்தித்துப் பார்த்தான். ஒரு முடிவுக்கு அவனால் வர முடியவில்லை. "சரி! என் குடும்பத்துடன் கலந்து ஆலோசித்து நாளை வந்து சொல்கிறேன்" என்று சொல்லிவிட்டு, வீட்டுக்கு வந்தான்.

குடும்பத்தாரைக் கூட்டி வைத்து விவரத்தைச் சொல்லி "என்ன வரம் கேட்கலாம்? ஒரு முடிவு சொல்லுங்கள்" என்று கேட்டான்.

தந்தை: நமது இந்த ஓட்டைக் குடிசையை மாற்றி ஒரு நல்ல மாடிவீடு கேள்.

அன்னை: எனக்குக் கண்பார்வை இல்லை. அதை வாங்கித் தா.

மனைவி: நமக்குக் குழந்தை இல்லாததால் ஒரு குழந்தை வேண்டுமெனக் கேள்

எல்லாரும் சொன்னதையெல்லாம் மனத்தில் வைத்துக் கொண்டான். ஒரு வரம்தான் கேட்கவேண்டும். எல்லாரையும் எப்படித் திருப்திப்படுத்துவது? ஆழ்ந்த சிந்தனையில் கடலுக்குச் சென்றான்.

"என்ன வரம் வேண்டும்?" - ராஜா மீன் கேட்டது.

"என் மகன் கீழே விளையாடிக்கொண்டிருப்பதை என் வீட்டு மேல் மாடியில் நின்றுகொண்டு என் பெற்றோர்கள் பார்த்துப் பரவசப் படவேண்டும்" என்று ஒரு போடு போட்டான்.

கேட்டது கிடைத்தது. ஒரு கல்லில் மூன்று மாங்காய்கள் விழுந்தன.

கண்ணா! அவரவர் எண்ணப்படியே அவரவர் வாழ்க்கை அமையும் என்பதைக் கீழ் வரும் உபநிடத சூத்திரம்வழி அறியலாம்.

உபநிடதச் சூத்திரம்

தேஜோ மயோ தேஜோ மய (தேஜோ = ஒளி)
காமோ மயோ காம மய
குரோமோ மயோ குரோமோ மய
தர்ம மயோ தர்ம மய

அதாவது எவன் ஒருவன் ஒளி மயமான எதிர்காலத்தை எண்ணி மகிழ்கிறானோ அப்படியே அவன் வாழ்வில் பிரகாசமாய் விளங்குவான்!

அதேபோல் காமத்தையும், சிற்றின்பத்தையும் எண்ணிக் கொண்டிருப்பவன் அவன் காமுகனாக விளங்குவான் என்றும்

குரோதம், பொறாமை, பொல்லாங்கையே நினைத்துக் கொண்டிருப்பவன் கொடூரமான புத்திக்காரனாய்த் திரிவான் என்றும்

தர்மம், நியாயம், நேர்மை பற்றிய சிந்தனைகளோடு இருப்பவன்

வாழ்வில் சிறந்த சான்றோனாக மதிக்கத்தக்க மனிதராக விளங்குவான்.

இதிலிருந்து நாம் தெரிந்துகொள்வது நம் எண்ணப்படியே நம் வாழ்க்கை அமைகிறது.

எண்ணம் நல்லதாக இருந்தால் செயல் நல்லதாக அமையும்.

செயல் நல்லதாக நிகழ்ந்துவிட்டால் அதுவாகவே அவன் அடையாளம் காணப்படுகிறான்.

கிளிண்டன் எனும் சிறுவனை வாழ்த்திய அதிபர் கென்னடி

அமெரிக்க வெள்ளை மாளிகைக்கு வந்திருந்த பார்வையாளர்களின் முகத்தில் ஒளியும், கண்களில் புத்திக் கூர்மையையும் உடைய ஒரு மாணவனின் கன்னத்தை அதிபர் கென்னடி தட்டிக்கொடுத்து, "உன் இலட்சியம் என்ன" என்று கேட்டார். அதற்கு, "இன்று நீங்கள் இருக்கும் இடத்திற்கு நாளை நான் வரவேண்டும்" என்று உடனடியாகப் பதிலளித்தான். வியந்துபோன கென்னடி அச்சிறுவனை வாழ்த்திவிட்டுச் சென்றாராம். பெரும் வியப்பு என்னவென்றால், அச்சிறுவன் எண்ணியவாறே பின்னாளில் அமெரிக்க அதிபரானான். அவர் பெயர் கிளிண்டன்.

கிளிண்டன்

கென்னடி

இதனையே நமது வள்ளுவன் இரண்டே வரிகளில் எளிமையாகவும், சுருக்கமாகவும் சொல்லிச் சென்றுவிட்டான்;

எண்ணிய எண்ணியாங்கு எய்துப எண்ணியார்
திண்ணியர் ஆகப் பெறின் - என்று.

இப்படிக்கு,
உன் அன்புள்ள,
தாத்தா.

82. ஒவ்வொன்றுக்கும் ஓர் இலக்கணம்

அன்புள்ள தாத்தா, வணக்கம்!

'ஒருவனுடைய எண்ணத்தின்படியேதான் அவனுடைய வாழ்க்கை அமைகிறது' என்று தாங்கள் எடுத்துச் சொல்லிய கருத்தை இரவு முழுவதும் சிந்தித்தேன். என்ன அருமையான சிந்தனை. எல்லா மகான்களும் இந்தக் கருத்தை வலியுறுத்துகிறார்கள் என்றால் அதில் எவ்வளவு உண்மைகளை அவர்கள் உணர்ந்து அறிந்து வெளியிட்டிருப்பார்கள்.

அதனால் இனி என் எண்ணத்தை எப்போதும் தூய்மையானதாக வைத்துக்கொள்ள முடிவு எடுத்துவிட்டேன். அது வாழ்க்கையைத் தொடங்க இருக்கும் ஒவ்வொரு மனிதனுக்கும் உரிய இலக்கணமாகக் கருதிட வேண்டும். இலக்கணங்களை உடைய இலக்கியங்களே வரலாற்றில் நின்றன என நீங்கள் நேரில் ஒருமுறை சொன்னது இப்போது நினைவுக்கு வருகிறது.

இப்படிக்கு,
உங்கள் அன்புள்ள பெயரன்,
கண்ணன்.

அன்புள்ள கண்ணா, வாழ்த்துகள்!

இலக்கணம் என்பதன் பொருள் ஒன்றும் புரியாத புதிராக எண்ணிக் கொள்ள வேண்டாம். நம்முடைய ஒவ்வொரு செயலுக்கும் ஒரு அளவு, நியதி, விதி, எல்லை வைத்துக்கொள்கிறோமா இல்லையா அதுதான் இலக்கணம். இத்தனை மணி நேரம் உழைக்கிறோம், இத்தனை மணி நேரம் ஓய்வெடுக்கிறோம், தேவையான அளவு சாப்பிடுகிறோம், வேண்டுமளவு நீர் அருந்துகிறோம், தரையைத் தொடும் அளவுக்கு வேட்டி கட்டுகிறோம், இப்படி நமக்கு நாமே

ஒன்றை நிர்ணயம் செய்துகொண்டு அதன்படி செயல்படுவதே இலக்கணம்தான். விளையாடும் திடலுக்கு ஓர் அளவும், அந்த விளையாட்டுக்கு விதிமுறை வைத்துக்கொள்வதும் இலக்கணம்தான்.

கண்ணா ! எந்த இலக்கணங்களுக்கும் உட்படாத வினோதமானத் செய்திகளை முதலில் தெரிந்துகொண்டு மற்ற செய்திகளைப் பார்ப்போம்.

இல்லை... இல்லை...

நண்டுக்குத் தலையில்லை
நட்சத்திர மீனுக்கு மூளையில்லை
ஆமைக்குப் பற்கள் இல்லை
வண்ணத்துப் பூச்சிக்கு வாயில்லை
மண்ணுளி பாம்புக்குக் கண்கள் இல்லை
பாம்புகளுக்குக் காதுகள் இல்லை
உத்திரப்பிரதேசத்தில் தென்னைகள் இல்லை
யமுனை ஆறு கடலில் கலப்பதில்லை
ஜோர்டான் நாட்டின் நதிகளில் மீன்கள் இல்லை
ஹவாய் தீவில் பாம்புகள் இல்லை
பூட்டானில் திரையரங்குகள் இல்லை
நேபாள நாட்டில் பகலில் மழை பெய்வதில்லை
மகாத்மா காந்தி விமானத்தில் பயணம் செய்ததில்லை
பறவைகளுக்கு வியர்வை சுரப்பதில்லை
மலைப்பாம்புகளுக்கு நஞ்சு இல்லை
‘கிவி’ பறவைகளுக்கு இறக்கையில்லை
சிங்கமும் புலியும் ஒரே இடத்தில் வாழ்வதில்லை
கடலில் முதலைகள் இருப்பதில்லை
யானையின் துதிக்கையில் எலும்புகள் இல்லை
அன்னாசிப் பழத்திற்கு விதைகளில்லை
அத்தியும் பலாவும் பூப்பதில்லை
அரேபியாவில் ஆறுகள் இல்லை
அண்டார்டிகாவில் மரங்கள் இல்லை
இந்தியாவில் எரிமலைகள் இல்லை.

நல்லவனா? கெட்டவனா? சோதிக்க லிங்கனின் யோசனை

ஒரு மனிதன் நல்லவனா? கெட்டவனா? என்பதைப் பரிசோதிக்கப் பலவழிகள் இருக்கின்றன. 'ஒருவனைத் தனிமையில் விட்டுப்பார்' என்பார்கள் சிலர். ஆனால் ஆப்பிரகாம் லிங்கனோ, If you want to test a man's character, give him power. அவனை வேறு சோதனைகள் செய்து பார்க்கத் தேவையில்லை. 'அவனிடம் அதிகாரத்தைக் கொடுத்துப் பார்' என்றார். ஒருவன் தீயவன் எனில் அவன் எவ்வளவு செல்வந்தனாக இருந்தாலும் அல்லது உயர்ந்த கல்வி கற்றிருந்தாலும், அதிகாரம் வந்துவிட்டால் அவனை மாற்றிவிடும். அதிகாரப் போதையேறி அடியோடு அவன் குணத்தை அழைத்துவிடும்(Power will corrupts). அவற்றையும் மீறி எளிமை, அடக்கம், நேர்மையுடன் ஒருவன் இருந்து, அதிகாரத்தினால் மக்களுக்குத் தொண்டு செய்தான் எனில் அவனை நல்லவன் என்று கொள்ளலாம் என்றார் லிங்கன்.

கற்பனைக்குரிய இலக்கணம்

திருக்குறளுக்கு உரை எழுதியுள்ள புலவர் துரை. முத்துக்கிருஷ்ணன் கற்பனைக்கு ஒரு விளக்கம் தருகிறார். முக்காலத்துக்கும் பொருந்தும் விளக்கம்.

"ஐம்புலன்களின் வழியாக எந்த ஒரு பொருளையும் மனம் காணுகின்ற கோணங்களே கற்பனை" என்கிறார்.

எல்லாவற்றிற்கும் வகுக்கப்பட்ட அந்த இலக்கணத்தைச் சிலர் இடம் பொருள் ஏவலுக்கு ஏற்ப மாற்றிக்கொள்வார்கள். ஆனால் இலக்கணம் இருந்துகொண்டேதான் இருக்கும்.

நாம் பொதுவாக இலக்கணம் என்று சொல்வதை நமது இலக்கியங்களுக்கானதையே எண்ணுகிறோம். உடனே தொல்காப்பியமும், நன்னூலும் நினைவுக்கு வந்துவிடும்.

அன்றாட வாழ்க்கையிலும் நம்மை அறியாமலே நாம் இலக்கணத் தோடுதான் வாழ்கிறோம்.

நண்பனை விட்டுக்கொடுக்காதவர் சாக்ரட்டீஸ்

சாக்ரட்டீஸ்

ஒருவர் வந்து, சாக்கரட்டீஸிடம் அவருடைய நண்பரைப் பற்றி ஏதோ கூற முற்பட்டார். அதற்குச் சாக்ரட்டீஸ், "நான் மூன்று கேள்விகளைக் கேட்பேன். அவை மூன்றுக்கும் "ஆம்" என்று உங்கள் பதில் இருந்தால், நீங்கள் தொடரலாம்" என்றார்.

1. என் நண்பர் செய்த செயலை நீங்கள் நேரில் பார்த்தீர்களா?
2. அவரைப் பற்றிய நல்ல விஷயத்தைச் சொல்லப் போகிறீர்களா?
3. நண்பரைப் பற்றி நீங்கள் என்னிடம் சொல்வதால் யாருக்காவது பயன் கிடைக்குமா?

இம்மூன்று கேள்விக்கும் "இல்லை" என்ற பதில் வந்தமையால்,

"யாருக்கும் பயனில்லாத, நற்செய்தியும் இல்லாத, நேரடியாகவும் பார்க்காத செய்தியை என்னிடம் சொல்லாதீர்கள்" என்று சாக்கரட்டீஸ் சொல்லி, வந்தவர்களைத் திருப்பி அனுப்பினாராம். நட்புக்கு அவர் பார்வையில் ஒரு வேலி போட்டு வைத்துள்ளார்.

நண்பரை விட்டுவிடாதீர்கள்

கண்ணா! அப்பபடிப்பட்ட நண்பர்கள் ஹைட்ரஜன் காற்றடைத்த பலூன் போன்றவர்கள் என்கிறார் ஓர் அறிஞர். நீங்கள் விட்டுவிட்டால், எங்கோ பறந்து போய்விடுவார்கள்.

அதனால் நண்பர்களைப் பத்திரமாகப் பிடித்துக்கொள்ளுங்கள்.
தவறு செய்யாத நண்பர்களே (மனிதர்களே)இல்லை.
மன்னிக்க முடியாத குற்றம் என்றும் எதுவுமே இல்லை.
எனவே
வார்த்தைகளால் யாரையும் பழிக்காதீர்கள்.
வசவுகளால் இதயங்களைக் கிழித்துவிடாதீர்கள்.
நல்லுறவை வன்முறையால் இழந்துவிடாதீர்கள்.
நல்ல நட்பை இழிமொழிகளால் சுட்டு விடாதீர்கள். என்கிறார்.

கண்ணா! நாம் பரத்தையரை மரியாதை குறைவாக எண்ணுகிறோம். அதே நேரத்தில் “கற்பில் சிறந்தவள் கண்ணகியா? மாதவியா?” என்று பட்டிமன்றம் வைக்கிறோம். அந்த மாதவி யார்? தான் பிறந்த குலம் கணிகையர் குலமாக இருந்தாலும், என்றைக்குக் கோவலன் மாலையுடன் தம் இல்லத்திற்குள் வந்தானோ அன்று முதல் அவனையே தன் மணாளனாக வரித்துக்கொண்டு வாழ்ந்தவள். ஓர் இல்லத்தரசி கற்புடையவளாக இருப்பதில் வியப்பு யாருக்கும் எழ வாய்ப்பில்லை. ஆனால் ஒரு பரத்தை ஒருவருடனேயே வாழ்க்கையை நிறைவு செய்ததால்தான் சிறப்பாகப் பேசப்பட்டது.

அதைப்போலவே நான் இப்போது உனக்குத் தரும் கதை, ‘ஒருத்தி ஒவ்வொருநாளும் ஒருவனுக்குக் கற்புடையவளாக இருந்து நீதி உரைக்க, புனைந்த சுவையான கதையைப் படி.

பரத்தையரின் பதிவிரத இலக்கணம்

திருவண்ணாமலை தலபுராணக் கதை.

ஒரு பரத்தை தினமும் காலையில் குளித்துவிட்டு பூஜையெல்லா வற்றையும் முடித்துவிட்டுக் கதவைத் திறப்பாள். பாக்கு வெற்றிலை பழத்தட்டில் பணம் வைத்து யார் முதலில் கொடுக்கிறார்களோ, அவரையே அன்றையதினக் கணவராக வரித்துக்கொள்வாள். இரவு வீட்டுக்கு வரச்சொல்லிவிடுவாள்.

அப்படி ஒருநாள் ஒரு கிழவர் வாசலில் வந்து நின்றார். அந்தப் பரத்தையும் மனமுவந்து தட்டை வாங்கிக்கொண்டு, இரவு வரச் சொல்லிவிட்டாள். அன்றையதினம் பார்த்து அரசன் அதன்பின் வந்து கதவைத் தட்டினான். கதவைத் திறந்தாள்.

“உன்மீது காதலுற்று வந்தேன். இதோ பொன்னும் பொருளும் கொண்டு வந்திருக்கிறேன். எடுத்துக்கொண்டு என்னை உன்னுடன் இன்று இருக்க அனுமதிகொடு” என்று கேட்டான்.

“ முடியாது மன்னா! ஏற்கனவே ஒரு கிழவருக்கு ஒத்துக்கொண்டு தட்டு வாங்கிவிட்டேன். ஒருவருக்கு வார்த்தை கொடுத்துவிட்டால் மாறமாட்டேன்” என்று உறுதியாகச் சொல்லி மறுத்துவிட்டாள். அதைக் கேட்டவுடன்,

“நான் மன்னன் என்று தெரிந்தும் பணிய மறுக்கிறாய். உன்னைக் கொன்றுவிட எவ்வளவு நாழியாகும்?”

“மன்னா! வேண்டுமானால் என்னைக் கொன்றுவிடு கொன்ற பாவம் உன்னையே சாரும்” என்று அவள் சொன்னவுடன், “இரு... பின்னர் கவனித்துக்கொள்கிறேன்” என்று சொல்லிவிட்டு அரசன் வெளியேறிவிட்டான்.

சொல்லியபடி அந்தக் கிழவர் அன்று இரவு வீட்டுக்கு வந்தார். வரவேற்று உபசரித்தாள். அவரோ இரவு முழுதும் மலஜலம் கழித்து அறையை அசிங்கம் செய்து நாறடித்துவிட்டார். இருந்தாலும் அவள் பொறுமையாக இருந்து அறையைச் சுத்தம் செய்ததோடு, கிழவரையும் துடைத்துக் குளிப்பாட்டிப் புத்தாடை உடுத்திவிட்டு அழகு பார்த்தாள்.

“உனக்கு அருசையாய் இல்லையா?” எனக் கிழவர் கேட்டார். அதற்கு,

“இல்லை அய்யா! உங்களை இன்று என் கணவராக ஏற்றுக் கொண்டுவிட்டேன். என் கணவருக்குப் பராமரிப்புக் கொடுப்பதிலும், பணிவிடை செய்வதிலும் எனக்கு மகிழ்ச்சிதானே ஏற்படும். அது என் கடமையும் அல்லவா?” என்று பரத்தை சொன்னவுடன், கிழவர் சிவபெருமானாய் உருவெடுத்துத் தம் சுய உருவத்தில் காட்சியளித்தார்.

“அம்மணீ! உன்னைப் பாராட்டுகிறேன். உனக்கு ஒரு வரம் தர விரும்புகிறேன். கேள்?” என்று சிவனே தன் முன் தோன்றியதைப் பார்த்தவுடன், ஏற்பட்ட மகிழ்ச்சியில் சுயநிலை தடுமாறி, வரம் கேட்கும்போது, ‘மாற்றி’க் கேட்டுவிட்டாள்.

“என் பாதத்தை உன் தலையில் வைக்க வேண்டும்” என்று உளறியவுடன் இறைவனும், “தந்தேன்” என்று சொல்லிவிட்டார். பரத்தை சுதாரித்து, “மாற்றிக் கேட்டுவிட்டேன் இறைவா, என் தலையில் உன் திருவடிகளை வைக்கவேண்டும் என்பதே என் ஆசை” என்றாள்.

“உன் பெயர் என்ன?” என்று கேட்ட சிவனுக்கு, “தும்பை” என்று பதிலளித்துப் பயந்துபோய் நின்றாள்.

"சரி தும்பை! கொடுத்த வரத்தைத் திரும்ப மாற்றிட முடியாது. கொடுத்தது கொடுத்ததுதான். நீ மேலோகம் சென்று தும்பைப் பூவாய் அடுத்த பிறவி எடுக்க வேண்டும். நீ கேட்ட வரத்தின்படி, தும்பைப் பூவைத் தினம் என் தலையில் சூடிக்கொள்வேன்" என்று சொல்லிவிட்டு மறைந்துவிட்டாராம்.

எந்தத் தொழிலைச் செய்தாலும், அதை உணர்வு பூர்வமாக, முழு ஈடுபாட்டுடன் செய்திடல் வேண்டும். அதில் இதய சுத்தியும், தர்மமும் கலந்திருக்கவேண்டும் என்பதை வலியுறுத்தவே இதைப்போன்ற கதைகள் சொல்லப்படுகின்றன.

அண்ணா காட்டிய மனிதநேயம்

அமெரிக்காவிற்குச் சென்று அறிஞர் அண்ணா, சிகிச்சை பெற்றுவிட்டுத் திரும்பும் வழியில் இத்தாலி ரோமில் உள்ள ரோமன் கத்தோலிக்க மதகுருவின் இடமான வாடிகன் நகருக்கு வந்தார். போப்பாண்டவரைச் சந்திக்க விரும்பினார். 5 நிமிடம் ஒதுக்கப்பட்டிருந்தது. கொடுக்கப்பட்ட நேரத்திற்குள், தன்னை அறிமுகம் செய்துகொண்டார். அறிஞர் அண்ணாவின் ஆழமான கருத்துக்களை தமக்கே உரிய வெளிப்படுத்தும் ஆற்றலால் மிகச் சரளமாகப் பேசி முடித்தார். அருமையான, அழகான தொடக்க அறிமுகப் பேச்சைக் கேட்ட போப் அவர்கள், அண்ணாவைத் தொடர்ந்து பேச அனுமதித்தார்.

அண்ணா

அண்ணாவின் பேச்சாற்றலைப் பாராட்டிய போப் அவர்கள் "உங்களுக்கு என்ன பரிசு வேண்டும்?" என்று கேட்டார்.

மோகன் ரானடே

"என்ன வேண்டுமானாலும் தருவீர்களா?"

"கேளுங்கள் தருகிறேன்" என்றவுடன்,

"அப்படியானால், போர்ச்சுகல் எங்கள் கோவாவை ஆட்சி செய்து

கொண்டிருந்த போது, அதை எதிர்த்துக் குரல் கொடுத்த போராளி, ரானடே என்பவரைக் கைது செய்தது. தற்போதுவரை லிஸ்பன் சிறையில் அவர் வாடுகிறார். உங்களுக்குள்ள செல்வாக்கைப் பயன்படுத்தி அவரை விடுதலை செய்ய முடியுமா?"

அண்ணா தமக்கென்று எதையும் கேட்காமல், தமக்கு எந்தவிதத்திலும் தொடர்பும் இல்லாத ஒரு பொது நோக்கத்தில், மனிதநேய அடிப்படையில் வைத்த அண்ணாவின் வேண்டுகோளைப் போப் நிறைவேற்றி வைத்தார் என்பது வரலாறாகிவிட்டது. அப்படி விடுதலையான ரானடே டெல்லி வந்தடைந்தார். அப்போது பிரதமராக இருந்த இந்திராகாந்தி விமான நிலையத்திற்கே சென்று வரவேற்றார்.

"என் விடுதலைக்கு முழுக் காரணமாக இருந்த தமிழ்த் தலைவர் அண்ணாதுரை வரவில்லையா?" என்று கேட்டுவிட்டு, அண்ணாவைப் பார்க்க ரானடேவின் கண்கள் அலைபாய்ந்தன.

"மன்னிக்கவும்.. உங்கள் விடுதலைக்கு ஏற்பாடு செய்துவிட்டு இந்தியா வந்த அண்ணாதுரை ஏற்கனவே புற்று நோயால் பாதிக்கப்பட்டிருந்தவரானதால் இறந்துவிட்டார். உங்களுக்கு இங்கிருந்து கோவா செல்ல அரசின் சார்பில் ஏற்பாடுகள் தயாராய் இருக்கின்றன" என்று பிரதமர் சொன்னவுடன் கண்கலங்கிய ரானடே,

"நான் முதலில் செல்லவேண்டிய இடம் கோவா அல்ல. என்னை யார் என்றே தெரியாத நிலையில் என் விடுதலைக்கு முன்னுரிமை கொடுத்து ஆவன செய்த அண்ணாதுரை அவர்களின் கல்லறைக்குத்தான்" என்று சொல்லியவுடன், அண்ணாதுரை இயக்கத்தின் நாடாளுமன்றக் கட்சியின் தலைவராக இருந்த நாஞ்சில் மனோகரனை, பிரதமர் அவருக்கு அறிமுகப்படுத்தியதுடன் சென்னைக்கு அழைத்துச் செல்ல ஏற்பாடுகளையும் செய்து கொடுத்தார்.

சென்னை மெரினா கடற்கரையில் மண்ணுக்குள் உறங்கிக் கொண்டிருந்த அண்ணாவின் நினைவிடத்தில் ரானடே கதறிக் கதறி அழுதிருக்கிறார். அதற்குமேல் அவரால் என்ன செய்ய முடியும்?

கண்ணா கலங்காதே! இதோ பார். விசுவாசத்திற்கு இலக்கணமாய் விளங்கிய ஒரு நாய்.

சீதாராம் கேசரியுடன் அவர் நாயும் உடன்கட்டை ஏறியது

இந்திய நாட்டின் காங்கிரஸ் கட்சியின் தலைவராய் இருந்த சீதாராம் கேசரி என்பவர் ஆசையுடன் ஒரு நாயை வளர்த்தார். அவர் உடல் நலமின்றி இருந்தபோது நாயும் சோர்வாக இருந்தது. அவர் மருத்துவமனைக்குச் சென்ற நாளிலிருந்து இந்த நாயும் உணவருந்தாமல் கிடந்தது. அவர் பிணமாய் வீடு வந்த அடுத்த நிமிடமே அந்த நாயும் பிணமாகிவிட்டது. அப்போது இந்த ஊடகச் செய்தியை அறிந்து அனைவரும் வியந்தனர்.

சீத்தாராம் கேசரி

இடதுசாரி, வலதுசாரி இதற்கு என்ன இலக்கணம்?

நாடாளுமன்றத்தில் சபாநாயகருக்கு இடது பக்கத்தில் எதிர்க் கட்சிகள் அமர்ந்திருப்பார்கள்.

அவர்கள் இந்த ஆட்சி நீக்கப்படவேண்டும்; புதிய கருத்துகள், புதிய சிந்தனைகள், முதலாளி வர்க்கத்திற்கு எதிரான புரட்சித் திட்டங்கள் நிறைவேற்றப்படவேண்டும் என்று வாதிடுபவர்கள்.

ஆனால் அதே நேரத்தில் வலது பக்கத்தில் அமர்ந்திருக்கும் ஆளும் தரப்பு இந்தக் கொள்கை, இந்த ஆட்சி நீடிக்க வேண்டும், பழைய மரபு மாற்றப்படாமல் காப்பாற்றப்பட வேண்டும் என்று விரும்புபவர்கள்.

அதனால் நாடாளுமன்ற இடதுபக்க எதிர்ப்புச் சக்திகொண்ட பொதுவுடமைக் கொள்கைவாதிகளை இடதுசாரிகள் என்றும், வலதுபக்கம் அமர்ந்திருந்த ஆதிக்கச் சக்திகளை வலதுசாரிகள் என்றும் அழைக்கலாயினர்.

இப்படிக்கு,
உன் அன்புள்ள,
தாத்தா.

83 மகிழ்ச்சியைத் தேடி...

அன்புள்ள தாத்தா வணக்கம்!

தங்கள் கடிதங்கள் வாயிலாக எவ்வளவு பெரிய செய்திகளைத் தெரிந்துகொள்கிறேன் தெரியுமா...? அப்பப்பா..! அறிஞர் அண்ணாவுக்கு எவ்வளவு மனித நேயம் இருந்தால் தனக்குப் பழக்கம் இல்லாத ஒரு போராளிக்கு விடுதலை கேட்டிருப்பார். அந்த ரானடே அண்ணா நினைவகத்தில் அழுதார் என்பதைப் படிக்கும்போது என் மேனி சிலிர்த்துவிட்டது. இப்படிப்பட்ட சான்றோர்கள் வாழ்ந்த நாட்டில் நீங்கள் வசிப்பதே உங்களுக்குப் பெருமையாக இருக்கும்.

நிறையத் துணுக்குச் செய்திகள், கருத்துகளைக் கடிதத்தின் இடையிடையே எழுதுவது மிகப் பயனுள்ளவையாக இருக்கின்றன. அந்தக் குட்டிச் செய்திகளைப் படிக்கும்போது அடுத்த செய்திக்குப் போகவிடாமல் அங்கேயே நின்று சற்றுச் சிந்திக்கச் செய்துவிடுகிறீர்கள்.

தாத்தா! ஒவ்வொரு கடிதமும் தங்களிடமிருந்து மின்னஞ்சலில் வந்துவிட்டது என்று அறிந்த முதல் பார்வையிலேயே ஏற்படும் மகிழ்ச்சியை அளவிட முடியாது. உடனே படிக்க மாட்டேன். உடனடி செய்து முடிக்க வேண்டிய பணிகள் இருப்பின், அவற்றை முதலில் முடிப்பேன். ஏனெனில் படிக்கத் தொடங்கிவிட்டால், உங்கள் கடிதத்தில் மூழ்கி விடுவேன். அதனால் எல்லாப் பணிகளையும் முடித்துவிட்டுப் பொறுமையாக என் மனத்தை அமைதிப்படுத்திக்கொண்டு கடிதத்தைப் படிக்க உட்காருவேன்.

இதனால் ஏற்படும் மகிழ்ச்சியை என் நண்பர்களிடம் சொல்லிச் சொல்லி மகிழ்கிறேன்.

இப்படிக்கு,
உங்கள் அன்புள்ள பெயரன்,
கண்ணன்.

அன்புள்ள கண்ணா வாழ்த்துகள்!

நீ மகிழ்ச்சியடையும்போது எனக்கும் மகிழ்ச்சி ஏற்படுகிறது. என் நோக்கமே உன்னைப் பொது அறிவு உடையவனாக ஆக்கவேண்டும். அத்துடன் உனது வாழ்வியலுக்கும் பயன்படவேண்டுமென்றுதான் இவ்வளவு செய்திகளையும் உனக்குத் தருகிறேன். என் வாழ்க்கை இன்னும் எத்தனை ஆண்டுகளோ தெரியவில்லை. என் மண்டைக்குள் இருக்கும் இச்செய்திகளை இறக்கி வைத்துவிட்டால் நான் கொஞ்சம் அமைதி பெற்றிடுவேன்.

கிராமத்து வைத்தியர்கள் செய்தவை போல் அவர்களுக்குத் தெரிந்திருந்த பச்சிலை வைத்தியம் அவர்களுடன் அழிந்துபோய்விடக் கூடாது. உனக்குப் பயன்பட்டால் அடுத்தவருக்குச் சொல்வாய். இது தொடர்கதையானால் எதிர்காலச் சந்ததியினருக்கும் போய்ச் சேரும்.

லூயி பாஸ்டியர்

தம் திருமணத்தையே மறந்த விஞ்ஞானி - லூயி பாஸ்டியர்

மகிழ்ச்சியாக இருக்க வேண்டிய நேரத்தில் கருமமே கண்ணாகத் தம் ஆய்வில் ஒருவர் இருந்த நிகழ்ச்சியைச் சொல்கிறேன்.

ஸ்ட்ராஸ்பெர்க் நகரப் பல்கலைக் கழகத்தின் இரசாயன ஆசிரியரும், வெறிநாய்க்கடிக்கு மருந்தைக் கண்டுபிடித்தவருமான லூயி பாஸ்டியருக்கும் அதே பல்கலைத் தலைவரின் மகளுக்கும் திருமணம் பிரான்ஸ் தேவாலயத்தில் நடைபெற இருந்தது. திருமணத்திற்கு மணமகள் உள்பட எல்லாரும் வந்துவிட்டனர். நேரம் நெருங்கிக்கொண்டிருக்கிறது. மாப்பிள்ளையை மட்டும் காணவில்லை. வீட்டில் தேடினார்கள், அங்கேயும் இல்லை. கடைசியில் அவர் ஆய்வுக்கூடத்தில் இருப்பதைக் கண்டுபிடித்து, “என்ன இங்கே இருக்கிறீர்கள்? இன்று உங்களுக்குத் திருமணம் அல்லவா? புறப்படுங்கள்” என்றனர்.

“அப்படியா..? மறந்துவிட்டேன்” என்று சொல்லி அதன்பிறகு லூயி புறப்பட்டாராம்.

ஐன்ஸ்டீன் இறங்கவேண்டிய இடத்தின் பெயரை மறந்த பயணம்

ஐன்ஸ்டீன்

உலகப் புகழ் பெற்ற விஞ்ஞானி ஐன்ஸ்டீன் ரயிலில் பயணம் செய்துகொண்டிருந்தபோது, டிக்கட் பரிசோதகர் வந்து டிக்கட்டைக் காண்பியுங்கள் என்று கேட்டார்.

பேண்ட், சட்டை, பெட்டியெங்கும் டிக்கட்டைத் தேடினார். அதற்குள் பரிசோதகர் இவர் ஐன்ஸ்டீன் என்பதைத் தெரிந்து சிரித்துக்கொண்டு "சரி விடுங்கள்" என்று சொல்லிவிட்டு அடுத்த பெட்டிகளைச் சோதனை செய்யப் போய்விட்டுத் திரும்பி வரும்போதும் விஞ்ஞானி டிக்கட்டைத் தேடிக்கொண்டிருந்ததைப் பார்த்தார்.

பரிதாபப்பட்டு, அந்தப் பரிசோதகர் "சரி பரவாயில்லை சார். நான்தான் கேட்கவில்லையே. ஏன் கஷ்டப்பட்டுத் தேடுகிறீர்கள். விடுங்கள்" என்று சொன்னவுடன், "உங்களுக்குத் தேவை யில்லை சார். ஆனால் எனக்குத் தேவை. டிக்கட்டில்தான் நான் இறங்கப்போகும் ஊர் பெயர் இருக்கிறது. அதைத் தெரியாமல் எங்கே நான் இறங்குவது?" என்று ஐன்ஸ்டீன் பதில் சொல்லி யிருக்கிறார்.

மகிழ்ச்சியை எங்கேயோ தேடுகிறோம்

ஒரு ஹாலில் ஒரு பேச்சாளர் 'மனிதன் மகிழ்ச்சியாய் இருப்பது எப்படி' என்ற ஒரு கலந்துரையாடல் நிகழ்ச்சியை நடத்திக்கொண்டிருந்தார்.

ஆளுக்கு ஒரு பலூனைக் கொடுத்து அதில்

"உங்கள் பெயரை எழுதுங்கள்" என்றார்.

"அதைப் பக்கத்தில் உள்ள அறையில் கொண்டுபோய்ப் போட்டுவிட்டு வாருங்கள்" என்றார்.

உரையாடல் முடிந்தவுடன்,

"எந்தப் பலூனையும் உடைத்துவிடாமல் எல்லாரும் அவரவர் பலூனைப் போய் எடுத்து வாருங்கள்" என்றார்.

அந்த அறை முழுதும் பலூன்களாகக் கிடந்தன. எந்தப் பலூனையும் உடைத்துவிடக்கூடாது என்ற விதி மனத்தினில் உறுத்திக்கொண்டே இருந்தது. தங்கள் தங்கள் பலூனைத் தேடினார்கள்.

கண்டு பிடிக்க முடியாமல் ஒருவர்மீது ஒருவர் விழுந்து பிரச்னை ஆனதுதான் மிச்சம்.

அனைவரும் வெறுங்கையுடன் திரும்பிவிட்டனர்.

"இப்போது அவரவர் பலூனை அவரவர் பெற, வேறு வழி ஏதேனும் இருக்கிறதா?

நீங்கள் சிந்திக்கலாம்" என்றார் பேச்சாளர் சிறிது நேரமாகியும் பதில் இல்லை.

"நான் சொல்கிறேன்.

உள்ளே போய் யாருடைய பலூனாக இருந்தாலும் பரவா யில்லை.

ஆளுக்கொன்றை எடுத்து வாருங்கள்" என்றார்.

அப்படியே செய்தார்கள்.

"தங்கள் கையில் இருக்கும் பலூனுக்குச் சொந்தக்காரரின் பெயரைச் சொல்லி அவரவரிடம் சேர்ப்பித்துவிடுங்கள். அவ்வாறு செய்தால் உங்கள் பலூன் உங்களிடம் வந்து சேர்ந்துவிடும்"- என்றார்.

பேச்சாளர் தொடர்ந்தார்.

"எல்லாரும் மகிழ்ச்சியைத் (பலூன்) தேடுகிறோம். அந்த மகிழ்ச்சி எங்கே? எப்படி? எதில்? கிடைக்கும் என எண்ணுவதே இல்லை.

நம் மகிழ்ச்சி அடுத்தவருக்கு உதவுவதில்தான் இருக்கிறது.

அடுத்தவருக்கு மகிழ்ச்சியை நீங்கள் கொடுத்தால், அதே மகிழ்ச்சியைப் பிறர் உங்களுக்குக் கொடுப்பார்கள். இந்த அடிப்படை உண்மையை நம்மில் யாரும் புரிந்து கொள்ளாமல் மகிழ்ச்சியைத் தேடி அலைகிறோம்" என்றார்.

கண்ணா, இப்போதுநீ படித்தாயே அந்த நிறுவனத் தலைவர்போல் அல்லாத வேறொரு தலைவரின் ஒரு நகைச்சுவையையும் படித்துப் பார்!

நிறுவனத் தலைவரிடம் கேள்வி.

"வெற்றியின் ரகசியம்?"

"கொடுத்த வாக்கை நிறைவேற்றுவதுதான்."

"நீங்கள் எப்படிக் காப்பாற்றுகிறீர்கள்?"

"நான் யாருக்கும் வாக்குக் கொடுப்பதில்லை" என்று சொன்னாராம்.

பிறப்பினால் மட்டுமே 'தலைமைப் பண்பு' என்ற நிலை, கடந்த 400 ஆண்டுகளாக மாறத் தொடங்கிவிட்டது. **மச்சத்தைப் போல் பிறப்பில் தோன்றுவதல்ல தலைமைப்பண்பு.**

நல்ல சுவை என்பது,

கண்களை மூடவைக்கும்; வாயைத் திறக்கவைக்கும்.

கணிதம் எப்படி பிரச்னையைத் தீர்க்கும்?

மகிழ்ச்சியை எப்படி அதிகரிப்பது என்று கணிதம் சொல்லித் தராது;

அதேபோல், துன்பத்தை எப்படிக் குறைக்க முடியும் என்றும் சொல்லித் தராது;

ஆனால், பிரச்னையை எப்படித் தீர்த்துவைக்க முடியும் என்று சொல்லிக் கொடுத்துவிடும்.

மகிழ்ச்சி பற்றி அறிஞர்கள்

மகிழ்ச்சி என்பது குறிக்கோளல்ல.
ஆனால் அது ஒரு By Product (பக்க பலன்)
- என Eleanor Roosevelt சொல்லியுள்ளார்.

The purpose of life is a Life of Purpose
-என அறிஞர் ROBERT BYRNE கூறுகிறார்.

Life is like riding a bycycle
To keep your balance you must keep moving
- என்றார் விஞ்ஞானி Albert Einstein

திருடனால் அந்தச் சிரிப்பை மட்டும் திருட முடியவில்லை

(ஜப்பான் கதை)

திருடன் ஒரு வீட்டுக்குள் நுழைந்து எல்லாப் பொருட்களையும் திருடிக்கொண்டு போகும்போது, அவ்வீட்டில் உறங்கிக்கொண்டிருந்த குழந்தை ஒன்று விழித்துக்கொண்டது. திருடனைப் பார்த்துக் கள்ளமில்லாமல் சிரிக்கிறது.

அப்போது,

"எல்லாவற்றையும் திருட முடிகிறது. ஆனால் அந்தக் குழந்தையின் சிரிப்பை மட்டும் திருட முடியவில்லையே" என திருடன் நினைக்கிறான்.

கண்ணா! இதைப் படி. இச்செய்திகள் மகிழ்ச்சி, வியப்பை உனக்குத் தருவதோடு, புதுமையான செய்திகளையும் நீ தெரிந்துகொள்வாய்.

பல்வேறு நாட்டு ஆட்சிகளின் வினோதச் சட்டங்கள் 19

சீனா - ஹாங்காங்கில் சிவப்பு கார் சொந்தமாக வைத்திருக்கக் கூடாது.

மாஸ்கோவில் தவறான முன் அறிவுப்பு செய்தால் அபராதம் விதிக்கப்படும்.

Jack Daniels விஸ்கி தயாரிக்கும் நகரில் அதை மக்கள் வாங்குதல், விற்பது, குடித்தல் சட்ட விரோதம்.

வங்காள தேசத்தில் மாணவர்கள் தேர்வு எழுதும்போது தவறு செய்தால் சிறைத் தண்டனை.

CLEVE LANDOHIOவில் சுண்டெலியை வேட்டையாட உரிமம் தேவை.

ஜியார்ஜியாவிலுள்ள QUITMANல் கோழி சாலையின் குறுக்கே செல்ல அனுமதிக்கக்கூடாது.

ஸ்விட்ஸர்லாந்தில் காரின் கதவை வேகமாகச் சாத்துதல் சட்ட விரோதமானது.

டெக்ஸாஸ் மாநிலத்தின் San Antonioவில் வாகனத்தை (Flirt) சத்தமாக ஓட்டத் தடை.

EUREKAவின் NEVADAல் மீசைக்காரர் ஒரு பெண்ணை முத்தமிடக் கூடாது.

பூட்டான் நாட்டின் குறிக்கோள் "மகிழ்ச்சியாக இருப்பது".

நீ விரும்பிப் படிக்கிறாய் என்பதற்காக இதோ இனி :

சில குட்டிச் செய்திகள்:

* **''பிறரை வீழ்த்துவது வீரம் அல்ல; தனக்கு வரும் கோபத்தை அடக்குபவனே உண்மையான வீரன்''** என்றார் முகமது நபி.

* புலியின் உறுமல் சத்தம் இரண்டு மைல் தூரம்வரை கேட்குமாம்.

* எல்லாரும் தங்கள் வாகனங்களை நிழலில் நிறுத்திட விரும்புகிறார்கள். ஆனால், யாரும் ஒரு மரத்தை உருவாக்க முன் வருவதில்லை.

* செயல்படா **மூளை விரிபடா பாராசூட் போன்றது**.
- Frank Zappa

* வாழ்க்கையில் இரண்டு நாள்கள் முக்கியமானவை.
ஒன்று பிறந்தநாள்; மற்றொன்று, நாம் ஏன் பிறந்தோம் என்பதைக் கண்டறியும் நாள்.
- புகழ் பெற்ற எழுத்தாளர் Mark Twain

* சீனப்பழமொழி
வாழ்க்கை முழுவதும் முட்டாளாய் இருப்பதைவிட
ஒரு முறை முட்டாள் எனப் பெயர் எடுப்பது புத்திசாலித்தனம்

* பணம் தான் பிரச்சினைகளைத் தேர்ந்தெடுக்கிற வாய்ப்பைப் பெறுகிறது - ஓஷோ

*** ஆப்பிளில் உலக மாற்றம்**
ஆடம் - ஈவாளின் வாழ்வில் ஓர் ஆப்பிள்
நியூட்டனின் கண்டுபிடிப்புக்கு ஓர் ஆப்பிள் (1687)
ஸ்டீவ் ஜாப் பின் நவீனக் கணினி ஆப்பிள் (1976)

* **வாழ்க்கைக்குப் பொருள் வேண்டும்**...
அதே நேரத்தில்,
வாழ்வதிலும் பொருள் வேண்டும்.

*** அடிமைகளாய் இருப்பவனும்கூட**
அடிமைகளை வைத்துக்கொள்ளவே ஆசைப்படுகிறான்.

* இடத்தை அடைந்த பிறகு வரைபடம் தேவையில்லை. குறிக்கோள் நிறைவேறிவிட்டதால். அது தேவைப்படாமல் போய்விடுகிறது.

* வீட்டுக்குள் புலி நுழையப்போகிறதென்று அறிந்தால் கதவைச் சாத்திக்கொண்டு அடங்கி இருப்பதுதான் புத்திசாலித்தனம். அது கோழைத்தனம் இல்லை.

* ஆட்டோகிராப் யாரும் உன்னிடம் கேட்டால், நீ வெற்றி பெற்று விட்டாய் என்று பொருள்.

* செல்வந்தர் என்பது, நிறையச் சம்பாதிப்பதோ; செலவழிப்பதோ; சேமிப்பதோ இல்லை.

இனி செல்வம் தேவையில்லை என்பதுதான்.

* தூங்கிக் காலையில் எழுந்தால் காப்பி
எழாவிட்டால் பால் இவ்வளவுதான் வாழ்க்கை

* முட்டாளுக்கு மௌனம்தான் நல்ல பதில்

* நம்மிடம் இருப்பது ஒன்று, நம்மைவிட்டுப் போகும் வரை அதன் அருமை தெரியாது. அதுபோல் நம்மிடம் ஒன்று வந்து சேருவதற்கு முன்பு வரை அதை இதுநாள்வரை இழந்திருந்தோம் என்று நமக்குத் தெரியாமல் இருப்பதும் உண்மை.

* பெற்ற செல்வனைவிடச் செல்வத்திற்குத்தான் முன்னுரிமை கொடுக்கிறார்கள்.

இந்தியாவில் எவ்வளவு தங்கம்

உலகத்தில் உள்ள தங்கத்தில் இந்தியாவில் மட்டும் 11விழுக்காட்டுத் தங்கம் இந்தியப் பெண்களிடம் இருக்கிறதாம். இது அமெரிக்க IMF, ஸ்விஸ், ஜெர்மனி ஆகிய நாடுகளின் இருப்புக்குச் சமம்.

பண நோட்டு

"பணநோட்டே! நீ..ஒரு துண்டுத் தாள்தானே?"

"ஆமாம்! ஒரு குப்பைத் தொட்டியைக்கூட எனக்காகத் தயார் செய்ய உன்னால் முடியவில்லையே?"

இதயத்தின் வலிமை

எலும்புகூட இல்லாத நாக்கு, ஓர் இதயத்தை உடைத்திட முடிகிறது. அதே இதயத்தால், பல உடைந்துபோன இதயங்களை ஒன்று சேர்த்தும்விட முடிகிறது.

மணம்

அழகான பூ! அது கசக்கிப் பிழியப்படும்போது அதியற்புதமான மணத்தைக் கொடுக்கிறது

உண்மை

உண்மை என்பது,
எளிமையானது; சுருக்கமானது.
ஆனால்
விளங்க வைப்பதுதான்
கனமானது: விரிவானது

வாழ்க்கை முட்டை

வெளி அழுத்தத்தால் ஒரு முட்டை உடைந்தால்
வாழ்க்கை முடிந்துவிட்டது என்று பொருள்.
உள் அழுத்தத்தால் ஒரு முட்டை உடைந்தால்
வாழ்க்கை தொடங்குகிறது என்று பொருள்.

ஜிக் ஜிக்லர் சொல்லும் குறிக்கோள்

தடைகள் வரும்போது
பாதையை மாற்றிக்கொள்ளுங்கள்
ஆனால்,
இலக்கை மாற்றிவிடாதீர்கள்.

ஜிக் ஜிக்லர்

தமிழ்ப் பண்பாடு

மரப்பாச்சிப் பொம்மைகளுக்குத் துணி சுற்றி வைத்ததும்,
இறந்த உடலின்மீது மொய்க்கும் ஈயை விரட்டியதும்
நமது தமிழ்ப் பண்பாட்டின் வெளிப்பாடு.

கூகுளில் எல்லா பதில்களும் கிடைக்காது.

காதலைப் பதிவேற்றம் செய்திட முடியாது.
நேரத்தைப் பதிவிறக்கம் செய்திட முடியாது.
ஆக,
வாழ்வின் எல்லாக் கேள்விகளுக்கும், எல்லா நேரத்திலும்
கூகுளினால் பதில் கொடுத்துவிட முடியாது.

ஒற்றுமை

கல்யாணத்துக்கும் ஜல்லிக்கட்டுக்கும் ஓர் ஒற்றுமை உண்டு.
வளர்ப்பவன் தப்பித்துக்கொள்வான்;
அடக்க வருபவன் மாட்டிக்கொள்வான்.

கிரிக்கெட்டைப் போல் பத்துப்பேர்

முன்னேறிக்கொண்டே இருங்கள்!
ஒருவன் வாழவேண்டும் என்று வந்துவிட்டால்
அவனை
ஒழிப்பதர்கென்று பத்துப்பேர் வந்துவிடுவார்கள்;
கிரிக்கெட்டைப் போல.

நிரந்தரம் இல்லை.

உரிமை இல்லாத உறவும்
உண்மை இல்லாத அன்பும்
நேர்மை இல்லாத நட்பும்
நம்பிக்கை இல்லாத வாழ்க்கையும்
என்றும் நிரந்தரம் இல்லை.

அரிஸ்டாட்டில்: முதலில் பணிய வேண்டும்.

கட்டளையிட ஆசைப்படுபவன்
முதலில்
பணிவதற்குக் கற்றுக்கொள்ள வேண்டும்.

இந்த உலகம், உன்னைப் பற்றி என்ன நினைத்தால் என்ன?
நீ உன்னைப்பற்றி என்ன நினைக்கிறாய்?
அதுதான் முக்கியம்.

கண்ணா! நமது கிராம வீட்டின் எதிரே ஒரு புங்கை மரம் வளர்க்கிறோம்.

பகலில் அதிக அளவு பிராண வாயுவைத் தயாரித்து வெளியிடும் தாவரங்களில் முதலில் நிற்பது மூங்கில். இரண்டாவது புங்கை மரம்.

உனக்குப் புங்கை மரம் என்றால் எப்படியிருக்கும் என்பதைத் தெரிந்துகொள்ள ஒரு முறை ஊருக்கு வந்துவிட்டுப் போ!

இப்படிக்கு,
உன் அன்புள்ள,
தாத்தா.

84 தலைவர்கள் என்பவர்கள் யார்?

அன்புள்ள தாத்தா, வணக்கம்!

தங்கள் கடிதம் கிடைத்து "எல்லாவற்றையும் ஒரு திருடனால் திருட முடிகிறது. ஆனால் அந்தக் குழந்தையின் கள்ளமில்லா சிரிப்பைத் திருட முடியவில்லை" என்பதைப் படிக்கும்போது அந்த இடத்தில் அப்படியே அசையாமல் உட்கார்ந்து கண்களை மூடிவிட்டேன். ஒரு வீட்டுக்குள் ஓர் இரவு காட்சியையே உருவாக்கிக் குறும்படமாய்ப் பார்த்துவிட்டேன்.

எங்கள் சிங்கப்பூர் அரசு விரைவில் அடுத்த தலைமைத்துவ மாற்றத்திற்குத் தயாராகிக்கொண்டிருக்கிறது. இப்போதிருக்கும் துணைப்பிரதமர் 'ஹெங் சுவீ கியட்' அடுத்த சில ஆண்டுகளில் பிரதமராக வருவார் என்று ஊடகச் செய்திகள் கூறுகின்றன. அவரை முன்கூட்டியே அடையாளங்கண்டு அதற்கான தலைமைத்துவப் பண்புகளைக் கொடுத்துத் தயார் செய்கிறார்கள். இதுவும் ஒரு மகிழ்ச்சியான செய்தியாகும்.

இப்படிக்கு,
உங்கள் அன்புள்ள பேரன்,
கண்ணன்.

அன்புள்ள கண்ணா, வாழ்த்துகள்!

உங்கள் நாட்டில் யார் ஆட்சிக்கு முதன்மைப் பொறுப்புக்கு வந்தாலும் நீதி, நேர்மை, தனிமனித ஒழுக்கம், நல்லிணக்கப் புரிந்துணர்வு, தொலைநோக்குத் திட்டம், சட்டம் ஒழுங்கின் நெறி, நாட்டின் சுத்தம் சுகாதாரம், நல்ல மழைபெய்ய ஏதுவான பசுமை வளம், சுற்றுலா வளர்ச்சி, உலகச் சந்தை என மக்கள் நலன்காக்கும் அரசாக இருக்கும் என்பதிலே என்னைப்போல் உலக மக்களுக்கும் நம்பிக்கை உண்டு.

மண்டேலாவுக்கு வழிகாட்டியாக விளங்கியவர் காந்தி

27 ஆண்டுகள் தனிமைச் சிறையிலிருந்து, வெளிவந்த தென்னாப்பிரிக்க நாட்டின் தந்தை என்று போற்றப்பட்ட மண்டேலாவிடம், "இவ்வளவு நீண்ட காலத் தனிமைச் சிறைவாசத்தை எப்படித் தாங்கிக்கொண்டீர்கள்?" என்று கேட்டபோது, "தினந்தோறும் காந்தியின் சத்திய சோதனை நூலைப் படித்துவந்தேன். அதுதான் எனக்குத் தன்னம்பிக்கையையும், திடமான வலிமையையும், மன அமைதியையும் தந்தது" என்றார்.

மண்டேலா

கண்ணா, நம்மையெல்லாம் ஒருகாலத்தில் ஆண்டதோடு இன்றும் நமது அரசியல் நெறிகாட்டுதலில் முன்னோடியாகத் திகழ்ந்து வருவது இங்கிலாந்து நாடு. அந்நாட்டில் பிற்காலத்தில் தலைவராய் வந்தவரின் தந்தை எப்படி நன்றி பாராட்டினார் என்பதற்காக நடந்த ஒரு நிகழ்வைத் தருகிறேன் படித்துப்பார்.

சர்ச்சிலின் தந்தை காட்டிய நன்றி.

ஸ்காட்லாந்தில் Flemming எனும் விவசாயி சாலையில் நடந்துபோய்க் கொண்டிருந்தார். அப்போது "காப்பாற்றுங்கள்" என்ற ஒரு சிறுவனின் குரல் கேட்டது. கைகளில் இருந்த சாமான்களைப் போட்டுவிட்டு, ஓடினார். அந்தச் சிறுவன் புதைமணலில் புதைந்துகொண்டிருந்தான். வந்தவர் ஓடிப்போய்க் காப்பாற்றிவிட்டார்.

சர்ச்சில்

அடுத்தநாள் ஓர் ஆடம்பரமான கார் வந்து காப்பாற்றியவரின் வீட்டு வாசலில் நின்றது. நேற்றுக் காப்பாற்றப்பட்ட சிறுவனின் தந்தைதான் என்று தம்மை அறிமுகப்படுத்திக்கொண்டார்.

"என் மகனைக் காப்பாற்றிய உங்களுக்கு நான் ஏதாவது திரும்பிச் செய்யவேண்டும் என்று ஆசைப்படுகிறேன்."

“எனக்கு ஒன்றும் வேண்டாம்” என்று பதில் சொல்லிக் கொண்டிருக்கும் போது, குடிசையினுள்ளிருந்து தமது மகனை ஒத்த வயதுடைய ஒரு சிறுவன் வெளியே வர அவனைப் பார்த்த அந்தத் தனவந்தர் கேட்டார்.

“உங்கள் மகனா?”

“ஆமாம்.”

“நாம் ஓர் ஒப்பந்தம் போட்டுக்கொள்வோம். அதாவது, நீங்கள் காப்பாற்றிய என் மகனுக்கு நான் கொடுக்கப் போகும் அதே கல்வியை என் செலவில் உங்கள் மகனுக்கும் நான் கொடுக்கிறேன்” என்றதை விவசாயி ஏற்றுக்கொண்டார்.

இருவருக்குள்ளும் நட்பு மலர்ந்தது.

பள்ளியில் பல படிகளைத் தாண்டி, லண்டனில் சிறந்த கல்லூரியான புனித மேரி மருத்துவக் கல்லூரியில் படித்து, பிற்காலத்தில் உலகமே வியந்து பார்த்த “பென்ஸிலின்” என்ற உயிர்காக்கும் மருந்தை விவசாயி மகனாகிய டாக்டர் ‘பிளமிங் அலெக்ஸாந்தர்’ கண்டுபிடித்தார். இன்னொரு செய்தி என்னவென்றால், அந்தப் பிரபுவின் மகன் நிமோனியாவினால் பாதிக்கப்பட்டபோது, அந்தப் பென்ஸிலின் மருந்தினால்தான் காப்பாற்றப்பட்டார்.

மற்றொரு முக்கியமான செய்தி, அந்தப் பிரபுவின் பெயர் Lord Randolph Churchill. நிமோனியாவிலிருந்து காப்பாற்றப்பட்ட அவருடைய மகன்தான் இரண்டாம் உலகப்போரின் வெற்றிக்குப் பெரிய காரணமாக விளங்கியவர். பிற்காலத்தில் இங்கிலாந்தின் புகழ்பெற்ற பிரதமர் சர் வின்ஸ்டன் சர்ச்சில்.

தினை விதைத்தவன் தினை அறுப்பான் என்பர்.

பெரியாருக்கு அரசு மரியாதை.

1975ஆம் ஆண்டு தந்தை பெரியார் மறைந்துவிட்டார். அப்போது முதல்வராக இருந்த கலைஞர், பெரியாருக்கு அரசின் மரியாதையைக் கொடுக்க விரும்பினார். அதற்கு அரசின் உயர் அதிகாரிகள்.

"அரசின் எந்த உயர் பதவியிலும் இல்லாத பெரியாருக்கு அரசின் மரியாதை கொடுக்கச் சட்டத்தில் இடமில்லை" என்றார்கள்.

உடனே கலைஞர், "1948இல் காந்தி மறைந்தபோது எந்த அடிப்படையில் அரசு மரியாதை தரப்பட்டது?" எனக் கேட்டார். "காந்தியடிகள் நம் நாட்டின் விடுதலைக்காக உழைத்தவர். அதனால் தரப்பட்டது" என்றனர். அதற்கு மீண்டும் கலைஞர், "பெரியார் நம் நாட்டு மக்களின் அறியாமையின் விடுதலைக்கும், சமுதாயச் சீர்திருத்தத்திற்காகவும் உழைத்தவர். எனவே காந்திக்குப் பொருந்தும் சட்டம் பெரியாருக்கும் பொருந்தும்" என்று சொன்னார். பின்னர் பெரியாருக்கு அரசின் மரியாதையுடன் இறுதிச்சடங்கு சிறப்பாக நடந்தேறியது.

பொதுவாழ்வில் நேர்மையாய் வாழ்ந்து காட்டியவர் காமராஜர்

காமராஜர்

காமராஜ் முதல்வராய் இருந்தபோது, "நீங்கள் திருமணம் ஆகாமல் தனியாகத்தானே இருக்கிறீர்கள். ஏன் உங்கள் தாயாரை அழைத்து வந்து உடன் வைத்துக்கொள்ளக்கூடாது?" என்று கேட்டபோது, "நீங்க சொல்றது சரிதான். அப்படி நான் செய்தால், அவரைச் சார்ந்தவர்கள், சொந்தக்காரர்கள் என்று சொல்லிக்கொண்டு பார்க்க இங்கு வருவார்கள். மெல்ல என் நிர்வாகத்தில் தலையிடுவார்கள். ஏதாவது சலுகைகளைக் கேட்பார்கள். என் சொந்தக்காரங்கன்னு இங்குள்ள அதிகாரிகள் எனக்குத் தெரியாமல் ஏதாவது செய்து கொடுத்துவிடுவார்கள். மொத்தத்திலே எனக்குத்தான் கெட்டபெயர் வரும்னேன். அதனால்தான் தாயை விருதுநகரிலேயே இருக்கச் செய்துவிட்டு மாதம் 150 ரூபாய் அனுப்பி வைக்கிறேன். அதுபோதும்" என்றாராம்.

1000 கண்டுபிடிப்புகளின் தந்தை பள்ளியில் படிக்கத் தகுதியற்றவர்

ஒரு சிறுவனிடம் அவனுடைய ஆசிரியர் ஒரு கடிதத்தைக் கொடுத்து, "உன் தாயிடம் கொடு" என்றார். வீட்டுக்கு வந்தவன் கடிதத்தைத் தாயிடம் கொடுத்தான். "உங்கள் மகன் அறிவு வளர்ச்சி குன்றியவனாக இருக்கிறான். தேர்ச்சி அடையமாட்டான்.

இங்கே படித்தால் தோல்வியடைவான். எங்கள் பள்ளியின் பெயர் கெட்டுவிடும். அதனால் உங்கள் மகனை எங்கள் பள்ளிக்கு அனுப்ப வேண்டாம்'' என்று எழுதியிருந்ததைப் படித்துவிட்டு தாய் கண் கலங்கினாள்.

எடிசன்

மகன், “என்னம்மா ஆசிரியர் எழுதியிருக்கிறார்'' என்று கேட்டான். கண்ணீரைத் துடைத்துக்கொண்டு மகனுக்குப் பதில் சொல்கிறாள், “நீ மிகுந்த புத்திசாலியாக இருக்கிறாயாம். இந்தப் பள்ளி உனக்குத் தேவையில்லையாம். வீட்டிலிருந்தே படிக்கும் அளவுக்கு உனக்கு அறிவு வளர்ச்சி இருக்கிறதாம்'' என்று எழுதியிருப்பதாகச் சொன்னார். அதன் பின் வீட்டிலிருந்தே தாயிடம் படித்த; ஆசிரியரால் ஒதுக்கித் தள்ளிய மாணவன்தான் பிற்காலத்தில் 1000க்கும் மேற்பட்ட கண்டுபிடிப்புகளை இவ்வுலகிற்குத் தந்த விஞ்ஞானி “தாமஸ் ஆல்வா எடிஸன்''

எடுத்த எடுப்பிலேயே தோல்வியைத் தழுவிய பெருந்தலைவர்கள்

சாப்ளின்

* அதே சர்ச்சில் உள்ளூர்த் தேர்தலில் ஒருமுறை தோல்வியடைந்தார்.

* பைலட் தேர்வில் வெற்றி பெறாதவர் அப்துல் கலாம்

* குரல் சரியில்லையென்று வானொலியில் தட்டிக்கழிக்கப்பட்டவர் அமிதாப் பச்சன்.

* அப்போது கோமாளித்தனம் ஹாலிவுட்டில் வியாபாரம் ஆகாதென்று திருப்பி அனுப்பப்பட்டவர் சார்லி சாப்ளின்.

* R.K. Rowling என்பவர் எழுதிய உலகப் புகழ்பெற்ற ஹாரி போட்டர் (Harry Potter) கதைநூல், அதற்குமுன் 12 முறை வெளியீட்டாளர்களால் புறக்கணிக்கப்பட்டது.

* 1009 முறை தன் விற்பனையில் வீழ்ச்சி அடைந்தவர்தான் இன்று உலகம் முழுவதும் பிரபலமாக விளங்கும் KFC யின் முதலாளி Colonel Sanders என்பவர்.

டிஸ்னி

* ஒரு பல்பை எரியவைக்க ஆயிரக்கணக்கான வழிகளில் முயற்சி எடுத்துத் திணறியவர்தான் தாமஸ் ஆல்வா எடிஸன்.

* கற்பனைப் பற்றாக்குறை; திட்டமிடலில் பஞ்சம் கொண்டவர் என ஒரு செய்தித்தாளில் குறைகூறப்பட்டவர்தான் WALT DISNEY.

* 8 முறை அதிபர் தேர்தலில் நின்று தோற்றவர்தான் ஆபிரகாம் லிங்கன்.

* பேருந்து நடத்துநராக இருந்தவர்தான் தமிழ்த் திரைப்படத் துறையின் ‘சூப்பர் ஸ்டார்’ ரஜினி காந்த்.

* ரயிலில் டி.டி.ஆர்.ஆகப் பணியாற்றியவர்தான் கிரிக்கெட் வீரர் டோனி.

* 8ஆம் வகுப்பில் தேறாதவர்தான் சச்சின் டெண்டுல்கர்.

* பெட்ரோல் பங்கில் எண்ணை ஊற்றியவர்தான் அம்பானியின் தந்தை.

* ஹோட்டலில் வெயிட்டராகப் பணியாற்றியவர் அக்ஷய குமார்.

* தொடக்கத்தில் 50 ரூபாய் ஊதியம் பெற்றவர்தான் ஷாருக்கான்.

* பல்கலைக் கழகத்தைத் தாண்டாதவர்தான் பில்கேட்ஸ்.

* சோம்பேறி, கையாலாகாதவர் என்று ஆசிரியரால் பட்டம் சூட்டப்பட்டவர்தான் ஐன்ஸ்டீன்.

ஒரு நட்பு போதும்.

100 நண்பர்களைப் பெற்றிருப்பது வியப்பல்ல;

அதற்குப் பதிலாக 100 பேர் எதிர்த்து வருகிறபோது உனக்குத் துணையாய் நிற்கிற ஒரு நண்பனைப் பெற்றிருத்தலே வியப்பும் சிறப்பும் ஆகும்.

எது பெரிது? நூறா அல்லது ஆயிரமா?

மனம் உடைந்துபோகவும், அழுவதற்கும் நூறு காரணங்கள் கிடைக்கின்றன.

அதே நேரத்தில்,

புன்னகைக்கவும், வாய்விட்டுச் சிரிக்கவும், ஆயிரம் காரணங்கள் கிடைக்கின்றன.

பலர் தம் வாழ்க்கையில், பெரிய எண்ணிக்கையில் உள்ள ஆயிரத்தை மதிப்பதில்லை;

நூற்றுக்குத்தான் மரியாதை கொடுக்கிறார்கள் என்பதுதான் நம் கவலை.

அவர்கள் பார்வையில் நீ.

கண்ணா! வீட்டுக்கு வீடு வாயிற்படி என்பார்கள். நீகூடச் சொல்வாய்! நினைவிருக்கிறதா? உங்கள் எழுத்துகளைக் காட்டி அவருடைய பெயரன்தான் நான் எனப் பெருமைப் பட்டுக்கொள்வேன் தாத்தா என்பாய். அதுபோல் நான்கூட எண்ணிக்கொள்வதுண்டு. வெளியில் என்னைப் புகழ்வார்கள்; மாலை போட்டு மரியாதை செய்வார்கள்; உங்களைப் போல் உண்டா என்று உயர்த்திப் பிடிப்பார்கள். என்னிடம் பஞ்சாயத்துக்கு வருவார்கள்; கூட்டத்துக்குப் போனால் முதல் வரிசையில் உட்கார வைத்து அழகு பார்க்க விரும்புவார்கள்;

ஒலிபெருக்கியை நீட்டி இரண்டு வார்த்தை பேசுங்கள் என்று கேட்டு என்னைப் பெரிய மனிதராக்குவார்கள்; என் எழுத்துகளைப் படித்துவிட்டு, உங்களால் மட்டும் எப்படி இப்படியெல்லாம் சிந்திக்க முடிகிறது என்று கேட்டு என்னைக் குளிர வைப்பார்கள். ஆனால் வீட்டுக்குள் வந்துவிட்டால் இல்லத்தார் என்னைப் பார்ப்பதே கொஞ்சம் வித்தியாசமாகத்தான் இருக்கும். அவர்கள் பார்வையில் நானும் அப்படியாகக்கூட இருப்பேனோ என்பதாகவும் நினைத்துக் கொள்வேன். அதன் அடிப்படையில் எழுதப்பட்டவை பலருக்கும் பொருந்துமென எண்ணுகிறேன்:

அறிமுகம் இல்லாதவனின் பார்வையில் -சராசரி மனிதன்
பொறாமைக்காரனின் பார்வையில் - ஒழிக்கப்படவேண்டியவன்
இவனைப் புரிந்துகொண்டவனின் பார்வையில் - நல்லவன்
இவனை நேசிப்பவனின் பார்வையில் - நல்ல நண்பன்
சுயநலவாதியின் பார்வையில் இவன் - வெகுஜன விரோதி
சந்தர்ப்பவாதியின் பார்வையில் இவன் -பிழைக்கத் தெரியாதவன்
எதையும் புரிந்துகொள்ளாதவன் பார்வையில் - குழப்பவாதி
கோழையின் பார்வையில் இவன் - வீரன்
வீரனின் பார்வையில் இவன் - கோழை
அறிவாளியின் பார்வையில் - முட்டாள்
முட்டாளின் பார்வையில் இவன் - அறிவாளி
மனைவியின் பார்வையில் - மடையன்
பிள்ளைகளின் பார்வையில் - விவரம் போதாதவன்
பெற்றோரின் பார்வையில் - அப்பாவி
மனிதநேயம் கொண்டவனின் பார்வையில் இவன் - சக மனிதன்
எல்லாரையும் எல்லா நேரத்திலும் திருப்திபடுத்த முடியாது.
சுற்றியுள்ளோர் ஒவ்வொருவருக்கும் ஒவ்வொரு பார்வையுண்டு.
ஆதலால்,
பிறரிடம் நம் பிம்பத்தை அழகாக்கிக் காட்டுவதைவிட
அவர்கள் நம்மைப் புரிந்துகொள்ளாவிட்டாலும் பரவாயில்லை;
நாம் நாமாகவே இருக்க விரும்புவோம்!

சாணக்கியர் சொல்லும் மாற்றம்

இவ்வுலகில் குறைகளே இல்லாத குடும்பம் கிடையாது;
வேதனையும் வலியும் இல்லாத மனிதனும் கிடையாது.
வாழ்நாள் முழுதும் மகிழ்ச்சியை மட்டுமே அனுபவித்தனும் கிடையாது.
எதுவும் நிரந்தரமும் கிடையாது; மாற்றம் ஒன்றைத் தவிர.
- சாணக்கியர் நீதி

மனிதநேயமே கடவுளைக் கவரும்
பணம் உலகத்தைக் கவரும்!
அழகு உள்ளத்தைக் கவரும்
சொற்கள் பிறரைக் கவரும்.
மனிதநேயமே கடவுளைக் கவரும்.

கண்ணா! இரண்டு கை, இரண்டு கால், ஒரு தலை உடையவன் எல்லாம் மனிதன் இல்லையாம். அவர்கள் மனித உருவம்

கொண்டவர்கள் என்கின்றார் ஒரு துறவி. மனிதன் என்றால் அவனுக்குள் மனிதம் இருக்க வேண்டும் என்று முடிக்கிறார்.

முதலில் ஒரு மனிதனைப் பார்த்தாராம்

சென்னை, திருவொற்றியூர் கோவிலுக்கு வெளியே ஒரு துறவி அம்மணமாய் உட்கார்ந்துகொண்டு, அங்கு போவோர் வருவோரையெல்லாம், "நாய் போகிறது, குரங்கு வருகிறது, பேய் வருகிறது" என்று சொல்லிக்கொண்டே இருப்பாராம்.

ஒருமுறை வடலூர் இராமலிங்க அடிகளார் அந்தப் பக்கம் வந்தாராம். அவரைப் பார்த்தவுடன் ஆடையை எடுத்துப் போத்திக்கொண்டாராம். "ஏன்" என்று கேட்டதற்கு, "இப்போதுதான் முதன்முதலாய் ஒரு மனிதனைப் பார்க்கிறேன். எனக்கு வெட்கமாக இருக்கிறது!" என்றாராம்.

நகைச்சுவை

ஒருவன் மயங்கி விழ, அனைவரும் கூடி அவனை ஒரு கிருத்துவ மிஷன் மருத்துவ மனையில் சேர்த்துவிட்டார்கள். அம்மருத்துவமனை 'பைபாஸ்' அறுவைச் சிகிச்சை செய்து அவனைக் காப்பாற்றிவிட்டது. நலம் பெற்றுக் கண்விழித்தவனிடம், ஒரு சிஸ்டர் நன் (Nun) பேப்பர் பேனாவுடன் அருகில் வந்து,

"பில்லுக்கு எப்படிப் பணம் கட்டப்போகிறீர்கள்? பேங்கில் பணம் இருக்கிறதா? அல்லது வீட்டில் இருக்கிறதா? அம்மா, அப்பா, மனைவி, மக்கள் யாராவது இருக்கிறார்களா? வேறு உறவினர்கள்?" என்று அந்தத் தாதி கேட்ட கேள்விகள் அனைத்திற்கும் 'இல்லை..இல்லை' என்று பதிலளித்து வந்தவன், இறுதி கேள்விக்கு மட்டும் "ஆமாம்.. திருமணம் ஆகாத ஒரு சகோதரி எனக்கு இருக்கிறார். அவரும் உங்களைப்போல் ஒரு நன்" என்றான்.

"நீங்கள் அப்படியெல்லாம் எங்களைச் சொல்லக்கூடாது. நாங்கள் இறைவனைத் திருமணம் செய்துகொண்டவர்கள்" என்றாராம். அதற்கவன்,

“அப்படியானால் பரவாயில்லை... என் பில்லை என் ‘பிரதர் இன் லா’வுக்கு (மைத்துனர்) அனுப்பிவிடுங்கள். அவர் செலுத்திவிடுவார்” என்றாராம்.

சிந்தனைக்குச் சில...

சிலரிடம் பேசினால் நிம்மதி!
சிலரிடம் பேசாமலிருந்தால் நிம்மதி!

பேசவேண்டிய நேரத்தில் அமைதியாக இருந்துவிட்டால்
அமைதியான நேரத்தில் நிம்மதியாக இருக்க முடியாது!

வாழ்க்கையில் சம்பாதிக்க வேண்டிய பெரிய பொக்கிஷம் பொறுமை திருமணத்திற்குப் பிறகு கணவனும் மனைவியும் ஒரு நாணயத்தின் இரு பக்கங்களாக ஆகிறார்கள் அவர்கள் ஒருவரை ஒருவர் சந்திக்க முடியாது இருந்தாலும், அவர்கள் ஒன்றாகவே வாழ்கிறார்கள்.

மரியாதைக்கு உரியவர்கள்

கண்ணை உறுத்தாத ஆடை அணியும் பெண்களும்
மனத்தை உறுத்தாத வார்த்தை பேசும் ஆண்களும்
மரியாதைக்கு உரியவர்கள்.

யார் சொல்ல யார் கேட்பது?

மனிதன் சொல்ல இறைவன் கேட்டது - திருவாசகம்.
இறைவன் சொல்ல மனிதன் கேட்டது - கீதை.
மனிதன் சொல்ல மனிதன் கேட்டது - திருக்குறள்.
அருளாளன் சொல்ல மக்கள் கேட்டது - திருவருட்பா.
ஞானிகள் சொல்ல ஞானிகள் கேட்டது - திருமந்திரம்.
மகன் சொல்ல மகேசன் கேட்டது - பிரணவம்.
மனைவி சொல்லக் கணவன் கேட்பது - வாழ்க்கை.

இப்படிக்கு,
உன் அன்புள்ள,
தாத்தா.

85 பெண்ணியம் போற்றும் பண்பு

அன்புள்ள தாத்தா, வணக்கம்!

இங்கிலாந்து நாட்டின் பிரதமரின் தந்தையால் படிக்கவைக்கப்பட்ட அந்த டாக்டர் கண்டுபிடித்த பென்ஸிலின் மருந்தே மகன் சர்ச்சிலின் காசநோய்க்குப் பயன்பட்டது என்ற செய்தி எனக்கு வியப்பாகவும் மகிழ்ச்சியாகவும் இருந்தது.

தாத்தா! அம்மாமீது குறைகள் ஒன்றிரண்டு உங்களிடம் சொல்வேனே தவிர எந்த இடத்திலும் அம்மாவை விட்டுக்கொடுக்கமாட்டேன். அம்மாவுக்கு ஓர் இழுக்கு என்றால் என்னால் பொறுத்துக்கொள்ள முடியாது. என்னிடம் பேசும்போது சற்றுக் கடுமையாகச் சில நேரம் பேசினாலும், அவர்கள் மனத்துள் பலாச் சுளை போன்று அன்பும் பாசமும் இனித்து மணந்துகொண்டே இருப்பதை நானறிவேன்.

ஒருமுறை பள்ளியில் விளையாடும்போது என் காலில் ஒரு சிராய்ப்பு ஏற்பட்டுவிட்டது. அவ்வளவுதான். கண்ணீர் மல்க ஓடோடிப் பள்ளிக்கு வந்து என்னை வாரி நெஞ்சில் அணைத்துக் கொஞ்சிய வார்த்தையை எப்படித் தாத்தா மறப்பேன்.

இங்குள்ள ஓர் இணைய ஒலிபரப்பு ஊடகம் Ok Lets-Go, பெண்களைப் பற்றித் தவறாகச் சித்திரித்ததற்காக அறிவிப்பாளர்கள் மன்னிப்புக் கேட்டார்கள் என்று இன்று (16.06.2020) எங்கள் தமிழ்முரசில் ஒரு செய்தி வந்துள்ளது. அதைத் தொடர்ந்து எங்கள் அதிபர் ஹலிமா யாக்கோப் அவர்கள்,

"பெண்கள் நகைச்சுவைப் பொருளல்லர். அவர்கள் கேலிக்கும் கிண்டலுக்கும் ஆளாவோரும் அல்லர். அவர்களைத் தாழ்மைப்படுத்த யாருக்கும் உரிமையில்லை. பெண்கள் குடும்பத்துக்கும், சமூகத்துக்கும்

ஆற்றும் தொண்டுகள் போற்றப்படவேண்டும்" என்று அறிவித்திருக்கிறார். இதைப் படித்தவுடன் மனநிறைவடைந்தேன்.

இப்படிக்கு,
உங்கள் அன்புள்ள பெயரன்,
கண்ணன்.

அன்புள்ள கண்ணா, வாழ்த்துகள்!

சிங்கப்பூர் அரசும், அங்குள்ள நடுநிலை மக்களும் பெண்கள் போன்ற சிறுபான்மையினருக்கு எதிரான கருத்துகள், செயல்களை அனுமதிப்பதில்லை என்பதை அறிவேன். அதனால்தான் எல்லா பிரிவினரும் உண்மையான நல்லிணக்கத்துடன் அங்கு வாழமுடிகிறது. நாட்டில் அமைதி தவழ்கிறது. சிங்கை அரசுக்கு என் பாராட்டுகள்.

தற்கால ஊடகங்களில் பெண்கள்

இங்குதான் திரைப்படங்களில், தொலைக்காட்சித் தொடர்களில், மேடைப் பேச்சில், குறிப்பாகப் பட்டிமன்றங்களில் பேச்சாளர்கள் மனைவிமார்களைக் கிண்டல் செய்வதும், தாழ்வாக விமர்சிப்பதும் பெருகிக்கொண்டிருக்கின்றன. அது உண்மையாக அப்படி எண்ணிச் செய்கிறார்களா என்றால் அதுவும் இல்லை. பேச்சு என்பது ஒரு வணிகமாக மாறிவிட்ட நிலையில் கேட்போரை மகிழ்விக்க, தங்கள் வாதத்தை வலுப்படுத்த, பேச்சாற்றலை நிறுவ அப்படிப் பேசுகிறார்கள். நகைச்சுவை தேவைதான், அது கொஞ்சம் தரமானதாக இருத்தல் அவசியம்.

இரண்டாம் நிலைக்குத் தள்ளப்பட்ட பெண்கள்

இடைப்பட்ட காலங்களில் சமயத்தின் பெயராலும், பண்பாட்டின் பெயராலும் பெண்கள் பல்லாற்றானும் கட்டுப்பாடுகளுக்கும், நெருக்குதல்களுக்கும் ஆளாகினர். அது சில நூற்றாண்டுகள் வரை தொடர்ந்தது.

தொடர் போர், வறுமை, பாதுகாப்பின்மை, சாதீயப் போக்குகள், அரசாட்சியில் அத்துமீறிச் சமயத் தலையீடு போன்ற பல்வேறு காரணங்களால் பெண்கள் சமுதாயத்தில் இரண்டாம் தரக் குடிமக்களாக ஆக்கப்பட்டனர்.

கல்வி, காதல், திருமணம் போன்ற விருப்புரிமைகள் பெண்களுக்கு மறுக்கப்பட்டன. பொதுவில் ஆண்களின் போக்கிற்கு ஏற்பப் பெண்கள் தங்கள் வாழ்க்கையை அமைத்துக் கொள்வதே ஒட்ட ஒழுகல் என்ற பண்பாட்டின் வரம்பிற்குள்ளானது என்று வல்லினத்தில் அ. பாண்டியன் என்பவர் பதிவிடுகிறார்.

மேனாடுகளில் பெண்ணுரிமைக் குரல்

மேலைநாடுகளில் ஆண்களுக்கு நிகர் பெண்களும் என்ற குரல்கள் எழத் தொடங்கின. சில நேரங்களில் போராட்டங்களாக வெடித்தன. பெரும்பாலும் வெற்றியும் பெற்றனர். அதைத் தொடர்ந்து இந்தியாவிலும் பெண் விடுதலை உணர்வு துளிர்க்கத் தொடங்கியது. அது இன்னும் செடியாகவேதான் இருக்கிறதே தவிர மரமாக வளரவில்லை.

பெண்ணுரிமை கோரும் அமைப்புகளின் கடமை என்ன?

இங்குள்ள பெண்கள் நலங்காக்கும் அமைப்புகளும், எங்கே யாவது பெண்களுக்குத் தீங்கு ஏற்பட்ட பின்பு, குரலெழுப்புதலும், கொடி பிடித்தலும், ஈட்டுத் தொகை வாங்கிக் கொடுப்பதிலும்தான் அக்கறை செலுத்துகிறார்கள். அதுவும் தேவைதான். இருந்தாலும் பெண்களிடம் ஒரு விழிப்புணர்வைக் கொணர இவ்வமைப்புகள் எச்செயல்களில் ஈடுபட்டன? வருமுன் காக்க அடிப்படை உரிமைகள் கிடைக்க என்னென்ன ஆக்கபூர்வமான முன்னேற்பாடுகளைச் செய்தனர்? இவர்களுக்கு முன்னோடியாக டாக்டர் முத்துலட்சுமி ரெட்டி 20ஆம் நூற்றாண்டின் தொடக்கக் காலத்தில், தன்னை மணக்க வந்தவரிடம், "என் சுதந்திரத்தில் தலையீடு கூடாதென்ற" உடன்படிக்கையின் பேரில்தான் திருமணமே செய்துகொண்டார். இதைப்போல் செய்ய எத்தனை பெண்கள் புறப்பட்டார்கள்?

பெண்களின் நிலைக்குப் பெண்களே காரணமாக இருக்கலாகாது

முதலில் பெண்களின் இந்நிலைக்கு அவர்களேதான் காரணம் என்பேன். அவர்களுக்கே ஒரு தாழ்வு மனப்பான்மை இருக்கிறது. அதை முதலில் துடைத்தொழிக்க வேண்டும். எங்கள் ஊரில் தொலைக்காட்சிகளில் வரும் தொடர்களைப் பெண்களே அதிகம் பார்க்கிறார்கள் என்கிற புள்ளி விவரத்தால் பெண்களையே முதன்மைப் பாத்திரங்களாக்கிக் கதை எழுதுகின்றனர். அதுகூடச் சரிதான். ஆனால் இடையே 'செய்தி வாசிப்பு' என்று வரும்போது ஏன் பெரும்பாலான பெண்கள் எழுந்து சென்று அந்த நேரத்தில் வேறு பணிகளைச் செய்கின்றனர்? அவர்களுக்கு இன்றைய நாட்டு நடப்பில் அக்கறை இல்லையா? பொறுப்பு இல்லையா?

கணவன் வந்தபின் சாப்பிடுகிறேன் என்று சொல்வதும்; ஒரு நிகழ்ச்சிக்குப் போனால் கணவனை முன்னால் அனுப்பிவிட்டுப் பெண்கள் பின்னால் போவதும், அமரும்போது பின்னால் போய்த் தனியே அமருவதும் பெண்களே. உள்ளாட்சி நிர்வாகங்களில் 33 விழுக்காடு பெண்களுக்கு ஒதுக்கீடு தமிழகத்தில் உண்டு. அதைப் பயன்படுத்திக்கொண்டு பொறுப்பில் வந்த பெண்கள் உண்மையிலேயே சுதந்திரமாகச் செயல்படாமல் அவர்களுடைய கணவன்மார்கள் அல்லது தந்தை போன்ற ஆண்களின் சொற்படி செயற்பட்டு வருகிற கொடுமையைப் பெண்களே சிந்திக்க வேண்டும். இதைப்போன்ற நிலைகள் மாறப் பெண்கள் அமைப்புகள் என்ன நடவடிக்கை எடுத்தன? பெண்ணுரிமை கோரும் பெண்களும் எண்ணிப்பார்க்க வேண்டும்.

பெண்களுக்காக வாதாடிய ஆண்கள்

பெண்களெல்லோரும் மதிப்பும் மரியாதைகளையும் கொண்டவர்களாக, கல்வி அறிவும், எல்லாச் சம உரிமைகளையும் பெற்றவர்களாக, உலக நடப்பும் தெரிந்த சமுதாய உறுப்பினர்களாக வேண்டும் என்று விரும்பிய ஆண் சிந்தனையாளர்கள் மகாத்மா காந்தி, தந்தை பெரியார், பாரதி, பாவேந்தர் போன்றோர்தாம்.

தற்காலத்தில், பெண்களின் உடல் சார்ந்த உறுப்புகள், உணர்ச்சிகளை வெளிப்படுத்துதல் முதலியவற்றைப் பற்றிப் பேசுவதும் எண்ணுவதுமே 'பெண்ணியம்' என்று நினைக்கிறார்களோ

என்ற ஐயம் எழுகிறது. அதைவிட, ஆண்களிடம் போய் உரிமைக்கு விண்ணப்பிப்பதை விடுத்து அவர்களே தங்களை மாற்றிக் கொண்டு, எல்லா உரிமைகளுக்கும் தகுதியானவர்களாகத் தங்களை ஆக்கிக்கொள்ள முன் வரவேண்டும்.

கண்ணா! நமது தமிழ்த் தலைவர்கள் பெண்களை எப்படி மதித்தார்கள் என்பதற்குப் பல சான்றுகள் உள்ளன.

இராமானுஜர் பெண்களை எவ்வாறு மதித்தார்?

சுமார் ஆயிரம் ஆண்டுகளுக்குமுன் பெண்களை மதிக்காத ஆணாதிக்கம் மிகுந்திருந்த காலம். அப்போதே இராமானுஜர், பெண்களை ஆலய நிர்வாகத்திலும் அன்றாட ஆலயப் பணிகளிலும் சேர்த்துப் புரட்சி செய்தவர். அதனால் 'பெண்குலம் தழைக்க வந்த பெரும்புதூர் மாமணி' என்று அழைக்கப்பட்டவர். அத்துடன் இஸ்லாம் பெண்களுக்கு இந்து கோவிலில் பூஜைகள் செய்ய அனுமதித்தார். அரங்கன் காலடியில் துலுக்கப் பெண்ணை பிரதஷ்டை செய்யவைத்தவர்.

ஓர் ஆன்மிகவாதி, பெண்களைத் தெய்வமாக மதித்த இன்னொரு நிகழ்ச்சியை உனக்குக் குறிப்பிடுவதில் மகிழ்ச்சி அடைகிறேன்.

பெண்களின் தலைமுடிமீது கால்வைக்க மறுத்த தேவர்

ஒருமுறை முத்துராமலிங்க தேவர், பர்மாவுக்குப் பயணம் மேற்கொண்டபோது, அந்நாட்டுத் தமிழ் மக்கள், அவர்கள் மரபுப்படி வரவேற்புக் கொடுக்க விரும்பினார்கள். இளம் பெண்கள் வரிசையாகத் தரையில் அமர்ந்து குனிந்துகொண்டு தங்கள் தலைமுடியைத் தரையில் பரப்பிவிடுவார்கள். மரியாதைக்குரிய தலைவர்கள் பெண்களின் முடிமீது நடந்து செல்வார்கள். 'சிவப்புக் கம்பளம் விரித்து வரவேற்பு' என்று இந்தியாவில் சொல்வார்களே அதுபோல. தேவரை அப்படி நடந்துவர அன்புடன் அழைத்தபோது, "தமிழர்கள் பெண்களைத் தாயாகவும், தெய்வமாகவும் நினைத்து மதிப்பவர்கள்" எனக் கூறி தலைமுடிமீது நடந்து வர மறுத்துவிட்டாராம்.

கண்ணா! தென்மொழி இலக்கியங்களில் பெண்களுக்குக் கொடுக்கப்படும் பெருமைகளைப் பார்.

ஓர் இலக்கியம் என்றால் அது அந்தக் காலத்தின் கண்ணாடி என்பர். அக்காலத்தைச் சேர்ந்த மன்னன், ஆட்சி, கொடை, வீரம், நாகரிகம், பண்பாடு, பழக்கவழக்கங்கள், செயல்பாடுகள், சாதனைகள், மலை ஆறு காடு நிலம் போன்ற நாட்டு வளங்கள், மக்களின் வாழ்க்கை முறை, உருவாக்கப்படும் கலை, சிற்பம், கோவில், போர் முறை, பிறநாட்டுப் படையெடுப்புப் போன்றவற்றின் பிரதிபலிப்பே இலக்கியம் என்போம்.

புன்னைமரம் அக்காவானது

நமது பழைய பல இலக்கியங்களுள் நாகரிகம், பண்பாடு ஆகிய இவ்விரண்டிற்குமான விழுமியங்கள் பரவிக் கிடக்கின்றன. வீட்டுத் தோட்டத்தில் வளர்க்கப்பட்டது ஒரு புன்னை மரம். அதன் பிறகு ஒரு தாய் தனக்குப் பிறந்த மகளிடம், 'உனக்கு மூத்தவள் அந்தப் புன்னை மரம்' என்று சொல்லி வளர்த்தாள். அதோடு மகளும் அவ்வாறே கருதினாள் என்பதற்கும் ஆதாரமாய் அந்த இலக்கியத்தில் சொல்லப்பட்டுள்ளது. புன்னை மரத்தின் கீழ், தலைவன் தன்னை அணைக்க வரும்போது 'அக்கா பார்த்துக்கொண்டிருக்கிறாள், வெட்கமாக இருக்கிறது' என்று சொல்வதாக உள்ள நமது தமிழ்ப் பண்பாட்டை நற்றிணையில் காணலாம்.

பண்பாட்டிற்கும் நாகரிகத்திற்கும் விளக்கம்

சிற்ப வேலைப்பாடுகளுடன் கூடிய கோவிலைக் கட்டுவது, போர் நடைபெறும்போது கர்ப்பிணி, குழந்தைகள், வயோதிகர், நோயாளிகளுக்கு விலக்கு அளித்தலோடு சூரியன் விழித்திருக்கும் நேரத்தில் மட்டுமே போர் என்று இலக்கணம் வகுத்துப் போரிடுவதை நாகரிகம் என்போம்.

மனிதனின் அகவாழ்வின் அழகுக் குணங்களைக் கூறுவது பண்பாடு. புற வாழ்வின் அழகுக் குணநலன்களைச் செப்புவது நாகரிகம். பாவாணர் இதற்கான விளக்கத்தைச் சொல்லும்போது, திருந்திய ஒழுக்கத்தை அகக்கூறு என்றும், திருந்திய வாழ்க்கையைப் புறக்கூறு என்றும் சொல்கிறார்.

"பண்பின் பெயர்ப்பினும் பரிவுற்று மெலியினும்" என்ற வரி தொல்காப்பியக் (1049) களவியற்பாடலில் காணப்படுகிறது.

பண்பு என்ற சொல் தொல்காப்பியத்தில் இருக்கிறதே தவிர, தொல்காப்பியத்திலோ சங்க இலக்கியங்களிலோ 'பண்பாடு' என்ற சொல் நேரிடையாகக் காணப்படாவிட்டாலும், அல்லது அதற்கான விளக்கம் இல்லாவிட்டாலும், பிற்காலத்தில் தோன்றிய இலக்கியங்களில் கலைச்சொல்லாக அச்சொல் காணப்படுகிறது.

நம் பண்டைய இலக்கியங்களுள் திருக்குறளில்,

பெயக்கண்டும் நஞ்சுண் டமைவர் நயத்தக்க
நாகரிகம் வேண்டு பவர்

என்ற இக்குறளுக்குப் பொழிப்புரை தரும் டாக்டர் மு.வரதராசனார் அவர்கள், "யாவராலும் விரும்பத்தக்க **நாகரிகமான** கண்ணோட்டத்தை விரும்புகின்றவர், பழகியவர் தமக்கு நஞ்சு இடக்கண்டும் அதை உண்டு அமைவர்" என்கின்றார். அத்துடன் வள்ளுவர், பெருமையிலும் சால்பிலும் வழுவாது பலரது இயல்பறிந்து ஒழுகுதல் என்ற அடிப்படை கருத்தில் 'பண்புடைமை' எனும் ஓர் அதிகாரத்தையே படைத்திருக்கிறார்.

நற்றிணையில் 'முந்தை இருந்து நட்டோர் கொடுப்பின், நஞ்சும் உண்பர் **நனிநாகரிகர்**' என்ற பாடல்வரியைக் காணலாம். கலித்தொகையில், '**பண்பெனப்படுவது பாடறிந்து ஒழுகுதல்**' என்ற சொற்றொடர் வருகிறது. பண்பு + பாடு = பண்பாடு. (பாடு = உயர்வு, பெருமை, வெளிப்பாடு) நேரிடையாகப் பண்பாடு என்ற சொல் கிடைக்கவில்லை. ஆனால் ரசிகமணி டி.கே.சி அவர்கள்தான் முதன்முதலில் கலித்தொகையின் மேற்கோளை வைத்து "பண்பாடு" என்ற வார்த்தையைக் கலைச்சொல்லாக அறிமுகப்படுத்தியிருக்கிறார். அதற்குமுன் 'நாகரிகம்', 'பண்பாடு', வடமொழிச் சொல்லாகிய 'கலாசாரம்' ஆகிய மூன்றிற்கும் சேர்த்து "நாகரிகம்" என்ற சொல்லே தமிழில் கிடைக்கப் பெற்றிருக்கிறது.

நாகரிகம் - பண்பாடு எடுத்துக்காட்டுகள்

இவற்றில் குறிப்பாக நாம் நாகரிகம், பண்பாட்டை எடுத்துக் கொள்வோம். இவை இரண்டுக்கும் என்ன வேறுபாட்டை உனக்கு எளிமையாக விளக்க வேண்டுமென்றால் உன் வீட்டுக்கு விருந்தினர் வருகிறார்கள். அவர்கள் வருவதற்கு முன்பே வீட்டைத் தூய்மைப்படுத்தி அலங்காரம் செய்வது, தோரணங்கள்

கட்டுவது, வீட்டார் எடுப்பான பட்டாடை உடுத்துவது, பெண்கள் பூ வைத்துப் பொட்டு வைத்துக்கொள்ளுதல், கோலம்போட்டுப் புற அலங்காரம் செய்துகொள்வதெல்லாம் நாகரிகம்.

அவர்கள் வந்தவுடன், கைகூப்பித் தலை குனிந்து வரவேற்றல், அல்லது எட்டு அங்கங்களும் தரையில் பட விழுந்து வணங்கி வாழ்த்துப் பெறல், அகமும் முகமும் மலர்ந்து புன்னகையுடன் வரவேற்றல், ஆசையுடன் தயார் செய்திருந்த உணவுகளை அன்புடன் கேட்டுக் கேட்டுப் பரிமாறுதல், புரையேறும் போது ஓடிச் சென்று தண்ணீர் கொடுத்துத் தலையைத் தட்டிக்கொடுத்தல் போன்ற அகத்தில் எழும் உணர்வுகளுக்கு வடிவம் கொடுத்து நிற்றல் பண்பாடு என்பர்.

கண்ணா, எதற்காக இத்தனை முன் விளக்கங்களைக் கூறுகிறேன் என்றால் இலக்கியங்களின்வழி அவரவர் பண்பாட்டை நாம் தெரிந்துகொள்ளலாம். நம் தமிழ் இலக்கியங்கள் எவ்வாறு நமது பெண்களை உயர்த்தி அவர்களுக்குச் சிறப்புக் கொடுத்திருக்கிறது என்று அறிய முயல்வோம்.

தமிழகத்தில் பெண்சிசுவை அழித்தனர்

எங்கள் ஊரில் பெண்குழந்தை பிறப்பதை அப்போதெல்லாம் விரும்பமாட்டார்கள். காரணம் ஆண் பிள்ளைகள்தாம் பொருளீட்டிக் குடும்பத்தைக் காப்பாற்றுபவர்கள்; பிற்காலத்தில் பொறுப்பெடுத்துக்கொள்வதன் மூலம் குடும்பப் பெயரைக் காப்பவர்கள் என்ற எண்ணங்கள் மேலோங்கி இருந்தன. அத்துடன் பெண்பிள்ளைகள் திருமணமாகி வேறு இடத்திற்குப் போய்விடுவார்கள். அவர்களுக்குச் செலவுகள் அதிகம் செய்ய வேண்டியுள்ளது என்றெல்லாம் நினைத்து 'பெண் கரு' என்று தெரிந்தால் அழித்துவிட முனைவர். ஆனால் இப்போதெல்லாம் சிந்தனை தலைகீழாக மாறிக்கொண்டு வருகிறது. தமிழக முதல்வராக இருந்த ஜெயலலிதா 1992இல் பெண்சிசு கொலைத் தடுப்புச் சட்டத்தைக் கொண்டுவந்து, தொட்டில் குழந்தைத் திட்டத்தை அறிமுகப்படுத்திப் பல சலுகைகளை அறிவித்தார். அதனால் பெண்குழந்தைகளை முளையிலேயே கிள்ளியெறியும் கொடூரமான பழக்கம் வெகுவாகக் குறைந்துவிட்டது. மக்களுக்கும் பெண்ணும் ஆணும் ஒன்றுதான் என்ற விழிப்புணர்வும் ஏற்பட்டு வருகிறது.

இந்தியாவைக் கட்டி ஆண்ட பெண்

நாகர்கோவிலில் நடந்த ஒரு திருமண விழாவில் மணமக்களை வாழ்த்திப் பேசிய நடிகர் திலகம் சிவாஜி கணேசன் "பலர் தங்களுக்குப் பெண்குழந்தை பிறந்தால், ஆண் குழந்தையாக அது பிறக்கவில்லையே என்று ஆதங்கப்படுகிறார்கள். மகாத்மா காந்திக்கு மூன்று ஆண் பிள்ளைகள். ஆனால் அவர்கள் காந்தியின் புகழில் நூறில் ஒரு பங்கைக்கூடப் பெறவில்லை. அதேநேரத்தில் நேரு ஒரே மகளைத்தான் பெற்றார். அந்த இந்திரா காந்தி இந்தியாவையே கட்டி ஆண்டார். 'இரும்புப் பெண்மணி' என்று போற்றப்பட்டார்" என்றார்.

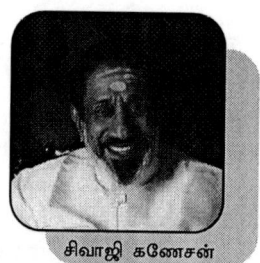
சிவாஜி கணேசன்

பாரதிக்குக் கல்கத்தாவில் ஞானோதயம்

பாரதி கல்கத்தா சென்றபோது நிவேதிதா தேவியைச் சந்திக்கிறார். 'எங்கே உங்கள் மனைவி. உடன் அழைத்து வரவில்லையா?' என்று கேட்க, 'எங்கள் சமூகக் கட்டமைப்பின்படி பெண்களை வெளியில் அழைத்து வரும் பழக்கமில்லை. அத்துடன் அவளுக்கு அரசியல் ஏதும் தெரியாது' என்றார் பாரதி. இதை நிவேதிதா கேட்டவுடன் வருத்தமாகச் சொல்கிறார். 'உங்கள் மனைவிக்கே நீங்கள் சம உரிமையும் விடுதலையும் கொடுப்பதில்லை. இந்நிலையில் நீங்கள் நாட்டுக்கு எவ்வாறு விடுதலை பெற்றுத் தரப் போகிறீர்கள்?' என்று அந்த அம்மையார் கேட்ட பின்புதான் மகாகவிக்கு ஞானோதயம் பிறந்தது. அதன்பிறகுதான் பெண்கள் பற்றிய தமது சிந்தனையை மாற்றிப் 'பெண்ணுரிமை'க்காகப் போர்க்குரல்

நிவேதிதா

பாரதியார்

கொடுக்கத் தொடங்கினாராம். இப்படியும் நடந்திருக்கிறது என்ற உண்மையையும் மறைப்பதற்கில்லை.

இராமாயணத்தில் ஒரு பெண்ணின் நிலை

அசோக வனத்திலிருந்து திரும்பிய சீதையைச் சந்தேகப்படுகிறான் கணவன் இராமன். அதனால் தன் மனைவியைத் தீயில் இறங்கிப் 'பத்தினி' என்பதை நிரூபிக்க ஆணையிடுகிறான். அப்படி நிரூபித்த பிறகுகூட, ஊராரின் சந்தேகத்தைக் காரணங்காட்டி கர்ப்பிணியான தன் மனைவியை வனத்திலேயே வசிக்க உத்தரவிடுகிறான் இராமன்.

நளாயினி எனும் பெண் பாத்திரம்

ஓர் அழகிய இளம் மங்கை. அவளுக்கு வயது முதிர்ந்த கணவன். மனமுவந்து வாழ்கிறாள். ஒரு கட்டத்தில் கணவன் குஷ்டரோகியாகிறான். அதன் பிறகும் மனைவிக்கு அருவெறுப்போ, அசூசையோ படாமல் ஒட்டி உறங்கி வாழ்கிறாள். அந்தக் கிழவன் செய்யும் குறும்புகளையெல்லாம் பொருட்படுத்தாது, அவனுக்குப் பணிவிடை செய்து மகிழ்கிறாள். கிழவன் தாசியுடன் ஒருநாள் இருக்க விழைகிறான். அதற்கும் மனைவி இசைகிறாள். தாசி வீட்டுக்குத் தன் கணவனைத் தோளில் சுமந்துகொண்டு போய் விடுகிறாள். அங்கே தாசிக்குக் கொடுக்க வேண்டிய பணத்திற்குப் பதிலாய்த் தாசியின் வீட்டை, மனைவி துப்புரவு செய்து பணிவிடைகளையும் செய்து கொடுக்கிறாள்.

தொல்காப்பியத்தில் பரத்தையர்

இவ்விரண்டு வடமொழி இலக்கியங்களுள் ஆணாதிக்கத்தின் உச்சம் தெரிகின்றது. தொல்காப்பியத்தின்படி காதற்பரத்தை, இற்பரத்தை, சேரிப்பரத்தை, காமக்கிழத்தி என பரத்தையர்களை வகைப்படுத்தியுள்ளதை அறியலாம்.

டாக்டர் முத்துலட்சுமி ரெட்டியின் சாதனைகள்

கண்ணா, இதற்கிடையே டாக்டர் முத்துலட்சுமி ரெட்டி பற்றி உனக்குச் சொல்வதில் மகிழ்ச்சி அடைகிறேன். இந்தியாவின் முதல் பெண்மருத்துவர் அவர்தான். அப்போதைய முதல்வர் பனகல் இராஜா உதவி செய்து இங்கிலாந்துக்கு மேற்படிப்பு

படிக்க ரெட்டிக்கு உதவினார். அவர் 1926இல் பாரிஸில் நடந்த அகில உலகப் பெண்கள் மாநாட்டில் இந்தியாவின் பிரதிநிதியாகக் கலந்துகொண்டு, 'பெண்களை அடிமைகளாக நடத்துவதை நிறுத்தவேண்டும்' என வாதிட்டவர். அவரைச் சென்னை மாகாண சட்டசபைக்கு உறுப்பினராக ஆளுநர் நியமிக்கிறார். அவ்வாறு சட்டசபையில் நுழைந்த முதல் பெண் உறுப்பினர் அவரே. பிறகு சட்டசபையின் துணைத் தலைவராகவும் தேர்ந்தெடுக்கப்பட்டார். அதன்மூலம் இந்தியாவிலேயே துணைத் தலைவராகத் தேர்வான முதற்பெண்மணி என்ற பெருமையும் அவருக்கு வந்து சேர்ந்தது.

டாக்டர் முத்துலட்சுமி

டாக்டர் ரெட்டி அவர்கள், இருதாரத் தடைச் சட்டம், பால்ய திருமணத் தடைச் சட்டம், பெண்களுக்குச் சம உரிமைச் சட்டம், தேவதாசி ஒழிப்புச் சட்டம் போன்ற பல புரட்சிகரமான சீர்திருத்தங்கள் நிறைவேறக் காரணமாக இருந்தவர்.

தேவரடிகளாக ஒரு பிரிவினரின் பெண்கள் செய்து வந்த சேவையை நிறுத்துவதுதான் தேவதாசி ஒழிப்புச் சட்டம். அது தொடர்பான ஒரு விவாதம் சட்டசபையில் வருகிறது. சத்தியமூர்த்தி எனும் காங்கிரஸ் மேற்தட்டுத் தலைவர் அந்தச் சட்டம் ஒழிக்கப்படக்கூடாது என்று வாதிட்டார். உடனே டாக்டர் முத்துலட்சுமி எழுந்து, "உங்கள் வீட்டில் பெண்கள் இருக்கிறார்கள். உங்கள் மகளை, மனைவியை, தாயை இப்படி இந்தத் தொழிலுக்கு அனுப்புவீர்களா? இதுவரையில் நாங்கள் அத்தொழிலை செய்து வந்தோம். இனி நீங்கள் அப்பணியைத் தொடர்வீர்களா?" என்று கேட்டவுடன் அவையே திகைத்து நின்றது. வெளியிலிருந்து தந்தை பெரியாரும், இராமாமிர்தத்தம்மையாரும், கொடுத்த அழுத்தத்தால் 1947இல் அச்சட்டம் நிறைவேறியது.

பரத்தையர் எப்படி உருவாகியிருக்க வேண்டும்?

அக்காலம் போர்க் காலமானதால் போர் சமுதாயமாக இருந்தது. எந்தச் சூழலிலும் போர் மூளும் என்ற நிலையில் மன்னர்களும் போர் வீரர்களும், மக்களும் எதிர்பார்த்து இருப்பர். அடிக்கடி போர் நடப்பதால் போர் வீரர்கள் கணிசமானவர் வீரமரணம் எய்தினர். அதனால் ஆண்களின் எண்ணிக்கை குறையத் தொடங்கியதால்

பெண்களின் எண்ணிக்கை மிகுதியானது. அதனால் பெண்களைக் கோவிலுக்கு அனுப்பித் தொண்டு செய்யச் செய்தார்கள். பின்னர்ச் சிலரைக் கோவிலுக்குப் பொட்டுக் கட்டிவிட்டார்கள். அதனால் போர் வீரர்களுக்கும் மற்ற ஆண்களுக்கும் பாலுணர்ச்சி வடிகாலாக வாழத் தலைப்பட்டு அன்றைய சமூகப் பிரச்னை தீர்க்கப்பட்டது.

அதேபோல்தான் நபிகள் நாயகமும் இளைஞர்களைத் திரட்டிப் போரில் ஈடுபட்டதால், போரில் பல இளைஞர்கள் மாண்டனர். அதனால்தான் ஓர் ஆண் 4 பெண்களைக்கூடத் திருமணம் செய்துகொள்ளலாம் என்ற விதியை வகுத்து அன்றைய சமூகப் பிரச்சினைக்குத் தீர்வைக் கண்டார். ஈதெல்லாம் பெரியார் பூமியில் இப்போது காலத்திற்கு ஒவ்வாததாகிவிட்டன என ஜெயின் கல்லூரி முதல்வர் பேராசிரியர் இராசேந்திரன் சொல்கிறார்.

சிலப்பதிகாரத்தில் வெகுண்டெழுந்த பெண்: கண்ணகி, தன் கணவன் கோவலன் செய்யாத குற்றத்திற்காக அரசனால் கொலை செய்யப்பட்டான். அதனால் தானே அரசவை நுழைந்து தன் கணவன் கள்வனல்லன் என நிரூபிக்கிறாள். தன் கோபத் தீயால் ஒரு நகரத்தையே எரிக்கிறாள்.

மணிமேகலையின் நாயகிக்குக் கிடைத்த மரியாதை : அவள் பேரழகி. அவளுடைய அழகில் கவரப்பட்டு, ஓர் இளவரசன் தன் காதலை அவளிடம் ஓலை மூலம் தெரிவிக்கிறான். அவளோ ஓலையை இடக்கையால் வாங்கி வலக்கையால் தூரமாக வீசிவிட்டு, எந்தவிதச் சலனமும் இன்றி நடக்கிறாள். எதிர்வினையாற்றாமல் இளவரசனும் அவளுடைய உணர்வுக்கு மதிப்பளித்துச் சென்றுவிடுகிறான்.

குண்டலகேசியில் கணவனைப் பழிவாங்கும் பெண்: மனைவியைக் கொல்வதற்காகக் கணவன் திட்டமிட்டு ஒரு மலை உச்சிக்கு அழைத்துச் செல்கிறான். அவளும் விவரமறியாது உடன் செல்கிறாள். ஆனால் உச்சிக்குச் சென்றபோது தான் 'இவன் தன்னைக் கொலை செய்ய அழைத்துப் போகிறான்' என்று அறிந்துகொள்கிறாள். அவள் அப்போது நேரிடையாகவே கேட்கிறாள். "நீங்கள் என்னைக் கொல்வதற்காகத்தானே அழைத்து வந்திருக்கிறீர்கள்? நான் மடிவதைப் பற்றி எனக்குக் கவலையில்லை. ஒரு வேண்டுகோள்தான். என் கணவர் நீங்கள்.

உங்களை மூன்றுமுறை சுற்றிவந்து காலில் விழுந்து ஆசி வாங்கினால் எனக்கு மோட்சம் போகும் பாக்கியம் கிட்டும்'' என்று கேட்டுக்கொண்டாள். அதற்குக் கணவன், " அட அதனாலென்ன? சுற்றிக்கொள்'' என்கிறான். அவளும் ஒருமுறை, இரண்டுமுறை சுற்றிவிட்டு மூன்றாம் சுற்றில் தன் கணவனை மலை உச்சி யிலிருந்து கீழே தள்ளிவிட்டுக் கொன்று விடுகிறாள்.

கண்ணா! இவை யாவும் தமிழ்ப் பெண்களுக்கு உரிமையும் சுதந்திரத்தையும் கொடுத்த இலக்கியங்கள்.

பண்டைய காலத்தில் தாய்க்குல மரியாதை

ஓர் ஆண் என்ன செய்தாலும் அவனுக்குச் சேவகம் செய்வ தொன்றே பெண்களின் கடமை என்பதாகச் சொல்லும் இலக்கியங்கள் சிலவும் இருந்தன.

அநீதி கண்டவிடத்து, அறம் தவறும்போது அடங்காதே! எதிர்த்துப் போராடு, என்பதைப் போதிக்கும் சிலப்பதிகாரம் போன்ற சில இலக்கியங்களும் உள்ளன.

தமிழ்ப் பண்பாடு பெரும்பாலும் பெண்களைக் கொண்டாடுவது; சிறப்பிப்பது.

உலகம் முழுவதும் பெண்களை அடிமைப்படுத்தி வைத்திருந்த காலத்தில் பெண்களை மேன்மைமிகு பெட்டகமாகப் போற்றிப் புகழ்ந்தது நமது தமிழ்ச் சாதிக் கூட்டம்.

சங்க காலத்திலேயே 47 பெண்பாற் புலவர்களைக் கொண்டது நமது தமிழ்ச் சமூகம் மட்டும்தான்.

உலக நாகரிகத்தின் தொட்டில் என்று கூறிக்கொள்ளும் கிரேக்கத்தில்கூட 7 பெண் எழுத்தாளர்கள்தாம் உண்டு. வடமொழியில் பிற்காலத்தில்தான் பெண் எழுத்தாளர்கள் தோன்றியதாக ஒரு செய்தி கூறுகிறது.

தற்போது கீழடி போன்ற இடங்களின் அகழாய்விலிருந்து தங்கத்திலும், பானை ஓடுகளிலும் பெண்களின் பெயர்களைப் பொறித்துப் புழங்கும் அளவிற்குத் தமிழனின் நாகரிகம் மலர்ந்து இருந்திருப்பது தெரிகிறது.

ஆண்டாண்டுகாலம் பெண்களைப் போற்றிப் புகழ்ந்து கொண்டாடியதால்தான் தமிழர் இனம் இன்றும் நிலைத்து நிற்பதற்குக் காரணம் என்கின்றனர். பெண்களுக்கு உரிய இடம் கொடுத்ததோடு பெண்கள்தாம் சமூகத்தின் ஆணி வேர்கள் என்று பறைசாற்றியவர்கள் நம் முன்னோர்கள்.

பொருள்தேடப் புலம்பெயர்ந்த தமிழன்

பண்டைய இலக்கியங்களில் 'தலைவன் பொருள்தேடப் போகிறான்' என்று படித்திருக்கிறோம். பிரிவைத் தாளாத பாட்டுடைத் தலைவியின் சோகச் சொற்களையும் கேட்டிருக்கிறோம். இப்போது தமிழகத்திலிருந்து பொருள்தேடும் நோக்கில் சிங்கப்பூருக்கு வந்திருக்கிற தொழிலாளர், அவர்களை நம்பிக் கிராமத்தில் வாழுகின்ற பெண்கள், இவர்கள் இருவருக்கிடையில் நிலைகுத்தி நிற்கிற உறவில்தான் நமது தமிழ்ப் பண்பாடு காப்பாற்றப் படுவதாகச் சொல்கின்றது இப்பாடல்.

அயல்நாட்டில் வாழும் கணவனுக்காக
பிறந்த நாட்டில் பெண்மையைக் காத்துவாழும் பெண்களும்

பிறந்தநாட்டில் வாழும் மனைவிக்காக
அயல்நாட்டில் ஆண்மையைக் கட்டி வாழும் ஆணும்
இன்று நம்மிடையே இருக்கும் வரையில்
நிலைத்திருக்கும் தமிழ்ப் பண்பாடு - என்று ஒரு கவிஞன் சொல்லியுள்ளான்.

பெண்களைப் பற்றிய பெரியோர்களின் சில இன்மொழிகள்:

பெண்களுக்குக் கிடைக்கும் மதிப்பினால்தான் சமுதாயத்தின் மதிப்பு உயரும் - நேரு

பெண்களுக்குக் கல்வி வழங்காத சமூகம் என்றும் ஏழையாகவே இருக்கும் - பெரியார்

பெண்கள் இயற்கையாக இனிமையானவர்கள்.

அன்பு எனும் செல்வத்தைப் பிறவியிலேயே பெற்றவர்கள் - தாகூர்

நற்குணமுள்ள மனைவியே ஒப்பற்ற பெருஞ்செல்வம் - **நபிகள்**

பத்து ஆண்களின் கண்களைவிட ஒரு பெண்ணின் இதயம் கூர்மையானது - செஸ்டர் பீல்டு

ஆயிரம் பேர் சேர்ந்து ஓர் ஆலயத்தைக் கட்டலாம். ஆனால், ஒரு பெண்ணால்தான் ஓர் இல்லத்தை ஆலயமாக்க முடியும் - புல்லர்

அடக்கம்; உண்மை; கற்பு இவைமூன்றும் பெண்ணைக் காக்கும் தேவதைகள் - கன்பூஷியஸ்

இந்துக் கடவுளாகிய சிவன் தன் அங்கத்தில் பாதியைப் பார்வதிக்குக் கொடுத்ததால் 'அர்த்தநாரீஸ்வரர்' என்று அழைக்கப்பட்டவர். (அர்த்த= பாதி)

இப்படிக்கு,
உன் அன்புள்ள,
தாத்தா.

86 சிலேடைப் பேச்சு

அன்புள்ள தாத்தா வணக்கம்!

தமிழ்ப் பண்பாட்டில் பெண்களின் நிலை குறித்த விளக்கம் சிறப்பாய் இருந்தது. அது குறித்து எண்ணற்ற கருத்துகளைத் தந்து என்னை அசத்திவிட்டீர்கள். அதேபோல் துணுக்குச் செய்திகளும் திகட்டிவிட்டன.

தாத்தா, நேற்றைய முன்தினம் ஒரு தமிழ்த் திரைப்படம் பார்த்தேன். அதில் ஏகப்பட்ட இரட்டைப் பொருள்தரும் வசனங்கள் வந்தன. அந்த நேரத்தில் சுவையாக இருப்பதுபோல் இருந்தாலும் பின்னர் யோசிக்கும்போது கொஞ்சம் நெருடலாக இருக்கின்றன. அந்தக் காட்சி அமைப்புகள் பொருத்தம் இல்லாமலும், பண்பாட்டுக்குக் கேடு விளைவிப்பதாகவும், நிஜ வாழ்க்கையில் நடைபெறாதவைகளாகவும் இருந்தன. வெறும் நகைச்சுவைக்காக அவர்கள் அப்படிப்பட்ட வசனங்களைப் பயன்படுத்தினாலும், படம் பார்க்கும்போது நெளிய வேண்டியதாய் இருக்கிறது.

இப்படிக்கு,
உங்கள் அன்புள்ள,
கண்ணன்.

அன்புள்ள கண்ணா, வாழ்த்துகள்!

சிலேடை இன்றும் அன்றும்

திரைப்படங்களிலும் தொலைக்காட்சிகளிலும் நீ குறிப்பிட்டதைப் போல் கொச்சைப்படுத்திக் காண்பிக்கப்படுகின்றன. தந்தையை மகன் 'வாடா..போடா' என்பதும், மகனுக்கு அப்பன் பெண்

பார்ப்பதும், பிறகு அப்பனே அவளைத் திருமணம் செய்து கொள்வதுமான காட்சிகளை வைத்து அசிங்கப்படுத்துகிறார்கள் என்பது உண்மைதான். அந்தக் காலத்தில் கலைவாணர் என்.எஸ். கிருஷ்ணன் நகைச்சுவையில் யதார்த்தம் இருக்கும். அதோடு, அதனுள் மக்களுக்கு ஒரு நற்செய்தியும் இருக்கும்.

காளமேகப் புலவரின் சிலேடைப் பாடல்

சிலேடையில் எழுதுவதும் பேசுவதும் ஓர் அருமையான இலக்கியக் கலை. கவி காளமேகம் என்ற ஒரு புலவர் இருந்தார். சிலேடைக்குப் புகழ்பெற்றவர். இரு பொருளுக்குப் பொருந்துவதுபோல் ஒரே சொல்லை அமைக்கவேண்டும். ஒரு பாடலைத் தருகிறேன் பார்.

நஞ்சிருக்கும் தோலுரிக்கும் நாதர்முடி மேலிருக்கும்
வெஞ்சினத்தில் பட்டால் மீளாது விஞ்சிமலர்
தேம்பாயும் சோலை திருமலைரா யன்வரையில்
பாம்பாகும் வாழைப் பழம்.

பாம்பு: நஞ்சு இருக்கும், தோலுரிக்கும், இறைவன் தலைக்கு மேல் இருக்கும், கடுங்கோபத்தில் தீண்டினால் உயிர் மீளாது.

வாழை: நைந்திருக்கும், வாழைத் தோலை உரித்தால்தான் சாப்பிடமுடியும், இறைவன் தலைக்குமேல் வாழைப்பழத்தைப் பிசைந்து பஞ்சாமிர்தமாக வைத்து அபிஷேகம் செய்வார்கள். தொண்டைக்குள் சென்றுவிட்டால் வழவழப்பில் திரும்பி வராது, உள்ளே போய்விடும்.

ஒரு பார்வையில் படித்தால் வாழைப்பழத்தைச் சொல்வது போலவும், இன்னொரு கோணத்தில் பாம்பைக் குறிப்பதுபோலவும் சொற்கள் அமைந்திருக்கும். இது ஓர் அழகு. அவருக்குப்பின் சென்ற நூற்றாண்டில் வாழ்ந்து மறைந்த தமிழறிஞர், கலைமகள் இதழின் ஆசிரியராகப் பணியாற்றிய கி.வா. ஜகந்நாதன் அவர்களின் அன்றாட வாழ்க்கையில் மேடைகளில் சிலேடை வார்த்தைகளைப் பயன்படுத்தி, நகைச்சுவையைக் கொடுப்பதில் வல்லவர். கேட்க மிகவும் சுவையாகவும் இருக்கும். அதேபோல் முத்தமிழறிஞர் கலைஞரும் மற்றும் சில தமிழ் அறிஞர்களும் சிலேடைப் பேச்சில் வல்லவர்கள். காளமேகமோ யோசித்தபின்

சிலேடைப் பாடல்களை எழுதியிருக்கலாம். ஆனால் கி. வா. ஜ போன்றவர்களின் 'இயல்பாகவே மின்னல்போல் இருபொருளில் பேசும் ஆற்றலை' நாம் பெரிதாக மதிக்கவேண்டும்.

பருத்தித்துறையில் நூல் அன்பளிப்பு

கி.வா.ஜ.

கண்ணா! கி.வா. ஜகந்நாதன் ஒருமுறை யாழ்ப்பாணம் 'பருத்தித்துறை' என்ற ஊரிலுள்ள பள்ளி ஒன்றுக்குப் பேசப் போயிருந்தார். ஒருவர், தான் இயற்றிய நூல் ஒன்றைப் பரிசளித்தார். பெற்றுக்கொண்ட கிவாஜ, 'இடத்திற்கேற்ற கொடை' என்றார். எல்லாரும் விழித்தார்கள். உடனே அவரே, "இது பருத்தித்துறை அல்லவா? இங்கே நூல் கிடைப்பது பொருத்தம்தானே?" என்றார்.

அரசுக்கு அருகில் வேம்பு

இராமநாதபுரம் சேதுபதி மன்னரின் ஆஸ்தான வித்வானாக இருந்தவர் வேம்பத்தூர் பிச்சு ஐயர். ஒரு சமயம் புலவர் சபை கூடியது. எல்லாப் புலவர்களும் வந்து தத்தம் இருக்கையில் அமர்ந்துவிட்டனர். இறுதியில் வந்த பிச்சு ஐயரைக் கண்ட மன்னர், அவரது ஊர்ப்பெயரைக் குறிப்பிட்டு வேடிக்கையாக, "வேம்புக்கு இன்று இடமில்லையே" என்றார். உடனே புலவர் பிச்சு ஐயர், "அரசுக்கு அருகில் வேம்பு இருக்கலாமே" என்று கூறிவிட்டு அரசரின் அருகில் போய் அமர்ந்துகொண்டார். குறிப்பு: அக்காலத்தில் வேப்ப மரத்தையும் அரசமரத்தையும் இணைத்து நடுவார்கள்.

ஜில் அறைத் தகராறு (சில்லறை)

பம்பாய்க்குக் கி.வா.ஜ ஒருமுறை சொற்பொழிவாற்றச் சென்று ஒரு ஏ/சி அறையில் தங்கியிருந்தார். நிகழ்ச்சி முடிந்து அறைக்குத் திரும்பிச் சென்னை புறப்படத் தயாரானார். நிகழ்ச்சி ஏற்பாட்டாளருக்கும், விடுதி நிர்வாகிக்கும் நீண்ட விவாதம் நடந்து சமாதானமானார்கள். கி. வா. ஜவிடம், ஐயா நீங்க ஒன்றும் தவறாக எடுத்துக்கொள்ள வேண்டாம். இது சில்லறைப் பிரச்சினை"

என்றார். உடனே கி.வா.ஜ, "நான் தங்கியிருந்த 'ஜில் அறை' (ஏசி) தகராறுதானே? அப்ப இது சில்லறைத் தகராறுதான்" என்றார். அனைவரும் அவருடைய சிலேடைப் பேச்சை ரசித்து மகிழ்ந்தனர்.

ஜீவாவின் 'விளக்கு'

ஜீவா

ஒரு மண்டபத்தில் ஜீவானந்தம் பேசிக்கொண்டிருக்கும்போது மின்தடை ஏற்பட்டு விளக்குகள் அணைந்துவிட்டன. கூடியிருந்த மக்கள், "விளக்கு..விளக்கு" என்று கூச்சலிட்டனர். உடனே ஜீவா, "விளக்கு..விளக்கு என்று சத்தம் போடுகிறீர்கள். நானும் உங்களுக்குச் சொல்ல வந்ததை விளக்குவற்காகத்தான் வந்துள்ளேன். விளக்கு வராவிட்டாலும் நான் விளக்கத் தயார். நீங்கள் விளக்கை மறந்துவிட்டு, என் விளக்கத்தைக் கேட்கத் தயாரா?" என்றார். அதைக் கேட்ட மக்கள் "விளக்குங்கள்..விளக்குங்கள்" என்று மகிழ்ச்சியில் குரலெழுப்பினார்கள்.

கொய்யாப் பழம் சுவையானது

'கொய்யாப் பழம்' என்று சொல்லி ஒருவர் பழம் ஒன்றைக் கொடுத்தார். அதை வாங்கிக்கொண்ட கி.வா.ஜ "மற்றப் பழங்களைக் காட்டிலும் கொய்யாப்பழம் சுவையானது" என்றார். இடைமறித்த ஒருவர், "அப்படியென்றால் முக்கனி?" என்று கேட்க, "அவையும் இனிமையுடையவைதான். இருந்தாலும் கொய்த பழங்களைவிட, கொய்யாத பழத்தின் (பறிக்கப்படாமல் மரத்திலிருந்து பழுத்துவிழும் பழம்) சுவை அதிகம்" என்றார்.

நான் முடிச்சோழன்

கருணாநிதி

கவியரசு வைரமுத்து நூல் வெளியீட்டு விழா! வரவேற்புரை வழங்கிய பொன்மணி வைரமுத்து, வருகை புரிந்திருந்த கலைஞர் அவர்களை 'நான்முடிச் சோழன்' என்றார். நான்குமுறை முதல்வரானவர் என்பதைப் போற்றி

புதுமைத்தேன் மா.அன்பழகன்

அவ்வாறு சொன்னார். இறுதியில் பேசிய கலைஞர், "நான் பிராமின் என்றால் பிராமணர்கள் அல்லாதோர் என்று பொருள். நான்வெஜிடேரியன் என்றால் சைவ உணவைச் சாப்பிடாதவர் என்று பொருள். அதைப்போல் என் தலையில் முடி இல்லை என்பதைத்தான் சகோதரி 'நான்முடிச்சோழன்' என்று சொல்லி யிருக்கிறார். அவர் திறமையைப் பாராட்டுகிறேன்" என்றார். சபையே கைதட்டி ரசித்தது.

விசாலம் 'பெருக்க'ப் போகிறாள்

கி.வா.ஜ. வீட்டில் விசாலம் என்ற பருமனான பணிப்பெண் வேலையிலிருந்தாள். ஒருநாள் நண்பர்களுடன் கி.வா.ஜ தன் வீட்டில் பேசிக்கொண்டிருந்தபோது அவருடைய மனைவி வந்தார். "கொஞ்சம் தள்ளி உட்காருங்கள். விசாலம் பெருக்க வேண்டும்" என்றார். உடனே "விசாலம் இன்னும் பெருக்க (பருமனாக) வேண்டுமா?" என்று சிலேடையில் சொன்னவுடன் நண்பர்கள் ரசித்து மகிழ்ந்தனராம்.

'ஊக்கு' விக்காதபோது 'பின்' வாங்கலாம்

குமரி அனந்தன்

சேலத்தில் காங்கிரஸ் மாநாடு. இலக்கியச் செல்வர் குமரி அனந்தன் மேடையில் அமர்ந்திருந்தபோது சில தாள்களை ஒன்று சேர்த்து வைத்தார். காற்றில் பறக்கவே, தாட்களைச் சேர்த்துக் குத்தி இணைப்பதற்குப் 'பின்' கிடைக்குமா? என்று அருகிலிருந்தவரிடம் கேட்டார். அதற்கவர் "உங்களைப் போன்றோர் பின் வாங்கலாமா?" என்று பதிலளித்தார். உடனே குமரியார், "என்ன செய்வது? உங்களைப்போன்றோர் 'ஊக்கு' விக்காதபோது, நான் பின்வாங்கித்தானே ஆகவேண்டும்" என்றார். கண்ணா! அந்த அழகான சிலேடைப் பேச்சில் மேடையே சும்மா அதிர்ந்ததில்ல!

இது வாயில் புடவை

நண்பரின் மனைவி, அவர் வீட்டு வாயிலில் உள்ள கொடியில் புடவையைக் காய வைத்துக்கொண்டிருந்தார். அப்போது அங்கே

சென்ற கி.வா.ஜ அவரைப் பார்த்து, "இது என்ன புடவை?" என்று கேட்க, அதற்கு அந்த அம்மையார், "நூல் புடவை" என்றார். அதற்கு கி.வா.ஜ, "இல்லை இது வாயில் புடவை" என்றார். சில வினாடிக்குள் புரிந்துகொண்டு அந்த அம்மையாரும் சிரித்தார்.

சிங்கத்தைக் கண்டு யானை பயப்படலாமா?

வெள்ளை வாரணம் என்ற நண்பருடன் கி.வா.ஜ ஒரு விருந்துக்குச் சென்றிருந்தார். முதலில் இனிப்பு பரிமாறப்பட்டபோது, வாரணம், "கேசரியா? எனக்குப் பயமாக இருக்கிறது. தயவு செய்து எனக்கு வேண்டாம்" என்றார். அதைப்பார்த்த கி.வா.ஜ, "வேடிக்கைதான், வாரணம் கேசரியைக் கண்டு பயப்படுகிறதே" என்றார். (வாரணம் = யானை; கேசரி = சிங்கம்) இதைக் கேட்டவுடன் வாரணத்திற்குச் சிரிப்பு வந்து புரையேறியது.

சிறைக்'கஞ்சா' சிங்கம்

கண்ணா அண்ணவின் சொல் விளையாட்டைப் பார்!

ஒருமுறை அண்ணாவும், நாவலரும் சிறையில் ஒரே அறையில் இருந்தார்கள். அப்போது பக்கத்து அறையிலிருந்த ஒரு கைதி சத்தம்போட்டுக்கொண்டே இருந்திருக்கிறான்.

"அவன் ஏன் இப்படிக் கத்துகிறான்?" எனக் கேட்டிருக்கிறார் அண்ணா. அதற்கு நாவலர் "அவன் கஞ்சா சாப்பிடும் பழக்கமுடையவனாம். கஞ்சாவைச் சிறைக்கே வரவழைத்துப் புகைத்துவிட்டு இப்படிப் போதையில் கத்துகிறான்" என்று சொன்னார். உடனே அண்ணா "அப்படியானால் அவன் 'சிறைக் கஞ்சா சிங்கம்' எனக் கூறுங்கள்" என்றாராம் சிலேடையாக.

கண்ணா! இதைப்போல் ஏராளமான சிலேடைப் பேச்சுகள் இருக்கின்றன. எடுத்துக்காட்டுக்காகச் சிலவற்றை மட்டும் குறிப்பிட்டுள்ளேன்.

இப்படிக்கு,
உன் அன்புள்ள,
தாத்தா.

87 சூழியியலறிவு
(Presence of Mind)

அன்புள்ள தாத்தா, வணக்கம்!

கி.வா.ஜகந்நாதன் அவர்களுக்கு எவ்வளவு மொழியறிவும், இலக்கிய ஆளுமையும் இருந்தால் இவ்வாறு ஒரே சொல்லுக்கு இரு பொருள் தருவதுபோல் அதுவும் எண்ணியெண்ணிச் சுவைப்பதுபோல் உடனுக்குடன் வெளிப்படுத்த முடியும் என்று வியந்து போனேன் தாத்தா.

அதேபோல் ஆப்ரகாம் லிங்கனின் பழைய சில உரையாடல் களைப் படித்து வியப்படைந்தேன். அவர் Presence of Mindஇல் பதில் சொல்லும் அழகை ஆங்கிலத்தில் கேட்டுத் திகைத்துப்போய் மகிழ்ச்சியில் திளைத்திருக்கிறேன். அவரைப் போன்றவர்களால் எப்படி அவ்வளவு அறிவுசார்ந்த பதிலை உடனடியாகச் சொல்ல முடிகிறது? அப்படித் தமிழ்த் தலைவர்கள் இருக்கிறார்களா தாத்தா?

இப்படிக்கு,
உங்கள் அன்புள்ள,
கண்ணன்.

அன்புள்ள கண்ணா, வாழ்த்துகள்!

சிலேடையைப் போலவேதான் சூழியியலறிவும். சூழியியலறிவு என்ற இந்தச் சொல்லை புலவர் துரை.முத்துக்கிருஷ்ணன்தான் நமக்கு முதன் முதலில் அறிமுகப்படுத்துகிறார். இதன் பொருள், அந்தச் சூழ்நிலையை எதிர்கொள்ளும் அறிவுத்திறன். இதுதான் நீ சொன்ன பிரசன்ஸ் ஆப் மைண்ட். இதுவும் ஒரு தனித்திறமை. பேச்சில் இப்படிச் சூட்டோடு மடக்குப் பதிலை எல்லாராலும் சொல்லிவிடமுடியாது. அல்லது கேள்விக்கு எதிர் கேள்வி கேட்டு மடக்குவது. எந்த நெருக்கடியின்போதும் உடனடியாக அறிவுடன்

செயற்படுவது. இதிலும் சிலேடையைப் போல் நகைச்சுவை பெரும்பாலும் கலந்திருக்கும். இதை உனக்கு வடமொழியில் "சமயோஜிதபுத்தி" என்று சொன்னால் நன்கு புரிந்துவிடும் என்று நினைக்கிறேன்.

கிராமத்துப் பாட்டிக்கு 'பஸ்' என்பது தமிழ்ச்சொல்

கிராமத்தில் ஒரு நிகழ்ச்சியை வேடிக்கையாகவும் இன்றைய நாட்டின் நிலையை எதிரொலிக்கும் விதமாகவும் சொல்வார்கள். அதாவது, ஒரு பாட்டி சாலையின் ஓரத்தில் மரத்தடியில் உட்கார்ந்திருந்தாள். அப்போது அங்கு வந்த ஒருவன் அவளை அணுகி, "பாட்டி.. அடுத்த பேருந்து எப்போ வரும்?" என்று கேட்டான். "என்னப்பா கேக்குறே?" என்று திரும்பத் திரும்பக் கேட்டாள். சரி பாட்டிக்குப் புரியவில்லையோ என்று "பாட்டி! அடுத்த பஸ் எப்போ வரும்?" என்று கேட்டவுடன் அந்தப் பாட்டி "அப்படித் தமிழ்லே கேக்கலாம்ல.. பஸ்ஸு இன்னும் பத்து நிமிஷத்தில வந்துடும்" என்றாளாம். அந்த அளவுக்கு வடமொழியையும் ஆங்கிலத்தையும் நம் மொழியில் கலந்துவிட்டார்கள் என்பது இதிலிருந்து உனக்குப் புரிந்திருக்கும்.

கடவுள் இருக்கிறார் என ஒத்துக்கொள்கிறேன் - பெரியார்

கண்ணா, தமிழகத்தில் சிலர் சூழியியல் அறிவில் பதில் சொல்வதும், இக்கட்டான நேரத்தில் சூழலுக்கேற்ப அறிவுடன் கூடிய முடிவை எடுத்தலும் எல்லார்க்கும் இயல்பானதல்ல. தந்தை பெரியாரிடம் ஒருவர் வந்து, "கடவுள் இல்லை என்று பேசி வருகிறீர்களே? கடவுள் நேரில் வந்தால்.. என்ன சொல்வீர்கள்?" என்று கேட்டார். ஒரு வினாடியும் யோசிக்காமல் "கடவுள் இருக்கிறார் என ஒத்துக்கொள்கிறேன்" என்றாராம். ஏனெனில் அவர் கடவுள் இல்லையென்பதில் மிகத் தெளிவாக இருந்திருக்கிறார். அதனால்தான் அப்படியான பதிலை உடனே சொல்ல முடிந்தது. பெரியாரின் அந்தப் பதிலை எத்தனை மேடைகளில் எத்தனை பேர் பேசிப் பெரியாருக்குக் கைதட்டலை வாங்கிக்கொடுத்திருப்பார்கள்? இது என்ன சாதாரணப் பதிலா?

மேனாட்டு அறிஞர்கள், தலைவர்கள், தமிழ்நாட்டுத் தலைவர்கள் பலர் அவ்வாறு சூழியியலறிவு கொண்டவர்களாக இருந்த சிலரை அடையாளம் காட்டுகிறேன்.

ஒரு பெண்ணை ஆள 18 வயதாக வேண்டும்

"இளவரசர்களுக்கு 14 வயதில் முடிசூட்டிவிடுகிறார்கள். ஆனால் அவர்களுக்கே 18 வயதுக்குப் பிறகுதான் திருமணம் செய்து வைக்கிறார்கள். ஏன் அப்படி?" என்று பிரெஞ்சு நாடக ஆசிரியர் 'மோலியா' அவர்களிடம் ஒருவர் கேட்டார். அதற்கு, "ஒரு நாட்டை ஆள்வதைவிட ஒரு பெண்ணை ஆள்வதற்கு மேற்கொண்டு 4 ஆண்டுகளின் அறிவும் அனுபவமும் தேவைப்படுகின்றன" என்றாராம்.

மண்ணைத் தோண்டித் தங்கத்தைப் புதைத்தார்கள்

எங்கள் தங்கம், பொன்மனச் செம்மல், என்றெல்லாம் அழைக்கப்பட்ட, எம்ஜிஆர் இறந்தபோது மாபெரும் இறுதி ஊர்வலம். அந்நிகழ்ச்சியை ஒருவர் தொலைக்காட்சியில் நேரிடை வருணனை செய்துகொண்டிருந்தார். அவர் பேசும்போது, "மண்ணைத் தோண்டித் தங்கத்தை எடுப்பார்கள். ஆனால் இங்கே தங்கத்தைப் புதைக்க அல்லவா மண்ணைத் தோண்டுகிறார்கள்" என்று சொன்னதைக் கேட்டவர்கள் கண்களில் நீர் சுரந்துவிட்டது.

'சோ' அவர்கள்தான் என் நண்பர் - கலைஞர்

கலைஞரிடம் பேட்டி கண்ட நிருபர்கள், "அரசியலுக்கு அப்பாற்பட்டு உங்கள் நண்பர் யார்?" எனக் கேட்டனர். உடனே கலைஞர் "சொன்னால் சிரிக்கமாட்டீர்களே? 'சோ' அவர்கள்தான். ஏனென்றால் அவர்தான் என்னை உள்ளே ரசித்துக்கொண்டே வெளியில் விமர்சிப்பார்" என்றார்.

தரையைத் தொடும் அளவுக்குக் கால்கள் இருக்க வேண்டும்

ஒருமுறை ஆப்பிரகாம் லிங்கனின் உயரத்தையும், நீளமான கால்களையும் கிண்டல் செய்ய நினைத்து, "பொதுவாக மனிதர்களுக்குக் கால்கள் எவ்வளவு நீளம் இருக்க வேண்டும்?" என்று ஒருவர் கேட்டார். அதற்கு லிங்கன் கிஞ்சித்தும் அலட்டிக் கொள்ளாமல் "சாதாரணமாக இடுப்பிலிருந்து தரையைத் தொடும் அளவிற்கு இருந்தால் போதும்" என்று பளிச்சென்று பதிலளித்தாராம்.

பிரதமரின் காரை மறித்திட உனக்குச் சுதந்திரம் கிடைத்ததா?

பம்பாயில் ஒரு நிகழ்ச்சியில் கலந்துகொள்ள நேரு சென்று கொண்டிருந்தார். அப்போது அவருடைய காரை வழிமறித்த ஓர் இளைஞர், "நான் பட்டதாரி. எனக்கு வேலை கிடைக்கவில்லை. இந்தியாவுக்குச் சுதந்திரம் வந்து என்ன பயன்" என்று ஆவேசமாகக் கேட்டான். அதற்கு நேரு அமைதியாக, "ஒரு பிரதமரின் காரை மறித்துக் கேள்வி கேட்கிறாய். உன்னை ஒன்றும் செய்யாமல் ஒரு பிரதமரே பதில் சொல்லிக்கொண்டிருக்கிறார். இதற்கான தைரியம் உனக்கு எங்கிருந்து வந்தது?" என்றார்.

நேரு

திட்டும்போதாவது அவர்கள் ஒற்றுமையாய் இருக்கிறார்கள்

இந்து முஸ்லிம்களின் ஒற்றுமைக்குப் பாடுபட்டவர் கபீர்தாஸ். அதனால் அவரை இந்துக்களும் முஸ்லிம்களும் கடுமையாக விமர்சனம் செய்துவந்தனர். ஆனால் கபீர்தாஸோ விமர்சனத்தைக் கேட்டும் சிரித்துக்கொண்டிருந்தார். இதைக் கண்ட சிலர் அவரிடம் போய் "என்ன நீங்கள் சிரித்துக்கொண்டிருக்கிறீர்கள், அங்கே சில முஸ்லிம்களும் இந்துக்களும் இணைந்து உங்களைத் திட்டிக்கொண்டிருக்கிறார்கள்?" என்று கேட்க, அதற்குப் பொறுமையாகப் பதில் சொன்னாராம். "என்னைத் திட்டும் போதாவது அவர்களிடம் ஒற்றுமை இருக்கட்டும்" என்றாராம்.

கைம்பெண்ணுக்கு இரண்டு பொட்டு

இயக்குநர் சிகரம் கே.பாலசந்தரின் திரைப்படம் ஒன்றின் வெள்ளிவிழா நிகழ்ச்சியில், கலந்துகொண்ட கவிஞர் மு.மேத்தா, "இந்தப் படத்தில் ஒரு பெண் பொட்டு வைத்துக்கொள்ள ஆசைப்பட்டும், இந்தச் சமூகம் எதிர்க்கிறது. அவளை 'விதவை' என்று எழுதினால்கூட அந்த எழுத்துக்களில் ஒரு பொட்டுக்கூட வைக்க முடியவில்லை" என்றார். இறுதியாகப் பேசும்போது கலைஞர், "விதவை என்ற சொல் வடசொல். அதையே தமிழில் 'கைம்பெண்' என்று எழுதுங்கள், இரண்டு பொட்டுகள் கிடைக்கும்!" என்றாராம்.

மின்சாரமும் 'ஒத்துழையாமை' செய்தது

காந்திக்கு 12.01.1922ஆம் நாள் இரவு 10 மணிக்குக் குடல்வால் அறுவைச் சிகிச்சை நடந்துகொண்டிருந்தபோது பாதியிலேயே மின் தடை ஏற்பட்டதால் பேட்டரி விளக்கு வெளிச்சத்தில் மீதி பாதி சிகிச்சையையும் அந்த டாக்டர் கர்னல் மொடாக் செய்து முடித்தார். கண்விழித்த காந்தியிடம் மின்தடை ஏற்பட்டதைப் பற்றிச் சொல்லப்பட்டது. அதற்குக் காந்தி, "என் ஒத்துழையாமை இயக்கக் கொள்கையை மின்சாரமும் கடைப்பிடிக்கிறதே" என்று சொல்லிப் புன்னகைத்தாராம்.

புத்திசாலியான மனைவியைத் தேர்ந்தெடுத்த பெர்னாட்ஷா

"புத்திசாலித்தனமாக முடிவுகள் எடுப்பதில் சிறந்தவர்கள் ஆண்கள்தான்" என்று தன் மனைவியிடம் சொல்லிக் கொண்டிருந்தார் பெர்னாட்ஷா. உடனே அவருடைய மனைவி, "சரியாகச் சொன்னீர்கள். நீங்கள் என்னைத் திருமணம் செய்து கொண்டதிலிருந்து நீங்கள் புத்திசாலி என்று தெரிகிறது. அதனால் நானும் அதை ஒத்துக்கொள்கிறேன்" என்றவுடன் பெர்னாட்ஷாவின் முகத்தில் அசடு வழிந்தது.

மனித மாமிசத்தின் சாறா தாய்ப்பால்?

'பசுவின் பாலைக் குடிக்காதீர்கள்! அது மாட்டுக்கறியின் சாறு' என்று சர்வபள்ளி டாக்டர் எஸ்.இராதாகிருஷ்ணனிடம் காந்தி சொல்லிக்கொண்டிருந்தார். உடனே "தாய்ப்பாலைக் குடித்துத்தானே நாம் வளர்ந்தோம். அப்படியென்றால், தாய்ப்பாலும் மனித மாமிசத்தின் சாறு என்று சொல்லலாமா?" என்று சர்வபள்ளி சொன்னவுடன் காந்தி அமைதியடைந்துவிட்டாராம்.

இராதாகிருஷ்ணன்

சின்ன அண்ணாமலை கருணாநிதியைத் திட்டினாராம்

கலைஞரைச் சந்தித்த காங்கிரஸ் இயக்கப் பேச்சாளர், சின்ன அண்ணாமலை, "நான் நேற்று ஒரு கூட்டத்தில் பேசும்போது,

உங்களை மிகவும் கடுமையாகத் தாக்கிப் பேசிவிட்டேன்'' என்று சொல்லி வருந்தியிருக்கிறார். அதைக் கேட்ட கலைஞர், ''எப்படித் தாக்கிப் பேசினீர்கள்? கருணாநிதி என்று என் பெயரைச் சொல்லித்தானே?'' என்று கேட்க, அவரும் ''ஆமாம்'' என்றார். ''அப்படியென்றால் எனக்குக் கவலையில்லை. உங்கள் மகன்மீது ஏதோ கோபத்தை வைத்துக்கொண்டு, என்னைத் திட்டுவதுபோல் மகனைத் திட்டி இருக்கிறீர்கள் என்று நான் எடுத்துக்கொள்கிறேன்!'' என்றவுடன் சின்ன அண்ணாமலை திகைத்துப்போய்விட்டாராம். காரணம் அவருடைய மகனுக்கு 'கருணாநிதி' என்று பெயர் வைத்திருக்கிறார்.

'காட்டுமிராண்டித் தமிழ்' பெரியார் சொன்னது சரி

''தமிழை காட்டுமிராண்டி மொழி என்று பெரியார் சொல்கிறாரே?'' என்று கலைஞரிடம் ஒருவர் கேட்டார். அதற்குக் கலைஞர், ''ஆமாம்! அவர் சொன்னது சரிதான்'' என்றார். அதைக் கேட்டவுடன் கூட்டத்தினர் திடுக்கிட்டார்கள். உடனே கலைஞர் தொடர்ந்தார். ''ஆதி மனிதன் நாகரிகம் இல்லாத காலத்தில் காட்டுப் பகுதிகளில் வாழ்ந்து வந்தான். அவனைக் காட்டுமிராண்டி என்று அழைத்தனர். அவன் காலத்திலேயே தமிழைப் பேசத் தொடங்கிவிட்டான். அந்த அளவுக்குத் தமிழ் பழைமையானது என்பதைச் சொல்ல வந்த தந்தை பெரியார், தமிழைக் 'காட்டுமிராண்டித் தமிழ்' என்று சொல்லியிருக்கிறார். இதில் தவறு ஒன்றும் இல்லையே'' என்றாராம்.

ஐன்ஸ்டீனுக்குப் பணிப்பெண் சொன்ன அறிவுரை

கண்ணா! ஏதோ பெரிய தலைவர்களுக்கும், அறிஞர்களுக்கும் மட்டும்தான் சூழியியலறிவு இருக்குமென்று எண்ணக்கூடாது. புத்திக் கூர்மையுள்ள எவருள்ளும் அத்திறமை இருக்கும் என்பதற்கோர் எடுத்துக்காட்டு இதோ;

ஒருநாள் உலகப்புகழ் பெற்ற விஞ்ஞானி ஐன்ஸ்டீன் குளிருக்கு உபயோகிக்கும் கனப்புச் சட்டிக்கு அருகில் தரையில் அமர்ந்து குளிர் காய்ந்துகொண்டிருந்தார். ஒருநேரம் வெப்பம் அதிகரிக்கவே அவரால் சூடு தாங்க முடியவில்லை. எனவே பணிப்பெண்ணை அழைத்து, சற்றுக் கோபமாகச் சிடுசிடுத்துக்கொண்டே, ''இந்தக்

கனப்புச் சட்டியின் சூடு அதிகமாகிக்கொண்டே போகிறது. இதைக் கொஞ்சம் நகர்த்தி வை" என்றாராம்.

வந்த பணிப்பெண், "கனப்புச் சட்டி சூடு அதிகம் என்றால் வேணுங்கிற அளவுக்கு நீங்கள் கொஞ்சம் பின் நகர்ந்துகொண்டால் போதுமே?" என்றாள் பணிவுடன். இவ்வளவு பெரிய விஞ் ஞானியான தமக்கு, இந்தச் சிறு விஷயம்கூட அப்போது தெரியாமல் போய்விட்டதே' என வேதனைப்பட்டாராம்.

குற்றவாளியின் முகம் கண்ணாடியா?

அதேபோல் ஒரு சாதாரண குற்றவாளிக்கும்கூடச் சூழி யியலறிவு எப்படி இருந்தது என்பதற்கோர் எடுத்துக்காட்டு.

ஒரு வழக்கில் பிரபல வழக்கறிஞர் நார்ட்டன் நீதிமன்றத்தின் கூண்டில், குற்றவாளிக்குச் சாதகமாகப் பொய் சாட்சி சொல்ல வந்த சாட்சியைப் பார்த்து, "உன் முகத்தில் கயவனின் தோற்றம் தெரிகிறது" என்றாராம். அதற்கு அக்குற்றவாளி, "என் முகம் கண்ணாடியா என்ன? உங்கள் முகத்தைப் பிரதிபலிக்கிறது என்று சொல்கிறீர்கள்?" என்று சொன்னவுடன் நார்ட்டன் சிறிது நேரம் பேசமுடியாமல் நின்றுவிட்டாராம்.

காகங்கள் இந்தியத் தேசியப்பறவையாகுமா?

ஒருமுறை அறிஞர் அண்ணா நாடாளுமன்றத்தில், உயர்தனிச் செம்மொழியாகிய தமிழை இந்தியாவின் ஆட்சிமொழியாக அமல்படுத்த வேண்டும் என்று பேசிக் கொண்டிருக்கிறார். அப்போது குறுக்கிட்ட ஆளுங்கட்சி உறுப்பினர் ஒருவர் "இந்தியாவின் பெரும்பான்மையான மக்கள் இந்தியைத்தானே பேசுகிறார்கள். ஆகவே இந்தியை நாட்டின் ஆட்சிமொழியாக வைப்பதுதானே ஜனநாயகம்" என்று சொல்ல, உடனே அண்ணா எழுந்து "இந்த நாட்டின் தேசியப் பறவை எது?" என்று கேட்க, எல்லாரும் "மயில்" என்று சொன்னவுடன், "நாட்டில் காக்கைகள்தாம் எண்ணிக்கையில் அதிகம். ஜனநாயகத்தின் அடிப்படையில் நீங்கள் காகத்தைத் தானே தேசியப் பறவையாக வைத்திருக்க வேண்டும்?" என்றவுடன் சபையே நிசப்தமானதாம்.

ஆங்கில அரசைச் சமாளிக்கச் சாமானியனே போதும்

இந்திய சுதந்திரப் போராட்டத்தின் உச்சக்கட்டம். இந்தியாவின் சார்பில் இங்கிலாந்து அரசுடன் பேச மகாத்மா காந்தி லண்டன் சென்றார். காந்தியைப் பேட்டி காண வந்திருந்த ஒரு நிருபர், காந்தியின் எளிய உடையைப் பார்த்துவிட்டு, ஏளனப்படுத்த விரும்பி, "இங்கிலாந்துப் பேரரசுடன் பேச்சுவார்த்தை நடத்த இந்தியா சார்பில் ஒரு சிறந்த அறிவாளி உங்கள் நாட்டில் கிடைக்கவில்லையா? உங்களைப்போய் அனுப்பி இருக்கிறார்கள்?" என்றானாம். அவனுடைய ஏளனத்தைப் புரிந்துகொண்ட காந்தி, "உங்கள் அரசைச் சமாளிக்க பெரிய அறிவாளி யாரும் தேவையில்லை. என்னைப்போல் ஒரு சாமானியனே போதும் என்று எங்கள் மக்கள் நினைத்திருக்கலாம்" என்று பதிலடி கொடுத்தவுடன் நிருபர் வாயைப் பொத்திக்கொண்டாராம்.

கண்ணா! இதுவரை பெரும்பாலும் பேச்சின் சூழியியலறிவில் நிகழ்ந்தவைகளைத் தெரிவித்தேன். அடுத்து வருவது, சூழி யியலறிவில் (Presence of Mind) எடுத்த ஒரு முடிவை எழுதுகிறேன்.

சர் சி.வி.இராமன் பொறுப்புள்ள இளைஞனுக்கு வேலை கொடுத்தார்

சர் சி.வி.இராமன், தன்னிடம் வேலை கேட்டு வந்த இளைஞனிடம் பௌதிகம் தொடர்பான சில கேள்விகளைக் கேட்டார். சரியான பதிலைச் சொல்லாததால் வேலை கொடுக்க மறுத்து அனுப்பினார்.

சர் சி வி இராமன்

ஏமாற்றத்துடன் அந்த இடத்தைவிட்டுச் சென்றபோது, கீழே கிடந்த ஒரு குண்டூசியை எடுத்து அதற்குரிய இடத்தில் வைத்துவிட்டு அவ்விளைஞர் சென்றார். இதைக் கவனித்த இராமன் அந்த இளைஞனைத் திரும்ப அழைத்து "உனக்குப் பௌதிகம் தெரியாவிட்டாலும் கற்றுக் கொடுத்துவிடலாம். ஆனால் பொறுப்பு இல்லாதவருக்கு

வேலைகொடுத்து அவருக்குப் பொறுப்பைக் கற்றுக்கொடுக்க முடியாது. நீ பொறுப்பு மிக்கவனாக இருப்பதால் பணியில் சேர்த்துக்கொள்கிறேன்'' என்றார்.

யூதர்களின் விடுமுறையன்று ஹிட்லர் இறப்பார்

லட்சக்கணக்கான யூதர்களைக் கொன்றுகுவித்தவர் சர்வாதிகாரி ஹிட்லர். இரண்டாம் உலகப் போருக்கு மூளையாய் விளங்கியவர் அவர். அவருக்கு ஆரூடத்தில் நம்பிக்கை அதிகம். போர் நடந்துகொண்டிருக்கும்போது, ஒரு ஜோதிடரை வரவழைத்து, "நான் எப்போது இறப்பேன்?'' என்று கேட்டிருக்கிறார். அதற்கு "யூதர்களின் விடுமுறை நாளன்று'' என்று பதிலளித்தவுடன் ஹிட்லர் ஆவலாய் "என்றைக்கு யூதர்களின் விடுமுறை?'' என்று கேட்டிருக்கிறார். சூழியியலறிவில் மறுகணம் சமாளித்துக்கொண்டு அந்த ஜோசியர், "நீங்கள் மரணமடையும் நாள்தான் அவர்களுக்கு விடுமுறைநாள்'' என்றவுடன் ஜோதிடரின் அர்த்தமுள்ள பதிலைக் கேட்டு பாராட்டினாராம்.

சிங்கக் கூண்டருகே அவனைப் படுக்க வைத்த பீர்பால்

அக்பரிடம் ஒருவர் சவால் விட்டார்.

"என் வேலைக்காரன் நிறையச் சாப்பிடுவான். அவனை ஒரு மாதம் உங்களிடம் விடுகிறேன். அவனுக்கு நன்கு சாப்பிடக் கொடுங்கள். ஆனால் அவன் வேலையோ, உடற்பயிற்சியோ செய்யக்கூடாது. மருந்துகள் எடுக்கக்கூடாது. அதனுடன் அவனுடைய எடை கூடவும் கூடாது. இது முடியுமா?'' என்றார். அக்பர் பீர்பாலைப் பார்த்தார். பீர்பாலும் சவாலை ஏற்றுக்கொண்டார்.

அதேபோல் அவனுக்கு 3 வேளையும் விருந்து தடபுடலாகத் தினம் நடந்தது. மாதக் கடைசியில் சவால் விட்டவர் வந்தார். வேலையாளின் எடையைப் பார்த்தார். அப்படியே இருந்தது. "நன்றாகச் சாப்பிட்டாயா?'' என்று கேட்டார். "தினம் எனக்குப் பலமான விருந்து கொடுத்தார்கள்'' என்றான்.

அக்பருக்கு வியப்பு ஏற்பட்டு "எப்படி?" என்று பீர்பாலைக் கேட்டார்.

"அவனுடைய இரவுப் படுக்கையைச் சிங்கக் கூண்டுக்கு அருகே போட்டுவிட்டு, அவனிடம் 'கூண்டின் கதவைப் பூட்ட முடியவில்லை. கவனமாக இருந்துகொள்' என்று சொல்லிவிட்டு வந்துவிடுவேன். அவ்வளவுதான். அவனுடைய எடை கூடாததற்கு 'அச்சம்'தான் காரணம். எவன் ஒருவனுக்கு மனத்தில் பயம் இருக்கிறதோ அவனுக்குத் தின்றவை எதுவும் உடலில் ஒட்டாது" என்றார்.

கண்ணா! 'பயம்' என்பது ஒரு பெரிய நோய். நிறைய மனிதர்களுக்கு இந்த நோய் இருக்கிறது. அச்சம் இன்மையே நல்ல ஆரோக்கியமாகும் என்றார்.

இப்படிக்கு,
உன் அன்புள்ள,
தாத்தா.

88 முற்போக்குச் சிந்தனை... அன்றும் இன்றும்

அன்புள்ள தாத்தா, வணக்கம்!

உங்கள் மடலுக்குப் பிறகு மனிதர்களில் எத்துணைப் பெரிய சான்றோர்களும், கூரிய சிந்தனையாளர்களும், நுட்பமான அறிவாளர்களும் இருந்திருக்கிறார்கள் என்று அறியும் போது என்னை நம் காலில் ஒட்டிக்கொண்டிருக்கும் ஒரு துகள் மண்ணைப் போல் நான் உணர்கிறேன்.

'சூழியியல் அறிவு' என்ற சொல்லைச் சமயோஜித புத்தி என்ற சொல்லுக்கு மாற்றாக ஒரு நல்ல தமிழ்ச் சொல்லை எனக்கு அறிமுகப்படுத்தியுள்ளீர்கள். இதைப்போல் பண்டைய தமிழ் இலக்கியத்தில் முற்போக்குச் சிந்தனை எந்த அளவுக்கு இருந்திருக்கிறது தாத்தா? எல்லாம் பழைமையான கருத்துகளைத் தாங்கித்தானே இருந்திருக்கும்? இப்போதுதானே காலத்திற்கேற்ற செயலும் சிந்தனையும் மாறுகின்றன? இது காலத்தின் கட்டாயம் என்று நினைக்கிறேன்.

இப்படிக்கு,
உங்கள் அன்புள்ள பெயரன்,
கண்ணன்.

அன்புள்ள கண்ணா, வாழ்த்துகள்!

நீ கேட்ட ஐயங்கள் சரிதான். சங்க காலத்தில் யாரும் கடவுள் இல்லையென்று சொன்னதாக எந்தப் பதிவும் இருப்பதாகத் தெரியவில்லை.

திருக்குறளில் பல இடங்களில் முற்போக்குச் சிந்தனைகள்

'மனத்துக்கண் மாசு இல்லாமல் இருப்பதே அறன். மற்றவை வெளிப்பகட்டுகளே' என்கிறார் வள்ளுவர். அறத்துக்குப் பதில் இறைவனுக்கும் அதே விதியாகத்தானே இருக்க வேண்டும் எனச் சிலர் சொல்கிறார்கள்.

திருக்குறள் முழுவதும் முற்போக்குச் சிந்தனைகளை உள்ளடக்கிய நூல்தான்!

தெய்வம் தொழாஅள் கொழுநன் தொழுதெழுவாள்
பெய்யெனப் பெய்யும் மழை

என்ற குறள்போல் பல குறட்பாக்கள் உள்ளன.

குறளுக்கு இதுவரை அறுநூற்றுக்கும் மேற்பட்டோர் உரை எழுதியுள்ளனர்.

அவரவர் மனப்போக்குக்கு ஏற்ப எழுதியுள்ளார்கள்.

ஆனால் வள்ளுவர் என்ன நினைத்து எழுதினார் என்பது யாருக்குத் தெரியும்?

தொல்காப்பியம் கூறும் ஆறறிவு

பகுத்தறிவும் அறிவும் வேறு வேறு அல்ல.

ஆறறிவு என்ன? தொல்காப்பியத்தின்படி

1. தொடு அறிவு   (மெய்)
2. சுவையறிவு   (நாக்கு)
3. மண அறிவு   (மூக்கு)
4. பார்வை அறிவு   (கண்)
5. கேட்டலறிவு   (செவி)
6. பகுத்தறிவே   (மனம்)

ஔவையாரின் தன்மான உணர்வு

அதியமான் நெடுமான் அஞ்சி என்ற மன்னன் புலவர்க்குப் பரிசு தராமல் காலத்தை நீட்டியபோது ஔவையார் ஒரு (புறநானூறு 206) செய்யுளைப் பாடுகின்றார்.

'எத்திசைச் செலினும் அத்திசைச் சோறே' என்று முடியும் அப்பாடலில் மரவேலைப்பாடு தெரிந்த தச்சன் ஒருவன் எந்தக் காட்டுக்குச் சென்றாலும்

ஔவையார்

தன் தொழிலை அவனால் செய்ய இயலும். அதுபோல மன்னனே! நீ பரிசு தர மறுத்தாலும் காலம் நீட்டினாலும் அறிவும் புகழும் உடைய புலவர்களாகிய நாங்கள் எத்திசைச் சென்றாலும் அத்திசையில் எமக்கு உணவு கிடைக்கும் என்று தன்மான உணர்வுடன் கவிதை படைத்துள்ளார் ஔவையார். இது அக்காலச் சூழலில் ஒரு புரட்சிகரமான சிந்தனைதான். ஏனெனில் அக்காலத்துப் புலவர்கள் வறுமையுடையவர்களாக இருந்ததனால் மன்னர்களை அண்டியே வாழ்ந்திருந்த நேரத்தில் எழுந்த புரட்சிக்குரல்.

சிலப்பதிகாரமே முற்போக்கு எழுச்சிக் காவியம்

காப்பிய இலக்கியமாகிய சிலப்பதிகாரம் பெரும்பாலும் முற்போக்குச் சிந்தனையில் எழுந்த காவியம்தான். சிலப்பதிகாரத்தை இயற்றிய இளங்கோவடிகளே ஒரு புரட்சியாளன் ஆன பின்தான் சிலம்பை இயற்ற முனைந்தார்.

எல்லாக் காவியங்களும் "உலகம்" எனத் தொடங்கி இறைவனைத் துதிபாடித்தான் ஆரம்பிப்பார்கள். இக்காலத்தில் 'ராசி' என்கிறார்களே அந்த அடிப்படையிலா என்று தெரியவில்லை.

ஆனால், இளங்கோ அடிகளோ,

திங்களைப் போற்றுதும் திங்களைப் போற்றுதும்

ஞாயிறு போற்றுதும் ஞாயிறு போற்றுதும்

மாமழை போற்றுதும் மாமழை போற்றுதும்

என்று இயற்கையைப் போற்றித்தான் தொடங்கினார்

இது அந்தக் காலத்தில் எவ்வளவு பெரிய முற்போக்குச் சிந்தனை.

இளங்கோ அடிகள் ஆரூடத்தைப் பொய்யாக்கினார்

அண்ணன் இருக்கத் தம்பிதான் அடுத்த அரசன் என்ற ஆரூடத்தைப் பொய்யாக்கியவன்.

மூடநம்பிக்கைகளில், சடங்கு சம்பிரதாயங்களில் மூழ்கிக் கிடந்த அக்காலங்களில் ..

அரச மகுடத்திற்காகத் தந்தையையே தனையனையே கொலை செய்துவிட்டு அல்லது சிறையில் அடைத்துவிட்டு ஆட்சிக்கு வரும் அக்காலத்தில்...

ஜோசியர்கள் என்ன சொன்னாலும் அதைத் தேவ வாக்காக நினைக்கும் அக்காலத்தில்...

ஆரூடத்தைப் பொய்யாக்குவது அல்லது மறுப்பது என்பது மாபெரும் புரட்சியாகும்.

அப்படியென்றால் அவன் படைத்த காப்பியம் எப்படி இருக்கும்?

அரசனையும், ஆண்டவனையும் பாடுபொருளாக்கி இலக்கியங்கள் எழுந்துகொண்டிருந்த காலத்தில் ஒரு சாதாரண நடுத்தர வர்க்கத்தைச் சார்ந்த பெண் கண்ணகியையும், கோவலனையும் முதன்முதலாகக் காப்பியப் பாத்திரங்களாக்கியவன் யார்? அவன்தானே புரட்சியாளன்.

சிலப்பதிகாரத்தில் எப்படிப்பட்ட கதை நாயகி?

சடங்கு சம்பிரதாயங்களைக் காப்பாற்றிப் பண்டிகை, விழாக்களை இப்படித்தான் பின்பற்றவேண்டும், வரும் விருந்தினரைக் கவனிக்க வேண்டும், மூத்தோர்முன் தோன்றிப் பேசக்கூடாது எனும் பண்பாட்டுச் சூழலில்,

சமையலைச் செய்ய வேண்டும், இல்லம் பெருக்க வேண்டும், கோலம் போடவேண்டும், கணவன் சாப்பிட்டபின் மனைவி சாப்பிடவேண்டும், பின் படுத்து முன் எழ வேண்டும் என்ற குடும்பச் சூழலில், அங்கே பார்க்கக்கூடாது, இங்கே நிற்கக்கூடாது, முந்தானையை இழுத்துப் போர்த்திக்கொள்ள வேண்டும் என்ற கட்டுப்பாடு மிகுந்த சமுதாயச் சூழலில்,

பேசுவதற்கு ஆயிரம் இருந்தும், பேசா மடந்தையாக வாழ்ந்து கொண்டிருந்தவள் கண்ணகி.

கணவன் கோவலன் தன்னிடம் திரும்பி வரவேண்டும், அதற்காகச் சூரிய குண்டம் சோமகுண்டங்களில் குளித்து ஆண்டவனைத் தொழுது வந்தால் நல்லது என்றவுடன்,

அவள் சொன்னாள்; ஆண்டவன் பரிந்துரையினால் அவன் என்னை வந்து சேர்கிறான் என்றால் அது எனக்குத் தேவை யில்லை;

என்னை, என் அன்பை, என் குணத்தை, நான் அவன் மீதுகொண்டிருந்த நம்பிக்கையை அறிந்து திருந்தி வரவேண்டும் அதுதான் எனக்குப் பெருமை அதனால்தான் "பீடன்று" என்று இளங்கோவடிகள் குறிப்பிடுகிறார்.

இச்செயல் அக்காலத்தில் எவ்வளவு பெரிய முற்போக்குச் சிந்தனை.

அப்படிப்பட்ட கண்ணகியை, அரசவையில், மக்கள் மத்தியில் ஓர் எழுச்சி நாயகியாகக் கிளர்ந்தெழ வைத்தார் இளங்கோ. அரசவையின் முன் போய் நிற்க வைத்தார். மன்னனிடம் வழக்காட வைத்தார். தமிழகத்து மற்றப் பெண்களுக்கோர் எடுத்துக்காட்டாக முன் நிறுத்தினார்.

பெண்கள் மத்தியில் ஓர் எழுச்சியையும், மன உறுதியையும், நீதியின் மீது அசைக்க முடியாத நம்பிக்கையையும் உருவாக்கியவர் இளங்கோ அடிகள்.

சிவவாக்கியச் சித்தரின் பாடல் சிந்தனைகள்

இளங்கோ அடிகள் மட்டுமல்ல.
இடைக்காலத்தில் சிவவாக்கிய சித்தர் என்ன சொல்கிறார்?
இப்போது பெரியார் சொல்கிறார்; அண்ணா சொல்கிறார்; கலைஞர் சொல்கிறார்; வீரமணி சொல்கிறார் என்றால் அது காலத்தின் மாற்றத்தால் முற்போக்குச் சிந்தனை உதிக்கத் தொடங்கியதென்பர். ஆனால் அக்காலத்தில் சித்தர் என்ன சொல்லிச் சென்றார்

**நட்ட கல்லைத் தெய்வம் என்று நாலு புட்பம் சாத்தியே
சுற்றிவந்து மொணமொணவென்று சொல்லும் மந்திரம் ஏதடா?
நட்ட கல்லும் பேசுமோ? நாதன் உள்ளிருக்கையில்.
சுட்ட சட்டி சட்டுவம் கறிச்சுவை அறியுமோ?
இதற்கு விளக்கம் சொல்லவே தேவையில்லை உனக்கு.**

பாரதியின் முற்போக்குச் சிந்தனை

சமீபத்தில் நம்மோடு வாழ்ந்து மறைந்த முண்டாசுக் கவிஞன் என்ன சொல்கிறான்? அவன் யார்? உயர்ந்த சாதியென்றும், வர்ணாசிரமத்தை உருவாக்கிய சாதியில் பிறந்தவன் சொல்கிறான்,

ஜாதிகள் இல்லையடி பாப்பா! – குல தாழ்ச்சி உயர்ச்சி சொலல் பாவம் – என்றான். இது எவ்வளவு பெரிய முற்போக்குச் சிந்தனை?

இப்படி ஜாதியை மட்டுமல்ல ஆண்டவனுக்குத் தினம் மகுடம் சூட்டும் சமூகத்தில் பிறந்த பாரதி சொல்கிறான்,

ஆயிரம் தெய்வங்கள் உண்டென்று சொல்லித் திரியும் அறிவிலிகாள்! என்றான். இதெல்லாம் முற்போக்குச் சிந்தனையல்லவா?

பாரதிதாசனின் புரட்சிச் சிந்தனை

பாவேந்தர் என்ன சொல்கிறார்?
பெண்ணுக்குப் பேச்சுரிமை வேண்டாம் என்கிறீரோ
மண்ணுக்குக் கேடாய் மதித்தீரோ? பெண்ணினத்தைப்
பெண்ணடிமை தீருமட்டும் பேசும் திருநாட்டு
மண்ணடிமை தீர்ந்து வருதல் முயற்கொம்பே !

எவ்வளவு பெரிய புரட்சிகரமான முற்போக்குச் சிந்தனை பெண்களுக்குப் பேச்சுரிமை வாங்கித் தராமல் ஆண்களுக்கு நிகரான சுதந்திரத்தைப் பெண்களுக்கு வாங்கிக் கொடுக்காமல் இந்த நாட்டுக்குச் சுதந்திரம் வாங்கிக்கொடுத்து என்ன பயன் என்று பாவேந்தர் சாடுகிறார்.

கோரிக்கையற்றுக் கிடக்குதண்ணே – இங்கு
வேரில் பழுத்த பலா – மிகக்
கொடியதன்று எண்ணப்பட்டதண்ணே – குளிர்
வடிக்கின்ற வட்டநிலா !

ஆண்கள் எந்த வயதிலும் மனைவியை இழந்துவிட்டால் மறுமணம் புரிந்துகொள்ளலாம்.

ஆனால்,

ஒரு பெண் இளம் வயதில் கணவனை இழந்துவிட்டால்கூட அவள் மறுமணம் செய்துகொள்ளக்கூடாதென்பது என்ன நியாயம் எனத் தம் முற்போக்குச் சிந்தனையை முன் வைக்கிறார்.

அவள் எப்படிப்பட்டவள்...

வேரில் பழுத்த பலாப்பழம்போல் இனிமையானவள்; சுவையானவள். யாரும் கேட்பாரற்றுக் கிடக்கிறாளே என்று வேதனைப்படுகிறார்.

குளிர் வடிக்கின்ற வட்ட நிலா போன்றவள் இளம் விதவைகள்

என்று முற்போக்குச் சிந்தனையைத் தன் கவிதை வழி வெளிப்படுத்துகிறார்.

ஆணுக்கொரு நீதி! பெண்ணுக்கொரு நீதி! என்று பழமையில் ஊறிப்போன இந்தச் சமுதாயத்தைப் பார்த்துக் கோபக்கனலை வீசுகிறார்.

பாவேந்தர்

பெரியாரின் முற்போக்குச் சிந்தனை

"அன்னியர்களிடமிருந்து எதையும் எதிர்பார்க்காமல் மக்களின் அறிவை, அவரவர்களின் மனப்பான்மையை மாற்றுவதன் மூலமே, உண்மையான விடுதலையையும், சமத்துவத்தையும், தன்மதிப்பையும், உண்டாக்கும் கோட்பாடுகளைக்கொண்ட இந்தச் சுயமரியாதை இயக்கத்தை நான் தோற்றுவிக்கிறேன்.

"சுயமரியாதை இயக்கம் என்பது கட்டுப்பட்டு அடைபட்டிருக்கும் அறிவுக்கு விடுதலையை உண்டாக்குவதேயாகும். அதனால் சுயமரியாதை இயக்கத்தை 'அறிவு விடுதலை இயக்கம்' என்றே சொல்லலாம்" என்று தந்தை பெரியார் காங்கிரசிலிருந்து விலகியபோது அறிவித்தார். இவ்வாறு தமிழர்க்குத் தன்மானத்தை உண்டாக்கும் இயக்கமாக அதைப் பெரியார் தோற்றுவித்தார்.

நாவலர் எழுதிய குறளுரையில் 'ஊழ்' விளக்கம்

ஊழ்வினை, முற்பிறப்பு, அடுத்த பிறப்பு, விதி அதேபோல் குறளில் சொல்லப்பட்ட தாமரைக்கண்ணாள், தெய்வம் போன்ற சொற்களுக்கு எல்லாராலும் சொல்லப்பட்டு வந்த பொருளுக்கு மாறாக நாவலர் இரா.நெடுஞ்செழியன் எழுதிய பகுத்தறிவு சார்ந்த பொருளுரையாகக் கொடுத்துள்ள விளக்கங்களை மறுக்க இன்னும் யாரும் முன்வரவில்லை என்கின்றனர். குறள் உரையில்,

நெடுஞ்செழியன்

'ஊழ்' என்பது வழிவழி வரும் இயற்கைப் பண்பறிவானது. அது இடம் பொருள் காலச் சூழலுக்கு ஏற்பத் தாமாகவே வெளிப்படும் தன்மையுடையது என்கிறார்.

சிங்கப்பூரே முற்போக்கான நாடுதான்

முற்போக்குச் சிந்தனை என்றவுடன் எனக்கு உங்கள் நாடாகிய சிங்கப்பூர்தான் நினைவுக்கு வருகிறது.

உங்கள் நாட்டில் ஆண் பெண் வேறுபாடு இல்லை.
ஜாதிமதப் பாகுபாடு இல்லை... ஆணவக்கொலை இல்லை..
பெண்ணைத் தூக்கிக் கொண்டுபோய்த் திருமணம் செய்வாரும் இல்லை; தூக்கிக்கொண்டுபோய்க் கெடுப்பாரும் இல்லை.

யாரும் யாரையும் திருமணம் செய்துகொண்டு வாழலாம்.

நாட்டில் சட்டம் ஒழுங்குக்குப் பிரச்னைதான் செய்யக்கூடாது.

உங்கள் நாடு கம்யூனிஸ்ட் நாடல்ல. ஆனால், பொதுவுடமைத் தத்துவத்தைக் கடைப்பிடிக்கும் நாடாகத் திகழ்கிறது. முதலாளித்துவ நாடில்லை - ஆனால், முதலாளிகளும் வளமாக வாழ்வதற்கு ஏற்ற நாடாக விளங்கி வருகிறது.

அவரவர் மதத்தைப் பின்பற்றிக்கொள்ளுங்கள்.

ஆனால், அடுத்தவர் மதத்தையோ உணர்வுகளையோ புண்படுத்திவிடாதீர்கள் என்கிறது.

கண்ணா அப்படிப்பட்ட நாட்டில் நீ பிறந்து வாழ்வதே உனக்குக் கிடைத்த பெரும் பேறாகும்.

இப்படிக்கு,
உன் அன்புள்ள,
தாத்தா.

89 தமிழ் இலக்கியத்தில் கலையும் பண்பாடும்

அன்புள்ள தாத்தா, வணக்கம்.

அந்தக் காலத்தில் இளங்கோ அடிகள் செய்த புரட்சி மகத்தானதாகத் தெரிகிறது. ஜோசியத்தைப் பொய்யாக்கியதோடு அவருடைய சிலப்பதிகாரத்திலும் பல முற்போக்குக் கருத்துகளை உள்ளடக்கிய விதத்தில் பாத்திரப் படைப்புகளைப் படைத்து, அந்த இலக்கியத்தை உருவாக்கி இருக்கிறார் என்று அறியும்போது மகிழ்ச்சியாக இருக்கிறது. அப்படிப்பட்ட பழைய நினைவுகளை அசைபோடவும், வரலாறுகளைப் படித்து அறிவுபெற்று மகிழவும் எங்கள் நாட்டிற்குப் பெரிய சரித்திரம் இல்லையே என்று ஏக்கமாகவும் இருக்கிறது.

தாத்தா, எங்கள் பல்கலைக் கழகத்தில் என்னை மாணவர் பிரிவு, ஆசிரியர் பிரிவு இரண்டிலும் உறுப்பினராகச் சேர்த்திருக்கிறார்கள். இந்த ஆண்டு பல்கலைக் கழகத் தமிழ் மன்றத்தின்மூலம் படைக்கவிருக்கும் நிகழ்ச்சிகளைத் 'தமிழ்க் கலை பண்பாட்டை' பின்னணியாக வைத்து நடத்தவேண்டுமென முடிவெடுத்திருக்கிறார்கள். அதற்கான குழுவில் என்னையும் ஒரு பொறுப்பாளராக நியமித்திருக்கிறார்கள். அதற்காகத் தமிழ் நாட்டுப்புறக் கலைகளான மயிலாட்டம், பொம்மலாட்டம், ஒயிலாட்டம், பொய்க்கால் குதிரை, கிராமியப் பாடல்கள், தெருக்கூத்து, பரத நாட்டியம் என பல அங்கங்களைப் படைக்க இருக்கிறோம்.

சென்னையில் இருக்கும் நாட்டுப்புறப் பாடகராக அறியப்பட்டவரும், விஜய் தொலைக்காட்சியில் சூப்பர் சிங்கராக வெற்றி பெற்றவருமான செந்தில் கணேஷையும் அவர் மனைவி இராஜலட்சுமியையும் இந்த நிகழ்ச்சியில் பங்குபெற வைக்க எல்லாரும் விரும்புகிறார்கள். தாத்தா! அதற்கு உங்கள் உதவி தேவைப்படும்போது சொல்கிறேன். ஏற்பாடு செய்து தருவீர்கள் என்று நம்புகிறேன். நீங்கள் அங்கு இருக்கிறீர்கள் என்ற நம்பிக்கையிலேயே நானும் இங்கு அவர்களை வரவழைப்பது என் பொறுப்பு என்று தைரியமாகச் சொல்லியுள்ளேன்.

இப்படிக்கு,
உங்கள் அன்புள்ள பெயரன்,
கண்ணன்.

அன்புள்ள கண்ணா, வாழ்த்துகள்!

உன் கடிதம் கிடைத்து மகிழ்ச்சி அடைந்தேன். இங்கிருக்கும் ஊடகங்களுடன் நெருக்கமான தொடர்பில் இருப்பவர் ஒருவர் எனக்கு நண்பராக இருக்கிறார். அதனால் நீ கேட்ட அந்த உதவியை எப்போது வேண்டுமானாலும் ஏற்பாடு செய்து தருகிறேன். தமிழ்க் கலை பண்பாடு என்று நீங்கள் எடுத்துக்கொண்ட கருப் பொருள் அருமை. பழமையை மறந்துவரும் இக்கால மாணவர்களுக்கு இன்றைய தேவையும்கூட.

தமிழர் கட்டடக்கலை பழமையானது

2000 ஆண்டுகளுக்கும் மேலான வரலாற்றை உடைய தமிழ்ச் சமூகத்து மக்களிடம் பொறியியலும், அதன் பிரிவாகிய கட்டடக்கலை பற்றிய அறிவும், திறனும், நுட்பமும் இருந்திருக்கின்றன. இதனைச் சிந்துசமவெளி நாகரிக நகரங்களான மொஹஞ்சதரோவும், ஹரப்பாவும் மெய்ப்பித்திருக்கின்றன. இவ்விடங்களின் அகழ்வாய்வு மேற்கொண்ட சர். ஜான் மார்ஷலும், ஈராஸ் பாதிரியாரும் அங்குக் காணப்பட்ட கட்டடக் கலை (மாளிகைகள், மண்டபங்கள், குளங்கள்) திராவிடக் கலைப் பாணியில் உருவானவை எனச் சுட்டுகிறார்கள். அத்துறை சார்ந்த பல அறிஞர் பெருமக்களால் தற்போது மீளாய்வு செய்யப்பட்டு மீண்டும் அதே கருத்தை மெய்ப்பித்து உறுதி செய்திருக்கிறார்கள்.

கலைகளின் வகைகள்

உணர்ச்சிக்கும் கற்பனைக்கும் முக்கியத்துவம் தருவது அழகியற்கலை.

கலைகளைப் பல வகைகளில் விளிக்கிறார்கள்.

நுண் கலை: Fine Arts: கவிதை, இசை, ஆடல்.
பயன் கலை: Usege Arts: இலக்கியம், ஒளிப்படம், ஊடகம்.
பருண்மைக் கலை: plastic Art: கட்டடம், சிற்பம்.
கவின் கலை: Aesthetic Art: ஓவியம், ஒப்பனை, கைவினை.
நிகழ்த்துக் கலை: Performing Arts: பார்வையாளர்களின்முன் தோன்றி நிகழ்த்தும் ஆடல், பாடல், கூத்து, நாடகம் முதலியன.

கவிதை, செய்யுள் அல்லது பாடல் எனும் இலக்கியக் கலையே அனைத்துக் கலைகளுக்கும் அரசி என்பர். அதுவே மூத்தது: அதை மையமாக அல்லது ஆதாரமாக வைத்தே மற்றக் கலைகள் இயங்குகின்றனவாம். பாடல்கள் அக்காலத்தில் இருந்ததை, இக்காலத்தில் இருப்பதை, எதிர்காலத்தில் இருக்க வேண்டியதைப் படைத்தலாகும்.

பண்படு என்பதே பண்பாடு என்றானதாம்

'பண்படு' என்பதே 'பண்பாடு' என மாறியிருக்கக்கூடும். பண்பு என்பது தனிமனித குணம். ஒரு சமுதாயத்தின் நிலைப்பாட்டைக் குறிப்பது பண்பாடு என்று சீனு தண்டபாணி என்பவர் சொல்கிறார்.

ஒரு பெண் திருமணத்திற்குத் தயாராய் இருக்கிறாள் என்று மற்றவர்களுக்குத் தெரியப்படுத்த இடைக்காலத் தமிழர் வாழ்வில் மணமாகாத பெண்கள் காலில் சிலம்பு அணிந்தனர் என்ற குறிப்பு வருகிறது. திருமணம் ஆகிவிட்டால், சிலம்பைக் கழற்றி விடுவார்களாம். இவ்வாறு கழற்றுதலைச் 'சிலம்புகழி நோன்பு' என்பார்களாம்.

திருக்குறளில் பண்பாடு

வாழ்க்கை என்பதே அறம். அறம் என்பதே வாழ்வியல். அதனால் தான் இல்லறம் என்றான் வள்ளுவன். வாழ்க்கைக்கு அறம் வகுத்தவன் தமிழன்தான். வாழ்வியலையே இலக்கியமாகப் படைத்தவன் வள்ளுவன். அவன் ஒருவனைப் படித்துவிட்டாலே தமிழனின் பண்பாட்டை முற்றிலும் தெரிந்துகொள்ள முடியும்.

நன்றியை மறக்கக் கூடாது என்று சொன்னவன் வள்ளுவன். நன்றி அல்லாதவற்றை அந்த நேரத்திலேயே மறக்க வேண்டும் என்ற பண்பாட்டைச் சொன்னவன் வள்ளுவன்தான்.

திருவள்ளுவர் திருக்குறளை எந்த நாட்டினருக்காகவும் எழுதவில்லை; எந்த இனத்துக்காகவும் எழுதவில்லை; எந்த மதத்தினருக்காகவும் எழுதவில்லை; மாறாக மனிதனுக்கு என்று எழுதப்பட்ட ஒரே உலக இலக்கியம். அதனால் அதை உலகப் பொதுமறை என்று அழைக்க வற்புறுத்துகிறோம். ஆனாலும் ஒன்றை நாம் மறந்துவிடலாகாது. நூல் முழுதும் தமிழனின் வாழ்வியல்தான்; தமிழனின் கலை பண்பாடுதான் அங்கே எதிரொலித்திருக்கிறது என்பதில் மாற்றுக் கருத்து இருக்க முடியாது.

திருக்குறளில் விருந்தோம்பல்

வள்ளுவன் சொன்ன தமிழனின் விருந்தோம்பல் ஒன்று போதுமே. எல்லா மனிதர்களும் நூறு வயதையும் தாண்டி வாழவேண்டுமென்றுதான் விரும்புவார்கள். அதற்காக உணவுக் கட்டுப்பாடு செய்கிறோம்; உடற்பயிற்சி செய்கிறோம். யாராவது இது நல்லது என்று சொல்லிவிட்டால் அதையும் செய்கிறோம். சரி இதெல்லாம் வேண்டாம். இந்தா ஒரு மருந்து இதைச் சாப்பிடு போதும் நீ நூறு வயதையும் தாண்டி வாழலாம் என்று சொல்லி ஒரு மருந்தை உனக்குக் கொடுத்து அதை உண்கின்றபோது ஒரு விருந்தினரை வெளியே இருத்திவிட்டுத் தான் மட்டுமே உண்ணுதல் கூடாது என்கிற உயரிய ஒரு பண்பாட்டைச் சொன்னது தமிழனின் இந்த இலக்கியம்தானே.

அதோடு மட்டுமல்ல.

உளவியலையும் இணைத்து அந்தப் பண்பாட்டை நமது பாட்டன் சொல்லியுள்ளான். வீட்டிற்கு வரும் விருந்தினர்களை முகம் மலர்ந்து வரவேற்க வேண்டும். அதிலே கொஞ்சம் மாறுதல் ஏற்பட்டுவிட்டால் அதை உளவியலை வைத்து, வந்த விருந்தினன் கண்டு பிடித்து விடுவான். உடனே அவன் முகம் வாடிவிடும். அதற்கு ஓர் உதாரணத்தைச் சொன்னான். சாதாரண மக்களுக்கும் நன்கு புரியும்படி சொல்ல வேண்டுமே அதனால் 'மோப்பக் குழையும் அனிச்ச மலர் போல வாடிவிடும்' என்கிறான்.

சிலப்பதிகாரத்தில் விருந்தோம்பல்

கண்ணா! வள்ளுவன் மட்டுமா சொன்னான்?

இளங்கோ அடிகளும் சொல்லியிருக்கிறார்.

மாதவியிடமிருந்து திரும்பி வந்தபின், கோவலன், கண்ணகியைப் பார்த்துக் கேட்கிறான்.

"நான் மாதவியுடன் இருந்த காலத்தில் நீ எப்படி வருந்தினாய்?" என்று கேட்கிறான்.

இப்போது நமது வீட்டுப் பெண்களாய் இருந்தால் என்ன சொல்லி இருப்பார்கள்.

'என்னை விட்டுவிட்டுப் போனாயே நீ நாசமாகப் போய்விட வேண்டுமென்று வசைபாடி வருந்தினேன்' என்று சொல்லி யிருப்பார்கள்.

அல்லது

'என்னுடன் இருந்து கூடிக் குலாவி இன்பம் கொடுக்க வேண்டிய நீ அவளுடன் இருந்தாயே என்று வருந்தினேன்' என்று சொல்லி யிருப்பாள் என்று நாம் எதிர்பார்த்திருப்போம்.

ஆனால், கண்ணகி அப்படிச் சொல்லவில்லை.

"வீட்டுக்கு வந்த விருந்தினரை என்னால் தனியே நின்று உபசரிக்க முடியவில்லையே என்று வருந்தினேன்" என்கிறாள்.

இந்த இடத்தில் இரண்டு பொருளை எடுத்துக்கொள்ளலாம்.

ஒன்று,

'நான் ஒரு பெண்ணாக இருப்பதாலும், வெளிப் புழக்கம் எனக்கு இல்லாததாலும், தனியாக விருந்துக்கான ஏற்பாடுகளைச் செய்ய முடியவில்லை' என்று சொல்லலாம்.

இன்னொன்று, ஒரு விருந்தினரை அக்காலத்தில் ஒரு பெண் வீட்டில் தனித்திருந்து உபசரிக்கக்கூடாது. அது ஊரார் பேச்சுக்கும் ஏச்சுக்கும் இலக்காகிவிடும்; கணவன் வீட்டில் இருக்கும்போதுதான் விருந்தினர்களை உபசரிக்க முடியும்.

"நீ வீட்டில் இல்லை அதனால் விருந்தினர்களை உபசரிக்க முடியவில்லையே என்று வருந்தினேன்" என்கிறாள்.

இப்படிப் பல தமிழ் இலக்கியங்களில் விருந்தோம்பல் என்கிற பண்பாடு சொல்லப்பட்டிருக்கிறது. தமிழ் இலக்கியங்களில் மட்டுமல்ல இதிகாசத்திலும் சொல்லப்பட்டிருக்கிறது.

கம்பராமாயணத்தில் விருந்தோம்பல்

கம்பன் சொல்கிறான்.

அசோகவனத்தில் சீதை. இராமனை நினைத்து வருந்துகிறாள். எதற்கு..?
உன்னோடு காட்டில் இருந்தால் கட்டிப்பிடித்துக் கொஞ்சிக் குலாவலாமே என்றா வருந்துகிறாள்.
இல்லை!
பின்னே எதற்காக வருந்துகிறாள் என்றால்,
'விருந்தினர் உன்னைத் தேடி வருவார்கள்; நீ அவர்களை

உபசரிப்பாய். அப்போது நான் உன்னோடு இல்லாமல் நீ தனியாக எவ்வளவு சிரமப்பட்டிருப்பாய் என்று வருந்தினாள்' என்று கம்பன் சொல்கிறான்.

இதிகாசம் மட்டுமல்ல
புராணத்திலும் விருந்தோம்பல் சொல்லப்பட்டிருக்கிறது.

பெரிய புராணத்தில் விருந்தோம்பல்

பெரிய புராணம் இளையான்குடி நாயனார்
இரவு தன் மனைவியுடன் உறங்கிக்கொண்டிருக்கிறார்.
கதவு தட்டும் சத்தம் கேட்கிறது
திறந்தால் ஒருவர் நிற்கிறார்.
'பசிக்கிறது சாப்பிடக் கொடுங்கள்' என்று வாய்விட்டுக் கேட்கிறார்.
உள்ளே வாருங்கள்; அமருங்கள் என்று சொல்லிவிட்டுத் தனியே கணவன் மனைவி இருவரும் பேசிக்கொள்கிறார்கள்.
வீட்டில் உணவு தயாரிக்க ஒன்றும் இல்லை. என்ன செய்வது? மனைவி சொல்கிறாள்.
'இன்று காலையில்தானே, இருந்த நெல்லை வயலில் விதைத்துவிட்டு வந்தாய். அவற்றைப் போய் அரித்து எடுத்துக்கொண்டு வா' என்கிறாள். அவரும் அவ்வாறே செய்கிறார். அந்த ஈரமான நெல்லைக் காய வைப்பதற்காகச் சட்டியில் போட்டு வறுத்து எடுக்கலாம் என்று முடிவெடுக்கிறார்கள். சரி அப்படியே செய்யலாம் என்றால் அடுப்பை எரியவிட விறகு இல்லை. என்ன செய்வது?

வீட்டின் கூரையைத் தாங்கி நிற்கிற உத்திர மரத்தில் ஒன்றை உருவி எடுக்கிறார். அதை வைத்து அடுப்பை எரிய விடுகிறார்கள் என்று சொல்வதை வைத்துப் பார்க்கையில், இப்படிப்பட்ட ஏழ்மை நிலையிலுங்கூட, விருந்தோம்பலுக்குத் தமிழன் எப்படியெல்லாம் முக்கியத்துவம் கொடுத்திருக்கிறான் என்பதை நம்மால் உணர முடிகிறது.

கபிலன் எழுத்திலே வடித்த சிலை

அதேபோல் கலையையும் தமிழன் கட்டிக் காப்பாற்றி இருக்கிறான்.
கலை உணர்வு மிக்கவனாய் எப்படி வாழ்ந்திருக்கிறான்?
கலை என்றாலே அழகுதான். அழகு என்றாலே கலைதான்.

ஒவ்வொரு திசையிலிருந்து வீசுகின்ற காற்றுக்கும் காரணத்தோடு பெயர்களை வைத்தவன் தமிழன். அவன் உருவாக்கிய கலையை அறியப் பல்லவன் காலத்துச் சிற்பங்கள் இன்றும் கடலோரம் நின்று பறை சாற்றிக் கொண்டிருக்கின்றன. கல்வெட்டுகளும், அகழ்வாராய்ச்சிகளும் பல சான்றுகளை நமக்குத் தந்து கொண்டிருக்கின்றன.

இலக்கிய எழுத்துச் சிற்பம் ஒன்று

கபிலன் வடித்தெடுத்த இலக்கியத்தில் ஒரு கலைச்சிற்பத்தைப் பாடுகிறான்.

இயற்கைக் காட்சி: காட்டில் துவாரம் நுழைந்த மூங்கினுள் காற்று நுழைந்தோடும்போது குழலோசையாக வெளிப்படுகிறது.

ஓங்கி உயர்ந்த மலையிலிருந்து விழும் அருவியின் முழக்கம்
'முழவு' – போல இசையெழுப்புகிறது.
குழல் இசைக்குப் பக்க வாத்தியமாக அந்த முழவு ஒலி கேட்கிறதாம்.
அங்கே கூடி நிற்கும் கலைமான்கள் எழுப்பும் ஓசை 'தூம்பு' எனும் இசைக்கருவியின் நாதமாகத் தெரிகிறது.

சரி இப்படியாக இசையரங்கு உருவாகிவிட்டது.
நடன அரங்கு வேண்டுமே!
மூங்கிற் புதர்மீது அமர்ந்து மயில்கள் ஆடுகின்றன.

சரி இப்போது இசையரங்கம் இசைக்கப்பட்டுவிட்டது
நடன அரங்கம் நடத்தப்பட்டுவிட்டது.
இயல் அரங்கில் பார்வையாளர்கள் வேண்டுமே?
காட்டில் மரத்திற்கு மரம் தாவும் குரங்குகள் பார்வையாளர்களாக மருண்டு மருண்டு பார்த்து மகிழ்வதாகக் கபிலர் வருணிப்பது ஒரு கலைமிகுந்த கவின் காட்சியல்லவா?

அகநானூற்றில் கலை வண்ணம் காட்டும் காட்சி

அது மட்டுமா?

மலைச்சாரலில் விளைந்து கிடக்கும் தினைப்புனத்தில் உள்ள தினைகளை உண்ண யானை ஒன்று வருகிறது. அப்போது ஒரு குறத்திப்பெண் ‘குறிஞ்சிப்பண்’ பாடுகிறாள். அந்த இசையைக் கேட்டு ரசித்தவாறு, தினையைத் தின்னாமல் அப்படியே அந்த யானை நிற்கிறது என்று அகநானூறு சொல்கிறது.

சித்திர மாடத்துத்துஞ்சிய மாறன் வழுதியின் கலை மாடம்

படம் என்ற சொல் துணியைக் குறிக்கிற சொல்.
பின்னர்த் துணியில் வரைந்த ஓவியமெல்லாம் படங்களாயின.

பாண்டிய மன்னன் மாறன் வழுதி

‘சித்திர மாடத்துத்துஞ்சிய மாறன் வழுதி’ என்று இவன் வேறுபடுத்திக் காண்பிக்கப்படுகிறான். பல மாறன்கள்; பல வழுதிகள் அக்காலத்தில் இருந்திருக்கிறார்கள். அவர்களில் இவனைக் குறிப்பிட்டுக் காட்டுவதற்காக அப்படிச் சொன்னார்கள். நாம் இதில் பார்ப்பது இவற்றையெல்லாம் இல்லை.

அது என்ன சித்திர மாடம்?

சித்திரங்களும், ஓவியங்களும் வரைந்திருந்த மாடத்தில் உயிர்விட்டவன் ஆனதால்

‘சித்திர மாடத்துத்துஞ்சிய மாறன் வழுதி’ என்று அறியப்படுகிறது. ஆக அந்தக் காலத்தில், வரைசிற்பக்கலை எவ்வாறு போற்றப்பட்டிருக்கிறது என்பதை உணர முடிகிறது.

மாதவியின் நடன அரங்க இலக்கணம்.

கண்ணா! சிலப்பதிகாரத்தில் மாதவி ஆடிய நடன அரங்கிற்கு இளங்கோவடிகள் இலக்கணம் வகுத்தான்;

எல்லாருக்கும் தெரிந்தவற்றை நான் இங்குச் சொல்லப் போவதில்லை.

இலக்கியத்தில் கலை என்பதற்கு இதைவிட வேறு என்ன சான்று உனக்குத் தேவை?

அதில் ஒன்றை மட்டும் குறிப்பிட்டுச் சொல்கிறேன்

பழந்தமிழன் கலையில் மேம்பட்டு இருந்தது மட்டுமல்ல, கணிதத்தையும் கலையில் கண்டவன்.

நடன அரங்கை மாதவி நிர்மாணிப்பதற்கு முன், அதற்கான தரையானது, அரங்கு எழுப்புதற்கு ஏற்ற நிலமா என்று அறிய ஓர் அடி அகலம், ஓர் அடி நீளம், ஓர் அடி ஆழம் கணக்கிட்டு அந்த இடத்திலிருந்து மணலைத் தோண்டிப் பத்திரமாக ஒரு பாத்திரத்தில் வைத்துவிட்டு மீண்டும் அக்குழியில் எடுத்த மணலை நிரப்ப வேண்டும். அப்படி நிரப்பும்போது தரையோடு தரையாக மட்டம் சமமாக இருந்தால் அந்த இடம் அரங்கு எழுப்ப ஏற்ற நிலம் என்று தமிழன் கண்டறிந்திருக்கிறான். அப்படி மணல் அதிகமாக இருந்தால் ‘அந்த இடம் அரங்கம் எழுப்புதற்கு ஏற்ற நிலம் அன்று’ என்று நிராகரித்துவிடுவான்.

இப்படிப் பல நூற்றாண்டுகளுக்கு முந்திய நம் பழந்தமிழ் இலக்கியச் சான்றுகளை நிறையச் சொல்லிக்கொண்டே போகலாம்.

பண்பாட்டை உள்ளடக்கிய கலை வடிவமானதுதான் சிங்கப்பூர்

உங்கள் சிங்கப்பூரை நான் வந்து பார்த்திருக்கிறேன்.

இங்கிருந்து அங்கு வருபவர்களை எப்படி வரவேற்று நீங்கள் உபசரிக்கிறீர்கள்? விருந்தோம்பல் செய்கிறீர்கள்; அன்பளிப்பு கொடுக்கிறீர்கள்.

200 ஆண்டுகால வரலாறு கொண்டதுதான் உங்கள் சிங்கப்பூர்.

அதில் இறுதி அரை நூற்றாண்டில் அதாவது வெறும் ஐம்பது ஆண்டுகளுக்குள்ளாக அடைந்த வளர்ச்சி – மாற்றங்கள். ஒரு பார்வையில் ஜப்பானை விஞ்சி நிற்கிறது எனலாம்.

அப்படி ஒரு நாட்டை உருவாக்க வேண்டுமென்று உங்கள் நாட்டின் தந்தை சமீபத்தில் மறைந்த லீ குவான் யூ மனத்தில் எத்தனை கலை வண்ணத்தை மனத்திரையில் உருவாக்கி இருப்பார்? அதை நனவாக்க எத்துணைப் பாடு பட்டிருப்பார்?

இப்போது பார்க்கும் ஒவ்வொரு கட்டடங்களும் கலைப் பெட்டகங்களாகக் காட்சி அளிக்கின்றன.

‘இங்குள்ள தமிழ் மக்கள் சமையல் எண்ணையைவிட பூஜை எண்ணையைத்தான் அதிகம் வாங்குகிறார்கள்’ என்று அங்கு இருந்த கூல வணிகர் ஒருவர் ஒருமுறை என்னிடம் சொன்னார்.

அது ஏற்புடையதா இல்லையா என்று விவாதிப்பதைவிட, இறைவனுக்கு எண்ணைத் தீபம் ஏற்றுவதில் ஒளிந்திருக்கும் பண்பாட்டை நினைத்துப் பார்க்கிறேன்.

பெண்கள்தாம் நாகரிகத்தைப் பேணுவதில் முன்னிலை வகிக்கிறார்கள்.உங்கள் நாட்டில் மட்டுமல்ல, எங்கள் நாட்டிலும் பெண்கள் தான் பாரம்பரியம், கலை, பண்பாடு, நாகரிகத்தைக் காத்து நிற்பவர்கள். வீட்டு விசேஷங்களிலும், பண்டிகைக் காலங்களிலும், திருவிழாக்களிலும் சரியச் சரியப் பட்டுப்புடவை கட்டிப் பூவும் பொட்டுமாகக் காட்சியளிப்பதை மற்ற மொழியினர்களும், மதத்தவர்களும் வியப்போடு பார்த்து மகிழ்வதைக் காண முடிகிறது.

தமிழக அரசியல்வாதிகளிடம் காணும் ஒரு குறை

தாய்மொழிக்கு உங்கள் நாட்டில் அரசே முக்கியத்துவம் கொடுத்து, இரண்டாம் மொழியாகப் படிக்கத் தூண்டுகிறது. உலகில் வேறு எங்கும் நடக்காத ஒன்று உங்கள் நாட்டில் நடக்கிறது. ஏப்ரல் மாதம் முழுவதையும் அரசாங்க ஆதரவுடன் ‘தமிழ் மொழி மாதம்’ என்று கொண்டாடுகிறீர்கள். இந்தத் தாய்மொழி காக்கும் கடமை, பண்பாட்டை நீங்கள்தான் முதன் முதலில் தொடங்கி இருக்கிறீர்கள்.

கண்ணா, தமிழ்நாட்டில் காப்பாற்ற வேண்டிய பண்பாடு ஒன்று இருக்கிறது.

டெல்லியில் அந்தப் பண்பாட்டைப் பார்க்கும் போது மகிழ்ச்சியாக இருக்கிறது. என்னவென்றால் – அரசியல் வேறுபாடு பாராது பொது நன்மை கருதி அல்லது பொது நிகழ்ச்சியில் ஆளும் கட்சி; எதிர்க் கட்சித் தலைவர்கள் ஒரே இடத்தில் கூடுகிறார்கள்; விவாதிக்கிறார்கள்; ஒருவருக்கொருவர் பிறந்த நாள் வாழ்த்துகளைத் தெரிவித்துக்கொள்கிறார்கள்; தனிப்பட்ட வீட்டு நிகழ்ச்சிகளில்கூட கலந்துகொண்டு வாழ்த்துகிறார்கள்.

அந்த உயரிய பண்பாடு; விருந்தோம்பலில் சிறந்து விளங்கிய தமிழர்களிடையே சமீப காலங்களில் இல்லை என்கிற குறை எங்களிடம் நிறைய உண்டு.

இப்படிக்கு,
உன் அன்புள்ள,
தாத்தா.

90 இலக்கியத்தில் இயற்கை

அன்புள்ள தாத்தா, வணக்கம்.

2000 ஆண்டுகளுக்கு முந்தியது நமது தமிழ் நாகரிகம் என்பது சிந்துசமவெளி அகழ்வாராய்ச்சியில் தெரிய வருவதை அறியும்போது நானும் ஒரு தமிழன் என்று நினைத்துப் பெருமிதம் கொள்கிறேன்.

தாத்தா, இப்போது எங்கள் சிங்கப்பூரில் கோடை காலமாக இருந்தாலும், நல்ல மழை பெய்கிறது. அதற்கு இயற்கை வளம் நிறைந்த நாடு என்ற பெயரையும் எங்கள் நாடு பெற்றுள்ளதே காரணம். சிங்கப்பூரைத் தூங்கா நகரம் என்றும் பூங்கா நகரம் என்றும் சொல்வர். செயற்கை உருவாக்கங்கள் எந்த அளவுக்கு வளம் பெற்று இருக்கின்றனவோ அதே அளவுக்கு இயற்கை நிறைந்த பசுமைப் புரட்சியையும் எங்கள் அரசு செய்துகாட்டி வருவதனாலேதான் காலம் நேரம் பார்க்காமல் மழை பெய்கிறது.

ஆனால் இந்தியாவில் பயிர்கள் விளையும் வயல்கள், இயற்கை வளம் மிகுந்த காடுகளை அழித்து வீடுகளும், கட்டடங்களும், தொழிற்சாலைகளும் கட்டப்படுகின்றன என்று நான் கேள்விப்படுகிறேன். இது உண்மையா தாத்தா?

இப்படிக்கு,
உங்கள் அன்புள்ள பெயரன்,
கண்ணன்.

அன்புள்ள கண்ணா, வாழ்த்துகள்!

நீ சொல்வது உண்மைதான். இப்பிரச்சினையை எல்லாரும் தடுக்க வேண்டுமென்று சொல்கிறார்கள். ஆனால் மேடையில் வாய்கிழியப் பேசுபவர்களும், பேனா பிடித்துப் பக்கம் பக்கமாக எழுதுபவர்களும் இயற்கை வளத்தை அழித்திடக்கூடாது என்ற கொள்கையை நடைமுறையில் அமல்படுத்த முன்வருவதில்லை. காரணம் அவர்கள் எல்லாரும் சுயநலவாதிகளாக இருக்கிறார்கள்.

இயற்கையை வணங்கினான்

மனிதன் தோன்றியதிலிருந்து இயற்கையுடன் ஒன்றிய வாழ்க்கையைத்தான் வாழ்ந்தான். பழம், கிழங்கு, இலை போன்ற இயற்கையாகக் கிடைத்த உணவை உண்டான்; மரம், பாம்பு, மிருகம், பறவை போன்ற இயற்கையை வணங்கினான்.

நாங்கள் மரங்களைத் தெய்வமாக மதிப்போம்

ரசிகமணி டி.கே.சி

ஒரு நிகழ்ச்சியில் இந்தியாமீது நல்லெண்ணம் இல்லாத ஸ்காட்லாந்து இயற்கை ஆர்வலர் ஒருவர் இந்தியாவின் தரத்தைத் தாழ்த்திப் பேச நினைத்து, "எங்கள் நாட்டில் நாங்கள் மரங்களை நேசிக்கிறோம்" என்று பெருமைபொங்கக் கூறினார். அவரைத் தொடர்ந்து பேச எழுந்த ரசிகமணி டி.கே.சி, "நாங்கள் மரங்களை நேசிப்பதில்லை..." என்று சொல்லி நிறுத்தியவர், தொடர்ந்து, "நாங்கள் அதற்குப் பதில், மரங்களைத் தெய்வமாக வழிபடுகிறோம்!" என்றார்.

நற்றிணையில் புன்னைமரத்தை தன் அக்காள் என்று தலைவி தன் தலைவனிடம் சொல்வதாகச் சொல்லப்பட்டதை நீ அறிவாய்.

உலகிலேயே தமிழன்தான் நிலங்களை 5 வகைகளாகப் பிரித்தான்

உலகிலேயே தமிழன்தான் நிலங்களை குறிஞ்சி, முல்லை, மருதம், நெய்தல், பாலை என ஐந்தாகப் பிரித்தான். ஒவ்வொரு நிலத்தின் தன்மைக்கு ஏற்றவாறு பெயரை வைத்தான்.

ஒவ்வொரு நிலத்திற்குமான கடவுள்கள் இவை என்றான். அந்தந்த நிலவாழ் மனிதர்களுக்குப் பெயரிட்டான்.

தொழில் இவை, உணவு இவை, பூக்கள் இவை, மிருகங்கள் இவை, பறவைகள் இவை, மரங்கள் இவை இவை என்றான்.

தொல்காப்பியர் பாலையைச் சேர்க்காமல் ஏன் விடுத்தார்?

சங்க இலக்கியங்களில் குறிஞ்சி, முல்லை, மருதம், நெய்தல், என்று அமையப் பெற்றதைக் கொண்டு,

தொல்காப்பியம் அகத்திணையியல் இவ்வாறு சொல்கிறது:

மாயோன் மேயக் காடுறை உலகமும் – முல்லை – திருமால்
சேயோன் மேய மைவரை உலகமும் – குறிஞ்சி – முருகன்
வேந்தன் மேயத் தீம்புனல் உலகமும் – மருதம் – இந்திரன்
வருணன் மேயப் பெருமணல் உலகமும் – நெய்தல் – வருணன் மழை

முல்லை குறிஞ்சி மருதம் நெய்தலெனச்
சொல்லிய முறையாற் சொல்லவும் படுமே!

கண்ணா, உனக்கு இன்னொன்றையும் சொல்லவேண்டும். தொல்காப்பியத்தில் சொல்லாத ஐந்தாவது நிலம் பாலை. இப்போது நம்மில் பலரும் பாலை என்பது சகாரா, தார் போன்ற வறண்டுபோன பாலைவனம் என்று நினைக்கின்றனர். அப்படி அல்லவாம். விளை நிலத்திற்கு ஏற்ற நிலமாக இல்லாத இடமெல்லாம் பாலை என்று சொல்கிறனர். அந்நிலம் நிரந்தரமானதில்லையாம். விளை நிலத்திற்கு ஏற்றவாறு பண்படுத்தப்பட்டால், மழைபெய்துவிட்டால், நிலவளம் மாறுபட்டு, நான்கினுக்குள் ஒன்றாய் இணைந்துவிடும் என்பதால் பாலையைத் தொல்காப்பியர் கணக்கில்கொண்டு பாடவில்லை என்கின்றனர். மற்றொரு செய்தியும் பாலைக்கு உண்டு. அதாவது மாந்தரின் மனத்தில் ஏற்படும் வெறுமை, வருத்தம், விரக்தி, வெறுப்பு போன்ற அகக் குணங்களும் பாலையின் குறியீடுகளெனக் கணக்கிடுகின்றனர்.

"முல்லையும் குறிஞ்சியும் முறைமையில் திரிந்து
நல்லியல்பு அழிந்து..."

- இவ்வாறு முல்லை நிலத்திலும், குறிஞ்சி நிலத்திலும் தன் இயல்பான வளம் பல்வேறு காரணங்களால் திரிந்து பயனற்றுப் போவதால் அவ்விடத்தே பாலை நிலம் உருப்பெறுவதாக சிலப்பதிகாரம் கூறுகிறது. இவ்விளக்கத்தை முதன் முதலாக இளங்கோவடிகளே சொல்கிறார் என்றும் இலக்கியவாதிகள் செப்புகின்றனர்.

கவிஞனின் பாடுபொருள்கள்

ஸ்டாம்போர்டு புரூக் எனும் மேலைநாட்டு ஆசிரியர் சொல்கிறார்.

"'மனித இயல்பும் இயற்கை உலகமுமே' கவிஞனின் இரு பாடுபொருள்களாய் இருந்தன" என்கிறார்.

மனித இயல்புக்கு ஓர் எடுத்துக்காட்டு:

வெறும் செடிகொடி மலை, ஆறுகள்தாம் இயற்கை என்றில்லை. மனத்தில் இயற்கையாக எழும் வாழ்வியல் கூறுகளும் அந்த வகையைச் சார்ந்தது என்பர். கலித்தொகையில்(51) ஒரு பாடல்

கலித்தொகையில் காதற்காட்சி (மனித இயல்பு)

"சுடர் தொடி கேளாய்... என்று தொடங்கி,

கடைக் க(ண்)ணால் கொள்வான் போல் நோக்கி

நகைக்கூட்டம் செய்தான் அக்கள்வன் மகன்" – என்று முடியும். அப்பாடலில், தோழியிடம் தலைவி சொல்கிறாள்:

நானும் அவனும் விளையாடும் இடங்களில் பார்த்திருக்கிறோம், கொஞ்சம் பழகியிருக்கிறோம். அவ்வளவுதான். ஒருநாள்.

தாயுடன் நான் வீட்டினுள் அமர்ந்திருந்தேன். வழிப்போக்கன் போல் வந்து குடிக்க நீர் கேட்டான். வந்திருப்பவன் அவன்தான் என எனக்குத் தெரியாது. தாயின் சொற்படி நீர் கொண்டு சென்றேன். பார்த்தால் அவன். குவளையைக் கொடுக்கும்போது, என் கரத்தையும் சேர்த்துப் பிடித்துவிட்டான். இயற்கையாக எழுந்த உணர்வில் கத்திவிட்டேன்.

சத்தம் கேட்டுத் தாய் வெளியே ஓடி வந்தார். "என்ன சத்தம்" என்று கேட்டாள். என் உள்ளத்தின் ஓரத்தில் காதல் கிடந்ததால் என்னை அறியாமல், ஒரு பொய்யைச் சொன்னேன். "இல்லையம்மா... அவனுக்குத் தண்ணீர் குடிக்கும் போது புரையேறிவிட்டது. பார்த்த அச்சத்தில் கத்திவிட்டேன் என்று சொல்லிச் சமாளித்தேன். என் தாயோ அவன் முதுகைத் தடவிக்கொடுத்தாள். அவன் திரும்பிப் போகும்போது 'அந்தத் திருட்டுப்பையன்'.. ஒரு பார்வை பார்த்தான் பாரு..." என்பதாக அப்பாடல் முடிகிறது.

இப்பாடலில் வந்த உரையாடல்கள் எதிர்பாராத நேரத்தில் பேசுவதாக அமைந்துள்ளதால் அவை இயற்கையாக இருந்தன. இயற்கை என்பது மலையில் மரங்களில் மட்டும் இல்லை, இதைப்போன்ற மனித பாத்திரங்களுக்கிடையேயும் நிகழும் என்பதற்கான எடுத்துக்காட்டாகும் இது.

சொர்க்கம் போக ஐந்து வழிகள் - சிறுபஞ்ச மூலம்

கீழ்க்கணக்கு நூல்களில் 'சிறுபஞ்ச மூலம்' எனும் இலக்கியம் ஒன்று. எந்தக் கருத்தைச் சொல்ல வேண்டுமானாலும் ஐந்து ஐந்தாகச் சொல்லக்கூடிய நூல்.

சொர்க்கத்திற்குப் போகவேண்டுமானால் 5 செயல்களைச் செய்ய வேண்டும்.

1. குளம் வெட்ட வேண்டும்.
2. நீர்ப் பற்றாக்குறையைச் சமாளிக்கக் கிணறு தோண்ட வேண்டும்.
3. வயலைப் பண்படுத்திப் பயிர்த் தொழிலுக்குத் தயாராய் ஆக்க வேண்டும்.
4. மிகை நீரை 'கலிங்கு' (ஏரி) அமைத்து அதில் சேமிக்க வேண்டும்.
5. அந்தக் கலிங்கிலிருந்து குளத்துக்கு நீர் வர ஏதுவாக வாய்க்கால் வெட்டி அதில் மதகு அமைக்க வேண்டும்.

இவை ஐந்தையும் செய்தால் சொர்க்கத்திற்கு எளிதில் செல்லலாம் என்கிறது

பாடல்: "குளம் தொட்டு, கோடு பதித்து, வழி சீத்து,
உளம்தொட்டு, உழுவயல் ஆக்கி, வளம் தொட்டு,
பாகுபடும் கிணற்றொடு இவைபாற்படுத்தான்
ஏகும் சுவர்க்கம் இனிது."

இயற்கையின் அழகியலுக்கு ஓர் எடுத்துக்காட்டான இக்காலப் பாடல்:

தலைமீது வெண்பனிகோள் தவழ்ந்தூறும் நத்தையன்ன
இலைவழியே தரைதழுவி இறங்கிப்போய் வேர்நனைப்ப
இதைத்தடுக்க எழும்பிவந்தான் இளவெய்யோன் கீழ்திசையில்
பதைத்துப்போய்ப் பார்த்தனவே பார்மறைத்த தாவரங்கள்
பனித்துளியை மேகமாக்கிப் பரிதிமேல் எடுப்பதாலே
இனியெதிரி இவனன்றோ எழுந்ததுவே சீற்றமுற்று.
கடும்வெகுளி அறிந்தநற் கதிரவனோ மனமிறங்கித்
தடுத்துதவி முகிலிடத்தே தயவுசெய்யக் கேட்டதுவே
எனக்காக இதைச்செய்வாய், உனைப்பிழிந்து மழையாகு
சினம்தணிந்த செடிகொடிகள் சேர்ந்ததையே வாழ்த்தினவே
பறந்துவந்த புள்ளினங்கள் பார்க்கவைத்து, மனந்திறந்து
உறங்காத ஞாயிறவன் ஊரறிய சிரித்தனனே!

என்று பட்டினப்பாலையைப் படிக்காத சிங்கப்பூர்க் கவிஞன் எழுதிய பாடல் இதன் பொருள்:

அதிகாலையில் சிறுபெரு தாவரங்களின் மீதுள்ள பனித்துளிகள். இலைகளின் வழி நத்தையைப்போல் வழிந்து தாவரங்களின் வேர்களை நனைக்கும் நோக்கத்தில் இருந்தன. இடையில் சூரியன் தன் ஒளிக்கதிர்களால் அந்தத் துளிகளை ஆவியாக்கி மேலே மேகமாய்க் கொண்டுபோகிறான். இதனால் தாவரங்களுக்குக் கோபம் ஏற்படுகிறது. இதை அறிந்துகொண்ட சூரியன் மேலே வரும் மேகத்திடம் மீண்டும் மழையாகப் பொழியக் கேட்டுக்கொள்கிறான். அப்படியே நடந்ததால் தாவரங்கள் சேர்ந்து வளர்ந்து சூரியனை வாழ்த்துகின்றன. இதையறிந்த கதிரவனும் பறப்பனவை சாட்சியாக மகிழ்கிறான்.

பட்டினப்பாலையில் இயற்கை

ஏறத் தாழ அதே பாணியில் 2000 ஆண்டுகளுக்கு முன் எழுதப்பட்ட பட்டினப்பாலையில் ஒரு பாடல்.

“வான் முகந்த நீர் மலைப் பொழியவும்,
மலைபொழிந்த நீர்கடல் பரப்பவும்
மாரிபெய்யும் பருவம் போல
நீரினின்றும் நிலத்து ஏற்றவும்
நிலத்தினின்று நீர்ப் பரப்பவும்
அளந்து அறியாப் பல பண்டம்”

என்பதே அப்பாடல்.

என்ன சொல்கிறதென்றால், கடல் நீரை ஆவியாக்கி மேகமாக மேலே போகிறது. அந்த மேகம் மழையாகப் பொழிகிறது. மழை நீர் வயல், குளம், குட்டை, ஏரியென நிரம்புகிறது. மிகுதி நீர் வாய்க்கால், ஆறு வழியே கடலில் செல்கிறது. அது சங்கமிக்கும் நீர்த்துறையில் பல பண்டங்களை நிலத்தினின்று நீருக்கும் – நீரினின்று நிலத்திற்கும் ஏற்றுமதி இறக்குமதி செய்கிறார்கள் என்கிறது. இப்பாடல் அக்காலத்திய மன்னன் வெளிநாட்டுக்குப் பண்டமாற்று முறையில் காவிரிப்பூம்பட்டினத்தில் ஏற்றுமதி இறக்குமதி செய்தான் எனச் சோழனின் பெருமையைச் சொல்கிறது.

ஐங்குறுநூற்றில் (214) வரும் இயற்கை வளம்

மலைச் சாரலிலுள்ள பலா மரத்திலே கொத்தாக விளங்கிய கொழுமையான நறும்பழம், பெருமலையின் பாறைப் பிளப்பிலுள்ள தேனடையைச் சிதைத்துத் தேனையும் கொள்கின்ற நாட்டினன் என்கிறபோது படிப்பவர் வாயில் நீரூறச் செய்கிறது.

பலாப்பழமே இனிமையானது; அதைத் தேனில் தோய்த்தெடுத்தால் அதன் சுவையை என்னவென்பது...

“சாரற் பலவின் கொழுந்துணர் நறும்பழம்
இருங்கல் விடரளை வீழ்ந்தென, வெற்பிற்

பெருந்தேன் இறாஅல் கீறும் நாடன்" என்று கூறுகிறது.

அகப்பாடலில் 'என் தாய்போல் என்னை நீ காத்து நிற்க'

"என் தாய் என்னைப் பாதுகாத்து வருகிறாள். எப்படி எனில், மழை பெய்கிறது; வெள்ளம் பெருக்கெடுக்கிறது; குளம், குட்டை, ஏரி என எல்லா நீர் அணைகளெல்லாம் நிரம்பிவிட்டன. கரை உடையாமல் நடு இரவிலும் துஞ்சாமல் பாதுகாக்கும் காவலன் போல் என் தாய் என்னைப் பாதுகாத்து வருகிறாள். அந்தக் கட்டுப்பாட்டிலிருந்து உடைத்துக்கொண்டு வெளியேறி உன்னுடன் வர இருக்கிறேன்" எனத் தலைவனுக்குத் தோழி மூலம் தலைவி ஒரு செய்தி அனுப்புகிறாள்.

நம் திருமணத்திற்குப் பின், "என் தாய் பாதுகாத்ததுபோல் நீயும் என்னை நன்கு பராமரித்து எனக்கு எந்தவிதப் பாதிப்பும் இல்லாமல் பாதுகாத்திட வேண்டும்" என்கிறாள்.

இப்பாடல் மூலம் தலைவி தலைவனுக்கு அனுப்பும் செய்தியிலும் எவ்வாறு 'நீரின்றி அமையாது உலகம்' என்ற தொடருக்கு எடுத்துக் காட்டாய் அக்கால நீர் வளமும், நீர்காத்தலும் இருந்தன என்பதை அறிய முடிகிறது.

மேற்குத்தொடர்ச்சி மலையின் நதிகள் பனியிலிருந்து உருவானவை அல்ல

உலகில் எல்லா நதிகளும் பனிபடர்ந்த மலைகளில்தான் உற்பத்தியாகின்றன. ஆனால் நமக்குத் தெரிந்த வரையில் தென் இந்திய நதிகள் முற்றிலும் பனியிலிருந்து பிறப்பதில்லை. மாறாக மேற்கு மலைகளில் உள்ள புல்லில், இலைகளில் உண்டான நீர்த் திவலைகளைத் தாங்கிய மண்ணிலிருந்து உண்டாகின்றனவாம்.

"மேற்குத் தொடர்ச்சி மலைப் பகுதிகளில் உள்ள நிழல் தரும் காடுகளில், வெட்ட வெளிப் பச்சைகளில் மணிமணியாகப் புல்லின்; இலைகளின்மீது உருவான நீர்த்திவலைகளின் நீர்ச் சொட்டுகளை மண் வாங்கி வைத்துக்கொண்டு, சிறிது சிறிதாக விடுகின்ற நீரோட்டமே குறு குறு நீர்த்தாரைகளாகி, வாய்க்கால், ஓடைகளின் வழி கிருஷ்ணா, கோதாவரி, பெண்ணை, பாலாறு, காவிரி, வைகை, தாமிரவருணி போன்ற

ஆறுகள் உருவாகி தென்னிந்தியாவையே வாழவைத்துக் கொண்டிருக்கின்றன. இல்லையேல் தென்னாடு வறண்டு போயிருக்கும்'' என்கின்றார் ஜகத் கஸ்பர்.

அதனால்தான் வள்ளுவர்,

**மணிநீரும் மண்ணும் மலையும் அணிநிழற்
காடும் உடைய தரண் -** குறள் 742 இல்,

நீரும், நிலமும், மலையும், அழகிய நிழற்காடுகள்தாம் நாட்டுக்கு, அரண் என்கிறார்.

மேற்குத்தொடர்ச்சி மலை இல்லாவிட்டால் தென்கிழக்குப் பருவ நிலை வராதென்றும் அவர் சொல்கின்றார்.

இயற்கை பற்றிய பன்னாட்டுப் பழமொழிகள்

* மரங்களை நடுபவன் பிறரையும் தன்னையும் நேசிப்பவன்!
-ஸ்காட்லாந்து
* தன்னை வெட்டுகிற கோடாரியிலும் சந்தன வாசனை மணக்கும்!
- இங்கிலாந்து
* கீழ் நின்று தன்னையே வெட்டுபவனுக்கும் நிழல் தந்து கொண்டிருப்பது மரம் - சீனா
* கற்களால் அடிபட்டாலும் பதிலுக்குக் கனிகளை உதிர்ப்பது மரம் - ஸ்வீடன்
* வீட்டின் ஊஞ்சலைவிட, விழுதுகளின் ஊஞ்சல் மேல்!
-இந்தியா
* விதைத்துக்கொண்டே இரு. முளைத்தால் மரம்; முளைக்கா விட்டால் உரம்! - சேகுவேரா

இயற்கையைப் பாடுகிறான் ஒரு சிங்கைக் கவிஞன்

வெள்ளி முளைத்ததைப் பாடினான்
முளைக்குமுன் விடியலைப் பாடினான்
விடியலின் அடையாளமாய்க் கதிரவனைப் பாடினான்
கதிரவன் கடல் நீரில் எழுவதைப் பாடினான்
எழுந்து நிற்கும் எழிலைப் பாடினான்

எழில் காக்கும் நீல வானைப் பாடினான்
வான் பூத்த விண்மீன்களைப் பாடினான்
விண்மீன்களுக்கிடையில் உலவும் வளர் பிறையைப் பாடினான்
வளர்ந்து வந்த முழு நிலவைப் பாடினான்
நிலவோடு விளையாடும் மேகத்தைப் பாடினான்
மேகம் பொழியும் மழையைப் பாடினான்
மழைவிழுந்த மலையைப் பாடினான்
மலையின் வளத்தைப் பாடினான்
வளத்திற்குக் காரணமான மரத்தைப் பாடினான்
மரத்தில் தொங்கும் கனியைப் பாடினான்
கனிதந்த சுவையைப் பாடினான்
சுவையோடு அதன் வண்ணத்தையும் பாடினான்
வண்ண வண்ண மலர்களைப் பாடினான்
மலர் பரப்பிய மணத்தைப் பாடினான்
மணம்தேடி வந்த தேனீயைப் பாடினான்
தேனீ சேமித்த மதுரத்தைப் பாடினான்
மதுரம் ஒத்த பனியைப் பாடினான்
பனி உருகித் தரும் நீரைப் பாடினான்
நீர் இறங்கும் அருவியைப் பாடினான்
அருவி பாயும் அழகைப் பாடினான்
அழகாய் அது ஆறாய் மாறுவதைப் பாடினான்
ஆற்றோரம் நிற்கும் நாணலைப் பாடினான்
நாணலைத் தாங்கி நின்ற வரப்பைப் பாடினான்
வரப்பின் முடிவில் மடையைப் பாடினான்
மடை திறந்து பாயும் நீரைப் பாடினான்
நீர் ஓடையில் தண்ணீரின் சலசலப்பைப் பாடினான்
சலசலப்பில் துள்ளும் மீனைப் பாடினான்
மீன் நீந்தும் வயலைப் பாடினான்
வயலில் நட்ட நாற்றைப் பாடினான்
நாற்று தள்ளிய நெல் மணிகளைப் பாடினான்
மணிகளோடு சேர்த்துப் பதரையும் பாடினான்
பதர் தூற்றும் தென்றலைப் பாடினான்
தென்றல் வீசும் களத்து மேட்டைப் பாடினான்
களத்தில் அறுவடை செய்த கதிர்களைப் பாடினான்

கதிரவன் மேற்கில் கரையும் அந்தியைப் பாடினான்
அந்தி தந்த செவ்வானத்தைப் பாடினான்
வானம் பார்த்துப் படுத்து உறங்குவதைப் பாடினான்
துயில் எழுப்பிய குயிலின் குரலைப் பாடினான்
குரலோசையை இசையாய்ப் பாடினான்
இசைக்குள் வைத்துச் சந்தத்தைப் பாடினான்
சந்தமாய்ப் பாடிப் பாடிச் சங்கத் தமிழைப் பாடினான்

கண்ணா இதுவரையில் இயற்கை வளத்தைப் பற்றி எழுதிக் கொண்டே வந்தேன். அக்காலத்திலும் இயற்கை வளத்தை அழித்த நிகழ்வுகளும் நடந்திருக்கின்றன என்பதையும் சொல்ல விரும்புகிறேன்.

நற்றிணையில் பசுமை அழிக்கப்படும் செய்தி

நற்றிணையில் விளை பயிர்கள் விலங்குகளால் எப்படி அழித்து ஒழிக்கப்படுகின்றன என்பதைச் சொல்கிறார் புலவர்.

வயலில் நெல் விதைக்கப்பட்டு முளை குருத்து வெளி வரும் நிலையில் அவற்றை நண்டுகள் அழிப்பதாகச் சொல்கிறார். அதையும் மீறி விளையும் பயிர்கள் தழைத்து வளர்ந்தால், யானை, பன்றி போன்ற மிருகங்கள் மேய்ந்து அழித்துவிடுகின்றனவாம்.

ஐங்குறுநூறு இலக்கியத்தில் வேடன் காடுகளை அழிக்கிறான்

நிலம் வறண்டு கிடக்கும். அதில் நீர் சேரும்போதுதான் அது விளை நிலமாகிறது. வளமாகிறது. பயிர்த் தொழில் செய்ய ஏதுவாகிறது.

மனிதனின் உடலுக்கு உணவு தேவைப்படுகிறது. அவ்வுணவை நிலம் கொடுப்பதால் அந்நிலம் மனிதனுக்கு உயிர் கொடுப்பதாகவே அவன் கருதினான். வேடன் காடுகளை அழித்து வயல்வெளிகளாக்கினான் என்று ஐங்குறுநூற்றில் சொல்லப்படுகிறது.

அப்போது ஏன் காடுகளை அழித்தார்கள்?

கண்ணா! இப்போதுபோல் அப்போதும் காடுகளை அழித்திருக்கிறார்கள். இரண்டுக்கும் என்ன வேறுபாடு என்றால், இப்போது பசுமைகளை அழித்துவிட்டு வீடு, கட்டடங்களைக் கட்டி வருகிறார்கள். ஆனால் அப்போது காடுகளை அழித்து வயல்வெளிகளை உருவாக்கினார்கள். விவசாயம் செய்து உணவு உற்பத்தியைப் பெருக்கினார்கள். அதை வெளிப்படுத்தும் இலக்கிய வரிகள்தாம்,

“புனைவன் கொள்ளியின் புகல்வரும் மஞ்ஞை” என்று வரும்.

குறவன் தன் உணவுத் தேவையைப் பெருக்கிக்கொள்ளப் புது வயல்வெளிகளை உருவாக்க வேண்டிக் காடுகளை அழித்தான் என்று சொல்லப்பட்டிருக்கிறது.

நீராதாரம் அன்றும் இன்றும்

கண்ணா! அந்தக் காலத்து மன்னன் வீதியுலா வரும்போது அமைச்சரிடம் கேட்பானாம், “மாதம் மும்மாரி பெய்கிறதா?” என்று. இயற்கை வளத்தோடு இருந்த தமிழ்நாடு. நீர்ப் பெருக்கோடு இருந்த நாடு. எத்திசை நோக்கினும் பச்சைப் பசேலென்று கண்ணுக்குக் குளுமையாய் இருந்த காட்சிகளைக்கொண்ட அழகு. எனக்குத் தெரிந்தே மழைக் காலத்தில் எங்களூர் கிணற்றில் குனிந்து குடத்தால் நீர் மொண்டிருக்கிறேன். அப்படி இருந்த நிலை மாறி இப்போது எங்குப் பார்த்தாலும் செயற்கைக் கட்டடங்களாக நிற்பதை முன்னேற்றம் என்பதா? நாடு அழிவுப்பாதை நோக்கிச் செல்கிறது என்று வருந்துவதா? தெரியவில்லை.

நகரங்கள் வளர்கின்றன; விரிவடைகின்றன என்றால் அங்கே பல கிராமங்கள் அழிகின்றன, விவசாயம் ஒழிக்கப்பட்டு உணவு உற்பத்தி தடுக்கப்படுகின்றது என்று பொருள்.

இப்போது நிலத்தடி நீர் அதளபாதாளத்திற்குப் போய்க் கொண்டிருக்கிறது. காரணம், நிலத்தில் இருக்கும் நீர் உறிஞ் சப்படுகிறது; அத்துடன் ‘பசுமை’ நாட்டில் குறைந்துவிட்டதால் மழைபெய்யலும் குறைந்துவிட்டது. ஆற்றுப் பெருக்கும் அற்றுவிட்டது.

மரம் இருக்கட்டும்... நான் சாகிறேன்!

ஒரு பெரியவர் நோய்வாய்ப்பட்டுப் படுக்கையில் கிடக்கிறார். பயந்துபோன உறவினர்கள் ஒரு வயதான வைத்தியரை அழைத்து வந்து காண்பிக்கிறார்கள். வந்தவர் நோயாளியைப் பார்க்கிறார்; வீட்டைப் பார்க்கிறார்; சுற்றியுள்ள தோட்டங்களைப் பார்க்கிறார். இறுதியில் வந்து சொல்கிறார். "அதோ அந்த உயர்ந்து அடர்ந்திருக்கும் மரத்தை வெட்டி அதன் ஆணிவேரை எடுத்து வந்து கஷாயம் போட்டுக் கொடுங்கள். உடனே எழுந்து விடுவார்" என்கிறார். இதற்கிடையில் மரத்தின் பெயரைக் கேட்டவுடன் நோயாளி கண்விழிக்கிறார். அவர் சொல்கிறார், "வேண்டுமானால் அம்மரத்தின் இலை, காய், கனிகளைக் கொண்டுவந்து கஷாயம் செய்து என்னைக் காப்பாற்ற முடிந்தால் காப்பாற்றுங்கள். அப்படி இல்லாமல், அந்த மரத்தை அழித்து ஆணிவேரை எடுத்துத்தான் என் உயிரைப் பிழைக்க வைக்க வேண்டும் என்ற நிலை வேண்டாம். மரத்தை வாழ விடுங்கள். நான் சாகிறேன்" என்று சொல்லிவிட்டு மயங்கிச் சாகிறார். அப்போது அவர் சொன்ன வாசகம்தான்

"மரம்சா மருந்தும் கொள்ளார்" என்று நமது தமிழ்ப் பண்பாட்டைப் புறநானூற்றுப் பாடல் ஒன்று விளக்குகிறது.

நலம் பேணும் பராமரிப்பு நிலையம்

கண்ணா! கோயமுத்தூரை அடுத்து, கேரளா எல்லையோரத்தில் கேரள மருத்துவர்களால் நடத்தப்படுகிறது ஒரு நலம் பேணும் பராமரிப்பு நிலையம். அங்குப் பெரியவர்களும், நோயாளிகளும், மாறுதலுக்காக ஓய்வு எடுத்துக்கொள்ள விரும்புபவர்களும் செல்கிறார்கள். வெளியுலகத்துடன் தொடர்பு ஏதும் வைத்துக் கொள்ளாமல், குளிர்சாதன வசதி இல்லாமல், காப்பி டீ இல்லாமல், உப்பு, உறைப்பு, புளிப்பு, எண்ணெய் இல்லாமல் வேளாவேளைக்கு உணவு, சூப், சுண்டல், கஷாயம் போன்றவற்றைக் கொடுப்பார்கள். தனிமைப் படுத்தி, இயற்கைச் சூழலில் பாரம்பரிய ஆயுர்வேத முறைப்படி பராமரிக்கும் அந்நிலையத்தின் பெயர் 'புனர்நவா ஆயுர்வேத நிலையம்'.

முடிவுரை:

எனக்கும் வயதாகிக்கொண்டே வருவதால் இனி என் உடல் நலத்திலும் பெரிதும் கவனம் செலுத்தவேண்டியுள்ளது.

அதை மனத்திற்கொண்டு, கணினி மூலம், உன் தந்தை எங்களுக்காக ஓர் ஏற்பாட்டைச் செய்து முன்பதிவையும் செய்திருக்கிறார். அதில் இந்தக் கொரோனா முடிந்தவுடன் ஒரு மாதம் நானும் உன் பாட்டியும் புனர்நவா சென்று சிகிச்சை எடுக்க இருக்கிறோம். இதை 'வருமுன் காக்கும்' ஏற்பாடு என்று சொல்லலாம். அவர்களே தங்கவைத்து, சைவ சாப்பாடு கொடுத்து, வைத்தியம் பார்த்து, அவரவர் நிலைக்கேற்ப உடலை முறைப்படி எண்ணெய் நீவி தேய்த்துவிட்டு, நம்மிடம் உடல் நலம் சார்ந்த குறைகளிருப்பின், நீக்கி அனுப்பி வைப்பார்கள். அதனால் அங்குச் சென்று வந்தபின் மீண்டும் புதுத் தெம்புடன் நம் கடிதத் தொடர்பைத் தொடர்வோம்.

அதுவரை உன் முனைவர் படிப்பு, உன் ஆசிரியத் தொழில் இரண்டிலும் அக்கறையோடும், அர்ப்பணிப்போடும் இருந்து நல்ல பெயர் எடுப்பாய் என்ற நம்பிக்கையுடன் இப்போதைக்கு விடைபெறுகிறேன்.

இப்படிக்கு,
உன் அன்புள்ள,
தாத்தா.

இதுவரை இவன் ஈன்றவை...

1. சமுதாயச் சந்தையிலே - கட்டுரை
2. அலைதரும் காற்று - கவிதை
3. ஜூனியர் பொன்னி - புதினம்
4. மடிமீது விளையாடி - புதினம்
5. இதில் என்ன தப்பு? - திரைக்கதை
6. பழமும் பிஞ்சும் - சிறுவர் கடித இலக்கியம்
7. அந்தப் பார்வையில் - புதினம்
8. ஒன்றில் ஒன்று - உரைவீச்சு with Translations
9. இப்படிக்கு நான் - படச்சுவடி
10. விடியல் விளக்குகள் - சிறுகதைகள்
11. உடன்படு சொல் - மேடைப் பேச்சு
12. இன்னும் கேட்கிற சத்தம் - பண்பாட்டுப் பதிவு
13. ஆயபுலம் - புதினம்
14. என்பா நூறு - வெண்பாச் செய்யுள்கள்
15. Bubbles of Feelings - Stories Translations
16. திரையலையில் ஓர் இலை - திரைத்துறை அனுபவம்
17. என் வானம் நான் மேகம் - பெரும் கதைகள்
18. Beyand The Realm - Stories Translations
19. கவித்தொகை - 'பிசி' கவிதைகள்
20. எர்கு - திரைப்படத்திற்கான கதை
21. ERHU - Story Translation
22. பாதிப்பில் பிறந்த பாடல்கள்
23. புதுமைத்தேனீ - சிறுகதைகள்
24. வாய்க்கால் வழியோடி - மேடைப் பேச்சுகள்
25. ஆயிழையில் தாலாட்டு அளித்த அணிந்துரைகள்
26. கூவி அழைக்குது காகம் - 1. மாணவர் கடித இலக்கியம்
27. கூவி அழைக்குது காகம் - 2. மாணவர் கடித இலக்கியம்
28. கூவி அழைக்குது காகம் - 3. மாணவர் கடித இலக்கியம்
29. காதல் இசைபட வாழ்தல் - புதினம்
30. அடுத்த வீட்டு ஆலங்கன்று - கவிதை
31. அன்புக்கு அழகு 75 - பவளவிழா மலர்
32. சிங்கப்பூர் சொல்வெட்டு 555 - வரலாற்று விருத்தப்பா
33. டுரியானுள் பலாச்சுளை - சிறுகதைகள்
34. கூவி அழைக்குது காகம் - 4. மாணவர் கடித இலக்கியம்
35. மேகம் மேயும் வீதிகள் - கவிதைகள்.